வேடர் நாட்டில் சிங்கங்களும் புலிகளும்

தி.லஜபதிராய்

நீலம்

நீலம்

வேடர் நாட்டில் சிங்கங்களும் புலிகளும்

ஆசிரியர் : தி.லஜபதிராய்

முதற்பதிப்பு : செப்டம்பர் - 2023

நீலம் பப்ளிகேஷன்ஸ்,
முதல் தளம், திரு காம்ப்ளக்ஸ்,
மிடில்டன் தெரு, எழும்பூர், சென்னை - 600008.

புகைப்படங்கள் : நூலாசிரியர்
அட்டைப்பட ஓவியம் : ஓவியர் சந்தோஷ் நாராயணன்
மூன்று வேடர் ஓவியம் : சு.இரவிக்குமார்
மகாவம்ச காட்சி : ஓ.சஜி
சார்க்கோல் ஓவியம் : பிரஷ்ஷஸ் டு சோல்ஸ் ஓவியர் அகிலா
நூல் வடிவமைப்பு : நெகிழன்

விலை ரூ.380

VEDAR NAATTIL SINGANGALUM PULIGALUM

Author : T.Lajapathi Roy

© Lajapathi Roy

First Edition : September 2023
Published by : NEELAM PUBLICATIONS,
1st floor, Thiru Complex, Middleton street,
Egmore, Chennai - 600008.
Printed at Ramani Print Solution, Chennai - 600089

Email : editor@neelampublications.com
Mobile : : +91 98945 25815

INR : 380
ISBN : 978-93-94591-62-2

Neelam Monthly Magazine & Subscription - www.theneelam.com
Neelam Online Store - www.neelambooks.com

தி.லஜபதிராய்

கன்னியாகுமரி மாவட்டம் அகஸ்தீஸ்வரம் ஊரில் 1965ஆம் ஆண்டில் பிறந்தவர். மதுரை சட்டக் கல்லூரியில் 1983 ஆண்டு முதல் 1988 ஆண்டு வரை ஐந்தாண்டு இளங்கலை சட்டமும், சொத்துரிமைச் சட்டத்தில் முதுகலை சட்டமும் பயின்று பின்னர் தற்போதைய இந்தியத் தலைமை வழக்கறிஞர் ஆர்.வெங்கட்ரமணியுடன் உச்சநீதிமன்றத்தில் ஏழு ஆண்டுகள் பயிற்சி பெற்று, அதன்பின் மதுரை மாவட்ட நீதிமன்றத்தில் 7 ஆண்டுகள் பயிற்சிக்குப் பின், மெட்ராஸ் உயர்நீதிமன்ற மதுரை கிளையில் வழக்கறிஞராகப் பயிற்சி செய்கிறார். 2023 முதல் மாதத்திலிருந்து சீனியர் வழக்கறிஞராக மெட்ராஸ் உயர்நீதிமன்றத்தால் அங்கீகரிக்கப்பட்டார்.

1. பட்டியல் சாதியினர் மீது வன்கொடுமை தொடர்பாக Atrocities agianst Dalits and it's Relevnace to Land Reforms - 2006 (ஆங்கிலம்)
2. மதுரையில் சமணம் தொடர்பாக Madurai Mathirai-2008 (மதுரை மதிரை) (ஆங்கிலம்)
3. மதுரை உயர்நீதிமன்ற மரங்களும் சூழலும் (Green Bench of India) என்ற நூலை நண்பர் பிரபு ராஜதுரையுடன் - 2012 (தமிழ் மற்றும் ஆங்கிலம்)
4. தமிழகத்தில் தொல்குடிகளும் காடுகளும் ஒரு அறிமுகம் - 2016 (தமிழ்)
5. பட்டியல் இனம் மற்றும் பட்டியல் பழங்குடிகள் மீதான வன்கொடுமை தடுப்புச் சட்ட விதிகள் (தமிழ்)
6. நாடார் வரலாறு கறுப்பா..? காவியா..? - 2019 (தமிழ்)

என ஆறு நூல்களையும் எழுத்தாளர் அருந்ததி ராயின் குஜராத் முஸ்லிம்கள் படுகொலைகள் தொடர்பான கட்டுரைகளையும் தமிழில் மொழிபெயர்த்துள்ளார். மேற்கு வங்காளம் ஹூப்ளி மாவட்ட ஆட்சியரான துணைவியார் ஸ்ரீபிரியா ஐ.ஏ.எஸ் அவர்கள் மறைவிற்குப் பின் மருத்துவக் கல்லூரி மாணவரான மகன் அகிலன் ராய், சட்டப்பட்டதாரி மகள் கயல் ராய் ஆகியோருடன் மதுரை, புதுதாமரைப்பட்டியில் வசிக்கிறார்.

நன்றி நவிலல்

வழக்கறிஞர்களும் நண்பர்களுமான திருநெல்வேலி இளஞ்செழியன், தி.திருமுருகன், மாஞ்சோலை இராபர்ட் சந்திரகுமார் மற்றும் எஸ்.வாஞ்சிநாதன் ஆகிய நால்வரும் இலங்கை குறித்த ஏராளமான நூல்களையும், வழக்கறிஞர் பிரபு ராமசுப்ரமணியன் நீண்ட பேட்டி ஒன்றையும், ராஜீவ் கொலை வழக்கு மேல் முறையீட்டு வழக்கு நகல்களையும், வழக்கறிஞர் ராஜீவ் ரூபஸ் தகவல்களையும், நண்பர் சோக்கோ பாட்சா என்ற மகபூப் பாட்சா ஏராளமான பிரண்ட் லைன் இதழ்களையும் தாயகம் திரும்பியோர் குறித்த தகவல்களையும் வழங்கினார். கொரானோ வைரஸ் நூலாய்வுக்கான காலத்தை வழங்கியது. நண்பர் முகம்மது ஹாரிஸ் நேர்முகப் பேட்டிகளை வீடியோ பதிவு செய்தார். நூல் பணிகளில் தொடர்ச்சியாக திருமிகு.புஷ்பவள்ளியும், புகைப்படங்களை ஒழுங்கு செய்ய திருமிகு.நர்கிஸூம் உதவி செய்தனர்.

மகன் அகிலன் ராய், மகள் கயல் ராய் எப்போதும் போல மருமகள்கள் அமண்டா அர்விந்த், ஷிவாத்மிகா அர்விந்த், மறைந்த மாமனார் ரெங்கராஜன், என் தாயார் சூடாமணி தியாகராஜா ஆகியோர் ஏழு இலங்கைப் பயணங்கள் சிலவற்றில் உடன் வந்து துணை செய்தனர். பல பயணங்களை ஒழுங்குபடுத்திய ‘ஹாலிடே ஹப்’ முத்துராமனுக்கும் நன்றி.

நேர்காணலில் தகவல்களையும், நூல்களையும், சர்ஜூன் ஜமால்தீனின் ‘சாட்சியமாகும் உயிர்கள்’ நூலை வழங்கிய திருவாளர் அ.மார்க்ஸ் சிறப்பு நன்றிக்கு உரியவராகின்றார். பழ.நெடுமாறன், சுபவீ, கொளத்தூர் மணி, கோவை ராமகிருஷ்ணன், மேட்டுப்பாளையம் பூபாலன், கொழும்பு வாமதேவன், அக்கரைப்பற்று சர்ஜூன் ஜமால்தீன், தமிழ் தேசியம் தியாகு, திருப்புவனம் வழக்கறிஞர் சந்திரசேகர், திராவிடர் இயக்க சீனியர் வழக்கறிஞர் துரைச்சாமி, கூட்டாட்சி முறை பற்றிக் கட்டுரை வழங்கிய உதவிப் பேராசிரியர் ரா.ராஜசத்யா, எங்கள் அலுவலகத்தில் நூல் எழுத நேரத்தைப் பெற்றுக்கொடுத்த எஸ்.ராஜசேகர், ம.சரவணன், த.அஸ்வின் ராஜசிம்மன், ம.மகபூப் பாசில், ம.அர்ஜீன் வர்மன் ஆகியோருக்கு நன்றிகள். சர்ஜூன் ஜமால்தீன், வாமதேவன், பூபாலன் ஆகியோருடனான நேர்முகப் பேட்டிகளை என்னுடன் பயணித்த சக வழக்கறிஞர் த.சீனி செய்யது அம்மா வீடியோ பதிவு செய்தார். பிரபாகரனும் வ.உ.சியும் இருக்கும் புகைப்பட பேனர்களைப் படமெடுத்த கார்த்திக் கனகசபாபதி, வசந்த் சுப்ரமணியன், பி.வ.வெற்றிவேல், அலுவலகப் பணியாளர்கள் பி.எம்.செந்தில், பா.முத்துக்குமார், கா.பாலமுருகன், பயிற்சியாளர்கள் நவீன் மற்றும் முஸ்ஃபிரா பர்வீன், பணியாளர் முருகேஸ்வரி ஆகியோருக்கு நன்றிகள்.

வேடர் ஓவியம் மற்றும் மகாவம்ச காட்சியை வரைந்து கொடுத்த மெட்ராஸ் உயர்நீதிமன்ற மதுரை கிளை பணியாளர் ஓ.சஜி, பிரபாகரன் மகன் பாலசந்திரன் உள்ளிட்ட ஒன்பது சார்க்கோல் ஓவியங்களை வரைந்த பிரஷ்ஷஸ் டு சோல்ஸ் ஓவியர் அகிலா, மூன்று வேடர்கள் ஓவியத்தை வரைந்த மதுரை காமராசர் பல்கலைக்கழக ஈஎம்ஆர்சி தயாரிப்பாளர் சு.இரவிக்குமார் என மூன்று ஓவியர்களும் சிறப்பு நன்றிகளுக்கு உரியவர்கள்.

கோகுல்ராஜ் புகைப்படத்தை வழங்கிய வழக்கறிஞர் பார்த்திபன் மற்றும் கோகுல்ராஜ் குடும்பத்தினர், திருத்தங்களைச் செய்த தூத்துக்குடி ஆசிரியர் சங்கரலிங்கம், எங்களுக்கு எப்போதும் துணை நிற்கும் சக வழக்கறிஞர் சகோதரர் திலகேஷ்வரன், வழக்கம்போல் இலங்கை கதைகளை விரும்பியோ, விரும்பாமலோ கேட்கும் கல்லூரிக் கால நண்பர்களும் வழக்கறிஞர்களுமான மு.இமாம் உசேன், கா.பிரபுராஜதுரை, எம்.அஜ்மல்கான், அட்டைப் படத்தை வடிவமைத்த சந்தோஷ் நாராயணன், மற்றும் இந்நூலைச் சிறந்த முறையில் வெளியிட்ட நீலம் பதிப்பகத்தாருக்கும் நன்றிகள் பல.

தியாகராஜா லஜபதிராய்

மதுரை - 20

முன்னுரை

தோழர் லஜபதிராய் அவரது புத்தகத்திற்கு முகவுரை எழுதித் தர முடியுமா என்று தயக்கத்துடனேயே என்னை அணுகினார். அவரது தயக்கத்திற்கான காரணம் எனக்குப் புரியவில்லை. ஆனாலும் அவரது புத்தகத்தின் 8ஆவது பகுதியில் ஓரிடத்தில் எனது பெயரும் குறிப்பிடப்பட்டுள்ளது. ராஜீவ் காந்தி கொலை வழக்கில் எதிரிகளுக்கு ஆஜராகும்படி கேட்டுக்கொண்டபோது அதற்கு நேரப் பற்றாக்குறையினால் நான் மறுத்துவிட்டதாக அதில் குறிப்பிட்டிருந்தார். அதுமட்டுமின்றி ஈழத் தமிழர்கள் போராட்டத்திலும் அது தமிழகத்தில் ஏற்படுத்திய வீச்சில் நடந்த பல சம்பவங்களில் எனது தொடர்பை அவர் அறிந்தே வைத்திருந்தார்.

இந்தப் புத்தகத்தில் தமிழீழ விடுதலைப் புலிகளைப் பற்றிக் கடுமையான விமர்சனமும், தமிழ்நாட்டில் அவர்களுக்கு ஆதரவு தெரிவித்த தமிழகத் தலைவர்களைப் பற்றிச் சமரசமற்ற விமர்சனங்களும், கடந்த 40 ஆண்டுகளில் தமிழீழ விடுதலைப் போராட்டத்தைப் பற்றியும் அதை முன்னெடுத்துச் சென்ற விடுதலைப் புலிகளைப் பற்றியும் வந்த பல புத்தகங்களைப் பற்றிய மதிப்பீடும் அதிலுள்ள தவறுகளைச் சுட்டிக்காட்டியும் அவர் இந்தப் புத்தகத்தில் குறிப்பிட்டிருப்பதை மனதில் வைத்து அதனால் ஒருவேளை நான் முன்னுரை எழுதுவதற்குத் தயக்கம் காட்டுவேனோ என்று எண்ணியிருக்கலாம்.

கடந்த 40 ஆண்டுகள் தமிழீழ விடுதலைப் போராட்டம் பற்றியும், அதன் முன்னணிப் படையாக இருந்த விடுதலைப் புலிகளைப் பற்றியும் ஆய்வு செய்வதிலும் அதையொட்டிய புதிய மதிப்பீடுகளைத் தருவதும் காலத்தின் தேவைதான். வரலாற்றைச் சரியான தரவுகளுடன் எழுதும்போது அதில் சமரசத்திற்கோ (அ) சந்தர்ப்பவாதத்திற்கோ இடமளிக்கக் கூடாது என்பதில் எனக்கு நம்பிக்கை உண்டு.

லஜபதிராய் இப்புத்தகத்திற்கான தரவுகளைக் கடந்த நான்கு ஆண்டுகளாகச் சேகரித்துவந்ததோடு, தன்னுடைய புத்தகத்தை எழுதி முடிப்பதில் அவருக்கும் தயக்கம் இருந்தது. விடுதலைப் புலிகளை விமர்சனம் செய்வது விடுதலைப் போராட்டத்தையே காட்டிக் கொடுக்கக்கூடிய செயலாகக் கருதிய காலமும் உண்டு. கடுகளவு விமர்சனம் செய்தவர்கள் மீது மலையளவு எதிர்த் தாக்குதலும் நடத்தப்பட்டது. தமிழகத்தில் இருப்போர் ஈழ விடுதலைப் போராட்டத்தில் நேரடியாகப் பங்குகொள்ளாவிட்டாலும் தொப்புள்கொடி உறவினால் அவர்களுக்கு ஈழ விடுதலைப் போராட்டத்தின் மீது உணர்ச்சிகரமான பற்றுதல் இருந்தது.

தமிழ்நாட்டிலுள்ள அரசியல் கட்சிகளில் தமிழீழப் பிரச்சினை பற்றிப் பகிரங்கமான கருத்துத் தெரிவித்ததனால் கட்சிக் கட்டுப்பாட்டை மீறியதாகக் கட்சிப்

பொறுப்புகளிலிருந்து நீக்கப்பட்டவன் நான் ஒருவனாகத்தான் இருக்க முடியும். மார்க்சிஸ்ட் கட்சி ஈழ பிரச்சினை பற்றி எடுத்த முடிவுகளை விமர்சனம் செய்ததோடு தோழர் திருமாளவன் 'மார்க்சிஸ்டுகள் சிந்தனைக்கு' என்று தலைப்பிட்டு எழுதிய தொடர்க் கட்டுரையைச் சிறிய பிரசுரமாக வெளியிட்டபோது அப்புத்தகத்திற்கு நான் முன்னுரை எழுதினேன்.

அம்முன்னுரையில் மார்க்சிஸ்டு கட்சி தமிழீழப் பிரச்சினையில் எடுத்த நிலைபாடுகளையும், அதையொட்டி கட்சியிலுள்ள அதிருப்தியாளர்களின் செயல்பாடுகளையும், அதன் பின்னர் என்னைக் கட்சியிலிருந்து வெளியேற்றியதையும் நான் விரிவாகக் குறிப்பிட்டு, இவ்வாறு முடித்திருந்தேன்:

"இந்திய இலங்கை ஒப்பந்தத்திற்குப் பிறகு அதை நிறைவேற்ற ஸ்ரீலங்கா அரசியல் சட்டத்தில் 13ஆவது சட்டத்திருத்தம் சிங்கள அரசால் அவசர கதியில் நிறைவேற்றப்பட்டது. 13ஆவது சட்டத்திருத்தத்தின்படி தமிழ் மக்களின் மரபுரீதியான வாழ்நிலங்களாகிய வடக்கு, கிழக்கு மாகாணங்களின் இணைப்புப் பற்றிய பிரிவை ஸ்ரீலங்கா சுப்ரீம் கோர்ட் ரத்து செய்துவிட்டது. மிச்சமுள்ள திருத்தங்களை வாபஸ் பெற தற்போது ராஜபக்சே அரசு புதிய சட்ட வடிவை நாடாளுமன்றத்தில் அறிமுகப்படுத்தியுள்ளது. இன்னும் அவ்வொப்பந்தத்தில் என்ன மிச்சமிருக்கிறது என்றே யாருக்கும் தெரியாது. இருப்பினும் 13ஆவது அரசியல் சட்டப் பிரிவை அமுல்படுத்தவும், அரசியல் தீர்வு காணவும் மார்க்சிஸ்டுகள் கூறிவருவது வேதனையைத்தான் அளிக்கிறது. இன்றுவரை ஈழத் தமிழர் பிரச்சினையில் முறையான விவாதமோ அல்லது சரியான அணுகுமுறையோ இல்லாத சி.பி.ஐ(எம்) கட்சியின் மீது அதன் ஆதரவாளர்களுக்கே பெரும் ஏமாற்றமுண்டு."

இந்த ஒப்பந்தத்தைக் குறித்து தோழர் லஜபதிராயின் கருத்தில் எனக்கு உடன்பாடில்லை. அவர் 11ஆவது பகுதியில் 'புலிகளின் இன்னா நாற்பது' என்ற தலைப்பில் இந்திய - இலங்கை ஒப்பந்தத்தைப் புலிகள் சிதைத்துச் சின்னாபின்னமாக்கினர் என்று கூறியதோடு, ராஜீவ் காந்தி இலங்கைத் தமிழர்களுக்கு ஓரளவு நியாயமான அரசியல் தீர்வையே கொடுத்துள்ளார் என்று வாதிட்டுள்ளார். மேலும் ராஜபக்சேவை 2005ஆம் வருடம் வெற்றி பெறச் செய்தது புலிகள்தான் என்று குறிப்பிட்டிருப்பது ஒரு மேம்போக்கான மதிப்பீடாக இருக்கிறது.

அந்தப் பகுதியில் அவர் கீழ்க்கண்டவாறு குறிப்பிட்டிருப்பது வியப்பை அளிக்கிறது:

"இன்று வடக்குவாழ் தமிழர் மறுபடியும் வடக்கு, கிழக்கு இணைப்புக் குறித்துப் பலவீனமாகக் குரல் எழுப்புவதும் 13ஆம் அரசியல் சட்டத்திருத்தத்தைப் பற்றிப் பேசுவதும் அதற்கு இந்தியாவைத் துணைக்கழைப்பதும் முரண்நகை."

தமிழீழப் பிரச்சினையில் உரிய தீர்வு காண்பதற்காக 1980களிலும் 90களிலும் பல்வேறு முயற்சிகள் மேற்கொள்ளப்பட்டன. 1991ஆம் ஆண்டு ஹாங்காங்கில் சமாதானத்திற்கான ஆசிய கருத்தரங்கு ஒன்று நடத்தப்பட்டது. அதில்

இந்தியாவிலிருந்த பல சட்ட நிபுணர்கள் பங்குகொண்டனர். நீதிபதி வி.ஆர். கிருஷ்ணய்யர், கே.ஜி.கண்ணபிரான், ஜார்ஜ் பெர்ணாண்டஸ் இன்னும் பலர் பங்குபெற்றனர். அதில் பங்குபெறுவதற்கு எனக்கும் வாய்ப்புக் கிட்டியது. புதிய ஸ்ரீலங்காவில் எத்தகைய அரசமைப்புச் சட்டம் உருவாக்கினால் அது ஈழத் தமிழர்களுக்கும் திருப்தியளிக்கும் என்ற முறையில் விவாதங்கள் நடைபெற்றன. இலங்கையிலிருந்த பெரிய அரசியல் கட்சித் தலைவர்களும் விடுதலைப் புலிகளின் பிரதிநிதிகளும் அதில் கலந்துகொண்டனர். ஆனால், அக்கருத்தரங்கில் எடுக்கப்பட்ட முடிவுகள் இருதரப்பிற்குமே திருப்தியளிக்காததனால் மேற்கொண்டு செயல்படுத்த முடியவில்லை.

சமர் புரிந்துகொண்டிருக்கும் இரு குழுக்களுக்கிடையே அவர்கள் உடன்பாட்டுடன்தான் சமாதான நடவடிக்கைகள் எடுக்க முடியும். ஆனால், இந்திய - ஸ்ரீலங்கா ஒப்பந்தம் சமர் புரிந்துகொண்டிருக்கும் குழுக்களை ஈடுபடுத்தாமலேயே சம்பந்தமில்லாத அண்டை நாடு ஒன்றுடன் ஒப்பந்தம் ஏற்படுத்திக்கொள்வது எவ்விதத்தில் நியாயமாகும்? எது எவ்வாறாக இருப்பினும் இன்று ஆட்சிப் புரியும் சிங்கள அரசு 13ஆவது அரசியலமைப்புச் சட்டத்திருத்தப்படி எவ்வித முயற்சியும் மேற்கொள்ள முன்வராததோடு அதை நிறைவேற்ற அண்டை நாடுகளின் முயற்சியையும் தவிர்த்தே வந்துள்ளது.

இன்றைக்குத் தமிழீழப் பிரச்சினை பின்னடைந்ததற்கோ (அ) தோல்வியுற்றதற்கோ முழுக் காரணத்தையும் விடுதலைப் புலிகள் மீது மட்டுமே சுமத்துவது சரியான வரலாற்றுப் பாதையாக இருக்காது. இருப்பினும் பின்னடைவுக்கான காரணங்களைச் சரியாகப் புரிந்துகொள்வதன் மூலம்தான் அடுத்தகட்ட செயல்பாட்டிற்குச் செல்ல முடியும். அவ்வகையில் இந்நூல் பல்வேறு தரவுகளை உள்ளடக்கி கூடியவரை விருப்பு வெறுப்பு இல்லாமல் விஷயங்களைப் புட்டு வைத்துள்ளன.

தமிழகத்திலுள்ள அரசியல் தலைவர்களுக்குத் தமிழீழம் பற்றிய சரியான புரிதல் இல்லாததும், தமிழீழப் பற்றுள்ள சில தலைவர்கள் வரலாற்றைத் தங்களுக்கேற்பத் திருத்தி எழுதிக்கொள்வதும், தமிழ்நாட்டிலுள்ள சாதிவெறியில் எப்படி ஈழத் தலைவரின் சாதியையும் திருடிக்கொண்டதைப் பற்றியும், ராஜீவ் காந்தி கொலை நடத்தப்பட்ட விவரத்தையும், ஈழ விடுதலைப் போராட்டத்தில் ஈடுபடுத்திக்கொண்ட சக்திகளுக்கு ஏற்பட்ட சகோதர யுத்தங்களைப் பற்றியும், தக்க ஆதாரங்களுடன் லஜபதிராய் இந்த நூலில் விளக்கியுள்ளார்.

அதேபோல் ஸ்ரீலங்கா தீவில் அரசு ஏற்பட்டதும் அதில் பல இனக் குழுக்கள் வந்து சேர்ந்ததும் அவர்களது தனி வரலாறு, அவர்கள் காலனி ஆதிக்கத்திற்கு எதிராக ஒன்று சேர்ந்து போராடிய பிரச்சினைகளையும், தமிழீழ மக்களிடமிருந்த சாதிப் பிரச்சினையையும், ஈழத்தைப் பொருத்தவரை சிங்களர்கள், தமிழர்கள் மற்றும் இசுலாமியர்களுக்கிடையே இருந்த கலாச்சார ஒற்றுமைகளையும் கூறி அனைவரும் சேர்ந்து செயல்பட்டாலொழிய இலங்கைப் பிரச்சினைக்குத் தீர்வில்லை என்பதையும் தெளிவாகக் குறிப்பிட்டிருக்கிறார்.

தமிழீழ விடுதலைப் புலிகள் அதிகாரத்தின் கீழ் சாதிப் பற்றை ஒழிப்பதற்கு முயன்றதையும், மூடநம்பிக்கைகளை ஒழிக்க அவர்களது முயற்சிகளையும், அவர்களது இராணுவச் சாகசங்களையும் பற்றிப் பல தகவல்களை எழுதியிருக்கிறார். அதே சமயத்தில் விடுதலைப் புலிகள் பற்றிய விமர்சனங்களைக் கராறாகப் பதிவு செய்துள்ளார்.

மலையகத் தமிழர்களின் குடியுரிமைப் பிரச்சினையையும் மிகத் தெளிவாகக் கூறிய அவர், தற்போது ஈழப் பிரச்சினைக்குத் தனியாக விடிவு ஏதுமில்லை என்றும், ஒன்றுபட்ட ஸ்ரீலங்காவில் அவர்கள் தங்களுடைய அரசியல் அதிகாரத்தைப் பெற்றுச் சுயாட்சி அமைப்புடன் கூடிய கூட்டாட்சியில் செயல்படுவதே உசிதம் என்றும் கூறியிருக்கிறார்.

40 ஆண்டுகள் ஈழ விடுதலைப் போராட்டத்தைப் பல கோணங்களில் ஆராய்ந்து தக்கத் தரவுகளுடன் கடும் உழைப்பில் வெளிக்கொண்டு வந்துள்ள தோழர் லஜபதிராயின் முயற்சியைப் பாராட்ட வேண்டும். அவரது முடிவுகள் சிலவற்றுடன் ஒத்துப்போக முடியவில்லை என்றாலும் இந்நூல் காலத்தின் கட்டாயம். வரலாற்றின் பல விட்டுப்போன பக்கங்களைத் தெரிந்துகொள்வதற்கான அரிய முயற்சி. தோழர் லஜபதிராயின் இந்நூலை அனைத்துத் தமிழ் ஆர்வலர்களும் படிக்க வேண்டும். அவரது முயற்சிக்கு எனது பாராட்டுகள்.

வாழ்த்துகளுடன்
கே.சந்துரு,
மேனாள் நீதிபதி சென்னை உயர்நீதிமன்றம்.

தேதி: 27.04.2023
இடம்: சென்னை

உள்ளே...

1.	கொஞ்சம் புவியியலும், கொஞ்சம் வரலாறும்	11
2.	வேடர்கள்	23
3.	அனகாரிக தர்மபாலா	31
4.	மலையகம்	39
5.	ஆல்பிரட் துரையப்பா	50
6.	வல்லிபுரம் வசந்தனின் நெல்லியடி தாக்குதல்	56
7.	ராஜீவ் ஓட்டிய இறுதி விமானம்	67
8.	ராஜீவ் காந்தியைக் கொலை செய்தது யார்?	77
9.	உயிரைக் கொடுத்து உலகப் புகழ் பெற்ற ஒளிப்படமெடுத்த ஹரிபாபு	100
10.	புலிகளின் இனியவை நாற்பது	105
11.	புலிகளின் இன்னா நாற்பது	126
12.	புலிகளும் முஸ்லிம்களும்	147
13.	பிரபாகரனின் இறுதிப் போர்	169
14.	பிரபாகரனின் சாதியைத் திருடிய தமிழகம்	185
15.	இலங்கையில் முஸ்லிம்கள்	194
16.	தமிழரும் சிங்களரும்	205
17.	தமிழும் சிங்களமும் : ஓர் அறிமுகம்	215
18.	மகாவம்சத்தின் எல்லாளனும், சிலப்பதிகாரத்தின் மனுநீதிச் சோழனும், மெட்ராஸ் உயர்நீதிமன்ற சமநீதிச் சோழனும்	232
19.	சோழர்கள்	238
20.	நூலக உலாவும் நேர்காணல்களும்	257
21.	சுட்டி	340

கொஞ்சம் புவியியலும், கொஞ்சம் வரலாறும்

முத்துக் காதணியைப் போல் இந்தியாவை ஒட்டி இலங்கை தொங்குகின்றது என வில்லியம் நைட்டன் வர்ணிக்கும் இலங்கை[1], வடக்கிலிருந்து தெற்காக 440 கிலோமீட்டர் நீளமும், நடுப்பகுதியில் கிழக்கு மேற்காக 200 கிலோ மீட்டர் அகலமும் கொண்டது. அதன் நடுவில் மழைப்பொழிவு மிக்க 2000 மீட்டருக்கு மேல் உயரமான மலைத்தொடர்களில் உலகின் முதல் தரமான தேயிலை விளைகிறது.

உலகெங்கிலுமுள்ள சுற்றுலாப் பயணிகளை ஈர்க்கும் மிக அழகிய வெண்ணிற மணல் நிரம்பிய தூய ஆழமற்ற கடலில் மாபெரும் கடலாமைகள் நீந்துவதைக் காண முடியும். கடற்கரைகளின் சற்றுத் தொலைவில் இலங்கை முழுவதும் காடுகளிலும், சாலை ஓரங்களிலும் திரியும் யானைகளை விட பல மடங்கு பெரிய திமிங்கலங்களும் குளிர் காலங்களில் அங்கு கடற்கரையருகே வலசை போகின்றன.

இலங்கை ஓர் இரத்தத் தீவு என்கிறார் பிரபல பத்திரிகையாளர் அனிதா பிரதாப்; அது ஒரு தூங்காத் தீவு என்கின்றார் பயண எழுத்தாளர் ஆண்ட்ரூ பிடல் பெர்ணாண்டோ; எழுத்தாளர் சமந்த் சுப்ரமணியனோ கண்ணீர்த் துளியின் வடிவத்தைக் கொண்ட இலங்கை தனக்குக் கையெறிகுண்டின் குறுக்கு வெட்டுத் தோற்றத்தை நினைவூட்டுவதாகவும், பெரும் கப்பலை இழுத்துச் செல்லும் இழுவைப் படகைப் போல தமிழ்நாட்டின் அருகில் இலங்கை அமைந்துள்ளது என்கிறார்[2]. ஐக்கிய நாட்டுச் சபையின் செய்தித் தொடர்பாளர் கார்டன் வெய்ஸுக்கு இலங்கை முத்துக் காதணியாகத் தோற்றமளிக்கிறது[3].

காலனியாட்சியில் இலங்கையின் செயலாளராகப் பணியாற்றிய ஜேம்ஸ் எமர்சன் டெனன்ட்க்கு இப்பிரபஞ்சத்தின் பேரழகில் ஒன்றாக இலங்கையின் எழில் விளங்குகிறது. சீனர்களுக்கு அணிகலனாகவும், கிரேக்கர்களுக்கு இரத்தினங்களின் சுரங்கமாகவும், பௌத்தக் கவிஞர்களுக்கு இந்தியப் புருவத்தில் தொங்கும் முத்தாகவும், முஸ்லிம்களுக்குச் சொர்க்கமாகவும், ஆதமின் தோட்டமாகவும் இலங்கை காட்சியளிக்கிறது.[4] இந்தியாவின் இலங்கைத் தூதராகவும், இந்தியப் பாதுகாப்புச் செயலாளருமான சிவசங்கர் மேனனுக்கு இந்தியாவின் அருகில் நிலைகொண்டிருக்கும் நிரந்தரமான போர்க்கப்பலாக இலங்கை தோற்றமளிக்கிறது.[5] இந்தியாவுக்குள் நுழைய அமெரிக்காவின் ட்ரோஜன் ஹார்ஸ் இலங்கை என்றும், கிரேக்கர்கள் தப்ரபானே என்றும், பௌத்தர்கள் தம்பபன்னி என்றும், அரேபியர்கள் செரன்தீப் என்றும், ஐரோப்பியர் சிலோன் என்றும், இந்தியர்கள் லங்கா என்றும், இலங்கையர் ஶ்ரீலங்கா என்றும், தமிழர் ஈழம் என்றும் அழைக்கும் இலங்கை, உலகின் மிக அழகிய நாடுகளில் ஒன்று என்பதில் அனைவரும் ஒன்றுபடுகின்றனர்.

தனது கடற்கரை அழகால் இந்தியாவின் மிக அழகிய மாநிலமான கேரளாவை, இந்த நூற்றாண்டின் சிறந்த ஓட்டப்பந்தய வீரரான உசேன் போல்ட்டைப் போல எளிதில் முந்துகிறது இலங்கை. ஈழத்தைப் பார்த்தவன் வீடு திரும்ப மாட்டான் என்பது மலையாளப் பழமொழி.[6] உலகில் இந்துக்கள், இஸ்லாமியர், கிறிஸ்தவர், புத்தவாதிகள் அனைவருக்கும் பொதுவான புனிதத் தலமான மழைக்காடுகளின் மத்தியில் அமைந்த, இபின் பதூதா பயணம் சென்று திரும்பி தனது பயணக் குறிப்புகளில் மகிழ்ச்சியோடு குறிப்பிட்ட அழகிய ஆதம் மலையுச்சிக்கு நள்ளிரவில் நடந்து செல்லும் பயணிகள் தங்கள் பயண அனுபவங்களை வாழ்நாள் முழுக்க மறப்பதில்லை.

இலங்கையின் வடமத்திய மாகாணத்தில் சாலையோரம் திரியும் காட்டு யானை.

இலங்கைத் தீவு, மடகாஸ்கர் தீவு, செசல்ஸ் தீவு ஆகியன இந்தியாவுடன் இணைந்த ஒரே பெரும் நிலப்பரப்பாக ஐம்பது மில்லியன் வருடங்களுக்கு முன்னர் இருந்தது. முப்பது மில்லியன் வருடங்களுக்கு முன்னதாக மடகாஸ்கர் தனித் தீவாகப் பிரிந்து ஆப்பிரிக்காவை நோக்கி நகர்ந்து சென்று, இந்தியப் பெருங்கடலில் ஆப்பிரிக்காவுக்குச் சற்று கிழக்கே நிலை கொண்டது. அதன் பின்னர் செசல்ஸும் தீவாகப் பிரிந்து சென்றது. அதுவும் ஆப்பிரிக்காவிற்குக் கிழக்கே 1,500 கிலோ மீட்டர்கள் தொலைவில் நூற்றுக்கும் மேற்பட்ட தீவுக்கூட்டங்களுடன் மடகாஸ்கருக்கு வடக்கில் நிலைகொண்டது. மடகாஸ்கரில் காணப்படும் சன்டியூ என்ற பூச்சியுண்ணும் தாவரங்களைத் தமிழ்நாட்டிலும் பார்க்க முடியும். மடகாஸ்கருக்கும் இலங்கைக்கும் உயிரியல் உறவு உண்டு.

சற்றேறக்குறைய 7,000 வருடங்களுக்கு முன்பு இந்தியாவும் இலங்கையும் பிரிந்தது.[7] இந்தியா, இலங்கை, மடகாஸ்கர் ஆகியன குமரி முனையை ஒட்டியுள்ள திருவள்ளுவர் சிலை மற்றும் விவேகானந்தர் நினைவுச் சின்னம் கட்டப்பட்ட பாறை அமைந்துள்ள இடத்தில் கோண்ட் வனம் என்ற சந்திப்பில் இணைக்கப்பட்டிருந்ததாகப் புவியியலாளர்கள் கருதுகின்றனர்.[8]

இந்தியாவின் தென் பகுதியில் அமைந்த மேற்குத் தொடர்ச்சி மலையின் காடுகள், தாவரங்கள், விலங்குகள், பறவைகள் ஆகியன இலங்கையிலும் இருப்பது தற்செயலான நிகழ்வல்ல. வேட்டையாடும் விலங்குகளில் புலிகள், சிங்கங்கள் போன்றவைகளுக்குப் பெரும் நிலப்பரப்புகள் தேவைப்படுவதால் இலங்கையிலிருந்து அவை மறைந்து போயிருக்க வாய்ப்புண்டு. ஏதேனும் புதை படிவங்கள் எதிர்காலத்தில் கிடைத்தாலும் ஆச்சரியப்படுவதற்கில்லை.

தென்னிந்தியாவும் இலங்கையும் ஒரே நிலப்பகுதியாக இருந்த காலத்தில் வேட்டையாடி உணவு சேகரிக்கும் தொல்குடிகளைத் தவிர எழுத்தறிவு பெற்ற மனிதர்கள் இரு நிலப்பகுதியிலும் வாழவில்லை. இலங்கையில் வாழ்ந்த பலங்கோடா மனிதனின் எலும்புகள் முப்பத்தெட்டாயிரம் ஆண்டுகளுக்கு முந்தையவை. பலங்கோடா மனிதன் வேடர் குடியைச் சேர்ந்தவராக இருக்க வாய்ப்புண்டு. இலங்கையில் குடியேறிய முதல் மனிதர்கள் வேட்டையாடிகள். அவர்களால் வேட்டைக் கருவிகளான வில், அம்புகள் ஆகியன பயன்படுத்தப்பட்டன. இது தவிர தேன் மற்றும் கிழங்கு வகைகளையும் அங்குள்ள வளமான காடுகளிலிருந்து உணவுக்காகச் சேகரித்துக்கொண்டனர். உள்நாட்டு ஆறுகளில் மீன்களுக்கும் பஞ்சமில்லை.

இந்தியாவிலும் ஆஸ்திரேலியாவிலும் வாழும் ஆஸ்ட்ரோ ஏஸியாட்டிக் இனத் தொல்குடியினருக்கும், இலங்கையின் வேடர் தொல்குடியினருக்கும் நெருக்கமான மரபணு மற்றும் மானுடவியல் ஒற்றுமைகள் உண்டு. தமிழ்நாட்டில் ஆதிச்சநல்லூர், கீழடி அகழாய்வுகளில் கண்ட புதை படிவங்களை ஒத்த இடங்கள் இலங்கையிலும் கண்டுபிடிக்கப்பட்டுள்ளன. இலங்கை வடமாகாணத்தில் கந்தரோடையில் கண்டுபிடிக்கப்பட்ட பிராமி எழுத்துகள் பொறிக்கப்பட்ட மட்பாண்ட ஓடுகளை ஒத்த ஓடுகள் இந்தியாவின் கீழடியிலும் ஆதிச்சநல்லூரிலும் கிடைக்கின்றன.

கீழடி அகழாய்வுகள், அவற்றின் காலம் பொது ஆண்டுகளுக்கு எண்ணூறு ஆண்டுகள் முன் எனக் காட்டுகிறது.[9] இந்த அகழாய்வுகள் பொது ஆண்டுக்குச் சில நூற்றாண்டுகள் முன் சமகாலத்தில் தென்னிந்தியாவிலும் இலங்கையிலும் மொழியறிவு பெற்ற, நாகரீக வளர்ச்சியடைந்த சமூகம் ஒன்று குடியேறியதைக் காட்டுகிறது. வேடர்கள் குடியேறி குறைந்தது முப்பத்தைந்தாயிரம் ஆண்டுகளுக்குப் பின்னரே இக்குடியேற்றம் நிகழ்ந்துள்ளது. மூன்றாவது பொது நூற்றாண்டில் இலங்கையில் வாழ்ந்த பெரும்பான்மையினர் தங்களது மதத்தைப் பௌத்தமாகவும், மொழியைப் பாலி மற்றும் பிராகிருத மொழியின் திரிபான சிங்களமாகவும் கொண்டனர். அசோகர் காலத்தில் பௌத்தம் தமிழ்நாட்டின் வழியாக இலங்கைக்குச் சென்றது என்றார் மயிலை சீனி. வேங்கடசாமி.

இலங்கையின் முதல் குடியேறியான வேடர் ஓவியம்.

தென்னிந்தியாவிலிருந்து குடியேறிய மக்களில் இலங்கையின் வடக்கிலும் கிழக்கிலும் இருந்தவர்கள் வரலாற்றுக் காலத்தின் தொடக்கத்தில் தமிழ்நாட்டைப் போன்றே தங்களது மொழியைத் தமிழாகவும், மதத்தை இந்து மதமாகவும் பௌத்தமாகவும் கொண்டனர். ஒன்பதாம் பத்தாம் நூற்றாண்டுகளில் நிகழ்ந்த போர்க்கால மற்றும் போருக்குப் பின்னர் நடந்த குடியேற்றங்கள் வடக்கிலும் கிழக்கிலும் வாழ்ந்த மக்கள் திரளின் எண்ணிக்கையை அதிகப்படுத்தியது. அவர்கள் தென்னிந்தியாவின் மொழியான தமிழையும், இந்து மதத்தை தங்கள் மதமாகவும் கொண்டனர்.

இலங்கையின் வரலாறாக ஐந்தாவது பொது நூற்றாண்டில் பாலி மொழியில் எழுதப்பெற்ற மகாவம்சமானது வரலாறும் கற்பனையும் கலந்த கதை. அது தேவதை கதைகளையும் புத்த ஜாதகக் கதைகளையும் கலந்து எழுதப்பட்டது. மகாவம்சத்திற்கு அடிப்படை அட்டக்கதைகள் என இலங்கையின் வரலாற்று நூலில் காட்ரிங்டன் கூறுகிறார்.[10] இந்தியாவில் சமஸ்கிருத புராண கதைகளில் ஒன்றான இராமாயணத்தை வரலாறாக இந்துமதவாத அரசியல் செய்பவர்கள் சித்திரிப்பதைப் போலவே இலங்கையில் மகாவம்சத்தின் விஜயன் கதையைப் பௌத்த மதவாத அரசியல் செய்பவர்கள் வரலாறாகச் சித்திரிக்கின்றனர்.

புத்தர் இறந்த நாளில் அரை மொட்டை அடிக்கப்பட்டு இந்தியாவிலிருந்து துரத்தப்பட்ட 700 பேருடன் விஜயன் அனுராதபுரத்திற்கு வடக்கே தம்பபன்னி என்ற இடத்தில் கரை ஒதுங்கியதாகவும், அங்கு இயக்கர் குல பெண்ணான குவேனியைச் சந்தித்ததாகவும், குவேனியின் உதவியுடன் இயக்கர் குல மக்களைப் படுகொலை செய்ததாகவும், பின்னர் குவேனிக்கும் தனக்கும் பிறந்த இரு குழந்தைகளையும் குவேனியையும் துரத்தியடித்த பின்னர் பாண்டிய அரசனின் மகளைத் திருமணம் செய்ததாகவும், விஜயனுடன் வந்தவர்கள் பாண்டிய அரசன் பரிசளித்த 699 கன்னிப் பெண்களைத் திருமணம் செய்ததாகவும் அதன் பின்னர் தனது மகளுக்குத் திருமணப் பரிசாக யானைகளையும் குதிரைகளையும் அவற்றைப் பராமரிக்க 75 பணியாளர்களையும் பாண்டிய அரசன் அனுப்பி வைத்தார் என்றும் கூறும் மகாவம்ச கதைப்படி குவேனி மனிதர்களை உண்ணும் ஓர் இயக்கியாகச் சித்திரிக்கப்படுகின்றார். ஐந்தாம் நூற்றாண்டில் இயற்றப்பட்ட மகாவம்சத்திற்கு முன்னதான தீபவம்சத்தில் குவேனி கதை இல்லை.

குவேனியின் கதை புத்த ஜாதகக் கதையான வலகாச ஜாதகக் கதை அல்லது 'மேகக் குதிரை கதை' அல்லது வெள்ளைக்குதிரை கதை அல்லது சிங்கள அவதானம் என்ற ஜாதகக் கதையைத் தழுவியது. அக்கதையின்படி சிங்கபுரத்தைச் சேர்ந்த செல்வந்தரான இந்திய வணிகர் ஒருவர் தனது 500 நண்பர்களுடன் கப்பலில் பயணிக்கும்போது புயலில் அக்கப்பல் நொறுங்கி இலங்கையில் கரை ஒதுங்கியபோது அங்கிருந்த அரக்கக் குலப் பெண்மணி அழகான தோற்றமுடையவராக மாறி வணிகர்களில் பாதிபேரைக் கொன்று குவித்தபோது போதிசத்துவர் வெள்ளைக்

தி.லஜபதிராய் • 15

குதிரை வடிவில் அவர்களில் 250 பேரைக் காப்பாற்றி இந்தியா கூட்டிச் சென்றார். பின்னர் தங்கள் நாட்டிற்குத் திரும்பிய வணிகர்களைப் பின்தொடர்ந்த அவ்வரக்கி அழகிய பெண் வடிவில் வணிகனின் தந்தையிடம் தன்னைத் திருமணம் செய்து அவரது மகன் ஏமாற்றிவிட்டான் என்று முறையிடுகிறார். அரக்கியின் அழகால் ஏமாந்து போன வணிகனின் தந்தை அப்பெண்மணியைத் தனது அரண்மனையில் தங்க அனுமதிக்கிறார். அரண்மனையில் தங்கிய அரக்கக் குலப் பெண்மணி தனது அரக்க இனத்தைச் சேர்ந்தவர்களை மந்திரத்தால் அங்கு வரவழைத்து எல்லோரும் சேர்ந்து அரண்மனையிலிருந்து அனைவரையும் கொன்று தின்ற பின்னர் நடந்ததை அறிந்த வணிகன் படை வீரர்களை அழைத்து இலங்கைக்குக் குதிரைகளுடனும் யானைகளுடனும் படையெடுத்துச் சென்று அரக்கக் குலப் பெண்களைப் பூண்டோடு அழித்தார் என்ற புத்த ஜாதகக் கதையின் தழுவலே மகாவம்சத்தின் விஜயன் - குவேனி கதை.

மேகக்குதிரை ஜாதகக் கதையின் காட்சி ஒன்று இந்தியாவின் தற்போதைய மராட்டிய மாநிலத்திலுள்ள அஜந்தா குகையின் குகை எண் பதினேழில் ஓவியமாகத் தீட்டப்பட்டு இன்றும் கண்ணுக்கு இனியதாக விளங்குகிறது. இலங்கை மற்றும் இந்திய வணிகப் பொருட்களை மேற்குக் கடற்கரையிலுள்ள துறைமுகங்கள் மூலமாக அரபு நாடுகளுக்கும் அங்கிருந்து உலகெங்கிலும் எடுத்துச் செல்ல ஏற்படுத்தப்பட்ட வணிக பாதையின் நடுவே இளைப்பாறுதலுக்கும் பாதுகாப்புக்கும் ஏற்படுத்தப்பட்ட அஜந்தா குகைகள் வழிபாட்டுக்கும் தங்குதலுக்கும் உரிய இடங்களாகும். அக்குகைகள் புத்தரைக் கடவுளாக வழிபடாத பொது ஆண்டுக்கு முந்தைய தேரவாத புத்த காலத்திலிருந்து புத்தரைக் கடவுளாக வழிபடத் தொடங்கிய பொது ஆண்டுக்குப் பிந்தைய மகாயான காலம் வரை ஏறத்தாழ 600 வருடங்களுக்கு மேல் இந்தியாவின் கிழக்கு, மேற்குக் கடற்கரைத் துறைமுகங்களை இணைக்கும் வணிகச் சாலையின் மிக முக்கியச் சந்திப்பாகவும் தங்குமிடமாகவும் விளங்கியுள்ளது. இந்தியாவிலுள்ள புத்தகயாவுக்குப் பயணம் செய்துள்ள மகாநாமதேரா அஜந்தா குகைகளுக்குப் பயணம் செய்திருக்க வாய்ப்புண்டு. புத்தகயாவில் உள்ள துறவு மடங்களில் இலங்கை மடம் மட்டுமே நீண்ட கால வரலாற்றை, பாகியான் காலத்திலிருந்து யுவான் சுவாங் காலம் வரை கொண்டுள்ளது.

பயமுறுத்தும் அரக்கிகளின் கதைகள், மனிதரைக் கொல்லும் இயக்கிகளின் கதைகள் ஆகியன மனோஜ் நைட் சியாமளனின் 'வில்லேஜ்' திரைப்படத்தைப் போல சாமானிய மக்களை அச்சுறுத்துவதற்காகக் கற்பனையில் உருவாக்கப்பட்டவை. வணிகர்கள் தங்களது வணிகப் போட்டியைக் குறைப்பதற்காகவும், முத்து, இரத்தினங்கள், கருவாப்பட்டை ஆகியன எளிதாகவும் ஏராளமாகவும் மலிவாகவும் கிடைக்கும் இலங்கைக்குப் பயணம் செய்ய விரும்பும் போட்டி வணிகர்களை உளவியல் ரீதியாகத் தடை செய்யவுமே இவ்வாறான அச்சுறுத்தும் கதைகளை உருவாக்கினர் எனக் கருதிட முடியும். இது தவிர கற்பனைக் கதைகள் மக்களை மகிழ்விக்கவே

செய்கின்றன. உலகப்புகழ் பெற்ற ஏழாம் நூற்றாண்டின் சில சிந்துபாத் கதைகளும் இலங்கையை மையமாக வைத்து இவ்வாறாக உருவாக்கப்பட்டவையே.[11]

கண்ணைக் கவரும் முத்துகளும், பளபளக்கும் இரத்தினங்களும், வாசமிகு கருவாப்பட்டைகளும் இந்தியாவின் கிழக்கு, மேற்கு மற்றும் தெற்குக் கடற்கரைகளில் வாழ்ந்த ஏராளமான வணிகர்களையும் அவர்தம் குடும்பத்தினரையும் அவர்களது அசோகர் கால மக்களின் பேச்சு மொழியான பிராகிருதத்தையும் இலங்கை கவர்ந்து கொள்ள காரணமாயின.

அவ்வாறு குடியேறியவர்கள் அங்குள்ள வேடர்களை இலங்கையின் காடுகளை நோக்கி இடம்பெயரச் செய்தனர். தமிழரான இந்துக்களைப் போன்று மிக இறுக்கமான சாதி கட்டமைப்பைக் கொண்டிராத சிங்களர் வேடர் பெண்களைத் திருமணம் செய்தனர். வேடர்களுடன் இனக் கலப்பும் தாராளமாக நடந்தது.[12] மகாவம்சத்தின் குவேனியின் கதை, வேடர்களது வேட்டைத்திறன், வில் அம்பை கையாளும் திறமை ஆகியவை இலங்கை சாதிப் படிநிலையில் வேடர்களைக் கண்டி கொய்கம உயர்வகுப்பினருடன் வைத்தது. கடற்கரையோரம் தமிழர்களுடன் சிறிதளவு வேடர் இனக்கலப்பு நிகழ்ந்தாலும் அது வேடர்களுடனான சிங்கள இனக்கலப்பை ஒப்பிடும்போது குறைவாகவே இருந்தது. வேடர்கள் இலங்கை அரசர்களின் படையில் படைத்தலைவர்களாகவும், படைப்பிரிவிலும் இருந்தனர். இலங்கையில் உயர்குடிகளாகக் கருதப்படும் ரதல குடியினருடன் திருமண உறவுகளைக் கொண்ட வேடர்களைக் கோவிவம்சக் குழுவினராகவே கருதினர்.[13] 1818ஆம் ஆண்டு கண்டி எழுச்சியில் கலந்துகொண்டு மரண தண்டனையும் மொரீஷியஸுக்கு நாடு கடத்தல் தண்டனையும் பெற்றுச் சொத்துகள் பறிமுதல் செய்யப்பட்ட 17 பேரில் வலப்பனே அருகிலுள்ள கிராமமான கிவுலேகெடாராவைச் சேர்ந்த வேடரான கிவுலேகெடரா மொகத்தலாவும் ஒருவர்.

இலங்கையின் பௌத்த வரலாற்றில் 9ஆம் நூற்றாண்டிலிருந்து 11ஆம் நூற்றாண்டு வரை பௌத்த மதத்திற்குச் சோதனையான காலமாகவே கருத இயலும். ராஜராஜ சோழன் பத்தாம் நூற்றாண்டில் படையெடுத்துச் சென்று இலங்கையைக் கைப்பற்றினார். இலங்கையின் அனுராதபுரம் முற்றிலுமாக அழிக்கப்பட்டுவிட்டது. அங்குள்ள புத்த தூபிகள் உடைக்கப்பட்டு அவற்றிலிருந்த விலை உயர்ந்த மாணிக்க, ரத்தினக் கற்கள், முத்துகள், தங்கம் ஆகியன களவாடப்பட்டன. தலைநகர் பொலன்னறுவைக்கு மாற்றப்பட்டு அதன் பெயர் ஜனநாதபுரம் என மாற்றப்பட்டது. கொள்ளைப் பொருட்களை இந்துக் கோயில்கள் கட்டுவதற்கும் அலங்கரிக்கவும் பயன்படுத்தினர். தஞ்சை பெரிய கோயிலுக்கு ஏராளமான தங்கம், விலையுயர்ந்த இரத்தினங்கள், பாத்திரங்கள் அரசராலும் அவரது குடும்பத்தினராலும் பரிசளிக்கப்பட்டதைப் பெரிய கோயில் கல்வெட்டுகள் கூறுகின்றன. இயக்கர்கள் இரத்தத்தை உறிஞ்சியது போல சோழர்கள் இரத்தத்தை உறிஞ்சிக் கொள்ளையிட்டனர் எனப் பௌத்த நூல்கள் குறிப்பிடுகின்றன.[14]

1956ஆம் ஆண்டு சிங்களம் மட்டுமே சட்டம் இயற்றிய பின் செல்வாவுடனான ஒப்பந்தத்தில் தமிழருக்குச் சலுகை வழங்கியதற்காக 1959ஆம் ஆண்டில் புத்த பிக்குவால் சுட்டுக் கொல்லப்பட்ட சாலமன் வெஸ்ட் ரிட்ஜ்வே டயாஸ் பண்டார நாயக்கவின் சிலை கொழும்பு காலி முகத்திடலில் அமைந்துள்ளது.

சோழர்கள், கலிங்கர்கள், பாண்டியர்கள், பாண்டிய நாயக்க மன்னர்கள் ஆகியோர் இலங்கையைக் கைப்பற்றி ஆட்சி நடத்தினாலும் அங்கு கல்வி மூலம் குடியாட்சி உள்ளிட்ட பெரும் அரசியல் மாற்றங்களை ஏற்படுத்தியது ஏறத்தாழ 400 ஆண்டுகள் ஆட்சி செய்த ஐரோப்பியர்களே. போர்த்துகீசியர்களது 1597 முதல் 1658 ஆண்டு கால ஆட்சியை முடிவுக்குக் கொண்டுவந்த டச்சுக்காரர்கள் ஆட்சிக் கட்டிலில் அமர்ந்தனர். அவர்களது ஒன்றரை நூற்றாண்டுகள் ஆட்சி 1796ஆம் ஆண்டில் ஆங்கிலேயரால் முடிவுக்கு வந்தது. தமிழை அலுவல் மொழியாகப் பயன்படுத்திய, தமிழ் பேசிய கண்டியின் கடைசி அரசரான பாண்டிய நாயக்க வம்ச அரசர் விக்கிரமராஜசிங்கனின் கையிலிருந்து 1815ஆம் ஆண்டு ஆங்கிலேயர் ஆட்சியைக் கைப்பற்றினர். விக்கிரமராஜசிங்கன் தமிழ்நாட்டின் வேலூர் கோட்டைக்கு நாடு கடத்தப்பட்டு அங்கேயே 1932ஆம் ஆண்டில் இறந்தார். கண்டி அரசர்கள் காலத்திலும், போர்த்துகீசியர், டச்சு ஆட்சியிலும் இலங்கையில் அடிமைகள் முறை தொடர்ந்தது. 1948ஆம் ஆண்டு பிப்ரவரி 4ஆம் நாள் இலங்கைக்கு ஆங்கிலேயர் விடுதலை அளித்தனர். இலங்கையின் முதல் பிரதமராக இரப்பர்

தோட்டங்களுக்கும் கிராபைட் சுரங்கங்களுக்கும் உரிமையாளரான செல்வந்தர் சேனநாயக பொறுப்பேற்றுக்கொண்டார்.

குதிரை சவாரியின்போது விழுந்த சேனநாயக மாரடைப்பால் இறந்த பிறகு, ஆக்ஸ்போர்டில் கல்வி கற்று இலங்கை திரும்பி கிறிஸ்தவராக இருந்து பௌத்தராக மாறி சிங்கள இன அரசியலுக்கு வித்திட்ட பண்டார நாயக்கவால் 1956ஆம் ஆண்டில் 'சிங்களம் மட்டுமே' சட்டம் இயற்றப்பட்டது. அச்சட்டம் இலங்கையின் அழிவுக்கும் 30 ஆண்டுகால உள்நாட்டுப் போருக்கும் காரணமானது.* இலங்கை சிங்களர்களுக்குச் சொந்தமானது, இலங்கையின் தேசிய மொழி சிங்களம் மட்டுமே, சிங்கள இனம் தனி தேசிய இனம், தமிழர்களும் முஸ்லிம்களும் இரண்டாந்தர குடிமக்கள் என்ற தவறான அரசியல் வழிநடத்தல் 'சிங்களம் மட்டுமே' சட்டத்திற்குக் காரணமானது. அச்சட்டமே தமிழர் - சிங்களர் பிரிவினைக்கும் வழிவகுத்தது, எண்ணற்ற தமிழ்ப் போராளிக் குழுக்கள் உருவாக உரமளித்தது.

தமிழர் - சிங்களர் இனங்களின் தோற்றத்தைத் தனது வரலாற்று நூலில் அழகாக விவரித்த ஹார்வர்ட் பல்கலைக்கழகப் பேராசிரியரான ஸ்டான்லி ஜெயராஜா தம்பையா என்ற எஸ்ஜே தம்பையா, இலங்கையின் கண்டி ரதல குடியினர் அங்குள்ள கொய்கம சாதியினரில் உயர்குடியாக அறியப்பட்டாலும் அவர்கள் தென்னிந்தியா நாயக்க அரசர்களுடன் சில நூற்றாண்டுகளுக்கு முன் வந்த சமூகத்தினர் எனவும் முதலி, பண்டாரா, கோன் போன்ற அடைமொழிகள் கொண்ட குடும்பங்கள் சில நூற்றாண்டுகள் முன்னர் இலங்கையில் குடியேறியவர் எனவும் அவர்கள் இந்திய பின்புலம் கொண்டுள்ளதைச் சுட்டுவதாகவும் உள்ளன என்றும் கூறுகிறார்.[15] முருகர் குணசிங்கம் தனது நூலில் பண்டாரநாயக்க குடும்பத்தினர் தமிழ் பேசும் செட்டியார் சமூகத்தினர் என்கிறார்.[16] அவரது கருத்து ஆய்வுக்குரியது. இலங்கையில் சிங்கள உயர் குடியினராக அறியப்படும் கெப்பட்டிப்போலாக்கள் பாண்டிய நாயக்கர் அரசருடன் 18ஆம் நூற்றாண்டில் இலங்கை வந்த தமிழர்கள் பின்னர் அவர்கள் சிங்களம் பேசும் சிங்கள உயர்குடியினராக மாறினர்.

இது போன்றே இலங்கையின் பெரும் சமூகங்களில் ஒன்றான கரவா சமூகத்தினர் சில நூற்றாண்டுகளுக்கு முன் தென்னிந்தியாவிலிருந்து இலங்கைக்குக் குடியேறிய தமிழ் பேசும் மீனவக் குடியினர் என்பதை அவர்களது குடும்பப் பெயர்களில் குருகுல, சூரிய குல, மிகிந்த குல என்ற பெயர்கள் இன்றும் இருப்பதைக் கொண்டும் அவர்களது கொடிகள், பழக்கவழக்கங்கள் மற்றும் ஆதாரங்களோடும் புகழ்பெற்ற 'கரவாஸ் ஆப் சிலோன்' நூலாசிரியர் ராகவன் நிறுவுகின்றார்.[17] புகழ்பெற்ற உலகப் பயணியான இபின் பதூதா புயலில் கப்பல் சேதமானதால் மேற்குக் கடற்கரையில் ஒதுங்கியபோது அங்கு மலை மலையாகக் குவிந்து கிடக்கும் கருவாப்பட்டைகளையும், குவியல் குவியலான முத்துகளையும் கொண்ட கடற்கரையில் மரத்தாலான சுவர்களைக் கொண்ட நகரான புத்தளத்தில் கொள்ளைத் தலைவனான ஆரியச் சக்கரவர்த்தி ஆண்டதாகவும் அவரது அனுமதி பெற்றே கரை ஒதுங்கியதாகவும்

---

* பிரதமர் தேர்தலில் பண்டார நாயக்கவின் வெற்றிக்கு வித்திட்ட புத்த பிக்குவின் அமைப்பான ஏக்சாத் பிக்கு பெரமுனா பின்னர் அவரைக் கொல்லக் காரணமானது.

குறிப்பிடுகிறார்.[18] பெரும் முத்துகளையும் மலை மலையாகக் குவிக்கப்பட்ட கருவாப் பட்டைகளையும் தன்னகத்தே கொண்ட சிற்றரசன் கொள்ளையனாக இருக்க வாய்ப்பில்லை எனக் கருத முடியும். தமிழ்நாட்டில் கிழக்குக் கடற்கரை மீனவரான கரையர் அல்லது பட்டணவருக்கு ஆரியச் சக்கரவர்த்தி என்ற பட்டம் உண்டு என தர்ஸ்டன் குறிப்பிடுகிறார். கரவா சமூகத்தினர் சிங்கள மீனவர் சமூகமாக விளங்குவதைப் போன்றே கரையர் சமூகத்தினர் இலங்கையின் தமிழ் பேசும் மீனவர்களாக விளங்குகின்றனர். சிங்கள கரவா சமூகத்தினரில் தமிழ் பேசும் குடும்பங்கள் மன்னாருக்கு வடக்கே வாழ்வது ஆச்சரியமல்ல.

இலங்கை மேற்கு கடற்கரையில் வந்திறங்கிய இலங்கையின் கருவாப்பட்டை உரிக்கும் சலகமா ஜாதியினர், தென்னிந்தியாவின் சாலியர் சாதியினர், கள் இறக்கும் சிங்கள துரவா சமூகத்தினர், தென்னிந்தியக் கடற்கரையோரங்களிலிருந்து சில நூற்றாண்டுகளுக்கு முன்னதாக இலங்கையில் குடியேறிய சாண்டார் அல்லது சாணார்கள் என்றும் மானுடவியலாளர்கள் கருதுகின்றனர். துரவா சாதியினரில் சிலர் சாண்டார் என அழைக்கப்பட்டதையும், அவர்களில் தமிழ் பேசும் குடும்பத்தினர் வாழ்ந்ததையும் ஆஷிப் ஹுசைன் குறிப்பிடுகிறார்.

இலங்கையின் சிங்கள-பௌத்த சமூகங்களை ஆய்வு செய்து பார்க்கும்போது அவர்களில் ஏராளமான தமிழ் பேசும் சாதியினர் மற்றும் தமிழ் சமூகத்தினர் கலந்திருப்பதைக் காண இயலும். நாயக்கர்கள் காலத்தில் இலங்கையில் குடியேறிய அருந்ததியர் சாதியினரும், சிங்களம் பேசும் பெரும்பான்மை சமூகத்தினருடன் இரண்டறக் கலந்து சிங்களச் சமூகமாயினர். சிங்களச் சமூகத்தின் தெமல கட்டார என்ற சாதி தற்போது முற்றிலும் சிங்களச் சமூகமாகவே மாறிவிட்டது. அவர்கள் சிறைபிடிக்கப்பட்ட சோழ அரசரின் தமிழ் படையினர் என்று இனவரைவியலாளர்கள் கருதுகின்றனர்.[19] சிங்களர்களின் தொல்குடி சமூகங்களான வேட்டையாடிகளாக இருந்து கலைக்கூத்தாடிகளாக, பிச்சைக்காரர்களாக, சிங்கள அடித்தட்டுச் சமூகங்களாக மாற்றப்பட்ட ஆஸ்ட்ரோ ஆசியாட்டிக் சமூகங்களான ரொடியாக்கள், கூடை முடையும் கின்னரர்கள் ஆகியோர் தற்போது முழுக்க முழுக்கச் சிங்கள சமூகத்தினருடன் இரண்டறக் கலந்துவிட்டனர்.

தமிழர்களிலும் சிங்களச் சமூகங்கள் கலந்துள்ளன. வட இலங்கையின் தனித்துவச் சமூகமான கோவியர் சிங்களக் கொய்கம அல்லது கோவிகம சாதியிலிருந்து தோன்றியவர்கள் என அறிஞர்கள் சிலர் கருதுகின்றனர்.[20] கோவிய சமூகப் பெண்கள் சேலை உடுத்தும் முறை சிங்களப் பெண்களை ஒத்ததாக உள்ளது என்றும் கூறுகின்றனர். அதுபோன்றே தமிழ்நாட்டில் இல்லாத நளவர், தனக்காரர் என்ற தமிழ் சமூகங்களும் வட இலங்கையில் மட்டுமே உள்ளனர். அவர்களும் சிங்களச் சமூகத்திலிருந்து தமிழரானவர் எனக் கருதுவோர் உண்டு.[21]

கிழக்கு மட்டும் வடக்கு மாகாணங்களில் தமிழ்மொழி பேசும் முஸ்லிம்கள் தாயார் வழியில் தமிழர்களாகவும் தந்தை வழியில் அரபு, கேரள வம்சாவழியினராகவும் உள்ளனர் என ஆஷிப் ஹுசைன்[22], பத்மநாபன்[23] உள்ளிட்ட பல்வேறு அறிஞர்கள் குறிப்பிடுகின்றனர். இரண்டு பேரின முரண்களுக்குப் பல்வேறு கற்பனைக் கதைகள்

காரணமாக அமைந்தாலும் தனி ஆரிய சிங்கள இனத்தை இலங்கையில் தேடிக் கண்டுபிடிப்பதை விட வைக்கோல்போரில் ஊசியைத் தேடுவது எளிது.

நவீன இலங்கையின் மக்கள் கலப்பினத்தினரே. வேடர்கள், சில பூர்வகுடிகள், தென்னிந்திய வம்சாவழியினர், தமிழர், கன்னடப் படையினர், குஜராத் மற்றும் வங்க வணிகர்கள், கேரளக் கடற்கரையோர மீனவக் குடிகள், சோழர் கால படையினர், அவர்களுடன் உடன்வந்த தொழிலாளர் குடியினர், நாயக்கர் கால மன்னர்களுடன் வந்த குடியினர், உதவிக்கு வந்த உழைக்கும் மக்களும் துப்புரவுத் தொழிலாளரும் சிங்கள மக்களில் அடங்குவர். இதன் காரணமாகவே மரபணு உறவை நோக்கும்போது சிங்களர்களுக்கும் தமிழர்களுக்கும் மிக நெருங்கிய மரபணு உறவு உண்டு. சிங்களரின் 70 விழுக்காட்டு மரபணுக்கள் இந்திய தமிழர்களிடமிருந்து பெறப்பட்டது.²⁴ மொழி வேறு வேறாக இருந்தாலும் தாய்மாமன் மகள் அல்லது அத்தை மகளைத் திருமணம் செய்யும் சிங்கள உறவு முறை திராவிட உறவு முறையே. ஆரிய திருமண முறையில் அத்தை மகள், மாமன் மகளுடனான திருமண உறவு முறையற்றத் திருமணங்கள் எனத் தடுக்கப்பட்டன. சோதிடம், நல்ல நாள் கெட்ட நாள், சகுனங்கள் பார்ப்பது எனத் தென்னிந்தியப் பண்பாட்டின் நீட்சியாகவே இலங்கை விளங்குகிறது என மானுடவியலாளர் பக்தவத்சல பாரதி தனது நூலில் நயம்பட நிறுவுகிறார்.

அடிக்குறிப்புகள்

1. William Knighton, The History of Ceylon, Srisatguru publication, 1993 Page XI.
2. Samanth Subramanian, Stories from the Srilankan war, This Divided Island, Penguin Random House India 2014, Page 18.
3. Gordon Weiss, The Cage, The Fight for Srilanka the last day of the Tamil Tiger, Mixed Sources, Boldey Head 2011, Page 13.
4. Sir James Emerson Tennent, Ceylon, Volume I Tisara Prakasakayo Ltd First Edition-1859 Seventh Edition, 2006, Page 3.
5. Shiv Shankar Menon, Choices, Inside the making of India's foreign poilcy, Penguin Random House India, 2016 Page 143.
6. M.D.Raghavan, Tamil culture in Cylon, A general Introduction, Kalainilayam Colombo, Page 2.
7. Pranay Lal, Indica A Deep natural history of the Indian sub continent, Penguin Random House India, 2016 Page 387.
8. Ibid- Page 181.
9. Aravind Kumar.B, 'The Hindu' The Significance of the findings in Keeladi, 23.02.2023.
10. Codrington, A short History of Ceylon, Macmillan & Co London 1926, Page 8.
11. Antony Sebastian, A complete Illustrated History of SriLanks vijitha Yapa publications 2012- Page Nos 334 - 334.

12. Asiff Hussien Zeylanica, A study of the peoples and language of Srilanka, published by Neptune publication (Pvt) Ltd., Sep 2016, Page 86.

13. Ibid Page 84.

14. Anirudh Kanisetti, Lords of the Deccan, Southern India from the Chalukyas to the Cholas, Juggernaut, 2022 Page 265.

15. Tambiah S.J, SriLanka Ethnic fratricide and the Dismantling of Democracy, university of Chicago press 1986, Pages 95-100.

16. முருகர் குணசிங்கம், இலங்கையில் தமிழர், பாகம் - 2, எம்.வி. வெளியீடு, தென் ஆசியவியல் மையம், சிட்னி, 2010 பக்கம் 272.

17. Raghavan M.D, The Karava of Ceylon society and Culture K.V.G Desilva & Sons Colombo, 1961 Page 13.

18. The Travels of Ibn Battutah edited by Tim Mackintosh - Smith - 2002 picador pages 243-244.

19. Asiff Hussien, Caste in SriLanka, From ancient times to the present day, Neptune publications (Pvt) Ltd 2013, Page 227.

20. Ibid Page 331.

21. Ibid Page 369.

22. Asiff Hussien Zeylanica, A study of the peoples and language of Srilanka, published by Neptune publication (Pvt) Ltd., Sep 2016, Page 356.

23. பத்மநாபன்.சி, இலங்கைத் தமிழர் தேச வழமைகளும் சமூக வழமைகளும், குமரன் புத்தக இல்லம் 2002 பக்கம் 287.

24. பக்தவத்சல பாரதி, இலங்கையில் சிங்களவர், அடையாளம் வெளியீடு, முதற்பதிப்பு 2016.

வேடர்கள்

இயற்கை வணக்கமும் இயக்கர் சடங்குகளும் செய்யும் தனி இனமான வேடர்கள் தமிழருமல்ல சிங்களருமல்ல. இலங்கையின் வரலாற்றுக் காலமான, பொது ஆண்டுகளுக்கு முன் ஏறத்தாழ 300 ஆண்டுகளுக்கு முன்புதான் சமகாலத்தில் தமிழரும் சிங்களரும் இலங்கையில் குடியேறினர். மகாவம்ச விஜயன் கதையை மெய்யெனக் கொண்டால் சிங்களருக்கு முன்னால் கீழடி காலமான பொது ஆண்டுக்கு 800 ஆண்டுகளுக்கு முன்னரே தமிழர் இலங்கையில் குடியேறியிருக்கக் கூடும். இந்தியாவில் வாழும் ஆஸ்ட்ரோ ஏசியாட்டிக் இனங்களான முண்டா, சந்தால் போன்றவர்களுடன் இனரீதியாக ஒத்துப்போகும் குறும்பர், பணியர் போன்ற தொல்குடிச் சமூகங்கள் தென் இந்தியாவிலும் இலங்கையிலும் வாழ்ந்தனர். ஆஸ்ட்ரோ ஏசியாட்டிக் இனத்தைச் சேர்ந்த வேடர்கள் இலங்கையின் தொல்குடிகள் என்பதில் மாற்றுக் கருத்து இல்லை. மூத்த குடிகளான தமிழருக்கும் முந்தைய குடிகள் வேடர்கள்.

வேடரின் வாழ்வியல் தமிழருக்கு வியப்பூட்டும். மத நம்பிக்கையற்ற வேடர்கள் பெண்களின் மாதவிடாய் நாட்களைத் தூய்மையற்ற நாட்களாகக் கருதுவதில்லை. இடுப்பில் மரநாரினால் பின்னப்பட்ட அரைஞாண் கயிற்றில் கோவணம் ஒன்றை அணியும் வேடர்களின் திருமண முறை எளிமையானது. மரநாரால் பின்னப்பட்ட அரைஞாண் கயிற்றை மணமகனுக்கு மணமகள் பரிசளிப்பார், சில நேரங்களில் வேட்டை நாய்களைப் பரிசளிப்பதுமுண்டு. பின்னர் மணமகளின் வீட்டில் மணமகன் வாழத் தொடங்குவார். மணமகன் அத்தை மகனாக அல்லது மாமன் மகனாகத் திராவிட உறவு முறையைக் கொண்டவராக இருப்பார். மணமகனுக்கு அரைஞாண் கயிற்றைப் பரிசளிக்கும் முறை பின்னர் மணமகளுக்குப் பரிசளிக்கும் முறையாக, தாலியாகப் பரிணாமம் பெற்றிருக்க வாய்ப்புண்டு.

வேடர் குழுவினர். ஓவியம், மறுஉருவாக்கம்: ஓவியர் சு.இரவிக்குமார்.

7000 ஆண்டுகளுக்கு முன்னரே இலங்கையில் வாழ்ந்துவந்த வேடர்கள் போர்த்துகீசிய வரலாற்றாளர் டி குருஸின் கூற்றுப்படி திருகோணமலையிலிருந்து யாழ்ப்பாணப்பட்டினம் வரை வாழ்ந்தனர்.

கிழக்கு மாகாணத்தில் தமிழ் பேசுபவர்களாகவும் மத்திய மற்றும் ஊவா மாகாணத்தில் சிங்களம் பேசுபவர்களாகவும் வாழும் வேடர் குடிகள் தமிழ் மற்றும் சிங்கள மக்களுடன் இனக்கலப்புக் கொண்டவர்களாகவே கருத இயலும்.

இனக்கலப்பற்ற தூய வேடர்களைக் காண்பது அரிதினும் அரிதே. 2002ஆம் ஆண்டு மக்கள் தொகை கணக்கெடுப்பின்படி 2,500 வேடர்கள் வாழ்வதாக முனைவர் பக்தவத்சல பாரதி குறிப்பிடுகிறார். இலங்கை முழுவதும் தமிழர் மற்றும் சிங்களர்களுக்கும் முன்னதாகப் பரந்துபட்ட அளவில் வாழ்ந்த வேடர் குடிகள் இன்று சிறு எண்ணிக்கையில் வாழ்வது வியப்புக்குரியதல்ல, ஏனெனில் பெரும்பாலான வேடர்கள் சிங்களக் குடிகளுடன் கலந்து சிங்களர்களாகவே மாறிவிட்டனர். தென் அமெரிக்க நாடுகளில் ஸ்பானிய, போர்த்துகீசிய ஐரோப்பியக் குடியேறிகளுடன் இணைந்த பூர்வகுடிகள் மெஸ்டிசோ என்ற கலப்பினத்தை உருவாக்கியதைப் போன்று வேடர்களுடன் இந்தியக் குடியேறிகள் கலந்து சிங்களரைப் பெரும்பான்மை மக்களாக மாற்றினார். சிங்கள இனம் வேடர்களுடனான இந்தியக் குடியேறிகளின் கலப்பினம்.

வேடர் இனத்தவருடன் மண உறவு கொள்வதில் சிங்களருக்கு எவ்வித தயக்கமும் இல்லை. தமிழர்கள் இந்து மதக் கட்டமைப்பில் சாதி உணர்வைக் கொண்டிருந்ததால் வேடர் இனக்கலப்புத் தமிழருடன் மிகக் குறைவாகவே நிகழ்ந்தது.[1] இலங்கை சிங்கள வேளாண் குடிகளான கொய்கம சாதியினரில் உயர்வானவர்களாகத் தங்களைக் கருதிய ரதல அல்லது ராஜகுல சிங்களக் குடியினர் வேடர் குடியினருடன் மண உறவு கொண்டு வனவேடர் என்ற குடும்பப் பெயரைப் பெற்றனர். கொய்கம அல்லது கொய்வம்சா குடிகளைச் சார்ந்த கிழக்கு, மத்திய இலங்கை மற்றும் கீழ்நாடுகளில் வாழும் பெரும்பாலான சிங்களர் வேடர் இனக்கலப்புப் பெற்றவர்களே.

1911ஆம் ஆண்டு செலிக்மன், அவரது இணையரான பிரண்டா செலிக்மன் இருவரும் இணைந்து 'வேடர்கள்' என்ற புகழ்பெற்ற நூலை எழுதினர். அக்காலத்தில் கூட இனக்கலப்பற்ற வேடர்கள் மிகக் குறைந்த அளவிலேயே வாழ்ந்துவந்தனர். 'வேடுவர் ஆய்வின் வேர்' என்ற தலைப்பில் சிங்களப் பண்பாட்டிலிருந்து தொகுப்பில் இடம்பெற்ற ஆய்வுக் கட்டுரையில், 'செலிக்மன் தம்பதியர் 16.03.1907 இலிருந்து மூன்று ஆண்டுகள் இலங்கையில் தங்கி தங்கள் 623 பக்க நூலை 1911ஆம் ஆண்டு கேம்பிரிட்ஜ் பல்கலைக்கழகம் மூலம் வெளியிட்டதையும் குறிப்பிட்டு, இலங்கையின் பூர்வகுடிகளான வேடர்களைப் பற்றி பேராசிரியர் டபிள்யூ.எம்.டர்னர், ராபர்ட் நாக்ஸ், டி.பிரிதம், எமர்ஸன் டெனன்ட், பி.எஃப். ஹார்ட்ஸ்கான், ஜான் பெய்லி, சி.எஸ்.வி.ஸ்டீவன்ஸ் எனப் பலர் எழுதியிருந்தாலும் அறிவியல் பூர்வீகமாகக் கள ஆய்வு செய்தது செலிக்மன் தம்பதியரே' என்கிறார் என்.சரவணன்.[2] 20ஆம் நூற்றாண்டின் முடிவில் தூய வேடர் இனம் கிட்டத்தட்ட அழியும் நிலைக்குத் தள்ளப்பட்டது.

நெருப்புக் கற்களை உராய்ந்து நெருப்பு உண்டாக்குதல், யானைத் தந்தங்களையும் உலர்ந்த மான் இறைச்சியையும், தேனையும் பிற இனத்தவருடன் வேட்டைக் கருவிகளுக்காகவும், உடைக்காகவும் பண்டமாற்றம் செய்தல் என வாழ்ந்த வேடர், வேட்டையாடுதல், உணவு சேகரித்தல் என்ற இரு பணிகளை மட்டுமே செய்துவந்தனர். செலிக்மன் ஆய்வின் காலத்தில் வேடர் இனக்கலப்பு கிட்டத்தட்ட முழுமையான நிலையிலும் அவரால் தூய வேடர் குடும்பங்களில் சிலவற்றைக்

காண முடிந்தது. அவர்களில் சிலர் காடுகளில் தேரவாத புத்த துறவிகள் வாழ்ந்து கைவிட்ட மழைநீர் புகாத கற்குகைகளில் வாழ்ந்தனர். பிற வேடர்கள் இலங்கையில் சேனா என அழைக்கப்படும் இடம்பெயர் விவசாயமும் செய்துவந்தனர்.

தாங்கள் வேட்டையாடும் காட்டின் எல்லைகளைத் தீவிரமாகப் பாதுகாத்து எல்லைகளை அத்துமீறுபவர்களைக் கொன்று அவர்களின் ஈரலை உலர்த்தி வெற்றிலைப் பைகளில் வைத்துக்கொண்டு அவர்தம் சடங்குகளின்போது உலர்ந்த ஈரலைக் கடித்துக்கொள்ளும் சடங்கு வேடர்களை நரமாமிசம் உண்பவர்களாகச் சித்திரித்தது. ஆனால், அக்கூற்றில் உண்மையில்லை. எனினும் வேடர்கள் தங்கள் எல்லைகளைக் காப்பாற்ற உயிரைக் கொடுக்கக் கூட தயாராக இருந்தனர். ஒருமுறை எல்லையில் உள்ள பலாமரம் ஒன்றின் உரிமைக்காக இருவேடர் குழுக்களுக்கிடையே நடந்த கடும் சண்டையில் சில நிமிடங்களில் இரு தரப்பிலும் 20 பேர் இறந்தனர்.

கிராமப்புற வேடர்கள் கதிர்காம வழிபாடு செய்பவர்கள், முருகன் தங்கள் இனத்தைச் சேர்ந்த வள்ளியைத் திருமணம் செய்ததால் மைத்துனர் முறை கொண்டாடுபவர் என முனைவர் பக்தவத்சல பாரதி குறிப்பிடுகிறார்.[3] காட்டில் வாழும் இனக்கலப்பற்ற வேடர்கள் கதிர்காம முருகனைப் பற்றி எதுவும் அறியாதவர்கள் என செலிக்மன் கூறுகிறார். எனவே வேடர்களின் கதிர்காம முருகன் சடங்குகள் சிங்களர் - தமிழர் தொடர்பால் வரலாற்றுக் காலத்தில் உருவாகியிருக்கக் கூடும்.

சிங்கள மொழியை ஒத்த கிட்டத்தட்ட அதன் கிளைமொழியாக ஆனால் சிங்களரை விட வேறுபட்ட மொழியைப் பேசிய வேடர்கள் தங்களது பூர்வீக மொழியைக் கைவிட்டிருக்க வேண்டும் என செலிக்மன் கருதுகிறார்.[4] காலப் போக்கில் தங்களது வேட்டுவத் தொழிலைத் தவிர சிறிது விவசாயத்தில் ஈடுபட்டனர், தங்கள் வேட்டைக்கு ஆஸ்திரேலிய பழங்குடியினர் வளர்க்கும் டிங்கோ இன நாய்களைப் போன்று காட்டுக் குணங்களைக் கொண்ட நாய்களை வளர்த்தனர். பெரும்பாலான வேடர் குடும்பங்கள் கண்டுனா, குடுபண்டார், ரண்டுனா, கோமேரா போன்ற சிங்களக் குடும்பப் பெயர்களைத் தனதாக்கிக்கொண்டனர். அவர்களுக்குத் தேன் வேட்டை மிக முக்கியமானதாகவும் இயற்கையில் கிடைக்கும் ஒரே சர்க்கரை உணவாகவும் இருந்தது. மான், உடும்பு இறைச்சியை உலர்த்தி அவற்றைத் தேனில் ஊறவைத்துக் கெடாமல் பாதுகாக்கும் பழக்கம் வேடர்களுக்கு உண்டு. சில வேளைகளில் தேனில் ஊற வைத்த இறைச்சியை ஆயுதங்களுக்காகப் பரிமாற்றம் செய்வதுமுண்டு என ராபர்ட் நாக்ஸ் பதிவு செய்தார்.[5] வேடர் ஆண்கள் தங்கள் ஒரே மனைவியுடன் வாழ்ந்தனர். தாயின் சகோதரர் மகளையோ அல்லது தந்தையின் சகோதரி மகளையோ அதாவது திராவிட உறவுமுறைப்படி மாமன் மகள், அத்தை மகளைத் திருமணம் செய்துகொண்டனர். அவர்களிடம் குழந்தைகளைத் தத்தெடுக்கும் முறை இல்லை.

தங்கள் தோற்றம் குறித்துப் புராண கதைகள் ஏதுமற்ற வேடர்கள் மதமற்றவர்கள். கட்டக்குளம் மற்றும் தம்பலகமபற்று என்ற இடத்தில் மோரான வர்க, உனபன வர்க, பண்டார வர்க, நாமதா வர்க, ஊர்வர்க கோயில் வன்னமை, பண்டாரதிவா, அம்பல வர்க, தலவர்க ஆகிய ஒன்பது வேடர் குழுவினர் 19ஆம் நூற்றாண்டின் முற்பகுதியில் இருந்துள்ளனர்.

அவர்களது உறவு முறைச் சொற்களில் சிங்கள - தமிழ் சொற்கள் உண்டு. அப்பா முத்தாவாகவும், அம்மா அத்தாவாகவும், மகன் புதாவாகவும், மகள் துடி எனவும், தம்பி மல்லையாவாகவும், மூத்த சகோதரி அக்காவாகவும், தாய்மாமா மாமாவாகவும், பெரியப்பா லொகு அப்பாவாகவும் அழைக்கப்படுகின்றனர். தமிழர் மற்றும் சிங்களர் உறவுமுறையைப் போன்றே வேடர் உறவுமுறையில் தாய்மாமன் முக்கிய இடம் பெறுகிறார்.

பெண் குழந்தைகள் பெறுவதைப் பெரும் பேறாகக் கருதும் வேடர்கள்[6] ஒரே இணையுடன் வாழும் ஒற்றைத் திருமண முறையைப் பின்பற்றுவதில் தமிழர்களிடமும் சிங்களரிடமும் இருந்து வேறுபட்டாலும், அத்தை மகள், மாமன் மகள் திருமண உறவைக் கடைபிடிப்பதில் மூன்று இனங்களும் ஒன்றுபட்டுள்ளன.

நிலா, போடா, மோளா, சிங்கள, கழுவா, பெருமா, நாகா, வேலா போன்றவை வழக்கத்தில் உள்ள வேடர் ஆண்கள் பெயர்கள். தண்டி, பிச்சி, செல்லி, கண்டி, சுவடி, டிக்கி, பிட்டு, பெம்பினி போன்றவை பெண்களுக்கான பெயர்கள்.

தங்கள் வேட்டைக் களங்களின் எல்லைகளைக் குன்றுகளிலும் பாறைகளிலும் குறித்தனர். 17ஆம் நூற்றாண்டில் 1664 - 1675 ஆண்டுகளில் இலங்கை டச்சு கவர்னராக இருந்த ரிக் கிளாப் வன் கோயன்ஸ் மலைகளிலிருந்து இறங்கி மட்டக்களப்பை நோக்கி ஏழு நாட்கள் பயணம் மேற்கொள்ளும்போது வேடர்களின் அனுமதி பெற்ற பின்னரே பயணம் செய்தார்.[7]

கண்டி அரசன் ராஜசிங்காவுக்காக டான் யுவான் டி கோஸ்டா செய்த பயணம் ஒன்றில் அவருடன் பயணித்த வழிகாட்டிகள் உள்ளிட்ட 12 பேருக்கும் வேடர்கள் தேனில் ஊற வைக்கப்பட்ட உலர்ந்த மான் இறைச்சி, கிழங்குகள், பழங்கள் ஆகியவற்றைக் கொடுத்து உபசரித்தனர்.

நாயைக் குக்கா என்றும் அழைக்கும் வேடர்கள் அவற்றை மிகுந்த அன்புடனும் கவனத்துடனும் பார்த்துக்கொண்டனர். அதற்காகக் கொலை செய்யவும் தயங்கியதில்லை. பின்தென்னப் பகுதியில் தனது இரண்டு நாய்களை மந்திரத்தின் மூலம் சிங்களர் ஒருவர் கொன்றுவிட்டதாகக் கருதிய வேடர் ஒருவர், அவரைத் தலையில் கட்டையால் அடித்துக் கொன்றார் என செலிக்மன் பதிவு செய்தார்.[8]

இருபதாம் நூற்றாண்டின் இறுதிவரை மிகக்குறைவான உடைமைகளைக் கொண்டிருந்த வேடர்களுக்கு வில், அம்பு, தீப்பொறிக் கல், தேன் சேகரிக்கும் குடுவை, தேன் குடுவைகளைத் தொங்கவிடும் காவடி, கோடாரி, வெற்றிலைப்பை, சுண்ணாம்பு டப்பா ஆகியன மொத்த அசையும் சொத்துகளாக இருந்தன.

கடவுள் நம்பிக்கையற்ற வேடர்கள் வேட்டையாடச் செல்லும்போது தேன் அல்லது மிளா அல்லது வேட்டை விலங்குகள் கிடைக்கக் கண்டேயாக்கா என்ற ஆவியைத் திருப்தி செய்யும் சடங்குகளைச் செய்வர். இது தவிர தமிழர் மற்றும் சிங்களரது அறிமுகத்தால் அறிந்த சில கெட்ட ஆவிகளை மகிழ்விக்கும் சடங்குகளையும் செய்வது வழக்கம்.

தாங்கள் வாழும் குகைகளில் கைக்குழந்தையின் அருகே தரையில் அம்பைக் குத்திவிட்டு, குழந்தைகளை வேறு எந்தவித பாதுகாப்புமில்லாமல் விட்டுச் சென்றாலும் அந்த அம்பு குழந்தையைப் பாதுகாக்குமென நம்பினர். ஈட்டி, வேல், வாள் போன்றவற்றை அவர்கள் பயன்படுத்துவதில்லை. மானின் தோலை உரிப்பதைக் கூட அம்பின் நுனியைப் பயன்படுத்தி எளிதாகச் செய்து முடிக்கும் வேடர்கள் கோடாரி, துணி போன்றவற்றை முஸ்லிம் வணிகர்களிடம் தேன் அல்லது உலர் இறைச்சி ஆகியவற்றைக் கொடுத்துப் பரிமாற்றம் செய்தனர்.

போர்த்துகீசியர் காலத்தில், 16ஆம் நூற்றாண்டில், அரசியல் ரீதியாக ஒருங்கிணைந்த அவர்கள் பண்டாராமுடியன் என்ற பட்டம் பெற்றனர். எந்த மதமுமற்ற அவர்கள் பல்வேறு தெய்வங்கள் அல்லது ஆவிகளைத் தங்கள் சடங்குகள் மூலம் தொடர்பு கொள்வர். இனக்கலப்பற்ற வேடர்கள் ஞாயிறையும் திங்களையும் வழிபடுவதில்லை. பணிக்கி யாக்கா என்ற வேடர் ஆவியை அவர்கள் மிகவும் உயர்வாகக் கருதினர். அந்த ஆவியை வேடர் நாயகனாகக் கருதினர். 18ஆம் நூற்றாண்டில் கொசகாம பண்டார் என்ற வேடர் தலைவர் அரசனுக்குக் கப்பம் கட்ட மறுத்து அவனுக்கு எதிராகக் கிளர்ச்சி செய்து அவருடன் இருந்த ஒருவரால் காட்டிக் கொடுக்கப்பட்டு மரத்தில் கட்டி வைக்கப்பட்டு அம்பெய்து கொல்லப்பட்டார். அவரது ஆவியும் வேடர்களின் சடங்குகளில் சிறப்பு பெறுகிறது.[9]

ஆழ்நடுக்காட்டில் வாழும் வேட்டையாடும் தொழிலை மட்டுமே கொண்டிருந்த வேடர்களுக்குக் கதிர்காம கடவுள் அல்லது கந்தசாமி எனத் தமிழரும் சிங்களரும் வழிபாடு செய்யும் கடவுளைப் பற்றி எவ்வித அறிமுகமும் இல்லை. ஆனால், கோயில் வன்னமை வேடர்களுக்குத் தமிழர்கள் மற்றும் சிங்களரைப் போன்றே கதிர்காம வழிபாடு செய்யும் பழக்கம் உள்ளது.

கதிர்காம கோயில் அமைந்துள்ள ஆற்றங்கரை கிராமத்தின் மக்கள் தொகை 19ஆம் நூற்றாண்டுகளில் செலிக்மன் கூற்றின்படி 40 பேர். அது 20ஆம் நூற்றாண்டிலும் மேம்படவில்லை. 1951ஆம் ஆண்டு கதிர்காம முருகன் கோயிலுக்குச் சென்ற தமிழறிஞர் மு.வரதராசனார் அக்கோயிலை அடைய பாதையில்லாததால் கோயில் அருகே உள்ள மாணிக்க கங்கை ஆற்றங்கரையில் காரை நிறுத்திவிட்டு இரட்டை மாட்டு வண்டியில் சென்று அதன் பின்னர் நடந்து திரும்பினார்.[10]

மகாவம்சத்தில் கூறப்பட்ட கதையான விஜயனை மணந்த குவேனி என்ற பெண்மணி வேடர் குலத்தவர் அல்லது புலிண்டாஸ் என சிங்களரில் பெரும்பாலோனோர் கருதினாலும் குவேனியைப் பற்றியோ விஜயன் குறித்தோ எவ்வித பழங்கதைகளையோ வாய்மொழி வரலாற்றையோ வேடர்கள் அறிந்திருக்கவில்லை. விஜயன் குவேனி கதை இந்தியக் குடியேறிகளையும் பூர்வகுடிகளையும் இணைக்க எழுதப்பட்டிருக்கக் கூடும்.

கண்டி சிங்களர் மற்றும் மாவோலி கங்கா ஆற்றுக்கு மேற்புறம் உள்ள மலைகளில் வசிக்கக் கூடிய சிங்களரின் மத - கடவுள் நம்பிக்கைகள், இறந்தவர்களின் வழிபாட்டுச் சடங்குகள் ஆகியன வேடர் சடங்குகளுடனும் தென்னிந்திய மக்களின்

நம்பிக்கையுடனும் ஒத்திருப்பதாகக் கூறும் பார்க்கரின் கூற்றுடன் செலிக்மன் ஒத்துப் போகின்றார்.[11]

காளி தெய்வம் அல்லது காளியாக்கா போன்ற வழிபாடுகள் குக்காலி வாழைச்சேனைப் பகுதியில் வாழும் தமிழ் பேசும் வேடர்கள் மலையாள தேசத்திலிருந்து பெற்றவை. வேடர் சடங்குகளில் இடம்பெறும் கந்த யாக்கா என்ற ஆவி கடமான் அல்லது மிளா வேட்டைக்கு முன் அழைக்கப்படுகிறது. ஆவிகளை அழைக்கும்போது சடங்கிற்கான ஆவுடே என்ற பெரிய அம்பைக் கையில் பிடித்துக்கொண்டு வேடர்கள் நடனம் செய்வது வழக்கம். சில சடங்குகள் வேட்டையாடுவதை ஒத்த நடிப்புடன் அல்லது சித்திரிப்புடன் நடத்தப்படும். வேட்டைக் குடிகளான வேடர்கள் வேட்டைக்குப் பயன்படுத்தும் வில்லின் உயரம் கிட்டத்தட்ட நான்கடிகளும், அம்புகள் மூன்றரையடி நீளம் கொண்டதாகவும் இருக்கும்.

தேன் எடுக்கும் சடங்கு வேடர் சடங்குகளில் முக்கிய இடத்தைப் பெறுகிறது. மிக உயரமான பாறைகளில் அமைந்த தேன் குடுவைகளில் தேன் எடுக்கும் வேடர்கள் தேனீக்களைக் குறிப்பிடும் தங்கள் சொற்களில் 'பாறையில் வாழும் மக்கள்' அல்லது 'சிறிய மனிதர்கள்' எனப் பொருள்படும் சொற்களைப் பயன்படுத்துகின்றனர்.[12] வேடர் பாடல் அல்லது இசை கைத்தட்டலுடன் இரண்டு அல்லது ஐந்து இசைக்குறிப்புகளுடன் உள்ளது.[13]

காலேபாசா என்ற வேட்டையாடும்போது பயன்படுத்தும் வேடர்களின் தனிமொழியில் காட்டு விலங்குகளுக்குள்ள தனிப்பெயர்கள் தமிழ் மற்றும் சிங்கள மொழிகளுக்குத் தொடர்பற்றவை. அவர்தம் வழக்கமான பேசும் மொழியில் சில சிங்களச் சொற்களும், தமிழ் சொற்களும் இடம்பெற்றுள்ளன. சப்ரகமுவா பகுதியில் வாழும் வேடர்கள் அங்குள்ள மலையில் உறைந்திருப்பது மலைச்சாமி எனக் குறிப்பிடுகின்றனர்.

தங்களின் வேட்டை மொழியில் யானையைக் காட்டு மனிதன் எனப் பொருள்படும் சொல்லாலும், மிளாவை அழுக்குகாலன் எனவும் குறிப்பிடும் வேடர்கள், எருமையை ஒக்மா எனவும் வவ்வாலைக் கதிரா எனவும், இலையைக் கோலா எனவும் கூறுகின்றனர். இது தவிர கரடியைக் குறிக்கும் கரியா என்ற சொல் கரி என்ற தமிழ் சொல்லிலிருந்தும், மோளா என்ற யானையைக் குறிப்பிடும் சொல் மோளை என்ற தமிழ்ச் சொல்லிலிருந்தும் வேடர் மொழிக்கோ அல்லது வேடர் மொழியிலிருந்து தமிழுக்கோ வந்திருக்க வாய்ப்புண்டு.

இந்தோ ஆரிய மொழியான சிங்கள மொழி பேசும் மக்களுக்கு முன்பாகவே இலங்கையில் வாழும், பூர்வ திராவிடரை ஒத்த கலாச்சாரத்தையும், உடலமைப்பையும் கொண்ட[14] வேடர் குடியினருடன் கடந்த 2000 ஆண்டுகளாக நெருங்கிய உறவின் மூலம் வேடர் மரபணு கலப்புடன் சிங்கள மக்கள் வாழ்வதை செலிக்மன் உறுதி செய்கிறார். இலங்கையில் தாங்கள் பூர்வகுடிகளென சிங்களர் உரிமை கோருவதற்கு

வேடர்களுடனான அவர்களது இனத் தொடர்புகளே காரணம். ஆனால், அதே உரிமை தமிழருக்குமுண்டு என்ற உண்மையை மகாவம்சம் ஏனோ மறைக்கிறது.

அடிக்குறிப்புகள்

1. Asiff Hussein Zeylanica, A study of the peoples and language of Srilanka, published by Neptune publication (Pvt) Ltd., Sep 2016, Pages 85, 86.
2. என்.சரவணன், சிங்களப் பண்பாட்டிலிருந்து குமரன் புத்தக இல்லம் கொழும்பு மற்றும் சென்னை 2020, பக்கங்கள் 52-56.
3. என்.சண்முகலிங்கன், பக்தவத்சல பாரதி, இலங்கை இந்திய மானிடவியல் - மெய்யப்பன் பதிப்பகம் அக்டோபர் - 2004, பக்கம் 5.
4. Charles Gabriel, Brenda Seligman CG, The Veddas, Cambridge University 1911, Pages 308-381.
5. Scholarly Account of the captivity of Capt, Robert Knox and other Englishmen in the island of Ceylon and of the captain's Miraculous escape and return, published Hatchard Book Sellers to the Queen, London Page 125.
6. Charles Gabriel, Brenda Seligman CG, The Veddas, Cambridge University 1911, Page 66.
7. Ibid Page 106.
8. Ibid Page 117.
9. Ibid Page 144.
10. மு.வரதராசன், யான் கண்ட இலங்கை, தாயக வெளியீடு ஏழாம் பதிப்பு 1970 (முதல் பதிப்பு 01.01.1950) பக்கம் 68.
11. Charles Gabriel, Brenda Seligaman, Seligaman C.G. The Veddas, Cambridge University - 1911 Page 181.
12. Ibid Page 252.
13. Ibid Page 341.
14. Ibid Page 416.

அனகாரிக தர்மபாலா

1893ஆம் ஆண்டில் அனைத்துலக மத மாநாட்டில் நண்பர்களான தர்மபாலாவும் விவேகானந்தரும். தர்மபாலாவின் சைவ மடத்தின் பிடியிலிருந்த புத்தகயா மீட்பு போராட்டத்திற்குப் பிறகு முரண்பட்டனர்.

இலங்கையை விட அதிகமாக இந்தியாவிலும் இங்கிலாந்திலும் தனது வாழ்வின் பெரும்பகுதியைச் செலவழித்த அனகாரிக தர்மபாலா, இலங்கை தேசிய எழுச்சியின் நாயகனாக வர்ணிக்கப்படுகிறார். இலங்கையின் கிராமப்புறச் சிங்களரின் பெருமித உணர்வைத் தட்டி எழுப்பியதில் அவருக்கும் பெரும்பங்குண்டு.

இந்தியாவில் ஆங்கிலேய ஆட்சியில் பாட்னா அருகேயுள்ள புத்தகயாவில் சைவ பிராமணர் கட்டுப்பாட்டில் இருந்த புத்த விகாரத்தை மீட்க பலவந்தமாக அங்கு புத்தர் சிலையை வைத்தும், அச்சிலையை அகற்றாமலிருக்கச் சட்டப்போராட்டத்தையும் மேற்கொண்டு தோற்றுப் போன துணிச்சல்காரரும் இலங்கை வரலாற்றில் மிக முக்கிய மனிதர்களில் ஒருவருமான டேவிட் ஹெவவிதாரண என்ற அனகாரிக தர்மபாலா, கொழும்பு மாத்தறையில் வணிக குடும்பத்தில் செல்வந்தராக 17.09.1864 அன்று பிறந்து 29.04.1933 வரை வாழ்ந்து, இலங்கையில் அழியும் நிலையிலிருந்த பௌத்த மீள் உருவாக்கத்திற்குத் துணை புரிந்தவர். வீடற்றவர் எனப் பொருள்படும் அனகாரிக தர்மபாலா, கல்கத்தா, இலண்டன் உள்பட பல இடங்களில் வீடுகளை வாங்கியும், வசித்தும் வந்தது முரண்நகை.

வங்காளப் பஞ்சத்தின்போது கல்கத்தாவில் நிதி திரட்டி மக்களுக்கு வழங்கிய தர்மபாலா, ஹவாய் தீவின் செல்வந்த குடும்பத்தைச் சேர்ந்த மேரி ஃபாஸ்டர் அளித்த நிதியுதவியின் மூலம் இலங்கையில் ஆயுர்வேத மருத்துவமனை நிறுவி அங்கு தமிழர், சிங்களர், முஸ்லிம்கள், பர்கர்கள் என அனைத்துத் தரப்பினருக்கும் கட்டணமின்றிப் பிணி நீக்கும் மருத்துவச் சேவையை அமைத்தார். அதே காலத்தில் இலங்கையின் வடக்கில் கல்தோன்றி மண் தோன்றா காலத்து முன்தோன்றிய மூத்தக் குடியான தமிழர் வாழும் யாழ்ப்பாணத்தின் அரசுப் பள்ளிகளில் பஞ்சமர் குழந்தைகளைத் தரையிலும், உயர்சாதிகளாகத் தங்களைக் கருதிக்கொண்டவர்கள் தங்கள் குழந்தைகளை உயர்ந்த இருக்கைகளிலும் அமர வைத்தனர். 1822ஆம் ஆண்டு தோன்றி 1879ஆம் ஆண்டு மறைந்த நல்லூர் ஆறுமுக நாவலர், தன் சைவ வினா விடை நூலில் சண்டாளரைப் பார்ப்பது, அவர் முன் நீறிடுவது, உணவருந்துவது உள்ளிட்ட செயல்கள் தீட்டு என எழுதி வைத்தார். ஆறுமுக நாவலர் காலத்து மிசனரிகளை எதிர்த்து உருவாக்கப்பட்ட இந்துப் பள்ளிகளில் பஞ்சமர்கள் படிக்க அனுமதி வழங்கவில்லை.[1]

அனகாரிக தர்மபாலா முதலில் கொழும்புவில் தொடங்கிய மகா போதி சங்கத்தைக் கைவிட்டுப் பின்னர் கல்கத்தாவிலும், அதன் பின்னர் 1900ஆவது ஆண்டு சென்னை எழும்பூரிலும் மகாபோதி சங்கத்தை நிறுவினார்.

தந்தை விவசாய கொய்கம சாதியையும், தாய்கள் இறக்கும் துரவா சமூகத்தையும்[2] சேர்ந்த காரணத்தினாலோ என்னவோ அவரது மகாபோதி சங்கம் சாதி ஏற்றத்தாழ்வுகளுக்கு இடமளிக்கவில்லை.

இலங்கையில் கொய்கமா அல்லது கொவிகமா சாதியினர் சயாம் நிகயா என்ற துறவுமடம் அமைத்து நாயக்க அரசன் கீர்த்தி ஸ்ரீராஜசிங்கன் உத்தரவுப்படி தங்கள் சாதியினருக்கு மட்டுமே துறவுப் பட்டம் அளிக்கும் நிலையில், ரமண்ண நிகயா அதிலிருந்து பிரிந்து அனைத்துச் சாதியினருக்கும் துறவுப் பட்டம் வழங்கியது. 19ஆம் நூற்றாண்டின் தொடக்கத்தில் சிங்கள சலகமா சமூகத்தினரால் அமைக்கப்பட்ட அமரபுர நிகயா என்ற துறவுமடம் எல்லாச் சமூகத்தினருக்கும் துறவுப் பட்டம் வழங்கினாலும் அதைச் சலகமா நிகயா என அழைப்பதைப் போல, அமரபுர கல்யாணி வம்ச நிகயா என்ற சிங்கள கரவா சமூகத்தினரால் தொடங்கப்பட்ட துறவுமடம் எல்லோருக்கும் துறவுப் பட்டம் வழங்கினாலும் அதை இன்றுவரை கரவா நிகயா என்றே அழைக்கின்றனர். அமரபுர நிகயாவும் பின்னாளில் சலகமா மற்றும் வகும்பரா சாதிகளுக்கான துறவு மடங்களாகப் பிரிந்தது. துரவா துறவியான தர்மரக்ஷிதா ஏற்படுத்திய தர்மரக்ஷிதா நிகயா என்ற துறவு மடம் அனைவருக்கும் துறவுப்பட்டம் வழங்குகிறது. சயாம் நிகயாவிலிருந்து பிரிந்த, பர்மாவின் ரமண்ணா மாவட்டத்தில் பெயரால் அழைக்கப்படும் ரமண்ண நிகயா மட்டுமே ஓரளவு சாதியற்ற துறவு மடமாக விளங்குகிறது.[3]

அனகாரிக தர்மபாலா துறவியல்ல. நான்கு வயதில் பக்கவாதத்தினால் வலது காலில் ஏற்பட்ட நிரந்தர குறைபாட்டால் அவர் துறவு மடத்தில் சேர முடியவில்லை. ஆனால், 1893ஆம் ஆண்டு அமெரிக்காவின் சிகாகோவில் அனைத்துலக மதங்கள்

மாநாட்டில் வெள்ளை ஆடைகளுடன் வலம் வந்த அவர், பின்னர் துறவிகளின் காவி நிறத்திற்கு மாறினார்.

ஜப்பானிய துறவிகளுடன் ஏற்பட்ட விவாதம், இறையறிவு சங்கத்தினர் என்ற தியோஸபிக்கல் சொசைட்டியின் ஆல்காட்டுடனான தொடர்புகள் அவரை அனைத்துலகிற்கும் கொண்டு சேர்த்தது. அமெரிக்காவின் சிகாகோவில் ஆயிரத்திற்கும் மேற்பட்ட உரைகள் நிகழ்ந்த அனைத்துலக மத மாநாட்டில் அழைப்பு பெற்றுப் பௌத்தம் குறித்து உரையாற்றிய தர்மபாலாவும், அழைப்பில்லாவிட்டாலும் பேராசிரியர் ஒருவரது பரிந்துரையால் இந்து மதம் குறித்து உரையாற்றிய விவேகானந்தரும் அம்மாநாட்டில் நட்சத்திரங்களானதால் அங்கேயே நண்பர்களானதில் ஆச்சரியமில்லை. ஆனால், அங்கு ஆரிய சமாஜத்தை எடுத்துரைக்கச் சென்ற மஜும்தார் கல்கத்தா திரும்பிய பிறகு, விவேகானந்தர் மாட்டுக்கறியும் மதுவும் அருந்தினார் என்ற பரப்புரையைச் செய்தபோது விவேகானந்தருக்கு ஆதரவாக கல்கத்தாவில் தர்மபாலா உரையாற்றினார்.[4] இருந்தாலும் இந்து சைவ மடாதிபதிகள் கையில் நான்கு நூற்றாண்டுகளாக இருந்த புத்தகயாவை மீட்க தர்மபாலா தீவிர முயற்சியில் ஈடுபட்டபோது விவேகானந்தருக்கும் தர்மபாலாவுக்கும் இடையேயான தொடர்பில் விரிசல் ஏற்பட்டது. புத்தகயா வழக்கு தர்மபாலாவை ஆல்காட்டிடம் இருந்தும் அன்னியப்படுத்தியது. அது தவிர பகுத்தறிவுவாதியான ஆல்காட், கண்டி தலதா மாளிகையில் உள்ளது புத்தரது பல்லே அல்ல என்றது மட்டுமின்றி அது மனிதப் பல்லே அல்ல என்றார். அதுவும் இருவரையும் 1898ஆம் ஆண்டு பிரித்தது.

சைவ பிராமண மடாதிபதியின் கையிலிருந்து புத்தகயாவை மீட்கப் போராட்டம் நடத்திய அனகாரிக தர்மபாலாவுக்கு இந்தியாவில் பீகாரின் புத்தகயாவில் மகாபோதி சங்க வளாகத்தில் அமைக்கப்பட்ட பிரேமதாசா பரிசளித்த சிலை.

1879ஆம் ஆண்டில் 'ஆசிய ஒளி அல்லது லைட் ஆஃப் ஆசியா' என்ற புகழ்பெற்ற நூலை எழுதிய எட்வின் ஆர்னால்ட் புத்தகயா சென்றபோது அங்குள்ள புத்தகயா புனித கோயில் சைவ மடாதிபதி கைகளில் இருந்தது. 1792ஆம் ஆண்டு மொகலாய மன்னனிடம் பெற்ற ஒப்பந்தத்தால் அவ்விடத்தைப் பெற்ற சைவப் பிராமண மடாதிபதி, பீகாரின் மிகப் பெரும் செல்வந்தராக 15,000 ஏக்கர் நிலத்திற்குச் சொந்தக்காரராக, வருடத்திற்கு 60,000 ரூபாய் வருமானம் நிலங்களின் மூலமும், பக்தர்கள் மூலமாக 80,000 ரூபாய் வருமானமும் பெற்றுக்கொண்டிருந்தார்.[5] புத்தர் பேரறிவு பெற்ற போதி மரம் அமைந்த இடத்திலான புத்தகயா கோயில் வளாகத்தில் தினமும் நூற்றுக்கணக்கான ஆடுகள் காளிக்குப் பலியிடப்பட்டன. தர்மச் சக்கரங்கள் பொறிக்கப்பட்ட அசோகர் காலத் தூண்கள் மடாதிபதியின் வீட்டுச் சமையலறைக் கூரையைத் தாங்கும் தூண்களாகப் பயன்பட்டன.[6] புத்த கயாவின் துலாக் கிணறுகளில் ஏற்றம் இறைக்கும் எடைகளாக புத்தர் உருவம் வடிக்கப்பட்ட கற்கள் பயன்பட்டன. அக்காட்சி எட்வின் ஆர்னால்ட்டின் மனதை வருத்தியதில் ஆச்சரியமில்லை.

அதே காலத்தில் புத்தகயா சென்றடைந்த தர்மபாலாவும் எட்வின் ஆர்னால்டின் நூலைப் படித்த பின்பே புத்த தர்மத்தைப் பற்றி அறிந்துகொண்டார் எனக் கூறலாம். பாலி மொழியில் பெரும் புலமையற்ற தர்மபாலா ஆங்கிலத்தை அழகாகப் பேசவும் எழுதவும் பயின்றவர். அதுவே அவரை ஆங்கிலம் பேசும் கணவான்களுடன் உறவாடச் செய்தது. உலக மத மாநாட்டிற்குப் பின் அவர் பெரும்பாலான இடங்களில் தன்னை இந்தியராகவே அறிமுகப்படுத்தினார். புத்தகயா பௌத்தக் கோயிலை மீட்டு பௌத்தர் வசம் ஒப்படைக்க 1895ஆம் ஆண்டு ஜப்பானிலிருந்து தான் பெற்ற புத்தர் சிலையைப் பலவந்தமாகப் புத்த கயாவின் கோயிலில் வைத்தபோது அதைத் தடுத்த மடாதிபதியின் பணியாட்கள் முதலில் அந்த இடத்தை விட்டகன்று பின் பதினைந்து நிமிடங்களுக்குள் திரும்பிவந்து புத்தர் சிலையை வெளியே வைத்தனர். தன் வழிபாட்டைத் தடுத்ததாக மடாதிபதி மீது தர்மபாலா தந்த புகாரில் முதலில் விசாரணை நீதிமன்றத்தில் மடாதிபதி தவறிழைத்ததாகத் தீர்ப்பு பெற்ற தர்மபாலா, கல்கத்தா உயர்நீதிமன்றத்தில் தோல்வியுற்றார். மடாதிபதிக்கு அபராதத் தொகையைத் திரும்பத் தரச் சொல்லி மேல்முறையீட்டு நீதிமன்றம் உத்தரவிட்டது.[7]

22.08.1895 அன்று ஜெய்ப்பால் கீர் மற்றும் பலர் எதிர் ஹெவவிதாரண தர்மபாலா என்ற வழக்கில் கல்கத்தா உயர்நீதிமன்ற நீதிபதிகள் மாக்பெர்ஸன், பானர்ஜி ஆகிய இருவரும் இந்தியத் தண்டனைச் சட்டம் பிரிவு 296இன்படி மடாதிபதி குற்றமிழைத்ததாகக் கூறிய கயா மாவட்ட நடுவரின் தீர்ப்பை ரத்து செய்தனர். 25.02.1895 காலை 8 - 9 மணியளவில் மூன்று சிங்களருடன் சென்று கோயிலின் மேல் தளத்தில் புத்தர் சிலையை வைத்துவிட்டு அங்கு வந்த மடாதிபதியின் பணியாட்களுடன் சண்டையிடாமல் அமைதியாக புத்தர் சிலை அருகே தியானத்தில் அமர்ந்தாலும் கால் மணி நேரத்தில் புத்தர் சிலை அகற்றப்பட்டுக் கோயில் முற்றத்தில் கொண்டு வைக்கப்பட்டது. புத்தகயா கோயிலில் புத்த மதத்தைச் சேர்ந்தவர்கள் வழிபடத் தடையில்லை. ஆனால், பௌத்தர்களுக்குக் கோயிலைக் கைப்பற்றும் உரிமை இல்லை என உயர்நீதிமன்ற நீதிபதிகள் தீர்ப்பளித்தனர்.[8]

தர்மபாலாவின் கனவு அவர் மறைந்த 18 வருடங்களுக்குப் பின் ஓரளவிற்கு நிறைவேறியது. இந்தியா சுதந்திரமடைந்த பின்னர் புத்தகயா கோயில் சட்டம் 1949 ஜூலை மாதம் ஆறாம் நாள் இயற்றப்பட்டு, புத்தகயா கோயில் மேலாண்மைக் குழு அமைக்கப்பட்டு, இந்தியர்களான தலைவர் மற்றும் எட்டு உறுப்பினர்கள் கொண்ட குழு அமைக்கப்பட்டு மாவட்ட நடுவர் தலைவராகவும் புத்த மதத்தைச் சேர்ந்த நான்கு உறுப்பினர்களும், மடாதிபதி உட்பட இந்து மதத்தைச் சேர்ந்த நான்கு உறுப்பினர்களும் அக்குழுவில் இடம்பெற்றனர். மாவட்ட நடுவர் இந்துவாக இல்லையென்றால் மேலாண்மைக் குழுத் தலைவரை மாநில அரசு நியமிக்கும். இது தவிர ஆலோசனைக் குழு ஒன்றும் அமைக்கப்பட்டு அக்குழுவில் வெளிநாட்டு புத்த மதத்தினரும் இடம்பெற புத்தகயா கோயில் சட்டம் வகை செய்தது.[9]

1893ஆம் ஆண்டு புத்தகயாவை மீட்கப் புறப்பட்ட தர்மபாலாவை இலங்கை மிகப்பெரும் நாயகனாகக் கொண்டாடியது. 1895ஆம் ஆண்டு அவர் புத்தகயா வழக்கில் தோற்று, பின்னர் 1910ஆம் ஆண்டு புத்தகயா கோயில் முற்றத்தில் வைக்கப்பட்ட ஜப்பான் புத்தர் சிலை மறுபடி நீதிமன்ற ஆணையால் புத்தகயாவிலிருந்து வெளியேற்றப்பட்டுக் கல்கத்தா மகாபோதி சங்கத்திற்குக் கொண்டு செல்லப்பட்டது.

1915ஆம் ஆண்டில் சிங்களர் முஸ்லிம்கள் மீது தாக்குதல் நிகழ்த்திக் கலவரம் செய்வதற்கு ஓராண்டு முன்னரே தர்மபாலா இந்தியாவில் கல்கத்தாவில் இருந்தார். எனினும் அக்கலவரத்திற்கு தர்மபாலாவின் வெறுப்பைத் தூண்டும் எழுத்துகளும் காரணம் எனக் கூறுவோர் உண்டு. கலவரத்திற்குக் காரணமாகக் கைதானவர்களில் அவரது தம்பிகள் இருவர். யாழ்ப்பாணச் சிறையில் அவர் தம்பி எட்மண்ட் உடல் நலமின்றி இறந்தார். இலங்கை அரசின் வேண்டுகோளுக்கிணங்க இந்திய அரசு கல்கத்தாவில் தர்மபாலாவைத் தடுப்புக் காவலில் வைத்தது. 1919ஆம் வருடம் அமெரிக்காவின் மேரி பாஸ்டர் தர்மபாலாவுக்கு ஐம்பதாயிரம் டாலர்கள் நன்கொடையளித்தார். 1916ஆம் ஆண்டு ஜூன் மாதத்திலிருந்து 1917ஆம் ஆண்டு டிசம்பர் மாதம் வரை தடுப்புக் காவலில் இருந்த தர்மபாலா, 1920ஆம் ஆண்டுவரை இலங்கை திரும்ப அனுமதிக்கப்படவில்லை.

1898ஆம் ஆண்டு ராஜகிரியாவில் ஒழுக்கம் மற்றும் உளவியல் கல்லூரி திறப்பு விழாவில் கண்டியின் ஓஹரியா சேலை அணிந்த ஆயிரம் பெண்கள், ஆயிரம் புத்த பிக்குகள், ஆயிரம் உபாசகர்கள், நூறு புத்தர் உருவங்கள், நூறு குதிரைகள் என ஊர்வலமாகச் சென்றபோது நடுநாயகமாகச் சென்ற தர்மபாலா மறுபடியும் ஒரு இலட்சம் டாலர்கள் நன்கொடை வழங்கிய மேரி பாஸ்டருக்கு நன்றி கூறிவிட்டு டிசம்பர் மாதம் 1926ஆம் ஆண்டு கொழும்பு வந்து ஹிரானோமாரு கப்பலில் மாலை 3.30 மணிக்கு வந்திறங்கும்போது அவரது உதவியாளர் இருவரைத் தவிர அவரது குடும்பத்தினரோ, இலங்கை பொதுமக்களில் ஒருவர் கூட தர்மபாலாவை வரவேற்கச் செல்லவில்லை.[10]

தர்மபாலாவின் 150ஆவது பிறந்தநாள் நினைவாக இந்தியா வெளியிட்ட தபால்தலை.

உலக மதப் பாராளுமன்றம் செல்வதற்கு முன் தர்மபாலா புத்தகயாவில் விளக்கேற்றப் பணமில்லாமல் தனது குடையை விற்றார். ஆனால், மேரி பாஸ்டரிடம் மிகப் பெரும் தொகையை நன்கொடையாகப் பெற்ற பின்னர் தர்மபாலாவிற்கு எதிராக ஆல்காட் எழுதியும் பேசியும் வந்தார். டி.ஆர்.விஜயவர்தனே நடத்திய சிலோன் டெய்லி நியூஸ் பத்திரிகை தர்மபாலா நிதி கையாளும் முறையைக் கடுமையாக விமர்சனம் செய்தது.

தர்மபாலா இலங்கை ரெயில்வே தொழிலாளர் வேலை நிறுத்தத்திற்கும் நன்கொடை வழங்கினார். தனது இறுதி நாட்களில் தர்மபாலா இலங்கை திரும்ப விரும்பவில்லை. அவரது கடைசி உயிலில் இந்தியாவில் பிராமணக் குடும்பத்தில் பிறந்து இந்தியருக்குப் புத்த தர்மத்தைப் போதிக்க விருப்பம் தெரிவித்திருந்தார். தான் இறந்த பின் சாரநாத் இஷியாதனாவில் தன் உடலை எரியூட்டி, சாரநாத்தில் உள்ள மூலகந்தகுடி புத்த விகாரத்தில் மூன்று கற்களைக் கொண்ட தூபி தனக்கு அமைக்க விருப்பம் தெரிவித்திருந்தார். ஆனால், **1933**ஆம் ஆண்டில் அவர் இந்தியாவின் சாரநாத்தில் இறந்ததும் அவரது மருமகன் இந்தியா வந்து அவர் உடலைப் பதப்படுத்தி இலங்கை கொண்டு செல்ல முயன்றார். பதப்படுத்த உரிய நபரைக் கண்டுபிடிக்க முடியாமல் அவரது உடலைச் சாரநாத்தில் எரியூட்டி, பாதி சாம்பலைச் சாரநாத்திலும் மீதியை இலங்கைக்கும் எடுத்துச் சென்றார்.[11]

தமிழ்நாட்டின் பெரும்பாலான நூலாசிரியர்கள் தர்மபாலாவின் கருத்துகள் இனவாதம் நிரம்பியவை எனக் கூறுவதுண்டு. ஆனால், **1913**ஆம் ஆண்டு அவர் ஏற்படுத்திய கட்டணமற்ற ஆயுர்வேத மருத்துவமனை சிங்களர், தமிழர், முஸ்லிம்கள், பர்கர்கள், அனைவருக்கும் பொதுவானது என்று கூறி அவ்வாறே நடத்தினார்.

தர்மபாலாவின் *04.06.1898* தேதியிட்ட நாட்குறிப்பு தென்னிந்தியாவில் மதம் மாற விருப்பம் தெரிவித்த பஞ்சமர்களைப் பற்றிக் குறிப்பிடுகிறது.[12] ஒரு மாதத்திற்குப் பின்பு அதற்காக ஆல்காட்டால் இலங்கைக்கு அழைத்து வரப்பட்ட தென்னிந்தியப் பஞ்சமர்கள் என தர்மபாலாவால் குறிப்பிடப்பட்ட மனிதர்களில் தமிழகத்தில் புகழ்பெற்ற அயோத்திதாசர், பறையர் பள்ளி ஆசிரியர் பி.கிருஷ்ணசுவாமி ஆகியோர் ஜூலை மாதம் *1898*ஆம் ஆண்டு ரமண்ண நிகயா என்ற பௌத்தத் துறவு மடத்தில் தலைமை குருவைச் சந்தித்து அதன் பின்னர் கண்டி சீமான் கோபெக்கடுவா மற்றும் ஆல்காட் அனைவரும் கண்டியில் கண்ணையும் கருத்தையும் கவரும் மாபெரும் கூட்டத்தில் மருத்துவர் அயோத்திதாசரும் தானும் உரையாற்றியதாக ஆல்காட் குறிப்பிடுகிறார். முன்னதாக அயோத்திதாசர், பி.கிருஷ்ணசுவாமி, தமிழ்நாட்டின் பறையர் சமூகப் பிரதிநிதிகள் ஆகியோரைப் பௌத்த மடாலய தலைமை குரு வரவேற்று அவர்களுக்குப் பஞ்சசீலத்தை வழங்கினார். கடைசி கொள்கையைக் கேட்டதும் தமிழ்நாட்டிலிருந்து சென்ற காலங்காலமாகப் பௌத்தர்களாக இருந்து இந்து மதத்திற்கு மாறும்படி கட்டாயப்படுத்திக் கொடுமைப்படுத்தப்பட்டு இழிவு நிலைக்குத் தள்ளப்பட்ட பறையர் சமூகப் பிரதிநிதிகள் தங்கள் பெருமகிழ்ச்சியை வெளிப்படுத்தும் விதமாகச் சிறப்பு, சிறப்பு எனப் பொருள்படும் சாது! சாது! என உரத்தக் குரலில் உச்சரித்தனர் எனப் பிரம்மஞான சபையின் ஹென்றி ஸ்டீல் ஆல்காட் கூறுகிறார்.[13]

அனகாரிக தர்மபாலாவின் *150*ஆம் பிறந்தநாள் நினைவாக அவருக்கு இந்தியாவிலும் இலங்கையிலும் தபால்தலைகள் வெளியிடப்பட்டன. புத்த பிக்குவான மிகெட்டுவட்டெ குணானந்தா, புத்த துறவிகளான ஹிக்கடுவெ ஸ்ரீசுமங்கலா, வலனே சித்தார்த்தா, ரத்மலானே தர்மலோகா, வெலிகம ஸ்ரீசுமங்கலா ஆகியோர் *20*ஆம் நூற்றாண்டின் புத்த மறுமலர்ச்சிக்குப் பங்களித்தாலும், துறவியல்லாத தர்மபாலா சடங்குகளற்ற பௌத்தத்தை முன்நிறுத்தினார்.[14] வெள்ளையர்கள் இந்நாட்டிற்குள் என்று நுழைந்தார்களோ அன்றிலிருந்து இந்நாடு தமிழர்கள் மற்றும் கடற்கரையோர முஸ்லிம்கள் காலடியில் வீழ்ந்து கிடக்கிறது என தனது சிங்கள பௌத்தயா பத்திரிகையில் தர்மபாலா எழுதிய பிறகு சிங்கள பௌத்தயா *1915*ஆம் ஆண்டு தடை செய்யப்பட்டது.[15] எனினும் ஏராளமான தமிழ் எழுத்தாளர்கள் சித்திரிப்பதைப் போல இலங்கை சிங்கள இனவெறி சூழலுக்கு அனகாரிக தர்மபாலாவை மட்டும் குற்றம் சாட்டுவது சரியல்ல என்றே கூற முடியும்.

அடிக்குறிப்புகள்

1. மகாராசன், ஈழத்தில் சாதியம் இருப்பும் தகர்ப்பும், கறுப்பு பிரதிகள் வெளியீடு, முதற்பதிப்பு டிசம்பர் *2007* பக்கம் *35*.
2. *Steven Kemper, Rescued from the Nation, Anagarika Dharmapala and the Buddhist world, University of Chicago press, 2015 Page 98.*
3. *Ashiff Hussein, Caste in Srilanka From Ancient Times to the present day, Neptune Publication Pvt Ltd First Edition September 2013 Page 286.*

4. Steven Kemper, Rescued from the Nation, Anagarika Dharmapala and the Buddhist world University of Chicago press 2015 Page 221.

5. Ibid Page 245.

6. Ibid Page 193.

7. Ryojun Sato, the Mahabodhi Temple at Bodh Gaya, Motilal Banarsidass publsihers private Ltd - Delhi Reprint 2016 Page 54.

8. Ibid Page 80.

9. Ibid Page 97.

10. Steven Kemper, Rescued from the Nation Anagarika Dharmapala and the Buddhist world University of Chicago press 2015 Page 391.

11. Ibid Page 421.

12. Ibid Page 146.

13. ஹென்றி ஸ்டீல் ஆல்காட், தலித் மக்களும் கல்வியும் - தமிழில் ஆ.சுந்தரம் - தொகுப்பாசிரியர் வே.அலெக்ஸ், நீலம் வெளியீடு மறுபதிப்பு செப்டம்பர் 2022, சென்னை -2, பக்கம் 93.

14. Stanley Jeyaraja Tambiah, Buddhism Betrayed, University of Chicago Press, 1992, Page 6.

15. Ibid page 8.

மலையகம்

பௌத்தர்கள், இந்துக்கள், முஸ்லிம்கள், கிறிஸ்தவர்கள் அனைவருக்கும் புனித இடமான ஆதம் மலை உச்சி.

தேயிலைச் செடிகள் சூழ்ந்த குளிர்காற்று வீசும் அம் மலைப்பாதையில் முடிவற்றத் தொடராக நடந்துவந்த தேயிலைத் தோட்டத் தொழிலாளர்கள், தங்கள் கைகளிலிருந்த காட்டுப்பூக்கள், காய்கறிகள், வெண்ணெய் என நுவரெலியாவின் அந்த அழகிய சிறிய வீடு கொள்ளாத அளவிற்கு பரிசுகளைக் குவித்தனர். உள்ளூர் மருத்துவமனைகளுக்கும் ஆதரவற்றவர் விடுதிகளுக்கும் அவ்வரிய பரிசுப் பொருட்கள் கொண்டு செல்லப்பட்டன. தனது மனைவியும் மகளுமாகக் குடும்பத்தினர் அனைவரும் செலவழித்த கடைசி விடுமுறை நாட்கள் அது என ஐரோப்பாவிலிருந்து திரும்பி 1927ஆம் ஆண்டில் நுவரெலியாவில் தான் ஓய்வெடுத்த இரு வாரங்கள் குறித்து நேரு கூறுகிறார்.[1]

இலங்கையில் முடிவுற்ற இனக்கலவரத் தாக்குதலில் இன்று அந்த வீடு எஞ்சியுள்ளதா எனத் தெரியவில்லை. ஆனால், அரசியல் தீர்வு எட்டாமல் நேரு விட்டுப் போன குடியுரிமை சிக்கல்களால் இந்தியாவும் இலங்கையும் மலையகத் தமிழர்களைக் கூறு போட்டன. 1964ஆம் ஆண்டின் சிரிமாவோ பண்டாரநாயக - லால் பகதூர் சாஸ்திரி ஒப்பந்தம், 1974ஆம் ஆண்டின் சிரிமாவோ பண்டாரநாயக - இந்திராகாந்தி ஒப்பந்தம் என இரண்டு ஒப்பந்தங்களும் மலையகத் தமிழர்களை இலங்கையிலிருந்து பிடுங்கி மறுபடியும் இந்தியாவில் நட்ட நாற்றுகளாக்கியது.

1815ஆம் ஆண்டு கண்டி அரசன் ராஜசிங்கனை வேலூர் கோட்டைக்கு நாடு கடத்திய ஆங்கிலேயர், அதே நூற்றாண்டில் 1820இல் காப்பியும் பின்னர் அதே நூற்றாண்டின் பிற்பகுதியில் தேயிலைத் தோட்டங்களும் அமைத்தனர். லிப்டன் டீ நிறுவனம் கண்டியிலுள்ள லூல் கொந்தரவில் தனது உற்பத்தியைத் தொடங்கியது. ஸ்காட்லாந்தைச் சேர்ந்த ஜேம்ஸ் டெய்லர் இலங்கையில் அறிமுகப்படுத்திய தேயிலை, லூல் கொந்தர தோட்டத்தில் 19ஆம் நூற்றாண்டின் பிற்பகுதியில் 100 ஏக்கர் தேயிலைத் தோட்டமாக விரிவடைந்தது.

1872ஆம் ஆண்டில் தேயிலை விற்பனை அதிகரித்ததைத் தொடர்ந்து அடர் காடுகள் தேயிலைத் தோட்டங்களாக மாறின. 1876ஆம் ஆண்டு காப்பிச் செடி நோயால் பாதிக்கப்பட்டுக் காப்பி உற்பத்தி வீழ்ச்சியடைந்தது. அதே காலத்தில் இரப்பர் தோட்டங்களும் அறிமுகப்படுத்தப்பட்டன. 1876ஆம் ஆண்டு முதல் 1879ஆம் ஆண்டு வரை இலங்கையில் குடிபெயர்ந்த இந்தியர்கள் எண்ணிக்கை 7,21,368 பேர். அவர்களில் தமிழர்கள் பெரும்பான்மையினர் என்பதைக் கூறத் தேவையில்லை.

1855 முதல் 1915 வரை தமிழகத்திலிருந்து இலங்கைக்குச் சென்ற ஏராளமான தொழிலாளர்களில் பெரும்பாலானோர் தமிழகம் திரும்பாமல் இலங்கையிலேயே தங்கிவிட்டனர்.

1939ஆம் ஆண்டு இந்தியாவிலிருந்து காந்தியின் பிரதிநிதியாக இலங்கை வந்த நேரு, ஹரிஜன சேவா சங்கம், பாரத் சேவா சங்கம், பாண்டிய வேளாளர் சங்கம், நாடார் மகாஜன சங்கம் எனப் பிளந்து கிடந்த மலையக மக்களை ஒன்றிணைத்து 25.07.1939 அன்று இலங்கை இந்தியர் காங்கிரஸ் உருவாகக் காரணமாக இருந்தார்.2

1939ஆம் ஆண்டில் தனது நாவல்பிட்டி தமிழின உயர்வு பேச்சால் மஸ்கெலியா நுவரெலியாவில் மலையக மக்கள் தாக்கப்படக் காரணமான ஜி.ஜி.பொன்னம்பலம் மலையகத் தமிழர் உரிமைகளுக்காகப் பணிபுரிந்த ஆஸ்திரேலியாவின் பிரஸ் கேர்டலை நாடு கடத்த ஆதரவாக வாக்களித்ததைப் பற்றியும், 10.01.1940 அன்று தோட்டத் தொழிலாளர் தாக்கப்பட்டதைத் தட்டிக் கேட்ட தேயிலைத் தொழிலாளி கோவிந்தன் காவலர் சுரவீராவால் சுட்டுக் கொல்லப்பட்டதையும், அதைத் தொடர்ந்த போராட்டத்தின் விளைவாகத் தோட்டத் தொழிலாளர்களின் சம்பளம் 40 சதத்திலிருந்து 56 சதமாக உயர்ந்ததையும் கூறும் 'கள்ளத்தோணி' நூலாசிரியர் சரவணன், கோவிந்தன் மனைவி பொட்டுக்கு முன்னிலையான

வழக்கறிஞர் கொல்வின் டி சில்வா குறித்தும், ஜி.ஜி.பொன்னம்பலம் பரிந்துரையில் ஏற்படுத்தப்பட்ட குமாரசாமி - ஜெக்சன் விசாரணைக் குழு கோவிந்தன் மீதான துப்பாக்கிச் சூடு நியாயமற்றதெனத் தீர்ப்பளித்ததையும் சுட்டிக்காட்டத் தவறவில்லை.

லங்கா சம சமாஜ கட்சியின் நிறுவனரும், வழக்கறிஞருமான சிங்களச் சலகமா சமூகத்தைச் சேர்ந்த கொல்வின் டி சில்வா, 1940ஆம் ஆண்டு கைது செய்யப்பட்டு 1942இல் தப்பித்து இந்தியாவில் விஸ்வநாதன் என்ற பெயரில் வாழ்ந்த காலத்தில் கோவிந்தன் என்ற புனைபெயரில் கட்டுரைகளையும் நூல்களையும் வெளியிட்டார்.[3]

1940களில் 37,000 உறுப்பினர்களைக் கொண்ட மலையகத்தின் முதல் தொழிற்சங்கமான அகில இலங்கை தோட்டத் தொழிலாளர் சம்மேளனம் தஞ்சாவூரைச் சேர்ந்த நடேசய்யராலும் மனைவி மீனாட்சியம்மாளாலும் உருவாகி உரம் பெற்றது. ‘பாய்க்கப்பல் ஏறியே வந்தோம் அந்நாள் பலபேர்கள் உயிரினை இடைவழித் தந்தோம்” என்பன போன்ற மீனாட்சியம்மாளின் பாடல்கள் மலையகத்தில் பிரபலமாயின.[4]

1948ஆம் ஆண்டு நேருவின் எதிர்ப்பையும் மீறி டி.எஸ்.சேனநாயக அரசு ஆகஸ்ட் மாதம் மலையகத் தமிழர்களின் குடியுரிமையைப் பறிக்கும் சட்டத்தை நாடாளுமன்றத்தில் தாக்கல் செய்தது. ஆகஸ்ட் மாதம் நான்காம் நாள் குடியுரிமை பறிப்புச் சட்டத்திற்குப் பிறகு அதே ஆண்டில் இந்திய - பாகிஸ்தான் குடியிருப்போர் சட்டம் இயற்றப்பட்டது. அதன்படி இலங்கையில் 1939ஆம் ஆண்டு ஜனவரி மாதம் முதல் திருமணமாகாதவர் தொடர்ச்சியாக ஏழு ஆண்டுகளும், திருமணமானவர்கள் தொடர்ச்சியாகப் பத்து ஆண்டுகளும் வாழ்ந்திருந்தால் மட்டுமே குடியுரிமை பெற முடியும் எனச் சட்டமியற்றப்பட்டது. அதற்கெதிராக மலையகத் தமிழர்களுக்கு ஆதரவாக மஸ்கேலியாவில் தேயிலைத் தோட்ட உரிமையாளரான பின்னாளில் இலங்கைத் தமிழரால் தந்தை என அழைக்கப்பட்ட வழக்கறிஞர் செல்வநாயகம் வாக்களித்தார்.

ஜி.ஜி.பொன்னம்பலம் குடியுரிமை பறிப்புச் சட்டத்திற்கு எதிர்ப்பும் இந்திய பாகிஸ்தானியர் குடியிருப்போர் சட்டத்திற்கு ஆதரவும் வழங்கினார். இரண்டு சட்டங்களையும் தொடர்ந்து 1949ஆம் ஆண்டு நடைமுறைப்படுத்தப்பட்ட தேர்தல் திருத்தச் சட்டம் குடியுரிமையற்றவர்களுக்கு வாக்குரிமை இல்லை என்ற நிலையை ஏற்படுத்தியது.[5]

1951 முதல் 1962 வரை மலையகத் தமிழர்களில் 1,34,188 பேருக்கு மட்டுமே குடியுரிமை வழங்கப்பட்டது. குடியுரிமைக்கு விண்ணப்பிக்க வேண்டிய கால வரையறை 1951ஆம் ஆண்டு ஆகஸ்ட் மாதம் வரையில் வழங்கப்பட்டது. 8,25,000 மலையகத் தமிழர்களில் 2,37,034 பேரே விண்ணப்பித்திருந்தனர். மலையகத் தமிழர்கள் தேர்தலில் இடதுசாரிகளை ஆதரித்ததும் சிங்கள இனவாத - வர்க்கக் கண்ணோட்டமும் மலையக மக்களைப் பழிவாங்கக் காரணமாயின.[6]

மலையக மக்கள் குடியுரிமை இழந்தபோது மலையகத் தமிழர் தலைவர்கள் வேலை நிறுத்தப் போராட்டங்களை முன்னெடுத்திருக்க வேண்டுமென மலையக

எழுத்தாளர்கள் பலர் கருத்து தெரிவித்தாலும், தமிழகத்தில் எண்பதுகளில் இருந்த இலங்கைத் தமிழர் ஆதரவு சூழல் 1948ஆம் ஆண்டு இல்லாததையும் காரணமாகக் கூறலாம். 1964ஆம் ஆண்டில் ஏற்பட்ட சிரிமாவோ - சாஸ்திரி ஒப்பந்தப்படி மலையக மக்களில் குடியுரிமையற்ற ஒன்பது இலட்சத்து எழுபத்தைந்தாயிரம் பேரில் ஐந்து இலட்சத்து இருபத்தைந்தாயிரம் பேரை அதன் இயற்கையான கூடுதல் எண்ணிக்கையுடன் இந்தியாவும் அதேபோன்று மூன்று இலட்சம் பேரை இலங்கையும் குடிமக்களாக ஏற்றுக்கொள்வதெனவும் மீதமுள்ள ஒன்றரை இலட்சம் பேர்கள் குறித்து எதிர்வரும் காலங்களில் முடிவு செய்வதெனவும் கையொப்பமிட்ட நாள் முதல் 15 ஆண்டுகளுக்குள் ஒப்பந்தத்தை நிறைவேற்ற இருநாடுகளும் முன்வந்தன. சிரிமாவோ -சாஸ்திரி ஒப்பந்தப்படியும், சிரிமாவோ - இந்திரா ஒப்பந்தப்படியும் இந்தியா முழுமையாகக் குடியுரிமை வழங்கவில்லை. மூன்று இலட்சத்து முப்பத்து மூன்றாயிரம் பேர்களுக்கும், ஒப்பந்த காலத்தில் இலங்கையில் பிறந்த ஒரு இலட்சத்து இருபத்தைந்தாயிரம் பேர்களுக்கும் மட்டுமே இந்தியா குடியுரிமை வழங்கியது.

முதலாவது ஒப்பந்த காலத்தில் பக்தவத்சலம் தலைமையிலான காங்கிரஸ் அரசு அன்றைய மெட்ராஸ் மாகாணமான தமிழ்நாட்டில் ஆட்சியில் இருந்தது. 1964ஆம் ஆண்டு ‘அனலை அள்ளித் தமிழர் மீது கொட்டிய காலம்’ என ஒப்பந்தத்தைப் பற்றி கருணாநிதி குறிப்பிட்டார். நேருவிடம் கொத்தலவாலா சாதிக்க முடியாததை சிரிமாவோ பண்டாரநாயக்க லால் பகதூர் சாஸ்திரியிடம் சாதித்துவிட்டார் என்றும் 29.10.64 அன்று கையொப்பமிட்ட அந்த ஒப்பந்தம் பத்து வயதுச் சிறுவனின் முதுகில் பத்து மூட்டை நெல்லை ஏற்றிடுங் கொடுமை போலத் தமிழகத்தின் மீது பளுவைச் சுமத்திடவே வழி வகுத்திட்டது என்றும் தமிழர்கள் என்பதாலே அவர்கள் கூடு பிய்த்தெறியப்பட்ட குருவிகளாகினர் என ‘நெஞ்சுக்கு நீதி’யில் கருணாநிதி எழுதினார்.[7] அவர் முதல்வராக இருந்தபோது 1974ஆம் ஆண்டு நடந்த சிரிமாவோ - இந்திராகாந்தி ஒப்பந்தம் குறித்து ‘நெஞ்சுக்கு நீதி’யில் ஏதும் குறிப்பிடவில்லை. அவசரகாலச் சூழலில் அணு ஆயுத சோதனை செய்தாவது ஆட்சியைத் தக்க வைக்க வேண்டிய சூழலில் அன்று இந்திரா காந்தி இருந்தார். 1974ஆம் ஆண்டு தமிழ்நாட்டில் தி.மு.க. ஆட்சியிலிருந்தது. ஆனால், தி.மு.க.வின் மாநில சுயாட்சி கோரிக்கை, சோசலிசத் தலைவரான ஜெயபிரகாஷ் நாராயணனுடனான நெருக்கம் ஆகிய காரணங்களால் மத்திய அரசுக்கும் மாநில அரசுக்கும் உறவு கெட்டுப் போயிருந்தது. 12.06.1975 அன்று உத்தரப் பிரதேசம் ரேபரேலி தேர்தலில் இந்திராகாந்தி வெற்றி பெற்றது செல்லாது என அலகபாத் உயர்நீதிமன்றம் தீர்ப்பளித்திருந்தது. அதற்கு ஓராண்டு முன்னதாக 18.05.1974 அன்று ராஜஸ்தான் தார் பாலைவனத்தில் பொக்காரன் என்ற இடத்தில் சோதனை அணுகுண்டு வெடிப்பினை மேற்கொண்ட இந்தியா மீது சர்வதேச பொருளாதாரத் தடைகள் தொடங்கின. பாகிஸ்தான் அரசு இந்தியாவுக்கு எதிராக ஐ.நா.சபையில் கொண்டுவந்த கண்டனத் தீர்மானத்தை ஐக்கிய நாட்டுச் சபையில் 15 தற்காலிக உறுப்பு நாடுகளின் தலைமை பொறுப்பில் இருந்த இலங்கை உதவியுடன் இந்தியா தோற்கடித்தது. அதன் நன்றிக் கடனாகத் தோட்டத் தொழிலாளர்களில் மீதமுள்ள

1,50,000 பேர்களுக்கு இந்தியாவும் இலங்கையும் சரி பாதியாகக் குடியுரிமை வழங்குவதென முடிவு செய்தன. ஆனால், இந்தியா தன் பங்கை நிறைவேற்றவில்லை.

முன்னதாக **1962** இந்திய சீனப் போரிலும், **1971** இந்திய-பாகிஸ்தான் போரிலும் இந்தியாவிற்கு எதிரான நிலைப்பாட்டை எடுத்த இலங்கைக்கு **1974**ஆம் ஆண்டில் கச்சத் தீவும் வழங்கப்பட்டது. கடல் எல்லைகளை மாற்றிமைக்கும் ஒப்பந்தம் கச்சத்தீவை இலங்கை எல்லைக்குள் சேர்த்தது. அம்முடிவு தமிழக மீனவர்களுக்கு நிரந்தர துயரத்தைக் கொண்டுவந்தது.

1964 மற்றும் **1974** ஒப்பந்தங்களை நிறைவேற்றும் விதமாகத் தமிழ்நாட்டின் இராமேஸ்வரம் அருகில் மண்டபத்தில் தாயகம் திரும்புவோருக்கு முகாம்கள் ஏற்படுத்தப்பட்டன. மண்டபம் முகாம் என இன்று அழைக்கப்படும் அவ்விடத்தில் நூற்றுக்கணக்கான வீடுகளும் மருத்துவமனைகளும் தாயகம் திரும்புவோரின் இடைத்தங்கலுக்கும் தொற்று நோய்கள் இருக்கின்றதா எனக் கண்டறிய மருத்துவக் காரணங்களுக்காகத் தடுத்து வைக்கவும் கட்டப்பட்டன.

டேன் டீ என்ற தமிழ்நாடு தேயிலை நிறுவனம், அரசு இரப்பர் கழகம் ஆகியவை உருவாக்கப்பட்டு அதில் தாயகம் திரும்பிய மலையகத் தமிழர் ஏராளமானோர் பணி அமர்த்தப்பட்டனர். ரெப்கோ வங்கி அல்லது ரிப்பார்ட்டிரியேட்ஸ் கோ ஆபரேடிவ் வங்கி மூலம் தாயகம் திரும்பியோருக்குத் தொழில் தொடங்க கடன்களும் வழங்கப்பட்டன.

உரிய தொழில் மற்றும் வணிகப் பயிற்சியின்றித் தொடங்கப்பட்ட தொழில்கள் தாயகம் திரும்பியோருக்குப் பல சிக்கல்களை ஏற்படுத்தின. மதம், பண்பாடு, உணவு, உடை, சடங்குகள் எல்லாவற்றையும் இந்தியாவிலிருந்து பெற்ற இலங்கை, இந்தியாவிலிருந்து பெற்ற மலையகத் தமிழர்களின் உழைப்பை மிகக் குறைந்த ஊதியத்தில் அட்டையைப் போல் உறிஞ்சி மறுபடியும் இந்தியாவில் வீசியதை மன்னித்தாலும் மறக்க முடியாது. ஆனால் வேலைவாய்ப்பு, நிலமின்மை, உயர்கல்வி இடப்பற்றாக்குறை என இலங்கையின் எல்லாச் சிக்கல்களுக்கும் எளிதாக மலையகத் தமிழர் மீது பழி சுமத்தப்பட்டது. இலங்கையின் பர்கர் இனத்தைச் சேர்ந்த பிரபல பைலா இசைப் பாடகரான ஆன்டன் ஜோனின், “எல்லா மலையகத் தமிழர்களையும் பட்டினிப் போட்டு உயரமான மலையுச்சிக்குக் கொண்டு போய் கழுத்தை நெரித்துக் கொன்றுவிட்டு, யாரும் கேட்டால் கீழே பாய்ந்து செத்துப் போனார்கள் என்று சொல்லி விடுவோம்” என்ற ‘கள்ளத்தோணி’ பாடல் சிங்கள மக்கள் மத்தியில் நச்சுக் கருத்துகளை விதைத்தது.[8] இன வெறுப்பை, இனக் கொலை உணர்வை வளர்க்கும் அப்பாடலைப் புத்தரின் பெயரால் ஆட்சி செய்பவர்களும், கொல்லாமை கோட்பாட்டைக் கூறும் புத்தரைப் போற்றும் மக்களும் அங்கீகரிப்பது அருவருக்கத்தக்கது.

1948 முதல் **1984** வரையான காலம் மலையகத் தமிழர் வாழ்வைச் சூறாவளியாகச் சுற்றியடித்தது. அதன் பின்னர் வன்னியில் குடியேறிய மலையகத் தமிழர்கள் வடக்கு வாழ் தமிழரின் தமிழீழ தாகத்திற்கும் பலியானார்கள். விடுதலைப் புலிகளால்

மலையகத் தமிழரின் குடியேற்றம் வவுனியா, முல்லைத்தீவு, திருகோணமலை ஆகிய இடங்களில் ஊக்குவிக்கப்பட்டதற்குக் காரணம் தங்களைச் சுற்றித் தாக்குதலைத் தாங்கும் முதல் பாதுகாப்பு அரணாக அவர்கள் இருப்பார்கள் என 'முறிந்த பனை' நூல் குறிப்பிட்டது.

தாயகம் திரும்பியவர்கள் இந்திய மாநிலங்களான தமிழ்நாடு, ஆந்திரா, ஒரிசா, அந்தமான் ஆகிய பகுதிகளில் குடியமர்த்தப்பட்டது மகிழ்ச்சியான நிகழ்வல்ல. ஆனால், காலம் அவர்களிடம் கொஞ்சம் கருணையுடன் நடந்துகொண்டுள்ளது என்றுதான் கூற வேண்டும்.

தாயகம் திரும்பியோர் தமிழ்நாட்டில் கொடைக்கானலில் கொத்தடிமைகளாகக் கொடூரமாக நடத்தப்பட்ட நிகழ்வுகளும் உண்டு. 1980களில் இலங்கையிலிருந்து தாயகம் திரும்பிய மலையகத் தமிழர் அறிமுகமற்ற புதிய சூழலில் கடனாளிகளாகவும் கொத்தடிமைத் தொழிலாளர்களாகவும் மாறினர். கொடைக்கானல் கூப்புத் தொழிலாளர்களின் பணிச் சூழல் குறித்து 1986ஆம் ஆண்டு மே மாதம் வித்தியாசகர், அலோசியஸ் இருதயம், தேவதாஸ் ஆகியோர் இந்திய உச்ச நீதிமன்றத்தில் தாக்கல் செய்த ஆணைய அறிக்கையில் கொடைக்கானலில் டேன் இண்டியா, சௌத் இந்தியா விஸ்கோஸ், எடம்பன் கரை, ஜெரேனியம் ஆகிய நிறுவனங்களில் தாயகம் திரும்பிய 265 குடும்பங்கள் கூப்புத் தொழிலாளர்களாகப் பணிபுரிவதாகக் குறிப்பிட்டனர். அவர்களில் 150 குடும்பத்தினர் எவ்வித அரசு உதவிகளையும் பெறவில்லை. 95 குடும்பங்கள் சிறு கடன் உதவிகளையும், 29 குடும்பங்கள் கடன் உதவிகளையும் பெற்றனர். மேற்சொன்ன குடும்பங்களில் தாயகம் திரும்பிய 44 குடும்பங்கள் வாட்டில் என்ற மரப்பட்டை உரிக்கும் தொழிலில் கொத்தடிமை முறைத் தொழிலாளர்களாக இருந்த காரணத்தால் 10.03.1986 அன்று கொடைக்கானல் சார்பு ஆட்சியாளர் அத்தொழிலாளர்களை விடுவித்து உத்தரவிட்டார். மதுரை சோக்கோ அறக்கட்டளையின் மகபூப் பாட்சா உச்சநீதிமன்ற ஆணையாளராக நியமிக்கப்பட்டார். அவருக்கு உதவியாக இந்தியன் எக்ஸ்பிரஸ் பத்திரிகையாளர் டி.என்.கோபாலனும் நியமிக்கப்பட்டார். பின்னர் அவ்வாறு கொத்தடிமையாக இருந்து விடுவிக்கப்பட்ட 44 குடும்பங்களின் மறுவாழ்வுக்காகக் கொடைக்கானலில் நிலம் வழங்கப்பட்டது.[9]

1984ஆம் ஆண்டின் இறுதிவரை இலங்கையிலிருந்து 1,15,400 குடும்பங்களைச் சேர்ந்தவர்கள் இந்தியா திரும்பினர். அவர்களில் 5,000 குடும்பங்களைத் தவிர ஏனையோர் தமிழ்நாட்டில் குடியேற்றப்பட்டனர். அவர்களுக்குத் தொழில் தொடங்க, வீடு கட்ட கடன் உதவி, கூட்டுறவு ஆலைகளில் வேலைவாய்ப்பு, விவசாய நிலங்கள், கால்நடைகள் ஆகியன வழங்கப்பட்டன.

இலங்கையில் தோட்ட உட்கட்டமைப்பு, வீடமைப்பு மற்றும் சமூக முன்னேற்ற அமைச்சுச் செயலாளராகப் பணிபுரிந்து ஓய்வுபெற்ற, நுவரெலியா மாவட்டத்தில் கொட்டக்கலையைப் பிறப்பிடமாகக் கொண்ட எம்.வாமதேவன் 1986ஆம் ஆண்டு சென்னை பல்கலைக்கழகத்தில் தாயகம் திரும்பியோர் குறித்த தனது ஆய்வுக் கட்டுரையில் தாயகம் திரும்பியோரில் 55 விழுக்காட்டினர் சொந்த வீடு

சுட்டிக்கொண்டதைச் சுட்டிக்காட்டுகின்றார். 'எலி வளையானாலும் தனி வளை வேண்டும்' என்ற பழமொழியின்படி இலங்கையில் கனவாக இருந்த வீடு இந்தியாவில் சொந்த வீடாக மாறியது மகிழத்தக்கதே. நிலம் பெற்றுக்கொண்டவர்களில் 17.44 விழுக்காட்டினர் மட்டுமே விவசாயிகளாக மாறியதைக் காட்டும் வாமதேவன், தொழில் தொடங்க வழங்கப்பட்ட மிகச் சிறிய கடன் போதாமையாலும் தொழிற்பயிற்சி இல்லாததாலும் அத்திட்டங்கள் பெரும் வெற்றி பெறவில்லை எனச் சுட்டிக்காட்டுகிறார்.[10]

அரசு திட்டங்களின் குறைபாடுகளையும் மீறி தாயகம் திரும்பியோர் இன்று தமிழகத்தில் வழக்கறிஞர்களாகவும், மருத்துவர்களாகவும், பொறியியல் வல்லுநர்களாகவும், காவல்துறை அதிகாரிகளாகவும் தோட்டத் தொழிலாளர்களாகவும் வலம் வருகின்றனர். அரசியலிலும் கோலோச்சுகின்றனர். தமிழ்நாட்டின் நீலகிரி மாவட்ட அரசியலைத் தீர்மானிப்பதில் தாயகம் திரும்பியோர் பெரும் பங்கு வகிக்கின்றனர். முன்னாள் மத்திய அமைச்சரும் இந்நாள் நீலகிரி பாராளுமன்ற உறுப்பினருமான திராவிட முன்னேற்றக் கட்சியைச் சேர்ந்த ஆ.ராசாவின் மூதாதையர் பெரம்பலூர் மாவட்டத்தில் வேலூர் என்ற கிராமத்திலிருந்து தோட்டத் தொழிலாளராக இலங்கை சென்று சிரிமாவோ - சாஸ்திரி ஒப்பந்தத்திற்கு முன்னரே 1961ஆம் ஆண்டில் தமிழ்நாடு திரும்பியவர்கள் என ராசா தனது '2ஜி சாஹா அன்போல்ட்ஸ்' நூலில் கூறுகிறார். அண்ணா திராவிட முன்னேற்றக் கழகத்தைச் சேர்ந்த கூடலூர் சட்டமன்ற உறுப்பினர் பொன்.ஜெயசீலன் தாயகம் திரும்பியவர்.

ஆனால், தாயகம் திரும்பியவர்களுக்குத் தமிழ்நாடு சிவப்புக் கம்பள வரவேற்பளிக்கவில்லை. தூத்துக்குடி நூல் ஆலை ஒன்றில் பணிபுரிந்த தாயகம் திரும்பியோருக்கு உரிய காலத்தில் சம்பளம் வழங்கவில்லை. 1984ஆம் ஆண்டு ஜூன் மாதம் 29ஆம் நாளிலிருந்து ஜூலை 14ஆம் நாள் வரை பல்வேறு போராட்டங்களை நடத்திய ஆலைத் தொழிலாளர்கள், தங்கள் சம்பளத்தைக் கேட்டு மதுரையிலுள்ள வங்கியின் கிளை ஒன்றினை நோக்கி நீண்ட நடைபயணம் மேற்கொண்டனர். அதன் பின்னர் ஒருவார உண்ணாவிரதப் போராட்டத்திற்குப் பின்னரே அவர்தம் கோரிக்கை நிறைவேறியது.[11] இந்நிகழ்வு பொன்மனச் செம்மல் என அவரது ஆதரவாளர்களால் வர்ணிக்கப்படும், விடுதலைப் புலிகளுக்கு 20 கோடிகளை வாரி வழங்கிய எம்.ஜி.ஆர் ஆட்சி காலத்தில் நடந்தது.

தாயகம் திரும்பியோர் வாழ்க்கையில் தமிழ்நாட்டின் உயர்கல்வி திருப்புமுனையை ஏற்படுத்தியதை மறுக்க இயலாது. இலங்கையில் வடக்கு வாழ் தமிழர் தம் மனதிலும், திருமணத்திலும், கோயில் நிர்வாகத்திலும் பொத்திப் பாதுகாக்கும் சாதி, மலையகத் தமிழர் மத்தியில் ஏறத்தாழ மறைந்தது. தனது 21ஆவது வயது வரையில் சாதி என்னவென்று தெரியாத சூழலில் இலங்கையில் வளர்ந்து தமிழ்நாட்டுக்கு வந்து சேர்ந்ததும், பிறப்பு, இறப்பு திருமணம் எனச் சடங்குகளிலும் அரசியலிலும் நீக்கமற நிறைந்திருக்கும் சாதிவெறி தன்னை அதிர்ச்சியடைய வைத்ததாகத் தாயகம் திரும்பி கனரா வங்கி மேலாளராகப் பணிபுரிந்து ஒய்வு பெற்று மேட்டுப்பாளையத்தில் குடும்பத்தினருடன் வசதியான வீட்டில் வசிக்கும் பூபாலன் கூறுவது தமிழ்நாட்டுத் தமிழர்களை வெட்கப்பட வைக்குமா எனத் தெரியவில்லை.[12]

சிரிமாவோ - சாஸ்திரி ஒப்பந்தமும், சிரிமாவோ - இந்திரா காந்தி ஒப்பந்தமும் மலையகத் தமிழர் வாழ்க்கையை 1984ஆம் ஆண்டுவரைப் புரட்டிப் போட்டது ஒருபுறமிருக்க, ஏறத்தாழ நாற்பதாண்டு கால வாழ்வில் அடுத்த தலைமுறைகளுக்கு அவ்வொப்பந்தங்கள் சிறிது சிறிதாக வாழ்வில் வசந்தங்களையும் கொண்டுவந்தன. சிரிமாவோ - சாஸ்திரி உடன்படிக்கை நடைமுறைக்கு வந்த நாளிலிருந்து பதினைந்து ஆண்டிற்குள் உடன்படிக்கை நிறைவேற வேண்டும். இலங்கையிலிருந்து இந்தியாவிற்கு மலையகத் தமிழர்கள் ஏழு பேர் குடியேறினால் நான்கு பேருக்கு இலங்கை குடியுரிமை வழங்கும். ஆனால், 1976ஆம் ஆண்டில் வடக்கில் தொடங்கிய தனி ஈழப் போராட்டம் 1983ஆம் ஆண்டில் தீவிரமானதால் இரு நாடுகளுக்குமிடையில் கப்பல் போக்குவரத்து நிறுத்தப்பட்டது.

ஒப்பந்தப்படி ஆறு இலட்சம் பேருக்கு இந்தியா வழங்க வேண்டிய குடியுரிமை மூன்று இலட்சத்து முப்பத்து மூன்றாயிரம் பேருக்கு மட்டுமே வழங்கப்பட்டது. இந்தியக் குடியுரிமை பெற்றிருந்த 80 ஆயிரம் பேர் இந்தியா திரும்ப முடியாமல் இலங்கையில் வவுனியா, மன்னார் பகுதிகளில் குடியமர்ந்தனர். 1984ஆம் ஆண்டு இறுதி வரை 4,45,519 பேர் தாயகம் திரும்பினர். இதில் 3,33,482 பேர் உடன்படிக்கை படியும் அவர்களின் இயற்கையான கூடுதல் எண்ணிக்கையான குழந்தைகள் 1,25,567 பேர்களும் தாயகம் திரும்பியுள்ளனர்.[13]

ஒப்பந்தப்படி இந்தியா மலையகத் தமிழர்களுக்குக் குடியுரிமை வழங்க வேண்டிய கடமை இன்னும் 2,66,518 பேர்களுக்கும் அவர்களின் இயற்கையான கூடுதல் எண்ணிக்கைக்கும் உண்டு. ஆனால், இந்தியா இன்னும் முகாம்களுக்கு வெளியிலும் உள்ளேயும் நாடற்றவர்களாக ஒரு இலட்சம் பேரை வைத்துள்ளது. கந்தையாவின் புள்ளிவிவரங்கள்படி உண்மையில் ஒப்பந்தத்தில் தனது பங்கை இந்தியா சரிவர செய்யவில்லை. ஆனால், இரு ஒப்பந்தங்களிலும் கூறியபடி தனது கடப்பாடான 3 லட்சத்து 75 ஆயிரம் தமிழர்களுக்கும் மேலாக மொத்தம் 6,42,000 மலையகத் தமிழர்களுக்கு இலங்கை அரசு குடியுரிமை வழங்கியது.

1988ஆம் ஆண்டு இலங்கை நாடாளுமன்றச் சட்டம் இலங்கையில் தங்கிய இந்திய கடவுச் சீட்டு வைத்திருந்த 80 ஆயிரம் பேருக்கும், இந்திய குடியுரிமைக்கு விண்ணப்பிக்காமலிருந்த மேலும் 84 ஆயிரம் பேருக்கும் இலங்கைக் குடியுரிமை வழங்கியது. 07.10.2003 அன்று ஒருமனதாக இலங்கையில் இயற்றப்பட்ட இலங்கை குடியுரிமைச் சட்டமானது இந்திய வம்சாவழியினர் அனைவருக்கும் இலங்கை குடியுரிமை பெற்றுத் தந்தது. இன்று இலங்கையில் நாடற்ற இந்திய வம்சாவழித் தமிழர் அல்லது நாடற்ற மலையகத் தமிழர் இல்லை. ஆனால், தமிழ்நாட்டில் அகதிகள் முகாமிலும் வெளியிலும் நாடற்ற இலங்கைத் தமிழர்கள் ஒரு இலட்சம் பேருக்கு மேல் வசிக்கின்றனர்.

பிரதமர் மோடி தலைமையிலான பாஜக அரசு டிசம்பர் 2019ஆம் ஆண்டு கொண்டுவந்த குடியுரிமைச் சட்டம், 2014 டிசம்பருக்கு முன் இந்தியா வந்த ஆப்கானிய, பாகிஸ்தானிய, வங்காளதேச இந்து அகதிகளுக்கு மட்டுமே குடியுரிமை வழங்க முன்வந்தது. ஆனால், இலங்கையிலிருந்து வந்த இந்து அகதிகளுக்கு அது

எவ்வித பலனும் வழங்கவில்லை. **17.06.2019** அன்று நீதிபதி ஜி.ஆர்.சுவாமிநாதனால் மெட்ராஸ் உயர்நீதிமன்றம் மதுரைக் கிளையில் வழங்கப்பட்ட தீர்ப்பில் தாயகம் திரும்பியோரில் உலகநாதன் உள்ளிட்ட **65** பேருக்குக் குடியுரிமை வழங்க நடுவண் அரசைக் கேட்டுக்கொண்டது.[14] ஆனால் உண்மையில் இந்தியா, தாயகம் திரும்பிய **2,66,518** பேருக்கும் அவர்களின் இயற்கையான கூடுதல் எண்ணிக்கைக்கும் சாஸ்திரி மற்றும் இந்திரா காந்தி ஒப்பந்தப்படி இன்னும் குடியுரிமை வழங்கவில்லை. தாயகம் திரும்பியோருக்குக் குடியுரிமை வழங்கி மறுவாழ்வுக்காகக் கடன்களும் நிலங்களும் வழங்க வேண்டிய இந்திய அரசால் அகதிகள் முகாம்களில் இலங்கைத் தமிழர் என்ற முத்திரையுடன் அடைத்து வைக்கப்பட்டிருப்பவர்களில் பெரும்பாலானோர் மலையகத் தமிழர்கள்.

இரு ஒப்பந்தங்களின் விளைவால் இலங்கையில் **1948**ஆம் ஆண்டிலிருந்து **1964**ஆம் ஆண்டு வரை குடியுரிமை, ஓட்டுரிமை, உயர்கல்வி உரிமை போன்றவை மறுக்கப்பட்ட மலையகத் தமிழர் மறுபடியும் அரசியலில் ஈடுபட வாய்ப்புக் கிடைத்தது. ஒப்பந்தத்தின்படி தாயகம் திரும்பியவர்களுக்கும் இலங்கையைத் தங்கள் தாயகமாக்கியவர்களுக்கும் இரு ஒப்பந்தங்களும் பயனளித்தன என்றே கூற வேண்டும்.[15] இலங்கையில் மலையக மக்கள் முன்னணி என்ற கட்சியை உருவாக்கி முதன்முறையாக **1994**இல் நாடாளுமன்ற உறுப்பினராகத் தேர்ந்தெடுக்கப்பட்டுத் துணை அமைச்சராகப் பொறுப்பேற்ற **2010**ஆம் ஆண்டில் மலையகத் தமிழரான காலஞ்சென்ற பெ.சந்திரசேகரன், டெய்லி மிரர் நிருபராக, பத்திரிகையாளராக ஆசிய விளையாட்டுப் போட்டிகளின்போது இந்திய அரசின் விருந்தினராக டெல்லி சென்று இந்திரா காந்தியைப் பேட்டி கண்ட ஹட்டன் தொப்பி தோட்டத்துப் பெரிய கங்காணி பொன்னையா மகன் பொன்.கிருஷ்ணசாமி, அவரது அண்ணன் மகனும் வீரகேசரி பத்திரிகையில் பணியாற்றியவருமான கார்ட்டூனிஸ்ட் ஜெயபாலன், அறிஞர் சாரல் நாடன், தமிழிலும் சிங்களத்திலும் புலமை மிக்க இலங்கை நிர்வாகச் சேவையின் மூத்த உறுப்பினரான கே.முருகேசு, **2015**இல் சாகித்ய விருது பெற்ற எம்.சின்னதம்பி என ஏராளமானோரை மலையக மண்ணின் மைந்தர்களாக எம்.வாமதேவன் அறிமுகம் செய்கிறார்.[16] மலையகத்தில் மலையகத் தமிழரின் உயர்கல்விக்கொரு பல்கலைக்கழகம் அமைக்க தமிழ்நாடு முயற்சி எடுப்பது அம்மக்களுக்கு உதவும்.

மேற்சொன்ன மலையக நட்சத்திரங்களில் பொன்.கிருஷ்ணசாமி, **1983**ஆம் ஆண்டு ஜூலை இனக்கலவரத்தில் கொழும்புவில் தனது வீட்டையும் நூலகத்தையும் சிங்கள இனவெறி கும்பல் முற்றிலுமாக எரித்தபோது தப்பி வந்து மதுரையில் இந்தியன் எக்ஸ்பிரஸில் நெடுநாட்கள் பணியாற்றி, மதுரை சோக்கோ அறக்கட்டளைக்காக இந்திய உச்ச நீதிமன்ற நீதிபதி கிருஷ்ணய்யரின் வாழ்க்கை வரலாற்று நூலை ஆங்கிலத்தில் எழுதினார். மதுரையில் மறைந்த அவர் தனது இறுதி நாட்கள் வரை இந்தியக் குடியுரிமைக்குப் போராடியும் வெற்றி பெற முடியவில்லை. அவரது மகன் நார்வேயிலும் மகள்கள் இருவரும் இந்தியாவில் ஊடகத் துறையிலும் உயர்ந்த இடத்தில் உள்ளனர். பாரதியார் பாடல்களை இனிமையாகப் பாடும் கிருஷ்ணசாமி தனது உயிருக்குயிரான நூலகத்தை இழந்தபோதும் இந்தியாவை விட

இலங்கையையே நேசித்தார். ஆனால், இந்தியக் குடியுரிமை பெற்று ஒருமுறையாவது ஹட்டன் செல்ல விரும்பிய அவரது கனவு நிறைவேறாமலேயே போயிற்று.

எழுத்தாளரான மல்லியப்புசந்தி திலகர், தெளிவத்தை ஜோசப், தமிழகத்தில் மிகவும் அறிமுகமான எழுத்தாளரான மு.சி.கந்தையா, மலையகத்தில் பிரபலமான ஆறுமுகம் தொண்டைமான், முல்லோயா கந்தன், இது தவிர பிரஸ் கேர்டல் நடேசய்யர் - மீனாட்சி, கொல்வின் டி.சில்வா போன்ற மலையகப் பிரபலங்களைத் தன் கட்டுரைகள் மூலம் தமிழ்நாட்டில் அறிமுகம் செய்த 'கள்ளத்தோணி' நூலாசிரியர் என்.சரவணன், 2023ஆம் ஆண்டில் தன் இரு மலையக நூல்களை மறுபதிப்பு செய்த பி.ஏ.காதர் என ஏராளமான அரசியல் மற்றும் அறிவுசார் நட்சத்திரங்கள் மலையக வானில் மின்னினாலும், இன்னும் தமிழகத்தில் அகதிகள் முகாமிலும் முகாமிற்கு வெளியிலும் இலங்கைத் தமிழர்கள் குடியுரிமை பெறாமல் சட்ட அங்கீகாரமற்று வசிப்பது மனதை வாட்டும் பெருங்குறை. இந்தியா அவர்களுக்குக் குடியுரிமை பிச்சை போட வேண்டாம், இரு ஒப்பந்தங்களை நியாயமாக நிறைவேற்றினாலே அவர்கள் தங்கள் குடியுரிமைகளை நியாயமான முறையில் பெற முடியும்.

தமிழ்நாட்டில் பிடுங்கி நட்ட நாற்றுகளான தாயகம் திரும்பிய மலையகத் தமிழர்களின் வாழ்வில் மறுபடியும் இடிவிழுந்தாற் போன்ற செய்தி அதிர்ச்சியை ஏற்படுத்தியது. 03.10.2022 அன்று தமிழ்நாடு அரசு வெளியிட்ட அரசாணையின்படி டான் டீ நிறுவனம் 2,152 ஹெக்டேர்கள் நிலத்தை வனத்துறைக்குத் திரும்பக் கொடுப்பதன் மூலம் வருடமொன்றிற்கு 5.98 கோடி ரூபாய் மிச்சப்படுத்தப்போவதாக அந்த அரசாணை கூறியது. அம்முடிவினால் நடுவட்டம், வால்பாறை, குன்னூர், கோத்தகிரி, பாண்டியார், நெல்லியளம், சேரம்பாடி ஆகிய இடங்களில் பணிபுரியும் தேயிலைத் தோட்டத் தொழிலாளர்கள் கடுமையாகப் பாதிக்கப்படுவார்கள்.[17] 1964ஆம் ஆண்டு சாஸ்திரி - சிரிமாவோ ஒப்பந்தத்தையும் 1974 இந்திரா - சிரிமாவோ ஒப்பந்தத்தையும் ஒழுங்காக நிறைவேற்றாத இந்தியாவும் தமிழ்நாடும் மாற்று வாழ்வாதார வளங்களை ஏற்படுத்தாமல் தற்போது ஐந்து கோடிகளுக்காக 2,640 ஏக்கர் நிலங்களை வனத்துறைக்கு ஒப்படைத்துத் தாயகம் திரும்பியோரின் வாழ்வாதாரத்தைப் பறிப்பது வருந்தத்தக்கது.

அடிக்குறிப்புகள்

1. *Jawaharlal Nehru, An Autobiography, Penguin Books, 2004 with an introduction by Sunil Khilnani print 2017 Page 284.*
2. மு.சி.கந்தையா, சிதைக்கப்பட்ட மலையகத் தமிழர்கள், விடியல் பதிப்பகம், 2015, பக்கம் 230.
3. என்.சரவணன், கள்ளத்தோணி மலையகம் குறித்த சமூக, அரசியல் வரலாற்று ஆய்வுக் கட்டுரைகள், குமரன் புத்தக இல்லம், 2019, பக்கம் 31.
4. அதே நூல், பக்கம் 91.
5. அதே நூல், பக்கம் 114.

6. மு.சி.கந்தையா, சிதைக்கப்பட்ட மலையகத் தமிழர்கள், விடியல் பதிப்பகம், 2015, பக்கம் 112.

7. கலைஞர் மு.கருணாநிதி, நெஞ்சுக்கு நீதி முதல் பாகம், வெளியீடு திருமகள் நிலையம், பதினேழாம் பதிப்பு, ஜனவரி 2020, பக்கம் 537.

8. என்.சரவணன், கள்ளத் தோணி, பக்கம் 151.

9. மகபூப் பாட்சா, மேலாண்மை அறங்காவலர், சோக்கோ அறக்கட்டளை மதுரை-20, நேர்முகப் பேட்டி, 07.11.2022.

10. எம்.வாமதேவன், மலையகம், சமத்துவ அபிவிருத்தியை நோக்கி, பாக்யா பதிப்பகம் ஹட்டன், இலங்கை முதற்பதிப்பு 2014, பக்கம் 28.

11. அதே நூல், பக்கம் 47.

12. பூபாலன், மேட்டுப்பாளையம் நேர்முகப் பேட்டி 09.10.2022.

13. கந்தையா மு.சி., நாடற்ற மலையகத் தமிழர்களும் குடியுரிமை திருத்தச்சட்டமும், பொன்னுலகம் புத்தக நிலையம், ஆகஸ்ட் 2021, பக்கம் 18.

14. *P.Ulaganathan & Ors Vs Government of India W.P. No. 5253 of 2009 dated 17.06.2019 before the Madurai Bench of Madras High Court, Justice G.R.Swaminathan.*

15. எம்.வாமதேவன், கொழும்பு நேர்காணல், 14.08.2022.

16. எம்.வாமதேவன், நீங்காத நினைவுகளில் - மலையக மண்ணின் மைந்தர்கள், பாக்யா வெளியீடு, ஹட்டன், இலங்கை 2021.

17. *Frontline Magazine, 02.12.2022, R.K.Radhakrishnan, Displaced again, Page 51.*

ஆல்பிரட் துரையப்பா

27.07.1975 அன்று தனது 49ஆவது வயதில் பிரபாகரனால் சுட்டுக் கொல்லப்பட்ட யாழ்ப்பாணத்தின் வண்ணார்பண்ணை சோடா கடை அதிபரான ஆல்பிரட் தங்கராஜா துரையப்பா இலங்கையின் சுதந்திரக் கட்சிக்காரர். தமிழ் மாணவர்கள் பேரவை மற்றும் தமிழ்த் தேசியப் போராளிகள் துரையப்பாவைத் துரோகியாகவும் சிங்கள அரசின் கையாளாகவும் கருதினர். 1971 பிப்ரவரி மாதம் தமிழ்ப் போராளிகளின் தந்தையாகவும் சயனைடு அருந்தி முதன்முதலில் உயிரை விட்டவருமான பொன் சிவக்குமரன், யாழ்ப்பாணத்தில் காரில் கையெறி குண்டை வீசி துரையப்பாவைக் கொல்ல முயற்சித்தார். 27.07.1975 அன்று வரதராஜபெருமாள் கோயிலில் அவரது ஆதரவாளர்களால் ஏற்பாடு செய்யப்பட்ட பூஜைக்காக துரையப்பா தனது மகள் இஷாவுடன் காரில் செல்லும்போது பிரபாகரன் தலைமையில் அவரைக் கொலை செய்தனர். கொலை செய்தவர்கள் டிஎன்டி என எழுதப்பட்ட அட்டையை எறிந்துவிட்டு துரையப்பாவின் காரிலேயே சென்றபோது கீரிமலைக்கு அருகில் போலீஸ் ஜீப் ஒன்று வந்ததால் அங்கிருந்து தப்பித்தோடி சித்திக்கேணி வந்து அங்கிருந்து சுண்ணாகம் வந்து பின்னர் யாழ்ப்பாணத்தை அடைந்து அவரவர் வீடுகளுக்குச் சென்றனர்.[1]

1972ஆம் ஆண்டு தொடக்கத்தில் தமிழ் புலிகள் இயக்கத்தின் பெயர் புதிய தமிழ் புலிகள் அல்லது டிஎன்டி என மாற்றப்பட்டுப் பின்னர் 05.05.1976 அன்று இவ்வியக்கத்திற்குத் தமிழீழ விடுதலைப் புலிகள் எனப் பெயர் சூட்டப்பட்டது.[2]

1978இல் துரையப்பா கொலைக்குத் தமிழீழ விடுதலைப் புலிகள் இயக்கம் பொறுப்பேற்றுக்கொண்டது. அவர்கள் 24.04.1978 அன்று எழுதிய கடிதம் வீரகேசரியில் வெளியானது. அதில், துரையப்பா உள்ளிட்ட பதினொன்று பேரின் கொலைக்கு விடுதலைப் புலிகள் பொறுப்பேற்றுக்கொண்டனர். துரையப்பாவைச் சுடச் சென்ற மூன்று இளைஞர்களில் கிருபாகரன் என்பவர் துரையப்பாவிடம் நேரம் கேட்டு அவரை அடையாளம் காட்டினார். துரையப்பாவைச் சுட்டவர்கள் பிரபாகரனும் கலாபதியும் என புஷ்பராஜா கூறுகிறார்.[3]

பெரும்பான்மை தமிழ் எழுத்தாளர்கள் துரையப்பாவை வில்லனாகவே சித்திரிக்கின்றனர். பிரபாகரன் குறித்துத் தமிழில் வெளிவந்த முதல் நூலான 'பிரபாகரன் தமிழ் எழுச்சியின் வடிவம்' (1988) என்ற நூலில், ஆல்பிரட் துரையப்பா தமிழர்களுக்குத் துரோகம் புரிந்து சிங்களர்களுக்குக் கையாளாகச் செயல்பட்டார் என்பதனால் அவரைச் சுட்டுக் கொல்லும் தண்டனையை விடுதலைப் புலிகள் அளித்தனர் எனவும் யாழ் திறந்தவெளி அரங்கில் யாழ்ப்பாணத்தில் நடைபெற்ற உலகத் தமிழ் மாநாட்டை நடத்த அனுமதி அளிக்க மறுத்ததாலும் மாநாட்டில் கலந்துகொண்ட மக்கள் மீது சிங்கள போலீஸ் படையை ஏவிவிடுவதற்கு அவரே காரணமாக இருந்தார் எனவும் பழ.நெடுமாறன் குறிப்பிடுகிறார். இது தவிர யாழ் நகர மேயர் துரையப்பாவின் காரின் மீது உரும்பிராய் பொன்னுத்துரை சிவகுமரன் காருக்குள் குண்டு வைத்துக் கார் சிதறியது. ஆனால், துரையப்பா தப்பினார். தமிழருக்குத் தொடர்ந்து துரோகம் புரியும் அவருக்குத் தண்டனை விதிக்கவே சிவகுமரன் விரும்பினார். அவரது விருப்பத்தை அவர் இறந்த பின்னர் 27.07.1975 அன்று பிரபாகரன் நிறைவேற்றினார் எனவும் கூறுகிறார்.[4]

செல்லமுத்து குப்புசாமி என்பவரின் 'பிரபாகரன் வாழ்க்கை' நூலில் 1975ஆம் ஆண்டு ஜூலை மாதம் 27ஆம் தேதி பிரபாகரன் தலையணைக்கு அருகில் துப்பாக்கியை வைத்திருந்ததைப் பார்த்த அவரது நண்பர், 'இதை வைத்துக் காக்கை, குருவியைக் கூட சுட முடியாது' என வேடிக்கையாகக் கூறியபோது 'நாளை என்ன நடக்கிறதென்று பார்' எனச் சொல்லி உறங்கிய பிரபாகரன், மறுநாள் கிருபாகரன் அடையாளம் காட்ட கலாபதியுடன் சேர்ந்து துரையப்பாவைச் சுட்டுக் கொன்றுவிட்டு அவரது காரில் தப்பிச் சென்றதாகவும் குறிப்பிட்டார்.[5]

கிழக்கு பதிப்பகத்தின் 'பிரபாகரன் வாழ்வும் மரணமும்' என்ற நூலில் ஜனவரி மாதம் யாழ்ப்பாணத்தில் நடந்த தமிழ் ஆராய்ச்சி மாநாட்டில் நகர மேயரான துரையப்பாவும் காவல்துறையினரும் இணைந்து நடத்திய கலவரத்தில் 9 தமிழர்கள் சுட்டுக் கொல்லப்பட்டார்கள், நூற்றுக்கணக்கானோர் படுகாயமடைந்தனர். ஆல்பிரட் துரையப்பா ஒழிக்கப்பட வேண்டிய கிருமி என பிரபாகரன் முடிவு செய்தார் எனக் காட்டமாக எழுதியிருக்கிறார் பா.ராகவன்.[6]

ஆனால், திரு.பா.ராகவன் அவர்களின் நூலில் உலகத் தமிழர் மாநாட்டில் 9 தமிழர்கள் சுட்டுக் கொல்லப்பட்டதாகக் கூறப்பட்டது உண்மைக்கு மாறானது. உண்மையில் ஜனவரி மாதம் 1974ஆம் ஆண்டில் தமிழர் ஆராய்ச்சி மாநாட்டின் இறுதி நாளன்று தமிழ்நாட்டைச் சேர்ந்த பேராசிரியர் நயினார் முகமது பேசிக்கொண்டிருந்தபோது, கூட்டத்தில் போலீஸாரால் ஏற்பட்ட கலவரத்தில் போலீஸ் மேல்நோக்கிச் சுட்டதில் மின்சாரக் கம்பி அறுந்ததால் ஏற்பட்ட விபத்தில் ஒன்பது பேர் இறந்தனர். அதன் பின்னர் கலைந்து ஓடிய மக்களைத் தமிழ் மாணவர் பேரவையினர் மற்றும் இளைஞர் பேரவையினர் ஒழுங்குபடுத்தினர். இம்மாணவர் பேரவையினரே பின்னர் போராளிகளாக மாறினர். ஆல்பிரட் துரையப்பா கொலை, சுதந்திர இலங்கையில் பண்டாரநாயக கொலைக்குப் பின்நடந்த இரண்டாவது அரசியல் கொலையாகவும், இலங்கைத் தமிழர்களின் முதல் அரசியல் கொலையாகவும்

கருதலாம். அக்கொலை பயங்கரவாதத்தின் முதல் அலைகளை உருவாக்கியதாக கமல் குணரத்தினா கருதுகிறார்.[7]

1974ஆம் ஆண்டு ஜனவரி மாதம் மூன்றாம் தேதி யாழ் வீரசிங்க மண்டபத்தில் நான்காவது உலகத் தமிழ் ஆராய்ச்சி மாநாடு தனிநாயகம் அடிகளார் தலைமையில் தொடங்கியது. விழாவில் மதுரை பல்கலைக்கழகப் பேராசிரியர் சண்முகம் பிள்ளை, திருச்சி ஜமால் முகமது கல்லூரி தமிழ்ப் பேராசிரியர் நயினார் முகமது, உலகத் தமிழர் பேரவை சனாதனன், ஜெர்மன் நாட்டுப் பேராசிரியர் கே.எல்.ஜெனட், சுவீடன் ஆய்வாளர் பிறிக்கோம், கொடுமுடி சண்முகம், ஈரோடு புலவர் இராசு, சாலை இளந்திரையன் உள்ளிட்ட பலர் பங்கு பெற்றனர்.

மாநாட்டில் ஆய்வுக் கட்டுரைகள் சமர்ப்பித்தல், வெளிநாட்டு அறிஞர்களை வழி அனுப்பும் விழா ஆகியவை திறந்தவெளி அரங்கில் நடைபெற ஏற்பாடு செய்யப்பட்டிருந்தது. ஆனால், யாழ் மாநகர முதல்வரிடமிருந்து கடிதம் வாங்கி வந்தால் மட்டுமே கதவுகள் திறக்க முடியும் எனக் கூறியதால் யாழ் வீரசிங்கம் மண்டபம் முன்பாகத் திடீர் மேடை அமைக்கப்பட்டது. மண்டபத்திற்கும் மேடைக்கும் இடையே மோட்டார் சைக்கிளில் இன்ஸ்பெக்டர் சேனாதிராஜா செல்ல முயன்றார். அவ்வாறு செல்ல முயலும்போது தொண்டர்கள் வாகனத்தில் செல்வது பண்பல்ல என்று சொன்னதும் அவர் அதை ஏற்று வேறு வழியில் சென்றார். ஆனால், மற்றொரு போலீஸ் அதிகாரி அவ்வாறு சென்றபோது அவர் தனது இன்ஸ்பெக்டர் நாணயக்கராவிடம் மக்கள் சாலையை மறித்துக் கூட்டம் நடத்துவதாகக் கூறினார். அந்தத் தகவலைப் பெற்ற காவல்துறை அதிகாரி, சந்திரசேகராவிடம் கலவரத் தடுப்புக் காவலருடன் சென்று மக்களைக் கலைந்து செல்ல உத்தரவிட்டார். மக்கள் சிதறி ஓடினர். அப்போது போலீஸார் வாகனத்தை நோக்கிச் சுட்டனர். ஒரு குண்டு பட்டு மின் கம்பி அறுந்து மின்சாரம் தாக்கி 7 பேர் அதே இடத்தில் இறந்தனர். காயமுற்ற இரண்டு பேர் மருத்துவமனையில் இறந்தனர். அரசாங்கம் திட்டமிட்டு விழாவைக் குழப்பியதாகத் தமிழ் வாலிபர்கள் கருதினர். தமிழரான ஆல்பிரட் துரையப்பாவின் அரசியல் எதிரியான தபால்துறை அமைச்சர் செல்லையா குமாரசூரியரே அதற்குக் காரணம் என எண்ணம் கொண்டனர்.[8]

தமிழ் வாலிபர்கள் தங்கள் மீது கற்களையும் சோடா பாட்டில்களையும் வீசித் தாக்கியதால் தாங்கள் வாகனத்தை நோக்கிச் சுட்டதாகவும் மின்சாரம் பாய்ந்து இறப்புகள் நிகழ்ந்ததாகவும் காவலர் தரப்பில் கூறப்பட்டது. யாழ்ப்பாணம் மக்கள் தரப்பில் தனிப்பட்டக் குழு ஒன்றை நியமித்து அக்குழுவில் ஓய்வு பெற்ற உச்சநீதிமன்ற நீதிபதிகள் ஓ.எல்.டி கிரெஸ்டர் என்பவரும், வி.மாணிக்கவாசகம், பிஷப் வண.சபாபதி குலேந்திரன் ஆகியோர் சேர்ந்து விசாரணை நடத்திக் காவலர் கண்ணீர்ப் புகை பிரயோகம் செய்தது நியாயமற்றது என அறிக்கை ஒன்றைத் தமிழர் கூட்டணிக்கு அளித்தது. அந்த அறிக்கையை நாடாளுமன்ற பரிசீலனைக்குச் சமர்ப்பிக்க தமிழர் கூட்டணி முயற்சி செய்தது. நாடாளுமன்றம் அந்த அறிக்கையை நிராகரித்தது. எனினும், ஒரு மாநாடு எவ்வாறு நடக்க வேண்டும் என்பதற்கு யாழ்ப்பாணம் நான்காவது உலகத் தமிழர் மாநாடு இலக்கணம்,

இலக்கியமாக அமைந்தது என சாலய் இளந்திரயன் குறிப்பிட்டார். சிங்கள அரசின் கடும் எதிர்ப்பிற்கு நடுவில் நடைபெற்றாலும் யாழ்ப்பாணத்தில் உள்ள தமிழ் அறிஞர்களுக்குச் சிறப்பு செய்தார்கள். ஈழத்தின் காந்தியான செல்வநாயகம் மாநாட்டிற்கு வந்திருந்தார். அந்நாட்களில் ஈழத்தின் தலைசிறந்த நாவலர் எனப் போற்றப்படும் அமிர்தலிங்கமும் அவரது கட்சித் தோழர்களும் வந்திருந்தனர். ஆனாலும் இவர்கள் யாரும் மாநாட்டு மேடையில் அமர வைக்கப்படவில்லை. பார்வையாளர் வரிசையில்தான் இருந்தார்கள். முந்தைய மாநாடுகளுக்கும் நான்காவது மாநாட்டிற்கும் வந்த அயல்நாட்டினர்கள் ஒரு ஆராய்ச்சி மாநாடு இப்படியல்லவா நடைபெற வேண்டும் என்று வியப்பும் மகிழ்ச்சியும் அடைந்தனர்.[9] ஆனால், உலகத் தமிழ் மாநாட்டில் இலங்கையிலுள்ள சிங்களத் தலைவர்களையும் அறிஞர்களையும் மாநாட்டிற்கு அழைத்திருக்க வேண்டுமெனவும் தமிழ் அறிஞர்கள் பலர் கருதினர். மாநாட்டில் பேராசிரியர் நயினா முகமது பிரிவினைக் கருத்துகளைப் பேசும்போது கலவரம் நிகழ்ந்தது எனப் பிரமிள் தனது நூலில் பதிவு செய்தார்.[10]

செம்பூர் ஜெயராஜ், இலையூர் பிள்ளை இருவரும் இணைந்து எழுதிய நூலில், கலாபதி, கிருபாகரன், வற்குணாராஜா ஆகியோர் பொன்னாலை வரதராஜபெருமாள் கோயில் அருகிலிருந்த தேனீர் விடுதியில் துரையப்பாவுக்காகக் காத்திருந்து அவர் வந்ததும் வணக்கத்தைக் கூறி அவர் ‘வணக்கம் தம்பிகளா’ என்றதும் பிரபாகரன் துப்பாக்கியை எடுத்துச் சுட்டதாகக் கூறுகிறார். தமிழீழ துரோகிகளை அழிக்கும் படலம் என்ற தலைப்பில் ஆல்பிரட் துரையப்பா கொலை அத்தியாயம் பட்டியலிடப்பட்டது.[11]

தமிழ் மாநாட்டு நிகழ்வுக்குப் பின்னர் தன் கழுத்தில் சயனையட் குப்பியைப் போட்டுத் திரிந்த சிவகுமரன், மாநாட்டில் கலவரம் செய்த உதவி போலீஸ் சூப்பிரண்டு சந்திரசேகராவைக் கொலை செய்ய கைக்குண்டை வீசினார். அது வெடிக்கவில்லை, கைத் துப்பாக்கி இயங்கவில்லை. எனவே கொலை முயற்சி வெற்றி பெறவில்லை. அதன் பின்னர் ஆல்பிரட் துரையப்பா காருக்கு டைம்பாம் வைத்துத் தாக்குதலை மேற்கொண்டபோது குண்டு வெடித்தது, ஆனால் துரையப்பா தப்பினார்.

கோப்பாய் கிராம வங்கியைக் கொள்ளையடிக்கும்போது காவலர்கள் வந்துவிட்டதால் சயனைட் குப்பியைக் கடித்து மருத்துவமனையில் முதல் சயனைட் தற்கொலை செய்தவர் சிவகுமரன். அவர் ஆல்பிரட் துரையப்பாவைக் கொல்ல வேண்டுமென்று முடிவெடுக்க உலகத் தமிழ் ஆராய்ச்சி மாநாட்டு மரணங்களும் காரணமாக இருந்தன. சிரிமாவோ பண்டாரநாயக்கா வருகையைப் பெரும்பாலான தமிழர்கள் புறக்கணித்தபோது அவரை வரவேற்க தனது காரில் ஆட்களை ஏற்றிச் சென்றதால், அம்முடிவுக்கு வந்தனர். 27.07.1975 அன்று தேனீர் கடையில் குளிர்பானம் அருந்திவிட்டு முன் இருக்கையில் இருந்த துரையப்பா இறங்கியதும் பின் இருக்கையில் இருந்த ராஜரத்தினம், யோகநாதன் இருவரும் இறங்கினர். மூன்று பேரும் மூன்று கதவுகளுக்குப் பக்கத்தில் போனதாகவும், ‘வணக்கம் ஐயா’ என்று சொன்னதற்கு, ‘வணக்கம் தம்பிகளா’ என துரையப்பா கூறியதாகவும், அப்போது

கொஞ்சம் தள்ளி நின்றவன் துரையப்பாவைச் சுட்டதாகவும் துரையப்பாவின் நண்பன் யோகநாதன் மரண விசாரணையின்போது கூறினார்.[12]

தமிழகத்தில் எதிர்மறையாகச் சித்திரிக்கப்படும் ஆல்பிரட் துரையப்பாவுக்கு மக்கள் ஆதரவும் உண்டு. இலங்கை பிரதமர் சிரிமாவோ பண்டாரநாயக்க அவர்களுடன் யாழ் முற்றவெளியில் ஆல்பிரட் துரையப்பாவின் தலைமையில் நடைபெற்ற கூட்டம் ஒன்றில் அவசரக் காலச் சட்டத்தில் கைது செய்யப்பட்ட 21 தமிழ் இளைஞர்களை உடனடியாக விடுதலை செய்ய வேண்டுமெனப் பிரதமர் சிரிமாவோ பண்டாரநாயக்கவிடம் ஆல்பிரட் துரையப்பா வேண்டுகோள் விடுத்தார். அதனால் மாவை.சேனாதிராஜா, வண்ணை ஆனந்தன், காசி ஆனந்தன் உள்ளிட்ட 21 தமிழ் இளைஞர்களும் விடுதலை செய்யப்பட்டனர். இவ்வாறு தமிழ் இளைஞர்களின் விடுதலைக்கு துரையப்பாவே காரணம் என யோகரட்ணம் குறிப்பிடுகிறார்.[13] சாதிவெறி மிகுந்த யாழ்ப்பாண சமூகத்தில் ஆல்பிரட் துரையப்பா மாறுபட்டு விளங்கினார்.

1959ஆம் ஆண்டில் யாழ்ப்பாணத்தில் கர்நாடக சங்கீத ஆர்வலர்களால் ஏற்படுத்தப்பட்ட ரசிக ரஞ்சன் சபையின் ஆண்டு விழாவில் கர்நாடக சங்கீதத்தில் ஈடுபடும் தலித் கலைஞர்களை இணைத்துக் கொள்ளும்படி சிறுபான்மையினர் நலச் சங்கம் கேட்டுக்கொண்டது. ஆனால், விழா ஒத்தி வைக்கப்பட்டது. தலித் கலைஞர்களுக்கு வாய்ப்பு மறுக்கப்பட்டது. ரசிக ரஞ்சன் சபா விழாவிற்குத் தலைமை தாங்க ஆல்பிரட் துரையப்பா அழைக்கப்பட்டார். தலித் கலைஞர்களை விழா ஏற்பாட்டாளர்கள் ஒதுக்கி வைத்த நிகழ்வைச் சிறுபான்மையினர் நலச் சங்க உறுப்பினர்கள் துரையப்பாவிடம் கூறியதும், துரையப்பா அவ்விழாவில் கலந்துகொள்ளமல் புறக்கணித்தார். உண்மையில் யாழ்நகரில் வாழும் சகல தலித் மக்களின் அன்புக்குரியவர் துரையப்பா எனக் கூறுகிறார் யோகரட்ணம்.[14] சாதியற்றத் தமிழரின் அன்புக்குரிய துரையப்பா தமிழர் எதிரி என முத்திரை குத்தப்பட்டு தமிழ்த் தேசிய வேள்வியில் முதல் அரசியல் களப்பலியானார்.

அடிக்குறிப்புகள்

1. சி.புஸ்பராஜா, 'ஈழப்போராட்டத்தில் எனது சாட்சியம்', அடையாளம் 2006, பக்கம் 169.
2. அன்ரன் பாலசிங்கம், 'போரும் சமாதானமும் விடுதலை புலிகளின் போராட்ட வரலாறு', பெயர்மக்ஸ் பதிப்பகம், 2005, பக்கம் 51.
3. சி.புஸ்பராஜா, 'ஈழப்போராட்டத்தில் எனது சாட்சியம்', அடையாளம் 2006, பக்கம் 119.
4. பழ.நெடுமாறன், 'பிரபாகரன் தமிழர் எழுச்சியின் வடிவம்', தமிழக்குலம் பதிப்பாலயம், 1988, பக்கம் 16.
5. செல்லமுத்து குப்புசாமி,' பிரபாகரன் ஒரு வாழ்க்கை', கிழக்கு பதிப்பகம், பக்கம் 17.

6. பா.ராகவன், 'பிரபாகரன் வாழ்வும் மரணமும்', கிழக்கு பதிப்பகம், 2009, பக்கம் 39.

7. Major General Kamal Gunaratna, Road to Nandhikadal, Vijitha Yapa Bookshop, IV Edition 2018 Page 37.

8. K.சபாரத்தினம், 'தந்தை செல்வா ஓர் அரசியல் வாழ்க்கை சரிதை', குமரன் புத்தக இல்லம், - 2006, பக்கம் 314.

9. சாலய் இளந்திரயன், 'சொக்கன் கதை, ஒரு வணங்காமுடியின் வரலாறு', முனைவர் சாலினி இளந்திரையன் - 1991, பக்கம் 515.

10. பிரமிள், 'சிறீலங்காவின் தேசியத் தற்கொலை', தமிழோசைப் பதிப்பகம், கோவை, செப்டம்பர் 2009, பக்கம் 43.

11. செம்பூர் ஜெயராஜ், இலையூர் பிள்ளை, 'வேலுபிள்ளை பிரபாகரன் விடுதலை போராட்ட வரலாறு', வ.உ.சி. நூலகம், பக்கம் 103.

12. மேலது, பக்கம் 332.

13. யோகரட்ணம், 'தீண்டாமை கொடுமைகளும் - தீ மூண்ட நாட்களும்', இலங்கை தலித் சமூக மேம்பாட்டு முன்னணி 2011, பக்கம் 99.

14. மேலது, பக்கம் 163.

வல்லிபுரம் வசந்தனின் நெல்லியடி தாக்குதல்

முள்ளிவாய்க்கால் முற்றத்தில் வைக்கப்பட்டுள்ள
மில்லர் என்ற வல்லிபுரம் வசந்தனின் படம்.

பிரபாகரனின் இறுதிப் போருக்குப் பின்னர் முள்ளிவாய்க்கால் முற்றம் தமிழ்நாட்டில் பழ.நெடுமாறனால் உருவாக்கப்பட்டு தஞ்சாவூர் அருகே விளார் கிராமத்தில் ஒரு நினைவுச் சின்னமானது. அங்கு வைக்கப்பட்டுள்ள படங்களில் காப்டன் மில்லர் என்ற வல்லிபுரம் வசந்தனின் படமும் ஒன்று. ஆபரேசன் லிபரேசன் நடவடிக்கையை இலங்கை அரசு மேற்கொண்டபோது முதல் கரும்புலியான மில்லர் இலங்கை இராணுவ முகாமான நெல்லியடி மீது வெடிபொருட்கள் டிரக்குடன் மோதி வீரச் சாவடைந்த விவரம் மில்லர் படத்தின் கீழ் எழுதப்பட்டிருக்கும்.

வங்காளதேசத்தில் தலையிட்டது போன்று இலங்கையிலும் தலையிட்டுத் தமிழர்களுக்குத் தனியரசை உருவாக்கிக் கொடுக்கும் நோக்கம், இலங்கைக்கு இடையூறு செய்ய 'ரா' அமைப்பின் மூலம் ஆயுதப் போராட்டக் குழுக்களை உருவாக்கிய இந்திரா காந்திக்கோ அல்லது இந்தியாவுக்கோ இல்லையென பிரபாகரன் அறிந்திருந்தார்.[1] இந்திராவின் அதே அரசியல் பார்வையைத்தான் ராஜீவ் காந்தியும் கொண்டிருந்தார். 1977 முதல் 1987 வரை ஆட்சி செய்த எம்.ஜி.ஆர். மத்திய அரசில் யார் ஆட்சிப் பொறுப்பில் இருந்தாலும் அவர்களுடன் நெருக்கமான அரசியல் உறவைப் பேணுவதை விரும்பினார். பிரதமரான திருமதி இந்திரா காந்தி, பின்னர் மொரார்ஜி தேசாய், அதன் பின் இடைக்கால பிரதமரான சரண்சிங் ஆகியோரது அமைச்சரவையில் பங்கெடுத்தும், இறுதியில் ராஜீவ் காந்தியுடனும் அதே 'பெரிய அண்ணன் சின்னத்தம்பி' உறவை எம்.ஜி.ஆர். பேணினார். தமிழ்நாட்டில் ராஜீவ் கொலைக்கு முன்னதாக ஏறத்தாழ 97 விழுக்காடு மக்கள் ஈழ ஆதரவு மனநிலையில் இருந்தனர். இலங்கை பிரச்சினையில் தமிழ்நாடு ஒரே குரலாக ஒலித்தது. 1987ஆம் ஆண்டில் தமிழகமே கொதித்து வேலை நிறுத்தங்களும் ஊர்வலங்களும் நடைபெற்றன. தமிழ்நாடும் இலங்கைத் தமிழருக்காகப் போர்க்குரல் கொடுத்தது.[2] இலங்கையிலிருந்து அகதிகள் படகுகளில் இராமேஸ்வர கரையை அடைந்தபோதெல்லாம் அச்செய்திகள் தமிழ்நாட்டின் அனைத்து ஊடகங்களிலும் தலைப்புச் செய்தியாக இடம்பெற்றன.

எதிர்கட்சியான திமுகவைச் சமாளிக்க எம்.ஜி.ஆர் அரசு இலங்கைத் தமிழர் பிரச்சினையில் ஆழமான ஈடுபாடு காட்ட வேண்டியதாயிற்று. தமிழ்நாட்டில் இலங்கைத் தமிழர் ஆதரவு அமைப்புகளுடன் திமுக ஏராளமான போராட்டங்களையும் பொதுக் கூட்டங்களையும் நடத்தியது. இச்சூழலில் மதுரையில் 04.05.1986 அன்று வெற்றிகரமாக நடந்த தமிழ் ஈழம் சப்போர்ட்டர்ஸ் ஆர்கனைசேஷன் என்ற டெசோ மாநாடு அன்றைய தமிழக அரசியல் சூழலைப் படம் பிடித்துக் காட்டும். தமிழ்நாட்டில் தமீழழ ஆதரவாளர் அமைப்பு அல்லது டெசோவின் தலைவராகத் திமுக தலைவர் மு.கருணாநிதி தேர்வு செய்யப்பட்டார்.

04.05.1986 மதுரை மாநாட்டில் கருணாநிதி, க.அன்பழகன், கி.வீரமணி, பழ.நெடுமாறன், அய்யணன் அம்பலம், தேவசகாயம், வாஜ்பாய், என்.டி.ராமராவ், காஷ்மீர் மாநில தேசிய மாநாட்டுக் கட்சியின் எம்.பி.அப்துல் ரஷீத், அகாலிதளத்தின் நாடாளுமன்ற உறுப்பினர் பல்வந்த்சிங் ராமுவாலியா, சோசலிச காங்கிரஸ் தலைவர் உன்னிகிருஷ்ணன், இந்தியக் கம்யூனிஸ்ட் கட்சி, மார்க்சிஸ்ட் கம்யூனிஸ்ட் கட்சித்

தலைவர்கள் ஆகியோர் கலந்துகொண்டனர். மாநாட்டுத் துவக்கவுரையில் இலங்கை அரசு நேர்மையான பேச்சுவார்த்தையில் ஈடுபடவில்லை எனவும், சர்வதேச நிதியுதவி பெறுவதற்காக இலங்கை இனப்பிரச்சினையில் அரசியல் தீர்வு காணப் போவதாக இலங்கைக்கு ஒரு அலிபை அல்லது சாட்சியம் தேவை அதற்கான பேச்சுவார்த்தை நாடகத்தை இந்தியா நடத்தியது என்றும், இவ்வுதவி செய்த ராஜீவுக்கு ஜெயவர்த்தன நன்றியுடையவராக இருப்பார் என்றும் கருணாநிதி குறிப்பிட்டார்.[3]

இலங்கைத் தமிழர் பிரச்சினைகள், அகதிகள் பிரச்சினைகள் ஆகியவற்றில் 1983 முதல் 1991 மே மாதம் வரை தமிழ்நாடு ஒரேவிதமான கருத்துகளைக் கொண்டிருந்தது. கருணாநிதி அனைத்துப் போராளிக் குழுக்களையும் ஆதரித்தபோது எம்.ஜி.ஆர். புலிகளையும் ஈரோஸையும் மட்டும் ஆதரித்தார், பண உதவிகள் செய்தார். இது தவிர ஈழத்தமிழர்கள் கல்வி கற்கவும், பொறியியல், மருத்துவம், தொழிற்நுட்பம் போன்ற உயர்கல்வி வசதிகள் பெறவும் எம்.ஜி.ஆர். ஆணை பிறப்பித்தார். பின்னர் கருணாநிதி ஆட்சியிலும் அது தொடர்ந்தது. எம்.ஜி.ஆர் ஆட்சியில் 1984ஆம் ஆண்டு தொடங்கி பள்ளிக்கல்வி, அறிவியல் கல்வி, தொழிற்கல்வி என ஈழ மாணவர்களுக்குக் கல்வி வாய்ப்பு கிடைத்தது. மருத்துவக் கல்லூரியில் 25 இடங்களும், பொறியியல் கல்லூரியில் 25 இடங்களும், தொழிற்நுட்பக் கல்லூரியில் 35 இடங்களும் ஆண்டு தோறும் இலங்கைத் தமிழ் மாணவர்களுக்கு வழங்கப்பட்டன. ஆனால், 1991 முதல் 1996 வரையிலான ஜெயலலிதா ஆட்சியில் அச்சலுகைகள் பறிக்கப்பட்டன. 04.07.1996 அன்று கருணாநிதி தலைமையிலான திமுக அரசு அரசாணை எண் 309 ஒன்றை வெளியிட்டு இலங்கைத் தமிழ் அகதிகளுக்கான இடஒதுக்கீட்டை மீட்டளித்தது. பன்னிரண்டாம் வகுப்பு வரை இலங்கைத் தமிழ் மாணவர்களுக்குச் சீருடை, பாடப்புத்தகங்கள், தேர்வு கட்டணம் ஆகியவற்றை அரசே வழங்க உத்தரவிட்டது.[4]

இலங்கைத் தமிழர் பிரச்சினையில் தமிழ்நாட்டு மக்கள் ஒன்றுதிரண்டு ஒரே அணியாக மாறிவந்தனர். ஆனால், டெசோ மாநாடு முடிந்த இரண்டு நாட்களுக்குள் டெலோ இயக்கத்தின் தலைவர் சிறீ சபாரத்தினம் விடுதலைப் புலிகளால் யாழ்ப்பாணத்தில் சுட்டுக் கொல்லப்பட்டார். மாநாட்டின்போது போராளிகளுக்குள் சகோதர யுத்தம் வேண்டாமென ஏற்கெனவே கருணாநிதி பலமுறை கூறிய கருத்து[5], விடுதலைப் புலிகளால் அவமரியாதைக்குள்ளானது. விடுதலைப் புலிகள் தங்கள் இராணுவக் கட்டமைப்பைப் பலப்படுத்தித் தமிழ்நாட்டில் நிதியைப் பெறுவதில் குறியாக இருந்தார்களே ஒழிய, பேச்சுவார்த்தைகள் மூலமான அரசியல் தீர்வில் அவர்களுக்கு எவ்வித நாட்டமுமில்லை. தமிழ்நாட்டுக் கள நிலவரம் இலங்கைத் தமிழர்களுக்கு ஆதரவாக இருந்த சூழலில், 1987ஆம் ஆண்டு தைப்பொங்கல் நாளிலிருந்து சுதந்திரத் தமிழீழம் அமைக்கவும், சொந்த நாணயம் வெளியிடவும் முடிவு செய்து சிவில் நிர்வாகத்தை விடுதலைப் புலிகள் மேற்கொண்டனர். சுதந்திரப் பிரகடனமும் நாணயம் வெளியிடுவதும் தள்ளிப் போடப்பட்டது. ஆனால், வாகனப் பதிவுகள், தொலைக்காட்சி, வானொலி உரிமங்கள் வழங்குதல் ஆகியன விடுதலைப் புலிகளால் மேற்கொள்ளப்பட்டன.[6] அதன் எதிர்வினையாக இலங்கை அரசு யாழ்ப்பாணத்தில் பொருளாதாரத் தடை ஏற்படுத்தியது.

*1987*ஆம் ஆண்டு மே மாதம் பதினெட்டாம் நாள் யாழ்குடா நாட்டை மறுபடியும் கைப்பற்ற ஆப்பரேசன் லிபரேசன் அல்லது விடுதலை நடவடிக்கைகள் என்ற பெயரில் ஜெயவர்த்தன அரசு போர் ஒன்றைத் தொடங்கியது. வடமராட்சி, வல்வெட்டித்துறை ஆகியன தாக்குதலுக்குள்ளாயின. வடக்கில் மட்டும் இருபதாயிரம் இலங்கை இராணுவத்தினர் போரில் ஈடுபட்டனர். யாழ்ப்பாணத்தில் உணவுப் பொருட்கள் மற்றும் மருத்துகளுக்குத் தட்டுப்பாடு ஏற்பட்டது.

இலங்கை அரசைக் கண்டித்துத் தமிழகத்தில் நடந்த போராட்டங்களின் விளைவாக ராஜீவ் காந்தி இலங்கைத் தமிழர் பிரச்சனையில் நடவடிக்கை எடுக்க முன்வந்தார். ராஜீவ் காந்தியின் ஆதரவில் இந்தியச் செஞ்சிலுவைச் சங்கத்தினர் யாழ்ப்பாணம் மக்களுக்காக ஏற்பாடு செய்த *38* டன் மருந்து மற்றும் உணவுப் பொருட்களுடன் *19* மீன்பிடி படகுகள் இலங்கை நோக்கிப் புறப்பட்டன. அவை இலங்கையின் வட எல்லையில் இலங்கை கடற்படையினரால் மறிக்கப்பட்டுத் திருப்பி அனுப்பப்பட்டன. இதனால் கோபமடைந்த இந்திய அரசு ஐந்து ஏஎன் *32* ரக விமானங்களில் உணவுப் பொட்டலங்களை ஏற்றி நான்கு மிராஜ் *2,000* போர் விமானங்களின் பாதுகாப்புடன் இலங்கை வான்வெளியில் அத்துமீறி நுழைந்து அப்பொட்டலங்களைப் பாரசூட் உதவியுடன் தரையிறக்கியது. தமிழ்நாட்டின் தொலைக்காட்சி செய்தியாளர், "இலங்கைக்குச் சென்ற இந்தியப் போர் விமானங்களைப் பார்த்துத் தம் மீது குண்டு போட வந்ததாகப் பயந்த தமிழர் பின்னர் அவை குண்டு விமானங்களல்ல தொண்டு விமானங்கள் என மகிழ்ச்சியடைந்தனர்" என்றார்.[7]

04.06.1987 அன்று இந்திய இலங்கை வரலாற்றில் முதன்முறையாகச் சுதந்திர இந்தியா, இலங்கை மீது தனது இராணுவ பலத்தைக் காட்டியது. தமிழ்நாட்டில் பெரும் வரவேற்பைப் பெற்ற இந்நடவடிக்கை இலங்கையில் சிங்கள மக்களிடமும் இலங்கை இராணுவத்தினரிடமும் பெரும் எதிர்ப்பையும் இலங்கை வான்வெளி அத்துமீறலால் இந்திய வெறுப்பையும் ஏற்படுத்தியது. கமல் குணரத்னே ஜூலை மூன்றாம் தேதி பூமாலை நடவடிக்கை நடந்ததாகக் கூறுகிறார். *03.06.1987* அன்று இலங்கை இராணுவத்தினரின் அதிகாரிகளுக்கான உணவகத்தில் வாசவிடலானில் பேசிக்கொண்டிருந்தபோது மிராஜ் *2000* ரக விமானங்கள் பெரும் சத்தத்துடன் வானில் பறந்தன. அவ்விமானங்களை வீழ்த்த விமான எதிர்ப்பு ஏவுகணைகள் தங்களிடம் இருந்திருந்தால் அப்போர் விமானங்களைச் சுட்டு வீழ்த்தியிருப்போம் எனவும், பிரிகேடியர் கோபக்கடுவாவும், கர்னல் விமலரத்னேவும் மேஜர் கோத்தபய ராஜபக்சவும், கர்னல் சதீஷ், ஜெயசுந்தராவும் அந்நேரம் தங்களுடன் இருந்ததாகக் குறிப்பிடுகிறார். மிராஜ் விமானங்களைத் தொடர்ந்து மெதுவாகப் பறக்கும் ஏஎன் *26* ரக விமானங்கள் வந்தன. அதைப் பைனாக்குலரில் வெறுப்புடன் பார்த்துக்கொண்டிருந்த பிரிகேடியர் கோபக்கடுவா, "பிளடி இந்தியர்கள் நமது வான்வெளியில் அத்துமீறுகிறார்கள், என்ன செய்வது" என ஆற்றாமையுடன் கூறினார். "என்ன செய்ய முடியும்? வேண்டுமானால் நமது லுங்கியைத் தூக்கி அவர்களுக்கு அதைக் காட்டுவோம்" எனப் பக்கத்திலிருந்த மூத்த இலங்கை இராணுவ அதிகாரி ஒருவர் கூறினார். இலங்கை எழுத்தாளர்கள், உணவுப்

பொட்டலங்களைப் போட்ட இந்திய விமானங்கள் ஏஎன் 26 என்றும் நாள் 03.06.1987 என்றும், இந்திய எழுத்தாளர்கள் அவ்விமானங்கள் ஏஎன் 32 எனவும் நாள் 04.06.1987 என்றும் எழுதினர். ஆனால், அதன் விளைவு ஒன்றாக இருந்தது. இலங்கை இராணுவம் ஆபரேசன் லிபரேசன் என்ற விடுதலை நடவடிக்கையை அல்லது வட இலங்கையில் இராணுவத் தாக்குதலை நிறுத்தியது.

"சாதிய தீண்டாமையைக் கடைபிடிக்கும் இந்திய தேசம் எங்களது தாய்நாடான இலங்கையை வன்புணர்ச்சி செய்தது" எனக் கமல் குணரத்னே சொல்வது மிகையல்ல. இந்தியாவின் முதல் வான்வெளி அத்துமீறலே இந்தியா மீது இலங்கைக்கு நிரந்தர வெறுப்பு ஏற்படக் காரணமாக இருந்தது. 1987இலிருந்து மூன்றாண்டுகள் இலங்கையின் இரண்டாவது ஜேவிபி எழுச்சிக்கு அதுவும் ஒரு காரணமானது. இந்தியாவிற்கும் இந்திய இராணுவத்திற்கும் அவ்வெழுச்சியில் ஜேவிபியினராகக் கருதப்பட்ட 40,000 பேரை இலங்கை காவல்துறையும் பாதுகாப்புப் படையினரும் படுகொலை செய்தனர். கொல்லப்பட்ட 40,000 பேரும் இலங்கையிலுள்ள சிங்கள மக்களில் வேலைவாய்ப்பற்ற, நிலமற்ற விளிம்புநிலையினர்.

இந்தியாவின் வான்வெளி அத்துமீறல் குறித்து சர்வதேச நாடுகளிடம் முறையிட்டும் இலங்கைக்குக் கிடைத்த பதில் ஒன்றாகத்தான் இருந்தது. இந்தியா தெற்காசியப் பகுதியில் சக்தி வாய்ந்த நாடு எனவும் அப்பகுதியில் நடைபெறும் நிகழ்வுகள் இந்தியாவின் நலன்களுக்கு எதிரானதாக இருக்கக் கூடாது எனவும் ஆற்றல்மிகு நாடுகள் இலங்கைக்கு அறிவுரை வழங்கின. ஐரோப்பிய பாராளுமன்றம் மட்டுமே பட்டும்படாமலும் இந்தியாவைக் கண்டித்தது. எனவே வேறு வழியில்லாமல் ஆபரேசன் லிபரேசன் அல்லது விடுதலை நடவடிக்கைகளின் வடமராட்சி மீட்பு இரண்டாம் கட்ட நடவடிக்கைகளை இலங்கை அரசு கைவிட்டது.[8]

இந்தியா - இலங்கை இடையேயான உறவுகளில் எண்பதுகளின் தொடக்கத்தில் ஊறு விளைவிக்கப்பட்டு அவ்வாண்டுகளின் இறுதியில் நிரந்தரமாகப் பாழ்பட்டுப் போனது. பாதிக்கப்பட்டவர்களுக்கு நிவாரணப் பொருட்களை ஏற்றிக்கொண்டு ஸ்ரீவத்ஸவா என்ற இந்தியக் கப்பல் 1987ஆம் ஆண்டு ஜூன் மாதம் 25 ஆம் நாள் காங்கேசந்துறையை அடைந்தது. நிவாரணப் பொருட்கள் அடங்கிய வாகனங்கள் யாழ்ப்பாணம் நோக்கிச் சென்றபோது இந்தியத் தூதரக அதிகாரி ஹர்தீப் பூரியும், கேப்டன் குப்தாவும், இந்தியச் செஞ்சிலுவைச் சங்கத்தினரும் வாகனத் தொடருடன் சென்றனர். சாலையில் இருபுறங்களிலும் யாழ்ப்பாண மக்கள் 'இந்தியா எங்களைப் பாதுகாக்க வேண்டும்', 'ஆயுதங்கள் வேண்டும்' என்ற பதாகைகளைத் தாங்கி வாகனங்களையும் செஞ்சிலுவைச் சங்கத்தினரையும் வரவேற்றனர் என பாவைச்சந்திரன் தனது நூலில் 'முறிந்த பனை' நூலின் கருத்துக்கு முரணாகக் குறிப்பிடுகிறார்.[9]

'முறிந்த பனை' நூல், ஆயுதங்கள் வேண்டும் என்ற யாழ்ப்பாண மக்களின் பதாகைகள் குறித்து ஏதும் கூறவில்லை. ஆனால் அங்கு கூடியிருந்த மக்களிடம் ஆயுதங்கள் வேண்டுமென முழக்கமிடுமாறு விடுதலைப் புலிகள் இயக்கத்தினர் தூண்டினர். ஆனால் மக்கள் முண்டியடித்துக்கொண்டு 'இந்தியா எங்களைப் பாதுகாக்கும்' என மீண்டும் மீண்டும் கூறினர் என்றே 'முறிந்த பனை' கூறுகிறது.[10]

மேற்சொன்ன நிகழ்வுகள் மூலம் இந்தியாவின் உறுதியான தலையீட்டையும் அது இலங்கையில் ஏராளமான விளைவுகளை ஏற்படுத்தியதையும் அறியமுடியும்.

இஸ்ரேல் உதவியுடன் தேசிய பாதுகாப்பு அமைச்சர் லலித் அதுலத் முதலியின் வழிகாட்டுதலுடன் நடந்த ஆபரேசன் லிபரேசன் ஏறத்தாழ வெற்றி பெறும் நிலையில், இந்தியாவின் குறுக்கீட்டால் அந்நடவடிக்கையை இலங்கை அரசு அரைகுறையாக வேண்டா வெறுப்பாகக் கைவிட்டது. வடமராட்சியை மீளவும் கைப்பற்ற கெமுனு வோச் மற்றும் கஜபாகு ரெஜிமெண்டைச் சேர்ந்த *8,000* இராணுவத்தினர் தாக்குதல் பணியில் ஈடுபடுத்தப்பட்டிருந்தனர். *1983*இல் இருந்ததைப் போன்று ஒழுங்கீனக் கும்பலாக இலங்கை இராணுவம் இல்லை, துப்பாக்கிச் சூடுகளிடையே நிதானமாக முன்னேறுவதற்குப் போதிய மனோதிடமும் பயிற்சியும் பெற்றிருந்தனர்.[11] விடுதலைப் புலிகளின் தீவிர ஆதரவாளர்கள் கூட தென்னிலங்கைக்கோ அல்லது இந்தியாவுக்கோ தப்பிச் சென்றனர் என முறிந்தபனை கூறுகிறது. ஆனால், இந்தியாவின் பூமாலை நடவடிக்கையுடன் இலங்கை அரசு வட இலங்கையில் தமிழர் மீதான இராணுவத் தாக்குதலை நிறுத்திக்கொண்டது.

இந்தியாவின் மனிதாபிமான உணர்வைப் பாராட்டி பிரபாகரன் வரவேற்பறிக்கை வெளியிட்டார். இந்தியப் பத்திரிகைகளால் ஸ்வீடன் போபர்ஸ் ஊழல், ஜெர்மன் நீர்மூழ்கிக் கப்பல் ஊழல்கள் அம்பலப்படுத்தப்பட்டு தடுமாறிக்கொண்டிருந்த நிலையில் ராஜீவ் காந்தி இலங்கைத் தமிழரின் திடீர் கதாநாயகன் ஆனார். பிரபாகரன் உட்பட விடுதலைப் புலிகளின் பல தலைவர்களின் பிறப்பிடமான வல்வெட்டித்துறை, அவர்களின் பலமான கேந்திர நிலையமாகக் கருதப்பட்டிருந்தது. ஆபரேசன் லிபரேசனுக்குப் பின்னர் விடுதலைப் புலிகள் வடமராட்சிக்கு வராமல் இருந்தாலே போதும், போர் வராதென்ற மனநிலைக்கு வடமராட்சி மக்கள் வந்தனர். இருநாட்களில் புலிகள் மீண்டும் வடமராட்சி வந்து கண்ணிவெடிகளைப் புதைத்தபோது பொதுமக்கள் இலங்கை இராணுவத்திற்கு உடனடியாகத் தகவல் கொடுத்தனர்.[12]

உலக நாடுகளால் இலங்கை இனப்பிரச்சினைக்கு அரசியல் தீர்வொன்று காண்பது அவசியம் என்ற திசையில் இந்தியா பயணித்துக்கொண்டிருந்தது. செஞ்சிலுவைச் சங்கத்தினரும் இந்திய அதிகாரிகளும் யாழ்ப்பாணத்தில், *25.06.1987* அன்று ஶ்ரீவத்ஸவா கப்பல் கொண்டு வந்த உணவுப் பொருட்களைச் சில நாட்கள் விநியோகம் செய்துகொண்டிருந்தபோது, *05.07.1987* அன்று விடுதலைப் புலிகள் இயக்கத்தில் புதிதாகத் தோற்றுவிக்கப்பட்ட தற்கொலைப்படையான கரும்புலிகள் அணியின் காப்டன் மில்லர் என்ற வல்லிபுரம் வசந்தன் தற்கொலைத் தாக்குதல் நடத்த முன்வந்தார். அவரது கைகள் ஸ்டீயரிங்குடன் கட்டப்பட்டன; மரக்கட்டைகளால் வெடி பொருள் நிரம்பிய லாரியின் இருக்கையில் பிணைக்கப்பட்டார்; இராணுவத் தடைகளை மீறி முகாமை நோக்கிச் செல்லும்போதே சுடப்பட்டு இறந்தார்; ஆனால் லாரி தொடந்து சென்று முகாமில் மோதி சிங்கள இராணுவ வீரர்கள் பலர் உடல் சிதறி இறந்தனர்; அவர்களது உடல்கள் பல நூறடிகள் தூக்கி வீசப்பட்டன.[13] இத்தாக்குதலையடுத்து இலங்கை இராணுவம் குண்டுகளை

வீசியதில் பலர் கொல்லப்பட்டனர். இப்படியொரு தாக்குதல் நடக்குமென இந்தியா எதிர்பார்க்கவில்லை. நிவாரணப் பொருட்களை விநியோகித்த இந்திய அதிகாரிகளும் செஞ்சிலுவைச் சங்கத்தினரும் வடமராட்சியில் மாட்டிக்கொண்டனர்.[14]

நெல்லியடி சம்பவத்தில் இறந்த இலங்கை இராணுவத்தினர் எண்ணிக்கை 20 என இலங்கை அரசு கூறியது. விடுதலைப் புலிகளோ நூற்றுக்கும் மேல் இராணுவ வீரர்கள் இறந்ததாகவும், அதனால் இத்தாக்குதல் மாபெரும் சாதனையெனவும் கூறினர். அரசாங்கம் கூறிய எண்ணிக்கை ஏறக்குறைய உண்மையெனச் செய்திகள் கூறின. நெல்லியடி தாக்குதலுக்குப் பின்னர் விடுதலைப் புலிகள் எதிர்பார்த்தபடி இலங்கை இராணுவம் மக்கள் மீது தாக்குதல் நடத்தியது. பீரங்கித் தாக்குதலில் 20 பொதுமக்கள் வடமராட்சியில் கொல்லப்பட்டனர். நவிண்டிலிருந்து உடுப்பிட்டிக்குத் தப்பி ஓடி வீட்டிற்குள் தஞ்சம் புகுந்த பன்னிரண்டு பேர் மீது விடுதலைப் புலிகளுக்கு உணவு வழங்குவதாகக் குற்றம் சாட்டப்பட்டுத் தஞ்சமடைந்த அப்பாவிகளை கஜபாகு படையணியின் நாலாவது பிரிவைச் சேர்ந்த படையினர் சுட்டுக்கொன்று பதுங்கு குழிக்குள் தள்ளினர். அதில் அதிசயமாக சிங்கர் கம்பெனி முகவர் ஒருவரின் மனைவி மட்டுமே உயிர்தப்பினார். வடமராட்சி மக்களில் 80 விழுக்காட்டினர் தென்மராட்சிப் பகுதிகளுக்கு அகதிகளாகக் குடிபெயர்ந்தனர். வடமராட்சி, தெருநாய்களும் ஆடுகளும் வாழுமிடமாகக் காட்சியளித்தது.[15] பொலிகண்டியிலிருந்து நவிண்டில் வரை வீடு வீடாகத் தேடுதல் வேட்டையில் ஈடுபட்ட இலங்கை இராணுவம் 70 வயதுக்கு மேற்பட்ட 20 முதியவர்களை மூடத்தனமாகக் கொலை செய்தது.[16]

நெல்லியடி சம்பவத்தில் வல்லிபுரம் வசந்தன் என்ற கேப்டன் மில்லர் வெடிபொருள் லாரியை ஏற்றி இலங்கை இராணுவ முகாமைத் தகர்த்து இருபது அல்லது அதற்கு மேற்பட்ட இராணுவ வீரர்களைக் கொன்ற நிகழ்வு சமாதானப் பேச்சுக்கு இந்தியாவும் இலங்கையும் தயார் செய்துகொண்டிருக்கும்போது நிகழ்ந்தது. இலங்கை இராணுவம் தனது இராணுவ நடவடிக்கைகளை நிறுத்திக்கொண்ட பிறகே தாக்குதல் நிகழ்ந்தது. செஞ்சிலுவைச் சங்கம் தமிழருக்கு நிவாரணப் பொருட்கள் வழங்கும்போது இராணுவ முகாம் மீது தாக்குதல் நிகழ்ந்ததை அறிய முடியும். ஆபரேசன் பூமாலை என்ற நடவடிக்கைகள் 04.06.1987 அன்று நிகழ்ந்த பின்னர் 25.06.1987 அன்று இந்தியாவிலிருந்து காங்கேசந்துறைக்கு வந்து சேர்ந்த செஞ்சிலுவைச் சங்கத்தின் உணவு மற்றும் நிவாரணப் பொருட்கள் இலங்கை இராணுவத்தின் போர் நிறுத்தத்தின்போது விநியோகம் செய்த போதே 05.07.1987 அன்று வல்லிபுரம் வசந்தன் தற்கொலைத் தாக்குதல் நடத்தினார்.

இத்தாக்குதல் எதனால் நிகழ்த்தப்பட்டது என்றறிய ஆழ்ந்த அரசியல் அறிவு தேவையில்லை. 1983ஆம் ஆண்டு நடந்த ஜூலை கலவரங்கள் என அறியப்படும் இனப் படுகொலைகள் சுதந்திர இலங்கையின் மீது ஆழமான வடுவாக இன்றும் இருக்கிறது. தமிழர் - சிங்களர் இரு தரப்புகளும் தங்கள் சின்னஞ்சிறு சமூகப் பொருளாதாரச் சிக்கல்களை, இன முரண்களைக் கூர்மைப்படுத்தித் தீர்க்க முயன்றனர்.

முன்னதாக *03.07.1983* அன்று இலங்கை இராணுவத்தால் கொல்லப்பட்ட தனது நண்பர் சீலன் மரணத்திற்குப் பழிவாங்க பிரபாகரன், செல்லக்கிளி, கிட்டு, விக்டர், புலேந்திரன், சந்தோசம் சுப்பையா உள்ளிட்ட *14* பேர் சிறு பேருந்து ஒன்றில் சென்று பலாலி - யாழ்ப்பாணம் சாலையில் திருநெல்வேலியில் இரவு ஒன்பது மணிக்குக் கண்ணிவெடி ஒன்றைப் புதைத்து வெடிக்கச் செய்து, இலங்கை இராணுவத்தின் ஜீப் மற்றும் டிரக் மீது தாக்குதல் நடத்தி விடுதலைப் புலிகளின் குழு சுட்டதில் பதின்மூன்று சிங்கள இராணுவத்தினர் கொல்லப்பட்டனர்.[17] அவர்களது உடல்கள் கொழும்பு கொண்டுவரப்பட்ட பின்னர் நடந்த நிகழ்வுகள் இலங்கைக்கு நிரந்த அவமானத்தை ஏற்படுத்தின. இலங்கையின் பாதுகாப்புப் படைகள் மற்றும் காவல்படைகள் வேண்டுமென்றே கைகளைக் கட்டிக்கொண்டிருந்தபோது வீடுகளிலும் சாலைகளிலும் தமிழர்கள் அடையாளங் காணப்பட்டுக் கொல்லப்பட்டனர். வெலிகடைச் சிறையில் குட்டிமணி, தங்கதுரை, ஜெகன் உள்ளிட்ட தமிழ் அரசியல் கைதிகள் கொல்லப்பட்டனர்.[18] தமிழ்நாடு அகதிகளின் புகலிடமானது.

கறுப்பு ஜூலை நாள் கொழும்பு தமிழருக்கும் மலையகத் தமிழருக்கும் அழிவைக் கொண்டு சேர்த்ததைப் போலவே மறுபடியும் ஓர் இனப்படுகொலை நிகழ்ந்தால் அது சமாதானப் பேச்சுவார்த்தைகளைத் தகர்த்து ஆயுதப் போராட்டத்திற்கு வழிவிடும் என்பதாலும், இந்தியாவின் நிவாரணப் பணிகளும் தலையீடும் தங்கள் தமிழீழத் தாகத்திற்கு இடையூறாக அமையும் என்பதாலும், வல்லிபுரம் வசந்தன் என்ற காப்டன் மில்லரைக் கொண்டு நெல்லியடி தற்கொலைத் தாக்குதல் நிகழ்த்தப்பட்டது. இது தவிர இந்தியாவிற்கும் இலங்கைக்கும் இணக்கமான பேச்சுவார்த்தைகள் நிகழ்வதையோ, வடமாகாண மக்கள் மத்தியில் இந்தியா வலிமை பெறுவதையோ பிரபாகரன் விரும்பவில்லை. ஆனால், *1983*இல் நடந்த ஜூலை இனப்படுகொலைகள் இம்முறை நிகழவில்லை. நெல்லியடி நிகழ்வு நடந்த காலத்தில் இலங்கை இராணுவம் யாழ்ப்பாணத்தில் தனது பலத்தை *8,000* படைவீரர்களிலிருந்து *3,000* படை வீரர்களாகக் குறைத்துக்கொண்டிருந்தது.

இந்திய நிவாரணப் பொருட்களை மக்களுக்குப் பங்கிட்டு அளிப்பதற்கு வசதியாக இலங்கை அரசும் போர் நிறுத்தத்திற்குச் சம்மதித்தது. இதில் பங்குபெற வேண்டுமென விடுதலைப் புலிகள் இயக்கமும் உணர்ந்தது. ஆனால் இருதரப்பினரும் நொண்டி சாக்குகள் கூறிப் போர் நிறுத்தத்தைக் கடைபிடிக்கவில்லை. மட்டக்களப்பில் இலங்கை அதிரடிப்படைத் தாக்குதல் நிகழ்த்தியது என்றும் அதற்குப் பதிலடியாக விடுதலைப் புலிகள் நெல்லியடித் தாக்குதல் நிகழ்த்தியதென்றும் கூறினர்.[19]

பூமாலை நடவடிக்கை நடந்து ஒரு மாதத்திற்குப் பிறகு நெல்லியடித் தாக்குதல் நிகழ்ந்தது. ஆனால் அன்ரன் பாலசிங்கம், *03.07.1987* அன்று நிவாரணப் பொருட்கள் வழங்க கப்பல் மற்றும் இழுவைப் படகுகள் இலங்கை நோக்கி வந்ததாகவும் ஆறுமணி நேர இழுபறிக்குப் பின்னர் இலங்கை கடற்படையால் திருப்பி அனுப்பப்பட்டதாகவும் கூறுகிறார். *04.07.1987* ஆம் நாளைய பூமாலை நடவடிக்கையில் இந்தியா ஆகாய மார்க்கமாக உணவுப் பொருட்களை விநியோகிக்க முடிவு செய்ததாக அன்ரன் பாலசிங்கம் குறிப்பிடுகிறார்.[20]

அன்ரன் பாலசிங்கம் குறிப்பிட்ட பூமாலை நடவடிக்கை ஜூன் மாதம் எடுக்கப்பட்டது, ஜூலை மாதம் அல்ல. மேற்சொன்ன நாட்கள் அன்ரன் பாலசிங்கத்தால் குறிப்பிடப்பட்டது. தற்செயலான தவறாக இருக்கலாம். ஆனால், பூமாலை நடவடிக்கைக்கும் மில்லர் தாக்குதலுக்கும் இடையேயுள்ள ஒருமாத கால இந்திய நடவடிக்கைககள் அவரால் சொல்லப்படவில்லை. சமாதானப் பேச்சுவார்த்தைகளுக்கான சூழல் ஏற்படுத்துவதற்குப் பதிலாக விடுதலைப் புலிகள் ஏன் தற்கொலைத் தாக்குதல் நிகழ்த்தினார்கள் என அவர் தனது நூலில் விளக்கவில்லை.

கலாநிதி முருகர் குணசிங்கம் **04.06.1987** என்று ஆபரேசன் பூமாலை நிகழ்வைக் குறிப்பிடுகிறார். ஆனால், வல்லிபுரம் வசந்தன் என்ற இயற்பெயர் கொண்ட காப்டன் மில்லர் நெல்லியடியில் டிரக் வண்டியைச் செலுத்தி நூற்றுக்கும் மேற்பட்ட சிங்கள இராணுவ வீரர்களைக் கொன்றொழித்ததாகவும், பின் சிங்கள இராணுவம் மேற்கொண்டிருந்த ஆபரேசன் லிபிரேசன் நடவடிக்கையை நிறுத்தினர் என்றும் எழுதுகிறார்.[21] ஆனால், ஆபரேசன் லிபரேசனைக் கைவிடக் காரணம் இந்தியாவின் குறுக்கீடே (ஆபரேசன் பூமாலை) அன்றி மில்லரின் தற்கொலைத் தாக்குதல் அல்ல. அதை இலங்கை இராணுவத் தளபதியான கமல் குணரத்னாவும் தன் நூலில் ஒப்புக்கொள்கிறார். பழ.நெடுமாறன் தனது நூலில், வடமராட்சி தாக்குதலின்போது புலிகள் எதிர் தாக்குதலை நிகழ்த்தி உயிர் சேதத்தை விளைவித்ததாகக் கூறுகிறார். ஆனால், **27.05.1987** அன்று உண்மையான ஆபரேசன் லிபரேசன், இலங்கை இராணுவத்தின் யாழ் வானொலி ஒலிபரப்புடன் தொடங்கியது. மக்கள் வீடுகளைவிட்டு வெளியேறிக் கோயில்களுக்கும் பள்ளிகளுக்கும் செல்ல இராணுவம் வானொலி மூலம் ஆணையிட்டது. பிரபாகரன் இருந்த வல்வெட்டித்துறை கடுமையான தாக்குதலுக்கு உள்ளானது. மே மாதம் வியட்நாமின் நாப்பாம் ரக குண்டுகளைப் போன்று ஒருவகை இரசாயன பீப்பாய் குண்டுகள் ஏராளமாக யாழ்குடா நாட்டின் வெவ்வேறு இடங்களில் போடப்பட்டன. குறிப்பிட்ட இலக்கை நோக்கி இக்குண்டுகள் பிரயோகிக்கப்படவில்லை. வெடிபொருட்களுடன் இரப்பர் போன்று ஒட்டி எரியும் இரசாயனப் பொருட்கள் கொண்ட பீப்பாய் குண்டுகள் யாழ்ப்பாணம் காங்கேசன்துறை வீதி சிவன் கோயிலில் விழுந்து **17** பேர் பலியானார்கள். இக்குண்டுகள் தரையில் விழுந்ததும் இந்த எரிபொருள் வெடிக்கத் தொடங்கும். உருகுகின்ற ரப்பர் போன்ற பொருள் எல்லாத் திசைகளிலும் சிதறி மனிதர்களின் துணி மற்றும் தோலில் ஒட்டி எரியத் தொடங்கும். இவ்வகையில் ஏறத்தாழ நாற்பத்தெட்டு குண்டுகள் வல்வெட்டித்துறையில் மட்டுமே போடப்பட்டன.[22]

இலங்கை இராணுவம் தங்கள் நடவடிக்கையைத் தொடங்கிப் பருத்திதுறையை நோக்கிச் செல்லத் தொடங்கியதும் விடுதலைப் புலிகள் அங்கிருந்து நகரத் தொடங்கினர். வடமராட்சியில் தாங்கள் இழந்த மரியாதையை இன்றுவரை விடுதலைப் புலிகள் திரும்பப் பெறவில்லை என 'முறிந்த பனை' நூல் குறிப்பிடுகிறது.[23] எனவே, புலிகளின் தற்கொலை தாக்குதல் போராளிக் குழுக்கள் நடுவில் தங்கள் நட்சத்திர இடத்தைத் தக்க வைப்பதற்காகவும், சிங்களர் - தமிழர் இடையேயான இன உணர்வுகளைக் கூர்மைப்படுத்தி, அவர்களுக்கிடையேயான முரண்கள் முற்றி அது இனப்படுகொலையாக வெடிக்கும் வாய்ப்பை எதிர்நோக்கியே நெல்லியடி

தாக்குதல் நிகழ்த்தப்பட்டது எனவும் கருத வாய்ப்புண்டு. மேலதிகமாக இலங்கைக்கும் இந்தியாவிற்கும் இடையே தொடங்கப் போகும் பேச்சுவார்த்தைகளைத் தடம்புரளச் செய்யவும் அத்தாக்குதல் நிகழ்த்தப்பட்டிருக்கலாம். போராளிக் குழுக்கள் மத்தியில் புலிகள் தங்கள் தலைமை இடத்தை உறுதிப்படுத்திக்கொள்ள மில்லரின் நெல்லியடி தாக்குதல் உதவியதை மறுக்க முடியாது.

தமிழீழ தாயகத்திற்கான கனவில் யாழ்ப்பாணத்து விளிம்புநிலை மக்களில் ஒருவரான 21 வயது இளைஞர் வல்லிபுரம் வசந்தன் என்ற காப்டன் மில்லர் போர்க்களத்தில் பலியிடப்பட்டார். இராணுவத்தினரும் விடுதலைப் புலிகளும் தத்தம் இடங்களை நிரந்தரப்படுத்த ஒருவருக்கொருவர் உதவிக்கொண்டனர். இலங்கை இராணுவத்தின் இரசாயன குண்டு வீச்சை மில்லரின் தற்கொலைத் தாக்குதல் நியாயப்படுத்தியது. அதுவொரு முடிவற்ற நச்சுச் சுழலாக 2009 வரை தொடர்ந்தது.

அடிக்குறிப்புகள்

1. பழ.நெடுமாறன், 'பிரபாகரன் தமிழர் எழுச்சியின் வடிவம்', தமிழ்குலம் வெளியீடு விரிவான இரண்டாம் பதிப்பு, மார்ச் 2012, பக்கம் 182.
2. சு.சமுத்திரம், 'என் பார்வையில் கலைஞர்', நக்கீரன் பப்ளிகேஷன்ஸ், 2021, பக்கம் 72.
3. பாவைச் சந்திரன், 'ஈழத்தமிழரின் போராட்ட வரலாறு', முதல் பதிப்பு ஏப்ரல் 2010 பகுதி I, பக்கம் 331.
4. சுப.வீரபாண்டியன், 'ஈழம் தமிழகம் நான் சில பதிவுகள்', திராவிட முன்னேற்றக் கழக வெளியீடு - இரண்டாம் பதிப்பு, 2013, பக்கம் 89.
5. கலைஞர், 'நெஞ்சுக்கு நீதி' பாகம் 4, திருமகள் நிலையம் வெளியீடு, சென்னை, 17, ஐந்தாம் பதிப்பு ஆகஸ்ட் - 2018, பக்கம் 86.
6. பாவைச் சந்திரன், 'ஈழத்தமிழரின் போராட்ட வரலாறு', முதல் பதிப்பு ஏப்ரல் 2010 பகுதி I, பக்கம் 361.
7. சு.சமுத்திரம், 'என் பார்வையில் கலைஞர்', நக்கீரன் பப்ளிகேஷன்ஸ், 2021, பக்கம் 72.
8. *Major General Kamal Gunaratna, Road to Nandhikadal, Vijitha Yopa Bookshop, first Edition 2016, IInd Edition 2016, IIIrd Edition 2016, IV Edition 2018 Page 108.*
9. பாவைச் சந்திரன், 'ஈழத்தமிழரின் போராட்ட வரலாறு', முதல் பதிப்பு ஏப்ரல் 2010, பகுதி I, பக்கம் 373.
10. ராஜனி திராணகம, ராஜன் ஹூல், தயா சோம சுந்தரம், கே.ஸ்ரீதரன், 'முறிந்த பனை, இலங்கையில் தமிழர் பிரச்சனை உள்ளிருந்து ஒரு ஆய்வு', பயணி வெளியீடு தமிழ்நாடு, டிசம்பர் 2009, பக்கம் 242.
11. அதே நூல் பக்கம் 229.

12. அதே நூல் பக்கம் 233.

13. ராஜீவ் சர்மா, தமிழில் ஆனந்தராஜ், 'விடுதலைப் புலிகளுக்கு அப்பால்', சவுக்கு வெளியீடு, மே 2011, பக்கங்கள் 184-185.

14. பாவைச் சந்திரன், 'ஈழத்தமிழரின் போராட்ட வரலாறு', முதல் பதிப்பு ஏப்ரல் 2010, பகுதி I, பக்கம் 373.

15. ராஜனி திராணகம, ராஜன் ஹூல், தயா சோம சுந்தரம், கே.ஸ்ரீதரன், 'முறிந்தபனை - இலங்கையில் தமிழர் பிரச்சனை உள்ளிருந்து ஒரு ஆய்வு', பயணி வெளியீடு, தமிழ்நாடு டிசம்பர் 2009, பக்கம் 243.

16. மேலது, பக்கம் 244.

17. செம்பூர் ஜெயராஜ், 'இலையூர் பிள்ளை வேலுப்பிள்ளை பிரபாகரன் விடுதலைப் போராட்ட வரலாறு', வ.உ.சி நூலகம், முதல் பதிப்பு 2018, பக்கம் 162.

18. அதே நூல், பக்கம் 166.

19. ராஜனி திராணகம, ராஜன் ஹூல், தயா சோம சுந்தரம், கே.ஸ்ரீதரன், 'முறிந்தபனை - இலங்கையில் தமிழர் பிரச்சனை உள்ளிருந்து ஒரு ஆய்வு', பயணி வெளியீடு, தமிழ்நாடு டிசம்பர் 2009, பக்கம் 242.

20. அன்ரன் பாலசிங்கம், 'போரும் சமாதானமும் - விடுதலைப் புலிகளின் போராட்ட வரலாறு', வாசன் அச்சகம், பக்கம் 174.

21. கலாநிதி முருகர் குணசிங்கம், 'இலங்கையில் தமிழர் ஜனநாயக ஆயுதவழிப் போராட்ட வரலாறு 1948-2009' பாகம் 2, எம்.வி.வெளியீடு தென் ஆசியவியல் மையம், முதற்பதிப்பு சிட்னி 2010 பாகம் 2, பக்கம் 125.

22. ராஜனி திராணகம, ராஜன் ஹூல், தயா சோம சுந்தரம், கே.ஸ்ரீதரன், 'முறிந்தபனை - இலங்கையில் தமிழர் பிரச்சனை உள்ளிருந்து ஒரு ஆய்வு', பயணி வெளியீடு, தமிழ்நாடு டிசம்பர் 2009, பக்கம் 232.

23. அதே நூல், பக்கம் 233.

ராஜீவ் ஓட்டிய இறுதி விமானம்

ஸ்ரீபெரும்புதூரில் அமைந்த ராஜீவ் காந்தி நினைவுச் சின்னம்.

இந்திய நாடாளுமன்றத்தின் பத்தாவது தேர்தல் 20.05.1991 முதல் 15.06.1991 வரை நடைபெறவிருந்தது. 21.05.1991 அன்று ராஜீவ் காந்தி ஒரிசாவிலும் ஆந்திராவிலும் தேர்தல் சுற்றுப்பயணம் மேற்கொண்டார். காங்கிரஸ் கட்சியினர் டெல்லி கல்ஃப் ஏர்வேஸ் பிரைவேட் லிமிடெட் என்ற நிறுவனத்தின் மூலம் ஹெலிகாப்டர்களையும் தனியார் விமானங்களையும் தேர்தல் பிரச்சாரத்தின்போது வாடகைக்குப் பயன்படுத்தினர். 21.05.1991 அன்று காலை 7:50 மணிக்கு ராஜீவ் காந்தி ஒரிசா தலைநகர் புவேனஸ்வரத்திலிருந்து ஹெலிகாப்டர் மூலம் வெவ்வேறு இடங்களுக்குப் பயணித்தார். மாலை 4:55 மணிக்கு விசாகப்பட்டினம் ஹெலிகாப்டர் தளத்தில் இறங்கி, பின்னர் விசாகப்பட்டினம் விமான நிலையத்திற்கு மாலை 5:10 மணிக்கு வந்தடைந்தார்.

ராஜீவ் காந்தி ஹெலிகாப்டரில் வந்திறங்குவதற்குச் சற்று முன்னால் விசாகப்பட்டினம் விமானநிலையத்தில் நிறுத்தி வைக்கப்பட்டிருந்த கிங் ஏர்ஸ் வகையைச் சேர்ந்த அமெரிக்க விமானத்தில் சிறு பழுது ஒன்று கண்டுபிடிக்கப்பட்டது. மிக்சர் யூனிட் என்ற பகுதி விமானத்தின் பல்வேறு பகுதிகளுக்குப் போகும் சக்தியைக் கட்டுப்படுத்தும் ஆற்றல் கொண்டது. அப்பாகம் பழுதடைந்த விவரம் விமானம் நிலையம் வந்தடைந்ததும் ராஜீவ் காந்திக்குத் தெரிவிக்கப்பட்டது. ராஜீவ் காந்தி பயணம் செய்யவிருந்த அவ்விமானத்தை ஓட்டவிருந்த பைலட் கேப்டன் என்விஎஸ் சந்தோக் ராஜீவ் காந்திக்கு ஏற்கெனவே நன்கு அறிமுகமானவர். அவருடன் இணைந்து ராஜீவ் காந்தி பலமுறை விமானங்களை இயக்கியுள்ளார். ராஜீவ் காந்தி விமானத்தில் நுழைந்து அப்பழுதை நேரடியாகப் பார்த்துத் தெரிந்துகொண்டார். அவரும் அவருடன் தேர்தல் பணிகளைப் பார்த்த சுமன் துபேயும் விசாகப்பட்டினத்திலேயே தங்குவது என முடிவுசெய்து விமான நிலையத்திலிருந்து கிளம்பிச் சென்றனர். இதற்கிடையில் தலைமைப் பொறியாளர் விமானத்தில் உள்ள பழுதைச் சரிசெய்ய முற்பட்டார். அவர் கரண்ட் லிமிட் சுவிட்சில் பியூஸ் போயிருப்பதைக் கண்டுபிடித்தார். மாற்று பியூஸ் ஒன்று விமானத்திலிருந்ததால் 10 நிமிடங்களில் பழுதைச் சரிசெய்ய முடியும் என அவர் விமான கேப்டனுக்குத் தெரிவித்தார். உடனடியாகக் கேப்டன் என்விஎஸ் சந்தோக் விமானநிலையக் கட்டுப்பாட்டு அதிகாரிக்குத் தொடர்பு கொண்டு 'விமானத்தைச் சரி செய்து இயக்க முடிந்தால் பயணம் செய்ய அனுமதிப்பீர்களா' என்று கேட்டதற்கு 'அனுமதிப்போம்' என்று கட்டுப்பாட்டு அதிகாரிகள் கூறியதால், விமானம் 10 நிமிடங்களில் தயாராகிவிடும் என்ற செய்தியை வயர்லஸ் மூலம் ராஜீவ் காந்தியின் காருக்கு கேப்டன் என்விஎஸ் சந்தோக் தெரிவித்தார்.[1]

அடுத்த 10 நிமிடங்களில் ராஜீவ் காந்தி விமானத்தை வந்தடைந்தார். இதற்குச் சற்று நேரம் முன்னால் ராஜீவ் காந்தி விசாகப்பட்டினத்தில் அன்றிரவு (21.05.1991) தங்கிச் செல்ல முடிவெடுத்ததும் ராஜீவுடன் பயணம் செய்த அவரது பாதுகாப்பு அதிகாரி டெல்லி போலீஸ் சார்பு ஆய்வாளர் ஓ.பி.சாகர், ராஜீவ் காந்தி கூறியபடி அவரது பெட்டிகளைக் காரில் வைத்துவிட்டு காரின் முன்னிருக்கையில் கார் ஓட்டுனர், ராஜீவ் காந்தி, ஓ.பி.சாகர் ஆகியோர் அமர்ந்தனர். பின்னிருக்கையில் ஆந்திர முதல்வர் ஜனார்தன ரெட்டி, ஆந்திர காங்கிரஸ் கமிட்டிச் செயலாளரான

அனுமந்தராவ் ஆகியோர் அமர்ந்திருக்கக் கார் கிளம்ப முற்பட்டது. அடுத்த நிகழ்ச்சிகளைப் பற்றிப் பேசுவதற்காக இன்னொரு காரில் சென்ற சுமன் துபேயை அழைத்து வர பாதுகாப்பு அதிகாரி ஒ.பி.சாகரிடம் ராஜீவ் காந்தி சொன்னார். அவரை அழைத்து வந்து ராஜீவ் காந்தியுடன் முன்னிருக்கையில் அமரச் செய்த சாகர், காரில் இடமில்லாததால் மாவட்ட ஆட்சியாளரின் காரில் தன்னை அழைத்துச் செல்லும்படி வேண்டினார். மாவட்ட ஆட்சியாளர், விமானி தங்குவதற்கு உரிய உத்தரவுகளைப் பிறப்பித்துவிட்டு விருந்தினர் இல்லத்திற்குக் குறுக்கு வழியில் சென்றடையலாம் எனக் கருதி அவ்வழியாக 25 நிமிடங்களில் விசாகப்பட்டினம் விருந்தினர் மாளிகையை அடைந்தனர். மாவட்ட ஆட்சியாளர், ஒ.பி.சாகர் பயணித்த காரில் தகவல் தொடர்புக் கருவிகள் இல்லாததால் விமானத்தில் ஏற்பட்ட பழுது சரிசெய்யப்பட்டது பற்றி அவர்களால் அறிய இயலவில்லை. அதனால் சென்னையில் ராஜீவுடன் பாதுகாப்புக்குச் செல்ல வேண்டிய பிரதீப் குமார் குப்தா, தலைமைக் காவலர் அஸ்வினி குமார் ஆகியோரிடம் ஒப்படைப்பதற்காக டெல்லியிலிருந்து கொண்டுவந்த இரண்டு 0.38 சிறப்பு ரிவால்வர்களை ஒ.பி.சாகரால் ஒப்படைக்க முடியாமல் போனது. ராஜீவின் பாதுகாப்பு அதிகாரிகளான பிரதீப் குமார், அஸ்வினி குமார் இருவரும் டெல்லியிலிருந்து முன்னதாகக் கிளம்பி சென்னை வந்தடைந்திருந்தனர்.

பழுது நீக்கப்பட்ட கிங் ஏர்ஸ் விடிஇளப்பி சிறு விமானம் விசாகப்பட்டினம் விமான நிலையத்திலிருந்து மாலை 6:40 மணிக்குப் புறப்பட்டது. விமானத்தை உற்சாகமாக ஓட்டிவந்த, இந்தியன் ஏர்லைன்ஸ் நிறுவனத்தில் பணிபுரிந்த லைசன்ஸ் பெற்ற விமானியான ராஜீவ் காந்தி 21.05.1991 அன்று இரவு 8:20 மணிக்குச் சென்னை மீனம்பாக்கம் விமான நிலையத்தை வந்தடைந்தார்.

விமானத்திலிருந்து இறங்கிய ராஜீவ் காந்தியைத் தமிழ்நாடு காங்கிரஸ் கமிட்டித் தலைவர் வாழப்பாடி இராமமூர்த்தி, மரகதம் சந்திரசேகர், ஜெயந்தி நடராசன் ஆகியோர் வரவேற்று ஏற்கெனவே திட்டமிட்டப்படி இரவு 8:30 மணியளவில் பழைய விமான நிலையக் கட்டடத்தில் பயணியர் காத்திருக்கும் பகுதியில் பத்திரிகையாளர் சந்திப்பு ஒன்று ஏற்பாடு செய்தனர். மக்கள் குரல் தலைமை நிருபர் ஏ.தனபாலன், தினமணி நிருபர் எஸ்.ஜெகநாதன், தி இந்து பத்திரிகையின் நிருபர் வி.ஜெயந்த், தினத்தந்தி புகைப்பட நிபுணர் பி.ஜான் கென்னடி, மாலைமலர் நிருபர் தபசுகுமார், பிடிஐ நிருபர் ஆர்.ரெங்கராஜ், ஆனந்த விகடன் புகைப்பட நிபுணர் பார்த்தசாரதி, எக்கனாமிக் டைம்ஸ் நிருபர் ராகவ்சிம்மன், மாலை முரசு புகைப்பட நிபுணர் எம்.ஏ.காதர் ஆகியோர் அங்கு குழுமியிருந்தனர். ராஜீவ் காந்தி ஒப்பனை அறைக்குச் சென்றபோது அவர் அமர்ந்திருந்த சோஃபாவைக் காவல்துறை அதிகாரி ஒருவர் இழுத்து அறை நடுவில் அனைத்து நிருபர்களும் பார்க்கும் வசதியான இடத்தில் கொண்டுவந்து போட்டார். அப்போது சோஃபா காலடியில் மாட்டியிருந்த பிளாஸ்டிக் புஷ் கழன்று விழுந்ததால் சோஃபா ஆடிக்கொண்டிருந்தது. ராஜீவ் காந்தி வருவதற்கு முன்பாக ஒரு மரத்துண்டைக் கண்டுபிடித்து சோஃபா காலின் கீழ் வைத்துக் காவல்துறை அதிகாரி ஒருவர் அவசர அவசரமாக இருக்கையைச் சரிசெய்தார். அறை முழுவதும் சிரிப்பில் மூழ்கியது.[2]

ராஜீவ் காந்தி வந்ததும் அவ்விடத்தில் முன்னாள் கேரள ஆளுநர் இராமச்சந்திரன், காங்கிரஸ் தலைவர் அன்பரசு, துறைமுக வேட்பாளரான சுப்பு, சேப்பாக்கம் தொகுதி காங்கிரஸ் வேட்பாளரான ஜீனத் சகாப்தீன், நடிகை ஜெயசித்ரா ஆகியோரும் இருந்தனர். நடிகை ஜெயசித்ரா ராஜீவ் காந்திக்குப் பொன்னாடை அணிவித்து ஆடியோ கேசட் ஒன்றைக் கொடுத்தார். இந்து பத்திரிகை நிருபர் ஜெயந்த் ராஜீவ் காந்தியிடம், "ஒருவேளை நீங்கள் மறுபடியும் ஆட்சிக்கு வந்தால் இலங்கை இனப் பிரச்சினை தொடர்பாக உங்களது அணுகுமுறை எவ்வாறு இருக்கும்" எனக் கேட்டபோது, "நிச்சயமாக அனைத்துத் தரப்பினராலும் ஒத்துக்கொள்ளக்கூடிய அரசியல் தீர்வை எட்டுவோம்" என்றும் "தமிழீழ விடுதலைப் புலிகள் இயக்கமும் அரசியல் தீர்வில் பங்களிக்கும்" எனவும் ராஜீவ் காந்தி குறிப்பிட்டார்.[3]

பத்திரிகையாளர் சந்திப்பு விஐபிகள் அமரும் பகுதியில் நடந்தபோது பெரும்பாலான கேள்விகள் இந்திய - இலங்கை பிரச்சினை தொடர்பாகவும், தமிழகத் தேர்தல் தொடர்பாகவும் இருந்தன. எல்லாக் கேள்விகளுக்கும் ராஜீவ் காந்தி பொறுமையாகவும் தெளிவாகவும் பதிலளித்தார்.[4]

இலங்கைப் பிரச்சினை தொடர்பாக ஒரு நிருபர் கேட்ட கேள்விக்கு, "இப்பிரச்சினை இந்திய இலங்கை ஒப்பந்தப்படியே முற்றிலும் கையாளப்படும்" எனப் பதிலளித்தார்.[5]

நேரமில்லாததால் பத்திரிகையாளர் கூட்டத்தை முடிக்கச் சொல்லி வாழப்பாடி இராமமூர்த்தி நினைவூட்டினார். இதற்கிடையில் கஃல்ப் நியூஸ் நிருபர் செல்வி.நீனா கோபால், தன்னை அறிமுகப்படுத்திக்கொண்டு ராஜீவ் காந்தியின் தேர்தல் பிரச்சார நிகழ்ச்சியை இரு தினங்கள் (**21.05.1991 - 22.05.1991**) கூட இருந்து ரிப்போர்ட் செய்ய முடியுமா எனவும், ஹெலிகாப்டரில் அவருடன் செல்ல முடியுமா என்றும் கேட்டார். ராஜீவ் காந்தியைக் கேட்டுச் சொல்வதாக வாழப்பாடி இராமமூர்த்தி பதிலளித்தார். **9** மணிக்கு ராஜீவ் காந்தியின் குண்டு துளைக்காத, பதிவு எண். **TN 07 G 0034** கொண்ட, வெள்ளை நிற அம்பாசிடர் கார் அங்கு வந்தது. டிரைவர் பி.எஸ்.மதனுடன் ராஜீவ் காந்தி முன்னால் அமர்ந்தார். வாழப்பாடி இராமமூர்த்தியும் மரகதம் சந்திரசேகரும் பின்னால் அமர்ந்திருந்தனர். கார் எம்.ஜி.ஆரின் ராமவரம் வீட்டின் அருகில் செல்லும்போது ராஜீவ் காந்தி காரை நிறுத்தி சுமன் துபேயிடம், தன்னைப் பேட்டி எடுக்கவந்த பெண் நிருபர்களைக் காருக்குள் அழைத்து வர முடியுமா என்று கேட்டார். காரை நிறுத்தியவுடன் கார்கள் வரிசையில் கடைசியாக வந்த காரிலிருந்த நியூயார்க் டைம்ஸ் நிருபர் பார்பரா குரோசட், நீனா கோபால் ஆகிய இருவரையும் சுமன் துபே அழைத்து வந்து ராஜீவ் அமர்ந்திருந்த காரில் ஏற்றினார்.

அமெரிக்கப் பத்திரிகையாளரும் தனது வெளிநாட்டுப் பயணங்கள் குறித்தும் எழுதிய பார்பரா குரோசட், அகில இந்திய காங்கிரஸ் கமிட்டி வெளியுறவுப் பிரிவின் பொறுப்பாளரான அனில் மாதனியால் சென்னை வந்து சேர்ந்தார். நீனா கோபால் தற்செயலாகச் சென்னை வந்ததாக சுமன் துபே குறிப்பிட்டார்.[6]

பெண் நிருபர்கள் இருவரும் காருக்குள் ஏறுவதற்கு ஏதுவாக வாழப்பாடி இராமமூர்த்தி போரூர் அருகில் இறங்கினார். அவருக்குப் பதிலாகக் காங்கிரஸ் தேர்தல் பிரச்சார ஜீப்பிலிருந்த தா.பாண்டியன் ராஜீவின் காரில் ஏறிக்கொண்டார். கம்யூனிஸ்ட் தலைவர்களில் ஒருவரான தா.பாண்டியன் உள்ளிட்ட நான்கு பேர் காரின் பின்னால் அமர்ந்துகொண்டனர். பின்னர் கத்திபாரா நேரு சிலை சந்திப்பைத் தாண்டி நந்தம்பாக்கம் அருகே சிறு தேர்தல் பிரச்சாரக் கூட்டத்திற்காக கார் நிறுத்தப்பட்டது. ராஜீவ் காந்தி தனது காரில் பாதுகாப்புப் படையினர் ஏறி நிற்கும் இடத்தில் ஏறி நின்று சிறு கை ஒலிபெருக்கியைக் கொண்டு சில வார்த்தைகள் பேசினார். பேசி முடித்து மறுபடியும் காரில் ஏறிய ராஜீவ் காந்தி காரில் இருந்தவர்களிடம் உரையாடிக்கொண்டு வந்தார். இரவு 9:10 மணிக்குப் போரூர் சந்திப்பில்

ஸ்ரீபெரும்புதூரில் ராஜீவ் காந்தியும் மரகதம் சந்திரசேகரும் 1988ஆம் ஆண்டு திறந்து வைத்த, ராஜீவ் காந்தி இறப்பதற்கு முன் இறுதியாக மாலை அணிவித்த இந்திரா காந்தி சிலை.

தி.லஜபதிராய்

சில நிமிட நேரம் சட்டமன்ற உறுப்பினராக காங்கிரஸ் சார்பில் போட்டியிட்ட T.காளனுக்கு ராஜீவ் காந்தி பிரச்சாரம் செய்தார். அவரது பேச்சை தா.பாண்டியன் மொழிபெயர்த்தார். பின்னர் இரவு 9:45 மணியளவில் பூந்தமல்லியில் காங்கிரஸ் சட்டமன்ற வேட்பாளராகப் போட்டியிட்ட சுதர்சனை ராஜீவ் அறிமுகம் செய்தார்.

இரவு 10:00 மணியளவில் ஸ்ரீபெரும்புதூரில் சந்திப்பில் தேசிய நெடுஞ்சாலை புறவழிச்சாலை சந்திப்பில் அமைந்த, ஏற்கெனவே ராஜீவ் காந்தியால் திறந்து வைக்கப்பட்ட, இந்திரா காந்தி சிலைக்கு ராஜீவ் காந்தி மாலையிட்டார். அப்போது காங்கிரஸ் கட்சியின் நாராயணன், காஞ்சிபுரத்திலிருந்து வாங்கிவந்த பட்டாசுகளை வெடிக்க ஏற்பாடு செய்தார். பின்னர் லாரி கிளீனராக வடஇந்தியாவில் வேலை செய்யும் தமிழர் ஒருவர் ராஜீவ் காந்தி காலைத் தொட்டு ஏதோ கூற முற்பட்டார். ராஜீவ் காந்தி தனது பாதுகாப்பு அதிகாரியிடம் குறிப்பேடு ஒன்றை வாங்கி ஏதோ குறித்துக்கொண்டார். அத்தொழிலாளி தான் திருச்சியிலிருந்து வருவதாகக் கூறினார், ராஜீவ் காந்தி தன் பையிலிருந்த 50 ரூபாயை அவருக்குக் கொடுத்தார். ஓரிரு நிமிடங்களில் இவை அனைத்தும் முடிந்தன.

ராஜீவ் காந்தி கூட்டத்திற்கு வருகை தரும் சற்று முன்னரே வெ.கோவை நடராசன், ச.இராஜப்பா, ச.மோகன், கோ.ஜெயகோபால், தி.பாலாஜி, இரா.சந்திரசேகர், சு.சங்கரன், சா.வெஸ்லி, சிவமணி என்ற மணி, சு.ஆறுமுகம், சா.மோசஸ் ஜெயகுமார், பி.கே.வி.பாலசுப்பிரமணியம், கணேஷ் ஆகிய இசைக் கலைஞர்களுடனும் நா.ரங்கபாபு, நாகேஷ், கோ.ராஜன்பாரதி, இராமசந்திரன், ரா.ரஜானி, இரா. செல்வி, மிஸ்.பிரியா சார்லஸ், மாஸ்டர் கணேஷ் ஆகிய பாடகர்களுடனும் பாடிக்கொண்டிருந்த சங்கர் கணேஷ் இசைக்குழுவினர் கச்சேரியை நிறுத்தி இசைக்கருவிகளை ஓரமாக வைத்தனர். மிமிக்ரி கலைஞர் சிறிது நேரம் மிமிக்ரி செய்து முடித்த பிறகு, ராஜீவ் காந்தியை வாழ்த்தும் பாடல்களைப் பாடி 'ராஜீவ் ஜிந்தாபாத்' என முழக்கமிட்டார்.

ராஜீவ் காந்தி தனது தாயார் இந்திரா காந்தி சிலைக்கு மாலை அணிவித்துவிட்டு வடக்குப் பார்த்த மேடையை நோக்கி நடந்து வந்துகொண்டிருந்தார். தன்னை வரவேற்பதற்காக விரிக்கப்பட்டிருந்த ஐம்பதடி நீள சிவப்புக் கம்பளத்தில் ராஜீவ் நடந்து வந்தார். காங்கிரஸைச் சேர்ந்த சாந்தகுமாரி ராஜீவ் நடக்கும் பாதையில் மலர் தூவுவதற்காகப் பூக்கூடையை எடுத்துக்கொண்டு அருகில் சென்று பூக்களைத் தூவினார். காங்கிரஸின் சட்ட மேலவையின் முன்னாள் தலைவரும் ஸ்ரீபெரும்புதூர் கூட்டப் பொறுப்பாளருமான ஏ.ஜே.தாஸ், இரவு 8:30 மணிக்கு வர வேண்டிய ராஜீவ் காந்தி இரவு 10 மணிக்கு வந்ததால் காவல்துறை தலைவர் ராகவன் வேண்டுகோளுக்கிணங்க ராஜீவுக்கு மாலை, பொன்னாடை அணியும் பட்டியலிலிருந்த இருபத்து நான்கு பேரையும் சிவப்புக் கம்பளத்தின் ஓரமாக வரிசையில் நிற்கப் பணித்தார். மேடையில் 15 கிலோ எடை கொண்ட மாலை, மலர் செங்கோல், மலர் கீரிடம் ஆகியவற்றை அணிவிப்பதற்காக பிரான்சிஸ், மாத்தூர் ராமசாமி, நாராயணன் ஆகிய மூவரும் காத்திருந்தனர்.[7]

வடக்கு நோக்கி அமைந்த இம்மேடையை நோக்கி ராஜீவ் காந்தி சென்றபோது மேடையின் முன்புறம் உள்ள சிவப்பு விரிப்பில் தனுவின் தற்கொலை தாக்குதல் நிகழ்ந்தது. சிறப்பு புலனாய்வுக் குழுவினர் நீதிமன்றத்தில் சமர்ப்பித்த இப்படத்தில், சிவப்பு விரிப்பிற்கும் மேடைக்கும் உள்ள தூரம் மிக அதிகமில்லை எனக் காண முடியும்.

ராஜீவ் காந்திக்கு நினைவுப் பரிசு அளிப்பதற்கு வெள்ளியில் செய்த கிருஷ்ணர் அமர்ந்த தேர் ஒன்றின் மாதிரியை வாங்குவதற்காகக் காங்கிரஸைச் சேர்ந்த ஜே.பி.பில்டர் உரிமையாளர் பரமானந்தம், மரகதம் சந்திரசேகரிடமிருந்து பெற்ற 5,000 ரூபாயில் இருந்து தியாகராய நகர் சரவணா ஸ்டோரில் 2,000 ரூபாய்க்கு வாங்கிய கிருஷ்ணர் சிலையை மரகதம் சந்திரசேகர் கேட்டுக்கொண்டதன்படி அவர் மகள் லலித் சந்திரசேகரிடம் ஒப்படைத்துவிட்டு மேடை அருகே விஐபி பகுதியில் அமர்ந்தார். சிவப்புக் கம்பளப் பகுதியில் மாலை - பொன்னாடை அணிவிக்கும் வரிசை அருகில் ராஜீவ் நடந்துவரும்போது சிறிது குழப்பம் நிலவியது. ஒருவருக்கொருவர் போட்டிப் போட்டுக்கொண்டு ராஜீவ் காந்தியைச் சூழ்ந்தனர்.

மாலையிடும் வரிசையில் வெங்கடேசன் முதலாவதாகவும், மணி இரண்டாவதாகவும், 38 வயதான எல்.ஜி.கருணாகரன் மூன்றாவதாகவும் நின்றுகொண்டிருந்தனர். 'லேடீஸ் ஃபர்ஸ்ட்' என ராஜீவ் காந்தி கூறியதையும் மீறி அவருக்குப் பொன்னாடை போட எல்.ஜி.கருணாகரன் முயன்றபோது ராஜீவ் அவரைக் கையால் தள்ளிவிட்டார். ராஜீவ் காந்தியைப் பெண்கள் சூழ்ந்துகொண்டனர்.[8]

ராஜீவ் காந்தியிடம் படிப்பதற்காக ஆங்கிலக் கவிதை ஒன்றை எழுதி, தன் தாயார் வழி தாத்தாவிடம் கொடுத்து ஹிந்தியில் மொழிபெயர்த்து அதைப் படிப்பதற்காக நின்றுகொண்டிருந்த பள்ளிச் சிறுமியான கோகிலா, அவரது தாயாரான லதா கண்ணன், ராஜீவ் காந்தி நடக்கும் பாதையில் மலர் தூவிய சாந்தகுமாரி, அவர் சகோதரி சரோஜா தேவி, காங்கிரஸ் பெண்கள் அமைப்பைச் சேர்ந்த டாக்டர் ரமாதேவி, லெட்சுமி ஆல்பிரட், சாந்தனி பேகம், பெண் காவலர் சந்திரா, பூம்புகாரில் வாங்கிய சந்தன மாலையுடன் ஆரஞ்சு சுடிதாரும் பச்சை சல்வாருமணிந்த தனு,

அவரது பின்னால் ஒன்றரை அடி தூரத்தில் புகைப்பட நிபுணர் ஹரிபாபு, ராஜீவ் காந்தியின் பாதுகாப்பு அதிகாரி பிரதீப் குமார் குப்தா, அவருக்குச் சற்றுப் பின்னால் காவல்துறை கண்காணிப்பாளர் முகமது இக்பால், பெண் சார்பு ஆய்வாளர் அனுசுயா ஆகியோர் அந்நேரம் ராஜீவைச் சுற்றி நின்றனர்.

டாக்டர் ரமாதேவியைப் பார்த்துப் புன்முறுவல் பூத்த ராஜீவ் காந்தியிடம் நன்றாக இருக்கிறேன் என ஆங்கிலத்தில் 'வெல் சார்' என்று கூறிய ரமாதேவிக்கு அடுத்து நின்றுகொண்டிருந்த லதா கண்ணனின் மகள் கோகிலா கூறிய கவிதையைக் கேட்க நினைத்து மேலும் செல்லாமல் ராஜீவ் அங்கே நின்றார். பெண் காவலர் ஒருவர் கோகிலாவைத் தள்ளிவிட்டபோது அமைதிப்படுங்கள் என்ற பொருளில் ஆங்கிலத்தில் 'ப்ளீஸ் கூல் யுவர் செல்ஃப்' எனக் கூறிவிட்டுச் சிறுமியின் கவிதையைச் சிறிது நேரம் கேட்ட பின்னர் அந்த இடத்தைவிட்டு நகர்ந்து முன்சென்றார். சாந்தனி பேகம் பொன்னாடை ஒன்றை ராஜீவுக்குக் கொடுத்தார். அடுத்த வினாடியில் காதைத் துளைக்கும் மிகப் பெரும் ஒலியுடன் குண்டு வெடித்துப் புகை சூழ்ந்தது. குண்டு வெடித்த சில நொடிகளில் கூட்டத்தில் யாருக்கும் எதுவும் புரியவில்லை. ஒருசில வினாடிகளில் காயம்பட்டவர்களின் ஓலம் அப்பகுதியைச் சூழ்ந்தது. 'தலைவர் எங்கே?', 'ராஜீவ் காந்தி எங்கே?' போன்ற சத்தங்கள் ஆங்காங்கே கேட்டன. உதவிக்கான கூக்குரல்களும் எழுந்தன. குண்டு வெடித்த புகை அடங்கும்போது ராஜீவ் காந்தியைத் தேடி ஜெயந்தி நடராசன், கருப்பையா மூப்பனார் ஆகியோர் அவரது லோட்டோ ஷூவால் ராஜீவை அடையாளம் கண்டு உடலைத் தூக்கிப் பார்த்த ஓரிரு வினாடிகளில் ராஜீவிற்கு எல்லாம் முடிந்து போனது. இந்தியாவின் அரசியல் வரலாற்றைப் புரட்டிப் போட்ட அந்த நிகழ்வு இரவு 10:15 மணிக்கு நடந்து முடிந்தது. ராஜீவ் காந்தி உயிரற்ற உடலாய் அங்கு கிடந்தார்.

அவரது கண் விழிகள் குண்டு வெடிப்பில் சிதறி கண்கள் இருந்த இடத்தில் குழிகள் இருந்தன, மூக்கு சிதைந்து போனது, ஒரு நுரையீரல் முற்றிலுமாகக் காணாமல் போனது. ராஜீவ் காந்தி மிக கோரமாக இறந்து குப்புறக் கிடந்தார். அரை நிர்வாணமாகக் கிடந்த அவரது உடலைத் துண்டு ஒன்றால் மூப்பனார் போர்த்தினார். ராஜீவ் காந்தியின் உடலையொட்டி அவரது பாதுகாப்பு அதிகாரி பிரதீப்குமார் குப்தா, அதற்குச் சற்றுத் தூரத்தில் காவல்துறை கண்காணிப்பாளர் முகமது இக்பால் இருவரும் இறந்து கிடந்தனர். சில அடி தூரத்தில் கொலையாளியான தனுவின் தலையற்றச் சிதைந்த உடல் கிடந்தது. தனுவின் உடலைச் சுற்றி கவிதை படிக்க வந்த பள்ளிச் சிறுமி கோகிலா, அவரது தாயார் லதா கண்ணன், தனுவின் பின்னால் ராஜீவ் காந்தியின் இறுதிப் புகைப்படங்களை எடுத்த ஹரிபாபு, பெண் காவலர் சந்திரா, காங்கிரஸ் கட்சியின் சாந்தகுமாரியின் சகோதரி சரோஜா தேவி, ராஜீவுக்கு இறுதிப் பொன்னாடை கொடுத்த சாந்தனி பேகம், காங்கிரஸைச் சேர்ந்த பீட்டரின் மனைவி டெரில் பீட்டர், காங்கிரஸ் கட்சியின் எட்வர்ட் ஜோசப், இது தவிர முருகன், ரவி, இராஜகுரு, தர்மன் ஆகிய காவலர்கள் சடலங்களாகக் கிடந்தனர். சற்றுத் தொலைவில் அமர்ந்திருந்த காங்கிரஸின் முனுசாமி குண்டு வெடித்த அதிர்ச்சியில் இறந்து கிடந்தார்.[9]

குண்டு வெடித்த பின்னர் தனுவைச் சுற்றி ராஜீவ் காந்தி உள்ளிட்ட 16 பேரும் தாமரை இதழ்கள் போல வீழ்ந்து கிடந்தனர் எனக் குண்டு வெடிப்புத் தொடர்பாகச் சாட்சியம் அளித்த வல்லுநர்கள் குறிப்பிட்டார்கள். ராஜீவின் இரத்தப் பிரிவும் அன்பு என்ற தனுவின் ரத்தப்பிரிவும் ஒரே 'பி' பிரிவு இரத்தவகை என தடய வல்லுநர்கள் பின்னர் கூறினர். ராஜீவ் என்றால் தாமரை என்ற பொருளும் அவரது இறுதி மணித்துளிகளும் கொடூரமான தற்செயல் நிகழ்வாகிப் போனது. எஸ்எப்ஜி 87 என்ற சிங்கப்பூர் சிதறும் எறிகுண்டு வகையைச் சேர்ந்த குண்டுகளில் பயன்படுத்தப்படும் சிறு இரும்புக் குண்டுகள் சிதறி நூற்றுக்கணக்கான பேர் காயமடைந்தனர். கம்யூனிஸ்ட் கட்சியைச் சேர்ந்த தா.பாண்டியன், சார்பு ஆய்வாளர் அனுசுயா, அவசரமாகக் காரில் ஏற்றப்பட்டு மருத்துவமனைக்குக் கொண்டு செல்லப்பட்ட காவல் துறைத் துணைத் தலைவர் நாஞ்சில் குமரன், காங்கிரஸ்காரர்களான புரட்சிகுமரன், சு.சண்முகம், செங்கல்பட்டு இளைஞர் காங்கிரஸ் பொதுச் செயலாளர் ஏ.மகேந்திரன், காங்கிரஸைச் சேர்ந்த முத்தையா மகன் அண்ணாமலை, சித்தாமூர் சார்பு ஆய்வாளர் கணபதி, காங்கிரஸைச் சேர்ந்த வடிவேலுவின் மகன் வே.சுந்தர், காங்கிரஸைச் சேர்ந்த குமாரின் தாயார், சொக்கலிங்கம் மனைவி வண்டியம்மாள், காங்கிரஸின் உறுப்பினர் கண்ணப்பன் மகன் சுரேந்திரன் உள்ளிட்ட நூற்றுக்கணக்கானோர் காயமடைந்தனர்.

தன் தாயார் இந்திரா காந்தி படுகொலையானதைத் தொடர்ந்து நவீன இந்தியா பற்றிய ஏராளமான கனவுகளுடன் அதிகாரத்தைப் பெற்ற ராஜீவ் காந்தி இந்திய - இலங்கை ஒப்பந்தத்தை நிறைவேற்ற நேர்மையாக முயற்சி செய்தார் என்பதை மறுப்பதற்கில்லை. அவரது முயற்சியால் இலங்கையில் தமிழ் அலுவல் மொழியானது, இலங்கையின் வடக்கும் கிழக்கும் ஒப்பந்தப்படி இணைந்தன. இலங்கை அரசியலமைப்பில் 13 ஆவது சட்ட திருத்தம் செய்யப்பட்டது. இலங்கைக்கு ஒன்பது மாகாண ஆட்சிக் குழுக்கள் அல்லது புரொவின்சியல் கவுன்சில்கள் என்ற பிரதேச அரசுகள் கிடைத்தன. விவசாயம், கல்வி, வீட்டு வசதி, உள்ளாட்சி நிர்வாகம் போன்ற சட்டமியற்றும் அதிகாரங்கள் கொண்ட ஆட்சிக் குழு நிர்வாகமே இன்றுவரை மாகாணங்களில் நடைமுறையில் உள்ளன, ஆனாலும் காவல்துறை மற்றும் காணி அதிகாரங்கள் இலங்கை அரசால் இன்னும் மாகாணங்களுக்குப் பகிர்ந்தளிக்கப்படாதது உண்மைதான். இலங்கையில் புலிகளும் ஜேவிபியினரும் கடுமையாக எதிர்த்த அவ்வொப்பந்தத்திற்கு விலையாக ஸ்ரீபெரும்புதூரில் யாரும் கற்பனை செய்ய முடியாத அளவில் உடல் சிதைந்து இறந்து கிடந்தார் 47 வயதான ராஜீவ் காந்தி. லியோ டால்ஸ்டாயின் 'இவான் இல்யீச்சின் மரணம்' கதை நாயகனுக்கு அவர் இறக்குமுன் ஏற்பட்ட அதே உணர்வு ராஜீவ் காந்தி இறந்தபோது அவருக்கு ஏற்பட்டிருக்குமா எனச் சொல்வது கடினம். ஆனால், குண்டு வெடிக்கும் ஒரு வினாடி முன்வரை ராஜீவ் மக்கள் கடலில் மகிழ்ச்சியில் நீந்தியதென்னவோ உண்மை. அவரது மரணம் இந்திய அரசியலில் மாற்ற முடியாத விளைவுகளை ஏற்படுத்தியது.

அடிக்குறிப்புகள்

1. 25.11.1991 அன்று சி.பி.ஐ. சிறப்புப் புலனாய்வுக் குழுவின் காவல்துறை துணை கண்காணிப்பாளர் திரு.எம்.நாராயணனிடம் கேப்டன் என்.வி.எஸ்.சந்தோக் கொடுத்த வாக்குமூலம்.

2. 31.03.1992 அன்று சி.பி.ஐ. சிறப்புப் புலனாய்வுக் குழுவின் காவல் ஆய்வாளர் நந்தகுமார் நாயரிடம் ஆனந்த விகடன் புகைப்பட நிருபர் பார்த்தசாரதி கொடுத்த வாக்குமூலம்.

3. 01.04.1992 அன்று சி.பி.ஐ. சிறப்புப் புலனாய்வுக் குழுவின் காவல் ஆய்வாளர் நந்தகுமார் நாயரிடம் தி இந்து பத்திரிகையின் சிறப்பு நிருபர் பி.ஜெயந்த் கொடுத்த வாக்குமூலம்.

4. 06.04.1992 அன்று சி.பி.ஐ. சிறப்புப் புலனாய்வுக் குழுவின் காவல் ஆய்வாளர் நந்தகுமார் நாயரிடம் எக்கனாமிக் டைம்ஸ் நிருபர் இராகவ் சிம்மன் கொடுத்த வாக்குமூலம்.

5. 21.03.1992 அன்று சி.பி.ஐ. சிறப்புப் புலனாய்வுக் குழுவின் காவல் ஆய்வாளர் நந்தகுமார் நாயரிடம் மாலைமலர் நிருபர் தபசுகுமார் கொடுத்த வாக்குமூலம்.

6. அன்று சி.பி.ஐ. சிறப்புப் புலனாய்வு குழுவினரிடம் சுமன் துபே கொடுத்த வாக்குமூலம்.

7. 27.05.1991 அன்று சி.பி.ஐ. சிறப்புப் புலனாய்வுக் குழுவின் புலனாய்வு அதிகாரியான ஜி.வி.கிரிதரிடம் போளூர் வரதன் கொடுத்த வாக்குமூலம்.

8. 25.04.1992 அன்று சி.பி.ஐ. சிறப்புப் புலனாய்வுக் குழுவின் புலானய்வு அதிகாரியான எஸ்.மாதவனிடம் எல்.ஜி.கருணாகரன் கொடுத்த வாக்குமூலம்.

9. ராஜீவ் கொலை வழக்கு சிறப்புப் புலனாய்வுக் குழுவின் குற்றப்பத்திரிகை.

ராஜீவ் காந்தியைக் கொலை செய்தது யார்?

ஹிந்தி கவிதை படித்த சிறுமி கோகிலவாணி, தனு என்ற அன்பு, கோகிலாவின் தாயார் லதா கண்ணன் மற்றும் சிவராசன் இருக்கும் ஹரிபாபு எடுத்த படம். ஓவியர் அகிலாவால் மறுபடைப்புச் செய்யப்பட்டது

ராஜீவ் காந்தி கொலையை இஸ்ரேலின் மொசாத் செய்ததாக டி.என்.சேஷனும்[1] அதில் அர்ஜீன் சிங்கிற்குத் தொடர்பு இருப்பதாக சுப்பிரமணிய சாமியும்[2], ராஜீவ் கொலையில் சுப்பிரமணிய சாமிக்கும் சந்திரசாமிக்கும் நெருங்கிய தொடர்பு உள்ளதாக திருச்சி வேலுச்சாமியும்[3], விடுதலைப் புலிகள் அமைப்பில் இருந்த சிவராசன்தான் ராஜீவைக் கொன்றார் எனவும் அவர் பிரபாகரனின் கட்டுப்பாட்டையும் மீறி அக்கொலையைச் செய்தார் என ராஜீவ் காந்தி கொலையில் **16**ஆவது குற்றவாளியாகத் தண்டிக்கப்பட்ட இரவிச்சந்திரனும்[4], ராஜீவ் காந்தி கொலையில் குற்றவாளிகளாகத் தண்டிக்கப்பட்டுச் சிறையில் இருக்கும் முதல், இரண்டாம் குற்றவாளிகளான முருகன், நளினி ஆகியோர் தங்களுக்கும் ராஜீவ் காந்தி கொலைக்கும் தொடர்பு இல்லை எனவும் ஆனால் ராஜீவைக் கொன்றது விடுதலைப் புலிகள் அமைப்பைச் சேர்ந்த சிவராசன் மற்றும் தனு எனவும் கொலை நடந்த நாளில் சிவராசன், தனு, சுபாவுடன் தான் இருந்ததாகவும்[5], ராஜீவ் காந்தி கொலையைச் செய்தது போபர்ஸ் பீரங்கி பேரம் தொடர்பாக சுவீடன் பிரதமர் ஓலப்

பால்மேயைக் கொன்ற குற்றவாளிகளே என முன்னாள் டிஜிபி மோகன்தாஸ் தனது நாவலிலும்[6] ராஜீவ் காந்தி கொலையைச் செய்தது அமெரிக்க சி.ஐ.ஏ அல்லது மொசாத் அல்லது இலங்கை அரசாக இருக்கும் என்றும் அதில் சந்திரசாமி, சுப்பிரமணிய சாமி, சேஷன், நரசிம்மராவ் ஆகியோருக்குப் பங்குண்டெனவும், மரகதம் சந்திரசேகருக்கும் சதி குறித்துத் தெரிய வாய்ப்புண்டு எனவும், ஏராளமான சந்தேகங்களை எழுப்பும் ஃபயஸ் அகமதுவின் உள்ளடி வேலை என்ற பொருள்படும் 'இன்ஸைட் ஜாப்' என்ற 2015ஆம் ஆண்டின் விறுவிறுப்பான நூலும்[7] ராஜீவ் கொலைக்கு சி.ஐ.ஏ காரணமாக இருக்க முடியும் என்றும் சந்திரசாமி, சுப்பிரமணிய சாமி, சவுதாலா கூட்டணிக்கும் கொலையில் பங்குள்ளது என்று மடாதிபதி சேவாதாஸ் சிங்கின் ஜெயின் கமிஷன் வாக்குமூலத்தை பதிவுசெய்து எழுதிய ராஜீவ் சர்மாவின் நூலும்[8], ராஜீவ் படுகொலையைச் செய்தது புலிகளே என சி.பி.ஐ சிறப்புப் புலனாய்வுக் குழுவின் விசாரணை அதிகாரியான ரகோத்தமனின் நூலும்[9], சி.பி.ஐ சிறப்புப் புலனாய்வு பிரிவின் தலைவரான கார்த்திகேயன், இராதா வினோத் ராஜா ஆகிய இருவரின் நூலும் ராஜீவ் காந்தி கொலையைச் செய்தது புலிகளே எனவும்[10] கூறுகின்றன.

ராஜீவைக் கொலை செய்த தனு என்ற தேன்மொழி ராஜரத்தினம் அல்லது கலைவாணி அல்லது அன்பு அல்லது கேப்டன் அகினோ என்றழைக்கப்படும் தனு யாழ்ப்பாணத்தைச் சேர்ந்தவர். தனுவின் தந்தை ராஜரத்தினம் தமிழரசு கட்சியின் மிக முக்கியமான பொறுப்பில் இருந்தார். தந்தை செல்வநாயகத்துடன் நெருங்கிப் பழகிய அவர், யாழ்ப்பாணம் இரண்டாவது குறுக்குத் தெருவில் இருந்த தமிழர் கூட்டணி அலுவலகத்தில் 1972ஆம் ஆண்டு பொறுப்பாளராக இருந்தார். தாமிரபரணி வரலாறு என பொருள்படும் 'ஹிஸ்டரி ஆஃப் தாமிரபரணி' என்ற நூலினையும் எழுதினார். தன்னை எல்லாளன் என அழைத்துக்கொண்ட அவர், 19.08.1975 அன்று சென்னை பொது மருத்துவமனையில் ஆஸ்துமா வியாதியால் துன்புற்று மரணமடைந்தார் என ஈழ விடுதலைப் போராட்டத்தில் பங்கெடுத்த ராஜரத்தினத்தைப் பற்றி சி.புஸ்பராஜா குறிப்பிடுகிறார்.[11]

தமிழ்நாட்டில் ராஜரத்தினம் அல்லது ராசரத்தினத்தைப் பற்றி முதலில் 1988ஆம் ஆண்டில் குறிப்பிட்டது பழ.நெடுமாறனே. அவர் தமிழர் கூட்டணித் தலைவர்களில் ஒருவரான தனுவின் தந்தை ராஜரத்தினத்தைப் பற்றி அஞ்சாநெஞ்சன் ராஜரத்தினம் என தனது நூலில் குறிப்பிடுகிறார். தாமிரபரணி புதிய புலிகள் என்ற பெயரில் ஒரு ரகசிய இயக்கத்தைத் தொடங்கும்படி ராஜரத்தினம் ஆலோசனைகளை வழங்கியதை ஏற்றுக்கொண்ட பிரபாகரன், தாமிரபரணி புதிய புலிகள் என்ற பெயரைச் சிறிது மாற்றி புதிய தமிழ்ப் புலிகள் அல்லது டிஎன்டி என்ற பெயரில் இயக்கம் ஒன்றைத் தொடங்கினார். பின்னர் 05.05.1976 அன்று தமிழீழ விடுதலைப் புலிகள் என்று பெயரை மாற்றினர் என்றார் பழ.நெடுமாறன்.[12]

1975இல் இறந்த ராஜரத்தினம் 10.06.1991 அன்று ஈழப்போராட்டத்தில் ஈடுபட்ட எட்டுப் பேருடன் கௌரவிக்கப்பட்டார். அந்த எட்டுப் பேரில் காசி ஆனந்தனும் ராஜரத்தினமும் உண்டு. ராஜரத்தினம் இறந்து 16 வருடங்கள் கடந்த பின் புலிகள் முத்திரை பதிக்கப்பட்ட தங்கப் பதக்கமும் 25,000 ரூபாய் பரிசும் வழங்கப்பட்டதற்குக் காரணம் தனுவை நேரடியாகக் கௌரவிக்க முடியாது என்பதால் அவரது தந்தையைக் கௌரவித்தனர் விடுதலைப் புலிகள் எனக் கூறுகிறார் கார்த்திகேயன். 31.08.1991

பிரண்ட் லைன் இதழில் வெளியான கட்டுரையில் தனுவின் ஊர் சாகவச்சேரி அருகிலுள்ள நுணாவில் என்றும் சிவராசனின் தாயார் வழியில் தனுவும் சுபாவும் உறவினர்கள் என்றும், சிவராசன் கரையர் மற்றும் வேளாளர் சாதியைச் சாராத தனக்காரர் என்ற செட்டியார் சமூகத்தைச் சேர்ந்தவர் என்றும் குறிப்பிட்டார் டிபிஎஸ் ஜெயராஜ். அதையே பின்னர் சிறப்பு புலனாய்வுக் குழுவும் உறுதி செய்தது.

31.08.1991 தேதியிட்ட பிரண்ட் லைன் இதழில் ராஜரத்தினத்தின் இரண்டாம் மனைவிக்குப் பிறந்த மகள் தனு எனச் செய்தி வெளியானதைத் தொடர்ந்து, யாழ்ப்பாணத்திலுள்ள உரும்பிராய் ஊரைச் சேர்ந்த ஒருவர் *13* கிலோ மீட்டர் தூரம் சைக்கிளில் பயணம் செய்து கைம்பெண்ணான ராஜரத்தினத்தின் மனைவியைச் சந்தித்ததாகவும், அவர் தனது இரண்டாவது மகள் அனுஜாவுடன் மணலாறில் நடந்த களப் போரில் தனது கடைசி மகள் கலைவாணி மரணமடைந்ததற்குத் துக்கம் கடைபிடித்துக்கொண்டிருந்ததாகவும், ராஜரத்தினத்தின் மூத்த மகள் கனடாவில் வசித்துவருவதாகவும், மகன் ஜெர்மனியில் வசித்துவந்ததாகவும் அவ்வாறாக ராஜரத்தினத்தின் *3* மகள்களுமே கண்டுபிடிக்கப்பட்டதாகவும் எனவே தனு ராஜரத்தினத்தின் மகள் அல்ல எனவும் அந்த யாழ்ப்பாணம் பிரண்ட் லைன் வாசகர் தெரிவித்திருந்தார். ஆனால், கலைவாணி என்ற தனு மணலாறு போரில் மரணமடைந்தாகக் கூறுவது ஒருவகையில் தனுவின் அடையாளத்தை மறைத்து திசைதிருப்பும் முயற்சி என கார்த்திகேயன் கருதுகிறார்.[13]

புலிகள் அமைப்பைப் பற்றி அறிந்த யாழ்ப்பாணத்தில் வாழும் பெயர் தெரிவிக்க விரும்பாத நண்பர் கொடுத்த தகவல்படி சாகவச்சேரியைச் சேர்ந்த அன்புவும் அவரது தாயாரும் இந்திய இராணுவத்தால் வன்புணர்ச்சிக்குள்ளாகி அன்புவின் தாயார் இறந்தார், அன்பு தப்பிப் பிழைத்தார். புலிகள் அமைப்பில் சேர்ந்த அன்பு பின்னர் தனு என்ற பெயரில் ராஜீவைக் கொல்ல சிவராசனுடனும் சுபாவுடனும் இந்தியா சென்றார் எனக் குறிப்பிட்டார். புலிகள் ராஜீவைக் கொல்ல பழிவாங்கும் எண்ணமே காரணம் என்று கூறிய அந்நண்பர், பிரபாகரன், பொட்டு அம்மான், அகிலா, சிவராசன் என்ற பாக்கியசந்திரன், அன்பு, சுபா ஆகியோர் ராஜீவ் கொலையில் பங்கெடுத்ததில் எள்ளளவும் சந்தேகமில்லை எனக் கூறுகிறார். ஆனால் தனு ராஜரத்தினத்தின் மகள் அல்லவென அவர் கூறினார்.[14] தனு என்ற அன்பு ராஜரத்தினத்தின் மகள் என்பதில் சந்தேகமில்லை. இந்திய அமைதிப்படை இராணுவத்தினர் தன்னை வன்புணர்வு செய்ததாகவும் தனது இரு சகோதரர்களைக் கொன்றதாகவும் தனு தன்னிடம் கூறியதாக நளினியின் வாக்குமூலம் தெரிவித்தது.[15]

*1986*ஆம் ஆண்டு விடுதலைப் புலிகளின் பிரச்சாரப் பிரிவு மாத நாள்காட்டி ஒன்றை வெளியிட்டனர். 'அதில் *15* பேர் கொண்ட சிறுபடையணியின் தலைவராக அணிவகுப்பில் செல்பவர் தனுவா?' எனத் தன்னிடம் சிறப்பு புலன் விசாரணைப் பிரிவினர் வினவியபோது அந்தப் புகைப்படத்தில் இருப்பவர் அனுஜா என்று தான் பதிலளித்ததாகவும் அனுஜாவின் உடலையும் தனுவின் தலையையும் ஒப்பிட்டு அனுஜாவும் தனுவும் ஒன்றுதான் என்று தடயவியல் அறிஞர் சந்திரசேகர் தவறாகக் கூறுகின்றார் எனவும் தனது நூலில் ரவிச்சந்திரன் கூறுகிறார். ஆனால், தனுவின் அக்காதான் அனுஜா என்ற விவரத்தை அந்நூலில் அவர் சொல்லவில்லை.

ராஜீவ் காந்தி படுகொலையில் சுப்பிரமணியசாமி மற்றும் சந்திரசாமிக்கு தொடர்பிருப்பதாகத் திருச்சி வேலுச்சாமி தொடர்ந்து கூறிவருகிறார். ஆனால், அவர் தனது நூலில் ஜெயின் கமிஷனில் செல்வி.ஜெயலலிதாவை விசாரிக்க சுப்பிரமணியசாமி முயற்சி செய்துகொண்டிருந்த காலத்தில் சுப்பிரமணிய சாமியின் முன்னாள் கட்சிக்காரரும் அவரது கட்சி பொதுச் செயலாளர்களில் ஒருவருமான திருச்சி வேலுச்சாமி சுப்பிரமணியசாமிக்கு முழு விருப்பமில்லை என்றாலும் முன்னாள் பிரதமர் சந்திரசேகருடன் கூட்டு முயற்சியில் திமுக ஆட்சியைக் கலைத்தோம் எனக் குறிப்பிடுகிறார்.

ஜெயின் கமிஷன் விசாரணை நடந்துகொண்டிருந்தபோது திருச்சி வேலுச்சாமியை அன்றைய முதல்வராக இருந்த செல்வி.ஜெயலலிதா அழைத்து, தன்னை சுப்பிரமணிய சாமி பாடாய்படுத்துவதாகவும் ராஜீவ் காந்தி படுகொலைக்கும் தனக்கும் தொடர்பிருப்பதாகச் சொல்வதால் தனக்கும் மிகப் பெரிய நெருக்கடிகள் இருப்பதாக கூறிய ஜெயலலிதா, ஒன்றரை மணி நேர சந்திப்பிற்குப் பின்னர் பாலகிருஷ்ணன் என்ற வழக்கறிஞரை திருச்சி வேலுச்சாமிக்கு ஏற்பாடு செய்து கொடுத்தார். அவரது மருமகன் பிரசாந்த் என்பவர் வழக்கறிஞர் என்றும், கே.கே.வேணுகோபால் வீட்டிற்கு அருகில் உள்ள வழக்கறிஞர் பாலகிருஷ்ணன் வீட்டிற்குச் சென்று ஜெயின் கமிஷனில் அபிடவிட் தாக்கல் செய்தேன் என்றும் திருச்சி வேலுச்சாமி தன் நூலில் குறிப்பிடுகிறார்.[16] திருச்சி வேலுச்சாமி குறிப்பிடும் பிரசாந்த் என்பவர் உண்மையில் பிரசாத் என்பதும், முதலில் தமிழ்நாட்டில் உயர்நீதிமன்ற நீதிபதியாக இருந்த அவர் தற்போது புதுடெல்லியில் இருக்கிறார் என்பதும் ஒருபுறமிருக்க, ஜெயலலிதா முதல்வராக இருந்தபோது சுப்பிரமணியசாமி மீது அரசியல் தாக்குதல் நிகழ்த்த அவரது முன்னாள் கூட்டாளியான திருச்சி வேலுச்சாமி உதவியிருக்கிறார் எனக் கூற முடியும். ஏனெனில், ஜெயின் கமிஷன் விசாரணையின்போது ஜெயலலிதா புலிகளிடமிருந்து அறிவுரை பெற்றே ராஜீவுடன் சேர்ந்து மேடைகளில் தோன்றுவதைத் தவிர்த்தார் என்றும், ராஜீவின் இறுதிச் சடங்குகளுக்குச் செல்லவில்லை என்றும் சில சந்தேகங்களை எழுப்பினார் சுப்பிரமணியசாமி.

பாஸ்டனைச் சேர்ந்த ஈழ ஆதரவாளர்கள் ஸ்ரீதரன், தில்லையம்பலம் என்ற இருவரை அமெரிக்க அதிகாரியான ஹெர்பர்ட் லெவினைச் சந்திக்கத் திடீரென அழைத்துச் சென்று அதை அலுவல் சந்திப்பு என சுப்பிரமணியசாமி பத்திரிகையாளர்களுக்குச் செய்தி கொடுத்ததால் எரிச்சலடைந்த அமெரிக்க அதிகாரி ஹெர்பர்ட் லெவின், ஓர் அறிக்கை வெளியிட்டு என்ன காரணத்திற்காகச் சந்திக்கிறோம் எனக் கூறாமல் சாதாரண நட்பு ரீதியான சந்திப்பை நேர்மையற்றக் காரணங்களுக்காக சுப்பிரமணியசாமி பயன்படுத்தக் கூடாது எனக் கடிதம் ஒன்றை எழுதினார்.[17] சுப்பிரமணிய சாமி தனது சுயநலனுக்காக அதிகார மையங்களுடன் நெருக்கமாக உறவாடுபவர். சேஷனும் சுப்ரமணியசாமியும் சேர்ந்து ராஜீவைத் திருப்திபடுத்த வி.பி.சிங்கை சிஐஏ ஏஜண்ட் எனப் போலி ஆதாரங்களைத் திரட்டி அக்டோபர் 1989இல் இந்துஸ்தான் டைம்ஸ் பத்திரிகையில் வெளியிட்டனர். பின்னர் 1994ஆம் ஆண்டின் இறுதியில், அது சேஷன் தீட்டிய திட்டம் எனத் தான் புரிந்துகொண்டதாக சாமி கூறினார். 1986ஆம் ஆண்டு டெல்லி ராஜ்கோட்டில்

ராஜீவைக் கொல்ல நடந்த முயற்சி தோல்வியடைந்தது. இதற்குக் காரணம் அருண் நேரு என்று சேஷனின் தூண்டுதலில் தான் அறிக்கை விட்டதாகக் கூறினார் சாமி. ஆனால், **1990**ஆம் ஆண்டு தான் சேஷனைத் தலைமை தேர்தல் ஆணையராக்கியதாகத் தனது நூலில் கூறுகிறார் சாமி.[18]

வி.பி.சிங் மீதான போலி குற்றச்சாட்டு சதியின் கூட்டாளிகளான சாமியும் சேஷனும் **1996**ஆம் ஆண்டு வரை நெருக்கமாகவே இருந்துள்ளார்கள் என அறிய முடியும். ராஜீவ் கொலையாவது வரை ராஜீவுடனும், பிரதமராக சந்திரசேகர் இருக்கும்போது அவருடனும், பின்னர் பிரதமரான நரசிம்மராவுடனும் நெருக்கமாக இருந்து, ராஜீவ் இறந்த பின்னர் அவரின் கல்வித் தகுதியைக் கிண்டல் செய்து கூட்டங்களில் பேசிவந்தார் சந்தர்ப்பவாத சாமி. சந்திரசேகர் ஆட்சியில் ராஜீவ் பரிந்துரையின் பேரில் மத்திய சட்ட அமைச்சரான அவர், சோனியா காந்தி மீதும், அர்ஜீன் சிங் மீதும், மார்கரெட் ஆல்வா மீதும், ஜெயலலிதா மீதும் அவதூறுகளை அள்ளித் தெளித்தார். சுப்பிரமணிய சாமி அரசியலில் சுறாமீனுடன் ஒட்டிச் செல்லும் ரிமோரா என்ற உறிஞ்சு மீனைப் போன்றவர். அவருக்கு ராஜீவ் கொலையில் பங்குள்ளது என்பது அதீத கற்பனையே. ஆனால், திருச்சி வேலுச்சாமியின் நூலும் பொதுக் கூட்டப் பேச்சுகளும் சாமியைத் தமிழ்நாட்டு அரசியலில் முற்றிலும் தலையெடுக்காமல் செய்தது உண்மை.

08.01.1995 அன்று அவுட் லுக் ஆங்கிலப் பத்திரிகையின் தலைமை நிருபர் ஏ.எஸ்.பன்னீர் செல்வத்திற்குப் புலிகள் சார்பாக அளித்த பேட்டியில், தாங்கள் ராஜீவ் காந்தியைக் கொலை செய்யவில்லை எனக் கூறிய அன்ரன் பாலசிங்கம், பின்னர் ராஜீவ் காந்தி படுகொலை மாபெரும் துன்பியல் நிகழ்வு எனக் குறிப்பிட்டது ஒருவகையில் ராஜீவ் கொலையைப் புலிகள் ஒத்துக்கொண்டதாகக் கருத முடியும். எரிக் சொல்ஹைமிடம் அன்ரன் பாலசிங்கம் புலிகளின் ராஜீவ் காந்தி படுகொலை அவர்களது பேரழிவு எனக் கூறியதாக மார்க் சால்ட்டர் சொன்னார்.[19] பிரேமதாசா படுகொலைக்கோ, கதிர்காமர் படுகொலைக்கோ புலிகள் பொறுப்பேற்கவில்லை என்பதையும் கருத்தில் கொண்டால், தங்கள் அரசியல் கொலைகளில் தங்களுக்கு அரசியல் ஆதாயம் கிடைக்கும் கொலைகளுக்கு மட்டுமே புலிகள் பொறுப்பேற்றார்கள் எனக் கூறலாம்.

08.08.1992 அன்று சிங்களர் மத்தியில் மிகப்பிரபலமான மேஜர் ஜெனரல் கோபக்கடுவாவும் பிரிகேடியர் விமலரத்னாவும் கைட்ஸ் தீவில் ஒரே லேண்ட் ரோவர் சென்றுகொண்டிருக்கையில் தற்செயலாகச் சாலையைவிட்டுக் கீழிறங்கியபோது கண்ணிவெடியில் சிக்கி உயிரிழந்தனர். விடுதலைப் புலிகள் உடனடியாக அதற்குப் பொறுப்பேற்றுக்கொண்டார்கள்.

2002ஆம் ஆண்டு கிளிநொச்சி பத்திரிகையாளர் சந்திப்பில், “உங்களைப் பிடித்துக் கொடுக்க இந்தியா கேட்டுள்ளதே” என்ற கேள்விக்கு, தனக்கும் ராஜீவ் கொலைக்கும் தொடர்பில்லை எனக் கூறாமல், “நடக்கக்கூடிய விஷயங்களைக் கதைக்கச் சொல்லுங்கள்” என்றே பிரபாகரன் பதிலளித்தார்.

ராஜீவ் காந்தி படுகொலை பயங்கரவாதச் செயல் அல்ல, அது ஒரு பழிவாங்கும் செயல் என 11.05.1999 அன்று நீதிபதிகள் கே.டி.தாமஸ், டி.பி.வாத்வா, சையது ஷா காதிரி ஆகியோர் ஸ்டேட் எதிர் நளினி வழக்கில் தீர்ப்பளித்தனர். அத்தீர்ப்பின் 74ஆவது பத்தி, அவ்வழக்கின் மேல்முறையீட்டாளர்களில் நளினி, சுதந்திரராஜா என்ற சாந்தன், ரவிச்சந்திரன், ராபர்ட் பயஸ், சண்முகவடிவேலு ஆகியோருக்கான வழக்கறிஞர்கள் என்.நடராஜன், என்.சி.சுப்பிரமணியன் ஆகியோர் புலிகள் அமைப்பின் உயர்மட்டத்தில் இருந்தவர் சிவராசன் என்றும் அவர் கொலை சதியில் முக்கியப் பங்காளர் என ஒத்துக்கொள்கின்றனர் என்றும் கூறுகிறது.[20]

மேற்சொன்ன தீர்ப்பில் புலிகள்தான் ராஜீவ் கொலையைச் செய்தனர் என்று வழக்கறிஞர் நடராஜன் ஒத்துக்கொள்வதற்கு முன்னதாக அவ்வழக்கில் மேல்முறையீட்டாளர்களுக்கு முன்னிலையான வழக்கறிஞர்களில் ஒருவரான சந்திரசேகர், புதுடெல்லி கரோல்பாக்கிலிருந்து பழ.நெடுமாறனிடம் தொலைபேசியில் கேட்டபோது அவர் புலிகளின் தலைமையிடம் ஆலோசித்த பின்னர் அவ்வாறு ஒத்துக்கொள்ள சம்மதம் தெரிவித்தார் எனக் குறிப்பிட்டார்.[21] மேற்சொன்ன சந்திரசேகரது கூற்றை பழ.நெடுமாறனிடம் நேர்முகப் பேட்டியின்போது நூலாசிரியர் வினவியபோது அவர், சந்திரசேகர் கூறியது பற்றி கருத்துத் தெரிவிக்க மறுத்துவிட்டார்.[22] மேனாள் மெட்ராஸ் உயர்நீதிமன்ற நீதிபதியான கே.சந்துரு, தான் வழக்கறிஞராக இருந்தபோது அன்ரன் பாலசிங்கம் தன்னைத் தொடர்புகொண்டு ராஜீவ் கொலை வழக்கில் குற்றம்சாட்டப்பட்டவர்களுக்கு ஆஜராக வேண்டியபோது நேரப் பற்றாக்குறையால் தான் மறுத்ததாகவும், அதன் பின்னர் திராவிடர் கழக வழக்கறிஞர் துரைசாமி அவ்வழக்கை நடத்தியதாகவும் கூறினார்.[23]

ராஜீவ் கொலையில் கொலை சதி குறித்து விசாரித்த ஜெயின் ஆணையத் தலைவர் நீதிபதி ஜெயின் கம்யூனிஸ்ட் கட்சியைச் சேர்ந்தவர், இராஜஸ்தான் சட்டமன்றத் தேர்தலில் கம்யூனிஸ்ட் கட்சி சார்பில் போட்டியிட்டவர். அவரை ஆணையத்திற்கு நியமித்தது குறித்து தான் வருந்துவதாக சுப்பிரமணியசாமி கூறுகிறார். சாமியின் வருத்தம் நியாயமானதா என்பது ஒருபுறமிருக்க, சந்திராசாமி, சுப்பிரமணியசாமி, ஜெயலலிதா, அர்ஜீன் சிங் ஆகியோரது ஆடுகளமாக ஜெயின் கமிஷன் இருந்தது உண்மை. எட்டுவருட விசாரணையின் பின்னும் அவ்வறிக்கையின்படி உண்மையேதும் வெளிவந்ததாகக் கருத இயலாது. ஜெயின் கமிஷன் அறிக்கையின்படி எம்டிஎம்ஏ என்ற (மல்டி டிசிப்பிளனரி மானிடரி ஏஜென்சி) பல்முனை பார்வை முகமை விசாரணை 2022ஆம் ஆண்டு எவ்வித முன்னேற்றமும் இல்லாமல் முடிவடைந்தது.

2011ஆம் ஆண்டில் தமிழ் டைக்ரஸ் நூலில் ராஜீவ் கொலைக் குற்றவாளிகள் குறித்தும் எழுதிய நிரோமி டி சொய்சாவை அவர்கள் விசாரித்திருப்பார்களா என்பதுகூட சந்தேகமே.

சுப்பிரமணியசாமி, சாமியார் சந்திராசாமி இருவர் மீதும் சந்தேகம் இருப்பதாகக் கூறும் திருச்சி வேலுச்சாமி, ராஜீவ் காந்தி படுகொலைக்கு முன்னதாக அவருடன் இருந்த வெளிநாட்டுப் பத்திரிகையாளர்கள் இருவரும் ஏன் அவருடன் செல்லவில்லை

என்றும் வினா எழுப்புகிறார். அதே கேள்வியைத் தனது 'இன்ஸைட் ஜாப்' என்ற நூலில் பயஸ் அகமதுவும் எழுப்புகிறார். ஆனால், ராஜீவ் கொலை நடப்பதற்கு முன்னால் அவருடன் காரில் பயணித்தபோது அவர் மரகதம் சந்திரசேகருடன் ஜோக் அடித்து பேசிக்கொண்டு வந்ததாகவும் காரைவிட்டுக் கிளம்புவதற்கு முன்பாக அவரிடம் 'உங்கள் உயிருக்கு ஆபத்து உள்ளதா' என்ற கேள்விக்கு இந்திரா காந்தி, சேக் முகைதீன், பூட்டோ, ஜியா உல் ஹக், பண்டார நாயக ஆகிய அனைவரும் கொல்லப்பட்டதைப் பதிலாகக் கூறியதாகவும், 1989ஆம் ஆண்டு ஆந்திர பிரதேசம் மாநிலத்தில் கல்குவர்த்தியில் ராஜீவுடன் தேர்தல் பிரச்சாரக் கூட்டத்தில் பயணித்தபோது தான் மூர்ச்சையாகும் அளவுக்கு மக்கள் கூட்டத்தால் இடித்துத் தள்ளப்பட்டுச் சிறு பள்ளத்தில் பல நிமிடங்கள் வீழ்ந்து கிடந்ததாகவும் அதனால்தான் ஸ்ரீபெரும்புதூர் பயணத்தின்போது காரைவிட்டு இறங்கிய பின் ஆர்ப்பரிக்கும் மக்கள் திரள் மத்தியில் ராஜீவைப் பின்தொடரவில்லை எனவும் 2017ஆம் ஆண்டு தான் எழுதிய நூலில் எழுத்தாளர் நீனா கோபால் குறிப்பிடுகிறார்.[24] நீனாவுடன் வந்த அமெரிக்கப் பத்திரிகையாளரான பார்பரா குரோசெட்டும் இறுதி நிமிடங்களுக்கு ராஜீவுடன் முன் பயணம் செய்தார். அவரது 'சோ குளோஸ் டு ஹெவன்' என்ற நூல் இமயமலையில் உள்ள மறைந்துவரும் பௌத்த அரசாட்சிகளைப் பற்றி கூறுகிறது. இது தவிர, ஆசியாவின் அழகிய மலைப் பகுதிகள் குறித்தும் பார்பரா குரோசெட் எழுதியுள்ளார். நீனா கோபால் மீதும் பார்பரா குரோசெட் மீதும் சந்தேகத்தைத் திருப்புவது குழந்தைத்தனமானது என்றே கூற முடியும்.

கொழும்பு நகர், ஜெயவர்த்தனேபுரம் புதிய பாராளுமன்றக் கட்டடம் அருகில் பத்ரமுல்லாவில் இந்திய அமைதிப் படையினருக்கு எழுப்பப்பட்ட நினைவுச் சின்னத்தில் புலிகளால் கொல்லப்பட்ட இந்திய இராணுவத்தினரின் பெயர்கள் பொறிக்கப்பட்டுள்ளன.

ராஜீவ் கொலை வழக்கின் பதினேழாவது குற்றவாளியான இரவிச்சந்திரன் தனது நூலில், ராஜீவ் கொலைக்குப் பயன்படுத்தப்பட்டது 400 முதல் 600 கிராம் வரை எடை கொண்ட ஆர்டிஎக்ஸ் வெடிபொருள் எனவும், எஸ்எப்ஜி 87 சிங்கப்பூர் பிராக்மெண்ட்டேசன் கிரானேட் என்ற வகையான வெடிகுண்டுகளில் பயன்படுத்தப்படும் இரும்புச் சன்னங்கள் பயன்படுத்தப்பட்டதாகவும், இராணுவத்தினரிடம் மட்டுமே ஆர்.டி.எக்ஸ் இருக்கும் எனவும் எஸ்எப்ஜி ரக வெடிகுண்டில் பயன்படுத்தப்படும் இரும்புச் சன்னங்கள் பயன்படுத்தப்பட்டிருப்பதால் புலிகளுக்குத் தொடர்பு இல்லையெனவும் குறிப்பிட்டார்.[25]

ஆனால், இந்திய இராணுவத்தினர் இலங்கையில் புலிகளுடன் போர் புரிந்துகொண்டிருந்த காலத்தில் இலங்கை முழுவதிலும் குரங்குப் படையினரே வெளியேறுங்கள் என ஜேவிபி மற்றும் இலங்கை சிங்கள பொதுமக்கள் கடும் எதிர்ப்பைக் காட்டி சுவர்களில் எழுதினர், நாடே பிரிந்துபோகும் அளவிற்கு இந்திய இராணுவத்திற்கு எதிரான ஜேவிபி கிளர்ச்சி நடந்தது. எனவே, இலங்கை சில துண்டுகளாகச் சிதைந்து போவதைத் தடுக்க பிரேமதாசா அரசுக்கும் புலிகளுக்குமிடையே ரகசிய ஒப்பந்தம் ஏற்பட்டது. அதன்படி சீனாவிலிருந்து இறக்குமதி செய்யப்பட்ட மெழுகு காகிதம் மற்றும் பாலீத்தீன் தாள்கள் சுற்றப்பட்ட புத்தம்புதிய ஆயுதங்களை இலங்கை இராணுவத்தினர் புலிகளிடம் ஒப்படைத்தனர் என குணரத்தினா கூறுகிறார்.[26]

புலிகள் பிரேமதாசாவிடம் பெற்ற ஆயுதங்களில் பதினொன்று லாரிகள் நிரம்ப கையெறிகுண்டுகள், ஆர்டிஎக்ஸ் வெடிபொருள், துப்பாக்கிகள், துப்பாக்கிக் குண்டுகள், நாற்பதுக்கும் மேற்பட்ட இராணுவ வாகனங்கள் ஆகியன அடங்கும். சிறப்புப் புலனாய்வு குழுவினர் 28.03.1992 அன்று இராணுவ தளபதி சரத் பொன்சேகாவிடம் பதிவுசெய்த வாக்குமூலத்தின்படி, 12.07.1990 முதல் 27.04.1991 வரை விடுதலைப் புலிகள் 377 எஸ்எப்ஜி ரக குண்டுகளை இலங்கை இராணுவத்தினரிடமிருந்து சண்டைகளின் போது கைப்பற்றியுள்ளார்கள். இந்திய இராணுவத்துக்கு எதிராகப் போரிட பிரேமதாசா கொடுத்த ஆர்டிஎக்ஸ் வெடிபொருளை ராஜீவ் காந்தியைக் கொல்ல பயன்படுத்திய புலிகள், பின்னர் அதே ஆர்டிஎக்ஸ் வெடிபொருளை பிரேமதாசாவைக் கொல்லவும் பயன்படுத்தினர். புலிகளுக்கு பிரேமதாசா ஆயுதங்கள் வழங்கியதை அன்ரன் பாலசிங்கமும் தனது நூலில் விரிவாகக் கூறுகிறார்.

பிரேமதாசா அமைச்சரவையில் வெளியுறவுத் துறை அமைச்சராக இருந்த சாகுல் ஹமீது பிரேமதாசாவுக்கும் புலிகளுக்குமிடையேயான பேச்சுவார்த்தைகளை ஒருங்கிணைத்தார். இலங்கை அரசுக்கும் புலிகளுக்கும் இடையேயான ஒரே செயல்திட்டம் இந்திய இராணுவத்தினரை வெளியே அனுப்புவதே. நாற்காலியில் அமர்ந்து நீண்ட கியூபா சுருட்டுக் குடித்த வண்ணம் இருந்த ஹமீதிடம் இந்திய இராணுவத்திடமிருந்து தங்களைக் காத்துக்கொள்ள இராணுவத் தளவாடங்களைத் தர வேண்டும் என்று அன்ரன் பாலசிங்கம் கேட்டுக்கொண்டார். பாதுகாப்புச் செயலர் ஆட்டிகலாவும் ஹமீதும் ரகசியமாக இதைச் செய்து முடிப்போம் என முடிவெடுத்தனர். தளபதி ஆட்டிகலா கேட்டுக்கொண்டதற்கிணங்க தங்களது

தொலைதொடர்பு மூலமாக ஆயுதப் பட்டியலை அன்ரன் பாலசிங்கமும் யோகியும் பாதுகாப்புச் செயலாளரிடம் ஒப்படைத்தனர். ஒரு வாரத்திற்குள் முல்லைத்தீவு மாவட்ட மணலாறு எல்லையிலுள்ள சிங்கள இராணுவ முகாம் ஒன்றின் வழியாகக் கணிசமான ஆயுதங்களும், போர்த் தளவாடங்களும் புலிகளிடம் ஒப்படைக்கப்பட்டன.[27]

*1991*இல் உள்நாட்டிலும் வெளிநாட்டிலும் தற்கொலைப் படையாளிகளைக் கொண்டு தாக்கும் ஆற்றலைப் புலிகள் கொண்டிருந்தார்கள். ஜெயவர்த்தனவின் நெருங்கிய உறவினரான பாதுகாப்பு அமைச்சர் ரஞ்சன் விஜயரத்ன மீதான தாக்குதல் மில்லரின் தற்கொலை தாக்குதலுக்கு நான்கு வருடங்களுக்குப் பின்னர் நடந்தது. பிரேமதாசா புலிகளுக்குச் சாமரம் வீசிக்கொண்டிருந்த அதே நேரம் புலிகளுக்கு எதிரான நிலைப்பாடு கொண்டிருந்த ரஞ்சன் விஜயரத்னே அதி உயர் பாதுகாப்பு பெற்றிருந்தார். "உங்களைப் புலிகள் கொல்ல நினைத்துள்ளார்களே" என்ற பத்திரிகையாளர்களின் கேள்விக்கு, "அவர்களுக்கு அதிர்ஷ்டம் உண்டாகட்டும்" என விடையளித்தார் ரஞ்சன். கொழும்பு ஹேவ்லாக் ரோட்டில் பரபரப்பான காலை வேளையில் வெடிபொருட்கள் நிறைந்த காரை வெடிக்க வைத்த பிரேம் என்ற விடுதலைப் புலிகளின் தற்கொலை படையாளியால் *02.03.1991* அன்று தனது பாதுகாப்புப் படையினர் ஐந்து பேருடனும் பதிமூன்று பொதுமக்களுடனும் ரஞ்சன் விஜயரத்னே கொல்லப்பட்டார். இதன் மூலம் ராஜீவ் கொலைக்குச் சில எதிர்காலத் திட்டங்களை விடுதலைப் புலிகள் பெற்றுக்கொண்டனர். ரஞ்சன் விஜயரத்னே கொலையைச் சொல்லித்தான் அப்போதைய மத்திய அமைச்சரான சுப்பிரமணிய சாமியை நாடாளுமன்றத்தில் மிரட்டியதாகத் தமிழ்நாட்டில் நடந்த பொதுக் கூட்டம் ஒன்றில் வைகோ பேசினார். ராஜீவ் காந்தி கொலை குறித்த தனது நூலில் வைகோ தன்னை மிரட்டியதை சாமியும் பதிவு செய்துள்ளார்.

திருச்சி வேலுச்சாமி, விடுதலை ராஜேந்திரன் உட்பட பல ஈழ ஆதரவாளர்களின் நூல்களில் ராஜீவ் காந்தி படுகொலையைப் புலிகளைத் தவிர வேறு யாரேனும் நிகழ்த்தியிருக்கக் கூடும் என்ற கருத்து தென்படுகிறது. 'புலிகளுக்கு அப்பால்' என்ற ராஜீவ் சர்மாவின் நூல், ராஜீவ் காந்தி படுகொலையில் பன்னாட்டு சதியிருக்கக் கூடுமெனக் குறிப்பிடுகிறது. ஈராக் வளைகுடா யுத்தத்தின்போது அமெரிக்கப் போர் விமானங்கள் இந்தியாவில் எரிபொருள் நிரப்பியதை ராஜீவ்காந்தி தடுத்தார் என்பதால், அன்று ராஜீவ் காந்தியின் தயவால் ஆட்சியில் இருந்த சந்திரசேகர், சுப்பிரமணியசாமி, அவரது நண்பர் சந்திரசாமி ஆகியோர் ராஜீவ் காந்தியின் மீது அதிருப்தி கொண்டிருந்தார்கள். பின்னர் சந்திரசேகர் ஆட்சிக்கு வழங்கிய ஆதரவைத் திரும்பப் பெற்றுக்கொண்டு ஆட்சியைக் கலைத்ததால் ராஜீவ் காந்தி மீது கொலைவெறி கொண்டிருந்தனர் என ஒரு சிலரும், ராஜீவ் காந்தியின் சோவியத் ஆதரவு வெளியுறவு கொள்கையால் அதிருப்தியுற்ற சிஐஏ, இஸ்ரேல் உளவுத் துறை நிறுவனங்கள் அவருக்கு எதிராகச் செயல்பட தகுந்த நேரம் பார்த்துக்கொண்டிருந்தாகச் சிலரும் கருதுகின்றனர். அவ்வாதங்கள் கவர்ச்சிகரமாக இருந்தாலும் அதில் எவ்வித மெய் தன்மையும் இல்லையென அறுதியிட்டுக் கூறலாம்.

ராஜீவ் கொலை செய்யப்பட்டபோது அவர் அரசியலில் பின்தங்கியிருந்தார். மண்டல், மந்திர் எனும் பிற்படுத்தப்பட்டவருக்கு இடஒதுக்கீடு மற்றும் ராமர் கோயில் என்ற இரு பிரச்சினைகளுமே முன்னணியில் இருந்தன. ராஜீவ் கொலைக்கு முன்னர் தேர்தல் நடந்த மாநிலங்களில் காங்கிரஸுக்குச் சாதகமான முடிவுகள் இல்லை. ராஜீவ் மரணத்திற்குப் பிறகும் காங்கிரஸ் 244 நாடாளுமன்ற இடங்களை மட்டுமே பெற்றது. ராஜீவ் சர்மாவின் நூலில், ஆயுதங்கள் கடத்தும் கப்பல் வாங்க புலிகளுக்குப் பணம் எங்கிருந்து வந்ததென வினா எழுப்புகிறார். ராஜீவ் கொலைக்குச் சில மாதங்கள் முன்னதாக பிரேமதாசாவிடமிருந்து ரூபாய் ஐந்து கோடிகளுக்கு மேலும், யாழ்ப்பாண மற்றும் வடஇலங்கை முஸ்லிம்கள் வெளியேற்றத்தின்போது ஆயிரக்கணக்கான கிலோ எடையுள்ள தங்க நகைகளை முஸ்லிம்களிடமிருந்தும் புலிகள் பலவந்தமாகப் பறித்துக் கொண்டதையும் ராஜீவ் சர்மா கருத்தில் கொள்ளவில்லை. அந்நிகழ்வு இந்தியாவில் கவனம் பெறவில்லை.

28.02.1986 அன்று சுட்டுக் கொல்லப்பட்ட சுவீடன் பிரதமரான ஒலாப்பால்மே மரணத்தைப் போன்று ராஜீவ் காந்தி படுகொலையும் மர்மங்கள் நிறைந்ததாகக் கருதப்பட்டது. ராஜீவ் காந்தி படுகொலை நிகழ்ந்த ஆண்டான 1991இல் விடுதலைப் புலிகளைத் தவிர ஏனைய விடுதலைப் போராளி இயக்கங்கள் முற்றிலுமாகச் செயலிழந்த நிலையில் இருந்தன. திருச்சி வேலுச்சாமி கூறியதைப் போன்று, சிறீ சபாரத்தினத்தின் சகோதரர் ஸ்ரீகந்தா என்பவர் சுப்பிரமணிய சாமியுடன் இருந்தார் என்பதும் டெலோ குழுவினருக்கு ராஜீவின் கொலையில் பங்கிருக்கலாம் என்பதும் கற்பனைகளின் உச்சம். டெலோ அமைப்பில் தற்கொலை போராளிகள் இல்லை. தங்கள் ஆயுதப் போராட்ட வரலாற்றில் ஒரு தற்கொலை தாக்குதல் கூட அவர்கள் நிகழ்த்தவில்லை. ஒரு வாதத்திற்காக அவர்களில் தற்கொலை போராளிகள் இருந்தனர் என்று கூறினாலும், அவர்கள் சிறீ சபாரத்தினத்தைப் புகையிலைத் தோட்டத்தில் துப்பாக்கிக் குண்டுகளால் சல்லடையாகத் துளைத்துக் கொன்ற கிட்டுவையோ அல்லது பிரபாகரனையோ கொல்ல முயன்றிருப்பார்களேயொழிய தங்களுக்கு உதவிய, பிரதமர் பதவியை இழந்த ராஜீவை அல்ல.

ராஜீவ் காந்தி படுகொலைக்குச் சில மாதங்கள் முன்னதாக 19.06.1990 அன்று ஈ.பி.ஆர்.எல்.எப் அமைப்பின் தலைவரான பத்மநாபா உள்ளிட்ட 13 பேர் சென்னை கோடம்பாக்கம் சக்கரியா காலனியில் புலிகளால் சுட்டும், கையெறி குண்டுகளால் தாக்கப்பட்டும் கொல்லப்பட்டனர். 21 பேர் படுகாயமடைந்தனர். அதில் நான்கு மாத குழந்தையும் உண்டு. சாலையில் சைக்கிளில் வந்துகொண்டிருந்த ஒருவரும் கொல்லப்பட்டார். தமிழ்ப் போராளிக் குழுக்களில் புலிகள் மட்டுமே இயங்கிய சூழல் அன்று இருந்தது. 1990இல் இந்திய இராணுவம் யாழ்ப்பாணத்திலிருந்தும் கிழக்குப் பகுதிகளிலிருந்தும் தங்கள் முகாம்களைக் காலி செய்து இந்தியா திரும்பியவுடன் முழு யாழ்ப்பாண பகுதியையும், பாதியளவு கிழக்குப் பகுதிகளையும் புலிகள் தங்கள் கட்டுப்பாட்டில் வைத்திருந்தனர். நார்வே அமைதி தூதர்களான எரிக் சொல்ஹைம் மற்றும் விடார் ஹெல்கேசனின் பார்வையை நூலாக்கிய மார்க் சால்ட்டர், இலங்கையின் எல்லா அரசியல் கொலைகளையும் இலங்கை அரசு அல்லது புலிகள் என இருவரில் யாரோ ஒருவரே நிகழ்த்தினர் எனக் கூறுகிறார்.

2005ஆம் ஆண்டுக்குப் பிறகே இக்கொலைக் கூட்டணியில் மூன்றாவதாக கருணா இணைகிறார். ஜேவிபியினரின் கொலைகள் பற்றி இங்கு கூறப்போவதில்லை.

'சாத்தானின் படை' என்ற பெயரில் இந்திய இராணுவத்தினர் தமிழர் பகுதியில் நடத்திய வன்முறை வெறியாட்டங்கள், படுகொலைகள், வன்புணர்வு நிகழ்வுகள், முறையற்ற கைதுகள் ஆகியன குறித்து ஏறத்தாழ 876 பக்கங்கள் கொண்ட தொகுப்புகள் புலிகளால் வெளியிடப்பட்டன. அத்தொகுப்புகள் ராஜீவ் கொலை வழக்கின் குற்றப்பத்திரிகையிலும் இடம்பெற்றன. அவற்றை அச்சிடுவதில் ராஜீவ் கொலை வழக்கில் குற்றம் சாட்டப்பட்ட பேரறிவாளன், பாக்கியசந்திரன், நளினி, முருகன் ஆகியோர் உதவியதாகச் சிறப்புப் புலனாய்வு தலைவர் கார்த்திகேயன் கூறுகிறார். ராஜீவ் கொலைக்கான காரணத்தை நிரூபிக்க சாத்தானின் படைத் தொகுப்பு ராஜீவ் கொலை வழக்கு குற்றப்பத்திரிகையில் இணைக்கப்பட்டது. வன்புணர்வு செய்யப்பட்ட நூற்றுக்கணக்கான பெண்களின் சத்தியக் கடுதாசி என்ற வாக்குமூலங்கள், இந்திய இராணுவத்தால் கொல்லப்பட்டவர்களின் பட்டியல், இலங்கையில் இந்திய இராணுவத்தினரின் இருப்பைக் கண்டித்த திமுகவின் போராட்டங்கள், கருணாநிதியின் டி.வி. உடைப்பு போராட்டங்கள், இந்திய - இலங்கை ஒப்பந்தத்திற்கு எதிரான நீதிபதி வி.ஆர்.கிருஷ்ணய்யரின் அறிக்கை, இலங்கையில் வல்வெட்டித்துறையை அழித்த இந்திய இராணுவத்தை அமெரிக்காவின் வியட்நாம் மைலாய் நிகழ்வுடன் ஒப்பிட்ட ஜார்ஜ் பெர்ணான்டஸின் 1989ஆம் ஆண்டின் அறிக்கை ஆகியன சாத்தானின் படைத் தொகுப்பில் இடம்பெற்றன.

தங்களில் ஆறுபேரைக் கொன்ற புலிகளைப் பழிவாங்க இந்திய இராணுவம் நிகழ்த்திய வல்வெட்டித்துறை படுகொலைகளில் ஐம்பது பேருக்கு மேல் அப்பாவிகள் கொல்லப்பட்டனர். பிரபாகரன், குட்டிமணி, மாத்தையா, பேபி சுப்பிரமணியம், கிட்டு ஆகியோரின் சொந்த ஊரான, இருபதாயிரத்திற்குச் சற்றுக் குறைந்த மக்கள் தொகையைக் கொண்ட சிறு கடற்கரை நகரமான வல்வெட்டித்துறை புலிகளின் இதயப்பகுதி. புலிகள் ராஜீவைக் கொல்ல ஆயிரம் காரணங்கள் சாத்தானின் படை நூல் தொகுப்பில் இருந்தன.

புலிகளால் சாத்தானின் படை என்ற நூல் தொகுப்பில் இந்திய இராணுவத்தால் கொல்லப்பட்ட விடுதலைப் புலிகளின் பெயர் பட்டியலும் புகைப்படங்களும் இடம்பெற்றன. இந்திய அமைதிப் படையினரால் இலங்கையில் வன்புணர்வு செய்யப்பட்ட பெண்களது பெயர்கள், மருத்துவச் சான்றிதழ்கள் ஆகியனவும் பத்துப் பக்கங்களில் இடம்பெற்றன. 132 சிறுமிகளையும், 107க்கும் மேற்பட்ட பெண்களையும் இந்திய இராணுவத்தினர் வன்புணர்வு செய்ததாக அத்தொகுப்பு கூறியது. இரண்டாம் பகுதியில் 05.11.1987 முதல் 21.11.1987 வரை உரும்பிராய், உடுவில், கொண்டாவில், மணிக்கொல்லை, மட்டகளப்பு, அரியாலை, சுண்ணாகம் ஆகிய இடங்களில் 14 சிறுமிகள் மற்றும் பத்துக்கு மேற்பட்ட பெண்கள் என வன்புணர்வுகள் நடந்ததாகச் சாத்தானின் படைத் தொகுப்பு கூறியது. அத்தொகுப்பின் இரண்டாம் பகுதியில் 390ஆம் பக்கத்தில் 16.11.1987 அன்று விடுதலைப் புலிகளின் இயக்கத்தைச் சேர்ந்த மூன்று பெண்கள் இந்திய இராணுவத்தினரால் யாழ்ப்பாண

அரசு மருத்துவமனையில் வன்புணர்வு செய்யப்பட்டதாகக் கூறுகிறது. பாதிக்கப்பட்ட பெண்கள் ராஜீவ் காந்தி கொலையில் பங்கெடுத்திருக்கவும் வாய்ப்புண்டு.

ஜானி மிதிவெடிகள் பெயருக்குக் காரணமான ஜானி, பசீலன் குண்டுகள் பெயருக்குக் காரணமான பசீலன் இருவருமே இந்திய இராணுவத்தினரால் கொல்லப்பட்டு மாவீரர்களானதாக அத்தொகுப்பு கூறியது. இவை அனைத்துமே ராஜீவ் கொலைக்கான காரணங்கள் என அறிய முடியும்.

RAPED		
19.2.88	Vakaneri Batticoloa	One young girl
20.2.88	Nedunkeni Camp	7 girls (Among them Bhagyam and Vijayalatha were feared dead. Vasanthi who was brutally raped was a mother of 3 months old baby)
25.2.88	Mullaithivu – Nedunkeni	5 girls

புலிகள் வெளியிட்ட சாத்தானின் படைத் தொகுப்பில் இடம்பெற்ற இந்திய இராணுவத்தினரின் வன்புணர்வுகளைச் சித்திரிக்கும் படம்.

இந்திய இராணுவத்தை எதிர்த்துச் சண்டையிட்டுக் கொல்லப்பட்ட இலங்கைத் தமிழர்களில் பிரபாகரனின் மனைவி மதிவதனியின் தம்பி, பிரபாகரனின் மைத்துனர் பாலச்சந்திரனும் உண்டு. இந்த பாலச்சந்திரனின் பெயரே பிரபாகரனின் கடைசி மகனுக்குச் சூட்டப்பட்டது.

தனு இந்திய இராணுவத்தின் வன்புணர்வால் பாதிக்கப்பட்ட பெண். கேப்டன் அகினோவாக மாறிய அவரைப் புலிகளின் நுண்ணறிவுப் பிரிவின் துணைத்தலைவர் அகிலா தற்கொலைப் படையாளியாக மாற்றினார். விடுதலைப் புலிகளின் சுதந்திர பறவைகள் பிரிவின் முதல் தலைவியான யாழ் பல்கலைக்கழக மருத்துவ மாணவி மைக்கேல் வசந்தி என்ற சோதியா, மெனிஞ்சைட்டிஸ் என்ற மூளை அழற்சி நோயால் **1990** ஜனவரியில் இறந்த பின்னர் தலைவியான ஜெயாவும், **16** முதல் **27** வயது பெண்களை **1990**களில் தற்கொலை படையணியினராக மாற்றினார் என ஸ்காட்லாண்டு வரலாற்றாளரான எழுத்தாளர் வில்லியம் டல்ரிம்பிள் கூறினார்.[28]

இந்திய இராணுவத்தினருடனான சண்டையில் இறந்த மாலதியின் பெயரில் மாலதி படையணி பின்னர் பிரபாகரனால் உருவாக்கப்பட்டது. இந்திய இராணுவத்தால் கொல்லப்பட்ட பாண்டியன் பெயரில் பின்னாளில் இம்ரான் -பாண்டியன் படையணி புலிகளால் உருவாக்கப்பட்டது. இந்திய இராணுவத்தால் கொல்லப்பட்ட பாண்டியனது படமும் புலிகளின் சாத்தானின் படைத் தொகுப்பில் இடம்பெற்றது.

The Island

Northern citizen committees accuse

Alleged rape of six women by Indians

by Shamindra Ferdinando

Six Tamil women were raped by the Indian soldiers at Iranamadu and Visvamadu in the Kilinochchi district, last week, citizens committee officials in the northern districts allege. The raped women included a mother of two they say.

A spokesperson for the Indian High Commission in Colombo said they had made inquiries from the Indian military stationed in the Kilinochchi district and were awaiting a report. According to the Indian sources they will look into the allegations with an "open mind."

The raped women, according to the source, who declined to be identified had been treated at the Jaffna hospital and discharged. The rapes have also been reported to the Kilinochchi police by the relatives of the victims. Sources said that the people of the area showed their anger by staying indoors and closing business establishments on April 10 and 11.

However "The Island" was unable to contact the Kilinochchi police as the telephones there were out of order, yesterday. A senior police officer in Colombo said that "Tamil women normally do not lodge complaints with police regarding such incidents for fear of social stigma."

Earlier four Indian soldiers (ranks were not divulged) were court martialled and sentenced to one years, imprisonment for rape in the Jaffna peninsula during the 'Operation Pawan.' The IPKF commander in the peninsula Brigadier R.I.S. Kahlon revealed the convictions in mid January. 16.4.88

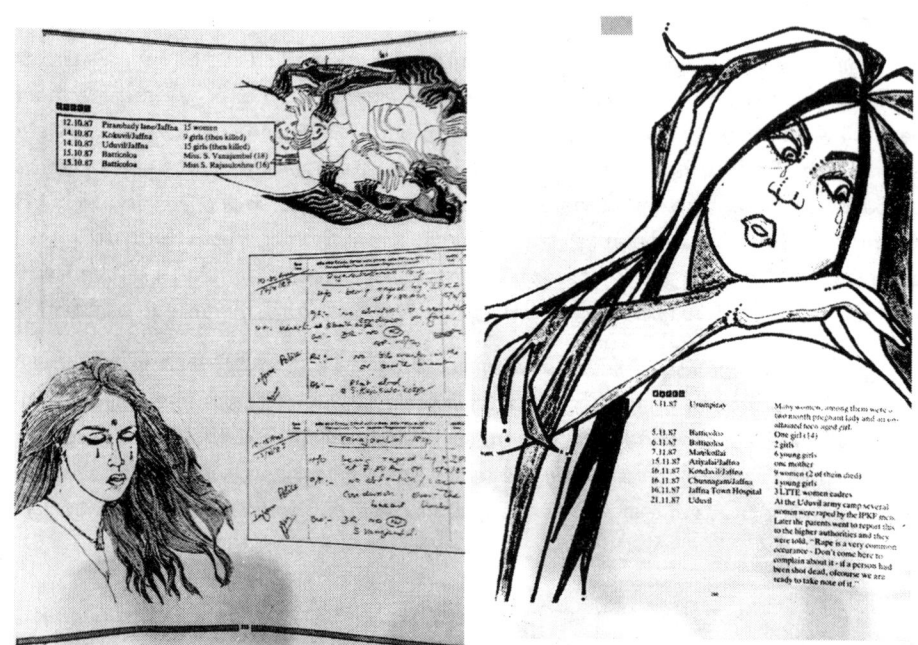

புலிகள் வெளியிட்ட சாத்தானின் படைத் தொகுப்பில் இடம்பெற்ற இந்திய இராணுவத்தினரின் வன்புணர்வு நிகழ்வுகள் தொடர்பான படங்கள்.

'புலிகளின் தாகம் தமிழீழத் தாயகம்' என்ற இலட்சியக் கோட்பாட்டிலிருந்து ஒருபோதும் அவர்கள் மாறவில்லை. அந்த இலட்சியக் கோட்பாடுகளுக்குக் குறுக்கே வருவது யாராக இருப்பினும் அவர்களைக் கொல்ல தயக்கத்தையும் இரக்கத்தையும் காட்டவில்லை. தங்களால் மட்டுமே தமிழீழத் தாயகத்தைப் பெற முடியும் என்பதில் புலிகளுக்கு எவ்விதச் சந்தேகமும் இல்லை. ராஜீவ் காந்தியின் இந்திய - இலங்கை ஒப்பந்தம் தமிழர்களுக்கு ஆட்சி மொழி மற்றும் வடக்கு - கிழக்கு இணைப்பு, தமிழ்த் தேசிய இன அங்கீகாரம் ஆகியவற்றை வழங்கினாலும் கூட இலங்கையின் ஒருமைப்பாட்டைக் காப்பதையும் ஒப்பந்தம் உறுதி செய்கிறது. எனவே, இந்திய - இலங்கை ஒப்பந்தத்தை உருவாக்கி அதைச் செயல்படுத்த இந்திய இராணுவத்தை அழைத்துவந்து வடக்கு வாழ் தமிழர்களுக்கும், புலிகளுக்கும் ஏராளமான சேதத்தை விளைவித்த ராஜீவ் காந்தி மீது புலிகள் கடுங்கோபம் கொண்டிருந்தனர்.

எனவேதான் தங்கள் வெளியீடான சாத்தானின் படை என்ற செய்தி மற்றும் கட்டுரைத் தொகுப்பில், அமைதிப்படையின் அட்டூழியங்களுக்கு நீதி பெற வேண்டும், அதற்குக் காரணமானவர்கள் தண்டிக்கப்பட வேண்டுமென்ற மையக் கருத்து இடம்பெற்றது.

சாத்தானின் படைத் தொகுப்பில் இடம்பெற்ற இந்திய இராணுவத்தினரால் கொல்லப்பட்ட ஜானியின் படம். இவரது பெயரில் ஜானி மிதிவெடிகள் உருவாக்கப்பபட்டன.

தனி ஈழத்திற்கும் தங்களுக்கும் அரசியல் ரீதியாகவும் இராணுவ ரீதியாகவும் பெரும் இழப்புகள் ஏற்படுத்திய ராஜீவ் காந்தியை எதிர்க்க அவர்கள் தங்களின் மிகப்பெரும் எதிரியான அன்றைய இலங்கைப் பிரதமர் பிரேமதாசாவுடன் கைகோர்க்கத் தயங்கவில்லை. பிரேமதாசாவுடனான ரகசிய ஒப்பந்தப்படி இந்திய இராணுவத்தை எதிர்க்க ஆர்டிஎக்ஸ் வெடிபொருட்களையும் ஆயுதங்களையும் இராணுவ வாகனங்களையும் புலிகள் பெற்றுக்கொண்டனர். பிரேமதாசாவுடனான 13 மாத பேச்சுவார்த்தைகளின்போது இலங்கை அரசுடன் ஏற்பட்ட நல்லெண்ணத்தைப் பயன்படுத்தி வெளிநாட்டில் இருந்த பிரபாகரன் மனைவி மதிவதனி ஸ்வீடனில் வழங்கிய இலங்கை பாஸ்போர்ட்டில் 20.01.1990 அன்று டென்மார்க்கிலிருந்து சிங்கப்பூர் வழியாக இலங்கை அழைத்துவரப்பட்டு உடனடியாக பிரபாகரனது இருப்பிடத்திற்கு அனுப்பி வைக்கப்பட்டார். அவருடன் இரண்டரை வயதான மகள் துவாரகாவும், ஐந்து வயதான சார்லஸ் ஆன்டனியும் புலிகளின் சர்வதேச பொறுப்பாளர் குமரனும் வந்தனர். இலங்கை அரசின் பாதுகாப்புச் செயலாளரும் இலங்கை விமானப்படையினரும் அவர்களுக்குத் துணை செய்தனர். அவர்கள் ஓரிரவு இலங்கை விமான நிலைய பங்களாவில் தங்க வைக்கப்பட்டு மறுநாள் விமானப்படை ஹெலிகாப்டரில் நெற்றிக்குளம் காட்டுக்குக் கூட்டிச் செல்லப்பட்டனர்.[29]

தமிழா! விழித்தெழு!

பஞ்சாபின் பயங்கரத்தையும் வன்முறையையும் ஒடுக்கிட திறனில்லா மத்திய அரசே!

சண்டை போடுவது தான் சமாதானப் படையின் இலக்கா?

அமைதிப்படையின் அர்த்தமா?

எதிர்ப்புக்கள் இடி ஒலியாய் எழுந்து - தமிழர் இன உணர்வு பேரொளியாய் சுடர் விடட்டும்!

People of Tamil Nadu spontaneously held massive demonstrations against the killing of their brethren in Tamil Eelam by the IPKF. The political parties joined together and conducted a general strike in condemnation, which was a great success. Life in Tamil Nadu came to a standstill during the strike. Posters everywhere condemned the army reprisals. D.K. leader Mr. Veeramani was beaten up by the police during a demonstration.

THE HINDU

Leading the fast are the DMK president, Mr. M. Karunanidhi (centre) and to his right, Mr. Anbazhagan and Mr. Arcot Veeraswamy and to the left of Mr. Karunanidhi are Mr. K. Manoharan and Mr. Arangannal. (below) a section of the participants at the fast.

Fast by DMK on Lanka Tamils' issue

MADRAS, Feb 20

THE HINDU

Hundreds join hands against IPKF role

From Our Staff Reporter

COIMBATORE, Nov 11

These kids have a unhindered ride on the desolate platform of Madras Egmore station as train services were suspended for 24 hours in view of DMK's "rail roko" plan to protest against IPKF action in Sri Lanka. *An EXPRESS photo by V. Ramaswamy*

25.10.87

சாத்தானின் படைத் தொகுப்பில் இடம்பெற்ற இந்திய இராணுவத்திற்கு எதிரான திமுகவின் போராட்டங்கள்.

ராஜீவ் காந்தி படுகொலையில் மூன்றாவது குற்றவாளியாகக் கூறப்பட்ட அகிலா குறித்த விடுதலைப் புலிகளின் வெளியீடு, குறி தவறாமல் சுடக் கூடிய போராளியான அகிலாவின் சாதனை கடல்கடந்தும் சென்றுள்ளது. இன்னும் ஓரிரண்டு பேருக்குள்ளே உறங்கிப் போன உண்மைகளுக்குள் அவர் ஆற்றிய பங்கு இனங்காட்ட முடியாது எனக் கூறுகிறது. அவரது சாதனையைப் பல்வேறு காரணங்களுக்காக நம்மால் வெளியில் சொல்ல இயலவில்லை எனச் சொல்கிறது.[30] அகிலாவின் வெளியில் சொல்ல முடியாத கடல் கடந்த சாதனை ராஜீவ் கொலை என நம்மால் யூகிக்க முடியும்.

யாழ்ப்பாணத்தில் மாணவர்கள் மத்தியில் பிரபலமான முரளியின் தலைமையின் கீழ் புலிகளின் 22 பேர் கொண்ட சிறு படைப் பிரிவு டிசம்பர் 1987ஆம் ஆண்டு இந்திய இராணுவத்தினரின் அதிரடி தாக்குதலுக்குள்ளானது. அதில் அஜந்தி, அமுதன், காந்தி, நிகிந்தா, நிதி, நிரா, சதா, தர்ஷினி, பஞ்சன், முரளி ஆகியோர் இறந்தனர். அன்சர் இந்திய இராணுவத்தினரால் சித்திரவதை செய்யப்பட்டுக் கொல்லப்பட்டார். அவரது கண்கள் தோண்டப்பட்டன. சாரதாவும் ஈசனும் காயம்பட்டனர். அகிலா, லேகா, நிரோமி, ராஜன், ஜெஸி, ஜென்னி, செங்கமலம் ஆகியோர் உயிர்பிழைத்தனர். ராஜீவ் கொலையில் தலைமறைவுக் குற்றவாளிகளான அகிலா புலிகளின் நுண்ணறிவுப் பிரிவின் துணைத்தலைவரானார். லேகா என்ற சந்திரலேகா ராஜீவ் கொலையில் ஆதிரை என்ற பெயரில் எட்டாவது குற்றவாளியானார் என நிரோமி டி சொய்சா தனது தமிழ் டைக்ரஸ் நூலில் கூறுகிறார்.

புலிகளைத் தவிர வேறு யாரும் ராஜீவ் காந்தி படுகொலைக்கான அதிதீவிர காரணங்களைக் கொண்டிருக்கவில்லை. அமைதிப்படையை விரட்ட பிரபாகரனுடன் கைகோத்த பிரேமதாசாவுக்கு ராஜீவ் கொலையில் பங்கிருக்கலாம் என்ற சந்தேகம் ‘இன்ஸைட் ஜாப்’ நூலாசியர் ஃபரஸ் அகமது உள்ளிட்ட பலருக்கு இருந்தாலும் அதை உறுதிப்படுத்தத் தகுந்த ஆதாரங்கள் இல்லை. ஆனால், ராஜீவ் கொலையானபோது பிரேமதாசா மகிழ்ந்திருப்பார் என்பது நிச்சயம்.

தற்கொலை தாக்குதல் நிகழ்த்தும் படையணிகளைப் புலிகள் தனிப்படையணியாக 1992இல் தொடங்கினர். ஆனால், அதற்கு முன்னதாக 1987ஆம் ஆண்டிலேயே புலிகள் தங்கள் தற்கொலை படையணியினரான கரும்புலிகளையும் பெண்கள் அணியான சுதந்திரப் பறவைகளையும் கடற்படைத் தாக்குதல்களிலும் அரசியல் கொலைகளிலும் பயன்படுத்தினர்.

ராஜீவ் காந்தி, பிரேமதாசா, சந்திரிகா குமாரதுங்கா, டக்ளஸ் தேவானந்தா உள்ளிட்டவர்களைத் தாக்கிய 300க்கு மேற்பட்டோரைக் கொண்ட உலகின் முதல் தற்கொலைப் படையணியைப் புலிகள் உருவாக்கி வைத்திருந்தனர். கரும்புலிகள் எனப் பெயர் சூட்டப்பட்ட அவ்வணியினர் அவர்களது படை அணிவகுப்புகளில் முகத்தைத் திரையிட்டு மூடி இடம்பெற்றனர். தமிழ்ச் சமூகத்தின் விளிம்புநிலையில் இருந்த அப்படையணியினர், புலிகளின் போரிடும் சக்திக்கு வலிமைவாய்ந்த அணியாக விளங்கினர்.

1990களில் ராஜீவ் காந்தி படுகொலையைச் செய்யும் திறன் கொண்ட புலிகள் மிக மிகத் தீவிரமாக இயங்கினர். தமிழீழத்திற்கான போராட்ட வரலாற்றைத் தங்கள் காட்சியகத்தில் வைக்கத் திட்டமிட்டிருந்தனர், அதனால் அக்கொலையைப் பதிவுசெய்ய புகைப்பட நிபுணர்களை அமர்த்தினர். ஒருமுறை புலிகளுக்கும் இலங்கை இராணுவத்தினருக்கும் நடந்த சண்டையைப் படம் பிடித்ததில் புலிகளின் ஆறு புகைப்பட நிபுணர்கள் இறந்தனர்.[31] தங்கள் அனைத்துச் சண்டைகளையும் தாக்குதல்களையும் நிகழ்ச்சிகளையும் புகைப்படம் மற்றும் வீடியோ எடுத்து 'தமிழீழம் உருவாகும்' என்ற தலைப்பில் தங்கள் ஆவணக் காப்பகத்தில் வைக்கும் பழக்கமுடைய புலிகள், ராஜீவ் படுகொலையையும் படமெடுக்க உயிருக்கு ஆபத்தான பணியில் ஹரிபாபுவை அமர்த்தியதில் ஆச்சரியமில்லை. முதல் தற்கொலைத் தாக்குதலான காப்டன் மில்லரின் தாக்குதல் முழுவதையும் வீடியோ பதிவுசெய்த புலிகள், பின்னர் தற்கொலை படையணியினரான கரும்புலிகளைத் தயார் செய்ய அந்த வீடியோ பதிவுகளைப் பயன்படுத்தினர்.[32] புலிகள் மீது ஆழ்ந்த அன்பைக் கொண்டிருந்த தமிழகத்தில் புலிகளின் அரசியல் ஆதரவாளர்கள் இன்றுவரை ராஜீவ் காந்தி படுகொலையைப் புலிகள் செய்யவில்லையென ஆணித்தரமாக வாதிடுகின்றனர். ஆனால், நளினி, ரவிச்சந்திரன், பேரறிவாளன், ராபர்ட் பயஸ் ஆகியோரது நூல்கள், அவர்கள் சிறப்புப் புலனாய்வுக் குழுவால் சித்திரவதை செய்யப்பட்டதைப் புறக்கணித்துப் பார்த்தால் அவை கார்த்திகேயனது புலன் விசாரணை முடிவுகளை வலுப்படுத்துவதாக அமைவதைக் காண இயலும். நளினியின் வழக்கறிஞர் துரைசாமி தனது வாதத்திலும் தன் நூலிலும், ராஜீவிற்கு மாலையிடும் அனுமதிக்காக மரகதம் சந்திரசேகரின் மகனுக்கு ஐந்து இலட்சம் ரூபாய் வழங்கிய சிவராசன், பாரிமுனையிலிருந்து வெடிகுண்டு ஜாக்கெட்டுடன் பேருந்தில் திருப்பெரும்புதூருக்குப் பயணம் செய்தது தர்க்கத்திற்கு எதிராக உள்ளதெனக் கூறினார். ஆனால், வழக்கறிஞர் துரைச்சாமியின் வாதத்திற்கு மாறாக நளினி தனது நூலில் சிறப்புப் புலனாய்வுக் குழுத் தலைவர் கார்த்திகேயன் குறிப்பிட்டபடி நளினி, சுபா, சிவராசனுடன் தான் சென்னை பாரிமுனையிலிருந்து பேருந்தில் பயணம் செய்தே ஸ்ரீபெரும்புதூர் சென்றதாகக் கூறுகிறார்.

யாழ்ப்பாணத்தில் உருவான தமிழீழத் தாகம் 1990களில் தமிழ்நாடு முழுவதும் அரசியல் தலைவர்களாலும் ஊடகங்களாலும் ஊதிப் பெரிதாக்கப்பட்டது. தமிழ்நாட்டின் வெகுஜன பத்திரிகைகள் பிரபாகரன் குறித்து எழுதித் தங்கள் விற்பனையைப் பெருக்கிக்கொண்டன. சென்னையில் ஜீனியர் விகடன் பத்திரிகை பேட்டியின்போது, கொக்கு ஒன்றின் படத்தை வரைந்த பிரபாகரனிடம் கொக்கின் கால்களைப் பின்பக்கமாக மடக்குவதாக வரைந்தது தவறு எனச் சுட்டிக்காட்டிய கார்ட்டூனிஸ்ட் மதன், கொக்கின் கால்கள் முன்பக்கம் மட்டுமே மடங்கும் எனப் பிரபாகரனுக்கு ஆலோசனை வழங்கினார்.[33] 'பிரபாகரனுக்குத் திருத்தம் சொன்ன மதன்' என்ற தலைப்பில் அக்கட்டுரை வெளியானது. புலிகளின் சீருடை மாற்றம் உள்ளிட்ட அனைத்துச் செய்திகளும் தமிழக வாரப் பத்திரிகைகளில் அட்டைப் படச் செய்திகளாக மாறின. ஒருவகையில் ராஜீவ் கொலைக்குத் தமிழ்நாடு முழுவதுமே பொறுப்பேற்க வேண்டும்.

ராஜீவ் காந்தி படுகொலை புலிகளால் நிகழ்த்தப்படவில்லை, புலிகளிடமிருந்து பிரிந்த ஓர் உதிரி அணி அமெரிக்கா, இந்தியா, இஸ்ரேல் அல்லது வேறொரு நாட்டின் சதி காரணமாகக் கொல்லப்பட்டார் என்ற வாதம் கவர்ச்சியானதாக, மர்ம நாவல் போன்றதாகத் தோற்றமளிப்பதைத் தவிர அக்கருத்தில் உண்மையில்லை.

இந்தியச் சான்றியல் சட்டத்தில் கூறப்பட்ட மோட்டிவ், பிரிப்பரேசன், காண்டக்ட் என்ற கொலைக்கான காரணம், தயாரிப்பு, நடத்தை ஆகியனவற்றைப் புலிகளிடம் வெளிப்படையாகக் காணலாம். புலிகள் இயக்கத்தில் காப்டன் அருண் என்ற பெயர் கொண்ட பிரபாகரனது மைத்துனர் பாலச்சந்திரன் இந்திய அமைதிப்படையினரால் கொல்லப்பட்டார்; கவிஞர் காசி ஆனந்தனின் சகோதரர் சிவஜெயமும் அவ்வாறே கொல்லப்பட்டார்; பாக்கியசந்திரன் என்ற சிவராசனுடன் பிறந்த சகோதர சகோதரிகளில் ஐந்து பேரில் ஒருவரான ரவிச்சந்திரன் அமைதிப்படையினரால் காரணமேதுமின்றி 20.11.1988 முதல் மூன்று மாதங்கள் இந்திய இராணுவ முகாமில் அடைத்து வைக்கப்பட்டிருந்தார். ரவிச்சந்திரன் இந்திய இராணுவத்தினரால் சித்திரவதைக்கு உள்ளாயிருக்கவும் வாய்ப்புண்டு. தனுவும், அவரது சகோதரி அனுஜாவும், 'தாமிரபரணி வரலாறு' நூலாசிரியரும் 'சிங்களம் மட்டுமே' சட்டத்தில் வேலையை உதறிய தமிழீழ நேதாஜியான ராஜரத்தினத்தின் மகள்களாவர். தனு மற்றும் சுபா, சிவராசனின் உறவினர்கள் என டிபிஎஸ் ஜெயராஜ் மற்றும் நீனா கோபால் குறிப்பிடுகிறார்கள். நளினியின் வாக்குமூலத்தில், தான் இந்திய இராணுவத்தால் வன்புணர்ச்சிக்கு ஆளானதாக தனு தன்னிடம் கூறினாரென்று நளினி சொல்லியுள்ளார். ரோஹன் குணரத்னாவும் அக்கருத்தை வலியுறுத்துகிறார். பொட்டு அம்மானும் தனது சகோதரரை அமைதிப் படைக்குப் பலியாக்கியவர். புலிகள் தங்கள் பெண்கள் படையணிக்கு மாலதி படையணி எனப் பெயர் சூட்டக் காரணமான பெண் புலி மாலதி, இந்திய இராணுவத்தால் கொல்லப்பட்டவர். புலிகளில் மிகத் திறமையான தளபதியாக விளங்கிய பசீலனும் இந்திய இராணுவத்தால் கொல்லப்பட்டார். பின்னர் பசீலன் பெயரில் புலிகளே சொந்தமாகத் தயாரித்த, குறிதவறாமல் தாக்கும் பசீலன் பீரங்கி குண்டுகள் இலங்கை இராணுவத்தினரைக் கடும் பாதிப்புக்குள்ளாக்கின, பல முகாம்களை அழித்தன. இந்திய இராணுவத்தால் கொல்லப்பட்ட ஜானியின் பெயரால் புலிகளே தங்களது தொழிற்நுட்பத்தில் தயாரித்த, தொடை வரை சிதைக்கும், ஜானி மிதிவெடிகள் இந்திய - இலங்கை இராணுவத்தினருக்குப் பெரும் பாதிப்பை விளைவித்தன.

1990கள் தொடங்கி 1995 வரை யாழ்ப்பாணத்தைக் கட்டுப்பாட்டில் வைத்திருந்த விடுதலைப் புலிகள், பாக்கியச்சந்திரன் என்ற சிவராசனின் மரணத்திற்குப் பின்பு அவரது வீடு இருந்த யாழ்ப்பாணம், உடுப்பிடி, வீரபத்திரகோயிலடியில் கறுப்புக் கொடிகள் ஏற்ற அனுமதிக்கவில்லை. சில நாட்களுக்குப் பின்னர் பாக்கியச்சந்திரன் என்ற சிவராசனின் சகோதரி சந்திரமதி உடுப்பிடி எல்டிடிஇ முகாமின் பொறுப்பாளரான அர்ச்சுனாவைச் சந்தித்தார். அவர் பொட்டு அம்மானிடம் இசைவு பெற்று 45ஆவது நாள் இறப்புச் சடங்கை ஆரவாரமற்று எளிமையாகச் செய்ய அனுமதித்தார். வெடிகுண்டுகளை மின்னிணைப்பில் வெடிக்கச் செய்வது குறித்த திறன்மிக்க பாக்கியச்சந்திரன், 1980களில் கண்ணிவெடி வெடிப்பில் ஒரு

கண்ணில் பார்வையிழந்து அதற்காக இந்திய அமைதிப்படை மருத்துவர்களால் சிகிச்சை அளிக்கப்பட்டவர். மின்வாரியத் தொழிலாளரும் மின் நிபுணருமான பாக்கியச்சந்திரன் என்ற சிவராசனே தனுவின் இடுப்புப்பட்டை வெடிகுண்டையும் செய்திருக்கக் கூடும்.

பிரபாகரன், பாக்கியச்சந்திரன் என்ற சிவராசன், தனு, சுபா, பொட்டு அம்மான் என்ற சண்முகலிங்கம் சிவசங்கர், அகிலா ஆகிய பிரபாகரனின் மிக நெருங்கிய உள் வட்டத்தில் ராஜீவ் கொலைச் சதி உருவாகி நிறைவேறியது எனத் தயக்கமில்லாமல் கூறமுடியும்.

ராஜீவ் கொலைச் சதி குறித்த அறிதல் இலங்கையின் அவ்ரோ பயணிகள் விமானக் குண்டு வெடிப்பை நடத்திய பேபி சுப்ரமணியனுக்கும், கவிஞர் காசி ஆனந்தனுக்கும் இருந்திருக்க வாய்ப்புண்டு. மரகதம் சந்திரசேகர் குடும்பத்தினரை சிவராசன் ஏமாற்றித் தனக்குச் சாதகமாகப் பயன்படுத்திக்கொண்டுள்ளார்.

இலங்கையில் வடக்கில் ஒரு சாமானியனைக் கேட்டால் கூட ராஜீவ் காந்தி கொலையைச் செய்தது விடுதலைப் புலிகளே எனச் சந்தேகம் இல்லாமல் கூறுவார். ஆனால், இந்தியாவில் அரசியல் தலைவர்கள் கூட அது குறித்துச் சந்தேகம் தெரிவிப்பதற்குச் சுயநலன் மிக்க அரசியல் காரணங்கள் என்றுதான் கூற வேண்டும். ராஜீவ் காந்தி மரணம் குறித்துச் சந்தேகம் எழுப்பிய சில நூல்களும் நீதிபதி ஜெயின் ஆணையமும் சந்தேகக் குட்டையைக் குழப்புவதில் தீவிரமாகப் பங்காற்றின.

சாத்தானின் படைத் தொகுப்பில் இடம்பெற்ற சென்னை அண்ணா சாலையில் ராஜீவின் கொடும்பாவியை எரிக்கும் ஆர்ப்பாட்டக்காரர்கள்.

வர்மா கமிஷன் விசாரணை, ஜெயின் கமிஷன் விசாரணை இரண்டு ஆணையங்களிலுமே வெவ்வேறு அரசியல் கூட்டணிகள், காவல் மற்றும் உளவுத்துறை அமைப்புகள் தங்களுடைய அமைப்புகளின் மேல் பழிவராத வண்ணம் எதிர்தரப்பினர் மீது குற்றச்சாட்டுகளை வாரி இறைத்தனர். நீதிபதி ஜெயினுக்கு இலங்கை அரசியல், யாழ்ப்பாண சமூகவியல் பற்றிய அடிப்படை புரிதல் கூட இருந்திருக்குமா என்பது சந்தேகமே.

தங்கள் செல்லக்குழந்தைகளின் தவறுகளை மறைக்கும் பெற்றோர்கள் போல, பிரபாகரன் ஆதரவாளர்கள் மற்றும் ஈழ ஆதரவு அரசியல்வாதிகள் ராஜீவ் படுகொலையைப் புலிகள் செய்யவில்லை என மழுப்ப முயல்வது கட்டுச் சோற்றில் முழுப்புலியை மறைப்பதைப் போன்றது. அது இலங்கைத் தமிழருக்கு அரசியல் தீர்வைத் தரப்போவதில்லை, மாறாக மேலும் சிக்கலாக்கவே உதவும்.

அடிக்குறிப்புகள்

1. *Subramanian swamy, 'The Assassination of Rajiv Gandhi unanswered questions and unasked Queries', konark publishers, Private Ltd page 147.*
2. டாக்டர் சுப்பிரமணியசாமி, 'ராஜீவ் காந்தி கொலை விடை கிடைக்காத வினாக்களும் கேட்கப்படாத கேள்விகளும்', அல்லயன்ஸ் கம்பெனி, ஏப்ரல் 2001, பக்கம் 187.
3. திருச்சி வேலுச்சாமி, 'தூக்குக் கயிற்றில் நிஜம்', பா.ஏகலைவன், பேட்ரிஷியா பப்ளிகேஷன், டிசம்பர் 2017, பக்கம் 251.
4. இரா.பொ.இரவிச்சந்திரன், 'ராஜீவ் காந்தி படுகொலை சிவராசன் டாப் சீக்ரெட்', தொகுப்பு ஏகலைவன், யாழ் பதிப்பகம், ஜனவரி 2018, பக்கம் 438.
5. நளினி, முருகன், 'ராஜீவ் கொலை மறைக்கப்பட்ட உண்மைகளும் பிரியங்கா நளினி சந்திப்பும்', தொகுப்பு ஏகலைவன், யாழ் பதிப்பகம், ஜனவரி 2016, பக்கம் 146.
6. *Faraz Ahamed, 'The Assassination of Rajiv Gandhi An Inside Job?', Vitasta publishing Pvt ltd 2015, Page 272.*
7. *Ibid page 281.*
8. ராஜீவ் சர்மா, ஆங்கிலத்தில் தமிழில் ஆனந்த ராஜ், 'விடுதலைப் புலிகளுக்கு அப்பால், ராஜீவ் கொலைப் பின்னணி - காலச்சுவடுகள்', சவுக்கு பதிப்பகம், மே 2011 பக்கம் 225.
9. கே.ரகோத்தமன், 'ராஜீவ் காந்தி கொலை வழக்கு மர்மம் விலகும் நேரம்', கிழக்கு பதிப்பகம் நவம்பர் 2009.
10. *D.R. Karthikeyan and Radhavinod Raju, 'Trimuph of Truth the Rajiv Gandhi Assassination', Sterling Publishers 2004 - 2017, Page 149.*

11. சி.புஸ்பராஜா, ‘ஈழப் போராட்டத்தில் எனது சாட்சியம்’, அடையாளம் பதிப்பகம் 2006, பக்கம் 540.

12. பழ.நெடுமாறன், ‘பிரபாகரன் தமிழர் எழுச்சியின் வடிவம்’, தமிழ்க்குலம் பதிப்பாலயம் 1988, பக்கம் 17.

13. *Kaarthikeyan and Radhavinod Raju, ‘Triumph of Truth, The Assassination Rajiv Gandhi’, pages 128, 129.*

14. யாழ்ப்பாணம் நேர்காணல், 17.03.2023, நார்த்கேட் ஹோட்டல்.

15. ராஜீவ் சர்மா, ‘விடுதலைப் புலிகளுக்கு அப்பால்’, தமிழில் ஆனந்தராஜ், சவுக்கு வெளியீடு, மே 2011, பக்கம் 135.

16. திருச்சி வேலுச்சாமி, ‘தூக்குக் கயிற்றில் நிஜம்’, பா.ஏகலைவன், பேட்ரிஷியா பப்ளிக்கேஷன்- நவம்பர் 2012, ஜனவரி 2013, ஜீலை 2013, டிசம்பர் 2014, டிசம்பர் 2017, பக்கம் 148.

17. *Rohan Guaratna, ‘Indian Intervention in Srilanka, the Role of India’s Intelligence Agencies’, South Asian Network on conflict Research, Colombo 1993, Page 409.*

18. சுப்பிரமணியசாமி, ‘ராஜீவ் காந்தி கொலை விடை கிடைக்காத வினாக்களும் கேட்கப்படாத கேள்விகளும்’, அல்லயன்ஸ் கம்பெனி முதற்பதிப்பு ஏப்ரல் 2001, பக்கம் 60.

19. *Mark Salter, ‘To end a Civil War, Norway’s Peace Engagament in Srilanka’, C. Hurst & Co, Publishers Ltd, page 93.*

20. *State vs Nalini & others,1999 5 SCC 253, page 74.*

21. வழக்கறிஞர் சந்திரசேகரனின் நேர்முகப் பேட்டி 19.10.2020, கே.கே.நகர், மதுரை-20.

22. பழ.நெடுமாறன் நேர்முகப் பேட்டி, முள்ளிவாய்க்கால் முற்றம், விளார் நாள் 24.12.2020.

23. கே.சந்துரு, மேனாள் மெட்ராஸ் உயர்நீதிமன்ற நீதிபதி, சந்திப்பு நாள் 05.02.2023.

24. *Neena Gopal, ‘The Assassination of Rajivi Gandhi’, Penguin Random House India Pvt Ltd - 2017, page 13.*

25. இரா.பொ.இரவிச்சந்திரன், ‘ராஜீவ் காந்தி படுகொலை சிவராசன் டாப் சீக்ரெட்’, தொகுப்பு ஏகலைவன், யாழ்பதிப்பகம், ஜனவரி 2018, பக்கம் 418.

26. *Kamal Gunaratna Major General Road to Nandhikadal, Vijitha Yapa Bookshop, first Edition 2016, IInd Edition 2016, IIIrd Edition 2016, IV Edition 2018, Page 147.*

27. அன்ரன் பாலசிங்கம், ‘போரும் சமாதானமும் - விடுதலைப்புலிகளின் போராட்ட வரலாறு’, *Fair max pubilsher Sep 2005*, பக்கம் 305.

28. Rohan Guaratna, 'Indian Intervention in Srilanka, the Role of India's Intelligence Agencies', South Asian Network on conflict Research, Colombo 1993, Page 413.

29. Ibid Page 377.

30. விடுதலைப் புலிகளின் பெண்கள் அணி, Volume VI, பக்கம் 40.

31. Frances Harrison, 'Still Counting the Dead', Portobello Books 2013 Page 139.

32. ராஜீவ் சர்மா, 'விடுதலைப் புலிகளுக்கு அப்பால்', தமிழல் ஆனந்தராஜ், சவுக்கு வெளியீடு மே 2011, பக்கம் 185.

33. தமிழ் தேசன் இமயக் காப்பியன் எல்டிடி ஈ களஞ்சியம், பக்கம் 269.

உயிரைக் கொடுத்து உலகப் புகழ் பெற்ற ஒளிப்படமெடுத்த ஹரிபாபு

ஹிந்தி கவிதை படித்த சிறுமி கோகிலவாணி, தனு என்ற அன்பு, கோகிலாவின் தாயார் லதா கண்ணன் மற்றும் சிவராசன் இருக்கும் ஹரிபாபு எடுத்த இப்படம் முதன்முதலில் தி இந்து பத்திரிகையில் வெளியானது, பின்னர் குற்றப் பத்திரிகையிலும் இடம்பெற்றது.

21.05.1991 இரவு 10:15 மணிக்கு ராஜீவ் காந்தி குண்டு வெடிப்பில் கொல்லப்பட்ட நிகழ்வை ஒளிப்படம் எடுத்த அதே நொடியில் குண்டுகள் தாக்கி ராஜீவ் காந்தியுடன் இறந்துபோன ஹரிபாபுவின் ஒன்பது படங்கள் இந்திய அரசியல் வரலாற்றில் இடம்பிடித்து இறவாத்தன்மை பெற்றன. சென்னை சைதாப்பேட்டையில் நாராயணசுவாமி தெருவில் தச்சுத் தொழில் செய்யும் குடும்பத்தில் வி.டி.சுந்தரமணி - மீனாட்சி தம்பதியருக்கு மூன்றாவதாகப் பிறந்த ஹரிபாபுவிற்கு விஜயபாரதி, விஜயரேவதி என இரு அக்காக்களும் கல்யாண் குமார் என்ற ஒரு தம்பியும் உண்டு. மாநகராட்சி மேல்நிலைப் பள்ளியில் பள்ளி மேற்படிப்பை 1988இல் முடித்த ஹரிபாபு, சித்தூரில் புகைப்படப் பயிற்சி பெற்றுப் பின்னர் சுதந்திரமாகப் புகைப்படத் தொழில் செய்துவந்தார். இறக்கும்போது 19 வயதும் 5 மாதங்களுமே நிரம்பிய ஹரிபாபு, 21.05.1991 அன்று காலையில் 06:00 மணிக்கு எழும்பி வழக்கம்போல் தன்னுடைய துணிகளைத் தானே துவைத்துக்

காய போட்டு, வீட்டைவிட்டு வெளியேறி பின்னர் திரும்பவும் வீட்டிற்கு வந்து உணவருந்தி, மதியம் 02:00 மணிக்கு வீட்டைவிட்டு வெளியேறினார்.[1] தான் எடுக்கும் புகைப்படங்கள் சில நாட்களில் உலகப் புகழ் பெறப் போகின்றன என்றோ, உலகின் மிகப் புகழ்பெற்ற ஒளிப் படங்களில் தனது படங்களும் இடம்பெறும் என்றோ, நூற்றுக்கணக்கான நூல்களில், பத்திரிகைகளில், தொலைக்காட்சிகளில் இடம்பெறும் என்றோ தானும் அன்றே இறந்துவிடுவோம் என்றோ அவருக்குத் தெரிந்திருக்க வாய்ப்பில்லை.

சிறப்புப் புலனாய்வுக் குழுவின் விசாரணையின்படி தமிழீழ விடுதலைப் புலிகள் இயக்கத்தைச் சேர்ந்த சாந்தனும் முருகனும் ஹரிபாபுவுக்கு நன்கு அறிமுகமானவர்கள். ராஜீவ் கொலைக்கு முன் பேரறிவாளனுடன் ஹரிபாபுவும் இலங்கைப் பயணம் செய்து திரும்பியதாகச் சிறப்புப் புலனாய்வுக் குழு தெரிவித்தது.

தமிழக எல்லையில் ஆந்திர பிரதேச மாநிலம் சித்தூரில் வசித்த தனது பெரியப்பாவான ஆனந்தா போட்டோ ஸ்டூடியோ உரிமையாளர் வி.டி.எத்திராஜ் வீட்டிற்கு ஹரிபாபு முருகனுடன் சென்றபோது ஒருநாள் தங்கிவிட்டு மறுநாள் கிளம்பும்போது பெரியப்பாவின் பேரனிடம் அன்பு பரிசாக ஐம்பது ரூபாய் கொடுத்துவிட்டு, முருகனும் ஹரிபாவும் திருப்பதிக்குக் கிளம்பிச் சென்றனர்.2 ஹரிபாபு சித்தூரில் உள்ள தனது அண்ணன் வி.டி.எத்திராஜின் ஆனந்தா ஸ்டுடியோவில் ஒரு மாதம் பயிற்சி பெற்று, மாதம் 350 ரூபாய் சம்பளத்தில் சுபா நியூஸ் போட்டோ சர்வீஸில் ஒருவருடம் பணி செய்த பின்னர் விக்னேஷ்வரா வீடியோ விஷன் நிறுவனத்தில் மாதம் ரூபாய் 450 சம்பளம் பெற்றார். அதன் பிறகு, 1989 ஜனவரியிலிருந்து தனியே தொழில் நடத்தி, 1991 மார்ச்சில் எல்.ஐ.சி ஏஜெண்டாகப் பணி செய்தார்.

ராஜீவ் கொலை சதியில் ஹரிபாபுவுக்குப் பங்குண்டு எனச் சிறப்புப் புலனாய்வுக் குழு குற்றம் சாட்டியது. ஆனால், மேற்சொன்ன குற்றச்சாட்டிற்காகச் சிறப்புப் புலனாய்வுக் குழு ஆதாரமாகக் கருதும் வாக்குமூலங்கள் மற்றும் சாட்சியங்கள் மிக மிகப் பலவீனமானவை. ஹரிபாபு தனது பெட்டி ஒன்றில் தமிழ் ஈழத்தைப் புகழ்ந்து பாடப்பட்ட பாடல்கள் அடங்கிய ஒலி நாடாக்களை வைத்திருந்ததாகவும், விடுதலைப் புலிகள் தலைவர் பிரபாகரனின் புகைப்படங்களை வைத்திருந்ததாகவும், அந்தப் புகைப்படங்களையும், ஒலி நாடாக்களையும் அழித்துவிடும்படி ராஜீவ் காந்தி கொலை வழக்கில் குற்றம்சாட்டப்பட்ட சுபா சுந்தரம் கூறினார் என்றும், ஹரிபாபுவின் பெண் நண்பர் சுந்தரி என்பவர் ஹரிபாபுவை 21.05.1991க்குப் பிறகு இலங்கை செல்ல வேண்டாம் எனவும் அவ்வாறு சென்றால் தன்னை எப்போதும் சந்திக்க முடியாது எனவும் கடிதத்தில் சொல்லப்பட்டதாகச் சிறப்புப் புலனாய்வுக் குழுவின் இறுதி அறிக்கை தெரிவித்தது. ஆனால், சுந்தரியின் கடிதம் எதுவும் புலனாய்வுக் குழுவால் கைப்பற்றப்படவில்லை. மாறாக, அக்கடிதம் அழிக்கப்பட்டதாகச் சிறப்புப் புலனாய்வுக் குழு கூறியது. முருகன், பாக்கியநாதன், ஹரிபாபு, பேரறிவாளன் ஆகியோருடன் தொடர்பில் இருந்த ஹரிபாபுவின் பெட்டியில் பிரபாகரனின் படங்கள் இருந்ததில் எவ்வித ஆச்சரியமுமில்லை.

ஹரிபாபுவின் ஈழப் பயணத்தையும் ராஜீவ் கொலைக்கான ஆதாரமாகக் கருத இயலாது. அவ்வாறு கருதினால் சந்தேகப் பார்வை வைகோ மீதோ நெடுமாறன் மீதோ பாய்ந்திருக்க வேண்டும். 1980 - 1990களில் தமிழ்நாட்டில் இளவயதினர் பலர் பிரபாகரனாலும் ஈழத்தாலும் ஈர்க்கப்பட்டிருந்தனர். அக்காலகட்டத்தில் தமிழீழ விடுதலைப் புலிகள் தமிழகத்தில் பல இடங்களில் கண்காட்சிகள் நடத்தினர். மதுரை தமுக்கம் தமிழீழ மைதானக் கண்காட்சியில் எதிர்காலத்தில் உருவாகப் போகும் தமிழீழம் இஸ்ரேலின் பரப்பளவைவிட பெரியது எனக் காட்டும் படங்கள் வைக்கப்பட்டிருந்தன. கோயம்புத்தூரில் அவ்வாறானதொரு கண்காட்சியால் ஈர்க்கப்பட்ட திராவிடர் கழக கோவை இராமகிருஷ்ணன் இன்றுவரை தமிழீழ ஆதரவாளராக உள்ளார்.[3]

ஹரிபாபு தனது ஒன்றுவிட்ட சகோதரனின் மகனுக்கு அன்புப் பரிசாக ஐம்பது ரூபாய் கொடுத்ததைச் சிறப்புப் புலனாய்வுக் குழு மிகைப்படுத்துகிறது என்றுதான் கருத முடியும். ஏனெனில், 1990 செப்டம்பர் வரை சுபா போட்டோ நியூஸ் சர்வீஸ் நிறுவனத்தில் பணியாற்றும்போது ஹரிபாபு மாதம் 350 ரூபாய் சம்பளம் பெற்றார். பின்னர் 1991 ஜனவரி வரை விக்னேஷ் வீடியோ நிறுவனத்தில் 450 ரூபாய் மாதச் சம்பளம் பெற்றதாக அவர் தந்தை வி.டி சுந்தரமணி கூறுகிறார். இது தவிர ஹரிபாபு தனிப்பட்ட புகைப்படத் தொழிலையும் செய்துவந்துள்ளார். பிரபல பத்திரிகை புகைப்பட நிபுணர்களுக்கும் அறிமுகமானவராக இருந்துள்ளார். தான் புகைப்படத் தொழில் கற்றுக்கொண்ட ஆனந்தா போட்டோ ஸ்டூடியோ உரிமையாளரும் தனது பெரியப்பாவான வி.டி.எத்திராஜ் வீட்டில் மூன்று மாதங்கள் தங்கி புகைப்படங்களை டெவலப் செய்வது, பிரதி எடுப்பது போன்ற தொழில்களைக் கற்றுக்கொண்ட ஹரிபாபு, தனது பெரியப்பாவின் பேரனுக்கு ஐம்பது ரூபாய் கொடுத்ததை ஹரிபாபு கையில் பணம் தாராளமாகப் புழங்கியதைப் போன்ற கண்ணோட்டத்தில் சிறப்புப் புலனாய்வுக் குழு குறிப்பிடுவது சரியல்ல எனக் கருதலாம்.

சுபா சுந்தரம் தொழில் முறை புகைப்பட நிபுணர், அவர் காங்கிரஸ் கட்சிக்கும் 'வாழ வைக்கும் கை' என்ற பெயரில் தேர்தல் பிரச்சார விளம்பரப்படங்கள் எடுத்துள்ளார். அவர் கொளத்தூர் உள்ளிட்ட தமிழீழ விடுதலைப் புலிகளின் முகாம்களில் புகைப்படம் எடுத்துள்ளார் என நேர்முகப் பேட்டியில் கொளத்தூர் மணி கூறினார்.[4] நண்பரான சுபா சுந்தரத்தை வழக்கில் மாட்ட வைத்துவிட்டீர்களே என மிடுக்காகப் பேண்ட்டும் டீ சர்ட்டும் அணிந்த பேபி சுப்பிரமணியத்தை யாழ்ப்பாணத்தில் பார்த்துத் தான் கேட்டதாகவும் அதற்கு அவர் புன்முறுவல் மட்டுமே செய்ததாகவும், பின்னர் தான் பேபி சுப்பிரமணியத்தையும் புலிகளின் பிற தளபதிகளையும் படமெடுக்க முயன்றபோது "ஓ! எடுங்கள், நீங்கள் ராஜீவ் கொலையாளிகளை ஷூட் செய்ய விரும்புகிறீர்கள்" என சிரித்துக்கொண்டே அன்ரன் பாலசிங்கம் கூறினார் என்று முராரி தனது நூலில் கூறினார்.[5]

சதியில் பங்குபெற்று ராஜீவ் காந்தி கொலை செய்யப்படுவதை ஒளிப்படம் எடுப்பதற்காக அனுப்பப்பட்டவர் ஹரிபாபு எனவும், ராஜீவ் கொலை வழக்கில் குற்றம் சாட்டப்பட்ட சுபா சுந்தரம் தான் யாரையும் புகைப்படம் எடுக்க

அனுப்பவில்லை என சிறப்புப் புலனாய்வுக் குழுவிடம் பொய் கூறியதாக சி.பி.ஐ குற்றம் சாட்டியது. ஆனால் தடய அறிவியல் நிபுணர் பேராசிரியர் சந்திரசேகர் சாட்சியத்தின்படி, ஜப்பானிய தயாரிப்பான சினான் சிஎக்ஸ் சூப்பர் டாக்குமார் அகலக் கோண லென்ஸ் பொருத்தப்பட்ட கேமராவில் ஹரிபாபு எடுத்த படங்களைப் பரிசோதித்த வல்லுநர் அக்கேமரா ஒன்றரையடிக்கும் குறைந்த தூரத்தில் படம் எடுக்கும் ஆற்றல் கொண்டது என்றும், ராஜீவ் காந்தி குண்டு வெடித்த தருணத்தில் ஹரிபாபு தனுவின் பின்னால் மூன்றடி தூரத்திலும் ராஜீவ் காந்தியிடம் இருந்து ஐந்தடி தூரத்திலும் இருந்து எடுத்த ஒன்பதாவது புகைப்படம் ஹரிபாபு எடுத்த இறுதியான புகைப்படம் என்றும் கூறினார்.[6] வி.பி.சிங் கூட்டத்தில் படம் எடுக்காததற்காக ஹரிபாபுவை சிவராசன் திட்டியதை நளினி தனது வாக்குமூலத்தில் கூறியதை நாம் நினைவு கூரலாம். குண்டு வெடித்த பின்னர் ராஜீவின் உடலும், ஹரிபாபு உள்ளிட்ட பிற உடல்களும் தனுவைச் சுற்றித் தாமரை இதழ்களை போலக் கிடந்ததாகத் தடயவியல் பேராசிரியர் ப.சந்திரசேகரன் குறிப்பிட்டார். ஹரிபாபுவின் அம்மா மீனாட்சி தன் மகன் காலை **06:00** மணிக்கு வழக்கம் போல் எழுந்து, துணிகளைத் துவைத்துக் காயப்போட்ட பின்னர் வெளியில் கிளம்பிச் சென்றதாகக் குறிப்பிடுகிறார். வாழ்க்கையில் ஓரளவு பொருளாதார நிறைவை அடைந்ததும் தனது காதலி சுந்தரியைத் திருமணம் செய்ய பத்தொன்பது வயது நிரம்பிய ஹரிபாபு உத்தேசித்திருந்தார்.

ராஜீவ் கொலை குறித்த சதியின் பங்காளராக இடுப்பில் வெடிகுண்டு ஜாக்கெட் கட்டிக்கொண்டு தனு சென்றது குறித்துத் தெரிந்திருந்தால் அவருக்கு நெருக்கமாக நின்று ஹரிபாபு புகைப்படம் எடுத்திருக்கமாட்டார். மேடையில் ராஜீவ் காந்திக்கு தனு மாலையிடும்போது குண்டை வெடிக்கச் செய்வதாகத்தான் சிவராசன் திட்டம் தீட்டியிருந்தார். ஸ்ரீபெரும்புதூர் மேடை அமைப்பின்படி மேடைக்கு முன் போதுமான இடைவெளி கொண்ட யாரையும் அனுமதிக்காத ஸ்டெரைல் ஸோன் என்ற சூனியப் பகுதி உண்டு. அதற்கு வெளியே இருந்தே நிருபர்களும் புகைப்படக்காரர்களும் படம் எடுத்திருப்பார்கள். அவ்வாறே ஹரிபாபுவும் படம் எடுத்திருப்பார். ராஜீவ் இறக்குமுன் கடைசி ஒருமணி நேரம் வரை அதுவே திட்டம். ஒருவேளை அவ்வாறு நடந்திருந்தால் தமிழ்நாடு காங்கிரஸ் தலைவர்களான வாழப்பாடி ராமமூர்த்தி, கருப்பையா மூப்பனார், ஜெயந்தி நடராஜன் ஆகியோரும் தாக்குதலில் கடுமையாகப் பாதிக்கப்பட்டிருப்பார்கள், இறந்திருக்கவும் கூடும். ஆனால், ராஜீவ் வருகை தாமதமானதால் அங்கு கூட்டத்தை வழிநடத்திய காங்கிரஸின் முன்னாள் சட்டப் பேரவைத் தலைவர் ஏ.ஜெ.தாஸ், காவல்துறை தலைவர் ராகவனின் வேண்டுகோள்படி நிகழ்ச்சியில் சிறு மாற்றம் செய்து மேடையில் பிரான்சிஸ், மாத்தூர் ராமசுவாமி, நாராயணன் என மூன்று பேரை மட்டும் மாலை போட அனுமதிப்பதாக ஒலி பெருக்கியில் கூறி மாலை போட வந்த பிறரைச் சிவப்புக் கம்பளப் பகுதிக்குப் போகப் பணித்தார். இந்தி கவிதை கூற வந்த லதா கண்ணனின் மகள் கோகிலா கண்ணன், தனு ஆகியோர் சிவப்புக் கம்பள பகுதியில் நின்றனர். இந்தத் திடீர் மாற்றத்தால் ஹரிபாபு மேடையில் நடக்கும் நிகழ்வைப் பாதுகாப்புப் பகுதிக்கு வெளியில் தொலைவிலிருந்து எடுக்க முடியாமல் போனது. ராஜீவ்

காந்தி திட்டமிட்டபடி உரிய நேரத்திற்கு ஸ்ரீபெரும்புதூர் வந்திருந்தால் ஹரிபாபு உயிரோடு இருந்திருப்பார். சிறப்புப் புலனாய்வுக் குழுவினர் கொலையாளிகளை அடையாளம் காண இன்னும் திணறியிருப்பார்கள். ஆனால், இறந்துபோன ஹரிபாபுவைக் குற்றம்சாட்டப்பட்ட நபராகக் காட்டினால்தான் புகைப்பட நிபுணர் சுபா சுந்தரத்தை வழக்கில் சேர்க்க இயலும் என்பதால் ஹரிபாபுவையும் குற்றம் சாட்டப்பட்ட 41 பேரின் பட்டியலில் சிறப்புப் புலனாய்வுக் குழுவினர் சேர்த்திருக்கக் கூடும். சிவராசன் ராஜீவை சுட்டுக் கொல்லப் போவதாகத்தான் ஹரிபாபுவுக்குத் தெரியும். எனவே தனுவை நெருங்கி ஒளிப்படம் எடுத்திருக்கலாம் எனச் சிறப்புப் புலனாய்வுக் குழுவினர் கூறினர். அவ்வாறெனில் சிவராசன், முருகன், தனு, சுபா, நளினி, ஹரிபாபு, பேரறிவாளன், பாக்கியநாதன் ஆகிய அனைவரும் 20.05.1991 அன்று ஒரே இடத்தில் கூட்டம் போட்டுச் சதியில் பங்கெடுத்ததாகவும், சிவராசன் வேலைகளைப் பகிர்ந்து கொடுத்ததாகவும் கூறும் சிறப்புப் புலனாய்வுக் குழுவின் கூற்று தவறாகிறது. உச்சநீதிமன்றம் தனது தீர்ப்பில், சிறப்புப் புலனாய்வுக் குழு எல்லாச் சூழ்நிலைகளையும் காமாலைக் கண்களுடன் பார்த்தது என்று கூறி சுபா சுந்தரத்திற்கும் கொலைச் சதிக்கும் எவ்வித தொடர்பும் இல்லை என விடுதலை செய்தது. சாட்சியங்களை மறைக்க முயன்ற வழக்கில் மட்டுமே அவர் தண்டனை பெற்றார்.[7] நளினி தனது நூலில் ராஜீவ் காந்தி இறந்த இரவில், "அந்தச் சின்னபையன் வாழ வேண்டிய வயசு என்ன பாவம் செய்தான்! இப்படி அநியாயமாப் போய்ட்டானே!" என சுபா அழுது அரற்றியதாகக் கூறுகிறார்.[8] ஹரிபாபு அநியாயமாகக் கொல்லப்பட்டதென்னவோ உண்மை. அதைவிட அநியாயம் அவரைக் கொலைச் சதியில் சேர்த்தது.

அடிக்குறிப்புகள்

1. ஹரிபாபுவின் தாயார் மீனாட்சி சிறப்புப் புலனாய்வுக் குழுவிடம் அளித்த வாக்குமூலம்.
2. வி.பி.எத்திராஜ் சிறப்புப் புலனாய்வுக் குழுவிடம் அளித்த வாக்குமூலம்.
3. கோவை ராமகிருஷ்ணன், நேர்முகப் பேட்டி, கோயம்புத்தூர், அக்டோபர் 2020.
4. கொளத்தூர் மணி, நேர்முகப் பேட்டி, சேலம், நாள் 11.09.2020.
5. *S.Murari, 'The Prabakaran saga, The rise and fall of Elam warrior', SAGE Publication private Ltd, Page 121.*
6. 05.08.1996 அன்று தடா சிறப்பு நீதிமன்றத்தில் பேராசிரியர் பக்கிரிசாமி சந்திரசேகரன் அளித்த சாட்சியம்.
7. *1999 (5) SCC 253, State Vs Nalini.*
8. சிறைவாசி நளினி முருகன், எழுத்தாக்கம் பா.ஏகலைவன், 'ராஜீவ் கொலை மறைக்கப்பட்ட உண்மைகளும் பிரியங்கா நளினி சந்திப்பும்', யாழ் பதிப்பக வெளியீடு, பக்கம் 154.

புலிகளின் இனியவை நாற்பது

பொது ஆண்டின் தொடக்கத்தில் எழுதப்பெற்ற புறநானூற்றுப் பாடல்கள் அன்றைய தமிழரின் அறம், வீரம், கொடை ஆகிய புறப்பண்புகளைப் படம் பிடித்துக் காட்டுகின்றன. விடுதலைப் புலிகளின் போர்த்திறன் குறித்து கமல் குணரத்னேவின் 'ரோட் டு நந்திக்கடல்' என்ற நூல் குறிப்பிடுகிறது. விடுதலைப் புலிகளால் மாங்குளம் முகாமிலிருந்து விரட்டப்பட்டுத் தனது படையணியினருடன் தப்பிப் பிழைத்த குணரத்னே, அவசரத்தில் முகாமிலிருந்த இராணுவத் தளவாடங்களைக் கூட முழுமையாக அழிக்காமல் உயிர் பயத்தோடு தப்பி வந்தார். விடுதலைப் புலிகளின் போராற்றல் தற்கொலை தாக்குதல்கள் உலகெங்கிலும் முப்பதாண்டுகளுக்கு மேல் பேசுபொருளாகிப் போனது.

விடுதலைப் புலிகளின் தளபதிகளான பால்ராஜ், சொர்ணம், பானு, தீபன், விதுசா, கருணா, மாலதி ஆகியோரின் பெயர்கள் இலங்கை இராணுவத்தினர் மத்தியில் பயத்தை உருவாக்கி மயிர் கூச்செறியச் செய்தன. மாற்றான் தோட்டத்து மல்லிகைகளான சொர்ணமும் தீபனும் மிகச்சிறந்த படைத்தலைவர்கள் என இலங்கை படைத் தளபதி கமல் குணரத்னே தனது நூலில் ஒப்புக்கொள்கிறார்.

பிரபாகரனின் மிகச்சிறந்த கூற்றாகக் கருதப்படும் 'இயற்கை என் நண்பன், வரலாறு எனது வழிகாட்டி, வாழ்க்கை எனது தத்துவாசிரியர்' என்பது, இளம் பத்திரிகையாளரும் பின்னர் தனது வாழ்க்கையையும் பிரபாகரனைச் சந்தித்த ஊடக அனுபவத்தையும் இணைத்து இரத்தத் தீவு எனப் பொருள்படும் 'ஐலண்ட் ஆஃப் பிளட்' என்ற புகழ்பெற்ற நூலை எழுதியவருமான அனிதா பிரதாப், **1984**ஆம் ஆண்டு மார்ச் மாதம் **11**ஆம் தேதி சண்டே மாதமிருமுறை இதழுக்கு அளித்த பேட்டியில் பிரபாகரன் ஆங்கிலத்தில் தனக்களித்த பதிலாக மேற்சொன்ன கூற்றைப் பதிவு செய்தார்.

புலிகளுக்கும் இந்திய இராணுவத்தினருக்கும் சண்டை வெடித்ததும் போரின் நடுவே பிரபாகரனை நேரில் சந்திக்கச் சென்றபோது வன்னிக் காடுகளின் ஊடே புலிகளால் யாழ்ப்பாணம் அழைத்துச் செல்லப்பட்டார். நடை, கார், டிராக்டர் என ஆறுநாட்கள் பயணத்தில் வழியில் இந்திய இராணுவத்தால் துரத்தப்பட்டு உடல் முழுவதும் சேறு படிந்து இரவில் இருபது இளம் புலிகளுடன் ஒரே வீட்டில் தங்கிய வேளையில், ஆடையின்றி அவர் குளித்தபோது சாரம் ஒன்றைத் திரையாக மறைத்துப் பிடித்துக்கொண்டு இளைஞர்களான இரு புலிகள் நின்றனர். குளிக்கும் இளம்பெண்ணை பொருட்படுத்தாமல் அவர்கள் வேறு திசை நோக்கிப் பேசிக்கொண்டு நின்றனர்.

இருபது இளம் புலிப்படையினர் மத்தியில் மெல்வதற்குக் கடினமான மயில் கறி உணவை முடித்துப் பாதுகாப்பாக இரவில் இனிய துயிலில் ஆழ்ந்த அவர், புது டெல்லியில் உயர்மட்ட விருந்துகளில் கலந்துகொண்டபோது அங்குள்ள ஆடம்பரமான ஆடவரின் காமப்பார்வையில் பாதுகாப்பற்ற பெண்ணாக உணர்ந்ததாகக் கூறுகிறார். புலிகளின் பயிற்சி அவர்களைக் கொல்லும் இயந்திரங்களாக மாற்றினாலும் மென்மையான உணர்வுகளை அவர்கள் இழக்கவில்லை. சண்டைகளில் வெற்றி பெறும் தலைசிறந்த போராளிகளான புலிகள், சமையல் கலையில் தோல்வி அடைந்தவர்கள் என அனிதா பிரதாப் கிண்டல் செய்கிறார்.[1] புலிகளின் கடுமையான தண்டனைகளே இதற்குக் காரணம். மணலாற்றுக் காட்டில் பிரபாகரன் கீழ் இயங்கிய இளம்புலிகளில் ஆண்களும் பெண்களும் அருகருகே இயங்கிய காலத்தில், பாலியல் உறவில் ஈடுபட்ட போராளிகளில் சிலர் கர்ப்பம் தரித்தது சக போராளிகளுக்குத் தெரியவந்தது. அதனால் பாலியல் உறவில் ஈடுபட்ட இருவருக்கும் மரண தண்டனை வழங்கப்பட்டது. சில வருடங்களுக்குப் பின்னர் விடுதலைப் புலிகளின் கடற்படை பெண்கள் மூவருக்கும் அவர்களுடன் உறவில் ஈடுபட்ட ஆடவருக்கும் இதே தண்டனை வழங்கப்பட்டது.[2]

விடுதலைப் புலிகளின் தலைவர் பிரபாகரனைப் பிடிக்காவிட்டாலும் அவரின் சில பண்புகளை எதிரிகளும் வியந்தனர். எளிமையாக வாழ்ந்த அவர் தனது கிழிந்த துணிகளைத் தானே தைத்துக்கொண்டார்,[3] சோப்புகள் கரைந்ததும் ஒன்றின் மீது ஒன்றை ஒட்டி பயன்படுத்தினார்,[4] கீழே தூசிபடிந்த தரையில் விழுந்த தலைவலி மாத்திரையை எடுத்து உண்ணத் தயங்கவில்லை,[5] இலங்கை பொருட்கள் எதையும் பிரபாகரன் பயன்படுத்துவதில்லை,[6] மது அருந்துவதில்லை, வரலாற்றில் முதன்முறையாக ஏராளமான இளம் பெண்கள் சுதந்திரப் பறவைகள் என்ற புலிகளின் பெண் படையணிகளிலும், கரும்புலிகள் என்ற தற்கொலைப் படைகளாகவும் மாறி தங்கள் உயிரைக் கொடுக்கத் தயாராக இருந்தும் தனது படையணியில் உள்ள ஒரு பெண்ணிற்குக் கூட அவர் பாலியல் தீங்கு இழைக்கவில்லை.[7]

சமாதான காலத்தில் பிரிட்டனைச் சேர்ந்த மருத்துவர் புவிச்சந்திரனிடமும் அவரது மனைவியிடமும் வன்னியில் பேசிக்கொண்டிருந்த கண் சிகிச்சை தொடர்பான சில கேள்விகளை பிரபாகரன் மனைவி மதிவதனி கேட்டுக்கொண்டிருந்தபோது அமைதியாகத் தன் மகன் பாலச்சந்திரனைத் தொந்தரவு செய்யாமல் கவனமாகப்

பார்த்துக்கொண்டிருந்த பிரபாகரன் தலையில் பாலச்சந்திரன் பூக்களைப் பிய்த்துப் போட்டு விளையாடிக் கொண்டிருந்தான். நண்பகல் உணவு நேரம் வந்ததும் பேசிக்கொண்டிருந்தவர்களைத் தொந்தரவு செய்யாமல் தானே பாலச்சந்திரனுக்கு உணவு ஊட்டுகிறேன் எனக் கூறி பாலச்சந்திரனைத் தூக்கிச் சென்றார்.[8] அவர் இறந்த பின் அவரது பதுங்கு அறைக்குள் சென்றவர்கள் அங்கு இன்சுலின் வைக்கும் குளிர்பதன பெட்டியைத் தவிர எவ்வித ஆடம்பரப் பொருட்களையோ, இந்துக் கடவுளர் படங்களையோ, சிலைகளையோ, மதக்குறியீடுகளையோ காணவில்லை. பிரபாகரனுக்குத் தனிப்பட்ட வெளிநாட்டு வங்கிக் கணக்கு ஏதும் இல்லை. நிதி பொறுப்பாளர் தமிழேந்தியிடம் எல்லோரையும் போல் சம்பளம் பெற்றே தனது குடும்பச் செலவுகளைச் செய்துகொண்டார்.[9]

சமாதான காலத்தில் 2002ஆம் ஆண்டு கிளிநொச்சியில் புலிகளின் மாபெரும் கருத்தரங்கு நடைபெற்றது. அக்கருத்தரங்கில் சாதி ஒழிப்புப் பற்றியும் மணக்கொடை தடுப்புப் பற்றியும் விவாதங்கள் நடைபெற்றன. மணக் கொடைத் தடுப்புச் சட்டங்களும் இயற்றப்பட்டன.

இலங்கைத் தமிழ் மக்களின் மூளையாக விளங்கும் யாழ்ப்பாண இந்துக்கள் போலியான சாதி பெருமித உணர்வைக் கொண்டிருந்தனர். ஏறத்தாழ நானூறு வருட ஐரோப்பிய காலனி ஆட்சியில் மத்திய, ஊவா, சப்ரகமுவா மாகாணங்களைப் போலல்லாமல் தென் மாகாண மக்களைப் போன்று கல்வியிலும் வேலைவாய்ப்பிலும் தங்கள் பயணத்தைச் சில நூறு ஆண்டுகள் முன்னரே தொடங்கிய யாழ்ப்பாணத்தினர், கல்விப் பயணத்தைத் தாமதமாகத் தொடங்கிய பெரும்பாலான சிங்கள மக்களையும் கிழக்கு வாழ் தமிழரையும் மலையகத் தமிழரையும் தாழ்வாகக் கருதினர். ஒருமுறை தான் அமிர்தலிங்கத்திடம் சேப்பாக்கம் விருந்தினர் விடுதியில் பேசிக்கொண்டிருந்தபோது பிரபாகரனுடன் அரவணைத்துச் செல்லுங்கள் எனக் கூறியபோது, மதுரை மருத்துவக் கல்லூரியில் பயின்றவரான அமிர்தலிங்கத்தின் மகன் காண்டீபன் அவர்களது பேச்சில் குறுக்கிட்டு 'என்ன நீங்க ஒரு பரவனோட ஒத்துப்போகச் சொல்றீங்க!' எனச் சொன்னதாக முள்ளிவாய்க்கால் முற்றம் நேர்முகப் பேட்டியில் பழ.நெடுமாறன் குறிப்பிட்டார்.[10]

தமிழ் மக்கள் மத்தியில் இருந்த சாதிப் பிளவுகள் ஆழமாக இருந்தன. நிலம், கல்வி, வேலைவாய்ப்பு ஆகியவற்றில் தங்கள் எண்ணிக்கையை விட மிகப் பெரிய பங்கைப் பெற்ற வேளாளர் சமூகத்தினரில் பெரும்பாலோனோருக்குக் கரையர், மீனவ சமூகத் தலைமையை ஏற்பது சங்கடத்தை ஏற்படுத்தியதன் விளைவே அமிர்தலிங்கத்தின் மகன் கருத்து என நாம் உணரமுடியும். ப்ளாட் உமா மகேஸ்வரன், ஈபிஆர்எல்எப் பத்மனாபா, ஈரோஸ் பாலகுமார், டெலோ சிறீ சபாரத்தினம் ஆகியோர் வேளாளர் சமூகத்தினர். பிரபாகரன் மட்டுமே கரையர் சமூகத்தைச் சேர்ந்தவர். எனவே பிரபாகரனைப் பிற போராளிக் குழுக்கள் தங்களில் ஒருவராகக் கருதவில்லை.[11]

போர் எல்லாச் சமூகங்களையும் ஒன்றாக்கினாலும் சாதி வெறி மறையவில்லை. இலங்கை இராணுவத்துடன் உக்கிரமாகப் போர் நடந்துகொண்டிருந்தபோது போர் நடந்த பகுதியிலுள்ள உள்நாட்டு அகதிகளான இலங்கைத் தமிழர்களை

யாழ்ப்பாண புனித பேட்ரிக் கல்லூரிக் கட்டடம் ஒன்றில் இராணுவத்தினர் தங்க வைத்தனர். அவர்களது பொழுதுபோக்கிற்காகத் திரைப்படம் ஒன்றைத் திரையிட்டுக் காட்டியபோது தமிழரில் தங்களை உயர் சாதியினராகக் கருதிக்கொண்டவர்கள், தமிழரில் பிற சமூகத்தினருக்கும் தங்களுக்கும் தனித்தனி இடங்கள் ஒதுக்க வேண்டும் எனச் சண்டையிட்டனர். அவ்வாறே அவர்களுக்குத் தனிதனி இடங்கள் ஒதுக்கப்பட்டன.[12] அவ்வாறு கட்டமைக்கப்பட்ட சாதியச் சமூகத்தை விடுதலைப் புலிகள் தாக்குதலுக்கு உள்ளாக்கினர். சாதிப் பாகுபாட்டை, சாதிய ஒதுக்குதலைக் குற்றமாக்கினர்.

தமிழ்நாட்டிலிருந்து 1980 முதல் 2009 வரை ஏறத்தாழ 30 வருட உள்நாட்டுப் போர் காலகட்டத்தில் ஏராளமான தமிழ் அறிஞர்கள், தமிழ்த் தேசியச் சிந்தனையாளர்கள், பெரியாரியச் சிந்தனையாளர்கள் ஈழத்திற்குச் சென்று வந்தனர். பெரியாரியச் சிந்தனையாளர் ஆனைமுத்து, திராவிடர் கழக வீரமணி, தமிழ்த் தேசியச் சிந்தனையாளர் பழ.நெடுமாறன், திராவிடர் விடுதலை கழக கொளத்தூர் மணி, தந்தை பெரியார் திராவிடர் கழக கோவை இராமகிருட்டிணன், வைகோ, சுப்புலட்சுமி ஜகதீசன் ஆகியோரில் சிலர் தமிழீழம் குறித்த தங்கள் பார்வைகளை நூல்களாக்கினர்.

புலிகளின் ஆட்சியில் சாதி ஒழிந்தது எனவும், பெண்களுக்குச் சம உரிமை எனவும் ஏராளமான தமிழக எழுத்தாளர்கள் எழுதியதை செல்வி திருச்சந்திரன் உள்ளிட்ட இலங்கையில் உள்ள எழுத்தாளர்கள் சற்றுப் புன்னகையுடன் ‘சாதி ஒளிந்திருந்தது, ஒழியவில்லை’ என மறுத்தாலும், யாழ்ப்பாணத்துத் தமிழரின் சாதிப் பெருமித உணர்வுகள் புலிகளால் தாக்குதலுக்கு உள்ளாயின என்பது உண்மை.

அதேபோன்று சீதன முறையையும் புலிகள் பாதிப்புக்குள்ளாக்கினர். பணமும் சொத்தும் கொடுத்து ஒரு பெண் கணவனை விலைக்கு வாங்குகின்ற யாழ்ப்பாணத்தின் சீதன அல்லது மணக்கொடை முறை தமிழ்ப் பெண்களின் வாழ்க்கையில் சிக்கல் ஏற்படுத்தக்கூடிய கவுரவப் பிரச்சினையாக இருந்தது. பெண்களுக்கு வீடாக, நிலமாக, நகைகளாகக் குடும்பச் சொத்தைப் பகிர்ந்து அளிப்பதாகச் சீதன முறையை ஆதரிப்பவர்கள் கூறினர். யாழ்ப்பாண சீதன முறை பெண்களுக்கு எதிரான சமூக ஒடுக்குமுறையின் வெளிப்பாடு என அடேல் பாலசிங்கம் குறிப்பிட்டார். மனைவியின் சொத்து மீது கணவனுக்கு மேலாண்மை வழங்கும் தேச வழமையின் விதியை நீக்கி, சீதன முறைகள் தொடர்பாகப் புதிய சட்ட விதிகளை விடுதலைப் புலிகள் ஏற்படுத்தினர். சொத்துரிமை மட்டுமின்றி யாழ்ப்பாண பெண்கள் சொத்தாகக் கருதிய நீண்ட கூந்தலைப் பெண் புலிகள் நிராகரித்துக் குட்டையாகக் கத்தரித்தது கூட யாழ்ப்பாண சமூகத்தில் தமிழ் மரபிற்கும் பழைமையான பண்பாட்டிற்கும் அச்சுறுத்தலாக விளங்கியது.[13]

புலிகளின் எளிமையான திருமணச் சடங்குகளில் இந்து சமயச் சடங்குகளோ, வேத மந்திரங்களோ இல்லை. மணப்பெண் கூரைப்பட்டு அல்லது சிவப்பு நிறச் சேலையை அணிந்திருப்பார். மணமகன் வெள்ளை வேட்டியும் சட்டையும் அணிந்திருப்பார். மணமகன் மணமகளுக்குத் தாலி அணிவிப்பார். வழக்கமான தாலி கொடிக்குப்

பதிலாக மஞ்சள் கயிறு கட்டப்படும், தாலியில் மதச்சின்னங்கள் எதுவுமில்லாமல் சதுர வடிவில் தமிழ் கலாச்சாரச் சின்னங்கள் பொறிக்கப்பட்டதாக இருக்கும்.[14] திருமணத்திற்கு ஆண் போராளிகள் 28 வயதும் பெண் போராளிகள் 23 வயதும் நிரம்பியவராக இருக்க வேண்டும். புலிகள் தங்கள் திருமண அனுமதியைத் தங்கள் படையினரின் துறை பொறுப்பாளர் மூலம் பெற்றுக்கொண்டனர். வழக்கமாகப் புலிகளின் திருமண நிகழ்வில் மூத்த தாக்குதல் தளபதியான விதுசா தலைமை வகிப்பது வழக்கம். களத்தில் கனல்பறக்கும் தளபதியான அவர், திருமண நிகழ்வுகளில் கூச்சமும் வெட்கமும் கொண்டு மகிழ்ச்சியுடன் அமர்ந்திருப்பார்.

2000ஆம் ஆண்டு மன்னாரில் பெண் போராளிகளுக்குத் தலைமை தாங்கி நடத்திய தணிகைச் செல்வியும், திருமண நிகழ்வுகளில் மணமகளின் தோழியாக வந்ததுண்டு. இந்தியப் படைகளால் தாக்குதலுக்கு உள்ளான மக்களுக்கு ஓடியாடி சுறுசுறுப்பாக மருத்துவச் சிகிச்சை வழங்கி மக்கள் மத்தியில் பிரபலமாக விளங்கி, பின்னர் விடுதலைப் புலிகள் இயக்கத்தில் இணைந்து, காணாமற்போன அல்லது இலங்கை அரசால் கொல்லப்பட்ட டாக்டர் பத்மலோசனி என்ற பத்மாவும் திருமணங்களில் கலந்துகொள்வதுண்டு. மட்டக்களப்பு அம்பாறை மாவட்ட அரசியல் பொறுப்பாளரான கரிகாலனை மணந்துகொண்ட அவர், எழுமதி என்ற இயக்கப் பெயரைப் பெற்றார். விடுதலைப் புலிகளின் திருமணங்களைப் பெரும்பாலும் தமிழ்ச்செல்வன் ஏற்று நடத்துவார்[15] என எழுதும் அடேல், பெண் விடுதலைக்கான திசையில் புலிகளின் இயக்கம் பயணித்தது எனக் கூறுகிறார்.

கடற்புலிகளின் ஆற்றல் இலங்கையில் மிகப் பிரபலம். வடமராட்சி தளபதியாகப் பணிபுரிந்த தில்லையம்பலம் சிவனேசன் என்ற சூசை, வடமராட்சியின் பொலிகண்டி கடலோரக் கிராமத்தின் மீனவர் குடும்பத்தைச் சேர்ந்தவர். முதல் மாவீரரான சங்கரின் சகோதரி சத்தியதேவி என்ற சுதாவைத் திருமணம் செய்த சூசை, இந்தியாவில் உத்தரபிரதேசத்தில் பயிற்சி பெற்றப் போராளி. அவர் தலைமையில் விடுதலைப் புலிகளின் கடற்படை பிரிவு ஆற்றல்மிக்க சக்தியாக உருவெடுத்தது. சூசை தலைமையில் செயல்பட்ட கடற்படை பல கடல்சமர்களில் ஈடுபட்டுச் சிங்கள கப்பற்படை கப்பல்களை அழித்தது. விடுதலைப் புலிகளிடம் கைதியான கொமடோர் அஜித் போயகொட, சூசையுடன் கைக்குலுக்கியதைப் பெருமையாகக் கூறுகிறார். இலங்கை கடற்படை கப்பலான சாகரவர்த்தனா விடுதலைப் புலிகளால் மூழ்கடிக்கப்பட்ட பிறகு தற்செயலாகத் தப்பிப் பிழைத்த அவர், தனது தங்கச் சங்கிலியை எடுத்த விடுதலைப் புலி ஒருவர் பற்றி சூசையிடம் முறையிட்டதும் தங்கச் சங்கிலி உடனடியாகத் திரும்பிவந்தது பற்றி போயகொட கூறுகிறார்.

கடற்புலிகளின் ஆற்றலை அறிய அடேலுக்கும் சந்தர்ப்பம் வந்தது. அன்ரன் பாலசிங்கம் சிறுநீரகங்கள் பாதிக்கப்பட்டு உடனடி மருத்துவ உதவிகள் இல்லாவிட்டால் மரணமடையும் அபாய நிலையில் இருந்தார். இந்திய இராணுவத்திற்கும் புலிகளுக்குமான போரில் புலிகள் அனைவரும் தங்கள் இருப்பிடங்களிலிருந்து தப்பிச் செல்ல வேண்டியதாயிற்று. இந்திய இராணுவம் துரத்திக்கொண்டிருக்க அன்ரன் பாலசிங்கமும் மாறுவேடத்தில் அடேலும் தப்பி ஓடிக்கொண்டிருந்தபோது

23.12.1987 அன்று தமிழக முதல்வர் எம்.ஜி.ஆர். காலமானார். அவருக்கு மரியாதை செலுத்தும் விதமாக இந்திய அமைதிப் படையினர் அன்று தாக்குதல் நடத்தாமல் தங்கள் முகாம்களுக்குள் இருந்தனர். 1987ஆம் ஆண்டு டிசம்பர் 24ஆம் நாள் பருவமழை முடிந்திருந்தாலும் கடல் கொந்தளித்துக்கொண்டிருந்தது. இந்தியாவுக்குள் நேரடியாக அடைக்கலம் புக முடியாத சூழல் இருந்ததால் சிறு கண்ணாடி இழை படகு ஒன்றில் பாலசிங்கத்தையும் அவரது மனைவியையும் ஏற்றிக்கொண்டு கடற்புலி சூசையும் சில போராளிகளும் கடலுக்குள் சென்றனர். சில மைல்கள் சென்ற பிறகு எட்டுக் குதிரை சக்தி கொண்ட எந்திரங்கள் பொருத்தப்பட்ட படகில் ஓர் எந்திரம் பழுதானது. ஒற்றை எந்திரத்துடன் நான்கு மணி நேர கடற்பயணம் மிகுந்த ஆபத்து நிறைந்தது என்பதாலும், மேலும் இந்தியப் படைகளின் கட்டுப்பாட்டில் இலங்கை கடற்கரை இருந்தது என்பதாலும், படகின் தலைவரான சூசை மற்றுமோர் இயந்திரத்தைப் பொருத்த முடிவு செய்தார். கும்மிருட்டில் கடலிலிருந்து சில கிலோமீட்டர் தொலைவில் கடற்புலி ஒருவர் மார்கழி குளிரில் கொந்தளிக்கும் கடலில் குதித்துப் பழுதடைந்த எந்திரத்தை மிகச் சிரமப்பட்டுக் கழற்றி, அதைத் தன் தோளில் சுமந்தபடி கரைநோக்கி நீந்தத் தொடங்கினார். சில மணி நேரங்களில் கரைக்குச் சென்று புதிய எந்திரம் ஒன்றைத் தன் தோளில் சுமந்தபடி அலைகளுடன் போராடி நீந்தி வந்து மறுபடியும் படகில் ஏறினார் அந்த இளைஞர். அதைப் பார்த்த அடேலின் கண்கள் வியப்பால் விரிந்தன.[16]

சூசையின் கட்டுப்பாட்டில் இயங்கிய கடற்புலிகள் வரைபடங்களோ, நவீன கருவிகளோ இல்லாமல் விண்மீன்கள் உதவியுடன் மாற்று வழி கண்டுபிடித்து இந்தியக் கடற்படையின் கண்ணில் படாமல் 10 மணி நேர கடற்பயணத்திற்குப் பிறகு சுற்றி வளைத்து இந்தியக் கரையை வந்தடைந்தனர். வேதாரண்யம் வந்தடைந்த பின்னர் சில காலம் திருச்சியில் தங்கி, அதன் பின்னர் பெங்களூரில் ஜெயம் நகரில் தங்கினார் அடேல். மார்கழி மாதக் குளிரில் இருட்டில் இயந்திரப்படகின் இயந்திரத்துடன் குதித்துப் பல மைல்கள் நீந்தி மறுபடியும் படகைக் கண்டுபிடித்து ஏறுவது ஒலிம்பிக் நீச்சல் வீரர்களால் கூட இயலாத கடினமான காரியம். ஆனால், சவாலான பணிகளையும் திறம்பட முடிக்கும் ஆற்றல் கொண்ட கடற்புலிகள் சூசையின் தலைமையில் தங்கள் ஆற்றலை ஒருமுகப்படுத்திச் சிங்களப் படையினருக்குப் பெரும் சவாலாக விளங்கினர்.

சூசை, சொர்ணம், தீபன், கருணா, துர்கா, விதுசா, தமிழ்செல்வன், பானு, பால்ராஜ், பொட்டு அம்மான் என ஆற்றல்மிகு தளபதிகளைக் கொண்ட பிரபாகரன், தனது வாழ்நாளில் இலங்கையின் மிகச் சக்திவாய்ந்த மனிதராகத் திகழ்ந்தார். இலங்கை முன்னாள் குடியரசுத் தலைவர் ஜெயவர்த்தன, பிரேமதாசா, சந்திரிகா குமாரதுங்க, பிரதமர் ரணில் விக்கிரமசிங்கே ஆகியோர் அவர் முன் மண்டியிட்டனர்.[17]

அமெரிக்காவிற்கு வியட்நாம் போல, சோவியத் யூனியனுக்கு ஆப்கானிஸ்தான் போல, சீனாவிற்குக் கம்போடியா போல இந்திய இராணுவத்தின் வாட்டர்லூவாக இலங்கை மாறியது. இந்தியப் படையினரை மேளதாளங்கள் மற்றும் மாலைகளோடு வரவேற்ற யாழ்ப்பாணம், இந்திய இராணுவத்தின் புதைகுழியாக மாறியது.

தன்னுடைய பணி என்னவென்றே முற்றிலுமாக விளங்கிக்கொள்ளாத இந்திய அரசும் இந்திய இராணுவமும் பொதுமக்கள் மீது தங்கள் பீரங்கிகளைத் திருப்பியது. அதில் 5,000 இலங்கைத் தமிழர்கள் மாண்டுபோயினர், புலிகள் எதிர் தாக்குதல் நிகழ்த்தினர்.

இலங்கையில் கொழும்பு ஜெயவர்த்தனபுரம் நாடாளுமன்றக் கட்டடம் அருகிலுள்ள பத்தரமுல்லாவில் கொல்லப்பட்ட இந்தியப் படையினருக்கு நினைவுச் சின்னம் அமைக்கப்பட்டது. இந்திய இராணுவத்தினரில் குறைந்தது 1,500 பேர் கொல்லப்பட்டனர், அதில் பெரும்பாலானோர் அதிகாரிகள். இந்திய இராணுவத்தை எதிர்த்து விடுதலைப் புலிகள் தீரமாகப் போராடினர். புகழ்பெற்ற வரலாற்றாளரும், எழுத்தாளருமான வில்லியம் டல்ரிம்பிளின் பதிவின்படி யாழ்ப்பாணத்தின் கோப்பாய் சந்திப்பில் லெப்டினண்ட் மாலதி இந்திய இராணுவத்திற்கு நடுரோட்டில் சவால் விட்டு வலுச்சண்டைக்கு அழைத்தார். அவரை சுட்டுக் கொன்ற இராணுவம், பெண்கள் கெரில்லா படையணியினரால் கடுமையான எதிர்த் தாக்குதலுக்கு உள்ளானது. கார்ல் குஸ்தாவ் ராக்கெட்டுகளை வீசியும் கண்ணிவெடிகளை இயக்கியும் இந்திய இராணுவத்தின் ஆறு புத்தம் புது சோவியத் டி-72 டாங்குகள் முற்றிலும் அழிக்கப்பட்டன. விமான குண்டுவீச்சுக்குப் பின்னர் மூன்று நாட்கள் புலிகளின் நிலைகளை அசைக்க முடியவில்லை. சுதந்திரப் பறவைகள் என்ற பெண் புலிகள் அச்சண்டையில், தங்களில் 26 பேரைப் பறிகொடுத்தனர்.[18] இந்தியாவுடனான சண்டையில் காலில் காயம்பட்டு சயனைட் அருந்தி இறந்துபோன முதல் பெண் மாவீரரான மாலதி பெயரால் பின்னர் மாலதி படையணி உருவானது.

புலிகளின் சண்டை களத்தில் மட்டுமல்ல பரப்புரைகளிலும் தீவிரமாக இருந்தது. 1989ஆம் ஆண்டில் இந்திய இராணுவத்தினரின் வன்கொடுமைகளைச் சாத்தானின் படை என இரண்டு தொகுப்புகளாகப் புலிகள் வெளியிட்டனர். அத்தொகுப்புகளில் கட்டுரைகள், புலிகளின் பத்திரிகை குறிப்புகள், புள்ளிவிவரங்கள், புகைப்படங்கள், இந்திய இராணுவத்தினரால் கொல்லப்பட்டவர்கள், காயம்பட்டவர்களின் விவரங்கள் வன்புணர்ச்சி செய்யப்பட்டவர்களின் பிரமாண வாக்குமூலங்கள் ஆகியன இடம்பெற்றிருந்தன. அவை சென்னையில் பேபி சுப்பிரமணியன் மேற்பார்வையில் அச்சிடப்பட்டன. ராஜீவ் காந்தி மேலான வெறுப்பு விதைக்கப்பட்டு இந்திய இராணுவ படையைத் தமிழர் மீது ஏவிவிட்ட கொடுமைக்குக் காரணமானவர்கள் தண்டிக்கப்பட வேண்டுமென அத்தொகுப்புகள் கூறின. புலிகளது பிரச்சார அமைப்பு இந்தியப் படைகளுக்கு எதிராக வெறுப்பை விதைப்பதில் வெற்றி கண்டது. இந்திய இராணுவத்தை முறியடிப்பதற்காக பிரேமதாசாவுடன் கைகுலுக்கவும் புலிகள் தயங்கவில்லை. 1991ஆம் ஆண்டு தனது மாவீரர் உரையில் இந்திய இராணுவத்துடனான போரில் புலிகள் வெற்றி பெற்றதாகக் குறிப்பிட பிரபாகரன் தவறவில்லை.

புலிகள் பிரச்சாரத்தின் வீச்சு தமிழ்நாட்டின் மூலை முடுக்கெல்லாம் சென்றது. இந்திய - இலங்கை ஒப்பந்தம் பற்றியோ, தமிழ் அலுவல் மொழியானது குறித்தோ தமிழ்நாட்டில் முழுமையான புரிதல் இல்லை. அதற்கான பிரச்சாரங்களைத் தமிழக

தி.லஜபதிராய்

காங்கிரஸ் கட்சியினர் பலமாக முன்னெடுத்துச் செல்லவில்லை. தமிழ்நாட்டில் இருந்த உணர்ச்சிப் பெருக்கான ஈழ ஆதரவு சூழலைத் தமிழக காங்கிரஸ் தலைவர்கள் சரிவர புரிந்துகொள்ளவில்லை. இந்திய இராணுவத்தினரை ஆக்கிரமிப்புப் படையினராகத் தமிழகத்தினர் கருதத் தொடங்கினர். எனவே, இலங்கையிலிருந்து இந்திய இராணுவத்தினர் திரும்பி வந்தபோது அன்றைய முதல்வர் கருணாநிதி அவர்களை வரவேற்கச் செல்லவில்லை. புலிகளின் பிரச்சார வீச்சே அதற்குக் காரணம்.

பிரபாகரனின் ஒற்றைத் தலைமைக்குக் கட்டுப்பட்டு அவரது கண்ணசைவில் தங்கள் உயிரை இழக்க விடுதலைப் புலிகள் தயாராக இருந்தனர். விடுதலைப் புலிகளின் பயிற்சி முறைகள் முறையான இராணுவப் பயிற்சி பெற்ற கட்டளைத் தளபதிகளையும் வியக்க வைத்தன. 7,000 பேர் கொண்ட படையணியினருடன் பிரிந்து சென்ற கருணா அம்மான் கூட பிரபாகரனைத் தனிப்பட்ட முறையில் விமர்சனம் செய்ததில்லை. பெரும்பாலான தமிழ்ச் சமூகம் பிரபாகரனைக் கடவுளாகக் கொண்டாடியது.[19]

பயிற்சிகள் தவிர, நவீன ஆயுதங்களைக் கொள்முதல் செய்வதிலும் பயன்படுத்துவதிலும் புலிகள் இலங்கை இராணுவத்தினரை முந்தினர். தோளில் வைத்துச் சுடக் கூடிய ஆர்பிஜி ஏழு ரக எறிகணைகள் புலிகளிடம் இருப்பதை மாங்குளம் - முல்லைத்தீவு சாலையில் இலங்கை இராணுவத்தின் கவச வண்டியைச் சுட்டு வீழ்த்திய பின்னரே இலங்கை இராணுவம் அறிந்துகொண்டது. 38 கிலோ எடையிலிருந்து 58 கிலோ வரை எடை கொண்ட .50 ரக கனரக தானியங்கி எந்திர துப்பாக்கிகளை இந்திய இராணுவத்தினருக்கு முன்னதாகவே புலிகள் வாங்கிப் பயன்படுத்தினர். இலங்கை இராணுவத்தினர் பயப்படும் கடல்புலிகளின் தலைவரான சூசை .50 ரக இயந்திர துப்பாக்கிகளைப் பயன்படுத்துவதில் மிகவும் திறன் கொண்டவராகத் திகழ்ந்தார். புலிகள் தரையிலிருந்து விண்ணில் சென்று தாக்கும் சாம் ரக ஏவுகணைகளையும் பெற்றிருந்தனர். திறன்மிக்கப் போராளியும் பீரங்கிகளை இயக்கும் திறன்மிக்க பசீலன் பெயரால் புலிகளே வடிவமைத்த பசீலன் ரக குண்டுகள் இலங்கை இராணுவத்தினருக்கு மிகப்பெரிய அழிவை ஏற்படுத்தின. பசீலன் குண்டுகளைத் தவிர டிராக்டர்களைக் குண்டு வீசும் பீரங்கிகளாகப் புலிகள் மாற்றிமைத்தனர். மண் அள்ளும் இயந்திரங்கள் கவச வாகனங்களாக வடிவமைக்கப்பட்டன.

படைகளிலிருந்த போராளிகளுக்கு மாத ஊதியம் வழங்கிய விடுதலைப் புலிகள், போரில் இறந்துபோன போராளிகளுக்கு மிகப்பெரிய கவுரவத்தை வழங்கினர். இலங்கை இராணுவத்தினரால் தாக்கப்பட்டுத் தகுந்த சிகிச்சையின்றி மதுரையில் இறந்து போன சங்கர், புலிகளில் முதல் உயிர்பலியானவர். 1982ஆம் ஆண்டு நவம்பர் 27ஆம் நாள் சங்கர் என்ற சத்தியநாதன் இறந்த நாளே மாவீரர் நாளாக, விடுதலைப் போரில் இறந்த போராளிகளுக்கு வீரவணக்கம் செய்யும் நாளாகப் புலிகளால் கொண்டாடப்பட்டு வருகிறது.[20] மாவீரர் தினம் கொண்டப்படும் வாரத்தில் நவம்பர் 26 அன்று பிறந்தவர் பிரபாகரன். அம்மாதத்தின் 26ஆம் நாள் இராணுவத்தினருடன் விடுதலைப் புலிகள் எந்தச் சண்டையும் செய்வதில்லை.

எட்டு என்ற எண்ணை விடுதலைப் புலிகள் விரும்புவதில்லை என்ற எண்ணமும் அதற்குக் காரணமாக இருக்கலாம்.[21]

இறந்துபோன அரசுப் படையினரைக் கொண்டாடும் மனநிலை சிங்கள மக்களிடமோ, இலங்கை அரசிடமோ இல்லை.[22] உலகிலேயே அதிக தற்கொலை தாக்குதல் நடத்திய தற்கொலை படையணியான கரும்புலிகள், ஆண் - பெண் தற்கொலை படையினருக்குத் தனியாகப் பயிற்சி கொடுத்து எவ்விதக் கேள்வியும் கேட்காமல் தங்கள் இலட்சியத்திற்காக உயிரைக் கொடுக்கும் தற்கொலைப் போராளிகளாக அவர்களை மாற்றினர். அவர்களில் பலர் போரில் தங்கள் குடும்பத்தில் யாரையாவது ஒருவரைப் பறிகொடுத்தவர்கள். கரும்புலிகள் கட்டுப்பாட்டுடன் இலட்சிய தாகம் கொண்டவர்களாக, தங்களது சாவு தமிழீழத்தை நோக்கி இட்டுச் செல்வதில் பெருமை கொண்டவர்களாக, தங்கள் குடும்பம் குறித்து எவ்வித பாச உணர்ச்சியையும் வெளியே காட்டாதவர்களாக, சாவு குறித்துச் சிறிதும் அச்சப்படாதவர்களாக, பிரபாகரனை தாய், தந்தை, இறைவன் என ஒட்டுமொத்தமாக ஒரே வடிவில் நினைப்பவர்களாக விளங்கினர். இலங்கை இராணுவத்தால் சுடப்பட்ட கரும்புலி பெண் ஒருவர் சாவின் விளிம்பில் இருந்தபோது கூட இலங்கைப் படையினர் வழங்கிய தண்ணீரை அருந்த மறுத்தார் என்றார் அனிதா பிரதாப்.[23]

பிரபாகரன் கடவுள் நம்பிக்கையற்றவர். அவர் இந்துவாகப் பிறந்தாலும் எந்த மதத்தையும் சாராதவர். ஒருமுறை அவரிடம் கடவுள் நம்பிக்கை பற்றி வினவியபோது அணு ஆயுதங்களைக் கொண்ட நாடுகளுக்கு வேண்டுமானால் கடவுள் என்ற கருத்தாக்கம் உகந்ததாக இருக்கும் எனவும், தனக்குக் கடவுள் நம்பிக்கை இல்லையெனவும் குறிப்பிட்டார். இறந்த புலி போராளிகள் புதைக்கப்பட்டனர், யாழ்ப்பாணத்துப் பெரும்பான்மை இந்து நம்பிக்கையின்படி எரியூட்டப்படவில்லை.

1980களில் திண்டுக்கல் அருகேயுள்ள சிறுமலை பயிற்சி முகாமில் பயிற்சி பெற்ற பெண்களில் ஓர் அணியினர் ஞாயிறு ஓய்வில் குளித்து முடித்துச் சிறு பிள்ளையார் ஒன்றை மரத்தின் கீழ் நிறுவி விபூதி அணிவித்து மலர்களைத் தூவி வழிபட்டனர். அக்குழு பிள்ளையார் குழு என அழைக்கப்பட்டது. பிற போராளிகள் அதைக் கடுமையாக எதிர்த்தபோது யாரும் பிறர் மீது தங்கள் நம்பிக்கைகளைத் திணிக்கக் கூடாது என்று பிள்ளையார் குழுவுக்கு ஆதரவாக நின்றார் பிரபாகரன்.[24]

புலிகளின் அமைப்பில் சூசை, பானு, ரத்தினம் மாஸ்டர், கருணா போன்ற படைத் தலைவர்களின் கீழ் ஏராளமான போராளிகள் தனித்தனிப் படைப்பிரிவுகளில் இருந்தாலும் அவர்கள் அனைவரையும் பிணைக்கும் இணைப்புப் பசையாக பிரபாகரன் இருந்தார். தன்னைச் சுற்றியுள்ள அனைவரிடமும் பிரபாகரன் மிகவும் எச்சரிக்கையாக இருந்தார். பத்திரிகையாளர் அனிதா பிரதாப் இந்திரா காந்தியைச் சந்தித்தபோது எளிதாக அவரைச் சந்திக்க முடிந்தது. அவரைச் சுற்றியுள்ள பாதுகாப்புப் பலமாக இல்லை, மேலோட்டமாகவே சோதனைகள் செய்யப்பட்டன. ஆனால், அனிதா பிரதாப் பலமுறை பிரபாகரனைச் சந்தித்த பின்னரும் அவரைச் சுற்றியிருந்த ஏராளமான மெய்க் காவலர்களும் பெண் புலிகளும் அனிதாவை ஒவ்வோர் அங்குலமாகப் பரிசோதனை செய்து, பேனாவைக் கூட முழுமையாகக்

கழற்றி அதன் சிறு பாகங்களைக் கூட பரிசோதனை செய்து டேப்ரிக்கார்டரை முழுமையாக ஓடவிட்டுத் திருப்தியடைந்த பின்னரே பிரபாகரனைச் சந்திக்க அனுமதித்தனர்.[25]

தன்னைச் சுற்றியிருந்த நெருக்கமானவர்களுக்கு பிரபாகரன் மிகுந்த முக்கியத்துவம் அளித்தார். அவருக்கு வலதுகரமாக இருந்த சார்லஸ் ஆண்டனி 1983ஆம் ஆண்டு ஜூலை மாதம் கொல்லப்பட்டபோது அதற்குப் பதிலடியாக 13.07.1983 அன்று யாழ்ப்பாணத்தில் நெல்லியடியில் பதின்மூன்று இலங்கை இராணுவத்தினர் கொரில்லா தாக்குதலில் புலிகளால் கொல்லப்பட்டனர். அந்நிகழ்வே கொழும்புவில் ஜூலை கலவரங்கள் வெடித்து இலங்கையின் கோரமுகம் உலகிற்குத் தெரியக் காரணமாயிற்று. தனது மூத்த மகனுக்கு சார்லஸ் ஆண்டனி என்றே பிரபாகரன் பெயரிட்டார். தனது மெய்க்காவலர் துவாரகாவின் பெயரைத் தன் மகளுக்கும், இந்திய இராணுவத்தினரால் கொல்லப்பட்ட அவரது மனைவி மதிவதனியின் தம்பியும் மைத்துனருமான காப்டன் அருண் என்ற இயக்கப் பெயர் கொண்ட பாலச்சந்திரனின் பெயரை இன்னொரு மகனுக்கும் சூட்டினார்.

ஈழம் குறித்து தமிழ்நாட்டிலிருந்து வெளியான பெரும்பாலான நூல்கள் 1988ஆம் ஆண்டில் மதுரை மேலமாசி வீதியிலிருந்து வெளியிடப்பட்ட பழ.நெடுமாறனின் 'பிரபாகரன் - தமிழர் எழுச்சியின் வடிவம்' நூலை ஒட்டியே அமைந்திருக்கும். 'சிங்கள இராணுவத்தைக் கதிகலங்க வைத்து, இந்திய இராணுவத்தையும் திணறவைத்து மாபெரும் சாதனைப் புரிந்த பிரபாகரனைப் பற்றிய முதல் நூல்' என முன்னாள் காங்கிரஸ் அரசியல்வாதியான பழ.நெடுமாறன் தனது முன்னுரையில், 01.05.1988 அன்று, குறிப்பிட்டார். சையனைட் குப்பிகளைத் தங்கள் கழுத்துகளில் அணிந்துகொண்டிருக்கும் புலிகள் இயக்கம் பிற இயக்கங்களிலிருந்து வேறுபடுகிறது என எழுதினார். இவ்வாறாகப் புலிகளின் போராற்றல், தளபதிகள் சூசை, பால்ராஜ், சொர்ணம், விதுசா, கிட்டு ஆகியோர் பற்றி ஏராளமான புறநானூற்று புகழ்ந்துரை நூல்களும் கதைகளும் தமிழ்நாட்டில் தமிழில் உண்டு. ஆனால், இலங்கைப் படைத்தளபதியான மேஜர் ஜெனரல் கமல் குணரத்னே விடுதலைப் புலிகளின் போர்த்திறன் பற்றி விளக்கும்போது, 1990இல் புலிகளுக்கும் தங்களுக்கும் நிகழ்ந்த மாங்குளம் சண்டையைப் பற்றிக் குறிப்பிடுகிறார்.

1990ஆம் ஆண்டு நவம்பர் மாதம் யாழ்ப்பாணம் கோட்டையிலிருந்து இலங்கை இராணுவத்தை வெற்றிகரமாகத் தோற்கடித்து வெளியேற்றிய பின்னர் புலிகள் மாங்குளத்தையும் யானையிறவையும் குறிவைத்தனர். மாங்குளம் முகாமில் கடுமையாகத் தாக்கிய புலிகள் கிறிஸ்துவ தேவாலாய பகுதிகளில் தாக்குதல் நிகழ்த்தி அப்பகுதிகளைக் கைப்பற்றினர்.

தங்களது வன்னி இராணுவத் தலைமைச் செயலகத்திற்குப் கேட்ட உதவி கிடைக்காததால் அடுத்து என்ன செய்வதென்று தெரியாமல் இலங்கை இராணுவத்தினர் திகைப்பில் ஆழ்ந்தனர். வன்னி இராணுவச் செயலகமோ மாங்குளம் முகாமைக் கைவிடும்படி உத்தரவிட்டது. திகைத்த இலங்கை இராணுவத்தினர் காடுகளின் ஊடே காயம்பட்ட இராணுவ வீரர்களையும் சுமந்துகொண்டு பின்வாங்க

முடிவுசெய்து முகாமின் தென்கிழக்குக் காடுகள் அருகில் வெளியேறினர். புலிகள் தொடர்ச்சியாகக் காடுகளில் ஊடுருவி பின்வாங்கும் இராணுவத்தினரில் பலரை சுட்டுக் கொன்றனர்.

24, 25 என இரண்டு இரவுகளை மரண பீதியில் வன்னிக் காடுகளில் கழித்த இலங்கை இராணுவத்தினர், நவம்பர் 26ஆம் நாள் வன்னி காடுகளில் உணவு, தண்ணீர் இல்லாமல் குளிரில் நடுங்கியும் காடுகளின் முட்செடிகளால் காயமுற்றும் தங்களது கடைசி நிமிடங்களை எண்ணிக்கொண்டிருந்த சூழ்நிலையில், அதிகாலை 4:15 மணியளவில் கனத்த மழை பெய்தது. கனகராயன் ஆற்றுக்கு அருகில் இலங்கை படையினரில் உயிர்பிழைத்த 52 பேரும் பெருக்கெடுத்து ஓடும் ஆற்றின் ஓரத்தில் இறங்கிப் பயத்தாலும் குளிராலும் நடுங்கிக்கொண்டிருந்தனர். ஆனால், தொடர்ந்து தேடிய புலிகளின் கண்ணில் படாமல் தப்பிக்க நாள் முழுக்கப் பெய்த மழை உதவியது உண்மை.

பின்வாங்கி, வழி தெரியாமல் தத்தளித்த இராணுவத்தினரைத் தேடிக் கண்டுபிடிக்க மேஜர் ஜெனரல் கோபக்கடுவா முழு விமானப் படையையும் முடுக்கிவிட்டார். 30 மணி நேர மழை, நவம்பர் 27ஆம் நாள் மாலை 4 மணியளவில் நின்றது. காப்பாற்ற வந்த ஹெலிகாப்டர் 10 பேரை மட்டும் ஏற்றிச் செல்லும் திறன் கொண்டது. ஆனால், முதல் ஹெலிகாப்டர் வந்தடையவும் 50 இராணுவ வீரர்களும் முந்தியடித்து ஒருவருக்கொருவர் சண்டையிட்டு ஒரே ஹெலிக்காப்டரில் ஏறி தப்பிக்க முயன்றனர். தளபதி குணரத்னே தனது துப்பாக்கியால் அவர்களை இடித்துத் தள்ளினார். காயம்பட்ட வீரர்களின் நெற்றியில் ரத்தம் வழிந்தபோதும் ஒருவருக்கொருவர் அடித்துப் பிடித்து ஏறத்தொடங்கினர். மேலதிகாரியின் கட்டளைக்குக் கீழ்ப்படியாமல் முதல் ஹெலிகாப்டரில் 13 பேர் ஏறிக்கொண்டனர்.[26] ஒழுங்கற்ற சாமானியர்கள் போல் கட்டுப்படுத்த முடியாத பயத்தால் இலங்கை இராணுவ வீரர்கள் வெளிறிப் போயினர் என எழுதிய குணரத்னா, ஒன்பது வருட இராணுவ வாழ்வில் முதன்முறையாகத் தான் பயத்தை உணர்ந்துகொண்டதாகக் கூறுகிறார்.

1995ஆம் ஆண்டு சந்திரிகா குடியரசுத் தலைவராக இருந்தபோது இலங்கை இராணுவம் யாழ்ப்பாணம் நகரைக் கைப்பற்றிய பின்னர் புலிகள் அமைப்பு யாழ்ப்பாணப் போரில் தோல்வியடைந்து சிதைந்துவிட்டது என்ற பரப்புரைச் செய்யப்பட்டது. அந்நேரம் முல்லைத்தீவு தளம் ஆறு மாதங்கள் வேவு பார்க்கப்பட்டது. ஆபத்து நிறைந்த இந்த வேவு நடவடிக்கைக்கு கர்னல் தீபன் பொறுப்பாக இருந்தார். முல்லைத்தீவு படைத்தளம் எட்டுச் சதுர கிலோ மீட்டர் பரப்பளவு கொண்டது. ஒருபுறம் இந்து மகாகடல், மறுபுறம் நந்திக்கடல், இன்னொரு புறம் வட்ட வாகலாறு என மூன்று திசையிலும் இயற்கையின் அரணும் ஒருபுறம் தரையும் கொண்டதாகப் பாதுகாப்புடன் அமைந்திருந்த முல்லைத்தீவு படைத்தளம், 18.07.1996 அன்று புலிகளால் தாக்குதலுக்கு உள்ளானது. முல்லைத்தீவின் படைத்தளத்திற்கு ஆபத்து என்றதும் பராக்கிம என்ற போர்கப்பலையும் ஏழு டோரா அதிவேக சண்டைப் படகுகளையும் கடற்படையினர் போர்க்களத்திற்கு

அனுப்பி வைத்தனர். கடல்வழியாகப் படையினரை இறக்கும் முயற்சியைக் குண்டு வீச்சு விமானங்கள், ஹெலிகாப்டர்கள் ஆகியவற்றின் தாக்குதல்களைச் சமாளித்துப் புலிகள் எதிர்தாக்குதல் நிகழ்த்தினர். கடற்கரை மணல்பரப்பில் எம்.ஐ.17 ராட்சத ஹெலிகாப்டர்கள் மூலம் இலங்கை இராணுவத்தின் சிறப்பு அதிரடிப் படையினர் தரையிறக்கப்பட்டனர்.

ஜூலை 18ஆம் நாள் நள்ளிரவு 24 மணிநேரத்திற்குள் முல்லைத்தீவு இரணுவத்தளம் புலிகள் வசமாயிற்று. 1,600 படையினரையும் வெற்றிகொண்ட புலிகளின் இத்தாக்குதல் நடவடிக்கையில் கட்டளைத் தளபதி கர்னல் பால்ராஜும், ஒருங்கிணைப்புத் தளபதி கர்னல் தீபனும் பணியாற்றினர். சார்லஸ் ஆண்டனி சிறப்பு படையணியினர், மாலதி படையணி, சூசையின் கடற்படையணி ஆகியன இப்போரில் ஈடுபட்டன. அன்ரன் பாலசிங்கத்தின் பதிவின்படி இலங்கை இராணுவத்தினரில் 1,500 பேரும், புலிகளில் 315 பேரும் மாண்டனர். இரண்டு 122 எம்.எம். பீரங்கிகள், நான்கு 120 எம்.எம் மோர்ட்டார்கள், 1,000 சிறு ரக இயந்திரத் துப்பாக்கிகள், பல இலட்சம் வெடி பொருட்கள் என 200 கோடி ரூபாய்க்கு மேல் மதிப்புள்ள ஆயுதங்கள் புலிகளால் கைப்பற்றப்பட்டன என அரசுத் தரப்பு இராணுவ ஆய்வாளர் மதிப்பீடு செய்தார்.[27]

புலிகளைத் தோற்கடிக்க சந்திரிகா அரசு 'ஜெயசுக்குறு' அல்லது 'வெற்றி நிச்சயம்' என்ற போரைத் தொடங்கினார். 18 மாதங்கள் நடந்த இப்போரின் முதன்மை நோக்கம் வவுனியாவிலிருந்து கிளிநொச்சி வரை 70 கிலோ மீட்டர் நீளமுள்ள ஏ9 நெடுஞ்சாலையைக் கைப்பற்றி வடக்கையும் தெற்கையும் இணைப்பது என அரசுத் தரப்பில் கூறப்பட்டது. ஜெயசுக்குறு போரில் 365 நாட்கள் தொடர்ச்சியாக முழுப் பலத்தையும் கொண்டு போராடியும் 35 கிலோ மீட்டர் நீளம் உள்ள சாலை மட்டுமே இலங்கை இராணுவத்தால் கைப்பற்றப்பட்டது.

புலிகள் 16 கிலோ மீட்டர் சுற்றுவட்ட கிளிநொச்சி முகாமைத் தாக்கத் திட்டமிட்டனர். மறுபடியும் கர்னல் தீபன், பால்ராஜ் ஆகியோர் தாக்குதலில் முன்னணி வகித்தனர். 27.10.1998 அன்று அதிகாலை 1:20 மணிக்குக் கிளிநொச்சி படைமுகாம் மீது புலிகளால் தாக்குதல் நிகழ்த்தப்பட்டது. இரண்டாம் கட்டமாக நடந்த இச்சண்டையில் புலிகளின் படையணிகள் புயல்வேக தாக்குதலை நிகழ்த்திப் படைமுகாமின் மையத்திற்குள் நுழைந்தனர். உதவிக்கு வந்த இலங்கை இராணுவத்தின் கவச வாகனங்கள், டாங்கிகள், புலிகளின் கவச வாகனப் படையினால் மறிக்கப்பட்டன. சரியாக 40 மணி நேரத்திற்குள் புலிகள் கிளிநொச்சி நகரைக் கைப்பற்றினர்.

02.11.1999 அன்று ஒட்டுசுட்டானிலிருந்து வன்னி மீட்பு போரில் புலிகள் தாக்குதல் தொடங்கினர். புலிகளின் போர் வரலாற்றில் எல்லாப் போர்களையும் விஞ்சிய தாய்ப் போர் என அன்ரன் பாலசிங்கம் வன்னி போரைக் குறிப்பிட்டார். அப்போரில் சார்லஸ் ஆண்டனி படையணியினர், மாலதி படையணியினர், கர்னல் ஜெயம் ஆகியோர் சிலமணி நேரத்திற்குள் ஒட்டுசுட்டானைக் கைப்பற்றினர். அதேபோல் நவம்பர் 2ஆம் நாள் அதிகாலை நெடுங்கேணியில் நிலைகொண்டிருந்த அரசுப் படையணிகள் மீது சோதியா படையணியும் ஜெயந்தன் படையணியும்

தாக்குதல் நடத்தி மாலைக்குள் முகாமைக் கைப்பற்றியது. நவம்பர் 3ஆம் நாள் இலங்கை அம்பகாமம் படைத்தளம் புலிகளால் வீழ்த்தப்பட்டது. அதே நாள் இலங்கை இராணுவத்தின் குளவிசுட்டான் தளம் புலிகளின் தளபதி சொர்ணத்தின் தலைமையில் போராடி புலிகளால் வெற்றிக் கொள்ளப்பட்டது.

05.11.1999 அன்று மாங்குளம் சந்திப்பும் அதனைச் சுற்றியுள்ள பகுதிகளும் புலிகளின் கட்டுப்பாட்டுக்கு வந்தன. நவம்பர் 6ஆம் நாள் கனகராயன் முகாமின் ஆயுத தளவாடங்களையும் புலிகள் கைப்பற்றினர். அதே நாள் புளியங்குளம் படை முகாம்களையும் கைப்பற்றினர். ஓயாத அலை என்ற பெயருடன் நிகழ்ந்த வன்னி போரில் *20,000* இராணுவத்தினர் *500* சதுர மைல் உயர் பாதுகாப்புப் பிரிவில் கட்டிக்காத்த பெரும் படைத்தளங்கள் புலிகளின் தாக்குதலில் சில நாட்களில் சின்னாபின்னமாயின. வன்னிப் போரில் *2,000* இலங்கை இராணுவத்தினர் இறந்தனர். ஓயாத அலைகளின் நான்காவது கட்டமாக மிகப்பிரமாண்டமான கூட்டுப் படைத் தளபதியாக இருந்த ஆனையிறவை *10.12.1999* அன்று கடற்புலிகளும் பிற படையணிகளும் கடுமையாகத் தாக்கினர். டிசம்பர் 27ஆம் நாள் வரை நடந்த அப்போரில் பரந்தன் உமையாள்புரம் புலிகளிடம் வீழ்ந்தது.

மண் அள்ளும் இயந்திரத்தைக் கவச வாகனமாக மாற்றிய புலிகள். ஏ9 நெடுஞ்சாலையில் ஆனையிறவில் அமைக்கப்பட்ட இலங்கை இராணுவ நினைவுச் சின்னம்.

பின்னர் *26.03.2000*ஆம் நாள் அன்று ஆனையிறவுப் போரில் கடற்புலிகளின் தளபதி சூசை, கர்னல் பானு ஆகியோர் களமிறங்கினர். பல்லாயிரம் போராளிகளைக் கடற்புலிகளின் பாதுகாப்போடு இரவோடு இரவாகச் சுமந்துவந்த படகுகள் தரையிறக்கம் செய்தன. கர்னல் பால்ராஜ், லெப்டினட் கர்னல் ராஜன் ஆகியோர் தலைமையில் சார்லஸ் ஆண்டனி படையணி, மாலதி படையணி, சோதியா படையணி ஆகியன இலங்கை இராணுவத்தின் செம்பியன்பற்றுப் படைத்தளத்தைக் கைப்பற்றினர். ஆனையிறவுப் படைத்தளத்திலுள்ள *12,000* படை வீரர்களும் சுற்றி வளைக்கப்பட்டுத் தனிமைப்படுத்தப்பட்டனர். இலங்கை இராணுவ விமானங்கள்,

குண்டு வீச்சு விமானங்கள், பீரங்கிகள், டாங்கிகள், கவச வாகனங்கள் ஆகியவற்றுடன் பெரும் எதிர்தாக்குதலில் ஈடுபட்டன.

2000ஆம் ஆண்டு ஏப்ரல் மாதம் நான்காம் நாள் ஆனையிறவிலிருந்து முன்னேறிய இலங்கை இராணுவத்தினரை எதிர்த்து கர்னல் விதுசாவின் தலைமையிலான மாலதி படையணி தாக்குதல் நிகழ்த்தியது. இராணுவக் கட்டுப்பாட்டுப் பகுதியில் ஊடுருவிய புலிப் படையினர், இத்தாவில் என்ற சிறுகிராமத்தில் 4 கிலோ மீட்டர் நீளமும், ஒன்றரை கிலோ மீட்டர் அகலமும் உள்ள துண்டு நிலத்தில் சதுர வடிவான பாதுகாப்புப் பெட்டி அமைத்து அதிலிருந்து அசுர பலத்துடன் இராணுவத்தை எதிர்கொண்டனர். 18 மணி நேர தாக்குதலுக்குப் பின்னும் புலிகளின் பாதுகாப்புப் பெட்டியை அசைக்க முடியவில்லை. ஆண், பெண் போராளிகள் சமஅளவு வீரத்துடன் போராடினர். துர்கா படையணி மற்றும் சோதியா படையணிகள் அப்போரில் துணிவுடன் போரிட்டனர். புலிப்படைகளிடம் சரணடைவது அல்லது தப்பி ஓடுவது என்ற சூழலில் இலங்கை இராணுவத்தினர் கிளாலி நீர் ஏரி வழியாகவும், கரை வழியாகவும் சிதறி தப்பியோடினர். 23.04.2000 அன்று ஆனையிறவு முகாம் புலிகளால் கைப்பற்றப்பட்டது. அந்தப் போரில் வென்ற ஒருங்கிணைப்புக் கட்டளைத் தளபதி பானு மற்றும் பிற தளபதிகள் தமிழீழக் கொடியை ஆனையிறவில் ஏற்றினர்.[28]

நான்காவது ஈழப் போர் தொடங்கியபோது இலங்கை குடியரசுத் தலைவராக மகிந்த ராஜபக்ச இருந்தார். புலிகளின் பேச்சுவார்த்தைப் பல்வேறு காரணங்களால் தோல்வியடைந்தது. இதற்கிடையில் பாதுகாப்புச் செயலாளராக கோத்தபய ராஜபக்ச பொறுப்பேற்றுக்கொண்டார். இராணுவத்தினர் தாக்குதல் படையான 53 படைப்பிரிவைத் தவிர 57, 58, 59 ஆகிய படையணிகள் புதிதாகச் சேர்க்கப்பட்டன. 1,20,000 எண்ணிக்கையில் இருந்த இராணுவத்தினரின் எண்ணிக்கை 2,30,000 மாக கூட்டப்பட்டது. புதிய போர்க் கப்பல்கள் வாங்கப்பட்டன; புதிய போர் விமானங்கள் படையில் சேர்க்கப்பட்டன. துணை இராணுவமான மக்கள் படையினரின் எண்ணிக்கை 18,000லிருந்து 42,000 மாக உயர்த்தப்பட்டது. இலங்கை இராணுவத்தைவிட்டு விட்டோடிகளாக இருந்த ஆயிரக்கணக்கான பேருக்குப் பொதுமன்னிப்பு வழங்கப்பட்டுப் படையில் மறுபடியும் சேர்க்கப்பட்டனர். சீனாவிலிருந்து ஏராளமான டி56 ரக துப்பாக்கிகள் வாங்கப்பட்டன. நீண்ட தூரம் ஊடுருவிச் சென்று தாக்கும் ஏவுகணைகள் படையில் சேர்க்கப்பட்டன.[29]

கிழக்கில் பெரும்பலத்துடன் விளங்கிய கருணா 7,000 படைப் பிரிவினருடன் புலிகள் தரப்பிலிருந்து பிரிந்து சென்ற பிறகு, புலிகளின் படை வலிமை 5000 எனக் குறைந்தது. இலங்கை இராணுவத்தினர் சீனப் பீரங்கிகள், உக்ரேனிய ஏவுகணைகள், செக் நாட்டுக் கவச வண்டிகள், உக்ரேனிய மிக் 27 ரக போர் விமானங்கள், சீனாவின் எஃப்.7 விமானங்கள், இஸ்ரேலிய கிபிர் சி.7 ரக போர் விமானங்கள், ரஷ்ய ஹெலிகாப்டர்கள் ஆகியவற்றைப் புலிகளுக்கு எதிராகப் பயன்படுத்தினர். கார்டன் வெய்ஸின் கூற்றுப்படி இலங்கை இராணுவத்தினரின் மொத்த பலம் 3,00,000 எண்ணிக்கை கொண்டிருந்தது. அவ்வெண்ணிக்கை

நான்கரை இலட்சம் எனக் கூறுவோரும் உண்டு. ஆறு கோடிக்கு மேல் மக்கள் தொகை கொண்ட இங்கிலாந்தின் பாதுகாப்புப் படையினரின் எண்ணிக்கை இரண்டு இலட்சத்தைவிட குறைவு. ஆனால், இங்கிலாந்தைவிட மூன்று மடங்கு குறைந்த மக்கள் தொகையைக் கொண்ட இலங்கையின் படையணியினரின் எண்ணிக்கை மிக அதிகம். இது தவிர, 147 இராணுவ முகாம்களும், 15 இராணுவ உயர் பாதுகாப்புப் பகுதிகளும் இலங்கை இராணுவத்தினரால் அமைக்கப்பட்டிருந்தன. ரஷ்யா, சீனா, இந்தியா, ஈரான், பிரான்ஸ், இங்கிலாந்து, ஆஸ்திரியா, ஜப்பான், குரோசியா ஆகிய நாடுகள் இராணுவத் தளவாடங்கள் வழங்கி இலங்கை இராணுவத்தினருக்கு உதவி செய்தன. புலிகளுக்கு எதிராக ஏராளமான சக்திகள் செயல்பட்டாலும் இலங்கை இராணுவத்தினர் இறுதிப் போரை எளிதாக வெல்ல இயலவில்லை.

இலங்கை அரசு ஏராளமான ஆயுதங்களையும் இராணுவத் தளவாடங்களையும் வாங்கிக் குவித்தது. ஏராளமான 130 எம்.எம். பீரங்கிகள், 152 எம்.எம் பீரங்கிகள் ஆகியவற்றையும் வாங்கியது. இறுதிப் போரில் இலங்கை இராணுவம் ஏராளம் பயன்படுத்திய எம்பிஆர்எல் என்ற பல்குழாய் எறிகணை வீசிகளையும் வாங்கியது. அமெரிக்கத் தயாரிப்பான என்டிபிகியூ ரக ரேடார் கருவிகள் இலங்கை இராணுவத்தால் பயன்படுத்தப்பட்டன.

நான்காவது ஈழப் போரின் தொடக்கமான மாவிலாறு நீர்த் தேக்கச் சண்டையைப் புலிகளே தொடங்கினர். 21.07.2006 அன்று புலிகள் அமைதிப் பேச்சுவார்த்தைகளை முறித்துக்கொண்டு தங்கள் கட்டுப்பாட்டில் இருந்த மாவிலாறு நீர்த்தேக்கத்தின் மடைகளை அடைத்தனர். கல்லார், தேவுவெட்டார், தோப்பூர், செறுவெல்லார் உள்ளிட்ட பகுதிகளில் 50,000 பேருக்கு மேல் வாழும் தமிழ், சிங்கள மற்றும் முஸ்லிம் விவசாயிகளின் வாழ்வாதாரமாக 30,000 ஏக்கர் பரப்பளவுடைய மாவிலாறு நீர்த்தேக்கம் இருந்தது. புலிகள் மடைகளை அடைத்ததற்கு எதிராகச் சிங்கள விவசாயிகள் போராடினர். 26.07.2006 அன்று சிங்கள இராணுவம் வேறு வழியில்லாமல் மாவிலாறு நீர்த்தேக்கத்தை நோக்கித் தாக்குதலுக்கு நகர்ந்தது. 01.09.2006 அன்று சர்வதேச அமைதி கண்காணிப்பாளரை விலகும்படி புலிகள் கேட்டுக்கொண்டனர். புலிகளுக்கும் இலங்கை இராணுவத்தினருக்கும் போர் மூண்டது. புலிகளின் போராளிகள் எண்ணிக்கை பாதியாகக் குறைந்த பின்னரே இறுதிப்போர் நடந்தது.

அன்ரன் பாலசிங்கம் 14.12.2006 அன்று புற்றுநோயால் இலண்டனில் இறந்தார். 15.07.2007 அன்று புதிய படகு ஒன்றை வெள்ளோட்டம் பார்த்தபோது நடந்த விபத்தில் சூசை கடுமையாகக் காயமடைந்தார். உடனிருந்த சூசையின் ஐந்து வயது மகன் சங்கரும் அவரது மெய்க்காவலர் சீலனும் அவ்விபத்தில் இறந்தனர். பல களமுனைகளைக் கண்ட, போரில் காயமுற்ற புலிகள் அரசியல் பிரிவின் ஆற்றல்மிகு தலைவர் தமிழ்ச்செல்வன் 02.11.2007 அன்று நடந்த இலங்கை விமான குண்டுவீச்சில் கொல்லப்பட்டார். 'கிழச் சிங்கம் பாலசிங்கம் வழியில் பழமாய் பக்குவம் பெற்ற படைத்தளபதி!' என கருணாநிதி இரங்கல் கவிதை எழுதினார். 20.05.2008 அன்று புலிகளின் மிக முக்கியமான இராணுவத் தளபதியான பால்ராஜ்

மாரடைப்பால் இறந்தார். பால்ராஜின் இறப்பு இலங்கை இராணுவத்தினருக்கு மகிழ்ச்சியை ஏற்படுத்தியது. ஆனாலும் இறுதிப்போர் முடிவடையும் 19.05.2009 வரை புலிகள் தொடர்ந்து இலங்கை இராணுவத்துடன் போரிட்டனர். செக் நாட்டு விமானங்களைப் புலிகள் மறுசீரமைத்து இலங்கை விமான தளங்களையும் இராணுவ நிலைகளையும் தொடர்ந்து தாக்கினர். 'புலிகளின் விமானங்களைக் கண்டுபிடிக்க இயலாத இந்திய ரேடார்கள் முற்றிலும் பயனற்றவை, அவை இந்திய அருங்காட்சியகத்தில் வைக்க தகுதி பெற்றவை' என கமல் குணரத்னா குறிப்பிட்டார்.[30]

9/11 நிகழ்வுக்குப் பிறகு சர்வதேச நாடுகளைப் புலிகளுக்கு எதிராக அணி திரட்டிய புலிகளின் விமானப் படையிலிருந்த செக் விமானங்கள் ரேடார்களை ஏமாற்றித் தாழ்வாகப் பறந்தன. அதன் விமானிகள் இறுதி நாட்களிலும் தீரத்துடன் போரிட்டனர். 22.04.2008 அன்று நடந்த சண்டையில் புலிகளின் கர்னல் தீபன் இலங்கை இராணுவத்திற்குப் பெரும் பாதிப்பை ஏற்படுத்தினார். ஒரே நாளில் ஏராளமான இலங்கை இராணுவத்தினர் கொல்லப்பட்டனர். 27.04.2008 அன்று புலிகள், இலங்கை இராணுவத்தின் வெளிஓயா தலைமையகத்தை விமானங்கள் மூலம் தாக்கினர். ஒன்பது வருடங்களுக்குப் பின்னர் 09.01.2009 அன்று ஆனையிறவு இலங்கை இராணுவத்தால் கைப்பற்றப்பட்டது. 04.02.2009 அன்று இலங்கை சுதந்திர தினக் கொண்டாட்டங்களுக்கு முன்னர் வெற்றி பெற இலங்கை அரசியல் தலைவர்களும் இராணுவத் தலைமையும் துடித்தனர்.

இறுதிப் போருக்கு மூன்று மாதங்களுக்கு முன் 04.02.2009 அன்று புலிகள் ஆக்ரோசமாக இலங்கை இராணுவத்தை எதிர்த்துப் போரிட்டனர். தான் பிடித்தப் பகுதிகளில் ஆறு கிலோ மீட்டர்களை இலங்கை இராணுவம் அன்று இழந்தது. இறுதிப்போரில் இலங்கை இராணுவத்திடம் 50 டாங்குகளும், 1,500 கவச வாகனங்களும், 30 எஃப்7 விமானங்களும், 30 கிபிர் ரக விமானங்களும் இருந்தன. இலங்கை இராணுவம், விமானப்படை, கடற்படை உள்ளிட்ட மூன்று இலட்சம் பேருடன் போரிட்டுக்கொண்டிருந்தது. புலிகளிடம் 5,000 வீரர்கள் இருந்தனர். 09.02.2009 வரை விமானங்கள் மூலம் புலிகள் பல்வேறு இடங்களில் தாக்குதல் நிகழ்த்தினர். புலிகள் தரப்பில் எஞ்சியிருந்த தளபதிகளான தீபன், பானு, சொர்ணம், லாரன்ஸ், ஜெயம், விதுசா, துர்கா, ரத்தினம் மாஸ்டர் ஆகியோர் விடாமல் தொடர்ந்து போரிட்டனர்.

கமல் குணரத்னாவின் கூற்றுப்படி புலிகளின் முன்னணி வேவு படையணியினர் போர்க்களத்தில் தொடர்ச்சியாகப் பார்வையிட்டு இலங்கை இராணுவத்தினரின் தாக்குதல் பீரங்கிகளையும், சுடுதிறனையும், அவை அமைந்திருக்கும் இடங்களையும் துல்லியமாகக் கணித்துப் புலிகளின் தாக்குதல் அணிகளுக்குத் தகவல் அனுப்புவார்கள். எப்ஓஓ என்ற அந்த முன்னணி வேவு அணியினர் மிகத்திறமை வாய்ந்தவர்கள்.

17.04.2009 அன்று நடந்த புதுக்குடியிருப்புச் சண்டையே புலிகளின் இறுதிச் சண்டை எனக் கூற முடியும். அச்சண்டை தொடர்ந்து இடை நிறுத்தமின்றி மூன்று நாட்கள் நடந்தது. 19.04.2009 அன்று முல்லைத் தீவு மாவட்டத்தில்

விவசாய ஊரான புதுக்குடியிருப்பு இலங்கை இராணுவத்திடம் வீழ்ந்தது. அதே சண்டையில் புலிப்படை தளபதிகளில் மிகச் சிறந்த தளபதிகளான தீபன், சொர்ணம், மாலதி ரெஜிமெண்டின் விதுசா, சோதியா ரெஜிமெண்டின் துர்கா உள்ளிட்டோர் கொல்லப்பட்டனர். புலிகளில் 600 பேர் கொல்லப்பட்டனர். 2009ஆம் ஆண்டு ஏப்ரல் மாதமே புலிகள் தோல்வியடைந்தனர். புதுக்குடியிருப்புச் சண்டை முடிந்த பிறகு எஞ்சியிருந்த புலிகள் தங்கள் தாக்கும் திறனை இழந்தனர். மக்களை அரணாகக் கொண்டு நந்திக்கடலை நோக்கிச் சென்றனர். மாவிலாறில் தொடங்கி நந்திக்கடலில் முடிந்த போரில் ஏறத்தாழ மூன்றாண்டுகளில் 5,800 இலங்கை இராணுவத்தினர் இறந்தனர். 29,000 பேர் பலத்த காயமுற்றனர். புலிகள் 2009ஆம் ஆண்டு தொடக்கத்திலிருந்தே முற்றிலுமாக முறியடிக்கப்பட்டனர் என்று இலங்கையின் அரசியல் மற்றும் இராணுவத் தலைமைகள் வெளி உலகத்திற்கு அறிவித்தபோதும், புலிகள் மிகக் கடுமையாகக் களத்தில் போராடிக்கொண்டிருந்தனர். புலிகளின் போரிடும் ஆற்றல் அவர்களது எதிரிகளுக்கும் வியப்பை ஏற்படுத்தியது. 'கெட்ட போரிடும் உலகத்தை வேரோடு சாய்ப்போம்' என்ற பாரதிதாசன் வரிகள் நம் நினைவுக்கு வந்தாலும் கூட புலிகளின் போராற்றல் வரலாற்றுச் சுவடிகளில் பதிவானது.

புலிகளின் சிறையிலிருந்து விடுதலை செய்யப்பட்டபோது தங்கள் கீழ் உள்ள கைதிகளைச் சமமானவர்களாக நடத்திய புலிகளின் சிறை பொறுப்பாளர் நியூட்டன் கண்ணீர் மல்க நின்றார் என்று அஜீத் போயகொட குறிப்பிடுகிறார். இருந்தாலும் புலிகளின் சிறைகளில் சித்திரவதைக்குப் பயன்படுத்தப்படும் நாற்காலிகளும் உண்டு. எட்டு வருடச் சிறைக்காலத்தில் தமிழ் சிறைக் கைதிகள் சித்திரவதைச் செய்யப்படும் குரல்களைக் கேட்டாலும் சிங்களக் கைதிகள் யாரும் சித்திரவதைக்குள்ளானதைக் காணவில்லையென்றார் அஜீத் போயகொட.[31]

'மிகக் கடினமான போர்ச் சூழ்நிலையிலும் விருந்தினரைக் கவனமாகவும் கண்ணியமாகவும் புலிகள் நடத்தினர். அப்போது யாழ்ப்பாணம் முழுவதும் மின்சார வசதியில்லையென்றாலும் பிரபாகரனைப் பேட்டி எடுத்த ஒவ்வொரு தருணத்திலும் சீன உணவும் ஐஸ்கிரீமும் வழங்கினார். குடிப்பழக்கமற்ற, புகைபிடிக்காத, பிற பெண்களின் பின்னால் போகாத பிரபாகரனுக்கு நல்ல உணவு உண்ண உரிமையுண்டு' எனத் தன்னுடன் பழகிய கொழும்புவிலுள்ள சிங்கள அரசியல் தலைவர்களிடம் வாதிட்டார் அனிதா பிரதாப்.[32]

போர்ச் சூழலிலும் புலிகள் தமிழை மறக்கவில்லை. தமிழீழத்தின் தலைநகரமாகத் திகழ்ந்த கிளிநொச்சியில் தமிழ் பயிற்சிக் கல்லூரியில் பேராசிரியராக 2006 - 2007 ஆண்டுகளில் பணியாற்றி, பிரபாகரன் பிறந்தநாள் கொண்டாட்டங்களில் பங்குபெற்று, 2008 மார்ச் மாதம் தமிழ்நாட்டிற்குத் திரும்பிய பேராசிரியர் அறிவரசன் தமிழ் மாணவர்களுக்குப் பிழையில்லாமல், பிறமொழிகலப்பு இல்லாமல் எழுத, பேச பயிற்சி அளிக்கப் புலிகளின் நிதிப்பொறுப்பாளர் தமிழேந்தியால் அழைக்கப்பட்டு பழ.நெடுமாறனால் அங்கு அனுப்பி வைக்கப்பட்டவர். பிரபாகரன் மனைவி மதிவதனிக்கும் தமிழ் கற்பித்த அறிவரசன், போர் முழக்கங்களுக்கு

மத்தியிலும் புலிகள் குரல் வானொலியில் 'தமிழ் முழக்கம்' என்ற நிகழ்ச்சி ஒன்றை ஞாயிறுதோறும் இரவு கால் மணிநேரம் ஒலிப்பரப்பியதைக் குறிப்பிடுகிறார். இனமானம், தமிழ்மொழியின் தனிச்சிறப்பு, உலகம் போற்றும் திருக்குறள், உரிமை வேட்கை, புறநானூற்று மறத்தியரும் - புலிப்படை மறத்தியரும் ஆகிய தலைப்புகளில் பேராசிரியர் அறிவரசன் உரையாற்றினார்.[33]

தீவிரமாகப் போர் நடந்தபோது கூட சாதி ஒழிப்பு, கடவுள் மறுப்பு, பார்ப்பனிய எதிர்ப்பு, தமிழ்மொழி காப்பு, ஈழவிடுதலை ஈர்ப்பு ஆகியவற்றை அடிப்படையாகக் கொண்ட 'விடுதலைபுரம்' என்ற தமிழ்த் தேச காப்பிய நூலின் அறிமுக விழா கிளிநொச்சி பண்பாட்டு மன்றத்தில் 01.02.2008 அன்று நடைபெற்றது. பார்வையாளர் வரிசையில் அரசியல் பொறுப்பாளர் நடேசன், சமாதான வானொலி பொறுப்பாளர் புலித்தேவன், கலைப்பண்பாட்டுத் துறை புதுவை இரத்தினதுரை, தமிழீழ கல்வி பொறுப்பாளர் இளங்கோவன், 'புலிகள் குரல்' பொறுப்பாளர் தமிழன்பன், ஈழநாதம் நாளிதழ் ஆசிரியர் ஜெயராஜ் ஆகியோரும் மேடையில் தமிழேந்தி, தமிழீழ ஆவணக் காப்பாளர் யோகி ஆகியோர் அமர்ந்திருந்தனர். விழாவில் வாழ்த்துரை வழங்கிய யோகி என்ற யோக ரத்தினம், பிறப்பால் இழிவாகச் சொல்லப்படும் சாதிப் பிடியிலிருந்து தமிழ் மக்கள் விடுதலைப் பெற வேண்டும் எனவும், மடமையை வளர்க்கும் மதங்களின் பிடியிலிருந்து விடுதலைப் பெற வேண்டும் என்றும், அயோக்கிய இன ஆளுகையிலிருந்து தமிழ்த் தாயகம் விடுதலைப் பெற வேண்டும் என்றும் உயரிய கருத்துகளைக் கூறும் வகையில் பேராசிரியர் அறிவரசன் அந்நூலை இயற்றியதாக உரையாற்றினார். விழாவிற்குத் தலைமையேற்ற தமிழேந்தி, இலக்கியங்கள், இலக்கணங்களைவிட தந்தை பெரியாரின் பகுத்தறிவு கருத்துகளைத் தெளிவாகக் கற்ற பேராசிரியரின் நூலில் பகுத்தறிவு மற்றும் இனவிடுதலை கருத்துகள் இடம்பெற்றிருக்கிறதென்று தான் நம்புவதாகக் கருத்துரையாற்றினார். விழாவில் ஏற்புரை வழங்கிய பேராசிரியர் அறிவரசன், பகுத்தறிவு கருத்துகளைத் தனது நீண்ட உரையில் கூறி விழாவைச் சிறப்பித்தார்.[34]

2006 நவம்பர் மாதம் அறிவரசன் பிரபாகரனைச் சந்தித்தபோது இரவு 8 மணிக்கு அவருக்குப் பெரும் விருந்தளித்து இறைச்சி வகைகளும், மீன்களும் பரிமாறப்பட்டது. 'இதை எடுத்துக் கொள்ளுங்கள், இதை உண்ணுங்கள் சுவையாக இருக்கும் என ஒவ்வொரு உணவு வகையையும் தொட்டுக் காட்டித் தன்னை உண்ணச் செய்தார் பிரபாகரன்' எனப் போரசிரியர் அறிவரசன் கூறுகிறார்.[35] அறிவரசனின் அனுபவத்தை அறியும்போது, 'உண்ணீர் உண்ணீர் என ஊட்டாதார் தம் மனையில் உண்ணாமை கோடி பெறும்' என்ற அவ்வையின் நான்கு கோடிப் பாடல் நினைவுக்கு வருவதில் ஆச்சரியமில்லை.

பயிற்சிக்குப் பின்னர் அறிவரசன் விடைபெற்றபோது பிரபாகரனின் உதவியாளர் பொற்கோ கைக்கடிகாரம் ஒன்றை இடது கையில் அணிவித்தார். வலது கை விரலில் தமிழீழ தேசிய மலராகிய காந்தள் பொறிக்கப்பட்ட பொன் மோதிரம் ஒன்றை தமிழன்பன் அணிவித்தார். அவர் விடைபெற்றபோது பிரபாகரன், அவரது மனைவி மதிவதனி ஆகியோர் பேராசிரியர் அறிவரசனுடன் படம் எடுத்துக்கொண்டனர்.

அந்நேரத்தில் பிரபாகரனின் பிறந்தநாளைக் கேட்டதற்கு நவம்பர் 26ஆம் நாள் என்று பிரபாகரன் பதிலளித்தார். கார்த்திகை மாதம் 11ஆம் நாள் பிரபாகரன் பிறந்ததாக தமிழேந்தி கூறினார். தமிழ்ப் பணியாற்றியதற்காக பிரபாகரன் தங்கப் பதக்கம் ஒன்றை அறிவரசனுக்குப் பரிசாக வழங்கினார். அதில் தமிழீழ அரசு என்றும் கேடில் விழுச்செல்வம் கல்வியெனவும் பேராசிரியர் அறிவரசன் பெயரும் பொறிக்கப்பட்டிருந்தது. பிரபாகரன் மனைவி மதிவதனி பேராசிரியர் அறிவரசன் மனைவிக்குக் கொடுக்கச் சொல்லி அன்புப் பரிசாகச் சேலை ஒன்றைக் கொடுத்ததாகவும் அறிவரசன் குறிப்பிட்டார்.[36] 2008 மார்ச் மாதம் கடுமையான போருக்கு மத்தியிலும் தமிழ்ப் பயிற்சி அளித்ததற்காகத் தமிழகத்திலிருந்து பேராசிரியர் ஒருவரைத் தருவித்துத் தமிழ் எழுத, படிக்க, பிழையின்றிப் பேச பயிற்சி அளித்தவருக்கு அழகிய தங்கப் பதக்கமும் சிறப்பான விருந்தையும் விருதையும் கொடுத்ததை வியக்காமல் இருக்க முடியவில்லை.

அடிக்குறிப்புகள்

1. *Anita Pratab, 'Island of Blood', Penguin Group, 2001 U.S.A. 2003, Page 21.*
2. மாலதி.ந, 'தமிழ்பெண் பொதுவெளி - தமிழீழத்தில் தன் வளர்ச்சியும் வீழ்ச்சியும்', நிமிர் வெளியீடு, பக்கங்கள் 82, 111.
3. தமிழ்தேசன் இமயக்காப்பியன், எல்டிடிஈ களஞ்சியம், பக்கம் 46.
4. செம்பூர் ஜெயராஜ் இலையூர் பிள்ளை, வ.உ.சி பதிப்பகம் பக்கம் 195, மற்றும் பூபதி - இவன் ஒரு வரலாறு, பக்கம் 105.
5. *Rohini Mohan, 'The Seasons of Trouble, Life Amid the ruins of Sri Lankas Civil War', Harper Collins publishers India, Page 158.*
6. *Kamal Gunaratna Major General, 'Road to Nandhikadal', Vijitha Yapa Bookshop, first Edition 2016, IInd Edition 2016, IIIrd Edition 2016, IV Edition 2018 Page 10.*
7. *Ibid, Page 17.*
8. 'பூபதி, இவன் ஒரு வரலாறு', தோழமை வெளியீடு 2010, கட்டுரைத் தொகுப்பு, பக்கம் 272.
9. தமிழ்த்தேசன் இமயக்காப்பியன், எல்டிடிஈ களஞ்சியம், பக்கம் 43.
10. பழ.நெடுமாறன் நேர்முகப் பேட்டி, இடம் - முள்ளி வாய்க்கால் முற்றம், விளார், தஞ்சாவூர், நாள் 24.12.2020.
11. அதே பேட்டி.
12. *Major General Kamal Gunaratna, 'Road to Nandhikadal', Vijitha Yapa Bookshop, IV Edition 2018, Page 366.*
13. அன்ரன் பாலசிங்கம், '*Will to freedom* சுதந்திர வேட்கை, தமிழீழ விடுதலைப் போராட்டம்', பெயர்மக்ஸ் பதிப்பகம், பக்கம் 69.

14. அதே நூல், பக்கம் 450.

15. அதே நூல், பக்கம் 451.

16. அதே நூல், பக்கம் 262.

17. Major General Kamal Gunaratna, 'Road to Nandhikadal', Vijitha Yapa Bookshop IV Edition 2018 Page 8.

18. Rohan Gunaratna Indian Intervention in Srilanka, The Role of India's Intelligence Agencies, South Asian Network on Conflicit Research (SANCOR) Srilanka, 1993, Page 413.

19. Kamal Gunaratna Major General, 'Road to Nandhikadal', Vijitha Yapa Bookshop, IV Edition 2018, Page 10.

20. அன்ரன் பாலசிங்கம், 'போரும் சமாதானமும் - விடுதலைப் புலிகளின் போராட்ட வரலாறு', பெயர்மகஸ் பதிப்பகம் செப்டம்பர் 2005, பக்கம் 67.

21. கொளத்தூர் மணி, நேர்காணல், சேலம் நாள் 11.09.2020.

22. Major General Kamal Gunaratna, 'Road to Nandhikadal', Vijitha Yapa Bookshop-IV Edition 2018, Page 27.

23. Anita Pratab, 'Island of Blood', Penguin Group, 2001, Page 104.

24. மாலதி. ந, தமிழ்பெண் பொதுவெளி, 'தமிழீழத்தில் தன் வளர்ச்சியும் வீழ்ச்சியும்', நிமிர் வெளியீடு, பக்கம் 85.

25. Anita Pratab, 'Island of Blood', Penguin Group, 2001, Page 75.

26. Kamal Gunaratna Major General, 'Road to Nandhikadal', Vijitha Yapa Bookshop-IV Edition 2018, Page 243.

27. அன்ரன் பாலசிங்கம், 'போரும் சமாதானமும் - விடுதலைப் புலிகளின் போராட்ட வரலாறு', பெயர்மகஸ் பதிப்பகம் செப்டம்பர் 2005, பக்கம் 531.

28. அதே நூல், பக்கம் 574.

29. Gordon Weiss, 'The Cage, The Fight for Srilanka the last day of the Tamil Tiger', Mixed Sources, Boldey Head 2011, Page 225.

30. Kamal Gunaratna Major General, 'Road to Nandhikadal', Vijitha Yapa Bookshop-IV Edition 2018, Page 648.

31. கொமடோர் அஜீத் போய கொட, 'நீண்ட காத்திருப்பு', சொல்லக் கேட்டு எழுதியது சுனிலா கலப்பதி, தமிழில் - தேவா, வடலி பதிப்பகம், ஜனவரி 2020, பக்கம் 169.

32. Anita Pratab, 'Island of Blood', Penguin Group, 2001 Page 21.

33. பேராசிரியர் அறிவரசன், 'ஈழத்தில் வாழ்ந்தேன் இரண்டாண்டுகள்', தமிழ்மண் வெளியீடு, 2015, பக்கம் 154.

34. அதே நூல், பக்கம் 177.

35. அதே நூல், பக்கம் 200.

36. அதே நூல், பக்கம் 207.

புலிகளின் இன்னா நாற்பது

இலங்கை இளைஞர் ஆண்ட்ரூ பிடல் பெர்னாண்டோ எழுதிய 'அப்பான் தி ஸ்லீப்லெஸ் ஐல்" (தூங்கா தீவில் எனப் பொருள்படும்) என்ற ஆங்கில நூலில் யாழ்ப்பாணத்தைக் குறித்த வேடிக்கை கதை ஒன்றைக் கூறுகிறார். 'யாழ்ப்பாணத்துக்காரரும் அரபு ஷேக்கும்' என்ற அக்கதை இவ்வாறு செல்கிறது. அரபு ஷேக் ஒருவர் யாழ்ப்பாணத்திற்கு வரும்போது பெரும் விபத்தில் சிக்குகிறார். அவருக்கு உடனடியாக அறுவை சிகிச்சை மேற்கொள்ள வேண்டியுள்ளது.

ஷேக்கிற்கோ மிக அபூர்வமான இரத்தப் பிரிவு வகை. எனவே, மிகுந்த தேடுதலுக்குப் பின்னர் யாழ்ப்பாணத்தைச் சேர்ந்த ஒருவருக்கு அதே பிரிவு இரத்தம் இருப்பதைக் கண்டறிய முடிந்தது. பின்னர் அறுவை சிகிச்சையும் வெற்றிகரமாக முடிந்தது. ஷேக் உயிர்பிழைத்துவிட்டார்.

இரத்தம் கொடுத்த யாழ்ப்பாணத்தைச் சேர்ந்தவருக்கு மறுநாள் காலையில் பெருத்த இன்ப அதிர்ச்சி. அவர் வீட்டின் முன்பு விலையுயர்ந்த கார் ஒன்று அன்புப் பரிசாக நிறுத்தப்பட்டுள்ளது. அவர் மனைவிக்கோ கழுத்து கொள்ளாத அளவு பளபளவெனத் தங்க நகைகள், குழந்தைகளுக்கோ விலை உயர்ந்த விளையாட்டுப் பொருட்கள். இவ்வாறு ஷேக்கின் பரிசு மழையில் யாழ்ப்பாணத்துக்காரர் திக்குமுக்காடிப் போனார்.

இருவாரத்திற்குப் பின்னர் மற்றோர் அறுவை சிகிச்சை ஷேக்கிற்குச் செய்ய வேண்டியுள்ளது. இந்த முறை யாழ்ப்பாணத்துக்காரர் மனமுவந்து மறுபடியும் இரத்தம் தர முன்வந்தார். சிகிச்சையும் வெற்றிகரமாக நடந்தேறியது. ஆனால், பலவாரங்கள் கழிந்த பின்னரும் ஷேக்கிடம் இருந்து எந்தப் பரிசும் வரவில்லை. ஓரிரு மாதமானதும் மேலும் பொறுக்க முடியாத யாழ்ப்பாணத்துக்காரர், அறுவை சிகிச்சை முடிந்து திரும்பிய ஷேக்கின் தொலைபேசி எண்ணைக் கண்டுபிடித்து, எவ்விதத் தகவலுமில்லாமல் யாழ்ப்பாணத்திலிருந்து சொந்த நாட்டிற்குத் திரும்பிச் சென்றது மட்டுமல்லாமல் இரண்டாம் முறை ஒரு பரிசு கூட தரவில்லை என வினவியபோது, ஷேக் அலட்டிக்கொள்ளாமல் 'இப்போது என் உடலில் யாழ்ப்பாணத்து ரத்தம் ஓடுகிறது' என அமைதியாக விடையளித்தார் என ஆண்ட்ரூ பிடல் பெர்னாண்டோ வேடிக்கையாகக் குறிப்பிட்டிருந்தார்.[1]

ஆண்ட்ரூவின் இக்கதை யாழ்ப்பாண மக்களுக்குப் பொருந்தாவிட்டாலும் விடுதலைப் புலிகளுக்குப் பொருந்துவதாகவே உள்ளது.

1985ஆம் ஆண்டு வளசரவாக்கத்தில் பண்டிதர், சங்கர், பேபி, ரகு, பிரபாகரன், பாலசிங்கம் உள்ளிட்ட அனைவரும் கூட்டுச் சமையல் செய்து சிரிப்பும் கும்மாளமாகப் பகிர்ந்து உண்பதையும், பாலா மீன் வெட்ட, பண்டிதர் சமையல்காரராக இருந்ததும், சில நேரங்களில் பிரபாகரனும் சிறீ சபாரத்தினமும் சமைக்கும் கறி மிகச்சுவையானது எனவும் அன்ரன் பாலசிங்கம் உடல்நலம் குன்றிச் சென்னையில் நெருப்புக் காய்ச்சலால் அவதியுற்றபோது சிறீ சபாரத்தினம் தனி நபராகத் தூக்கிச் சென்று மருத்துவமனையில் சேர்த்ததையும் தனது நூலில் அடேல் நினைவுகூர்கிறார்.[2] ஆனால், பின்வரும் காலங்களில் நடந்த நிகழ்வுகள் மகிழ்ச்சியூட்டுவதாக இல்லை.

'முறிந்த பனை' நூலின் ஆசிரியர்களில் ஒருவரான மருத்துவர் ராஜனியும் அவர் சகோதரி நிர்மலாவும் ஒருகாலத்தில் புலிகளின் ஆதரவாளர்கள்.

தி.லஜபதிராய்

04.05.1986 அன்று மதுரையில் இலங்கை தமிழர்களுக்கு ஆதரவாக அனைத்துக் கட்சிகளும் ஒருங்கிணைந்த சூழலில் டெசோ மாநாடு நடந்தது. அங்கு பேசிய அரசியல் தலைவர்கள் அனைத்துப் போராளி இயக்கங்களும் ஒருங்கிணைந்து போராட அறைகூவல் விடுத்தன. மாநாட்டுக்குப் பின் இருநாட்களில் **06.05.1986** அன்று புகையிலை தோட்டம் ஒன்றில் டெலோ தலைவர் சிறீ சபாரத்தினத்தை விடுதலைப் புலிகளின் அமைப்பைச் சேர்ந்த கிட்டு கொலை செய்தார். கிட்டுவின் ஏ.கே.*47* துப்பாக்கியிலிருந்து வெளியேறிய *28* குண்டுகளால் சல்லடையாகத் துளைக்கப்பட்ட சிறீ சபாரத்தினத்தின் உடல் வேட்டையாடப்பட்ட விலங்கின் சடலத்தைப் போன்று யாழ்ப்பாணம் கொண்டாவில் பேருந்து நிலையத்தில் காட்சிக்கு வைக்கப்பட்டு, பின்னர் அவரது தந்தையால் தகனம் செய்யப்பட்டபோது தன் மகனின் மார்பில்தானே குண்டுகள் பாய்ந்தன, முதுகில் பாயவில்லையே என அவர் ஆறுதலடைந்தார்.[3]

விடுதலைப் புலிகள் தங்களுக்கு அடைக்கலம் அளித்த, அஞ்சினான் புகலிடமான தமிழ்நாட்டில், சென்னை சக்கரியா காலனியில் ஈபிஆர்எல்எப் அமைப்பின் தலைவரான பத்மநாபா, நாடாளுமன்ற உறுப்பினர் யோக சங்கரி, வடகிழக்கு மாகாண நிதியமைச்சர் கிருபாகரன் ரவி, கமலன், அன்பு முகுந்தன், கோமளராஜா, லிங்கன், கவிதா, ஜெசிந்தா, தர்மன், புவிநாதன், ரமேஷ், நீலகண்டன் மற்றுமொரு ரமேஷ் ஆகிய **15** பேரை **19.06.1990** அன்று கொன்றனர். செல்வி ஜெயலிதாவைத் திருப்தி செய்ய ராஜீவ் காந்தியின் தூண்டுதலின் பேரில் பிரதமர் சந்திரசேகர் அன்றைய திமுக ஆட்சியைக் கலைக்க இந்நிகழ்வு காரணமானது. இசை வேளாளர் அல்லது மேளக்காரர் சமூகமான தமிழகத்தின் விளிம்புநிலை சமூகத்திலிருந்து தோன்றி தன் உழைப்பையும் அறிவையும் நம்பி அரசியலில் வளர்ந்த கருணாநிதியின் ஆட்சியைக் கலைத்த காலகட்டத்தில் தமிழ்நாட்டில் வாழும் பட்டியல் சமூக மக்களுக்கான வீட்டு வசதித் திட்டம் ஒன்றை நிறைவேற்ற அவர் முனைந்திருந்தார். 'வன்முறை குறுகிய கால வெற்றியைத் தரும். ஆனால், இவர்களது அதீத வன்முறையில் குறுகிய கால வெற்றி கூட கிடைக்காது' என பத்மநாபாவின் இறுதி ஊர்வலத்தில் எழுத்தாளர் ஜெயகாந்தன் உரையாற்றினார்.[4] கிழக்கிலும் வடக்கிலும் பிரபலமான பத்மநாபா கொலையுண்டது தமிழ்நாட்டில் முதன்முறையாகப் பெரும் அரசியல் பிளவை ஏற்படுத்தியது. இடதுசாரிகள் புலிகளுக்கு எதிராக அணிதிரண்டனர்.

30.01.1991 அன்று இந்திய அரசியலமைப்புச் சட்டம் **356**ஆவது பிரிவின் கீழ் தமிழகத்தில் சட்டம் ஒழுங்கு குலைந்தமைக்காகத் திமுக ஆட்சி கலைக்கப்பட்டது. அதே நேரம் **1984** ஆகஸ்ட் மாதம் இரண்டாம் நாள் பனாகொட மகேஸ்வரன் என்ற இலண்டன் பல்கலைக்கழகத்தில் பயின்ற பொறியியல் பட்டதாரி உருவாக்கிய தமிழீழ இராணுவம் என்ற அமைப்பால் சென்னை மீனம்பாக்கம் விமான நிலைய குண்டு வெடிப்பில் ***33*** பேர் கொல்லப்பட்டபோது கூட மத்திய உளவுத்துறையின் செல்லக் குழந்தையாக இருந்த எம்.ஜி.ஆரின் அதிமுக ஆட்சிக்கு எவ்வித இடைஞ்சலும் வராதது நம்மை ஆச்சரியப்படுத்தும்.

உள்நாட்டுத் தயாரிப்பு குண்டுகளோடு ஆயுதக் குழுக்களாக இயங்கிய விடுதலைப் புலிகளை **1980**களின் முற்பகுதியில் விமான எதிர்ப்பு ஏவுகணைகளை இயக்குவது

வரை பயிற்சியளித்து இந்தியா பட்டை தீட்டியது. இந்திய - இலங்கை ஒப்பந்தத்திற்கு முன்னர் ராஜீவ் காந்தியுடன் நள்ளிரவு நேர ஆலோசனையில் ஈடுபட்ட விடுதலைப் புலிகளின் தலைவர் பிரபாகரன், யாழ்ப்பாண மக்கள் மீது வரி அறவீடு செய்வதற்குப் பதிலாக விடுதலைப் புலிகளின் நிர்வாகச் செலவுக்காக இந்தியாவிடமிருந்து மாதம் ரூபாய் ஐம்பது லட்சம் ரூபாய் பெற்றுக்கொள்வதாக இரகசிய எழுதா ஒப்பந்தம் ஒன்றைச் செய்துகொண்டார். இதை எழுத்தில் வரைந்து இருவரிடமும் கையொப்பம் பெற்றால் நல்லதெனக் கூறிய அன்ரன் பாலசிங்கத்திடம், 'கறுப்புப் பணமாகக் கப்பம் வழங்குவதும், ஆயுதங்கள் குறித்து ஒப்பந்தம் செய்வதும் இந்தியா மற்றும் இலங்கையில் சூறாவளியை ஏற்படுத்தும். எனவே, இது உத்தம மனிதர்களின் ஒப்பந்தமாக இருக்கட்டும்' என்றார் பண்ருட்டி ராமச்சந்திரன்.[5] உத்தம மனிதர்களின் ஒப்பந்தம் இருமாதங்கள் கூடத் தாக்குப் பிடிக்கவில்லை என்பது ஒருபுறமிருக்க, இந்திய - இலங்கை ஒப்பந்தத்தை அடியோடு எதிர்க்கும் தமிழ்த் தேசிய உணர்வு கொண்ட இலங்கைத் தமிழர்கள் கூட அவ்வொப்பந்தப்படி தேசிய மொழியான தமிழ் மொழி அங்கு அலுவல் மொழியாக ஆக்கப்பட்டிருப்பதையும் நெருக்கமான கலாச்சார உறவற்ற வடக்கு - கிழக்கு மாநிலங்கள் இணைக்கப்பட்டதையும் சுட்டிக்காட்டுவர்.

29.07.1987 அன்று இந்திய - இலங்கை ஒப்பந்தத்தின் தொடர்ச்சியாக இலங்கையில் 13ஆவது அரசியலமைப்புச் சட்டத் திருத்தம் மேற்கொள்ளப்பட்டது. மாகாண சபைகள் எட்டு மாநிலங்களில் ஏற்படுத்தப்பட்டன. திருகோணமலையைத் தலைநகராகக் கொண்டு இணைக்கப்பட்ட வடக்கும் கிழக்கும், அனுராதபுரத்தை தலைநகராகக் கொண்ட வடமத்தி, கண்டியைத் தலைநகராகக் கொண்ட மத்தி, கொழும்பைத் தலைநகராகக் கொண்ட மேற்கு, குருணேகலாவைத் தலைநகராகக் கொண்ட வடமேற்கு, காலியைத் தலைநகராகக் கொண்ட தெற்கு, ரத்னபுராவைத் தலைநகராகக் கொண்ட சப்ரகமுவா, பதுளையைத் தலைநகராகக் கொண்ட ஊவா ஆகிய மாகாணங்கள் ஏற்படுத்தப்பட்டன.

இந்திய - இலங்கை ஒப்பந்த காலத்தில் குடியரசுத் தலைவர் ஜெயவர்த்தன, பிரதமர் பிரேமதாசா இருவர் மீதும் ஜேவிபியினர் நாடாளுமன்றத்தில் குண்டு வீசி தாக்குதல் நிகழ்த்தினர். ஜெயவர்த்தனவுக்குக் காயங்கள் இல்லை. ஆனால், பிரேமதாசா படுகாயமுற்றார். ஒப்பந்தம் செய்யக் கூடாது என்பதே ஜே.வி.பி.யின் நோக்கம். இந்திய - இலங்கை ஒப்பந்தத்தில் ராஜீவ் காந்தி கையொப்பமிட்ட முதல் நாளிலேயே ஒப்பந்தத்தை எதிர்த்து ஜூலை 28 முதல் ஆகஸ்ட் இரண்டாம் நாள் வரை கொழும்புவில் அரசியல் ஆதரவுப் பெற்ற சிங்கள வன்முறை கும்பல்களால் 1,005 வாகனங்கள் நொறுக்கப்பட்டன, பல பேருந்துகள் எரிக்கப்பட்டன. அதில் 500 அரசுப் பேருந்துகளும் உண்டு. ஒப்பந்தத்தின் முன் பண்டாரநாயகவின் மகன் அனுரா பண்டாரநாயக ஒப்பந்தத்திற்கு எதிராகக் குடியரசுத் தலைவருக்குக் கடிதமெழுதினார். இந்திய இலங்கை ஒப்பந்தம் கையொப்பமான மறுநாள் 30.07.1987 அன்று மரியாதை அணிவகுப்பிலிருந்த விஜித ரோஹண விஜேமுனி என்ற கடற்படை வீரரால் துப்பாக்கியின் பின்புறக் கட்டையால் ஓங்கி அடிக்கப்பட்ட ராஜீவ் காந்தி மயிரிழையில் விலகி உயிர் பிழைத்தார்.

இந்திய - இலங்கை ஒப்பந்த எதிர்ப்பால் தென் இலங்கையில் உள்ள பள்ளிகள், கல்லூரிகள் இரண்டரை ஆண்டுகள் இயங்கவில்லை. 12.09.1989 அன்று குடியரசுத் தலைவர் ஜெயவர்த்தனவின் மைத்துனியான டாக்டர் கிளாடிஸ் ஜெயவர்த்தன, அரசு மருத்துவ நிறுவனத்திற்காக இந்தியாவிலிருந்து மருத்துகளை இறக்குமதி செய்ததால் ஜேவிபியால் படுகொலை செய்யப்பட்டார். இந்திய இராணுவம் இலங்கையில் இருந்தபோது நடந்த இரண்டாம் ஜேவிபி எழுச்சியில் 1987 முதல் 1990 வரையில் ஏறத்தாழ நாற்பதாயிரம் விளிம்புநிலை சிங்கள இளைஞர்கள் இலங்கை இராணுவத்தாலும், காவல்துறையாலும் கொடூரமான முறையில் கழுத்தில் டயர்கள் மாட்டி கொளுத்தியும், சுட்டும், வெட்டியும் கொல்லப்பட்டனர். இந்திய - இலங்கை ஒப்பந்தத்தை எதிர்த்த சிங்கள இளைஞர்கள் இந்திய இராணுவத்துக்கு எதிராக நாடெங்கிலும் எழுதிய 'குரங்குப்படையே திரும்பப் போ!' என்ற எழுத்துகளால் இலங்கையின் சுவர்கள் நிறைந்தன. விந்தையிலும் விந்தையாகத் தமிழ்நாட்டிலும் அவ்வொப்பந்தம் தவறானது என்ற பிரச்சாரம் முழு வீச்சில் நடைபெற்றது. இந்திய - இலங்கை ஒப்பந்தத்தை ஆதரித்த யாழ்ப்பாண மக்கள், மாலைகள் மரியாதைகளுடன் அமைதிப் படையை வரவேற்றனர். இலங்கையில் யாழ்ப்பாண பல்கலைக்கழகம் மட்டுமே இயங்கத் தொடங்கியது, சிங்களர் பெரும்பான்மையாக வசித்த பகுதிகளில் பள்ளிகள், கல்லூரிகள் இயங்கவில்லை.

இவ்வாறு பெரும் எதிர்ப்பையும் மீறிக் கொண்டுவரப்பட்ட இந்திய - இலங்கை ஒப்பந்தத்தை விடுதலைப் புலிகள் சிதைத்துச் சின்னாபின்னமாக்கினர். கிழக்கு - வடக்கு இணைப்பையே இன்றுவரை பெருங்கனவாகக் கொண்டுள்ள வடக்கு வாழ் தமிழர்கள், கால இயந்திரத்தில் பின்னோக்கிச் சென்று பார்க்கும்போது ராஜீவ் காந்தி இலங்கைத் தமிழர்களுக்கு ஓரளவிற்கு நியாயமான அரசியல் தீர்வையே கொடுத்துள்ளார் என்பது விளங்கும். ஒப்பந்தத்தை மேம்படுத்தி அதிகாரப் பகிர்வைப் பெறுவதற்குப் பதிலாக விடுதலைப் புலிகள் பிரேமதாசாவுடன் கூட்டணி சேர்ந்து முதலில் ஒப்பந்தத்தையும் பின்னர் ராஜீவையும், அடுத்து பிரேமதாசாவையும் படுகொலை செய்தனர். இந்திய - இலங்கை ஒப்பந்தத்தை விடுதலைப் புலிகள் புதைத்த பிறகு, 16.10.2006 அன்று இலங்கை உச்சநீதிமன்றம் வடக்கு - கிழக்கு இணைப்பைச் செல்லாது என அறிவித்தது. இன்று வடக்குவாழ் தமிழர் மறுபடியும் வடக்கு - கிழக்கு இணைப்புக் குறித்துப் பலவீனமாகக் குரல் எழுப்புவதும், 13ஆம் அரசியல் சட்டத்திருத்தத்தைப் பற்றிப் பேசுவதும், அதற்கு இந்தியாவைத் துணைக்கழைப்பதும் முரண்நகை.

இலங்கை ஐக்கிய தேசியக் கட்சியின் அதிகார உச்சியில் வழக்கமாக அமரும் சேனநாயக குடும்பத்தினர், பண்டார நாயக குடும்பத்தினர், ராஜபக்ச குடும்பத்தினர் போன்ற கொய்கம செல்வந்த உயர்குடி அரசியல்வாதிகளைப் போலல்லாது ஒடுக்கப்பட்ட சிங்கள அடிநிலைச் சமூகங்களில் ஒன்றான ஹின்னா என்ற சலவைத் தொழிலாளி சமூகத்திலிருந்து கொழும்புவின் உழைக்கும் மக்கள் வாழும் குடியிருப்புப் பகுதியிலிருந்து தோன்றிய, சிங்கள - பௌத்த கருத்தாக்கத்தை உள்வாங்கிய எழுத்தாளரும் பேச்சாளருமான பிரேமதாசாவுடன் விடுதலைப் புலிகள் நெருங்கிப் பழகினர். இலங்கையின் பிரதமர்கள் டி.எஸ்.சேனநாயக முதல்

ரணில் விக்கிரமசிங்க வரையில் உள்ளவர்கள் கொய்கம சமூகத்தைச் சேர்ந்தவர்கள். அதுபோன்றே வில்லியம் கோபல்லவா முதல் மைத்ரிபால சிறீசேனா வரையுள்ள குடியரசுத் தலைவர்கள் கொய்கம சமூகத்தினர். ஜெயவர்த்தன குடும்பத்தினர் அல்லது பண்டார நாயக குடும்பத்தினர் என்றிருந்த கொய்கம பாரம்பரியத்தை பிரேமதாசாவே தகர்த்தெறிந்தார் என 2017ஆம் ஆண்டில் 'டெய்லி மிரர் ஆன்லைன்' இதழில் வெளியான தனது கட்டுரையில் டிபிஎஸ் ஜெயராஜ் குறிப்பிட்டார்.

சலவைத் தொழிலாளி சமூகத்தில் தோன்றிய எழுத்தாளரும், பேச்சாளருமான பிரேமதாசா, இலங்கையில் பாரம்பரியமான கொய்கம அரசியலை வெற்றி கொண்டார். அவரைக் கொன்றதன் மூலம் புலிகள் இலங்கை அரசியல் போக்கை மறுபடியும் உயர்குடி அரசியலுக்குள் திணித்தனர்.

புலிகளின் பிரதிநிதியான பொலிகண்டி மீனவரான துணைத் தலைவர் மாத்தையாவை மெய்யான மாத்தையா அல்லது பெரிய மனிதன் எனப் பொருள்படும் சொல்லால் பிரேமதாசா பாராட்டுமளவிற்கு அவருக்குப் புலிகளுடன்

நெருக்கமிருந்தது. விடுதலைப் புலிகள் பிரேமதாசாவிடம் பதிமூன்று மாதங்கள் நெருக்கமாக உறவாடினர். இந்திய உளவு நிறுவனமான ரா, பிரபாகரனுக்கு 7.62 எம்.எம். ஜெர்மன் கைத்துப்பாக்கிப் பரிசளித்ததைப் போல் இஸ்ரேல் இறக்குமதியான டெஸர்ட் ஈகிள் அல்லது பாலைவன பருந்து எனப் பொருள்படும் கைத்துப்பாக்கி ஒன்றை பிரபாகரனுக்குப் பரிசளித்தார் இலங்கை பாதுகாப்புச் செயலர் அட்டிகலே. பிரபாகரன் அதை மகிழ்ச்சியோடு பெற்றுக்கொண்டார்.[6] விடுதலைப் புலிகளின் பேச்சுவார்த்தைக் குழு கொழும்பு ஹில்டன் இன்டர்நேஷனல் ஹோட்டலிலும் கலதாரி மெரிடியன் ஹோட்டலிலும் தங்கியச் செலவுக்காக இலங்கை அரசு 90 இலட்சம் செலவழித்தது. இது தவிர, பிரேமதாசா அரசிடமிருந்து பணமாக 5 கோடி ரூபாய் விடுதலைப் புலிகள் பெற்றுக்கொண்டனர். காட்டுகுருந்தா அதிரடிப்படை முகாமுக்கு அப்பணம் பெட்டிகளில் கொண்டு செல்லப்பட்டு, அங்கிருந்து விடுதலைப் புலிகளை அடைந்தது.[7] இலங்கை அமைச்சர் ஹமீது ஒவ்வொரு சந்திப்பிலும் தங்களுக்குச் சுவையான விருந்தளித்தாக அடேல் பாலசிங்கம் தனது நூலில் குறிப்பிடுகிறார். விடுதலைப் புலிகளுக்குப் பதினொன்று லாரிகள் நிரம்ப இராணுவத் தளவாடங்களும், புத்தம் புது வாகனங்களும், கோடிக்கணக்கான ரூபாய் பணமும் வழங்கிய பிரேமதாசாவுக்கு விடுதலைப் புலிகள் எவ்விதக் கருணையையும் காட்டவில்லை. பிரேமதாசாவின் அறிவுறுத்தலின் பேரில் விடுதலைப் புலிகளிடம் ஆயுதமின்றிச் சரணடைந்த கிட்டத்தட்ட 400க்கும் மேற்பட்ட சிங்கள, முஸ்லிம் காவலர்களைக் கொலை செய்த விடுதலைப் புலிகள், தங்கள் மீது பிடியைப் பலமாக இறுக்கிய இந்திய இராணுவத்தை விரட்ட உறுதுணையாக இருந்த சிங்கள அடித்தட்டு மக்களின் நாயகனான ஏழைகளின் குடியரசுத் தலைவரான ரணசிங்க பிரேமதாசாவையும் கொல்லத் தவறவில்லை.

ஐக்கிய தேசியக் கட்சியின் மே தின ஊர்வலம் ஒன்றில் இலங்கை அரசியலில் சாதி, பண பின்புலம் ஏதுமின்றிக் கடின உழைப்பால் முன்னேறிய பிரேமதாசா, 01.05.1993 அன்று விடுதலைப் புலிகள் இயக்கத்தினரின் குலவீரசிங்கம் வீரகுமார் என்ற பாபுவால் தற்கொலை வெடிகுண்டு தாக்குதலில் கொழும்பு நகரில் கொல்லப்பட்டார். தமிழக முன்னாள் முதல்வர் கருணாநிதியைப் போன்றவர் பிரேமதாசா. இருவரும் முறையான கல்வியோ, உயர்கல்வியோ பயின்றவரல்லர். ஆனால், அவரைப் போன்ற ஆற்றல்மிகு எழுத்தாளரும் பேச்சாளரும் ஆவார். பிரேமதாசாவின் 'ரன்மினிமுத்து', 'கோலு முதுலு' நூல்கள் புகழ்பெற்றவை. 1980ஆம் ஆண்டு ஐக்கிய நாட்டுச் சபையில் பேசிய பிரேமதாசா, வீடற்றவருக்கு வீடு என்ற கொள்கையை வலியுறுத்திப் பேசினார். 'உரிய காலத்தில் மழையும், மகிழ்ச்சியும், விளைச்சலும் உண்டாகட்டும். அரசன் நீதி தவறாமல் ஆளட்டும்' என்ற அவரது உரையைத் தொடர்ந்து ஐக்கிய நாட்டுச் சபையின் சர்வதேச குடியிருப்பு ஆண்டாக 1987ஆம் ஆண்டு அறிவிக்கப்பட்டது. பிரேமதாசாவின் படுகொலை, வீடற்ற சிங்கள உழைக்கும் மக்களுக்கு ஆறுதலான வீட்டு வசதித் திட்டங்களை முனைப்புடன் நிறைவேற்றிய அடிமட்ட சமூக அரசியல் நட்சத்திரத்தை அடியோடு ஒழித்தது. தற்போது அவர் மகன் சஜித் பிரேமதாசா அரசியலில் இருந்தாலுங் கூட அவரால் தந்தையின் இடத்தை அடைய இயலவில்லை. இந்தியாவில் சுதந்திரத்திற்குப்

பின் 75 வருடங்களாகியும் இன்றும் மும்பையில், புதுடெல்லியில், கல்கத்தாவில், குடிசைப் பகுதிகளை மேம்படுத்த திட்டங்கள் ஏதுமில்லாமல் வெளிநாட்டு அரசியல் பிரமுகர்கள் இந்திய நகரங்களுக்கு வரும்போது குடிசைப் பகுதிகளைச் சுவர் எழுப்பி மறைப்பதுண்டு. அவ்வாறான ஏழ்மை மறைப்புச் சுவர் ஒன்று இந்தியாவுக்கு 2020ஆம் ஆண்டு இந்தியப் பிரதமர் மோடியின் 'நமஸ்தே டிரம்ப்' நிகழ்வுக்கு டோனால்ட் டிரம்ப் வந்தபோது குஜராத் மாநிலத்தின் அகமதாபாத் நகரில் 500 மீட்டர் நீளத்திற்கு ஏழைகள் வசிக்கும் குடிசைப்பகுதி நிரம்பிய இடத்தில் கட்டப்பட்டது. ஆனால், இந்தியாவைவிட மிகச் சிறிய பொருளாதாரப் பலத்தைக் கொண்ட இலங்கை நகர்ப்புற குடிசைகளை வீடுகளாக்குவதில் முனைப்புடன் செயல்பட்டது.

விடுதலைப் புலிகளின் வன்முறைகள் இலங்கையின் அரசியலை மாற்றியமைக்கும் வல்லமையைக் கொண்டிருந்தது. கிழக்கையும் வடக்கையும் ஏறத்தாழ ஒரு இலட்சம் இராணுவத்தினரின் இருப்பால் இணைத்த இந்திய இராணுவத்தின் மீது காரணங்களைக் கண்டுபிடித்தும், பகைமையை உருவாக்கியும் போர் தொடுத்த புலிகள், யாழ்ப்பாண மக்கள் மீது இந்திய இராணுவம் கண்மூடித்தனமாகத் தாக்குதல்கள் நடத்தக் காரணமாயினர். திருகோணமலை துறைமுகத்திலிருந்து 24.03.1990 அன்று இந்தியா திரும்பும் வரையிலும் இந்திய இராணுவத்தினர் மீது தொடர் தாக்குதல்களை விடுதலைப் புலிகள் நிகழ்த்தினர், இலங்கை சிங்கள தேசியவாதிகளுக்கும் தமிழ்த் தேசியவாதிகளுக்கும் மகிழ்ச்சியூட்டும்படி 21.05.1991 அன்று ராஜீவ் காந்தியை ஸ்ரீபெரும்புதூர் தேர்தல் பிரச்சாரக் கூட்டத்தில் வைத்துப் படுகொலை செய்தனர்.

21.05.1991 அன்று ராஜீவ் காந்தி கொலை செய்யப்பட்ட நிகழ்வு இந்தியாவிலும் தமிழகத்திலும் அரசியல் நீரோட்டம் மேலும் கலங்கிப் போகக் காரணமாயிற்று. இந்தியாவில் இந்துத்துவ ஆட்சியின் தொடக்கத்திற்கு விடுதலைப் புலிகள் செய்த ராஜீவ் காந்தியின் படுகொலையே வலுவான அடித்தளமிட்டது.

ஐந்து வயதிலிருந்து பத்து வயதிற்குட்பட்ட, பாலி மொழியில் சமனேரா என்றழைக்கப்படும் பௌத்த இளம் துறவிகள் சற்று வறண்ட மாகாணங்களிலுள்ள பின்தங்கிய குடும்பங்களிலிருந்து துறவு மடங்களில் இணைகின்றனர். மிகப் பெரும்பாலான அத்துறவிகளின் பெற்றோர்கள் தங்கள் குழந்தைகளுக்குக் கல்வியோ, உணவோ அளிக்க முடியாத நிலையில் அவ்விரண்டும் கிடைக்கும் என்ற நம்பிக்கையில் அவர்களைத் துறவிகளாக்குகின்றனர். தன்வரலாற்று நூலை எழுதிய புகழ்பெற்ற துறவியான பந்தே குணரத்னா, ஏழு சகோதர சகோதரிகளுடன் பிறந்து வறுமை நிலையில் வாழ்ந்தாலும் தன் விருப்பத்தினால் துறவு மடத்தில் சேர்ந்தாகக் கூறுகிறார். அமெரிக்க ஐக்கிய நாட்டில் தலைமைத் துறவியாக அங்கீகரிக்கப்பட்ட சயாம் நிகயா துறவு மடத்தைச் சேர்ந்த அவர், 'சிறுவர்களைச் சிறுவர்களாக வாழவிட வேண்டும். அவர்களைத் துறவிகளாக்கும் நடைமுறைகள் சரியல்ல' என்று தனது நூலில் கூறுகிறார். வட மத்திய மாகாணத்திலுள்ள பொலன்னறுவை மாவட்டத்தில் வறுமை மிகுந்த திம்புலகல கிராமத்தில் இளஞ்சிறார்களைச் சமண குமாரா அல்லது

சமனேரா என்ற இளம் துறவிகளாக்கும் சடங்குகளில் கலந்துகொண்ட இந்தியப் பத்திரிகையாளர் நிருபமா சுப்ரமணியன், துறவிகளாக்கப்பட்ட பெரும்பான்மைச் சிறுவர்கள் அச்சடங்கின்போதுதான் ஆப்பிள் பழத்தை முதன்முதலாகப் பார்த்ததாகக் குறிப்பிடுகிறார். 8.02.06.1987 அன்று கண்டி அம்பாறை முக்கியச் சாலையில் பேருந்து ஒன்றில் பயணம் செய்த 39 இளம் புத்த துறவிகளை (சமனேரா) எவ்விதக் குற்ற உணர்ச்சியுமின்றி விடுதலைப் புலிகள் கொன்றனர்.

இளஞ்சிறார்களைப் போராளிகளாக்கிய புலிகள் இளம் புத்த துறவிகள் மீது கருணை காட்டாததில் வியப்பில்லை. தமிழ்ச்செல்வன் மட்டுமே இளம் போராளிகளைப் படையிலிருந்து நீக்குவது பற்றி மெய்யான அக்கறை கொண்டிருந்தார் என்கின்றார் 'எனது நாட்டில் ஒருதுளி நேரம்' நூலாசிரியர் முனைவர் ந.மாலதி. சிறார்களை ஆயிரக்கணக்கில் தங்கள் படையணிகளில் கொண்டிருந்த புலிகள், அதன் காரணமாகவே மாவீரர் துயிலும் இல்லங்களில் உள்ள கல்வெட்டுகளில் இறந்தநாளை மட்டுமே பொறிப்பது வழக்கம், பிறந்தநாளைப் பொறிப்பதில்லை.

இந்திரா காந்தி ஆட்சியின்போது 1984ஆம் ஆண்டு இந்திய சுதந்திர தின கொண்டாட்டங்களின்போது சிறப்பு விருந்தினராகக் கலந்துகொண்ட அப்பாப்பிள்ளை அமிர்தலிங்கம் விடுதலைப் புலிகளுக்கும் எம்.ஜி.ஆருக்கும், விடுதலைப் புலிகளுக்கும் இந்திய அரசுக்கும் பாலமாக விளங்கினார். தமிழர் ஐக்கிய கூட்டணித் தலைவர் அமிர்தலிங்கம் 1980களில் மக்கள் மத்தியில் பெரும் செல்வாக்குள்ள தலைவர். விடுதலைப் புலிகளான பீட்டர் அலோசியஸ், விசு என்ற ராசைய்யா அரவிந்தராம், அறிவு என்ற சிவகுமார் ஆகியோர் காவலர்களால் ஆயுத சோதனை ஏதுமின்றிச் செல்ல யோகேஸ்வரன் வீட்டிற்குள் அனுமதிப் பெற்று நுழைந்து யோககேஸ்வரன் மனைவி சரோஜினி கையால் பானம் பருகிய புலிகள், அமிர்தலிங்கத்தையும் அவருடன் இருந்த யோகேஸ்வரனையும் சுட்டுக் கொன்றனர். பின்னாளில் யாழ்ப்பாண நகர பெண் தலைவராக முதன்முறையாகத் தேர்ந்தெடுக்கப்பட்ட சரோஜினி யோகேஸ்வரனையும் புலிகள் 17.05.1998 அன்று சுட்டுக் கொல்ல தயங்கவில்லை. விடுதலைப் புலிகளுக்கும் பிரேமதாசா அரசுக்கும் இடையே தலைநகர் கொழும்புவில் பேச்சுவார்த்தை நடந்துகொண்டிருந்தபோது அமிர்தலிங்கம் கொலை நிகழ்ந்தது. பிரபாகரனை நட்பாக அழைத்துக் கொலை செய்ய மேஜர் ஜெனரல் ஹர்கிரத் சிங்கிடம் சொன்ன ஜே.என். தீட்சித்தின் தீய நடத்தைக்குச் சற்றும் குறையாத அமிர்தலிங்கத்தின் கொலை இன்னா நாற்பதில் ஒன்றாவதில் வியப்பில்லை. அமிர்தலிங்கத்துடனிருந்த தமிழர் விடுதலைக் கூட்டணித் தலைவர்களில் மற்றொருவரான சிவசிதம்பரம் தப்பி பிழைத்தார். வழக்கறிஞரான அமிர்தலிங்கம், தேவாரம் பாடிக் கூட்டத்தைத் தொடங்கும் தன் மனைவி மங்கையர்க்கரசியுடன் எல்லாக் கூட்டங்களுக்கும் சைக்கிளில் சென்றுவரும் பழக்கத்தைக் கொண்டிருந்தார். இந்திய - இலங்கை ஒப்பந்தத்தை ஆதரித்ததற்காகவும், இந்திய இராணுவம் இலங்கையிலிருந்து வெளியேறக் கூடாது எனக் குரல் கொடுத்ததற்காகவும் அமிர்தலிங்கம் கொல்லப்பட்டார். அமிர்தலிங்கத்தின் இறுதிச் சடங்கில் பெருந்திரளான மக்கள் கலந்துகொண்டனர். விடுதலைப் புலிகள் அமர்தலிங்கத்தைக் கொன்ற நிகழ்வு பெரும்பாலான இலங்கைத்

தமிழர்கள் மத்தியில் துயரத்தையும் இலங்கை சிங்கள இராணுவத்தினர் மத்தியில் மகிழ்ச்சியையும் ஏற்படுத்தியது.[9]

அமிர்தலிங்கத்தின் கொலையாளிகளான புலிகள், தகப்பனாரைக் கொன்ற மகன்களை ஒத்தவர்கள் என 'முறிந்த பனை' நூல் ஒப்பிட்டது. 21 வருடங்கள் நாடாளுமன்ற உறுப்பினராகவும், ஆறு வருடம் எதிர்க்கட்சித் தலைவராகவும் இருந்த அமிர்தலிங்கத்திற்குச் சொந்தமாக இருந்தது மூளாயில் இருந்த மூன்று அறைகளைக் கொண்ட வீடுதான் என புஷ்பராஜா குறிப்பிட்டார். கொழும்பில் வாடகை வீட்டில் எளிமையாக வாழ்ந்த அமிர்தலிங்கத்தைக் கொன்றதன் மூலம் புலிகள் தங்கள் கைகளை மேலும் கறைப்படுத்தி, இறுதி நாட்களில் இலங்கையில் தங்களுக்காகக் குரல் கொடுக்க அரசியல் வலிமை கொண்ட யாரும் இல்லாத நிலையைத் தாங்களே உருவாக்கினர்.

தங்களது தற்கொலை தாக்குதலில் ராஜீவ் காந்தியைக் கொன்று இந்தியாவின் அரசியல் சூழலைச் சிதைத்ததைப் போன்றே இலங்கையின் அரசியல் சூழலையும் விடுதலைப் புலிகள் சிதைத்தனர். 23.04.1993 அன்று இலங்கையின் பாதுகாப்புத் துறை அமைச்சர் ஆக்ஸ்போர்டு பல்கலை மாணவர் தலைவரான லலித் அதுலத்முதலி கொல்லப்பட்டதற்கு விடுதலைப் புலிகளே காரணம்.

24.10.1994 அன்று கொழும்பு அருகே கரும்புலி ஒருவரின் தற்கொலை குண்டு தாக்குதலில் அமைச்சரும் ஐக்கிய தேசியக் கட்சியின் குடியரசுத் தலைவர் வேட்பாளருமான காமினி திசநாயக கொல்லப்பட்டார். அவருடன் 64 வயதான உணவுத் துறை அமைச்சர் வீரசிங்கமல்லிமராச்சியும், தொழிலாளர் துறை அமைச்சர் காமினி எம்.பிரேமசந்திராவும் உயிரிழந்தனர்.

சாமுவேல் பெனிங்டன் தவராசா தம்பிமுத்து, நிமலன் சௌந்தரநாயகம், சண்முகநாதன், நீலன் திருச்செல்வம், யோகசங்கரி, தங்கத்துரை ஆகிய தமிழ் நாடாளுமன்ற உறுப்பினர்களையும் விடுதலைப் புலிகள் கொலை செய்தனர். வன்முறையற்ற வழியில் இனப்பிரச்சினைக்குத் தீர்வு காண வலியுறுத்தியவர் வழக்கறிஞரும், மனித உரிமை ஆர்வலருமான நீலன் திருச்செல்வம் ஆவார். ஹார்வேர்ட் கல்வியாளரான நீலன் திருச்செல்வம் 29.07.1999 அன்று விடுதலைப் புலிகளின் தற்கொலை கொலையாளி ஒருவரால் கொல்லப்பட்டார். போதிய அதிகாரப் பகிர்வு இல்லாத தீர்வை நீலன் திருச்செல்வம் ஆதரித்ததால் அக்கொலை நிகழ்த்தப்பட்டதாக அன்ரன் பாலசிங்கத்தால் பின்னர் சப்பைக் கட்டுக் கட்டப்பட்டது.

07.06.2000 அன்று விடுதலைப் புலிகளின் தற்கொலை தாக்குதலில் தொழில் மேம்பாட்டு அமைச்சர் கிளமண்ட் விக்டர் குணரத்தினே விடுதலைப் புலிகளால் கொலை செய்யப்பட்டார். 28.11.2007 அன்று டக்ளஸ் தேவானந்தா மீது அவரது நர்கா பிட்டா அலுவலகத்தில் தாக்குதல் நடத்தி அவரது பாதுகாப்பு வீரரையும் மக்கள் தொடர்பு அதிகாரியையும் புலிகளின் தற்கொலை கொலையாளி கொன்றார். டக்ளஸ் தேவானந்தா மயிரிழையில் உயிர் தப்பினார். 06.04.2008

அன்று இலங்கையின் சிறுபான்மை செட்டி சமூகத்தைச் சேர்ந்த நெடுஞ்சாலைத் துறை அமைச்சரான கிறிஸ்தவரான ஜெயராஜ் பெர்னாண்டோபுள்ளே எனப் பலர் விடுதலைப் புலிகளின் தற்கொலை வெடிகுண்டு தாக்குதலில் உயிரிழந்தனர்.

அதுபோலவே, ஆக்ஸ்போர்டு பல்கலைக்கழகத்தில் முனைவர் பட்டம் பெற்று 2004ஆம் ஆண்டிலும், 2005ஆம் ஆண்டிலும் கிட்டத்தட்ட இலங்கை பிரதமராக வாய்ப்பு பெற்ற லக்ஷ்மண் கதிர்காமரைச் சமாதான காலத்தில் 12.08.2005 அன்று அவரது வீட்டில் நீச்சல் குளத்தில் பயிற்சி முடித்து வெளிவரும்போது நெடுந்தூர குறி வைத்துச் சுடுபவரான புலிகளின் ஸ்னைப்பர் ஒருவரைக் கொண்டு கொலை செய்தனர். விடுதலைப் புலிகள் அமைப்பை அமெரிக்கா தடை செய்யக் காரணமாக இருந்ததாகக் கருதிய கதிர்காமரை சிங்கள மக்கள் நேசித்தார்கள் என்றால் மிகையாகாது. இன்றும் கொழும்பு நகரில் முக்கியமான இரு இடங்களில் கதிர்காமர் சிலைகளைக் காண முடியும். சிறுநீரகங்கள் பழுதடைந்த கதிர்காமருக்கு இளம் சிங்கள புத்தத் துறவியான பலங்கோடா மகாநாம தேரா தனது சிறுநீரகத்தைத் தானமாக வழங்கியிருந்தார். சமாதான காலத்தில் புலிகள் நிகழ்த்திய கதிர்காமரின் கொலை சர்வதேச அரங்கில் அதிர்வலைகளை ஏற்படுத்தியது. புலிகளை ஐரோப்பிய யூனியன் தடை செய்தது.

கதிர்காமரின் படுகொலை விடுதலைப் புலிகளுக்குச் சர்வதேச அரசியல் பின்னடைவை ஏற்படுத்தியது மட்டுமின்றி, புலிகள் ஆயுதப் போராட்டத்தை மட்டுமே நம்புகின்றனர். அவர்களுக்கு அரசியல் பேச்சுவார்த்தைகளில் மெய்யான நம்பிக்கையில்லை என அக்கொலை உறுதிப்படுத்தியது. 2004இல் பிரதமர் வேட்பாளராகத் தேர்ந்தெடுக்கப்பட வேண்டிய கதிர்காமருக்குப் பதிலாக மகிந்த ராஜபக்ச தேர்ந்தெடுக்கப்பட்டார். அதனால் கதிர்காமருக்கும் சந்திரிகாவுக்கும் இடையே மனக் கசப்பு ஏற்பட்டது. 2004ஆம் ஆண்டு பிரதமராக ஜேவிபி-யின் ஆதரவு பெற்ற சாமுவேல் லக்ஷ்மண் கதிர்காமர் 2005ஆம் ஆண்டில் கிட்டத்தட்ட பிரதமராவது உறுதியான நிலையில்[10] விடுதலைப் புலிகளால் கொல்லப்பட்டார்.

வழக்கறிஞரான கதிர்காமர் புலிகளின் ஆதரவாளரல்லர். ஆனால், கதிர்காமருக்குப் பதினைந்து வருடங்கள் முன் கொல்லப்பட்ட விடுதலைப் புலிகளின் ஆதரவாளரும் பெண்ணியலாளருமான ராஜனி திராணகம மனிதஉரிமை ஆர்வலரான ஆற்றல்மிகு மருத்துவர் ஆவார். மாணவர் பருவத்திலேயே தீவிரமாக அரசியலில் ஈடுபட்ட ராஜனி யாழ்ப்பாணத்தைச் சேர்ந்தவர். கொழும்பு பல்கலைக்கழகத்தில் மருத்துவம் பயின்றபோது தன்னுடன் பயின்ற மாணவர் தலைவரான சிங்களரான திராணகம என்பவரைத் திருமணம் செய்துகொண்டார். யாழ் மருத்துவக் கல்லூரி விரிவுரையாளராகப் பணி செய்தார். விடுதலைப் புலிகளுக்கு உதவிய ராஜனியின் தமக்கை நிர்மலா, இலங்கையின் பயங்கரவாதச் சட்டத்தின் கீழ் சிங்கள அரசால் சிறையில் வைக்கப்பட்டவர். ராஜனியின் தந்தை ராஜசிங்கத்தின் வீட்டில் அடைக்கலம் பெற்று வழக்கம் போல் உணவருந்தி சைக்கிளில் வரும்போது இலங்கை இராணுவத்தினரால் வயிற்றில் சுடப்பட்டு, தமிழ்நாட்டில் சரியான சிகிச்சையின்றி

இறந்துபோன சங்கரின் நினைவாகவே மாவீரர் நாள் கொண்டாடப்படுகிறது. ஆனால், இவை எதுவுமே ராஜனியைப் புலிகள் கொல்வதைத் தடுக்கவில்லை.

கொழும்பிலுள்ள கதிர்காமர் சிலை.

ராஜனியும் பிற ஆசிரியர்களும் இணைந்து மனித உரிமைக்கான பல்கலைக்கழக ஆசிரியர்கள் அமைப்பின் பெயரில் 1989ஆம் ஆண்டு வெளியிட்ட ‘முறிந்த பனை’ என்ற நூல் இலங்கையில், குறிப்பாக யாழ்ப்பாணத்தில் இந்திய இராணுவத்தின் அத்துமீறல்களை நேர்மையாகப் பதிவு செய்தது. விடுதலைப் புலிகளின் தவறான அரசியலையும் அது சுட்டிக்காட்டத் தவறவில்லை. ‘முறிந்த பனை’ நூல் விடுதலைப் புலிகளுக்கும், இந்திய இராணுவத்திற்கும் இன்றும் தர்மசங்கடங்களை ஏற்படுத்துகிறது. இந்நூலையோ, மனித உரிமைக்கான

பல்கலைக்கழக ஆசிரியர்களின் அறிக்கைகளையோ தொடாமல் இலங்கையின் ஆயுதப் போராட்ட வரலாற்றை எழுதுவது இயலாத காரியம். 21.09.1989 அன்று ராஜனி யாழ்ப்பாணம் திருநெல்வேலியில் தனது வீட்டின் முன் விடுதலைப் புலிகளால் சுட்டுக் கொல்லப்பட்டார்.

மனித உரிமைக்கான பல்கலை ஆசிரியர்கள் அமைப்பின் வெளியீடான 'முறிந்த பனை' நூல் ஆசிரியர்களில் ஒருவரான ராஜனி திராணகம நினைவாக அவர் மகள் சரிகாவால் 2005இல் 'இனிமேல் கண்ணீரில்லை சகோதரியே" எனப் பொருள்படும் 'நோ மோர் டியர்ஸ் சிஸ்டர்' என்ற ஆவணப்படம் வெளியானது. புலிகளின் கைகளைக் கறைபடுத்திய அரசியல் படுகொலைகளில் முக்கிய இடங்களைத் தமிழர்களான அமிர்தலிங்கம், நீலன் திருச்செல்வம், கதிர்காமர், ராஜனி கொலைகளும் சிங்களர்களான ரஞ்சன் விஜயரத்ன, பிரேமதாசா, லலித் அதுலத்முதலி, காமினி திசநாயக படுகொலைகளும் பெற்றுக்கொண்டன என்றால் மிகையல்ல. 27.11.1989 அன்று தனது முதல் மாவீரர் நாள் உரையில் "அறிவாளிகளையும், பெண்களையும், வீரர்களையும் போற்றாத நாடு காட்டுமிராண்டி இனமாக மாறி அழிந்துவிடும்" எனக் குறிப்பிட்ட விடுதலைப் புலிகளின் தலைவர் பிரபாகரன்[11], அறிவாளிகளைப் புகைப்படங்களாக்குவதில் புகழ் பெற்றார்.

யாழ்ப்பாண சமூகத்தில் காலங்காலமாக வணிகர்களாகவும் மீனவர்களாகவும் விளங்கும் கரையர் சமூகத்தினருக்கும் பெரும்பான்மையினரான சிறுநிலவுடைமைச் சமூகமான வேளாளர் சமூகத்தினருக்குமிடையே ஒரு நிரந்தர அரசியல் மற்றும் அதிகாரப் போட்டி நிலவும். வட இலங்கை அரசியல் சூழலில் வன்முறையும், ஆயுத போராட்டமும் தொடங்கிய பின்னர் நிலம், வேலை மற்றும் வாழ்வாதாரங்கள் பெருமளவு இல்லாத விளிம்புநிலை பஞ்சமர் சாதியினரான பள்ளர், பறையர், நளவர், வண்ணார், நாவிதர், கோவியர் எனப் பல நூற்றாண்டுகளாகத் தமிழ் வேளாளர்களிடம் அடிமைப்பட்டிருந்த தமிழ்ச் சாதியினர் கையில் ஆயுதமேந்தினர். வறுமை, வேலைவாய்ப்பின்மை, இலங்கை அரசின் ஒடுக்குமுறைச் சட்டங்கள், காவல்துறையின் அத்துமீறல்கள் ஆகியன அவர்களை ஆயுதப் போராட்டங்களை நோக்கித் தள்ளின. ஆயுதத்தைக் கையில் ஏந்தியதன் மூலம் சமூகத்தில் மேல் மட்டம் நோக்கி நகர்வதாக அவர்கள் எண்ணினர்.

இவ்வாறாக இலங்கையின் வடக்கிலும் கிழக்கிலும் உள்ள கரையர், முக்குவர் மற்றும் பஞ்சமர் சமூகங்களான பள்ளர், பறையர், நளவர், வண்ணார், நாவிதர், கோவியர் ஆகியோரே பெரும்பாலான போராளிகளாகவும் கரும்புலிகளாகவும் மாறினர். அவர்களில் ஏராளமான கத்தோலிக்கக் கிறிஸ்தவரும் உண்டு. யாழ்ப்பாணத்தின் உயர்மட்ட அரசியல் சிந்தனையில் உதித்த சுதந்திர ஈழத்திற்காக எளிய விளிம்புநிலை மக்கள் தங்கள் இளவயதில் பீரங்கித் தீனியாக மாறித் தம்மைத் தாமே அழித்துக்கொண்டு வெடித்துச் சிதறினர். புலிகளின் வெளியீடான 'சூரிய புதல்வர்கள்' நூலின்படி 2004ஆம் ஆண்டு டிசம்பர் மாதம் வரை போராடி மாண்டுபோன கரும்புலிகளின் எண்ணிக்கை 192 ஆண்கள், 69 பெண்கள் எனக் குறிப்பிட்டது. இதைப் போன்று இன்னொரு மடங்கு இளைஞர்கள் 2009 இறுதிப்

போரின்போது கரும்புலிகளாக அழிந்திருக்கக் கூடும்.* இந்திய அல்லது இலங்கை இராணுவத்தினரின் தாக்குதலில் தங்கள் குடும்ப உறுப்பினரில் ஒருவரையாவது இழந்த அவர்களில் பெரும்பாலானோர் 15 முதல் 25 வயதுக்கு உட்பட்டவர்கள். ஆண்களில் முதல் கரும்புலியான மில்லரும் பெண்களில் முதல் கரும்புலியான அங்கயற்கண்ணியும் 21 வயதினர். அதை விட மிகக் குறைந்த வயதைச் சேர்ந்தவர்களும் கரும்புலிகளாக்கப்படுவது உண்டு. தான் கரும்புலி தாக்குதலுக்கான பயிற்சியில் ஈடுபட்டபோது 'நல்லூரில் திருவிழா நடக்கிற நேரம் சாக வேணும். அப்பதான் திருவிழாவில் கச்சான் வித்த காசு அம்மா கையில் இருக்கும், வீட்டுக்கு துக்கம் பகிர்ந்துகொள்ள செல்லும் சக பெண் போராளிகளுக்கு அம்மாவால சாப்பாடு கொடுக்க ஏலும்" என முதல் பெண் கரும்புலி அங்கயற்கண்ணி சக தோழிகளிடம் அடிக்கடி கூறுவது வழக்கம் என 'தமிழீழ பெண் புலிகள்' என்ற விடுதலைப் புலிகள் வெளியீடு கூறியது. கரும்புலிகள் விளிம்புநிலை மக்களில் விளிம்பு நிலையினர் என்பதில் மாற்றுக் கருத்து இல்லை.

விடுதலைப் புலிகளின் தாக்குதல்கள் இந்தியாவிலும் இலங்கையிலும் குடியாட்சி அரசியலை வெகுவாகப் பாதித்தன. இவ்வரசியல் கொலைகள் அவர்களுக்கு அரசியல் தடைகளை நீக்குவதற்குப் பதிலாக மேலும் கடினமான பாதைகளையே ஏற்படுத்தின.

1990இல் விடுதலைப் புலிகளின் இரண்டு மணி நேர கால அவகாசத்திலான முஸ்லிம்கள் வெளியேற்றம் ஹிட்லரே வெட்கப்படும் அளவிலான பாசிச நடவடிக்கை ஆகும். விடுதலைப் புலிகள் முஸ்லிம்களை அவர்கள் வாழ்விடங்களிலிருந்து வெளியேற்றியது மட்டுமின்றி அவர்கள் வசம் இருந்த தங்கம், வெள்ளி, பணம், வாகனங்கள், கால்நடைகள் ஆகியவற்றைப் பறித்து அவர்களை ஒரே நாளில் ஓட்டாண்டிகளாக்கி உள்நாட்டு அகதிகளாக்கினர். இச்செயல் விடுதலைப் புலிகளுக்குச் சர்வதேச அரங்கில் தலைகுனிவை ஏற்படுத்தியது. இருந்தாலும் தமிழ்நாட்டில் அது பேசுபொருளாகவில்லை. அவ்வெளியேற்றம் குறித்த செய்திகள் பெரும்பாலும் தமிழ்நாட்டில் இருட்டடிப்புச் செய்யப்பட்டதே அதற்குக் காரணம். 2002ஆம் ஆண்டு விடுதலைப் புலிகளின் கிளிநொச்சி பத்திரிகையாளர் சந்திப்பில் பெரும்பாலான கேள்விகள் முஸ்லிம்களை விடுதலைப் புலிகள் வெளியேற்றியது குறித்தும், ராஜீவ் காந்தி கொலை குறித்துமே இருந்தன. இஸ்லாமியர் பிரச்சினைகள் தொடர்பாக இலங்கை முஸ்லிம் காங்கிரஸின் ரவூப் ஹக்கீமுடன் கிளிநொச்சி பத்திரிகையாளர் சந்திப்பிற்குப் பின்னர் ஒப்பந்தம் ஒன்றைச் செய்துகொண்ட புலிகள், பின்னர் தங்கள் உறுதிமொழிப்படி முஸ்லிம்களை மீள் குடியேற்றம் செய்யவில்லை.

விடுதலைப் புலிகள் சமாதான காலத்திலேயே குடியரசுத் தலைவர் மகிந்த ராஜபக்சவின் தம்பி கோத்தபய ராஜபக்ச மீதும் இராணுவத் தளபதி சரத் பொன்சேகா மீதும் தற்கொலைத் தாக்குதல் நிகழ்த்தினர். இருவருமே தாக்குதலில் காயங்களுடன் மயிரிழையில் உயிர் பிழைத்தனர். 25.04.2006 அன்று சரத் பொன்சேகா மீதான பெண் விடுதலைப் புலியின் தற்கொலை தாக்குதலில் பதினொறு பேர் கொல்லப்பட்டனர்,

---

*தமிழ்பெண் பொதுவெளி' நூலாசிரியர் மாலதியின் கணக்குப்படி இறந்த புலிகளது மொத்த எண்ணிக்கை 21,458. அவர்களில் தற்கொலைத் தாக்குதல் நடத்தி இறந்த ஆண் கரும்புலிகள் 262, பெண் கரும்புலிகள் 98. ஆகமொத்தம் 360 பேர்.

24 பேர் படுகாயமடைந்தனர். பொன்சேகா சிங்கப்பூரில் சிகிச்சையளிக்கப்பட்டு மீண்டார். 01.12.2006 அன்று கோத்தபய ராஜபக்ச மீதான தாக்குதலில் இரண்டு பேர் இறந்தனர், 15 பேர் காயமடைந்தனர். இறுதிப் போரில் அவர்கள் கருணையற்றுத் தமிழ் மக்கள் மீதும், விடுதலைப் புலிகள் மீதும் வன்மத்தோடு தாக்குதல் நடத்தவே புலிகளின் தற்கொலைத் தாக்குதல் உதவியது.

2002ஆம் ஆண்டு டிசம்பர் மாதம் அரசியல் தீர்வாகக் கூட்டாட்சியைப் பரிசீலிப்பதாகக் கூறிய விடுதலைப் புலிகள், பின்னர் தங்கள் நிலையிலிருந்து முற்றிலுமாக மாறினர். இதுவே பிரபாகரனுக்கும் பாலசிங்கத்திற்குமிடையேயான உறவு பாழ்பட காரணமாயிற்று. அன்ரன் பாலசிங்கம் இறப்பதற்கு சில நாட்கள் முன்னதாக "தம்பிக்கு ஒன்றும் விளங்குறதில்லை" எனத் தன்னிடம் சொன்னதாகப் புகழ்பெற்ற இலங்கைத் தமிழ் பத்திரிகையாளர் டிபிஎஸ் ஜெயராஜ் தனது கட்டுரையில் கூறுகிறார். சமாதான காலத்திலும் தங்கள் தற்கொலை தாக்குதலை நிறுத்தாத புலிகள், போரின் முடிவில் உயிர் தப்புவதற்காக இலங்கை இராணுவத்தினர் பக்கம் சென்ற ஏராளமான பொதுமக்களுடன் கலந்து சென்று தற்கொலை தாக்குதல் நிகழ்த்தினர். அவ்வாறான தாக்குதலில் 18 இலங்கை இராணுவத்தினர் கொல்லப்பட்டனர். இறுதிப் போர் முடிவதற்கு 70 நாட்கள் முன்பு 09.03.2009 அன்று மிலாடி நபி கொண்டாட்டத்தின்போது தென்னிலங்கை நகர்களில் ஒன்றான அக்குரஸ்சாவில் முஸ்லிம்கள் மீது தற்கொலை வெடி குண்டு தாக்குதல்களை நிகழ்த்தினர். அதில் 15 பேர் கொல்லப்பட்டனர், 30 பேர் படுகாயமடைந்தனர். இலங்கை அமைச்சர் ஒருவரும் கொல்லப்பட்டார்.

தமிழர்கள் பொருளாதாரவியல், சமூகவியல் ஆகியவற்றில் சிறந்து விளங்குவதைப் போல அரசியலில் தேர்ச்சி பெறவில்லையென விடார் ஹெல்கேசன் கூறியதை மார்க் சால்டர் பதிவு செய்கிறார். சமாதான காலத்தில் விடுதலைப் புலிகள் தொடங்கியப் போர்கள் அவர்களை மீண்டு வரமுடியாத படுகுழிக்குள் தள்ளின.

21ஆம் நூற்றாண்டின் தொடக்கத்தில் சமாதான காலத்தில் புலிகள் புரிந்த படுகொலைகளில், தமிழகத்தில் அதிகம் அறியப்படாத ஆனால் இலங்கையில் முக்கிய தமிழ் அரசியல் தலைவர்கள் பலர் அடங்குவர். மண்டூரைச் சேர்ந்த அழகாதுரை (ஈபிஆர்எல்எப்), மட்டக்களப்பைச் சேர்ந்த கே.ரகுபதி (ஈபிஆர்எல்எப்), யாழ்ப்பாணம் அராலி தீவு ஈபிடிபி அமைப்பின் தலைவரான அமிர்தலிங்கராசன், மட்டக்களப்பு வரதன் (டெலோ), அம்பாறை ஏ.கணேசன் மற்றும் வினோதன் (ஈபிஆர்எல்எப்), மட்டக்களப்பைச் சேர்ந்த ரவீந்திர குமரன், அக்கரைப்பற்று எம்.ராஜலிங்கம் (ஈபிஆர்எல்எப்), பாயிண்ட் பெட்ரோவைச் சேர்ந்த எஸ்.புவனேந்திரன், சாகவச்சேரி எம்.அற்புதராசா, மட்டக்களப்பு எல்.தேவராசா, ஈபிஆர்எல்எப் அமைப்பைச் சேர்ந்த பி.சாமுவேல், மட்டக்களப்பைச் சேர்ந்த எஸ்.சர்வநந்தன், திரிகோணமலையைச் சேர்ந்த ஆர்.விஜயநாதன் (ஈபிடிபி), பொலன்னறுவையைச் சேர்ந்த சுப்பிரமணியம், ஈபிஆர்எல்எப் அமைப்பின் எஸ்.விஜயசேகரம் மற்றும் என்.நாகேந்திரன், யாழ்ப்பாணத்தைச் சேர்ந்த புகழ்பெற்ற பத்திரிகையாளரான டி.தம்பிராசா சுபேந்திரன், மட்டக்களப்பைச் சேர்ந்த பொன்னையா ராமச்சந்திரன் (ஈபிடிபி),

மட்டக்களப்பு ரத்தீஸ்கரன் ஆகியோர் 2003ஆம் ஆண்டு சமாதான காலத்தில் ஜூன் - ஆகஸ்டு இடைவெளியில் விடுதலைப் புலிகளால் கொல்லப்பட்டார்களென மனித உரிமைக்கான ஆசிரியர் அமைப்பு பதிவு செய்தது.[12]

கிழக்கு மாகாணத்தை விடுதலைப் புலிகள் புறக்கணிப்பதாகவும் வடக்கிற்கே அதிக முக்கியத்துவம் வழங்குவதாகவும் கூறி 26.07.2004 அன்று விடுதலைப் புலிகளின் அமைப்பில் இருந்து விநாயக மூர்த்தி (எ) கருணா விலகிய பின்னர் கிழக்கு மக்களின் ஆதரவு விடுதலைப் புலிகளுக்கு மங்கியது. கருணாவுக்கு ஆதரவாக பிரபாகரனது கொடும்பாவிகள் மட்டக்களப்பு மக்களால் கொளுத்தப்பட்டன.[13] அத்தகைய போராட்டம் 1990 முதல் 2004 வரை கிழக்கு மாகாணத்தில் கற்பனை கூட செய்ய இயலாத நிகழ்வாகும்.

விடுதலைப் புலிகளின் சகோதரப் படுகொலைகளால் பதைபதைத்துப் போன யாழ்ப்பாண மக்கள் பின்னர் விடுதலைப் புலிகளின் இறுதிக்கட்ட போரின்போது பெருமளவு ஆர்வம் காட்டவில்லை. மாறாக, கிளிநொச்சி வீழ்வதற்கு ஒருவாரம் முன் 2008ஆம் ஆண்டின் இறுதி நாட்களில் யாழ்ப்பாணத்தில் ஆயிரக்கணக்கான தமிழ் இளைஞர்கள் கண்காட்சி ஒன்றில் குவிந்திருந்தனர். ஒரு இலட்சத்திற்கும் குறையாத இவ்விளைஞர் கூட்டத்தினர் தென்னிந்தியாவிலிருந்து வந்த நடிகர், நடிகைகளின் நிகழ்ச்சிகளைக் கண்டுகளித்தனர்.[14] யாழ்ப்பாண இளைஞர்களின் போர் மீதான அலட்சியம் ஓரிரு வருடங்களில் உருவானதல்ல. சிறிது சிறிதாக மக்களுக்கு இருந்த போர் எதிர்ப்பு உணர்வு, விடுதலைப் புலிகள் மீதான எதிர்ப்பு உணர்வு, புலிகள் செய்த அரசியல் கொலைகள் ஆகியன இறுதி நாட்களில் புலிகளின் பின்னடைவுக்குக் காரணமாகின. மார்ட்டின் நீய்முல்லரின் கவிதையைப் போன்று குரல் கொடுக்க யாருமே இல்லாத அரசியல் சூழலை இலங்கையில் விடுதலைப் புலிகளே உருவாக்கினர்.

விடுதலைப் புலிகள் தங்கள் அரசியல் படுகொலை தாக்குதல்களால் தாங்கள் விரும்பிய அரசியல் தலைமையை இலங்கையில் கொண்டு வரும் வல்லமையைக் கொண்டிருந்தார்கள். இந்தியாவிலும் கூட ராஜீவ் காந்தி படுகொலையை அவர்கள் நிகழ்த்திய போது ஆட்சி அதிகாரத்தை இழக்கும் தருவாயில் காங்கிரஸ் கட்சி இருந்தது. மண்டல் ஆணையம் பரிந்துரைகளின்படி பிற்படுத்தப்பட்ட மக்களுக்கு இடஒதுக்கீட்டை வழங்கிய வி.பி.சிங், அரசியலில் நீடிக்க மறுபடியும் வாய்ப்பிருந்தது. ஆனால், ராஜீவ் காந்தியின் படுகொலை காங்கிரஸையும் அதிமுகவையும் ஆட்சிக் கட்டிலில் அமர்த்தியது. காங்கிரஸ் மட்டுமின்றி எம்.ஜி.ஆருக்குப் பின்னர் அதிமுக கட்சியில் ஜெயலலிதாவின் தலைமை மாற்றத்தால் தமிழ்நாட்டின் அரசியல் சூழல் முற்றிலும் புலிகளுக்கு எதிராக மாறியது. விடுதலைப் புலிகள் என்ற பெயரைத் தமிழ்நாட்டில் உச்சரித்தாலே அவர்கள் சிறைக்கு அனுப்பப்பட்டனர். எம்.ஜி.ஆர் வளர்த்த அதிமுகவும் அதன் தலைமையும் புலிகளுக்கு எதிராகப் போர்க்கொடி உயர்த்தி நின்றன.[15] ராஜீவ் கொலைக்கு முன்னால் ஜெயலலிதா புலிகள் ஆதரவாளராக இருந்தார்.

ஆட்சி மாற்றத்தை ஏற்படுத்தும் திறனைப் பெற்றிருந்த விடுதலைப் புலிகள் 01.05.1993 அன்று தங்களுக்கு உதவிய பிரேமதாசாவைக் கொலை செய்தனர். பின்னர் 1994ஆம் ஆண்டு தேர்தலில் சந்திரிகா குமாரதுங்காவை எதிர்த்துப் போட்டியிட்ட வேட்பாளர் காமினி திசநாயகவை 24.06.1994 அன்று படுகொலை செய்தனர். அதன் பின்னர் அவருக்குப் பதிலாகக் கைம்பெண்ணான காமினி திசநாயகவின் மனைவி ஐக்கிய தேசியக் கட்சியின் குடியரசுத் தலைவர் வேட்பாளராகப் போட்டியிட்டும் சந்திரிகா குமாரதுங்கா 1994ஆம் ஆண்டு 62.28 விழுக்காடு வாக்குகள் பெற்று அமோக வெற்றி பெற்றார். இலங்கையில் பிரபல அரசியல்வாதியான 52 வயது நிரம்பிய காமினி திசநாயக விடுதலைப் புலிகளால் கொல்லப்பட்ட பின்னர் ஐக்கிய தேசியக் கட்சி அரசியல் பின்னடைவைச் சந்தித்தது.

1999இல் குடியரசுத் தலைவர் தேர்தல் பிரச்சாரக் கூட்டத்தில் 19.12.1999 அன்று சந்திரிகா மீது விடுதலைப் புலிகளால் தற்கொலை தாக்குதல் நிகழ்த்தப்பட்டது. அத்தாக்குதலில் 26 பேர் உயிரிழந்தனர். சந்திரிகாவுக்கு வலது கண்பார்வை முற்றிலுமாகப் பறிபோனது. அத்தேர்தலில் உறுதியாகத் தோற்றுவிடுவார் என இலங்கை மக்கள் நம்பிய நாட்களில் நடந்த அந்தத் தற்கொலைத் தாக்குதல் சந்திரிகாவை மறுபடியும் வெற்றி பெற வைத்தது.

தமிழர் இரத்தத்தைக் குடிப்பவராகத் தமிழ்நாட்டில் சித்திரிக்கப்படும் ராஜபக்சவை வெற்றி பெறச் செய்து அவர்தம் குடும்பத்தினருக்குப் பெரும் அரசியல் அதிகாரத்தைக் கொடுத்தது விடுதலைப் புலிகளே.

நவம்பர் 2005ஆம் ஆண்டு குடியரசுத் தலைவர் தேர்தலில் கடைசி நேரத்தில் விடுதலைப் புலிகள் ராஜபக்சவைக் குறைந்த வித்தியாசத்தில் 50.29 விழுக்காடு ஓட்டுகளில் வெற்றிபெற வைத்தனர். அவருக்கு அடுத்ததாக வந்த ரணில் விக்கிரமசிங்கே 48.42 விழுக்காடு ஓட்டுகளைப் பெற்றார். ராஜபக்ச 1,81,786 என்ற இரண்டு இலட்சத்திற்கும் குறைந்த ஓட்டுகளிலேயே வெற்றி பெற்றார். ராஜபக்ச வெற்றிபெற பிரபாகரன் முழு முதல் காரணமாக இருந்தார்.[16] ஜனதா விமுக்தி பெரமுனா என்ற ஜே.வி.பி, ஜாதிக ஹெல உறுமய என்ற புத்தபிக்குகளின் தேசியக் கட்சி ஆகியன ராஜபக்சவை ஆதரித்தன. தான் சார்ந்த அம்பாந்தோட்டை மண்ணின் அடையாளமான கேழ்வரகின் கருஞ்சிவப்பு நிறத்தை நினைவூட்டும் வகையில் கழுத்தில் கருஞ்சிவப்பு நிற அடையாள துண்டுடன் வலம் வந்த ராஜபக்ச, தனது தேர்தல் பிரச்சாரங்களில் எதிர்க்கட்சித் தலைவர் ரணிலின் சமாதான அரசியல் நடவடிக்கைகளைத் தாக்கிப் பேசத் தவறவில்லை. ஆனால், ரணிலோ "போர் வேண்டுபவர்கள் ராஜபக்சவுக்கும் அமைதி வேண்டுபவர்கள் தனக்கும் ஓட்டுப் போடுவார்கள்" எனத் தனது தேர்தல் பிரச்சாரக் கூட்டங்களில் தவறாமல் குறிப்பிட்டார். விடுதலைப் புலிகளுடன் தான் செய்த போர் நிறுத்த ஒப்பந்தத்தின் விளைவாக நாட்டில் பொருளாதார மேம்பாட்டையும், அமைதியான முறையில் பேச்சுவார்த்தைகள் மூலமாக இலங்கைத் தமிழர் பிரச்சினைகளுக்குத் தீர்வு காண முடியுமெனவும் கூறிய ரணிலை மலையகத் தமிழர்களின் கட்சியான சிலோன் ஒர்க்கர்ஸ் காங்கிரஸ் என்ற தொழிலாளர் கட்சியும், ஸ்ரீலங்கா முஸ்லிம் காங்கிரஸ் (எஸ்எல்எம்சி) என்ற இலங்கை முஸ்லிம்களின் கட்சியும் ஆதரித்தன.

ராஜபக்சவின் சிறப்புப் பிரதிநிதியான டிரன் ஏலஸ் 2005ஆம் ஆண்டு நவம்பர் மாதம் 17ஆம் நாள் தேர்தலுக்கு முன்னதாகப் பலமுறை விடுதலைப் புலிகளின் அரசியல் தலைவர் தமிழ்ச் செல்வனைக் கிளிநொச்சியில் சந்தித்தார். மேற்சொன்ன டிரன் ஏலஸ் ராஜபக்சவின் தேர்தல் பிரச்சார மேலாளராக விளங்கிய மங்கள சமரவீர என்பவருக்கு நெருக்கமான நண்பர். டிரன் ஏலஸ் மூலம் ஏற்பட்ட ரகசிய ஒப்பந்தப்படி ராஜபக்சவின் சகோதரர் பசில் ராஜபக்ச 1.3 மில்லியன் அமெரிக்க டாலர்கள் அல்லது 180 மில்லியன் ரூபாய் இலங்கை பணத்தை முதல்கட்டமாகத் தேர்தலுக்கு முன் எமில் காந்தன் மூலம் விடுதலைப் புலிகளுக்கு வழங்கினார்.

எமில் காந்தன், ராஜபக்சவின் தேர்தல் குழுவின் பசில் ராஜபக்ச, ஜெயசுந்தரா, லலித் வீரதுங்க, ஆகியோரின் சந்திப்பு டிரன் ஏலஸ்ஸால் தனது மொபைல் கேமிராவில் படம் பிடிக்கப்பட்டது. ஒப்பந்தப்படி ஒருவேளை தான் வெற்றிபெற்றால் நூற்றுக்கணக்கான மில்லியன் ரூபாய்கள் மறைமுகமாக விடுதலைப் புலிகளுக்கு வழங்க ரகசிய ஒப்பந்தம் ராஜபக்ச செய்தார். மேற்சொன்ன ரகசிய ஒப்பந்தங்கள் குறித்து ராஜபக்ச தேர்தலில் வெற்றி பெற்றபோதே பல்வேறு யூகங்கள் இருந்தாலும், 2007ஆம் ஆண்டு அவை பொதுவெளியில் வெளிவந்தன. ராஜபக்சவின் தேர்தல் மேலாளராக இருந்த சமரவீர தேர்தல் வெற்றிக்குப் பின்னர் வெளியுறவுத் துறை அமைச்சரானர். அவர் 2007ஆம் ஆண்டு ராஜபக்சவுடனான கொள்கை முரணால் நீக்கப்பட்டார். சமரவீரவின் நண்பர் டிரன் ஏலஸ் விடுதலைப் புலிகளுடன் தொடர்பு வைத்ததற்காகக் கைது செய்யப்பட்டார். அவரது கைதின்போது காவல்துறையில் அளித்த வாக்குமூலத்தில் 2005 தேர்தலுக்கு முன்னதாகக் குடியரசுத் தலைவரின் ஆலோசகர் பசில் ராஜபக்ச, குடியரசுத் தலைவர் செயலாளர் லலித் வீரதுங்க, ஜெயசுந்தரா ஆகியோர் விடுதலைப் புலிகளுடன் பேச்சுவார்த்தை நடத்தியதாகவும் அந்த எழுதப்படாத ஒப்பந்தத்தின் அடிப்படையில் விடுதலைப் புலிகளுக்கு நிதி வழங்கப்பட்டதெனவும் குறிப்பிட்டார். இந்த நிதியானது வீட்டு வளர்ச்சித் திட்டங்கள் என்ற பெயரில் 2006 ஆகஸ்ட்டில் பதினொரு லட்சம் டாலர்கள் அல்லது 150 மில்லியன் ரூபாய்கள் எமில் காந்தனால் உருவாக்கப்பட்ட போலி நிறுவனங்களுக்கு வழங்கப்பட்டதென்றார்.[17]

அச்சிக்கல் அத்தோடு முடியவில்லை. 10.07.2020 அன்று முன்னாள் நாடாளுமன்ற உறுப்பினரான டிரன் ஏலஸ், ஆண்டனி எமில்காந்தன் ஆகியோர் மீது சட்டவிரோதமாக 200 மில்லியன் அரசு பணத்தைக் கையாடல் செய்து மறுகட்டுமானம் மற்றும் வளர்ச்சி முகமைக்கான பணத்தை எடுத்துக்கொண்டதாக இலங்கை அரசு தொடர்ந்த வழக்கை அரசின் தலைமை வழக்கறிஞர் திரும்பப் பெற்றுக்கொண்டு அவர்களது பாஸ்போர்ட்களை ஒப்படைத்தார். ஆனால், டிரன் ஏலஸைப் பயமுறுத்த அவர் வீட்டின் மீது வெடிகுண்டு வீசப்பட்டது. இருந்தபோதிலும் டிரன் ஏலஸ், பசில் ராஜபக்சவின் 180 மில்லியன் ரூபாய்களை விடுதலைப் புலிகளின் நிதியைக் கையாளும் எமில் காந்தனிடம் ஒப்படைத்ததாக உறுதிபடக் கூறினார்.[18] மேற்சொன்ன நயவஞ்சகச் செயல்கள் மூலம் ராஜபக்ச வெற்றி பெற்றதில் பிரபாகரனின் பங்கு பெருமளவு இருப்பதை அறிய முடியும். ஏனென்றால், கிளிநொச்சியில் ஒரே ஓர் நபர் மட்டுமே குடியரசுத் தலைவர்

தேர்தலில் வாக்களித்திருந்தார். ஏழு இலட்சத்திற்கும் மேல் ஓட்டுகள் உள்ள யாழ்ப்பாணத்தில் எண்பதாயிரத்திற்குச் சற்று அதிகமான ஓட்டுகளே பதிவாயின. அங்குள்ள 7,01,938 ஓட்டுகளில் வெறும் 80,500 ஓட்டுகளே பதிவாகின. வன்னியில் வாக்காளர் எண்ணிக்கை 2,50,386 இருந்தன. ஆனால், 80,874 ஓட்டுகளே பதிவாகின. அவ்வோட்டுகளில் 77.84 விழுக்காடு ஓட்டுகள் ஐக்கிய தேசியக் கட்சியின் வேட்பாளர் ரணிலுக்குப் பதிவானது. மட்டகளப்பிலும் 3,18,728 ஓட்டுகளில் 48.51 விழுக்காடு அல்லது 1,54,615 ஓட்டுகள் பதிவாகின. அவர்களும் 79.51 விழுக்காடு ரணிலின் ஐக்கிய தேசியக் கட்சிக்கே வாக்களித்தனர்.[19] 2005ஆம் ஆண்டு தேர்தலில் விடுதலைப் புலிகள் வடக்கு மக்களை வாக்களிக்கவிடாமல் அச்சுறுத்தித் தேர்தல் புறக்கணிப்பு நடத்தாமல் இருந்திருந்தால் ரணில் விக்கிரமசிங்கே எளிதாக வெற்றி பெற்றிருப்பார்.

விடுதலைப் புலிகளின் அரசியல் ஆலோசகர் அன்ரன் பாலசிங்கம் அத்தேர்தலில் ராஜபக்சவை ஆதரிக்க வேண்டாமென பிரபாகரனிடம் கூறியதாக வெள்ளைப் புலி என புலிகளின் ஆதரவாளராகச் சிங்களப் பத்திரிகையாளர்களால் வர்ணிக்கப்படும் எரிக் சோல்ஹேம் குறிப்பிடுகிறார். விடுதலைப் புலிகள் தேர்தல் புறக்கணிப்புச் செய்வதற்காகப் பணத்தைப் பெற்றுக்கொண்டார்கள் எனவும் அவ்வாறாகத் தங்கள் தூக்குக் கயிற்றை தாங்களே தயாரித்துக்கொண்டதாக இலங்கைக்கான நார்வே தூதரான தாரோ ஹட்ரம் குறிப்பிடுகிறார்.[20] விடுதலைப் புலிகளின் தலைவர் பிரபாகரனுக்கு எவ்வித வெளிநாட்டு வங்கிக் கணக்கும் இல்லை எனக் குறிப்பிடும் மார்க் சால்ட்டரின் கூற்றைப் பரிசீலிக்கும்போது, சமாதான காலத்தில் தங்கள் இராணுவக் கட்டமைப்பைப் பலப்படுத்தவே அப்பணத்தைப் பயன்படுத்தியிருப்பார்கள் எனச் சந்தேகத்திற்கு இடமில்லாமல் கூற முடியும். ஆனால், இலங்கையில் வன்முறை அரசியலைக் காட்டி பயமுறுத்திப் பணம் பெற்றுக் கொண்டதை எவ்வகையிலும் நியாயப்படுத்த இயலாது.

விடுதலைப் புலிகளின் நாணயமற்ற அரசியல் தேர்வுகள் அவர்களது இறுதி நாட்களில் அவர்களுக்கு உதவுவதாக இல்லை. 1989ஆம் ஆண்டிலிருந்து 2008ஆம் ஆண்டு வரை நிகழ்த்தப்பட்ட மாவீரர் உரைகளில் ஆரம்பகால உரைகள் இந்தியாவின் மீதும் இந்திய இராணுவத்தின் மீதும் குறை சொல்வதாக இருந்தன. மேலும், உலகின் நான்காவது பெரிய இராணுவமான இந்தியாவை வெற்றிகொண்டதாக மார்தட்டிக் கொண்ட மாவீரர் நாள் உரைகள் மூலம் இந்தியாவுடன் நட்பு பாராட்ட முயல்வது முடியாத காரியம் என்பதை அவர்கள் மிகத் தாமதமாகவே உணர்ந்தனர். இந்திய - இலங்கை ஒப்பந்தமும், ராஜீவ் காந்தியும் ஜெயவர்த்தனவும் செய்துகொண்ட ஒப்பந்தத்தில் தமிழ் அலுவல் மொழியாக ஆக்கியது குறித்தும் ஒருமுறை கூட தனது பேச்சில் குறிப்பிடாத பிரபாகரன், 2008ஆம் ஆண்டில் இந்தியா மீது அன்போடும் பரிவோடும் பேசிய மாவீரர் உரை இந்தியாவால் பரிசீலனை செய்யப்படுவதற்கு முன்னரே அதற்கான காலம் கடந்துவிட்டது என்பதை அறிய இயலும்.

இந்திய இராணுவத்தை அடித்து விரட்டினோம் என வீண் பெருமை பேசிய சில தமிழக அரசியல் தலைவர்கள் உருப்படியான அரசியல் தீர்வை நோக்கி

விடுதலைப் புலிகளைக் கொண்டு செல்லத் தவறினர். தமிழ்நாட்டு அரசியல் சிந்தனையாளர்களில் ஆனைமுத்து மட்டுமே கூட்டாட்சியை வற்புறுத்தினார். கனடாவில் கியூபெக் கூட்டாட்சி முறையில் பிரெஞ்சு பேசும் கியூபெக் மாகாணம் பிரிந்து செல்ல எல்லாத் தகுதியையும் பெற்றிருந்தும், சட்டமியற்றும் அதிகாரம் கொண்ட கூட்டாட்சி அரசாக விளங்குகிறது.[21]

இலங்கை ஊடகங்களால் வெள்ளைப் புலிகள் என வர்ணிக்கப்பட்ட நார்வே தூதுக்குழுவினரின் அறிவுரைகளையும் புலிகள் நிராகரித்தனர். சமாதான காலத்தில் புலிகளின் தேவையற்ற மாவிலாறு போர், சரத் பொன்சேகா மற்றும் கோத்தபய ராஜாபக்ச மீதான தற்கொலை தாக்குதல்கள் ஆகியன இலங்கை அரசை விரைவான இராணுவத் தீர்வை நோக்கி நகர்த்தின. சொந்த நாட்டு மக்கள் மீதே வெட்கமில்லாமல் போர் விமானங்களைக் கொண்டும் குண்டு வீசியும், பீரங்கிகளைக் கொண்டும், ஏவுகணைத் தாக்குதல் நிகழ்த்தியும் 70,000 தமிழர் உயிர்களைக் காவு கொண்ட சிங்கள பௌத்த தேசிய அரசின் ராஜபக்சவுக்கும் பொது மக்களைக் கேடயமாக்கிய தமிழ்த் தேசிய விடுதலைப் புலிகளின் தலைவர் பிரபாகரனுக்கும் இறுதிப் போரில் பொதுமக்கள் கொல்லப்பட்டதில் சமபங்குண்டு.

விடுதலைப் புலிகளின் கடைசி ஐந்தாண்டு கட்டாய இராணுவப் படையணி ஆள்சேர்ப்பு அவர்களுக்கு இறுதிப்போரில் கைகொடுக்கவில்லை. சிறுவர்களையும், பயிற்சியற்றவர்களையும், படையணிகளில் வலுக்கட்டாயமாக இணைத்ததால் பலர் இறுதிநேரப் போரிற்கு முகம் கொடுக்க முடியாமல் முகாம்களை விட்டு ஓடினர். கருணாவின் மீதான கொலைத் தாக்குதல் நிறைவேறாமல் போன பின்னும் கருணாவின் சகோதரர் ரெஜி என்பவர் விடுதலைப் புலிகளால் சுட்டுக் கொல்லப்பட்டதால் விடுதலைப் புலிகளுக்கு எதிரான தாக்குதல் நிலைப்பாட்டை மேலும் தீவிரப்படுத்த கருணாவைத் தூண்டியது.

புலிகளின் சகோதரப் படுகொலைகள், அரசியல் படுகொலைகள், இளம் புத்த துறவிகளின் படுகொலைகள், கிழக்கிலங்கையில் பலநூறு காவலர்கள் படுகொலைகளெனப் பல அவர்களது இன்னா நாற்பதில் இடம்பெற்றன. ராஜீவ் படுகொலை, இறுதிப் போரில் இலங்கை இராணுவத்திற்குக் கைகொடுத்தது என மேஜர் ஜெனரல் கமல் குணரத்னா தனது நூலில் கூறுவது சரியான கூற்றே. தொடக்கத்தில் இலங்கைத் தமிழர் மத்தியில் நாயகர்களாகத் தோற்றமளித்த விடுதலைப் புலிகள், ராஜீவ் மீதான தற்கொலைத் தாக்குதல் மூலம் அரசியல் தற்கொலை செய்துகொண்டனர் என்றே கருத முடியும்.

அடிக்குறிப்புகள்

1. *Andrew fidel Fernando, 'Upon a Sleeples Isle, Picador India', 2019 Page No. 147.*
2. அடேல் பாலசிங்கம், '*Will to freedom* சுதந்திர வேட்கை, தமிழீழ விடுதலைப் போராட்டம்', பெயர்மக்ஸ் பதிப்பகம், பக்கம் 72.
3. *M.R. Narayan Swamy, 'Tigers of Lanka - From Boys to Guerillas', Vijitha Yapa Publication, Colombo 4 Third Edition 2002 Page 198.*

4. ஜெ.ராம்கி, 'பத்மநாபா படுகொலை', சுவாசம் பதிப்பகம், ஆகஸ்ட் 2022, பக்கம் 46.

5. அன்ரன் பாலசிங்கம், 'போரும் சமாதானமும் - விடுதலைப் புலிகளின் போராட்ட வரலாறு' - வாசன் அச்சகம், பக்கம் 197-198.

6. *Rohan Gunaratna, 'Indian Intervention in Srilanka The Role of India's Intelligence Agencies', South Asian Network on Conflicit Research (SANCOR) Srilanka - 1993, Page 377.*

7. *Ibid, Page 304.*

8. *Nirupama Subramanian, 'Srilanka Voices from a was zone', Penguin Viking Books India, 2005, Page 163.*

9. *Major General Kamal Gunaratna, 'Road to Nandhi kadal', Vijitha Yapa Bookshop, IV Edition 2018, Page 140.*

10. *Sri Adam Roberts, Editor, 'Democracy Sovereignty and Terror' - I.B. Taures - London 2012, Page 55.*

11. மாவீரர் நாள் உரைகள், 1989 - 2008, களம் வெளியீடு, பக்கம் 5.

12. *Mark Salter, 'To End a Civil War', published in united Kingdom in 2015 by C.Hurst & Co Ltd., Page 160.*

13. அதே நூல், பக்கம் 175.

14. *G. H Peiris, 'Twilight of the Tigers', Page XIV.*

15. செம்பூர் ஜெயராஜ் - இலையூர் பிள்ளை வேலுப்பிள்ளை பிரபாகரன் விடுதலைப் போராட்ட வரலாறு - வ.உ.சி. நூலகம் 2018 பக்கம் 190.

16. *Mark Salter, 'To End a Civil War', published united Kindom in 2015 by C.Hurst & Co Ltd., Page 235.*

17. *Ibid, Page 236.*

18. *Ibid, Page 236.*

19. *17.11.2005 Srilanka Election Result https:///election.gov.lk.web.*

20. *Mark Salter, 'To End a Civil War', published united Kindom in 2015 by C.Hurst & Co Ltd., Page 237.*

21. *Rajasathya.K.R, M.L. (constitutional law), Assistant Professor, Dr. Ambedkar Government Law College Puducherry, Article on Federalism.*

புலிகளும் முஸ்லிம்களும்

யாழ்ப்பாணத்திலுள்ள மஸ்ரதீன் பள்ளி.

1615ஆம் ஆண்டில் போர்த்துகீசிய அரசன் இலங்கை முஸ்லிம்களை நாடு கடத்த உத்தரவிட்டான். முஸ்லிம்களின் வணிகச் செல்வாக்கும் மதமும் அவ்வறிக்கைக்குக் காரணமானது. ஆனால், கோவாவில் இருந்த உயர் அதிகாரிகளால் அந்த ஆணையை நிறைவேற்ற இயலவில்லை. பின்னர் மற்றுமொரு போர்த்துகீசிய உயர் அதிகாரியான அல்பர்கேர்க் தனது அறிக்கையில் முஸ்லிம் வணிகர்கள் போர்க் கருவிகள் விற்பனையில் ஈடுபடவில்லை எனவும், மக்களுக்குத் தேவைப்படும் பொருட்களைத் தங்கள் கப்பல்களில் ஏற்றிச் சென்று திரும்பும்போது அத்தியாவசியப் பொருட்களையே கொள்வனவு செய்துகொண்டு வருகிறார்கள் என அறிக்கை அளித்தார். அதன் பலனாக முஸ்லிம்கள் மீதான வெறுப்புணர்ச்சியால் வெளியான 1615ஆம் ஆண்டு ஆணையின் இறுக்கமான விதிகள் கணிசமாகத் தளர்த்தப்பட்டன.[1] முஸ்லிம்களில் பலர் காயல்பட்டினத்தைத் தங்களது குடியிருப்புகளுக்கு மூலமாகக் கொண்டு அரபுத் தமிழை எழுத்து மொழியாகவும், தமிழைப் பேச்சு மொழியாகவும் கொண்டிருந்தனர். இலங்கை முஸ்லிம்களுக்கு மார்க்க ரீதியான ஆலோசனைகள் தென்னிந்தியாவின் காயல்பட்டினத்தில் இருந்தும் கிடைக்கப்பெற்றன.[2] ஆயிரத்திற்கும் மேற்பட்ட ஆண்டுகள் இலங்கையில் வரலாற்றுத் தொடர்ச்சி கொண்டவர்களாக முஸ்லிம்களின் இருப்பும் வாழ்வும் அமைகிறது.

சிங்களப் பெரும்பான்மையினர் கொண்டுவந்த 1948ஆம் ஆண்டு குடியுரிமைச் சட்டம், 1956 சிங்களம் மட்டுமே சட்டம், சிங்களப் பெரும்பான்மையினர் செய்த 1983 தமிழ் இனப் படுகொலைகள் ஆகியன தமிழர்களுக்கு இன்னல் செய்ததைப் போலவே முஸ்லிம்களுக்கும் இடர் விளைவித்தன. எனவே தமிழ்ப் பேசும் மக்கள் ஒன்றுபட வேண்டும் என விடுதலைப் புலிகளின் 1985ஆம் ஆண்டு அறிக்கை ஒன்று கூறுகிறது. 1988ஆம் ஆண்டின் புலிகளின் மற்றுமொரு அறிக்கை ஒருபடி மேல் சென்று முஸ்லிம்கள் தமிழ்த் தேசிய இனத்தின் பிரிக்க முடியாத அங்கம் எனவும் முஸ்லிம்கள் தமிழ் மொழி மீது ஏனையத் தமிழர்களை விட பற்றுக் கொண்டவர்கள் எனவும் கூறி தங்களுடன் இணைந்து செயல்படக் கூவி அழைக்கிறது.[3] 1985ஆம் ஆண்டிலிருந்து அடுத்த ஐந்து ஆண்டுகளுக்குப் பின்னர் நடந்த நிகழ்வுகள் முஸ்லிம்களின் வாழ்வில் நிரந்தரத் தாக்கத்தை ஏற்படுத்தின. புலிகளின் தமிழீழ வரைபடம் தனுவின் தந்தை ராஜரத்தினம் எழுதிய 'தாமிரபரணி வரலாற்றில் கண்ட வரைபட'த்தைப் போல் இலங்கையின் முக்கால் பங்கு கடற்கரையையும் தென் கிழக்கில் அம்பாந்தோட்டை வரையிலும் மேற்கில் புத்தளத்தையும் உள்ளடக்கியதாக இல்லை. அம்பாறையின் தென்புறம் வரையிலும் மலையகமும் அடங்கிய தமிழீழ வரைபடத்தை வரைந்த புஸ்பராஜாவைப் பார்த்து தமிழ், சிங்களம், ஆங்கிலம் என மும்மொழிகளிலும் அரசியல் பொருளாதாரம், வரலாறு எனப் பேசக் கூடிய கண்டி சிங்கள இளைஞர் ஒருவர் மலையகத் தமிழரான முத்துலிங்கத்திடம் சிங்கள மக்களுக்கு மூத்திரம் பெய்யக் கூட இடம் கிடைக்காது எனக் குறிப்பிட்டதை புஸ்பராஜா வேடிக்கையாக நினைவுகூர்கிறார்.[4]

புலிகளின் கனவான தமிழீழத்தில் 1981ஆம் ஆண்டு மக்கள் தொகை கணக்கெடுப்பின்படி பத்தொன்பது விழுக்காடு மலையகத் தமிழரைக் கொண்ட மத்திய மாகாணமும், பதினைந்து விழுக்காடு மலையகத் தமிழரைக் கொண்ட ஊவா மாகாணமும் இடம்பெறாதது ஆச்சரியமில்லை. புலிகளின் பார்வை இலங்கைத் தமிழர்கள் பெரும்பான்மையாக வாழும் வடக்கையும் கிழக்கையும் நோக்கியே இருந்தது. கிழக்கில் மட்டக்களப்பு, அம்பாறை, திருகோணமலை ஆகிய மூன்று மாவட்டங்களிலும் சற்றேறக்குறைய மூன்றிலொரு பங்கு முஸ்லிம்கள் வாழ்ந்தனர். 1981ஆம் ஆண்டு கணக்கெடுப்பின்படி ஏறத்தாழ 33 விழுக்காடு முஸ்லிம்கள் கிழக்கு மாகாணத்தில் வாழ்ந்தனர். 1964ஆம் ஆண்டில் 'மட்டக்களப்புத் தமிழகம்' என்ற நூலை எழுதிய வி.சீ.கந்தையா, மட்டக்களப்புத் தமிழகத்தின் பெருஞ்சிறப்புக்கு அடிப்படைக் காரணம் இங்குள்ள பழங்குடிகளான தமிழர், சோனகர் முதலான பேரின பூர்வீக மக்களிடம் நிலவும் ஒற்றுமையும் நாட்டுப் பற்றுமேயாகும் எனக் கூறி, மதம் வேறானாலும் மொழி உணர்வால் இந்துக்கள், இஸ்லாமியர் மற்றும் கிறிஸ்தவர் தங்கள் வேறுபாடுகளை மறந்து ஒன்றுபட்டு விளங்கும் புகழ் என்றும் வாழ்வதாக என வாழ்த்தி முடிக்கிறார்.[5] ஆனால், ஆயுதப் போராட்டம் அவையனைத்தையும் தலைகீழாக மாற்றியது.

இந்திய இராணுவம் 1987ஆம் ஆண்டு ஜூலை மாதம் முப்பதாம் நாள் இலங்கைக்குள் நுழைந்து 1990ஆம் ஆண்டு மார்ச் மாதம் இருபத்து நான்காம் நாள் இலங்கையை விட்டு வெளியேறியது. ஏறத்தாழ இரண்டரை ஆண்டு கால இந்திய

இராணுவத்தின் இருப்பு இலங்கையை ஆட்டம் காண வைத்தது. இலங்கையில் 1970களில் அடக்கப்பட்ட முதலாம் ஜேவிபி எழுச்சி மறுபடியும் தலைதூக்கியது. வடபகுதி நீங்கலாக இலங்கை முழுவதும் இந்திய இராணுவத்திற்கு எதிராகச் சிங்கள மக்கள் அணிதிரண்டனர்.

இரண்டரை வருடங்கள் தென் இலங்கையில் பள்ளிகள், கல்லூரிகள் மூடப்பட்டன. இலங்கை முழுவதும் உள்ள சுவர்கள் 'குரங்குப் படையே திரும்பிப் போ' என இதிகாச இராமாயண கால கற்பனை படையெடுப்பை நினைவூட்டும் வாசகங்களால் நிரம்பின. ஒப்பந்த நாளில் கொழும்பு நகரில் மட்டும் 1,000 பேருந்துகளுக்கு மேல் உடைக்கப்பட்டன. அவற்றில் பல கொளுத்தப்பட்டன. ஆளுங்கட்சியான ஐக்கிய தேசியக் கட்சியின் யுஎன்பி உறுப்பினர்கள் 1,100 பேர் ஜேவிபியினரால் கொல்லப்பட்டுக் கொழும்பு கண்டி சாலையில் மரங்களில் அச்சுறுத்தும் விதமாகத் தொங்கவிடப்பட்டனர்.[6] இக்காலத்தில் முஸ்லிம்களுக்கும் விடுதலைப் புலிகளுக்கும் இடையேயான உறவு பலமாகவே இருந்தது. 'தமிழீழத்தில் முஸ்லிம்கள்' என்ற தலைப்பில் வெளியான கட்டுரை இலங்கையில் வாழும் தமிழ் முஸ்லிம்கள் தனிச் சிறப்புடைய மதக் கலாச்சாரப் பண்புகளைக் கொண்ட இனக்குழுமம் என்பதையும் முஸ்லிம்கள் முழுமையான உரிமைகளுடன் வாழ வேண்டும் என்பதை ஏற்றுக்கொண்டதாக தமிழீழ விடுதலைப்புலிகளின் அதிகாரப்பூர்வ ஏடான 'விடுதலைப் புலிகள்' இதழ் குறிப்பிட்டது.[7]

கிழக்கு மாகாணம் கல்குடாவில் 1990 வரை புலிகள் இயக்கத்தில் இருந்த இஸ்மா லெப்பை ஈறாக மீராவோடை மம்மூத்தான் உட்பட விடுதலைப்புலிகள் இயக்கத்தில் இருந்த முப்பது பேர், எறாவூர் பெண் புலி ஹாஸியா அல்லது ரிபாயா, அக்கரைப்பற்று காப்டன் பாரூக், அபுல் ஹஸன், அக்கரைப்பற்றுக் காவல் நிலைய பெயர்ப் பலகையிலுள்ள சிங்கள எழுத்துகளை நீக்கப் போலீஸாருடன் சண்டையிட்டுப் பின்னர் சிங்கள இராணுவத்தால் உயிருடன் எரிக்கப்பட்ட நாகூர்தம்பி ஜார்தீன், விடுதலைப் புலிகளுக்காக முஸ்லிம் செல்வந்தர்களிடம் பணம் வசூலித்துக் கொடுத்த அண்ணன் அப்பாஸ் என விடுதலைப்புலிகள் இயக்கத்தில் ஏராளமான முஸ்லிம்கள் இருந்தனர்.[8]

1990 மார்ச் மாதத்தில் இந்திய இராணுவம் முற்றிலுமாக வெளியேறியவுடன் விடுதலைப் புலிகள் - முஸ்லிம்கள் உறவில் விரிசல் ஏற்பட்டது. பிரேமதாசாவுடன் கைகுலுக்கிய புலிகள் இந்திய இராணுவம் விட்டுச் சென்ற எல்லா முகாம்களையும் கைப்பற்றிக்கொண்டனர். அழுக்குப் படாமலிருக்க சுற்றப்பட்ட எண்ணெய் காகிதங்களைப் பிரிப்பதற்கு முன்பாகவே விடுதலைப் புலிகளிடம் ஒப்படைக்கப்பட்ட சீன நாட்டுத் தயாரிப்புகளான தானியங்கி துப்பாக்கிகள், வாகனங்கள், ஏவுகணை வீசிகள் என ஏராளமான ஆயுதங்களையும் பணத்தையும் இந்திய இராணுவத்தை விரட்டும் பணிக்காக இலங்கை குடியரசுத் தலைவர் பிரேமதாசாவிடம் பெற்றுக் கொண்ட புலிகளின் இரகசிய உறவும், கொள்கை உருமாற்றமும் 1990ஆம் ஆண்டுக்குப் பிறகு மூர்க்கத்தனமாக மாறியது. முன்னாள் தமிழக முதல்வர் எம்.ஜி.ஆர். தனது பாதாள அறையில் இருந்து வழங்கிய பல கோடிகள் பணம்

சக போராளிகளிலிருந்து அவர்களை ஆயுதப் போராட்ட ஓட்டப் பந்தயத்தில் சில நூறடிகள் முன்னிறுத்தியது; போராளிக் குழுக்களுள் விடுதலைப் புலிகள் முதன்மை பெற உதவியது.

விடுதலைப் புலிகளின் கட்டுப்பாடான பயிற்சியும் எவ்வித மாற்றுக் கருத்துகளையும் அனுமதிக்காத ஒற்றைத் தலைமையும் ஈபிஆர்எல்எப், டெலோ, ப்ளாட் ஆகிய இயக்கங்களின் அழித்தொழிப்பும் விடுதலைப் புலிகளைப் போராட்டக் களத்தில் தனிக் குழுவாக முன்னிறுத்தியது.

இந்திய இராணுவத்தின் இருப்பு இலங்கையில் குடியாட்சியைக் கேள்விக்குள்ளாக்கியது. தெற்கு மாகாணத்தில் இயங்காத பள்ளிகள், கல்லூரிகள், செயலற்றுப் போன வணிக நிறுவனங்கள், அரசு கட்டவிழ்த்துவிட்ட பயங்கரவாதம், இந்தியாவுக்கு இலங்கையை விற்றுவிட்டதாக இலங்கை ஆளுங்கட்சியான யுஎன்பி அரசியல் தலைவர்களை அழிக்கக் குறிவைத்த ஜேவிபி பயங்கரவாதம், ஜேவிபியை ஒழிக்க முனைந்த அரசு பயங்கரவாதம் என இலங்கை முற்றிலுமாகச் செயலிழந்தது. இந்திய - இலங்கை ஒப்பந்தத்தைச் செய்த ஐக்கிய தேசியக் கட்சியின் தலைவர் ஜெயவர்த்தன, ஒப்பந்தத்தை மூர்க்கத்தனமாக எதிர்த்த குடியரசுத் தலைவரான பிரேமதாசா இருவருமே ஜேவிபியின் வெடிகுண்டு தாக்குதலுக்கு இலக்காகி மயிரிழையில் உயிர் பிழைத்தனர்.

நேரு குடும்பத்திற்குத் தான் நெருக்கமானவர், திருமதி இந்திரா காந்தி என் சகோதரி என திருமதி பண்டாரநாயக்க சொல்லிக்கொண்டே இந்திய - இலங்கை ஒப்பந்தத்தில் சிங்கள மொழிக்குச் சமமாகத் தமிழ் மொழிக்கு வழங்கப்பட்ட அலுவல் மொழி அங்கீகாரத்திற்கு எதிரான சிங்கள இனவாதக் கருத்துகளை இந்திய தூதர் மெஹ்ரோத்ராவிடம் கூறினார்.[9] தென்னிலங்கையில் நடந்துகொண்டிருந்த இரண்டாம் ஜேவிபி எழுச்சியை அடக்கும் முயற்சியில் முழு மூச்சாக ஈடுபட்டிருந்த இலங்கை அரசு விடுதலைப் புலிகளுடன் இரகசியமாகப் பேச்சுவார்த்தை நடத்தி இந்திய இராணுவத்திற்கு எதிராகக் கையாள நவீன ஆயுதங்களைப் பரிசளித்தது. அந்நாட்களில் விடுதலைப் புலிகள் தாங்கள் தமிழீழம் அமைத்துவிட்டதாகக் கருதினர். கண்ணுக்கெட்டிய தூரத்தில் அவர்களுக்குப் பலமான எதிரிகளே இல்லை. இந்திய - இலங்கை ஒப்பந்தத்தில் கிடைத்த தமிழ்மொழிக்கு அலுவல் மொழி அங்கீகாரம், வடக்கு கிழக்கு இணைப்பு ஆகியவற்றைச் சிதறு தேங்காய்களாகக் கருதி அதைப் பெற்றுக்கொள்ள புலிகள் தயாராக இல்லை.

இலங்கையின் கிழக்குக் கடற்கரையோரம் தெற்கு நோக்கிப் பயணம் செய்யும் யாரும் நெடிய கூந்தலின் சடைப் பின்னலைப் போல தமிழ் கிராமங்களும், நகரங்களும் முஸ்லிம் கிராமங்களும், நகரங்களுமாக மாறி மாறி அமைந்திருப்பதைக் காண முடியும். திருகோணமலை மாவட்டத்தில் புல் மோட்டை, மூதூர், தோப்பூர், மட்டக்களப்பு மாவட்டத்தில் வாழைச்சேனை ஓட்டமாவடி, எறாவூர், காத்தான்குடி, அம்பாறை மாவட்டத்தில் கல்முனை, அக்கரைப்பற்று, பொத்துவில்

ஆகியன முஸ்லிம்கள் செறிவாக வாழும் பகுதிகள். அதையொட்டியே தமிழர்கள் வாழும் நகரங்களும், கிராமங்களும் அமைந்துள்ளன. இந்துக்களும் முஸ்லிம்களும் தமிழ் பேசுபவர்கள்.

தமிழ்நாட்டின் கடற்கரையில் அமைந்துள்ள அதிராமபட்டினம், காயல்பட்டினம், தேங்காய்பட்டினம், பெரியபட்டினம், தொண்டி போன்ற முஸ்லிம்கள் செறிவாக வாழும் ஊர்களைப் போன்று இலங்கையிலும் அமைந்துள்ள முஸ்லிம் குடியிருப்புகள் அல்லது சிறு நகரங்கள் அங்குள்ள தமிழர் கிராமங்கள் மற்றும் நகரங்களுடன் நெருக்கமான சமூக உறவையும், வணிகத் தொடர்புகளையும் சில நூறாண்டுகளுக்கு மேல் கொண்டிருந்தது. 1990ஆம் ஆண்டு வரை விடுதலைப் புலிகள் கொண்டிருந்த தமிழ் முஸ்லிகளுடனான நல்லிணக்கம் முற்றிலுமாகச் சிதையக் காரணம் விடுதலைப் புலிகளின் கொள்கையேயன்றித் தளபதிகளான பொட்டு அம்மான் மீதோ, வினாயக மூர்த்தி முரளிதரன் என்ற கருணா அம்மான் மீதோ தனிப்பட்ட குற்றம் சுமத்த முடியாது. ஒற்றைத் தலைமையான பிரபாகரனின் ஆணைப்படியே விடுதலைப் புலிகள் கிழக்கில் வாழும் முஸ்லிம்களைத் தாக்கி வெளியேற்ற முற்பட்டனர் என்பது வெள்ளிடை மலை. ஹிட்லரின் இராணுவ சல்யூட்டை தனது போராளிகளும் கடைபிடிக்க வேண்டுமென கட்டளையிட்ட பிரபாகரன்[10], ஹிட்லரின் கொள்கைளையும் பின்பற்றியதில் ஆச்சரியமில்லை. கிழக்கையும் வடக்கையும் தமிழர்களின் தனித்தத் தாயகமாகக் கருதி அங்கு தமிழ் முஸ்லிம்களுக்கு இடமில்லை என்ற கோட்பாட்டை 1990களிலிருந்து கொண்டிருந்தார் என்பதில் ஐயமில்லை.

03.09.1987 அன்று திருகோணமலைக்கு அருகிலுள்ள மூதூர் உதவி அரசாங்க அதிபர் ஹபீப் முகமது பள்ளி வாசலிலிருந்து வரும்போது சுட்டுக் கொல்லப்பட்டார். அதனால் கோபமுற்று ஊர்வலமாகச் சென்ற முஸ்லிம்கள் மூதூர் நகரில் இருந்த விடுதலைப் புலிகளின் அலுவலகத்தை நொறுக்கினர். *09.09.1987* அன்று ஹபீப் முகமது கொல்லப்பட்டதைக் கண்டித்து கல்முனை முஸ்லிம்கள் ஒரு ஊர்வலத்தை நடத்தினர். ஹபீப் முகமது கொலையைத் தாங்கள் செய்யவில்லை என மறுத்த விடுதலைப் புலிகள், *10.09.1987* அன்று ஹபீப் முகமது படுகொலையைக் கண்டித்துக் கடையடைப்பு நடத்தினர். ஆனால், விடுதலைப் புலிகளே அக்கொலையைச் செய்ததாக எண்ணிய முஸ்லிம்கள் கடையடைப்புக்கு ஒத்துழைக்காததால் கோபமடைந்த விடுதலைப் புலிகள், கல்முனையில் முஸ்லிம்களின் கடைகளைச் சூறையிட்டு, தீ வைத்துக் கொளுத்தினர். எதிர்காலத்தில் முஸ்லிம்களுக்கும் விடுதலைப் புலிகளுக்கும் உள்ள உறவு கெட இதுவும் காரணமாக இருந்தது என்றாலும் விடுதலைப் புலிகள் முதலில் இந்திய இராணுவ உதவியுடனும், பின்னர் இந்திய இராணுவத்தை வெளியேற்றும் வரை இலங்கை அரசிடம் கொண்ட இரகசிய உறவால் அரசு ஆயுத பலத்துடன் முஸ்லிம்களை எளிதில் அச்சுறுத்தும் நிலையில் இருந்தனர். கிழக்கு மாகாணத்தில் ஏறத்தாழ 33 விழுக்காடு இருக்கும் முஸ்லிம்கள், அதே மாகாணத்தில் ஏறத்தாழ 41 விழுக்காடு வாழும் தமிழர்

ஆகிய இரு இனங்களும் தமிழ் பேசும் மக்களாகவும் நெருக்கமான உறவுடன் பல நூற்றாண்டுகள் வாழ்ந்தனர். இரு இனங்களுக்கிடையே மோதல் ஏற்படுத்தி முஸ்லிம்களைக் கிழக்கு மாகாணத்திற்கு வெளியே உள்நாட்டில் இடம்பெயரச் செய்யும் திட்டத்தை விடுதலைப் புலிகள் செயல்படுத்தினர்.

1990களில் வடக்கும் கிழக்கும் விடுதலைப் புலிகளின் கட்டுப்பாட்டில் இருந்தது. இந்திய இராணுவம் விடுதலைப் புலிகளாலும் இலங்கை இராணுவத்தாலும் விரும்பப்படா இராணுவமாக இருந்தது. 07.07.1988 அன்று முதல் கட்டமாக இந்திய இராணுவம் தனது 6,000 துருப்புகளை இலங்கையிலிருந்து திரும்பப் பெற்றுக்கொண்டது.[11] இந்தியாவில் பொதுத் தேர்தல் 1989 டிசம்பரில் நடைபெற்றது. வி.பி.சிங் புதிய பிரதமரானார். அவர் 31.03.1990 நாளுக்கு முன்னர் இந்தியப் படைகள் திரும்பப் பெற வேண்டுமெனக் கட்டளைப் பிறப்பித்தார். அவ்வாறே 24.03.1990 அன்று இந்தியப் படைகள் இலங்கையிலிருந்து வெளியேறின. இதற்கிடையில் இணைந்த வட கிழக்கின் முதல்வர் வரதராஜப் பெருமாள் வடக்கு கிழக்கு மாகாண சபையின் சரிபாதி இருக்கைகளை விடுதலைப் புலிகளுக்குத் தரத் தயார் என முன்வந்தார்.

ஆனால், தமிழர் தாயகத்தில் மறுபடியும் தேர்தல் நடத்தினால் விடுதலைப் புலிகள் பெற்றி பெறுவது திண்ணம் என அன்ரன் பாலசிங்கம் கருணாநிதியுடன் பேசியதாக அடேல் பாலசிங்கம் குறிப்பிடுகிறார்.[12] அன்ரன் பாலசிங்கத்தின் நம்பிக்கை உண்மையா என்ற கேள்வி ஒருபுறமிருக்க, 1990ஆம் ஆண்டு மார்ச் மாத இறுதியில் இந்தியப் படைகள் வெளியேறியதும் கிழக்கில் விடுதலைப் புலிகளால் முஸ்லிம்கள் தொடர் தாக்குதலுக்கு உள்ளாயினர்.

முன்னதாக இந்திய இராணுவத்தை வெளியேற்ற பிரேமதாசா அரசுடன் தொடர்ந்து 11 மாதங்கள் பேச்சுவார்த்தைகள் நடந்தன. 05.05.1989 அன்று கொழும்பு ஹில்டன் ஹோட்டலில் தொடங்கிய அப்பேச்சுவார்த்தைகளை 10.06.1990 அன்று திடீரெனப் புலிகள் முறித்துக்கொண்டனர். 11.06.1990 அன்று கிழக்கு மாகாணத்திலுள்ள காவல் நிலையங்களைப் புலிகள் முற்றுகையிட்டனர். கல்குடா, மட்டக்களப்பு, வாழைச் சேனை, கல்முனை, அக்கரைப்பற்று, பொத்துவில், களுவாஞ்சிக் குடி, திருகோணமலை, உப்புவெளி, எறாவூர், வெல்லாடுவளி, கிண்ணியா, முல்லைத்தீவு, ஓட்டுசுட்டான் காவல் நிலையங்களும் பிரதேசங்களும் விடுதலைப் புலிகளால் சுற்றிவளைக்கப்பட்டன.

அரசு உத்தரவின் பேரில் போலீசார் ஆயுதங்களைக் கீழே போட்டு விடுதலைப் புலிகளிடம் சரணடைந்தனர். அவ்வாறு சரணடைந்தவர்களில் 303 சிங்கள காவலர்களும், 101 தமிழ் முஸ்லிம் காவலர்களும், பிற மதங்களைச் சேர்ந்தவர்கள் 12 பேரும் என 416 பேர் கொல்லப்பட்டனர்.[13] ஒருசில ஊடகங்கள் 600 போலீஸார் கொல்லப்பட்டதாகச் செய்திகள் வெளியிட்டன. இன்றுவரை 600 போலீஸார் கொல்லப்பட்டதாகவே எல்லாப் பத்திரிகையாளரும் எழுதுகின்றனர். ஆனால், எண்ணிக்கையில் வேறுபாடு இருந்தாலும் ஆயுதங்களைக் கைவிட்டு நிராயுதபாணிகளாகச் சரணடைந்த போலீசாரைக் கைகளைக் கட்டிக் கிழக்கிலிருந்த

காடுகளுக்குள் வாகனங்களில் அழைத்துச் சென்று சுட்டுக் கொன்ற செயல் உலகை உலுக்கிய 17 தீவிரவாதச் செயல்களில் ஒன்றாகப் பதியப்பட்டது.[14] சரணடைந்த போலீஸாரை நூற்றுக்கணக்கில் கொன்ற விடுதலைப் புலிகள் கிழக்கில் தங்களது முழுவெறியையும் முஸ்லிம்கள் மீது காட்டினர். 12.07.1990 அன்று ஹஜ் புனித பயணம் முடித்து சௌதி அரேபியாவிலிருந்து காத்தான்குடியை நோக்கிக் கல்முனை மட்டக்களப்பு வீதியில் பயணம் செய்த 165 முஸ்லிம் புனிதப் பயணிகளைக் குருக்கள் மடம் என்ற இடத்தில் விடுதலைப் புலிகள் படுகொலை செய்து புதைத்தனர்.[15]

*03.08.1990*ஆம் நாள் காத்தான்குடி மீரா ஜும்மா பள்ளிவாசல், முதலாம் குறிச்சி ஹுஸைனியா தைக்காப் பள்ளிவாசல் ஆகிய இரு பள்ளி வாசல்களில் விடுதலைப் புலிகள் முஹர்ரம் புனித நாளின் 10ஆம் நாளான ஆஷுரா தினத்தில் நோன்பு நோற்றுக் களைப்பில் இருந்தவர்களை இரவு 7.00 மணிக்கு இஷா தொழுகையின்போது தங்கள் இயந்திரத் துப்பாக்கிகளுடனும் வெடிகுண்டுகளுடன் தாக்கி 103 முஸ்லிம்களைப் படுகொலை செய்தனர். இப்படுகொலை நிகழ்வில் 45 முஸ்லிம்கள் காயமடைந்தனர்.[16] விடுதலைப் புலிகள் இயக்கத் தலைவரின் அனுமதியில்லாமல் இப்படுகொலை சம்பவம் நடந்திருக்கவே முடியாது.[17] இலங்கை இராணுவத்தினரோ, காவலர்களோ அக்காலத்தில் அங்கு முகாமிட்டிருக்கவில்லை. காத்தான்குடி மற்றும் அதையொட்டிய பகுதிகள் விடுதலைப் புலிகளின் கட்டுப்பாட்டில் இருந்தன.

விடுதலைப் புலிகளுக்கு மட்டக்களப்பிலிருந்து முஸ்லிம்களை விரட்டும் திட்டம் இருந்தது. எனவே மட்டக்களப்பு மாவட்டத்தில் முஸ்லிம்கள் நிறைவாக வசிக்கும் ஊரான காத்தான்குடி பள்ளிவாசல்களில் தாக்குதல் நடத்தினர். முஸ்லிம்கள் காத்தான் குடியைவிட்டு இடம்பெயர்ந்துவிடுவார்கள், அவ்வாறு இடம்பெயர்ந்தால் எறாவூர், ஓட்டமாவடி, வாழைச்சேனை முஸ்லிம்களும் அச்சத்தில் வெளியேறிவிடுவார்கள். அதன் பின்னர் மட்டக்களப்பு முழுவதும் தமிழீழப் பகுதியாக மாறிவிடும் என்ற நோக்கத்திலேயே காத்தான்குடிப் பள்ளிவாசல்கள் மீது தாக்குதலைப் புலிகள் நிகழ்த்தினர்.[18] அம்பாறை மாவட்டத்தில் ஒலுவில் அஷ்ரப் நகரில் 05.08.1990 அன்று வயல் வேலைக்குச் சென்று திரும்பிய முஸ்லிம்கள் 17 பேர் கொல்லப்பட்டனர். மறுநாள் சடலங்கள் 06.08.1990 அடக்கப்படும்போது பக்கத்திலிருந்த திராய்க்கேணி கிராமத்திற்குள் முஸ்லிம்கள் நுழைந்து 52 தமிழர்களைக் கொன்றனர். அவர்களில் பெரும்பாலானோர் சலவைத் தொழிலாளிகள்.[19] 06.08.1990 அன்று அக்கரைப்பற்று நீத்தை வட்டையில் விடுதலைப் புலிகளிடம் ஒரு ஏக்கருக்கு 600 ரூபாய் வரி அல்லது கப்பம் செலுத்தி இரசீது பெற்று அறுவடைக்குச் சென்ற 33 முஸ்லிம் விவசாயிகளை விடுதலைப் புலிகள் இயந்திரத் துப்பாக்கிகளால் சுட்டுக் கொலை செய்தனர்.[20] அதற்கு எதிர்வினையாக முஸ்லிம்கள் 07.08.1990 அன்று அலிக்கம்பே சேவியர்புரத்தில் தமிழ் இந்து குறவர் பழங்குடியினரின் வீடுகளைத் தாக்கியதில் வண்ணக்கிளி, பெத்தப்பு, சுந்தரம், அல்போன்ஸ் ஆனந்தன் உள்ளிட்ட ஆறு பேர் உயிரிழந்தனர்.[21]

12.08.1990 அன்று சம்மாந்துறை முஸ்லிம்கள் விடுதலைப் புலிகளால் தாக்கப்பட்டனர். அதற்கு முன்னரே ஜூலை மாதம் 25ஆம் நாள் கள்ளியம்பத்தை

விளைநிலங்களுக்குச் சென்ற மூன்று முஸ்லிம் விவசாயிகள் விடுதலைப் புலிகளால் படுகொலை செய்யப்பட்டனர். 12.08.1990 அன்று சூடடிப்பதற்காகச் சாளம்பைக்கேணி ஊருக்கு டிராக்டரில் சென்ற முஸ்லிம் விவசாயிகள் நால்வர் கொல்லப்பட்டனர். முஸ்லிம்களில் பலர் காயத்துடன் தப்பித்தனர். அவ்வாறு தப்பித்தவர்கள் வீரமுனையில் வாழும் விடுதலைப் புலிகளே இந்நிகழ்வுக்குக் காரணம் எனக் குற்றம் சாட்டினர். அது உடனடியாக முஸ்லிம்கள் வீரமுனையில் ஒரு எதிர்தாக்குதலை நிகழ்த்தக் காரணமாயிற்று.[22] தமிழ் முஸ்லிம் என்ற மத வேறுபாடுகளைத் தவிர வயல்களில் ஒன்றாக நாற்று நட்டு, களையெடுத்து, அறுவடை செய்து, திருவிழாக்களில் ஒன்றாகப் பங்கெடுத்த தமிழ் முஸ்லிம்களும் தமிழர்களும் நெருக்கமான உறவினையே கொண்டிருந்தனர். அவ்வுறவு ஆயுதப் போராட்டக் காலத்தில் பெரிதும் பாதிப்புக்குள்ளானது. தமிழர் தலைவர்கள் அடிக்கடி மேடைகளில் தங்கள் உரைகளில் குறிப்பிடுவது போல தேங்காய் பூவும் புட்டும் போன்று இரண்டறக் கலந்த முஸ்லிம்களும் தமிழர்களும் எதிரெதிர் நிலையை எடுத்ததில் விடுதலைப் புலிகளுக்குப் பெரும்பங்கு உண்டு. தமிழீழ தாயகத்தில் சிங்களருக்கும் முஸ்லிம்களுக்கும் இடம் உண்டு என்ற அவர்களது 1987 வரையிலான கொள்கையை எவ்வித அரசியல் முதிர்ச்சியும் இல்லாமல் கைவிட்டுவிட்டு, தங்கள் ஆயுத பலத்தால் சிங்களர்களையும் முஸ்லிம்களையும் கிழக்கிலிருந்தும் வடக்கிலிருந்தும் முற்றிலும் அகற்றி இனச் சுத்திகரிப்புச் செய்ய முற்பட்டதே அதற்குக் காரணம்.

1989ஆம் ஆண்டு இந்திய இராணுவத்தினரும் ஈ.பி.ஆர்.எப் மற்றும் ஈ.என்.டி.எல்.எப் இரு அமைப்புகளில் இருந்த ஆயுதப் போராளிகளும் சேர்ந்து சம்பாந்துறை முஸ்லிம்களைத் தாக்கி 126 முஸ்லிம் வீடுகளை எரித்ததற்காகவும், கிழக்கில் காத்தான்குடி மீரா ஜும்மா பள்ளிவாசல், அக்கரைப்பற்று பெரிய பள்ளி வாசல் ஆகியன விடுதலைப் புலிகளால் தாக்கப்பட்டதைத் தொடர்ந்து, சம்மாந்துறை முஸ்லிம் விவசாயிகள் கொல்லப்பட்டதற்காகவும் ஆத்திரமடைந்த முஸ்லிம்கள், அதற்கு வீரமுனையைச் சேர்ந்த மூத்தான், அப்பக்கார வள்ளியின் மகன், அந்தோணி மகன் மூர்த்தி, கைபுரத்துகுமார் ஆகியோரே காரணம் என்று கும்பலாகக் கிளம்பிச் சென்று தமிழர்களைத் தாக்கினர். அதில் 40 முதல் 90 பேர் வரை கொல்லப்பட்டதாகவும் 130 பேர் காயம்பட்டதாகவும் 10,000 பேர் அகதிகளாக ஆனதாகவும் தமிழர் தரப்பினர் கருதினர்.[23] முஸ்லிம் தரப்பில், அவ்வெண்ணிக்கை மிகைப்படுத்தப்பட்டதாகக் கூறுகின்றனர். எனினும் வீரமுனையில் இறந்த தமிழர்களுக்காக நினைவுச் சின்னம் ஒன்று அமைக்கப்பட்டது. வீரமுனைத் தாக்குதல் நிகழ்த்தப்படுமுன்னே குருக்கள் மடத்தில் ஹஜ் புனித யாத்திரை முடித்துத் திரும்பிய ஹாஜிகள் 165 பேர் விடுதலைப் புலிகளால் படுகொலை செய்யப்பட்டனர். மேலும் அவர்களால் காத்தான்குடி, அக்கரைப்பற்று பள்ளிவாசல்கள் தாக்குதலுக்குள்ளான நிகழ்வு தமிழர்களுக்கும் முஸ்லிம்களுக்கும் இடையேயான உறவில் பெரும் விரிசல் ஏற்படக் காரணமானது.

விடுதலைப் புலிகள் 11.08.1990 தொடங்கி 12.08.1990 அதிகாலை 2.00 மணி வரை எமீறாவூரில் 121 முஸ்லிம்களைப் படுகொலை செய்தனர். 11.08.1990

சனிக்கிழமை இரவு ஏறாவூருக்குள் துப்பாக்கி, கத்தி, வாள், கோடாரி ஆகியவற்றுடன் நுழைந்த புலிகள் அப்பாவி முஸ்லிம்களைக் கொல்லத் தொடங்கினர். கரட்டையன் குடா, வோட் பிளேஸ், புன்னக்குடா, தளவாச் சேனை ஐயங்கேணி, சதாம் ஹூஸைன் நகர் போன்ற முஸ்லிம் கிராமங்களுக்குள் நுழைந்த விடுதலைப் புலிகள் 121 முஸ்லிம்களைத் துப்பாக்கியால் சுட்டும் கத்தியால் குத்தியும் கொன்றனர். அப்போது இலங்கை இராணுவ முகாமுக்கு முஸ்லிம்களால் தகவல் தெரிவிக்கப்பட்டும் இலங்கை இராணுவம் உதவிக்கு வரவில்லை. ஆனால், காலை எட்டு மணியளவில் காயம்பட்டவர்களைப் பொலன்னறுவை, அம்பாறை, கொழும்பு மருத்துவமனைகளுக்கு இலங்கை அரசு ஹெலிகாப்டர்களிலும் லாரிகளிலும் கொண்டு செல்ல உதவியது. கொல்லப்பட்ட முஸ்லிம்களது உடல்கள் மீது மட்டக்களப்பு மாவட்ட நீதிபதியாக இருந்த தியாகராஜா மரண விசாரணை நடத்தினார். அவ் உடல்கள் 12.08.1990 அன்று மாலை காட்டுப் பள்ளிவாசலில் அடக்கம் செய்யப்பட்டன.

ஏறாவூர் படுகொலையின்போது ஏறாவூரைச் சேர்ந்த முஸ்லிம் இளைஞர்களும் விடுதலைப் புலிகள் இயக்கத்தில் இருந்தனர். 29 வருடங்களாகியும் ஏறாவூர் முஸ்லிம்களின் முதுகில் வறுமையை ஆயுள் சாசனமாக இப்படுகொலை எழுதிவிட்டுச் சென்றது என அம்பாறை எழுத்தாளர் சர்ஜூன் வேதனையுடன் குறிப்பிடுகிறார்.[24] 1988இல் இந்திய இராணுவம் இலங்கையில் நிலைகொண்டிருந்தபோது வடக்கில் 52,638 முஸ்லிம்களும், கிழக்கில் 3,15,201 முஸ்லிம்களும் வாழ்வதாகவும் அம்பாறை மாவட்டத்தில் 41.6 விழுக்காடு முஸ்லிம்கள் வாழ்வதாகவும் குறிப்பிட்ட விடுதலைப் புலிகளின் அறிக்கை பாலஸ்தீனத்தை மீட்க இஸ்ரேலுடன் போராடிக்கொண்டிருக்கும் முஸ்லிம்களுக்காகக் கவலைப்பட்டது. அம்பாறை மாவட்டத்தின் பெயர் சிங்களப் பெயரான திகாடுமல்ல என மாற்றப்பட்டுவிட்டது எனக் கூறிய அவ்வறிக்கை, முஸ்லிம்களின் 10,000 ஏக்கர் நிலங்கள் தீகவாபி புனித நகர் திட்டத்திற்காகச் சிங்களரால் கையகப்படுத்தப்பட்டதாகவும் அதனால் அரசின் திட்டங்களைப் பெற முடியாமல் நிலங்களை இழந்து வாழும் முஸ்லிம்கள் சிங்களரோடு வாழ்வது பாம்பின் நிழலில் தவளை இளைப்பாற நினைப்பது போல இருக்கும் எனவும் கூறியது.[25] ஆனால், அவ்வறிக்கை வெளியான இரு ஆண்டுகளில் முஸ்லிம்களின் நிலை மேலும் மோசமானது. முஸ்லிம்களின் நிலங்களை விடுதலைப் புலிகள் ஆக்கிரமித்துக்கொண்டனர். இக்காலத்தில் பாம்பின் பாத்திரத்தை விடுதலைப் புலிகள் ஏற்றுக்கொண்டனர்.

1990ஆம் ஆண்டு வடமாகாணத்தில் முஸ்லிம்கள் வெளியேற்றப்பட்ட பின்னர் அவர்களது வீடுகளைத் தங்களது படையணியில் போரில் இறந்த மாவீரர்களுக்கு வழங்கினர். விடுதலைப் புலிகள் படையணியில் எஞ்சியிருந்த முஸ்லிம் போராளிகள் விடுதலைப் புலிகளால் கொல்லப்பட்டனர், சிலர் தப்பி ஓடினர். அரசாங்கம் தங்களது போலீஸாருக்கும் இராணுவத்தினருக்கும் போதிய பாதுகாப்பு வழங்காத நிலையில் முஸ்லிம்களின் பாதுகாப்பிற்காக ஈபிஆர்எல்எப் அமைப்பின் பத்மநாபா 300 இயந்திரத் துப்பாக்கிகளை முஸ்லிம் காங்கிரஸின் நிறுவனரும் இணைந்த வடகிழக்கு மாகாண சபையின் எதிர்க்கட்சித் தலைவருமான சேகு இஸ்ஸதீனிடம்

வழங்கினார். முஸ்லிம்களின் பாதுகாப்புக்காக ஊர்க் காவல்படை உருவாக்கப்பட்டு இலங்கை பாதுகாப்பு அமைச்சகத்தின் சார்பில் ஆயுதங்கள் வழங்கப்பட்டன. சிட்டிசன் வாலண்டியர் ஃபோர்ஸ் (சி.வி.எஃப்) என்ற மக்கள் தன்னார்வ அணிகள் உருவாக்கப்பட்டன. தமிழ்நாட்டிலுள்ள இலங்கை துணைத் தூதர் அலுவலகத்தில் முதன்மைச் செயலாளராகவும் கிழக்கு மாகாணத்தின் பாதுகாப்பு இணையதிகாரியாகவும் பணிபுரிந்த பொத்துவில்லைச் சேர்ந்த அப்துல் மஜீத், ஓட்டமாவடியில் 400 முஸ்லிம்களுக்கு ஊர்க் காவற்படையில் பயிற்சியும் தற்காப்பு ஆயுதங்களையும் வழங்க ஏற்பாடுகள் செய்தார்.[26] கிழக்கில் விடுதலைப் புலிகளின் முஸ்லிம் படுகொலைகளைப் பட்டியலிடும்போது முஸ்லிம்கள் மேற்கொண்ட தமிழர்கள் மீதான தாக்குதலையும் இணைத்துக் கூற வேண்டியதுள்ளது. அவ்வாறு கூறும்போது முஸ்லிம்களின் தாக்குதல் ஆத்திரமடைந்த எதிர்வினையாகவே இருப்பதை எளிதில் காணமுடியும். தங்களைவிட பல மடங்கு எண்ணிக்கையையும் ஆயுத பலத்தையும் கொண்ட இந்திய இலங்கை இராணுவங்களையும், டி72 இராணுவ டாங்குகளையும், போர் விமானங்களையும் தாக்கி ஓடச் செய்த விடுதலைப் புலிகளுக்கு எதிராகச் சிறு எண்ணிக்கைகளிலான ஆயுதங்களையும் முழுமையான இராணுவப் பயிற்சியற்ற ஊர்க் காவற்படைகளையும் கொண்டு முஸ்லிம்களால் பெரிய அளவில் பாதிப்பை ஏற்படுத்தியிருக்க முடியாது. ஆனால், விடுதலைப் புலிகள் திட்டமிட்டே கிழக்கு மாகாணத்திலிருந்து முஸ்லிம்களை வெளியேற்ற தொடர் தாக்குதல்களை நிகழ்த்தினர். அது அவர்கள் எதிர்பார்த்த வெற்றியை வழங்காதது மட்டுமல்ல, முஸ்லிம்களைத் தங்கள் மதத்தை நோக்கித் தீவிரமாகத் தள்ளியது. விடுதலைப் புலிகளைவிட சிங்களர்கள் பரவாயில்லை என்ற மனநிலைக்கு முஸ்லிம்கள் தள்ளப்பட்டனர். 03.08.1990 அன்று காத்தான்குடியில் இரண்டு பள்ளிவாசல்களில் விடுதலைப் புலிகளால் மேற்கொள்ளப்பட்ட மனித குலத்தை வெட்கப்படச் செய்யும் படுகொலைகளாக 103 முஸ்லிம்கள் தொழுகை நேரத்தில் கொல்லப்பட்ட நிகழ்வு உள்ளது.

05.08.1990 அன்று விடுதலைப் புலிகள் ஒலுவில் அஷ்ரப் நகரில் 17 முஸ்லிம்களைக் கொன்றனர். 06.08.1990 அன்று ஒலுவில் அஷ்ரப் நகர் அருகே உள்ள திராய்க் கேணியில் முஸ்லிம்கள் 52 தமிழர்களைக் கொன்றனர்.

06.08.1990 அன்று அக்கரைப்பற்றிலுள்ள முஸ்லிம்கள் 33 பேர் விடுதலைப் புலிகளால் கொல்லப்பட்டனர். மறுநாள் அக்கரைப்பற்று அருகேயுள்ள அலிகம்பேயில் ஆறு தமிழர்கள் முஸ்லிம்களால் கொல்லப்பட்டனர்.

11.08.1990 அன்று விடுதலைப் புலிகளால் 121 முஸ்லிம்கள் எறாவூரில் கொல்லப்பட்டனர். அதன் மறுநாளும் சம்மாந்துறையில் முஸ்லிம்கள் கொல்லப்பட்டனர். கொல்லப்பட்டவர்களின் உடல்கள் அடக்கப்படும்போது முஸ்லிம்கள், அருகில் இருந்த வீரமுனையைத் தாக்கி 35 முதல் 90 எண்ணிக்கையிலான தமிழர்களைக் கொன்றதாக வீரமுனையைச் சேர்ந்த பொன்னம்பலம் குறிப்பிடுகிறார். அவரே அகதிகளாக இருந்த தமிழர்களுக்கு ரசாக் என்ற முஸ்லிம் ஒருவர் தன் சொந்த அரிசியைக் குற்றி அனுப்பி உதவியதையும் குறிப்பிடுகிறார்.[27]

விடுதலைப் புலிகளின் அதிகாரப்பூர்வ ஏடுகளிலும் இலங்கையின் முரசொலி பத்திரிகையிலும் பொய்யான செய்திகள் வெளியானதை சர்ஜூன் அம்பலப்படுத்தியுள்ளார். உதாரணமாக, கல்முனையில் பதினான்கு வயது தமிழ்ப் பெண் பாலியல் வன்முறைக்கு உட்படுத்தப்பட்டுக் கல்லால் எறிந்து கொலை செய்யப்பட்டார் என்ற செய்தி விடுதலைப் புலிகளின் ஏட்டில் 1990ஆம் ஆண்டு கார்த்திகை இதழின் ஏழாம் பக்கத்தில் வெளியானது. நாள், மாதம் கூட குறிக்கப்படாமல் பல பிரிவுகளைக் கொண்ட கல்முனையின் எந்தப் பகுதி என்பதையும் குறிப்பிடாமல் மொட்டையாகப் போடப்பட்டிருப்பதன் மூலம் அவ்வாறு ஒரு நிகழ்வு 1990ஆம் ஆண்டு கல்முனையில் நிகழ்ந்ததாக எந்த ஆதாரமும் இல்லாததால் அது சோடிக்கப்பட்ட செய்தி என்று சர்ஜூன் குறிப்பிடுகிறார்.[28] இவ்வாறாகக் கிழக்கில் முஸ்லிம்கள் தமிழர்களைத் தாக்கியதாகப் போலிச் செய்திகள், 02.11.1990 அன்று வடக்கு வாழ் முஸ்லிம்கள் முற்றிலும் வெளியேற்றப்பட்ட பின்னர் விடுதலைப் புலிகள் ஆதரவு பத்திரிகை முரசொலியில் பிரசுரிக்கப்பட்டதன் அரசியல் நோக்கத்தை அம்பலப்படுத்திய சர்ஜூன், அது எழுத்துப் பயங்கரவாதம் எனக் கூறுகிறார்.

1990களில் புலிப்பாய்ச்சல் மிகக் கொடூரமாகவே இருந்தது. அதற்குச் சிகரம் வைத்தாற் போல் இனச் சுத்திகரிப்புக்கான முன்னேற்பாடுடன் நடந்த முஸ்லிம்களின் வெளியேற்றம், உயிருடன் இருந்திருந்தால் ஹிட்லரையே வெட்கப்பட வைத்திருக்கும். குருக்கள் மடத்தில், காத்தான்குடியில், எறாவூரில், அழிஞ்சிப் பொத்தானையில், கிரான்குளத்தில் என விடுதலைப் புலிகளால் 392 முஸ்லிம் பொதுமக்கள் 1990களில் கொல்லப்பட்டதைப் பதிவு செய்த புஸ்பராஜா, தனது சகோதர இனத்தின் மீது பாசிச வன்முறைகளை மேற்கொள்ளும் இயக்கம் தனது சொந்த இனத்திற்காகப் போராடத் தார்மீகத் தகுதியற்றது என்றார்.[29]

விடுதலைப் புலிகள் தங்கள் ஆயுத தாக்குதலுக்கு முன்னராகப் பொய் செய்திகள் நிரம்பிய எழுத்துப் பயங்கரவாதத்தைக் கட்டவிழ்த்துவிட்டதாகக் கூறும் சர்ஜூன், தமிழகத்திலும் இதே போன்ற செய்திகள் பரப்பப்பட்டதாகக் கூறுகிறார். தமிழ்த் தேசிய மூத்தத் தலைவரான பழ.நெடுமாறன் எழுதிய 'ஈழம் சிவக்கிறது' நூலில் அம்பாறை மாவட்டம் தாண்டியடி, திருக்கோவில், கோமாரி ஆகிய ஊர்களில் 2,000 தமிழர்கள் முஸ்லிம்களால் கொல்லப்பட்டதாகவும் எழுபத்தைந்தாயிரம் தமிழர்கள் முஸ்லிம்களால் அகதிகளாக்கப்பட்டதாகவும் குறிப்பிட்டதைத் தொடர்ந்து இருமுறை பழ.நெடுமாறனைத் தொடர்புகொண்டதாகவும், எதன் அடிப்படையில் அத்தகவல் எழுதப்பட்டது என்று அவரால் தன்னிடம் கூறமுடியவில்லை எனவும் அவ்வாறான ஈழம் சிவக்கிறது நூலின் பதிவு முற்றிலும் உண்மைக்குப் புறம்பானது எனவும் தாண்டியடி, திருக்கோவில், கோமாரி பகுதிகளில் வாழும் தமிழர்களது நேர்முகப் பேட்டிகள் மூலம் அம்பாறை மாவட்டத்தைச் சேர்ந்த சர்ஜூன் விளக்குகிறார்.[30] பழ.நெடுமாறனின் ஈழம் சிவக்கிறது நூலின் கருத்தையே செம்பூர் ஜெயராஜும், இலையூர் பிள்ளையும் தங்கள் நூலில் பதிவு செய்துள்ளனர். அதே கருத்துகளை பாவைச் சந்திரனும் தனது நூலில் கூறியுள்ளார்.[31]

1990ஆம் ஆண்டு வடக்கிலுள்ள முஸ்லிம்களுக்கு மகிழ்ச்சியற்ற நிகழ்வுகளையே கொண்டு வந்தது. 1995ஆம் ஆண்டு இலங்கை இராணுவத்தால் யாழ்ப்பாணம் தாக்குதலுக்குள்ளானபோது தாங்கள் ஏற்கெனவே விடுதலைப் புலிகளால் விரட்டப்பட்டதால் இராணுவத்தின் குண்டுகளை எதிர்கொள்ளவில்லை என வடக்கு வாழ் முஸ்லிம்கள் ஒருவேளை ஆறுதலடைந்திருக்கலாம். ஆனால், ஒரு மக்கள் திரள் முழுவதையும் முஸ்லிம்கள் என்ற காரணத்தால் வேரோடும் வேரடி மண்ணோடும் விடுதலைப் புலிகள் பிடுங்கி எறிந்ததை, புலிகளை ஆதரித்த, ஆதரிக்கும் அனைவரும் மன்னிப்புக் கேட்டாலும் அது ஆறாத வடுவாகவே இருக்கும்.

கிழக்கில் ஓரளவு அடர்த்தியான மக்கள் தொகை கொண்ட முஸ்லிம்கள் தாக்குதலுக்கு எதிர்வினை செய்ய பொருளாதாரத்திலும் எண்ணிக்கையிலும் பலம் பெற்றிருந்தார்கள். ஆனாலும் விடுதலைப் புலிகளை எதிர்த்து நின்ற இந்திய இலங்கை இராணுவங்களே பெருத்த பின்னடைவுகளைச் சந்தித்த 1990களின் சூழலில், புலிகளை எதிர்த்து வடக்கு முஸ்லிம்கள் நிற்பது இயலாத காரியமாகவே இருந்தது. வடக்கில் நிலமை இன்னும் மோசம். அங்கு மக்கள் தொகை எண்ணிக்கையில் முஸ்லிம்கள் மிகக் குறைவு. ஆனால், யாழ்ப்பாணத்திலிருந்து நீங்கள் ஏன் முஸ்லிம்களைத் துரத்தினீர்கள் என்ற இலண்டன் பிபிசி நிருபரின் வினாவிற்கு, "1990ஆம் ஆண்டு அம்பாறை மாவட்டத்தில் இனக்கலவரம் மூண்டு தமிழர்கள் விரட்டப்பட்டதால் யாழ்ப்பாணத்திலும் கலவரம் வெடிக்கும் சூழல் நிலவியது. எனவே முஸ்லிம்கள் பாதுகாப்பில் அக்கறை கொண்டு முஸ்லிம்களை அகலும்படி கேட்டுக்கொண்டோம். ஆனால் போர் முடிந்ததும் அவர்களை மீண்டும் யாழ்ப்பாணத்தில் குடியேற ஒப்புக்கொள்வோம்" என பிரபாகரன் பதில் கூறினார்.[32]

மேற்சொன்ன பிரபாகரனின் பதில் முழுப் பூசணிக்காயைச் சோற்றில் மறைக்க முயல்வதாக உள்ளது. 1988ஆம் ஆண்டு முஸ்லிம் மக்களும் விடுதலைப் போராட்டமும் என்ற விடுதலைப் புலிகளின் அறிக்கையின்படி அப்போது 'மாவட்ட அளவிலான இஸ்லாமியத் தமிழர்களின் குடிதொகை எண்ணிக்கையும் வீதமும்' என்ற தலைப்பில் வெளியான வரைபடத்தில் அம்பாறை மாவட்ட மொத்த மக்கள்தொகையில் முஸ்லிம்களின் பங்கு 41.6 விழுக்காடு, மட்டக்களப்பு மாவட்டத்தில் 29 விழுக்காடு, மட்டக்களப்பில் 24 விழுக்காடு, ஆனால் யாழ்ப்பாணத்தில் 1.6 விழுக்காடு மட்டுமே, யாழ்ப்பாணத்தில் மொத்த முஸ்லிம்களது எண்ணிக்கை 13,757 மட்டும், முல்லைத்தீவில் முஸ்லிம்களது எண்ணிக்கை 3,779. அங்கு அவர்களது மக்கள் தொகை பங்கு 4.9 விழுக்காடு. மன்னாரில் முஸ்லிம்களது எண்ணிக்கை 28,464, மக்கள் தொகை பங்கு 26.6 விழுக்காடு. இவ்வாறு வடக்கில், குறிப்பாக இலங்கையில் இருந்து புவியியல் ரீதியாகத் தனிமைப்பட்டிருக்கும் யாழ்ப்பாணத்திலுள்ள 1.6 விழுக்காடு முஸ்லிம்களுக்கும் யாழ்ப்பாணத் தமிழர்களுக்கும் கலவரம் வெடிக்கும் சூழல் ஏற்பட்டது என்று கூறினால் குழந்தையும் நகைக்கும்.

கிழக்கில் ஏற்பட்ட கலவரச் சூழல் விடுதலைப் புலிகளால் செயற்கையாக முஸ்லிம்கள் மீது தொடர் தாக்குல்களை நடத்தி ஏற்படுத்தப்பட்டது. ஆனால், அத்தாக்குதல்கள் முஸ்லிம்களுக்கும் தமிழர்களுக்கும் இடையே முரண்பாடுகள்

ஏற்படக் காரணமானதேயன்றி விடுதலைப் புலிகளின் எதிர்பார்ப்பின்படி கலவரமாக வெடிக்கவில்லை. "முஸ்லிம்கள் மீது அக்கறை கொண்டு அவர்களை யாழ்ப்பாணத்திலிருந்து அகல கேட்டுக்கொண்டோம்" என்ற பிரபாகரனின் கூற்று உண்மையானால் முஸ்லிம்களது நகை, பணம் எல்லாவற்றையும் பறித்து ஓட்டாண்டிகளாக்கி ஓடவிட்டது ஏன் என்ற கேள்விக்கு விடுதலைப் புலிகளின் ஆதரவாளர்கள் விடையளிப்பது கடினம்.

வடக்கு மாகாணத்திலுள்ள மன்னார் மாவட்ட முஸ்லிம்களை ஐந்து நாட்களுக்குள் வெளியேற விடுதலைப் புலிகள் கட்டளைப் பிறப்பித்தனர். பின்னர் இக்கெடு *30.10.1990* வரை நீட்டப்பட்டது. மன்னார் தீவு முஸ்லிம்கள் *500* ரூபாய்களை மட்டுமே எடுத்து வெளியேற அனுமதிக்கப்பட்டனர். பணம், தங்கம், ஆடு மாடுகள், கார்கள், லாரிகள், மோட்டார் சைக்கிள்கள், மிதிவண்டிகள் ஆகியன விடுதலைப் புலிகளால் பிடுங்கப்பட்டு வெறுங்கைகளுடனே முஸ்லிம்களை வெறியேற்றினர். ஏழு நாட்கள் காலக் கெடுவில் முஸ்லிம்கள் மன்னார்தீவு எருக்கலம்பிட்டிக் கடற்கரையில் வெளியேறத் திரண்டனர். *13,000* முதல் *20,000* முஸ்லிம்கள் *70* மைல் தூரம் ஆழ்கடலில் வள்ளங்கள் மூலம் கற்பிட்டி வந்து அங்கிருந்து கொழும்பு, குருநாகல், புத்தளம், களுத்துறை, அனுராதபுரம் போன்ற இடங்களுக்கு உள்நாட்டு அகதிகளாகச் சென்றனர்.[33] *25.10.1990* அன்று முல்லைத்தீவிலுள்ள *3,777* முஸ்லிம்களில் இலங்கை இராணுவத்திற்கும் விடுதலைப் புலிகளுக்கும் போர் தொடங்கியதும் *40* விழுக்காடு முஸ்லிம்கள் தானாக வெளியேறினர்.

போரின் நடுவிலும் தங்கியிருந்த மீதமுள்ள *60* விழுக்காடு முஸ்லிம்களைப் புலிகள் பலவந்தமாக வெளியேற்றினர். *1990*ஆம் ஆண்டின் தொடக்கத்தில் முல்லைத் தீவு மாவட்டத்திலிருந்து வெளியேற்றப்பட்டுப் புத்தளத்தில் தங்கியிருந்த முஸ்லிம்களை மீள் குடியேற்றம் செய்ய அழைத்த விடுதலைப் புலிகள், மீள் குடியேறிய ஏழாவது மாதத்தில் பறித்தெடுக்க தங்கமோ பணமோ இல்லாத நிலையில் மறுபடியும் விரட்டினர். தண்ணீரூற்று, ஹிஜ்ராபுரம், நீராவிப்பட்டி உள்ளிட்ட கிராம முஸ்லிம்கள் புலிகளால் பலவந்தமாக வெளியேற்றப்பட்டனர். தண்ணீரூற்றில் தாஹா மொகமது என்பவருக்குச் சொந்தமான தென்னந்தோப்பில் பின்னர் விடுதலைப் புலிகளின் பிரிகேடியர் பால்ராஜ் வாழ்ந்துவந்ததாக சர்ஜூன் பதிவு செய்தார்.[34]

1990 அக்டோபர் மாதம் சாகவச்சேரி முஸ்லிம்களையும் விடுதலைப் புலிகள் வெளியேற்றினர். அம்மாதம் *15*ஆம் நாளில் சாகவச்சேரியில் இரும்பு மற்றும் கட்டுமானப் பொருட்களை விற்பனை செய்யும் சுல்தான் அப்துல் காதர் பிரதர்ஸ் உரிமையாளர் அப்துல் லத்தீப் சுப்ஹான் என்பவரைப் புலிகள் *18* மாதங்கள் தங்கள் சிறையில் வைத்திருந்தனர். அவரது வணிக நிறுவனத்தில் வாட்கள் போன்ற ஆயதங்கள் கண்டுபிடிக்கப்பட்டதாகக் கூறிய புலிகள், சாகவச்சேரி முஸ்லிம்களைப் பலவந்தமாக வெளியேற்றினர். அவ்வாறு முஸ்லிம்கள் வெளியேறும்போது தமிழர் பலர் அவர்களுக்கு உதவினர். சிறீ என்ற தமிழர் மூன்று பேருந்துகளைக் கொடுத்து உதவினார். வெளியேற்றம் செய்யப்படும் முஸ்லிம்கள் அமர்ந்திருந்த, பேருந்தின்

ஜன்னல் கம்பிகளைப் பிடித்துத் தொங்கிக்கொண்டே தமிழர்கள் அழுதுகொண்டு பேருந்துடன் ஓடினர்.

சாகவச்சேரி முஸ்லிம்களிடமிருந்தும் பணம், தங்க நகைகள், மோட்டார் சைக்கிள் ஆகியன பறிக்கப்பட்டு ஏதுமற்றவர்களாகத்தான் அவர்கள் அனுப்பப்பட்டனர். விடுதலைப் புலிகளின் முதன்மையான குற்றச்சாட்டான சாகவச்சேரி சுல்தான் அப்துல் காதர் பிரதர்ஸ் கடையில் ஆயுதங்கள், வாக்கி டாக்கி போன்ற தகவல் சாதனங்கள் கண்டுபிடிக்கப்பட்டது என்பது முற்றிலும் பொய்யானது என்றும் அவ்வாறு தாங்கள் வைத்திருந்தால் 18 மாதங்கள் தடுத்து வைத்த பின் தங்களை உயிருடன் திருப்பி அனுப்பியிருக்க மாட்டார்கள், உடனடியாகத் தங்கள் கதையை முடித்திருப்பார்கள் என்றும் ஒன்றரை கோடி ரூபாய் கேட்டுக் கடத்தப்பட்ட சுல்தான் அப்துல்காதர் பிரதர்ஸ் உரிமையாளர் அப்துல் லத்தீப் சுப்ஹான் தனது நேர்முக பேட்டியில் சர்ஜூனிடம் கூறினார்.[35]

30.10.1990 அன்று விடுதலைப் புலிகளின் விடுதலைப் போராட்டம் தற்கொலை செய்துகொண்ட நாள் எனக் குறிப்பிடும் சர்ஜூன், யாழ்ப்பாண முஸ்லிம்கள் வெளியேற்றத்தை முழுமையாக விவரிக்கிறார். ஒலிப்பெருக்கிகள் மூலம் முஸ்லிம்களை ஜின்னா மைதானத்தில் கூடச் சொன்ன விடுதலைப் புலிகளின் அப்பகுதி தலைவரான ஆஞ்சநேயர் என்ற இளம்பருதி, யமகா மோட்டார் சைக்கிளை நிறுத்தி அதன் மீது ஏறி நின்று முஸ்லிம்களை இரண்டு மணி நேரத்தில் வெளியேறக் கட்டளையிட்டுத் தன்னை நோக்கிய முஸ்லிம்களின் கேள்விக்கணைகளைத் தவிர்த்து அவர்களை அச்சுறுத்த வானத்தைப் பார்த்துச் சுட்டார். விடுதலைப் புலிகள் இயந்திரத் துப்பாக்கிகளுடன் முஸ்லிம்களின் சோனகத் தெருவெங்கும் நிறுத்தப்பட்டிருந்தனர்.

ஆசாத் சாலை சந்தி, ஹாஜி அபுபக்கர் வீதி, ஜின்னா மைதான வீதிகளில் வீதித் தடைகள் ஏற்படுத்தப்பட்டன. ஆசாத் வீதி அமீர்டெர்ஸ் உரிமையாளர் வீட்டிற்கு முன், ஜின்னா வீதியில் அப்துல் ரஹீம் வீட்டுமுன், ஐந்து லாம்பு சந்தியிலுள்ள ஒமேகா மோட்டார்ஸ் வியாபார நிலையம், எஸ்.எம். மீராசாஹிப் டிரான்ஸ்போர்ட் நிலையம் ஆகிய இடங்களிலும் மாவடி, மானிப்பாய் வீதிகளிலும் வரிசையாக வெளியேற்றம் செய்யப்படும் முஸ்லிம்கள் நிறுத்தப்பட்டுச் சோதனை செய்யப்பட்டனர்.

முஸ்லிம்களின் நகைகள், பணம், கைக்கடிகாரங்கள் பிடுங்கப்பட்டன; காதுகளில் கிடந்த இறுக்கமான தங்க கம்மல்கள் இரும்பு குறடுகளால் பிடுங்கப்பட்டன; நூற்றுக்கணக்கான முஸ்லிம்கள் தங்கள் தங்க நகைகள், பணம், மோட்டார் வானங்கள், சைக்கிள்கள் எல்லாவற்றையும் இழந்து உயிரையும் இரு கடைப்பைகளையும் மட்டும் கையில் பிடித்துக்கொண்டு கிடைத்த வானங்களில் பூநகரி சென்று, அங்கிருந்து மடுவிற்குச் சென்று, பின்னர் வவுனியாவை அடைந்தனர். 1990இல் விடுதலைப் புலிகளால் ஏறத்தாழ 90 ஆயிரம் முஸ்லிம்கள் வெளியேற்றப்பட்டு உள்நாட்டு அகதிகளாக்கப்பட்டனர். எல்லாவற்றையும் இழந்தாலும் முஸ்லிம் அகதிகள் என்ற பட்டத்தையும் உயிரையும் சுமந்து புத்தளம் கற்பிட்டியில் உள்ள 101 அகதி முகாம்களில் 8,357 குடும்பங்களும், புத்தளம் பிரதேசத்தில் 38 முகாம்களில் 6,420 குடும்பங்களும், வண்ணாத்திவல்லு பிரதேசத்தில் 11 முகாம்களில் 827 குடும்பங்களும்,

அனுராதபுரத்தின் நாச்சியாதீவு மதவாட்சியில் ஒன்பது முகாம்களில் 1,500 முஸ்லிம் குடும்பங்களும், குருநாகல் மாவட்டம் ஹொரம்வே, பண்டுவஸ்நுவர பகுதியில் 16 முகாம்களில் 285 முஸ்லிம் குடும்பங்களும் அகதிகளாக அடைக்கலமாயினர்.[36]

ஆசாத் வீதியின் சோதனைச் சாவடியில் மட்டும் முஸ்லிம்களிடமிருந்து பறிக்கப்பட்ட தங்க நகைகளும் தங்கக் கட்டிகளும் மூன்று 50 கிலோ அரிசி பைகளை நிறைத்தன.[37] இதுபோன்ற பல சோதனைச் சாவடிகளில் பிடுங்கப்பட்ட முஸ்லிம்களின் நகைகளும் தங்கமும் 1990 முதல் 1995 வரை விடுதலைப் புலிகளின் ஆயுதக் கொள்முதலுக்கான பெரும் தங்கச் சுரங்கமாக மாறியது. ஆனால், முஸ்லிம்களை வெளியேற்றும்போது யாழ்ப்பாணத்தில் புலிகள் இயக்கத் துணைத்தலைவர் மாத்தையாவுடன் வாக்குவாதம் செய்து சண்டையிட்ட தமிழ் மக்கள், முஸ்லிம்களின் நகைகளையும் பணத்தையும் பாதுகாத்த மெக்கானிக் நடராசா உள்ளிட்ட அண்டை வீட்டுக்காரத் தமிழர்களையும் சர்ஜூன் குறிப்பிடத் தவறவில்லை. வடக்கில் முஸ்லிம்களைப் பலவந்தமாக வெளியேற்றியதும், கிழக்கில் புலிகளால் முஸ்லிம்கள் மீது வலிந்து திணிக்கப்பட்ட கலவரச் சூழலும் விடுதலைப் புலிகளின் விடுதலைப் போராட்டத்தைக் கேள்விக்குறியாக்கியது. தமிழ்ப் பேசும் மக்களைப் போராட்டத்திலிருந்து அன்னியப்படுத்தியதுடன் புலிகளின் தமிழீழத் தாகம், தமிழீழப் பாசிச தாகம் எனக் குற்றம் சாட்ட ஏதுவாயிற்று. கிழக்கு மாகாண மக்களின் ‘பிச்சை வேண்டாம் நாயைப் பிடி’ என்ற பழமொழியைப் போல ‘தமிழீழம் வேண்டாம், உயிர் பிழைத்தால் போதும்’ என்ற மனநிலைக்குத் தமிழ்ப் பேசும் முஸ்லிம்கள் தள்ளப்பட்டனர்.

சிங்கள தேசியக் கட்சிகளையும், தமிழ் கட்சிகளையும் ஓரங்கட்டிய இலங்கை முஸ்லிம் காங்கிரஸ், 19.11.1988 அன்று வடகிழக்கு மாகாண சபை தேர்தலில் அஷ்ரப் தலைமையில் போட்டியிட்டு அதிக இடங்களைப் பெற்றது. 15.02.1989 அன்று ஒன்பதாவது நாடாளுமன்றத் தேர்தலிலும் முஸ்லிம் காங்கிரஸ் வெற்றி பெற்றது. நாடாளுமன்றப் பிரதிநிதித்துவத்தைப் பெற்றதுடன் தேசியப் பட்டியலையும் பெற்றுக் கொண்டது. வடக்கு கிழக்கு மாகாணத் தேர்தலை விடுதலைப் புலிகள் முழு வெறுப்புடன் உற்று நோக்கினர். அம்மாகாண சபை வெற்றிபெறக் கூடாது என்பதில் சிங்களக் கட்சிகளை விட விடுதலைப் புலிகளே அதிக ஆர்வம் காட்டினர்.

விடுதலைப் புலிகள் பிரேமதாசாவுடன் இணைந்து வடக்கு கிழக்கு மாகாண இணைப்பையும் அதன் அரசியல் தலைமைகளையும் பிய்த்தெறிந்தனர். கிழக்கு வாழ் தமிழர், சிங்களர் மற்றும் முஸ்லிம்களின் கருத்தை முழுமையாகக் கேட்காமல் வடக்கு கிழக்கு இணைப்பை ராஜீவ் காந்தி தங்கத் தட்டில் வைத்து வடக்கு வாழ் தமிழர்களிடம் வழங்கினார். அத்தட்டு விடுதலைப் புலிகளால் எட்டி உதைக்கப்பட்டது. தமிழ்நாட்டு எழுத்தாளரான கி.ராஜநாராயணனின் ‘கரிசல் காட்டுக் கடுதாசி’யின் சொணை கெட்ட கதை நாயகனைப் போல் 2006ஆம் ஆண்டு இலங்கை உச்ச நீதிமன்றத்தால் இரத்துச் செய்யப்பட்ட வடக்கு கிழக்கு இணைப்பை மறுபடியும் செயல்படுத்த தமிழர் தலைவர்கள் சிங்கள பெரும்பான்மை அரசைப் பணிந்தும், சினந்தும், கெஞ்சியும், கொஞ்சியும் கேட்பது வியப்பூட்டும்.

இன்று இலங்கை சிங்கள தேசிய அரசியல்வாதிகள் வடக்கு கிழக்கு இணைப்பைத் தமிழர்களுக்கு எட்டாக் கனியாகத் தொலைவில் கொண்டு சென்றுவிட்டனர். அதற்கு விடுதலைப் புலிகளின் முஸ்லிம்கள் வெளியேற்றமும் காரணம் என்று சொன்னால் தவறல்ல. இணைந்து வாழ்ந்த இரு சமூகங்களையும் குறுந்தேசியக் கோட்டால் பிரித்தது விடுதலைப் புலிகளே. அவ்வாறு பிரித்தது மட்டுமன்றி அதற்காக அறிவுக்கும் வாதத்திற்கும் பொருந்தாத பொய்யான கற்பனைக் காரணங்களையும் அவர்கள் கண்டுபிடித்தனர். கோடிக்கணக்கான அசையும் மற்றும் அசையாச் சொத்துக்களை ஆயுதப் போராட்டக் காலத்தில் இழந்து அகதிகளான முஸ்லிம்கள், அதிலிருந்து இன்னும் முற்றிலும் மீள முடியாதவர்களாகவே முகாம்களில் வாழ்கின்றனர். கொஞ்சம் கொஞ்சமாகத் தங்கள் வாழிடத்திற்குத் திரும்புகின்றனர்.

கிழக்கின் மட்டக்களப்பையும், மேற்கின் மன்னாரையும் இணைக்கக் கிழக்கு மேற்காக ஒரு கற்பனைக் கோட்டைத் தீட்டினால் அது பொலன்னறுவை மற்றும் அனுராதபுரத்தின் அருகில், அனுராதபுரத்திற்கும் வவுனியாவுக்கும் நடுவில் செல்லும். அக்கோட்டிற்கு வடக்கிலுள்ள நிலம் தமிழர் தாயகம் என்ற உறுதியான கருத்துடன் இருந்த விடுதலைப் புலிகள், 07.07.1991 இரவு பொலன்னறுவை மாவட்டத்தில் புதூர் கிராமத்தைத் தாக்கி புகையிலை சாகுபடி செய்யும் 17 முஸ்லிம்களைப் ஓர் இரவில் படுகொலை செய்தனர்.[38] 28.04.1992 அன்று பொலன்னறுவை மாவட்டத்தின் அழிஞ்சிப் பொத்தானை கிராமமும் விடுதலைப் புலிகளால் தாக்குதலுக்கு உள்ளானது. 69 முஸ்லிம்கள் கொல்லப்பட்டனர். உஸனார் அதிபர் என்பவரது வீட்டில் மட்டும் 11 பேர் கொல்லப்பட்டனர், 40 பேர் படுகாயமடைந்தனர், நூற்றுக்கணக்கான பேர் பக்கத்துக் காடுகளில் ஓடி ஒளிந்து தப்பித்தனர். மறுநாள் காலை விடுதலைப் புலிகளுக்கு ஆதரவு வழங்கிய தமிழர் கிராமங்களான முத்துக்கலை, கரப்பொலை மக்கள் மீது முஸ்லிம்களாலும் ஊர்க் காவல் படையாலும் தாக்குதல் நடத்தப்பட்டது. அத்தாக்குதலில் 87 அப்பாவித் தமிழர்கள் கொல்லப்பட்டனர்.[39]

15.10.1992 அன்று பள்ளியத்திடல் அருகேயுள்ள நான்கு முஸ்லிம் கிராமங்கள் புலிகளால் தாக்குதலுக்கு உள்ளாயின. பள்ளியத்திடல் அல்லது பள்ளியாகொட அல்லது பள்ளியா கொடல்ல என மூன்று பெயர்களில் அழைக்கப்படும் பள்ளியத்திடல் கிராமம், அதனருகில் அக்பர்புரம், அகமத்புரம், பங்குறான ஆகிய நான்கு கிராமங்களிலும் தானியங்கி துப்பாக்கிகளுடன் நுழைந்த விடுதலைப் புலிகள் 243 முஸ்லிம்களை நள்ளிரவில் கொலை செய்தனர். 96 பேர் காயமடைந்து பொலன்னறுவை மருத்துவமனையில் அனுமதிக்கப்பட்டனர்.[40]

2002ஆம் ஆண்டு ஏப்ரல் மாதம் 13ஆம் நாள் ஸ்ரீலங்கா முஸ்லிம் காங்கிரஸ் தலைவரான ரவூப் ஹக்கீமும் பிரபாகரனும் ஒப்பந்தம் ஒன்றைச் செய்தனர். வடக்கு கிழக்கு மாகாணங்களில் முஸ்லிம்கள் இழந்த இடங்களை மறுபடியும் பெற முடியும் என அவ்வொப்பந்தம் கூறியது. ஆனால், அவ்வொப்பந்தப்படி மீள் குடியேற முஸ்லிம்கள் முயன்றபோது ஏதாவதொரு காரணத்தைக் கூறி தடுக்கப்பட்டனர்.[41] ‘இப்போது பிரச்சினை விடுதலைப் புலிகளுக்கும் முஸ்லிம்களுக்கும் மட்டுமே. தமிழருக்கும் முஸ்லிம்களுக்கும் அல்ல’ என முகம்மது ஜஸீம் கூறியதை நடுநிலையோடு இந்து பத்திரிகை நிருபர் நிருபமா சுப்ரமணியன் பதிவு செய்தார்.

ஹிட்லரின் இனக் கொள்கையான நியூரம்பெர்க் சட்டங்களையும், ஹிட்லரின் வதை முகாம்களையும் மேற்பார்வை செய்யும் எஸ்எஸ் இரகசிய போலீஸ் அமைப்பின் இரண்டாம் கட்டத் தலைவராக விளங்கி, இறுதியில் சயனைட் அருந்தி இறந்த ஹிம்லரின் 04.12.1940 நாள் உரைப்படி ஹிட்லரின் ஆரிய ஐரோப்பாவிற்கு வெளியில் அனுப்புவதே ஏறத்தாழ 5.8 மில்லியன் யூதர்களுக்கான இறுதித் தீர்வாக இருந்தது. 1940 அக்டோபர் மாதம் ஜெர்மனியின் பேடன், சார்பாலட்டினேட் ஆகிய இரு மாகாணங்களிலுமுள்ள யூதர்களை வெளியேற்ற ஹிட்லர் உத்தரவிட்டார்.

யூதர்கள் வெளியேற்றப்படுமுன் அவர்கள் வந்து கூடும் இடங்கள் குறிக்கப்பட்டன. அங்கு பேருந்துகள் தயாராக வைக்கப்பட்டிருந்தன, பெயர் பட்டியல்படி யூதர்கள் பேருந்துகளில் ஏற்றப்பட்டு ஒவ்வொரு பேருந்தையும் காவலர் கண்காணித்தனர். ஓர் ஆள் ஒரு பயணப் பெட்டி எடுத்துச் செல்ல அனுமதிக்கப்பட்டனர். பெரியவர்களுக்கு 50 கிலோ எடை கொண்ட ஒரு பெட்டியும், குழந்தை மற்றும் சிறுவர்களுக்கு 30 கிலோ வரை எடை கொண்ட பெட்டியும் அனுமதிக்கப்பட்டன. ஒரு போர்வை, சில நாட்கள் உணவு, உணவுப் பாத்திரங்கள், 100 ஜெர்மன் ரெய்க் மார்க்குகள் ஆகியவற்றைக் கொண்டு செல்ல அனுமதிக்கப்பட்டனர். மதிப்பு வாய்ந்த பொருட்களை விட்டுச் செல்ல ஆணையிடப்பட்டது. வெளியேற்றப்படும் யூதர்களின் வீடுகள் மூடி முத்திரையிடப்பட்டன. வளர்ப்பு பிராணிகள் நாஜி கட்சிப் பிரதிநிதிகளிடம் இரசீது மூலம் ஒப்படைக்கப்பட்டன.[42]

ஹிட்லர் தனது முழு அதிகாரம் படைத்த ஆட்சியின் கீழ் யூதர்களையும் நாடோடிக் குடிகளான ஜிப்ஸிகளையும் வெளியேற்ற உத்தரவிட்டு இனத் தூய்மை கொண்ட ஆரியர்களை மட்டும் ஐரோப்பாவில் இருக்கத் திட்டமிட்டப்படி விடுதலைப் புலிகளின் தலைவர் பிரபாகரனும் தனது அரைகுறை ஆயுத அதிகாரத்தைக் கொண்டு வடக்கில் வாழும் முஸ்லிம்களைத் தமிழர் தாயகத்தைவிட்டு வெளியேற உத்திரவிட்டார். கிழக்கிலும் அவ்வாறு செய்ய முயன்று தோல்வியுற்றார். 05.07.1993 அன்று தனது கரும்புலிகள் தின தொடக்க உரையில் ஜப்பானிய பண்ணையடிமை முறையில் சாமுராய் வீரர்கள் தோல்வியைத் தழுவும்போது தன்னுயிரை மாய்ப்பதையும் ஹிட்லரின் படையினரது வீரத்தையும் போற்றிய பிரபாகரன், ஹிட்லரின் வழிமுறைகளையும் கடைபிடித்தது ஆச்சரியமில்லை. ஆனால், உள்நாட்டு அகதிகளாக்கப்பட்டு நகை, பணம், வாகனங்கள், கால்நடைகள் பறிக்கப்பட்டு ஏதுமற்றவர்களாக்கப்பட்ட முஸ்லிம்கள் தங்களது இரு கடைப் பைகளைத் தூக்கிக்கொண்டு மன்னாரிலிருந்தும், சாகவச்சேரியில் இருந்தும், யாழ்ப்பாணத்தில் இருந்தும் இரவல் பயண வாகனங்களிலும், நடந்தும், ஆழ்கடல் வள்ளத்திலும் பயணம் செய்து அகதி முகாம்களை அடைந்து, இன்று 2023ஆம் ஆண்டிலும் உள்நாட்டு அகதி முகாம்களில் வாழும் சூழலை ஏற்படுத்தி இனவெறியில் ஹிட்லரைத் தோற்கடித்த விடுதலைப் புலிகளின் ஆயுதப்போராட்டத்தை வீரஞ் செறிந்த விடுதலைப் போராட்டம் என வர்ணிப்பது சரியல்ல என்றே கூற முடியும்.

முஸ்லிம்கள் மீதான வன்முறைக்குத் தமிழர்கள் எதிர்ப்புத் தெரிவிக்காமல் இல்லை. யாழ்ப்பாணத்திலிருந்து முஸ்லிம்கள் வெளியேற்றப்பட்டபோது அப்போது

வடமாகாண சபை அவைத் தலைவர் சிவஞானம், யாழ் மருத்துவமனையில் பணி செய்த திருமதி சண்முகம், மருதனாமடத்தில் சாந்தா என்ற வழக்கறிஞர் உள்ளிட்ட பலர் புலிகள் இயக்கத் தலைவர் மாத்தையாவிடம் முஸ்லிம்கள் வெளியேற்றத்திற்கு எதிர்ப்புத் தெரிவித்தபோது, இது மத்திய குழு எடுத்த முடிவு எனவும் தான் தலையிட முடியாது எனவும் மாத்தையா கூறினார்.[43] வடக்கு முஸ்லிம்கள் வெளியேற்றப்பட்டபோது அன்ரன் பாலசிங்கம் பிரபாகரனைப் பார்த்து, 'நீங்கள் செய்வது பிழையானது. தயவுசெய்து கடவுளுக்காக இதனைச் செய்ய வேண்டாம்' என எதிர்ப்புத் தெரிவித்தாரெனவும், பிரபாகரன் அவரைக் கேட்கவில்லை எனவும் கருணா அம்மான் தனது பேட்டியில் குறிப்பிட்டது உண்மையா என அறிவது கடினம்.[44]

இலங்கையின் மொத்த தமிழர் எண்ணிக்கையில் அரைப் பங்கினர் விடுதலைப் புலிகளின் ஈழத்திற்கு வெளியே வசிப்பது போலவே, முஸ்லிம்களில் மூன்றில் இரண்டு பங்கு மக்கள் தொகையினர் தென் இலங்கையில் வாழ்கின்றனர். எனவே வடக்கு - கிழக்கு இணைப்பை அவர்கள் விரும்பவில்லை. கொழும்பு, காலி, பேருவளை, குருணாகல், களுத்துறை, கம்பளை, கண்டி மாத்தளை, நீர் கொழும்பு ஆகிய இடங்களிலும் முஸ்லிம்கள் ஏராளமானோர் வசிக்கின்றனர். வடக்கு - கிழக்கு மாகாண இணைப்பு ராஜீவ் காந்தி, அமிர்தலிங்கம் மற்றும் அஷ்ரப் இணக்கத்தால் சாத்தியமானது. ஆனாலும் தென்கிழக்கு முஸ்லிம் அலகு வேண்டும் என ஒரு தீர்வை அஷ்ரப் முன்வைத்தார்.[45] மிகப் பிரபலமான இலங்கை முஸ்லிம் காங்கிரஸ் தலைவர் அஷ்ரபின் மரணம் ஹெலிகாப்டர் விபத்தில் நடந்தது. அது சதிவேலை என கிழக்கில் உள்ள முஸ்லிம்கள் நம்புகின்றனர்.

16.09.2000 அன்று நிகழ்ந்த அஷ்ரபின் எதிர்பாராத மர்மமான ஹெலிகாப்டர் விபத்து மரணத்திற்குப் பின்னர் இலங்கை முஸ்லிம் காங்கிரஸ் தலைவரான ரவூப் ஹக்கீமுக்கும் பிரபாகரனுக்கும் இடையே *13.04.2002* அன்று இருதரப்புப் பேச்சுவார்த்தை நடந்தது. அதற்கு மூன்று நாட்கள் முன்னதாகக் கிளிநொச்சியில் பிரபாகரன் நடத்திய பத்திரிகையாளர் சந்திப்பில் முஸ்லிம்களை வெளியேற்றியதற்கு பாலசிங்கம் மன்னிப்புக் கேட்டார். பிரபாகரன் அதுகுறித்து எதுவும் கூறவில்லை. கிளிநொச்சியில் குவிந்த பத்திரிகையாளர்களில் பலர் ராஜீவ் காந்தி மரணம் குறித்தும் விடுதலைப் புலிகளின் இனச்சுத்திகரிப்புக் கொள்கை குறித்தும் கேள்விகள் கேட்டனர். பிரபாகரன் - ரவூப் ஹக்கீம் பேச்சுவார்த்தையில் விடுதலைப் புலிகளின் கட்டுப்பாட்டில் உள்ள பகுதிகளில் வாழும் முஸ்லிம்களைத் தொந்தரவு செய்யாமல் இருப்பது குறித்தும், இடைக்கால நிர்வாகத்தில் முஸ்லிம்களின் பங்கு குறித்தும் விவாதிக்கப்பட்டது. இருவருக்குமிடையே ஒரு புரிந்துணர்வு ஒப்பந்தம் கையெழுத்தானது. ஆனாலும் விடுதலைப் புலிகளுக்கும் முஸ்லிம்களுக்கும் இடையேயான உறவு மேம்படவில்லை.

இலங்கை முஸ்லிம் காங்கிரஸ் மூலம் இலங்கை இராணுவத்தினரின் முகாம்களைக் கூடுதலாக்க முஸ்லிம்கள் கேட்டுக்கொண்டனர். விடுதலைப் புலிகள் மீதான அச்ச உணர்வே அதற்குக் காரணம். மாறாக விடுதலைப் புலிகள், இலங்கை

இராணுவத்தின் முகாம்களை அகற்றுமாறு கேட்டுக்கொண்டனர். விடுதலைப் புலிகள் தமிழர்களுக்கும் முஸ்லிம்களுக்கும் இடையே ஒற்றுமை ஏற்படுத்தத் தவறினர். யாழ்ப்பாணத்திலிருந்து 24 மணி நேர அவகாசத்தில் உடைமைகள் பறிக்கப்பட்டு, விடுதலைப் புலிகளின் இனச் சுத்திகரிப்பால் வெளியேற்றப்பட்ட முஸ்லிம்கள் கொழும்பு நகருக்கு வடக்கே மிகக் கடினமான சூழலில் வாழ்ந்தனர். புலிகளின் தமிழ் பேரினவாத நிலைப்பாடே அவர்களது செயல்களுக்குக் காரணம் என்றார் எரிக் சோல்ஹைம்.[46]

அமைதிப் பேச்சுவார்த்தை காலகட்டத்திலும் முஸ்லிம்களைத் தாக்குவதை நிறுத்தவில்லை. அமெரிக்க வாஷிங்டனில் 14.04.2003 தொடங்கி மறுநாள் முடிவடைந்த நன்கொடை நாடுகளின் கருந்தரங்கிற்குத் தங்களை அழைக்கவில்லை என்ற காரணத்தைக் காட்டி பேச்சுவார்த்தைகளைப் புறக்கணித்த விடுதலைப் புலிகள், அதற்கு எதிராக 2003 ஜீலை மாதம் சமாதான ஒப்பந்த காலத்தில் திருகோணமலை அருகே முஸ்லிம்கள் அதிகம் வாழும் கின்னியா என்ற இடத்தில் இராணுவ முகாம் ஒன்றைக் அமைத்தனர். அது ஒப்பந்தத்தை மீறுவதாக உள்ளது என ஸ்ரீலங்கா மானிட்டரிங் மிஷன் அல்லது எஸ்எல்எம்எம் என்ற ஒப்பந்தத்தை மேற்பார்வை செய்யும் நார்டிக் நாடுகளின் குழுவால் அறிவிக்கப்பட்டது. இதனால் தங்கள் சமூகத்தைக் காத்துக்கொள்ள அமைக்கப்பட்ட முஸ்லிம் ஆயுதக் குழுக்களுக்கும் விடுதலைப் புலிகளுக்கும் உரசல் ஏற்படும் சூழல் உருவானது.[47]

21.07.2006 அன்று மாவிலாறு அணைக்கட்டு மதகுகளை விடுதலைப் புலிகள் மூடினர். விடுதலைப் புலிகளின் கட்டுப்பாட்டில் இருந்த இந்த அணைக்கட்டிலிருந்து கல்லாறு, தெஹிவத்த, தோப்பூர், சேருவிலை எனப் பல கிராமங்களில் விவசாயம் செய்துகொண்டிருந்த தமிழ், சிங்கள, முஸ்லிம் மூவின விவசாயிகளும் பாதிப்புக்கு உள்ளாயினர். அவர்கள் ஒன்றுதிரண்டு வயல்களுக்கு நீர் கேட்டனர், சிங்கள விவசாயிகள் போராட்டம் நடத்தினர். அணையை மீட்க பேச்சுவார்த்தைகள் பலனளிக்காத நிலையில் இலங்கை இராணுவம் விடுதலைப் புலிகள் மீது தாக்குதல் நடத்தி மாவிலாற்றைக் கைப்பற்றியது. இதை எதிர்பார்க்காத விடுதலைப் புலிகள் முஸ்லிம்கள் பெரும்பான்மையாக வசிக்கும் மூதூர் மீது தாக்குதல் நடத்தினர். 72 மணி நேரத்தில் சோனிகள் வெளியேற வேண்டுமென விடுதலைப் புலிகள் துண்டு பிரசுரங்கள் வழங்கினர். முஸ்லிம்கள் வெளியேற வேண்டாம் என இலங்கை இராணுவம் பதில் பிரசுரங்கள் வெளியிட்டது. விடுதலைப் புலிகள் நள்ளிரவில் மூதூருக்குள் நுழைந்து மின்சாரத்தைத் துண்டித்து மூதூர் மீது பீரங்கி தாக்குதல் நடத்தி, 50 ஆயிரம் முஸ்லிம்களை ஏ15 ஆம் பாதை வழியாக வெளியேற வைத்தனர். பின்னர் அவர்கள் மீது தாக்குதலை நிகழ்த்தி பல முஸ்லிம் இளைஞர்களைச் சுட்டுக் கொன்றனர். அதன் பிறகு இலங்கை இராணுவத்தினர் மூதூருக்குள் நுழைந்ததும் விடுதலைப் புலிகள் அங்கிருந்து வெளியேறினர்.[48] மாவிலாறில் தொடங்கி நந்திக்கடலில் முடிந்த நான்காவது ஈழ யுத்தம் முஸ்லிம்களையும் போர்ச் சுழலில் சிக்க வைத்தது. ஆனால், இலங்கை இராணுவத்தின் நந்திக் கடல் போர் வெற்றி முஸ்லிம்களுக்கு மகிழ்ச்சியையே கொண்டு வந்தது எனலாம்.

அடிக்குறிப்புகள்

1. சி.பத்மநாதன், 'இலங்கை தமிழர் தேச வழமைகளும் சமூக வடிவமைகளும்', வெளியீட்டாண்டு 2002, குமரன் புத்தக இல்லம், பக்கம் 296.
2. அப்துல் றஹீம்ஜெஸ்மில், 'காத்தான்குடியின் வரலாறும் பண்பாடும்', குமரன் புத்தக இல்லம், 2020, பக்கம் 88.
3. செம்பூர் ஜெயராஜ், 'இலையூர் பிள்ளை வேலுப்பிள்ளை பிரபாகரன் விடுதலைப் போராட்ட வரலாறு', வ.உ.சி. நூலகம், 2018, பக்கங்கள் 604-637.
4. சி.புஸ்பராஜா, 'ஈழப் போராட்டத்தில் எனது சாட்சியம்' - இரண்டாம் பதிப்பு, அடையாளம் பதிப்பகம், 2006, பக்கம் 247.
5. M.Y.கந்தையா, 'மட்டக்களப்புத் தமிழகம்', எக்ஸில் வெளியீடு, முதற்பதிப்பு 1964, இரண்டாம் பதிப்பு அக்டோபர் 2002, பக்கம் 464.
6. Lakhan Mehrotra, 'My days in Srilkanka', Page 102.
7. சர்ஜூன் ஜமால்தீன், 'சாட்சியமாகும் உயிர்கள்', மக்கள் பதிப்பகம், முதல் பதிப்பு ஜனவரி 2020, பக்கம் 397.
8. அதே நூல், பக்கம் 410.
9. Lakhan Mehrotra, 'My days in Srilkanka', Page 84.
10. கணேசன் (ஐயர்) இனியோரு பதிப்பா வெளியீடு, இரண்டாம் பதிப்பு டிசம்பர் 2013, பக்கம் 138.
11. Lakhan Mehrotra, 'My days in Srilkanka', Page 58.
12. அடேல் பாலசிங்கம், 'விடுதலைப் வேட்கை', பக்கம் 335.
13. சர்ஜூன் ஜமால்தீன், 'சாட்சியமாகும் உயிர்கள்', மக்கள் பதிப்பகம், முதல் பதிப்பு ஜனவரி 2020, பக்கம் 34.
14. அதே நூல், பக்கம் 30.
15. அதே நூல், பக்கம் 61.
16. அதே நூல், பக்கம் 79.
17. அதே நூல், பக்கம் 88.

18. அதே நூல், பக்கம் 89.

19. அதே நூல், பக்கம் 146.

20. அதே நூல், பக்கம் 107.

21. அதே நூல், பக்கம் 164.

22. அதே நூல், பக்கம் 132.

23. அதே நூல், பக்கம் 123.

24. அதே நூல், பக்கம் 189.

25. செம்பூர் ஜெயராஜ், 'இலையூர் பிள்ளை வேலுப்பிள்ளை பிரபாகரன் விடுதலைப் போராட்ட வரலாறு', வ.உ.சி. நூலகம், 2018, பக்கம் 619.

26. சர்ஜூன் ஜமால்தீன், 'சாட்சியமாகும் உயிர்கள்', மக்கள் பதிப்பகம், முதல் பதிப்பு ஜனவரி 2020, பக்கம் 531.

27. அதே நூல், பக்கம் 123.

28. அதே நூல், பக்கம் 277.

29. சி.புஸ்பராஜா, 'ஈழப் போரட்டத்தில் எனது சாட்சியம்', விரிவாக்கப்பட்ட இரண்டாம் பதிப்பு, 2006, மூன்றாவது மீளச்சு 2019, பக்கம் 509.

30. சர்ஜூன் ஜமால்தீன், 'சாட்சியமாகும் உயிர்கள்', மக்கள் பதிப்பகம், முதல் பதிப்பு ஜனவரி 2020, பக்கம் 287.

31. பாவை சந்திரன், 'ஈழத்தமிழரின் போராட்ட வரலாறு', கண்மணி கிரியேட்டில் வேவ்ஸ்- இரண்டாம் பதிப்பு மே 2011, பக்கம் 708.

32. செம்பூர் ஜெயராஜ், 'இலையூர் பிள்ளை வேலுப்பிள்ளை பிரபாகரன் விடுதலைப் போராட்ட வரலாறு', வ.உ.சி. நூலகம் 2018, பக்கங்கள் 399 - 400.

33. சர்ஜூன் ஜமால்தீன், 'சாட்சியமாகும் உயிர்கள்', மக்கள் பதிப்பகம், முதல் பதிப்பு ஜனவரி 2020, பக்கம் 233.

34. அதே நூல், பக்கம் 243.

35. அதே நூல், பக்கம் 250.

36. அதே நூல், பக்கம் 253.

37. அதே நூல், பக்கம் 254.

38. அதே நூல், பக்கம் 316.

39. அதே நூல், பக்கம் 322.

40. அதே நூல், பக்கம் 339.

41. *Nirupama Subramanian, 'Srilanka Voice from a war Zone', published by Penguin*

group in 2005, Page 201.

42. Saul Friedlander, 'Nazi Germany and the Jews 1939 - 1945 the years of Extermination', published by Harper and perennial 2008, Page 93.

43. சர்ஜூன் ஜமால்தீன், 'சாட்சியமாகும் உயிர்கள்', மக்கள் பதிப்பகம், முதல் பதிப்பு ஜனவரி 2020, பக்கம் 224.

44. அதே நூல், பக்கம் 505.

45. அதே நூல், பக்கம் 558.

46. Mark Salter, 'To end a Civil war', 2015 C. Hurst & Co Publishers Ltd U.K, Page 94

47. Ibid, Page 152.

48. சர்ஜூன் ஜமால்தீன், 'சாட்சியமாகும் உயிர்கள்', மக்கள் பதிப்பகம், முதல் பதிப்பு ஜனவரி 2020, பக்கம் 372.

பிரபாகரனின் இறுதிப் போர்

பிரபாகரனது பின்னணியில் தமிழர்களின் தாகமான தமிழீழ வரைபடம்.

நார்வே குழுவின் பிணக்கு நீக்கும் பேச்சுவார்த்தைகள் கூட்டாட்சியை நோக்கி நகர்ந்தபோது விடுதலைப் புலிகள் அமைதிப் பேச்சுவார்த்தைகளைத் தங்கள் ஆயுதப் பெருக்கத்திற்குத் திரையாகப் பயன்படுத்தினர். 2002ஆம் ஆண்டு ஆஸ்லோ அமைதிப் பேச்சுவார்த்தைகளில் கனடாவின் க்யூபெக்கைப் போன்ற மாடல் கூட்டாட்சியைப் பரிசீலிப்பதாக அன்ரன் பாலசிங்கத்தைக் கூற வைத்தது நார்வே குழு. ஆஸ்லோ ஒத்திசைவு நல்ல தீர்வேயாயினும் பாலசிங்கத்தின் தேசத்தின் குரல் பிரபாகரனின் குரலாக இல்லாததால் இருவருக்குமிடையே கருத்துப் பிளவை ஏற்படுத்தியது.

2004 ஜூலை 26 அன்று சில குற்றச்சாட்டுகளுக்கு விளக்கமளிக்க அழைக்கப் பட்டபோது நாற்பது வயது வினாயக மூர்த்தி முரளிதரன் என்ற கருணா அம்மான் கிழக்கை வடக்குப் புறக்கணிப்பதாகக் கூறி விடுதலைப் புலிகளிடமிருந்து வெளியேறி தமிழ் மக்கள் விடுதலைப் புலிகள் என்ற அமைப்பை ஏற்படுத்தினார். அன்ரன் பாலசிங்கம் கூறிய கூட்டாட்சி தீர்வையே தானும் ஆதரித்ததாக கருணா பின்னர் கூறினார்.

முக்குவர் பெரும்பான்மை கொண்ட கிழக்கும் வேளாளர் பெரும்பான்மை கொண்ட வடக்கும் ஒரே அரசியல் தலைமையின் கீழ் ஒருபோதும் பயணித்ததில்லை. இலங்கைத் தமிழர்கள் என்றாலே வடக்குவாழ் யாழ்ப்பாணத் தமிழர்களே என்ற மனநிலை கருணாவின் கிழக்கு மாகாண புறக்கணிப்புக் குற்றச்சாட்டுக்குக் கிழக்கு வாழ் மக்களின் ஆதரவைத் தேடித் தந்தது.

வேளாளர் சமூகத்தைச் சேர்ந்த கருணாவின் பிரிவு விடுதலைப் புலிகளுக்குப் பின்னடைவை ஏற்படுத்தியது. ஆனாலும் வன்னியில் 14,000 சதுர கிலோ மீட்டர் பகுதியை விடுதலைப் புலிகள் அன்று தன்னகத்தே கொண்டிருந்தனர். எண்பதுகளைப் போலல்லாமல் ஐரோப்பிய, அமெரிக்க மற்றும் சர்வதேச நாடுகளில் அடைக்கலம் புகுந்து அந்நாடுகளில் தங்கள் கடின உழைப்பின் மூலம் பொருளாதார தன்னிறைவோடு நிலைநிறுத்திக்கொண்ட தமிழ் டயாஸ்போரா என்ற அயல்நாடு வாழ் தமிழர்கள் விடுதலைப் புலிகளுக்குப் பண பலத்தை அளித்தனர். வருடமொன்றிற்கு 126 மில்லியன் பவுண்ட்டுகள் புலிகளுக்கு வழங்கிய அயல்நாட்டுத் தமிழர்கள்[1] தனித்தமிழ் நாட்டைத் தங்கள் பெருங்கனவாகக் கொண்டனர். 26.07.2004 அன்று கருணாவின் பிரிவு புலிகளின் படைப்பிரிவுக்கு இழப்பு ஏற்படுத்தியதைப் போன்று ஆங்கிலத்திலும் தமிழிலும் ஆளுமை கொண்ட 68 வயதான அரசியல் பொறுப்பாளர் அன்ரன் பாலசிங்கம் 14.12.2006 அன்று புற்றுநோயால் இறந்தது புலிகளுக்குப் பெரும் அரசியல் இழப்பை ஏற்படுத்தியது.

இதற்கிடையில் 25.04.2006 அன்று இலங்கை இராணுவத் தளபதி சரத் பொன்சேகா மீது விடுதலைப் புலிகள் தற்கொலைத் தாக்குதல் மேற்கொண்டனர். அதில் ஒன்பது பேர் கொல்லப்பட்டாலும் சரத் பொன்சேகா பிழைத்தார். பெண் விடுதலைப் புலி அனோஜா குகேந்திரராசா என்பவரால் இராணுவத் தலைமைச் செயலகத்தில் சமாதான காலத்தில் தாக்குதல் நடத்தப்பட்டது.

அமைதிப் பேச்சுகள் முறிவதற்குப் பதினெட்டு மாதங்கள் முன்னதாக 2006ஆம் ஆண்டு ஜூலை மாதம் புலிகள் தங்கள் கட்டுப்பாட்டில் இருந்த அணைக்கட்டின் மதகுகளை மூடினர். 15,000 ஏக்கர் நெல் விவசாயம் செய்த தமிழ், முஸ்லிம், சிங்கள விவசாயிகளில் சிங்கள விவசாயிகள் அரசுக்கு எதிராகப் போராட்டங்கள் நடத்தினர். கருணா பிரிவிற்குப் பிறகும் தாங்கள் பலமாக இருக்கிறோம் எனக் காட்ட விடுதலைப் புலிகள் மாவிலாறு போரைப் பயன்படுத்த எண்ணினர். ஆனால், மாவிலாறு போர்க்களம் விடுதலைப் புலிகளுக்கு எதிராக மாறியது. முஸ்லிம்களைப் பெரும்பான்மையாகக் கொண்ட மூதூரைச் சில நாட்கள் தங்கள் கட்டுப்பாட்டில் வைத்திருந்த புலிகள் பின்வாங்கினர். தாங்கள் வெற்றி பெற முடியும் என்ற எண்ணம் இலங்கை இராணுவத்திற்கு முதன்முறையாகத் தோன்றியது.

விடுதலைப் புலிகளின் தளபதிகளில் சூசைக்கும் பொட்டு அம்மானுக்கும் இடையேயான மோதலால் பிரபாகரன் அதிருப்தியடைந்தார். 2004ஆம் ஆண்டு சூசை விசைப்படகு விபத்தில் காயமடைந்தார். சூசையின் மகன் சங்கரும் மெய்க்காவலரும் விபத்தில் இறந்தனர்.[2] 2004 சுனாமி இலங்கையின் கிழக்கில் அரசுக்கும் புலிகளின் கட்டமைப்புக்கும் சேதம் விளைவித்தது. இதற்கிடையில் ஆயிரக்கணக்கில் இருந்த இலங்கை இராணுவத்தினரின் எண்ணிக்கை இலட்சக்கணக்கில் உயர்ந்தது. போர் வேண்டுபவர்கள் ராஜபக்சவுக்கும், அமைதி வேண்டுபவர்கள் ரணிலுக்கும் ஓட்டளிக்க புலிகள் நேரடியாகவும் மறைமுகமாகவும் தலையிட்டு ராஜபக்சவை வெற்றி பெறச் செய்தனர்.[3] இந்திய அமைதிப் படையினர் இலங்கைக்குள் நுழையும் முன் இலங்கை வான்வெளிக்குள் மிராஜ் 2000 ரக போர் விமான பாதுகாப்புடன் ஏ.என்.32 விமானம் மூலம் உணவுப் பொட்டலங்களைப் போடும்போது வெறுப்போடு பேசிய, 1987ஆம் ஆண்டு விடுதலை நடவடிக்கை என்ற ஆபரேசன் வடமராட்சியில் ஈடுபட்ட இராணுவ அதிகாரிகளான பிரிகேடியர் கோபக்கடுவா, கர்னல் விமலரத்னே, மேஜர் பலிபனா, மேஜர் குணரத்னே ஆகியோருடன் இருந்த கோத்தபய ராஜபக்ச இலங்கையை விட்டு வெளியேறி 2005ஆம் ஆண்டு இலங்கை திரும்பினார்.

இலங்கை பாதுகாப்புச் செயலாளராக மகிந்த ராஜபக்சவால் நியமிக்கப்பட்ட கோத்தபய ராஜபக்சவுக்கு இலங்கை இராணுவத்தின் பலம் மற்றும் பலவீனங்கள் தெரிந்திருந்தன. புதிதாக 75,000 படைவீரர்கள் சேர்க்கப்பட்டனர், ஒற்றறியும் வண்டுகளான டிரோன்கள், கவச வாகனங்கள் வாங்கப்பட்டன; இந்தியாவும் அமெரிக்காவும் தங்கள் தொலைதூர ரேடார் கருவிகள் மூலம் கண்டுபிடித்த உளவுச் செய்திகளைத் தொடர்ச்சியாக இலங்கை இராணுவத்திற்குக் கொடுத்தனர்; இலங்கை கடற்படைக்கு அதிர்ச்சியூட்டும் வகையில் புலிகளின் கடற்புறா அணியின் எட்டுக் கப்பல்களைத் தாக்கிக் கடலில் மூழ்கடித்தனர். அதில் ஒரு கப்பல் இலங்கையிலிருந்து 1,700 கடல்மைல்கள் தொலைவில் ஆஸ்திரேலியா அருகில் சென்றுகொண்டிருந்தது.[4] இருதரப்பினருமே போருக்கான தயாரிப்புகளில் இருந்தனர். புலிகள் தங்கள் கட்டுப்பாட்டில் இருந்த மக்களை வெளியேற அனுமதிக்கவில்லை. அனுமதிச் சீட்டு வழங்கும் முறை நடைமுறையில் இருந்தது. குடும்பத்தில் யாராவது ஒருவரைப் பிணையாக விட்டுவிட்டே அவர்கள் வெளியேற அனுமதி வழங்கினர்.

2008 ஜனவரியில் முழுவீச்சில் நான்காவது ஈழப்போர் துவங்கிற்று. செப்டம்பரில் புலிகளின் கட்டுப்பாட்டில் உள்ள பகுதிகளிலிருந்து வெளியேற அனுமதிச் சீட்டு வழங்குவது நிறுத்தப்பட்டது. பல சமர்களை வென்ற, பல காயங்களைப் பெற்ற புலிகளின் பிரபல தளபதியான பால்ராஜ் 20.05.2008 அன்று தனது நாற்பத்திரண்டாவது வயதில் மாரடைப்பால் உயிரிழந்தார். சிங்களத் தளபதி கோபக்கடுவா இறந்ததைப் புலிகள் கொண்டாடியதைப் போல, பால்ராஜ் இறந்ததைக் கேட்ட இலங்கை இராணுவத்தினர் மகிழ்ந்தனர். புலிகளுக்கு மிகப்பெரிய இழப்பு என இலங்கை இராணுவ உயர் அதிகாரிகள் கருதினர்.[5] 2008 ஜூலையில் முல்லைத்தீவு பேஸ் 14 என்ற புலிகளின் இராணுவச் செயலகம் பிடிபட்டது.

2009 ஜனவரி இறுதிக்குள் கிளிநொச்சி வீழ்ந்தது, யானையிறவும் இலங்கை இராணுவத்தால் கைப்பற்றப்பட்டது. தரையில் சுரங்கப் பாதைகளுடன் பள்ளம் அமைத்துப் போரிடும் சிறப்புப் பெற்ற இலங்கை இராணுவத் தளபதிகளைப் பயமுறுத்தும் தளபதி தீபன், இலங்கை இராணுவத்துடன் முதலாம் உலகப் போரை ஒட்டிய மரபு வழிப் போரில் ஈடுபட்டார். அக்கராயன்குளம் நொச்சிகுடாவில் மன்னாருக்கு வடக்கே தொடங்கிய தீபனின் சுரங்கப்பாதை ஏ9 நெடுஞ்சாலையையும் தாண்டி கிளிநொச்சியின் இரணைமடு வரையில் சென்றது. இலங்கை இராணுவம் ஏராளமான இழப்புகளுடன் கடினமாகப் போரிட வேண்டிதாயிற்று.

வவுனியாவில் கரும்புலிகள் தாக்குதலை நடத்தினர். இந்தியா வழங்கிய பெரும் ரேடார் கருவியை அழிப்பதே தாக்குதலின் நோக்கம். ஆனால், 'சீனா நவீன ரேடார் வழங்குவதைத் தடுக்கவே இந்தியாவால் ரேடார் கருவி வழங்கப்பட்டது. அக்கருவி அருங்காட்சியகத்தில் வைக்கவே தகுதியானது. விடுதலைப் புலிகளின் தாழ்வாகப் பறக்கும் விமானத்தைக் கண்டுபிடிக்க அது எவ்வகையிலும் உதவவில்லை' என இலங்கை இராணுவ அதிகாரிகள் கருதினர்.[6] வவுனியாவில் இலங்கை விமானப்படை முகாம் மீது புலிகள் தாக்குதல் நடத்தியபோது இராணுவத்தினர் இருபத்தியாறு பேர் கொல்லப்பட்டனர். இந்திய ரேடாரை இயக்கிக்கொண்டிருந்த இந்திய விமானப் படையைச் சேர்ந்த ஒருவர் உள்ளிட்ட முப்பத்தொன்று பேர் காயமுற்றனர். புலிகள் தரப்பில் ஐந்து பெண்கள் உள்ளிட்ட கரும்புலிகள் இறந்தனர்.[7]

இலங்கை ஆளுங்கட்சி அரசியல் உயர் மட்டத்தினர் 04.02.2009 அன்று சுதந்திர தின கொண்டாட்டங்களுக்கு முன் விடுதலைப் புலிகளை அழிக்கத் திட்டமிட்டனர். ஆனால், 02.02.2009 அன்று புலிகள் மாபெரும் எதிர்தாக்குதல் நிகழ்த்தினர். புலிகள் இராணுவத்திடம் கைப்பற்றி தாக்குதலுக்குப் பயன்படுத்திய ஒரேயொரு டி 55 ரஷ்ய டாங்கு, இலங்கை இராணுவத்தினர் மீது தாக்குதல் நிகழ்த்தியது. பிப்ரவரி தாக்குதலில் தற்கொலை படையினரும் புலிகளின் படைகளும் முழுவீச்சில் இலங்கை இராணுவத்தைத் தாக்கினர். 09.02.2009 அன்று பெண் கரும்புலி ஒருவர் தாக்குதல் நிகழும் பகுதியிலிருந்து தப்பித்துச் செல்லும் தமிழர்களுடன் கலந்து சென்று இலங்கை இராணுவத்தினர் மீது தாக்குதல் நிகழ்த்தி 13 வீரர்களைக் கொன்று, 32 பேரைக் காயப்படுத்தவும் செய்தார்.

புதுக்குடியிருப்புச் சண்டையின்போது இரு இலகு ரக விமானங்கள் மூலம் புலிகள் இலங்கையில் ஆங்காங்கே குண்டு வீசினர். பிப்ரவரி முதல் நாள் தொடங்கிய புதுக்குடியிருப்புச் சண்டை இரண்டரை மாதங்கள் அதிபயங்கரமாக நடைபெற்றது. 17.04.2009 அன்று உச்சத்தை எட்டிய புதுக்குடியிருப்புச் சண்டை, 19.04.2009 அன்று நிறைவுற்றது. போர்க்களத்தில் ஏராளமான புலிகள் இறந்தனர். எண்ணற்ற ஆயுதங்கள் இறைந்து கிடந்தன. கருணா அம்மானுக்குப் பிறகு தலைசிறந்த தளபதியான தீபனின் இறந்த உடல் கண்டுபிடிக்கப்பட்டது.[8] சிறந்த தளபதி சொர்ணமும் சண்டையில் இறந்தார். புலிகளின் பெண்கள் அணிகளான மாலதி அணியின் விதுசா, சோதியா அணியின் துர்கா இருவருமே புதுக்குடியிருப்புச் சண்டையில் இறந்தனர். திறன்வாய்ந்த 600 புலிகளின் உடல்கள் எண்ணப்பட்டன. புதுக்குடியிருப்புச் சண்டைக்குப் பிறகு புலிகளுக்கு எல்லாமே முடிந்து போனது.

22.02.2009 அன்று அமெரிக்கக் குடியரசுத் தலைவர் பாரக் ஒபாமாவுக்கும், ஐரோப்பிய யூனியன் தலைவர் ஜோஸ் மனுவல் பராஸோவுக்கும், ஐக்கிய நாட்டுச் செயலாளர் பான் கி மூனுக்கும், நார்வே பிரதமர் ஜென்ஸ் ஸ்டோல்டன்பெர்குக்கும், ஜப்பான் பிரதமர் தாரோ அசோவுக்கும் போர் நிறுத்தம் செய்யக் கோரி விடுதலைப் புலிகள் சார்பில் நடேசன் கடிதங்கள் எழுதினார். ஆனால், அக்கடிதங்கள் எதிர்பார்த்த விளைவை ஏற்படுத்தவில்லை. ஆனாலும் பிரபாகரனின் மனநிலை தோல்வியடைந்த மனநிலையாக இல்லை. இலங்கை இராணுவத்தினர் வெற்றிக் களிப்பில் மிதந்தனர். ராஜபக்சவின் தலைமை எந்தச் சமரசத்தையும் ஏற்கத் தயாராக இல்லை.

புதுக்குடியிருப்புச் சண்டை முடிந்த பின் நடப்பது உள்நாட்டுப் போர் என்பதையே இலங்கை இராணுவத்தினர் மறந்தனர். புதுக்குடியிருப்புச் சண்டையின்போது கண்காணிப்பு டிரோன்கள் மூலம் கள முனைகளைக் கண்காணித்துப் பொது மக்களையும் போராளிகளையும் பிரித்தறிய முடிந்ததாக கமல் குணரத்னே கூறினார். ஆனால், அரசின் எல்லாப் படையணிகளும் நந்திக்கடலை நோக்கித் திரும்பி ஒரே இடத்தில் குவிந்த பிறகு அது போர்வெறிக் கொண்டாட்டமாக மாறியது.

புலிகளின் சரண் திட்டங்களும் வெறும் போர் யுக்தியாகவே இருந்தன.[9] இந்தியத் தேர்தலில் ஒருவேளை பாரதிய ஜனதா வெற்றி பெற்று ஆட்சியமைத்தால் உடனடியாகப் போரை நிறுத்திவிடுவார்கள் என்பது புலிகளின் எதிர்பார்ப்பாக இருந்தது. ஒருவேளை பாரதிய ஜனதா வெற்றி பெற்றிருந்தாலும் அவ்வாறு ஏதும் நடக்கப் போவதில்லை என்பதைத் தமிழ்நாட்டில் அரசியல் அடிமட்டத்திலுள்ள சாதாரண மனிதர்களும் அறிந்திருந்தனர். ஆனால், புலிகள் தாங்கள் தமிழ்நாட்டில் சவாரி செய்த அரசியல் மண்குதிரைகளை நம்பினர். **1987**ஆம் ஆண்டிலிருந்து **1990** ஆண்டு வரை தொடர்ப் போராட்டங்களைத் தமிழ்நாட்டில் நடத்த காரணமாகி இந்திய இராணுவத்தை வெளியேறச் செய்த புலிகள், **2009**இல் போர் நிறுத்தம் செய்ய தமிழ்நாட்டைத் துணைக்கழைத்தனர். இருபது ஆண்டுகளில் புலிகளின் அரசியல் நிலைப்பாடுகள் தமிழ்நாட்டில் பெரும்பான்மை அரசியல் கட்சிகளை அவர்களிடமிருந்து அன்னியப்படுத்தியிருந்தது.

1991இல் புலிகளால் ஆட்சியை இழந்த திமுக, அவ்வாண்டு நடந்த மறு தேர்தலில் அதற்கான எந்த அரசியல் பலனையும் பெறாததால் மறுபடியும் தியாகம் செய்யத் தயாராக இல்லை. எம்.ஜி.ஆருக்குப் பிறகு அவரது அரசியல் வாரிசான ஜெயலலிதா புலிகள் மீது எவ்விதக் கருணையையும் காட்ட விரும்பவில்லை.

ராஜீவ் படுகொலைக்குப் பின் புலிகளுக்குத் தமிழ்நாட்டில் இருந்த ஆதரவு பலமுனைகளில் பிளவுபட்டிருந்தது. இந்திய வெகுஜனப் பத்திரிகைகளும் மே **1991**க்குப் பிந்தைய காலத்தில் இலங்கை கள நிலவரங்களை உண்மையாகப் பிரதிபலிக்கும் செய்திகளைத் தமிழ்நாட்டில் எழுதவில்லை. தமிழக வழக்கறிஞர்களும், பெரியார் திராவிடர் கழக உணர்வாளர்களும், தமிழ்த் தேசியச் சிந்தனையாளர்களுமே இறுதிப் போரை நிறுத்தி மக்களை மீட்கக் குரல் கொடுத்தனர். அவர்களும் காவல்துறையின் வன்முறைக்கு ஆளாகினர். **19.02.2009** அன்று போர் நிறுத்தம் வேண்டியும் இந்தியா தலையிடக் கோரியும் போராடிய வழக்கறிஞர்கள் மீது

மெட்ராஸ் உயர்நீதிமன்றத்தில் அன்றைய முதல்வரான கருணாநிதியின் திமுக ஆட்சியில் தடியடித் தாக்குதல் நடத்தப்பட்டது.

அமெரிக்க இரட்டை கோபுர தாக்குதலுக்குப் பின் பயங்கரவாதம் குறித்த அமெரிக்காவின் பார்வை முற்றிலுமாக மாறியதைப் போல், **2008** நவம்பர் **26**ஆம் நாள் மும்பையில் நிகழ்ந்த **26/11** பயங்கரவாத நிகழ்வு இந்தியாவின் சர்வதேச அரசியல் போக்கை இறுதி நாட்களில் தீர்மானித்தது. இந்தியாவில் நிகழ்ந்த உள்நாட்டுப் பயங்கரவாதச் செயலாக **6/12** பாபர் மசூதி உடைப்பைக் கூற முடியும். அதைப் போன்று **26/11** வெளிநாட்டுத் தாக்குதலாக நிகழ்ந்தது. அதன் பின் இலங்கையில் இறுதி மாதங்களில் நிகழ்ந்த மனித உரிமை மீறல்களை இந்தியா பார்க்க விரும்பாமல் கண்களை மூடிக்கொண்டது.

புதுக்குடியிருப்பு போர் முடிந்த பின்னும் கனரக பீரங்கி தாக்குதல்களை இலங்கை அரசு நிறுத்தவில்லை. ஏப்ரல் **19**ஆம் தேதி பல்லாயிரக்கணக்கான தமிழர்கள் சிறு இடத்தில் முகாமிட்டுத் தங்கியிருப்பதைப் பொருட்படுத்தாமல் இலங்கை இராணுவம் பீரங்கி தாக்குதல்களைத் தொடர்ந்தன. வெள்ளை பாஸ்பரஸ் குண்டுகளும் வீசப்பட்டன.[10] மக்கள் அங்குமிங்கும் சிதறி ஓடினர். பீரங்கி தாக்குதல்களில் பொது மக்களில் பலர் இறந்தனர், காயம்பட்டனர். காயம்பட்டவர்களுக்குச் சிகிச்சையளிக்க மயக்க மருந்தோ, நுண்கிருமி எதிர்ப்பு மருந்துகளோ இல்லாத நிலையில் மருத்துவமனைகளில் தூக்கமில்லா மருத்துவர்களும், உணவருந்தா செவிலியர்களும், மருந்துகளற்ற மருந்தகப் பணியாளர்களும் காயம்பட்டோரின் உயிர் காக்கும் பணியில் ஈடுபட்டனர்.

அடுத்த மூன்று நாட்களில் ஒரு இலட்சம் பேர் கடற்காயலைத் தாண்டி அரசு கட்டுப்பாட்டிற்குள் உள்ள பகுதிக்குள் நுழைந்தனர். உள்நாட்டு அகதிகள் முகாமில் தமிழர்கள் எட்டு மணிநேரம் தண்ணீருக்காகவும் உணவுப் பொருளுக்காகவும் வரிசையில் நின்றனர். குறைந்தது **60** பேராவது ஓமந்தை சோதனைச் சாவடியில் சோதனைக்காகக் காத்திருக்கும் நேரத்தில் களைப்பாலும், தண்ணீரின்றியும், பசியாலும் இறந்தனர். சில சிங்கள இராணுவத்தினர் தங்கள் பங்கீட்டுப் பொருட்களை உள்நாட்டுத் தமிழ் அகதிகளுக்குக் கொடுக்க முன்வந்தனர். ஆனால், அரசு எவ்வித முன்னெச்சரிக்கை நடவடிக்கையையும் எடுக்கத் தவறியது.[11] ஆயிரக்கணக்கான மக்கள் ஆங்காங்கே இறந்து கிடந்ததைப் பார்த்துப் பேதலித்து முகாமிற்குள் நுழைந்த உள்நாட்டு அகதிகளுக்குத் தூய குடிநீரோ, உணவோ கிடைக்கவில்லை. காயம்பட்டவர்கள் கவனிப்பின்றி விடப்பட்டனர்.

உள்நாட்டு அகதிகளுக்குத் தங்கள் இயற்கை உபாதைகளைக் கழிக்கக் கூட ஒதுங்கிடங்கள் இல்லை. பகல் நேரத்தில் சுடும் வெயிலிலும் இரவில் தரையிலும் படுத்துறங்கினர். போர்க்களத்தில் பிரிந்த குடும்பத்தினரை ஒன்றிணைப்பது செஞ் சிலுவைச் சங்கத்தின் வழக்கமான பணியாக இருப்பினும் அதைச் செய்வதிலிருந்து அவர்கள் இலங்கை அரசால் தடுக்கப்பட்டனர். நுண்ணறிவு பிரிவினர் உள்நாட்டு

அகதிகளான பல்லாயிரக்கணக்கான மக்களின் நடுவே புகுந்து விடுதலைப் புலிகளைத் தேடினர். விடுதலைப் புலிகள் அல்லாத தமிழ் ஆயுதக் குழுவினர் அரசுக்குக் கையாளாகத் துணைபுரிந்தனர். ஏப்ரல் மாத நடுவிலிருந்து பதின்பருவத்தினரே புலிகளின் போராளிகளில் பெரும் எண்ணிக்கையில் இருந்தனர். பதினொன்று வயதைக் கடக்காத சிறுவர்கள் கூட புலிகளின் படைகளில் இருந்தனர்.[12] அவ்வப்போது உடல் முழுவதும் குண்டுகளைக் கட்டிக்கொண்டு கரும்புலிகளான தற்கொலைப் படையணியினர் இராணுவத்தினரைக் கொன்றனர். இலங்கை இராணுவத்தில் முன்னணி படையினருக்கும் அது பெரும் அச்சுறுத்தலை ஏற்படுத்தியது. அதனால் இலங்கை இராணுவத்தினர் ஆண், பெண் வயது பேதமின்றி முகாமுக்குள் நுழையும் தமிழர் அனைவரையும் நிர்வாணப்படுத்திச் சோதனை செய்தே உள்ளே அனுமதித்தனர்.

மே மாதம் ஒன்பதாம் தேதி சனிக்கிழமை முள்ளிவாய்க்கால் கிராமத்தில் ஒரு இலட்சம் மக்கள் இலங்கை இராணுவத்தினருக்கும் விடுதலைப் புலிகளுக்கும் நடுவில் பொறியில் மாட்டிக்கொண்டனர். கடைசிக் குழுவாக ஒருவழியாகச் செஞ்சிலுவைச் சங்கம் காயம்பட்ட 500 பேரைப் படகுகளில் ஏற்றிக் காப்பாற்றியது. பத்தாம் தேதி ஞாயிற்றுக்கிழமை இலங்கை இராணுவத்தினர் கனரக ஆயுதங்களால் அவ்விடத்தில் குண்டுகளைப் பொழிந்தனர். ஒரே நாளில் 400 பேர் கொல்லப்பட்டனர், 1,300 பேர் காயம்பட்டனர். இறந்தவர்களை அச்சதுப்பு நிலங்களில் உறவினர் புதைத்தனர். ஒரே குழியில் 50 அல்லது 60 பேர் புதைக்கப்பட்டனர். பொதுமக்களைக் கேடயமாக வைத்தே புலிகள் போரிட்டனர். பொது மக்களை இழக்க அவர்கள் தயாராக இல்லை. எனவே தப்பித்துச் செல்லும் பொதுமக்களை அவர்கள் சுடவும் தயங்கவில்லை.

இரண்டாம் உலகப் போரில் ஸ்டாலின்கிரேட்டில் ரஷ்ய படையினர் ஜெர்மன் படையினர் மீது வீடுகளில் ஒளிந்து தாக்குதல் நடத்தியதைப் போல புலிகள் சுனாமியில் கட்டப்பட்ட காங்கீரிட் வீடுகளிலிருந்து இலங்கை இராணுவத்தினரைச் சுட்டனர். ஒருசில விடுதலைப் புலி கமாண்டோக்கள் கள முன்னணியில் வீரத் தாக்குதல் நடத்தினர். ஆனால், புலிகளின் தளபதிகளுக்குப் போரை இழந்துவிட்டது தெளிவாகத் தெரிந்தது. 15.05.2009 அன்று சரணடைய விரும்பிய சில புலிகள் ஆயுதங்களைச் சொக்கப்பனை கொளுத்தினர். கடற்புலி தளபதி சூசையின் குடும்பத்தினர் படகு ஒன்றில் தப்பித்துக் கரையேறினர். தங்கள் ஜெயிலில் மரண தண்டனை நிறைவேற்றுவதற்காகப் பிடித்து வைத்த ஏழு சிங்கள இராணுவத்தினரை விடுதலைப் புலிகளின் சிறைக் காவலர்கள் விடுவித்தனர்.

இலங்கை அரசுப் பணியிலிருந்த தமிழ் மருத்துவர்கள் தங்கள் பதுங்கு குழிகளிலிருந்தபடி காயம்பட்டவர்களுக்குச் சிகிச்சையளித்தனர். பதினைந்தாம் தேதி தப்பித்து இராணுவத்தினர் தரப்புக்குச் செல்ல முயன்ற தமிழர்கள் மீது விடுதலைப் புலிகள் பீரங்கி குண்டுகளை வீசி அச்சுறுத்தித் தடுத்தனர்.[13] 2000 பொது மக்களுடன் இராணுவத்தினரின் கட்டுப்பாட்டுப் பகுதிக்குச் செல்ல

முயன்ற வயதான கிறிஸ்தவ அருட்சகோதரி ஒருவர் விடுதலைப் புலிகளால் காலில் சுடப்பட்டார்.[14] மே 16ஆம் தேதி இலங்கை இராணுவத்தினரிடம் சரணடைய நடேசன் விருப்பம் தெரிவித்தார். அன்று வரை மெய்வருத்தம் பாராமல், கண்துஞ்சாமல் காயம்பட்டோரையும் நோயுற்றோரையும் பாதுகாக்கத் தங்கள் உயிரையும் பொருட்படுத்தாமல் பணியாற்றிய மருத்துவர்களான சண்முகராஜா, வரதராஜா, சத்தியமூர்த்தி உள்ளிட்டோர் இராணுவத்தினரின் கட்டுப்பாட்டுப் பகுதிக்கு அகதிகளுடன் கலந்து சென்று மக்களோடு மக்களாகக் கலந்தனர். ஓமந்தை முகாமில் அவர்கள் அடையாளம் காணப்பட்டு இராணுவத்தினரால் விசாரணைக்குக் கொண்டு செல்லப்பட்டனர்.[15] தான் பயங்கரவாதத்தை வெற்றி கொண்டு திரும்புவதாக மகிந்த ராஜபக்ச ஜோர்டானின் தலைநகர் அம்மனில் அறிவித்தார்.

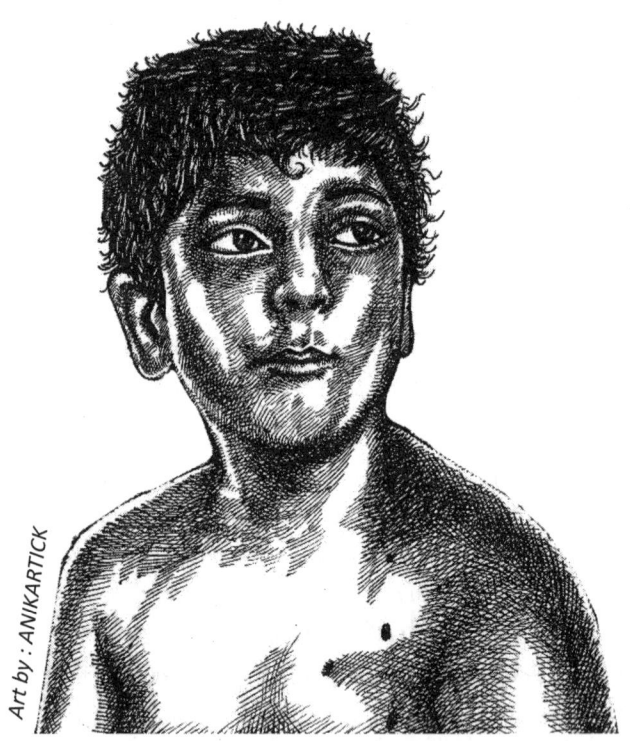

பிரபாகரன் மகன் பாலச்சந்திரன் இலங்கை இராணுவத்தினரால் பிடித்து வைக்கப்பட்டு, பின்னர் அவர்களால் சுட்டுக் கொல்லப்பட்டார்.

மே 17ஆம் தேதி போர் கசப்பான முடிவை எட்டிவிட்டதாக கேபி அறிவித்தார். வெள்ளைக் கொடியுடன் சரணடைய வந்த நடேசனும் புலித்தேவனும் இலங்கை இராணுவத்தினரால் சுட்டுக் கொல்லப்பட்டனர். சரணடைபவர்களைக் கொல்லும்படி பிரிகேடியர் சவேந்திர சில்வாவின் தலைமையில் கீழ் இயங்கிய 58ஆவது பிரிவுக்கு கோத்தபய ராஜபக்ச உறுதியான உத்தரவு பிறப்பித்ததாக 2009 டிசம்பர் அன்று

இராணுவத் தலைமைத் தளபதி சரத் பொன்சேகா 'சண்டே லீடர்' பத்திரிகையில் பேட்டியளித்தார். 2010 மே மாதம் பிரிட்டனின் 'சேனல் 4' நிகழ்ச்சியில் களமுனைப் படுகொலைகள், மேஜர் ஜெனரல் கமல் குணரத்னேவின் 53ஆவது படைப்பிரிவால் நிகழ்த்தப்பட்டதாகக் கூறியது. கருணாவால் உறுதி செய்யப்பட்ட பிரபாகரன் இறப்பு போர்க்களத்தில் நிகழ்ந்ததில் சந்தேகமில்லை. ஆனால், களமுனையில் பாய்ந்த குண்டா அல்லது பிடித்து வைத்துச் சுடப்பட்டாரா என இருவித கருத்துகள் இன்னும் உலவுகின்றன.

பிரபாகரன் மகன் 12 வயது சிறுவனான பாலச்சந்திரன் மணல் மூட்டைகள் நிரம்பிய பதுங்கு குழி ஒன்றில் பிடித்து வைக்கப்பட்டுப் பின்னர் மிக அருகிலிருந்து இலங்கை இராணுவத்தினரால் சுட்டுக் கொல்லப்பட்டதில் எவ்வித ஐயப்பாடும் இல்லை. சிறுவனான பாலச்சந்திரன் உயிரோடு இருக்கும் படமும் கொல்லப்பட்டு மல்லாந்து கிடக்கும் படமும் போரின்போது தங்கள் கைபேசியில் எடுத்த சிங்கள இராணுவத்தினரால் வெளியானது. கொல்லாமையைப் போதிக்கும் புத்த மத நாடாகத் தங்களை அறிவித்துக்கொண்ட இலங்கை அரசு, இளம் பாலகனைக் கொன்ற குற்றத்தை மறைக்கவே செய்தது. மேஜர் ஜெனரல் உதய பெரேரா, "பாலச்சந்திரன் மரணம் குறித்து விசாரித்து உண்மையைக் கண்டுபிடிக்க வேண்டியது தங்கள் கடமை. ஏனென்றால், எந்தத் தளபதியும் தன் படையில் அழுகிப் போன முட்டைகள் இருப்பதை விரும்புவதில்லை" என்று தன்னிடம் பேட்டி கண்ட பத்மராவ் சுந்தர்ஜியிடம் விடையளித்தார்.[16] பதின்மூன்று வருடங்களாகியும் அழுகிப் போன முட்டைகள் இலங்கை இராணுவத்திலும் அரசியலிலும் இன்னும் இருக்கின்றன. போர்க்களத்தில் கொல்லப்பட்ட சிறுவர்களில் பாலச்சந்திரன் ஓர் உதாரணமே! அதைப் போன்று இசைப்பிரியாவின் படுகொலையும் இலங்கை இராணுவத்தால் செய்யப்பட்டது.

புலித்தேவனும் நடேசனும் கொல்லப்பட்டதும் இலங்கை அரசின் அறமற்ற அரசியலைக் காட்டும். புலித்தேவனின் இறப்பு வரை தொடர்பில் இருந்த பிரான்சிஸ் ஹாரிசன், 'தப்பித்துப் போகும் மக்களைப் புலிகள் சுடுவது ஏன்' என்ற கேள்வியை புலித்தேவன் மறுக்கவில்லை என்று தனது ஸ்டில் கவுன்டிங் தி டெட் நூலில் கூறுகிறார். இந்தியாவும் இலங்கையும் புலிகளின் வரலாற்றை முடிவுக்குக் கொண்டு வர தீவிர முயற்சியில் இருந்தபோது பிபிசி பத்திரிகையாளர் பிரான்சிஸ் ஹாரிசனும், சிரியாவில் கொல்லப்பட்ட பிரபல ஊடகவியலாளர் மேரி கொல்வினும் போர்க்களத்தில் சிக்கியிருந்த 3,00,000 பொதுமக்களைப் பாதிப்பின்றி மீட்பதற்கான முயற்சியில் தத்தம் தொடர்புகளோடு பேசினர்.

நார்வே அரசு, அமெரிக்கா மற்றும் ஐக்கிய நாட்டுச் சபையின் உதவியோடு சரணடையும் திட்டமொன்றை முன்வைத்தது. அதற்காக அவர்கள் மலேசியாவின் ஹோட்டல் ஒன்றில் புலிகளின் ஆயுத கொள்முதல் தரகரான கேபியைச் சந்தித்தனர். அதன் தொடர்ச்சியாகத் திட்டமிடுதலைச் செயல்படுத்த ஆஸ்லோவுக்கு ஏப்ரல் மாதம் கேபி செல்ல வேண்டியிருந்தது. இறுதி நேரத்தில், கோலாலம்பூரில் இருந்து

ஆஸ்லோ கிளம்பக் கூடாது என பிரபாகரனிடமிருந்து தனக்கு உத்தரவு வந்ததாக கேபி கூறினார்.[17] இறுதி நேரத்தில் கூட சரண் திட்டத்தையும் அரசியல் தீர்வையும் இணைத்தே சரணடையும் திட்டத்தை பிரபாகரன் முன்வைத்தார். விடுதலைப் புலிகளின் தலைவர் பிரபாகரன் தான் இருக்கும் நிலைமையைப் பற்றி அறியாமல் இருந்தார். சரணடையும் திட்டத்தை இலங்கை வேண்டா வெறுப்போடுதான் ஒத்துக்கொண்டது. அதிலும் பிரபாகரனுக்கும் பொட்டு அம்மானுக்கும் மன்னிப்பு வழங்கும் திட்டம் இல்லை. ஆனால், அவர்கள் சர்வதேசக் காவலில் செல்வார்கள் என ஏப்ரல் மாத பேச்சுவார்த்தைகள் நடந்தன.

இந்நிலையில், இந்தியாவை நம்பி நாங்கள் ஏமாற்றப்பட்டோம் என புலித்தேவனும் நடேசனும் கூறியது[18] புலிகளின் அரசியல் அறியாமைமைக் காட்டுவதாகக் கருத இயலாது. இந்தியாவிலிருந்த, குறிப்பாகத் தமிழகத்திலிருந்த புலிகளின் ஆதரவாளர்கள் இந்திய அரசியல் சூழலை விடுதலைப் புலிகளுக்குச் சரியாகக் கூறவில்லை என்றுதான் கருத முடியும்.

புலித்தேவனும், நடேசனும், புகழ்பெற்ற 'சண்டே டைம்ஸ்' பத்திரிகையாளரும் இலங்கைப் போரைப் பற்றி எழுதச் சென்றபோது குண்டுவெடிப்பில் ஒரு கண்ணை இழந்தவரும், பின்னர் போர் குறித்துச் செய்திகள் அனுப்பிக்கொண்டிருக்கும்போது சிரியாவில் கொல்லப்பட்டவருமான மேரி கொல்வின் ஐக்கிய நாட்டுச் சபை மூலம் 40 போராளிகளும் அவர்தம் குடும்பத்தினருடன் சரணடைய முயற்சி செய்தார். ஐக்கிய நாட்டுச் சிறப்புத் தூதரான விஜய் நம்பியாரை அதிகாலை ஐந்து மணிக்கு எழுப்பிய கொல்வின், பிரச்சினையின் தீவிரத்தைக் கூறினார். குடியரசுத் தலைவர் ராஜபக்சவிடம் உறுதிமொழியைப் பெற்ற விஜய் நம்பியாரிடம் கொல்வின் முழு நம்பிக்கையில்லாமல் சரணடையுமிடத்திற்குச் செல்லக் கூறியபோது விஜய் நம்பியார், "அதற்கு அவசியமில்லை, ராஜபக்ச உறுதிமொழி அளித்துள்ளார்" என விடையளித்தார். 17.05.2009 அன்று காலை 08:56 மணிக்கு இலங்கை வெளியுறவுச் செயலாளர் பலித கஹோனாவின் தொலைபேசியிலிருந்து நடேசனுக்கு ஒரு குறுஞ் செய்தி வந்தது. 'நீங்கள் மெதுவாக ஒரு வெள்ளைக் கொடியைத் தூக்கிக் கொண்டு இராணுவத்தினர் பக்கம் செல்லுங்கள். இலங்கை முன்னணி படை வீரர்கள் விடுதலைப் புலிகளின் தற்கொலைப் படையாளிகள் பற்றி பதற்றமாக உள்ளனர்' என்ற செய்தி பலித கஹோனாவின் செல்பேசியிலிருந்து அனுப்பப்பட்டிருந்ததைப் பத்திரிகையாளர் ஒருவர் பார்த்தார். பின்னர் வெளியுறவுச் செயலாளர் அச்செய்தியை மறுத்தார். சரணடைந்த புலித்தேவன், நடேசனின் சிங்கள மனைவி, புலிகளின் நாற்பது போராளிகள், அவர்களது குடும்பத்தினர் என எல்லோருமே இலங்கை இராணுவத்தினரால் சுட்டுக் கொல்லப்பட்டு, இரண்டு நாட்களுக்குப் பிறகு இராணுவத்தினரால் அவர்களது உடல்கள் தகனம் செய்யப்பட்டு, எவ்வித தடயங்களும் கிடைக்காமல் மணல் நிறைந்த கடற்கரையில் அவர்களது சாம்பல் மண்ணோடு மண்ணாகக் கலந்தது.[19] நடேசனைப் பின்னாலிருந்து சுட்டது விடுதலைப் புலிகள் என இலங்கை இராணுவத்தினர் கூறினாலும் அதை நிரூபிக்க உடல்களையோ, தடயவியல் நிபுணர்களது வாக்குமூலங்களையோ, புகைப்படங்களையோ பத்திரிகையாளர்களிடம் கூட காட்ட அவர்கள் முன்வரவில்லை. மாறாக, 2009 டிசம்பர் 'சண்டே லீடர்' பத்திரிகைக்குப் பேட்டியளித்த இலங்கை முன்னாள்

படைத்தலைவர் சரத் பொன்சேகா, தனக்கு நடேசனின் சரண் பற்றி எந்தத் தகவலும் வரவில்லை என்றும், பசில் ராஜபக்ச அத்தகவலை இராணுவச் செயலாளர் கோத்தபய ராஜபக்சவிடம் கூறியதாகவும், அவர் 58ஆவது இராணுவ டிவிஷன் தலைவர் பிரிகேடியர் சாவேந்திர சில்வாவிடம் 'விடுதலைப் புலிகள் சரணடைவதை ஏற்க வேண்டாம். எல்லோரையும் கொன்றுவிடுங்கள்' என உத்தரவிட்டதாகவும் தெரிவித்தார்.[20] மேற்சொன்ன பேட்டி சரத் பொன்சேகாவுக்குக் குடியரசுத் தலைவர் தேர்தலில் தோல்வியையும் 30 வருட சிறைத் தண்டனையையும் வழங்கக் காரணமாயிற்று. இரண்டு வருட சிறைக்குப் பிறகு ஓரளவு தப்பித்தார் சரத் பொன்சேகா. ஆனால், அவரது அரசியல் கனவு கலைந்தது.

மே 17ஆம் தேதி ஏராளமான பொதுமக்கள், விடுதலைப் புலிகளின் தரப்பிலிருந்து அரசு கட்டுப்பாட்டுப் பகுதிக்குப் போகத் தொடங்கினர். கடற்கரையில் தென்மேற்குப் பருவக்காற்று மழை கனத்த மழையாகப் பெய்யத் தொடங்கியபோது பொது மக்கள் ஈரத் தரையில் குழி தோண்டிப் பதுங்கியும் இராணுவத்தினரின் குண்டு மழையிலிருந்து தங்களைப் பாதுகாக்க முடியவில்லை பட்டுச் சேலைகளை மணல் மூடைகளாகத் தைத்து, சில பதுங்கு குழிகளின் சுவர்களாகப் பட்டுச் சேலை மணல் மூடைகள் மாறின. பால் மாவு விலை குளிர்சாதன பெட்டியின் விலையை விட அதிகமாக இருந்தது. குழந்தைகள் பசியில் துடித்தனர், அரசின் கட்டுப்பாட்டுப் பகுதிக்குச் செல்ல முயன்ற மக்களை விடுதலைப் புலிகள் சுட்டனர். சுத்தமான குடிதண்ணீர், தண்ணீரை அல்லது உணவைச் சுட வைக்க காய்ந்த விறகு, காய்கறிகள், மலங்கழிக்க இடம் என எதுவும் உள்நாட்டு அகதிகளான தமிழர்களுக்குக் கிடைக்கவில்லை. காயம்பட்டவர்களின் அலறலும் இறந்தவர்களின் உறவினர்களின் ஓலமும் குண்டுகளின் சத்தத்தில் அமுங்கிப் போயின.

ஒரு இலட்சத்திற்கு மேல் பொது மக்கள் ஒரு சதுர கிலோ மீட்டர் பரப்பளவில் வாழ்ந்தனர். மொத்தத்தில் கற்பனைக்கெட்டாத நரகமாக இலங்கை இராணுவத்தால் பாதுகாப்பான பகுதியாக அறிவிக்கப்பட்ட அந்த இடம் இருந்தது. ஆனால், அங்கும் குண்டு வீச்சு நிகழ்ந்தது. இராணுவத்தினரின் பீரங்கி குண்டுகளுக்கு மருத்துவமனைகளும் தப்பவில்லை. மின்னணு வண்டுகள் மூலம் போர்க்கள முனையைக் கண்காணித்த இலங்கை இராணுவத்தினரால் மக்களோடு கலந்த புலிகளை இனம் பிரித்துக் காண இயலவில்லை. எனவே தொடர்ந்து கனரக ஆயுதங்களைப் பயன்படுத்தி மக்களைச் சுட்டனர். தமிழ் மக்கள் மீதான போருக்குச் சாட்சியங்கள் வைக்க இலங்கை இராணுவத்தினர் விரும்பவில்லை. களமுனையில் பணியாற்றிய அரசாங்க மருத்துவர்களான தமிழர்கள் சாவு எண்ணிக்கையைக் குறைத்துச் சொல்ல அச்சுறுத்தப்பட்டனர். 1980 முதல் புலிகளுக்கு ஆயுத தரகராகச் செயல்பட்ட கேபி என்ற குமரன் பத்பநாபன் 2002ஆம் ஆண்டில் நீக்கப்பட்டார். அதற்குப் பிறகு கஸ்ட்ரோ, சூசை, நடேசன் ஆகியோர் ஆயுதக் கொள்முதல் நடத்தினர். 2009 பிப்ரவரி மாதம் மறுபடியும் கேபி தலைமைத் தொடர்பாளராக சீஃப் நெகோஷியேட்டர் என்ற பெயரில் பேச்சுவார்த்தைகளை நடத்த பிரபாகரனால் நியமிக்கப்பட்டார். ஏப்ரல் மாதம் பிரபாகரனின் வளர்ப்பு மகன் ஒருவரும் சார்லஸ் ஆண்டனியும் பிரபாகரனையும் முக்கியமானவர்களையும் வெளிநாட்டுக்கு அனுப்ப கேபியின் உதவியைக் கேட்டனர். கேபி கொழும்புவில்

இருந்த கஜேந்திரன் பொன்னம்பலம் மூலம் பசில் ராஜபக்சவிடம் உதவி கேட்டார். கேபியின் திட்டப்படி பிரபாகரனையும் அவரது குடும்பத்தையும் சிறு விமானம் மூலம் வன்னியிலிருந்து ஏற்றிச் சென்று வெளிநாடு ஒன்றில் விடுவார்கள். அதற்கு சார்லஸ் ஆண்டனியிடம் 200 மில்லியன் யுஎஸ் டாலர் பணம் கேட்டார் கேபி. சார்லஸால் பணம் தர முடியவில்லை.[21]

இறுதி வரை களமுனையில் பிரபாகரன் இருந்துள்ளார். தனது இரண்டு மகன்களையும், மகள் துவாரகாவையும் மக்கள் பார்க்கும்படியே பிரபாகரன் வைத்திருந்தார். சார்லஸ் ஆண்டனியைப் போர்க்களத்தில் நிறுத்தியிருந்தார். மதிவதனியை வெளியே அனுப்பச் சிலர் முயற்சி எடுத்தபோது, மதிவதனி வெளியேறக் கூடாது என அறிவித்தார். தனக்கும் தன் குடும்பத்தினருக்கும் சிறப்பு சயனைட் குப்பிகளை மருத்துவர் மூலம் தயாரித்து வைத்திருந்தார்.[22] போர் முடிந்த பிறகு உச்சந் தலையில் குண்டு பாய்ந்து பின்பக்கம் வெளியேறி, இரத்த இழப்பால் முகம் சிறிது வெளிறி போய், இராணுவத்தினரின் படை வீரர் ஒருவரால் கண்டெடுக்கப்பட்ட உடல் முதலில் சட்டையோடும், பின்னர் சட்டை இல்லாமலும், அரை நிர்வாணமாகவும், எடுக்கப்பட்ட படங்கள் பல்வேறு யூகங்களுக்கு இன்றும் இடமளிக்கின்றன. பிரபாகரன் உடலை கருணா அம்மான் அடையாளம் காட்டினார். பிரபாகரன் கள முனையில் இறந்தது உண்மை. பிரபாகரனுடன் தங்கள் அரசியலை இணைத்து நேர்மையற்ற சில தமிழக அரசியல்வாதிகள் பிரபாகரன் உயிருடனிருப்பதாக 2023 பிப்ரவரியிலும் அறிக்கைகள் விட்டுத் தங்கள் அரசியல் இருப்பைத் தக்க வைக்க முயன்றனர்.

பிரபாகரனது மரணத்திற்குப் பிறகு 30 வருட இலங்கை உள்நாட்டுப் போர் முடிவுக்கு வந்தது. இலங்கையின் 'மாணிக் பார்ம்' என்ற பழைய பண்ணை உள்நாட்டு அகதிகள் முகாமாக மாற்றப்பட்டது. ஆதாம் ஏவாளின் ஏடன் தோட்டம் எனப் பெயர் பெற்ற அழகிய இலங்கையில் உலகின் மிகப்பெரிய அகதி முகாமான மாணிக் பார்மில் 2,82,000 அகதிகள் முள்வேலி முகாமுக்குள் சிறை வைக்கப்பட்டனர். பணம் படைத்தவர்களில் குறைந்தது பதினாறு இலட்சம் இலங்கை பணம் இருந்தவர்கள் இலங்கை இராணுவத்தினர் உதவியுடன் தப்பி வெளிநாடுகளுக்குச் சென்றனர்.[23] புலிகளின் உயர்மட்டக் குழுவிலிருந்த பொட்டு அம்மான், ஈரோஸ் பாலகுமார் ஆகியோர் முகாமில் உயிருடன் கண்டுபிடிக்கப்பட்டுப் பின்னர் காணாமற் போயினர். அவர்கள் இலங்கை இராணுவத்தினரால் கொல்லப்பட்டிருக்கக் கூடும்.

வன்புணர்ச்சிக்கும், நிர்வாண சோதனைகளுக்கும் தப்பித்த பெண்களும் தாய்மார்களும் மாணிக் பார்ம் அகதிகள் முகாம் வந்தடைந்த பிறகும் பெருமூச்சு விட முடியவில்லை. உணவுக்காக அவர்கள் எட்டு மணி நேரம் வரிசையில் நிற்க வேண்டியதாயிற்று.

மூன்று வருட உள்நாட்டு அகதிகள் முகாம் 25.09.2012 அன்று இலங்கை அரசால் மூடப்பட்டது. ஆனால், வெற்றி பெற்ற இராணுவமாக வடக்கு முழுவதும் இராணுவத்தினரின் வெற்றிச் சின்னங்களும் நினைவுக் கட்டடங்களும் தமிழ் மக்களுக்கும் சிங்களருக்குமிடையே இன்னும் பிளவை ஏற்படுத்துகின்றன. 2023 ஆம்

ஆண்டு ஜனவரி மாதம் ஏ-9 நெடுஞ்சாலையில் யாழ்ப்பாணம் நோக்கிப் பயணம் செய்யும் பயணிகள் ஆனையிறவில் விடுதலைப் புலிகளிடம் கைப்பற்றப்பட்ட கவச வாகனமாக மாற்றப்பட்ட சாலை இயந்திரத்தைப் போரில் கைப்பற்றப்பட்ட நினைவுப் பொருளாகப் பளபளவென்று மெருகூட்டப்பட்டு வர்ணம் பூசப்பட்டிருப்பதையும் நினைவுச் சின்னம் அருகில் இருபது வயது இளம் இராணுவ வீரன் காமினி குலரத்னா எவ்வாறு தன்னுயிரை ஈந்து கவச வாகனமொன்றை அழித்தான் என்பன போன்ற மயிச்கூச்செறியும் கதைகள் பொறிக்கப்பட்ட கல்வெட்டுகளைச் சுற்றிப் பல சிங்களர் மகிழ்ச்சி பெருக்குடனும், சில தமிழர்கள் கவலை தோய்ந்த முகத்தோடும் நிற்பதைக் காணமுடியும். நடந்து முடிந்தது உள்நாட்டுப் போர் என்றோ, கொல்லப்பட்டது தம் மக்கள் என்றோ எவ்வித உணர்வுமின்றி இன்றும் மக்களை இன, மதரீதியாகப் பிளவுபடுத்தி அரசியல் இலாபங்களை அடைவதில் இலங்கையின் அரசியல் தலைமைக்கும், இந்தியாவின் தற்போதைய அரசியல் தலைமைக்கும் வேறுபாடுகள் இருப்பதாகக் காண முடியவில்லை.

1971 மற்றும் 1987 ஆண்டுகளில் நிகழந்த ஜேவிபி எழுச்சிகளில் விளிம்புநிலையைச் சேர்ந்த ஏறத்தாழ ஒரு இலட்சம் இளைஞர்கள் கொல்லப்பட்டனர். கழுத்துகளில் டயர்கள் மாலைகளாகச் சூட்டப்பட்டு அவ்விளைஞர்கள் வெட்டியும், எரித்தும் கொல்லப்பட்டனர். ஜேவிபி எழுச்சிக்கு நினைவுச் சின்னம் எழுப்பி அவர்களை எவ்வாறு கொன்றோம் என இராணுவ, காவல்துறை அதிகாரிகளைக் கொண்டு குறும்படங்களும் காட்சிகளும் செய்வது எவ்வளவு மூடத்தனமாக இருக்குமோ, அதைவிட நாகரிகமற்று இலங்கை அரசு நடந்து கொள்கிறது என்றுதான் கருத வேண்டும். இலங்கைக்கு நிதியுதவியும், அதே நேரம் இலங்கையைத் தங்கள் சந்தையாக்கி அதன் கடல் வளங்களைச் சுரண்டியும் வாழும் இந்தியா, சீனா போன்ற நாடுகளுக்கு இலங்கையின் இனமோதல்கள் அந்நாட்டைத் தங்கள் கட்டுப்பாட்டுக்குள் வைக்க உதவும்.

இலங்கையின் மொத்த விற்பனை வணிகத்தையும், உணவு உடை, சேலைகள் என அனைத்தையும் இந்தியாவே தன் கட்டுக்குள் வைத்துள்ளது. இலங்கையிலுள்ள 46 சர்வதேச நிறுவனங்களில் மூன்றைத் தவிர பிற அனைத்திலும் இந்திய தலைமை இயக்குநர்களே மேலாண்மை செய்கின்றனர்.[24] உள்நாட்டுப் போரில் ஆயுதங்களையும் இராணுவத்தினர் எண்ணிக்கையையும் தாறுமாறாகப் பெருக்கி இன்று வேலையற்ற இராணுவத்தினருக்கு வேலை வழங்க அவர்களைச் சுற்றுலாப் பயணிகளுக்கு உணவு விடுதிகளையும் கடைகளையும் நடத்த அனுமதித்த இலங்கை அரசு, தனது இராணுவச் செலவுகளைக் கட்டுப்படுத்தி ஆயுதப்படையினரின் எண்ணிக்கையைக் குறைத்துச் சீரமைக்காவிட்டால் இலங்கை பாழ்படும் அபாயமுண்டு. எதிர்காலத்தில் இராணுவப் புரட்சிக்கு இட்டுச் சென்றாலும் ஆச்சரியப்படுவதற்கில்லை. 2005 - 2009 ஆண்டுகளில் இராணுவத்தினரின் எண்ணிக்கை 4,50,000 என்று கோத்தபய கூறியதை அ.மார்க்ஸ் தனது 'இராணுவமயமாகும் இலங்கை' நூலில் பதிவு செய்தார். போர் முடிந்த பிறகும் தமிழ்ப் பகுதிகள் முழுக்க இராணுவக் கட்டுப்பாட்டிற்குள்ளும் கண்காணிப்பிற்குள்ளும்தான் உள்ளன. இத்தனையாவது பிரிகேட் உங்களை வரவேற்கிறது என்ற வாசகங்கள் கொண்ட பலகைகளைத் தமிழர் பூமியெங்கும்

காண முடிகிறது. மன்னார் தீவுக்குள் நுழையும் ஒவ்வொரு முறையும், 'எங்கே போகிறீர்கள்? எங்கிருந்து வருகிறீர்கள்?' என ஓட்டுநரிடம் விசாரித்த பிறகே அனுமதிக்கப்பட்டனர்.[25] அதே நிலை 2023ஆம் ஆண்டிலும் தொடர்கிறது. காஷ்மீரின் ஸ்ரீநகரைப் போல யாழ்ப்பாணம் பெரிய இராணுவ முகாமினுள் இருக்கும் நகரமாய்க் காட்சியளிக்கிறது. நகர் நடுவே உள்ள இராணுவ முகாம்களின் கண்காணிப்புக் கோபுரங்கள் மீது இராணுவத்தினர் கண்காணிப்பின் கீழ் தமிழர் வாழ்கின்றனர். மிகப்பெரும் நிலப்பகுதிகள் இராணுவத்தின் கட்டுப்பாட்டில் உள்ளன. குருவி தலையில் பனங்காயாக இலங்கை இராணுவமயமாகி, தமிழர்களுக்கு அதிகாரப் பரவல் மறுத்து, தன் தலையில் தானே மண் அள்ளிப் போட்டுக்கொள்கிறது.

ஆனையிறவில் காமினி குலரத்னாவின் இராணுவ நினைவுச் சின்னத்தில் மலர் வளையம் வைக்கும் சிங்களர். இதுபோன்ற வெற்றிபெற்ற மமதை உணர்வைப் பரப்பும் நினைவுச் சின்னங்கள் இலங்கையை இனரீதியாகப் பிளவுப்படுத்தி மேலும் இராணுவமயமாக்கி அழிவுக்கு இட்டுச் செல்லும்.

2023 மார்ச்சிலும் இலங்கை டாக்ஸிகளுக்கு வாரம் ஒன்றிற்கு 20 லிட்டர் டீசல் அல்லது பெட்ரோல் மட்டும் ஒதுக்கீடு வழங்கப்படுகிறது. சுதந்திரமடைந்து 75 ஆண்டுகளான இலங்கை இன்று தோற்றுப்போனதொரு அரசாகவே உள்ளது.

இலங்கை குடியாட்சி அதீத ஊழலால் தள்ளாடுகிறது. காவல்துறையும் நீதித்துறையும் கூட அதற்கு விதிவிலக்கல்ல. இலங்கை இன்னும் பண்ணையடிமைத்தனத்திலிருந்து விடுதலைப் பெறவில்லை. இலங்கையை ஆட்சி செய்த பதினான்கு பேரில் பதினொரு பேர் ஐந்து குடும்பங்களைச் சேர்ந்தவர்கள். அதில் தனது குடும்பமும் உண்டு என்ற முன்னாள் குடியரசுத் தலைவர் 77 வயது சந்திரிகா குமாரதுங்கா, 2022ஆம் ஆண்டு இலங்கையில் நடந்த மக்கள் போராட்டங்கள் இலங்கையின் அடிப்படையை உலுக்கிவிட்டது என்றார்.[26]

இன்று பெட்ரோல் பொருட்கள் வாங்கக் கூட சீன, இந்தியக் கடனுதவியை எதிர்நோக்கும் இலங்கை பாழ்ப்பட்டதற்கு இன முரண் அரசியலே காரணம். அதில் இலங்கைத் தமிழருக்கும், சிங்களருக்கும், இந்தியருக்கும் சமபங்குகளுண்டு.

அடிக்குறிப்புகள்

1. Frances Harrison, 'Still counting the dead, Survivors of Srilanka's hidden war', Portobello book, 2013, Page 4.
2. G.H Peiris, 'Twilight of the tigers, Peace Efforts and power struggle in Srilanka', Oxford university press, 2009, page 278.
3. Mark Salter, 'To End a Civil War', Page 235.
4. Gordon Weiss, 'The Cage, The Fight for Srilanka the last day of the Tamil Tiger', Mixed Sources, Boldey Head, 2011, Page 93.
5. Major General Kamal Gunaratna, 'Road to Nandhikadal', Vijitha Yopa Bookshop, IV Edition, 2018, Page 646.
6. Ibid, Page 648
7. Ibid, Page 649
8. Ibid, Page 690
9. Gordon Weiss, 'The Cage, The Fight for Srilanka the last day of the Tamil Tiger', Mixed Sources, Boldey Head, 2011, Page 217.
10. Ibid, Page 211
11. Ibid, Page 212
12. Ibid, Page 216
13. Ibid, Page 220
14. Frances Harrison, 'Still counting the dead, Survivors of Srilanka's hidden war', Portobello book, 2013, Page 102.

15. Gordon Weis, 'The Cage, The Fight for Srilanka the last day of the Tamil Tiger', Mixed Sources, Boldey Head, 2011, Page 221.

16. Padma Rao Sundaraji, 'Srilanka The New Country', Harper Collins Publisher India, 2015, Page 73 .

17. Frances Harrison, 'Still counting the dead, Survivors of Sri lanka's hidden war', Portobello books 2013, Page 64.

18. Ibid, Page 66

19. Ibid, Page 70

20. Gordon Weiss, 'The Cage, The Fight for Srilanka the last day of the Tamil Tiger', Mixed Sources Boldey Head, 2011, Page 225.

21. முருகர் குணசிங்கம், 'இலங்கையில் தமிழர், ஜனநாயக ஆயுதவழிப் போராட்ட வரலாறு (1948-2009) பாகம் 2', எம்.வி.வெளியீடு, தென் ஆசியவியல் மையம் - சிட்னி 2010, பக்க எண்கள்: 466 - 468.

22. தமிழ்த்தேசன் இமயக்காப்பியன், 'எல்டிடிஈ களஞ்சியம்', கடைசி சாட்சி மு.திருநாவுக்கரசின் நேர்காணல் 18.07.2009, பக்கம் 127.

23. Frances Harrison, 'Still counting the Dead, Survivors of Sri lanka's hidden war', Portobello book, 2013, Page 49.

24. Padma Rao Sundarji, 'Srilanka The New Country', Harper Collins published India, 2015, Interview of Author with Rajapaksa, Page 163.

25. அ.மார்க்ஸ், 'இராணுவமயமாகும் இலங்கை', உயிர்மை பதிப்பகம், முதல் பதிப்பு ஆகஸ்ட் 2014, பக்கம் 47.

26. The Hindu, 17.04.2023, Interivew of President Kumaratunga by Meera Srinivasan.

பிரபாகரனின் சாதியைத் திருடிய தமிழகம்

தமிழகத்தில் வ.உ.சிதம்பரனார் பிறந்தநாள் கொண்டாட்டங்களில் வ.உ.சி படத்துடன் அவருக்கு இணையாக பிரபாகரனும் தென்படும் வண்ணமயமான சுவரொட்டிகளும் பேனர்களும் நம்மை ஆச்சரியத்தில் ஆழ்த்தும். தமிழகமெங்கும் திருமணங்களில், பூப்புனித நீராட்டு விழாக்களில், புதுமனை புகுவிழாக்களில், சாதி சங்க விழாக்களிலும் இவ்வாறான வண்ணச் சுவரொட்டிகள் தமிழகச் சுவர்களை நீக்கமற நிறைக்கும். தமிழ்நாட்டில் தமிழர்கள் தங்கள் சாதி அடையாளங்களாகக் கருதும் தலைவர் என வேளாளருக்கு வஉசி என்றும், நாடாருக்கு காமராஜர் எனவும், முக்குலத்தோருக்கு பசும்பொன் முத்துராமலிங்கம் எனவும், சேர்வையினருக்கு மருதுபாண்டியர் என்றும், முத்தரையருக்கு பெரும்பிடுகு முத்தரையர் என்றும், நாயக்கருக்கு கட்டபொம்மன் என்றும் சுவரொட்டிகளில் இடம்பெறும். அம்பேத்கர், பெரியார் படங்கள் மட்டுமே திராவிட, இடதுசாரி சிந்தனையாளர்கள் உள்ளிட்ட அனைவரும் பயன்படுத்துவர். இந்நிலையில், ஆ.இரா.வேங்கடாசலபதி எழுதிய நூலின் நாயகனான சுதேசி இயக்கத்தின் நட்சத்திரமான 1908ஆம் ஆண்டு நெல்லை எழுச்சிக்குக் காரணமான வ.உ.சி.யைச் சாதிச் சிமிழுக்குள் அடைப்பது சரியல்ல என்பது ஒருபுறமிருக்க,

மதுரை பரவை வேளாளர் முன்னேற்ற கழக வ.உ.சி.149ஆவது பிறந்தநாள் விழா படத்தில் பிரபாகரனும் வ.உ.சியும்.

பிரபாகரன் வேளாளர் சாதியைச் சேர்ந்தவர் எனச் சித்திரிக்கப்படுவதற்கு முதற் காரணம் தமிழகத்தில் பிரபாகரன் தொடர்பான நூல்களில் தாய் நூலாக விளங்கும் ‘பிரபாகரன் தமிழர் எழுச்சியின் வடிவம்’ என்ற பழ.நெடுமாறன் அவர்களின் நூல் என்றால் மிகையல்ல.

பிரபாகரன் தமிழர் எழுச்சியின் வடிவம் பழ. நெடுமாறன்

சென்பகராமன்

வ.உ.சிதம்பரனார்

இரண்டாண்டுக் காலமாக இந்திய அரசின் தொலைக்காட்சி, வானொலி ஆதரவு பத்திரிகைகள் இவற்றின் மூலம் பிரபாகரனுக்கும் விடுதலைப் புலிகளுக்கும் எதிராகச் செய்யப்பட்ட பொய்ப்பிரச்சாரங்களைத் தன்னுடைய செயலாற்றலால் தவிடுபொடியாக்கியவர் பிரபாகரன். இவற்றுக்கெல்லாம் அச்சாரம் வைத்ததுபோல் பிரபாகரன் மாண்டார் எனப் பொய்ச்செய்தியை இந்திய அரசு பரப்பியது. இச்செய்தியைக் கேட்டுத் தமிழகம் எப்படியெல்லாம் குலுங்கியது என்பதைப் பார்த்தபோது இந்திய அரசு மிரண்டது. தமிழகத்தின் மூலைமுடுக்குகளில் உள்ள கிராமங்களில் வாழும் பாமர மக்கள்கூடப் பிரபாகரனை எந்த அளவுக்கு நேசிக்கிறார்கள் என்பது அப்போது புலனாயிற்று.

சிங்களப் பேரினவாதியான பிரேமதாசா புலிகளுடன் பேச முன்வந்தது ஏன்? - என்ற கேள்விக்கு விடைகாண முயன்றபோது ஒரு மகத்தான உண்மை அனைவருக்கும் புரிந்தது. இரண்டாண்டுக் காலம் முயன்று பார்த்தும்கூட இந்திய இராணுவத்தினாலேயே பிரபாகரனை வீழ்த்த முடியவில்லை என்பதைக் கண்ட சிங்கள மக்களே தங்களது நாட்டின் மகத்தான தேசிய வீரனாகப் பிரபாகரனைக் கருதத் தொடங்கினார்கள்.

1154

பிரபாகரன் தமிழர் எழுச்சியின் வடிவம் பழ. நெடுமாறன்

இந்த நூற்றாண்டின் இணையற்ற தமிழன்

1155

பழ.நெடுமாறனின் ‘பிரபாகரன் தமிழர் எழுச்சியின் வடிவம்’ நூலில் காணும் படங்களில், வ.உ.சி. வேளாளர் சாதியைச் சேர்ந்தவர், எம்டன் செண்பகராமன் பிள்ளை என அழைக்கப்படும் செண்பகராமன் பட்டியல் சமூகமான கன்னியாகுமரி மாவட்ட பாணர் சமூகத்தைச் சேர்ந்தவர், பிரபாகரன் மீனவ கரையர் வகுப்பைச் சேர்ந்தவர். ஆனால், இக்குழுப்படுத்தல் கருத்து மயக்கத்தை ஏற்படுத்தும்.

*1988*ஆம் ஆண்டு மே மாதம் *104* பக்கங்கள் கொண்ட பிரபாகரன் குறித்த முதல் நூல் பிரபாகரனின் இளமை பருவம் பற்றி குறிப்பிடும்போது வல்வெட்டித் துறையில் பிரபலமான குடும்பம் திருமேனியார் குடும்பம். இக்குடும்பத்தில் மூதாதையரான திருமேனியார் வெங்கடாச்சலம், வல்லைமுத்து மாரியம்மன் கோயில், வல்லை வைத்தீஸ்வரர் கோயில், நெடியக்காடு பிள்ளையார் கோயில் ஆகிய மூன்று முக்கிய கோயில்களைக் கட்டினார் எனவும், பிரபாகரன் குடும்பம் கிருபானந்த வாரியரை வைத்துப் பக்திச் சொற்பொழிவுகள் நிகழ்த்திய பெருமைக்குரிய குடும்பம் எனவும், அவரது தந்தையார் திருவேங்கடம் வேலுபிள்ளை எனவும்

குறிப்பிட்டது.[1] பின்னர் 1988 வெளியீடான முதல் வெளியீட்டை விரிவுபடுத்தி 827 பக்கங்களுடன் கிட்டத்தட்ட பத்து மடங்கு பெரிய நூல் ஒன்றைத் தமிழ் குலம் வெளியீடு 2012ஆம் ஆண்டு வெளியிட்டது. அந்நூலிலும் 1988 பதிப்பைப் போன்றே பிரபாகரன் குடும்பம் பற்றி கூறப்படும் தகவல்கள் இருந்தன. அந்நூலில் மூன்று தலைவர்களுடைய படங்கள் இடம்பெற்றிருக்கும். எம்டன் செண்பகராமன் பிள்ளை என்று அறியப்படும் செண்பகராமன், வ.உ.சிதம்பரம் பிள்ளை என்று அறியப்படும் வ.உ.சி., வேலுப்பிள்ளை பிரபாகரன் என்று அறியப்படும் பிரபாகரன் என மூன்று பேரின் படங்களும் ஒரே குழுவாகச் சித்திரிக்கப்பட்டு இடம்பெற்றிருக்கும்.[2] எம்டன் செண்பகராமன் பிள்ளை பழைய திருவிதாங்கூரான இன்றைய கன்னியாகுமரி மாவட்ட பட்டியல் சமூகமான பாணர் சமூகத்தைச் சேர்ந்தவர்.[3] பிரபாகரன் வடஇலங்கையின் மீனவ கரையர் சமூகத்தைச் சேர்ந்தவர், வ.உ.சி வேளாளர் சமூகத்தைச் சேர்ந்தவர், அறவழியில் ஆங்கிலேயரை எதிர்த்துப் போராடியவர். பிரபாகரனும் எம்டன் செண்பகராமன் பிள்ளையும் வன்முறையை நம்பியவர்கள். மூவருக்கும் வேறு எந்த ஒற்றுமையும் இல்லை. ஆனால், மூவரும் ஒரே சாதியினர் என்ற கருத்து மயக்கத்தை அப்படம் ஏற்படுத்தும். அதே கருத்து மயக்கம் துக்ளக் சோவுக்கும் ஏற்பட்டதில் ஆச்சரியமில்லை. கேள்வி பதில் ஒன்றில் 'பழ.நெடுமாறன் ஏன் பிரபாகரனை விழுந்து விழுந்து ஆதரிக்கிறார்' என்ற கேள்விக்கு 'வேலுப்(பிள்ளை) பிரபாகரன்' என துக்ளக் சோ பதிலளித்ததைக் கண்டு கோபமுற்ற பழ.நெடுமாறன், பழ.கருப்பையாவின் திரைப்பட நிகழ்ச்சி ஒன்றில் துக்ளக் சோவிடம், 'கையில் பேனாவும் பத்திரிகையும் இருக்கிறது என்றால் எதையாவது தவறாக எழுதாதீர்கள்' எனக் கூறியதைக் கேட்ட சோ என்னவென்று வினவியபோது, பிரபாகரன் மீனவர் சமூகத்தைச் சேர்ந்தவர் எனத் தான் கூறியதைக் கேட்ட சோ, காந்தளகம் சச்சிதானந்தனிடம் தனது சந்தேகத்தைக் கேட்டுத் தெளிவுபடுத்திக்கொண்ட பிறகு தன் தவறை உணர்ந்து மறுபடியும் அதுபோன்று எழுதவில்லை என்றும் கூறுகிறார் பழ.நெடுமாறன்.[4]

2008ஆம் ஆண்டு கிழக்கு பதிப்பகத்தால் 'பிரபாகரன் ஒரு வாழ்க்கை' என்ற நூல் செல்லமுத்து குப்புசாமி என்பவரால் வெளியிடப்பட்டது. அந்நூலில் திரு. பழ.நெடுமாறன் அவர்களின் நூலில் பக்தி மார்க்கத்தில் மூழ்கிய குடும்பமாகச் சித்திரிக்கப்பட்ட பிரபாகரன் குடும்பமானது, இன்னும் ஒருபடி மேலே போய் கிருபானந்த வாரியார் அவர்களின் சொற்பொழிவில், பிரபாகரனின் ஆன்மிகக் கேள்விகளைப் பார்த்து பிரபாகரன் தாயாரிடம் "உங்கள் மகன் ஆன்மிகப் புரட்சி செய்வான்" என வாரியார் குறிப்பிட்டதாகவும் பதிவு செய்யப்பட்டிருக்கும். இதுதவிர தினமும் தேவாரம் பாட வேண்டுமென்ற பழக்கத்தை அக்குடும்பத்தினர் பின்பற்றியதாகவும் குறிப்பிடப்பட்டிருந்தது. செப்டம்பர் 5, 1986 அன்று அளித்த பேட்டியில் கிருபானந்த வாரியாரின் சமயச் சொற்பொழிவுகளைக் கேட்டிருக்கிறேன் என பிரபாகரன் கூறினார். ஆன்மிகக் கேள்விகள் கேட்டதாகக் கூறவில்லை.

மதுரை ஒத்தக்கடை சந்திப்பில் திருமண வாழ்த்தில் பிரபாகரனும் வ.உ.சியும்.

இது தவிர, 'வேலுப்பிள்ளை பிரபாகரன் விடுதலை போராட்ட வரலாறு' என்ற நூலை செம்பூர் ஜெயராஜ், இலையூர் பிள்ளை ஆகிய இருவரும் எழுதி சென்னை ராயப்பேட்டை அவ்வை சண்முகம் சாலையில் உள்ள வ.உ.சி. நூலகத்தால் வெளியிடப்பட்டுள்ளது. அந்நூலில் 'மாவீரன் அவதாரம்' என்ற அத்தியாயத்தில், பிரபாகரன் பாரம்பரியமிக்க குடும்பத்தில், பல கோயில்களைக் கட்டிய குடும்பத்தில் பிறந்ததாக அறிமுகம் செய்து வைக்கப்படுகிறார். வேலுப்பிள்ளையின் தந்தை திருமேனியார் வெங்கடாச்சலம் என்பவர் வல்வெட்டித்துறை வைத்தீஸ்வரன் கோயிலைக் கட்டியவர் மற்றும் முத்துமாரியம்மன் கோயில், நெடியகாடு பிள்ளையார் கோயில் கட்ட உதவியவர் எனக் குறிப்பிடப்பட்டிருக்கும்.[5] அவரது சகோதரர் பெயரைக் குறிப்பிடும்போது கூட வேலுப்பிள்ளை மனோகரன் என்றே பதிவு செய்யப்பட்டிருக்கும். கிழக்கு பதிப்பகத்தின் 2009 மே மாத வெளியீடான பா.ராகவன் அவர்களின் 'பிரபாகரன் வாழ்வும் மரணமும்' என்ற நூல் திருமேனியார் குடும்பத்தின் கோயில் திருப்பணிகள் பற்றியும் அவர் கட்டிய வைத்தீஸ்வரர் கோயிலைப் பற்றியும் பிரபாகரன் தந்தை வீட்டில் திருவாசகம் படித்துக்கொண்டிருப்பதையும் பதிவு செய்திருக்கும்.[6] 2021இல் ஐந்தாம் பதிப்பைக் கண்ட ஆதனூர் சோழனின் நூலிலும் அதே வைத்தீஸ்வரன் கோயில் வேலுப்பிள்ளையின் தாத்தா கட்டியதாகக் கூறப்பட்டிருக்கும். மேற்சொன்ன நூல்களைப் படிக்கும் அனைவருக்கும் பிரபாகரன் சாதி குறித்த கருத்து மயக்கம் ஏற்படுவதைக் காண முடிகிறது.

மதுரை திருவாதவூரில் வ.உ.சி. பேரவை பெயர்ப் பலகையில் பிரபாகரன் படம்.

அனிதா பிரதாப்புடனான முதல் பேட்டியில் 'இயற்கை எனது நண்பன், வாழ்க்கை எனத் தத்துவாசிரியர், வரலாறு எனது வழிகாட்டி'[7] எனக் கூறியது பின்னர் மிகப் பிரபலமான வாசகமாக மாறியது. தனது வழிகாட்டி கடவுள் என்றோ, இந்து மதம் என்றோ, முருகன் என்றோ, மாரியம்மன் என்றோ, வல்வெட்டித்துறை வைத்தீஸ்வரன் என்றோ குறிப்பிடாத பிரபாகரனைப் பழுத்த சிவப்பழமாகத் தமிழ்நாட்டில் சித்திரிப்பது வியப்புக்குரியது. அவரது இயக்கத் தொடக்ககாலத்தில்

தி.லஜபதிராய் ● 189

வங்கிக் கொள்ளைப் பணத்தில் கொஞ்சம் அன்னதானத்திற்குச் செலவிட்டதும், தனது திருமணத்தை முருகன் கோயிலில் நடத்தியதும் பழனி கோயிலில் மொட்டை போட்டதும் என்னவோ உண்மைதான்.

மேட்டுப்பட்டி ஊரில் வ.உ.சி பிறந்தநாள் சுவரொட்டியில் பிரபாகரன்.

தமிழ்ச் சமூகம் பிரபாகரனை ஒரு கடவுளாகக் கருதுகிறது என்ற மேஜர் ஜெனரல் கமல் குணரத்தினா, தனது 'ரோட் டு நந்திக்கடல்' நூலில் சாதிக் கொடுமைகள் மிக்க பிற்போக்குச் சமூகமான யாழ்ப்பாணத்தில் ஒடுக்கப்பட்ட சாதியினர் தமிழீழ விடுதலைப் புலிகள் இயக்கத்தில் சேர்வதைச் சமூக விடுதலையாகக் கருதினார்கள் எனக் குறிப்பிடுகிறார்.

வடஇலங்கை தமிழ்ச் சமூகத்தினர் சாதி உணர்வு மிக்கவர்கள். வடக்கு இலங்கையில் வடமராட்சி பகுதியில் பெரும்பாலும் மீனவரான கரையர், நளவர், பள்ளர், பறையர், கோவியர், நாவிதர் ஆகிய சாதிகளை அங்குள்ள வேளாளர் சாதியினர் தாழ்வாகக் கருதுவதையும், ஆனால் பெரும்பாலான விடுதலைப் புலிகள் இயக்கப் போராளிகள் மீனவர், நாவிதர், நளவர் ஆகிய சாதிகளைச் சார்ந்தவர்களாக இருப்பதையும், பிரபாகரன் மீனவர் சமூகத்தைச் சார்ந்தவர் எனவும் குணரத்தினா குறிப்பிடுகிறார்.[8]

மேஜர் ஜெனரல் ஹர்கிரத் சிங் தனது நூலில், பிரபாகரன் கரையர் சமூகத்தில் வணிகம் செய்யும் மேலோங்கி கரையர் என்ற மீனவர் சமூகத்தைச் சேர்ந்தவர் என்பதையும் **1983**ஆம் ஆண்டு ஜூலை கலவரத்தில் கொல்லப்பட்ட தலைவர்கள் குட்டிமணி, தங்கத்துரை என்ற இருவரும் கீழோங்கி கரையர் என்ற மீனவ சமூகத்தைச் சேர்ந்தவர்கள் என்று குறிப்பிடுகிறார்.[9] அதே கூற்றையே ஆஷிப் ஹுசைனும் பதிவு செய்கிறார். ப்ளாட் இயக்கத் தலைவர் உமா மகேஸ்வரன், புலிகள் சுட்டுக் கொன்ற டெலோ சிறீ சபாரத்தினம், ஈபிஆர்எல்எப் பத்மனாபா, தமிழர் ஐக்கிய விடுதலை முன்னணி அமிர்தலிங்கம், இறுதிப் போரில் கைதாகிக் காணாமல் போன ஈரோஸ் பாலகுமார் ஆகியோர் வேளாளர் சமூகத்தினர். அதன் காரணமாக அந்த

இயக்கங்களின் சில தலைவர்கள் தன்னைத் தங்களில் ஒருவராகக் கருதினர் என்றார் பழ.நெடுமாறன்.[10] புலிகள் அமைப்பிற்கும் பிற அமைப்புகளுக்கும் கொள்கை முரண்களோடு சாதி முரண்களும் உண்டு.

பிரபாகரன் மீனவ கரையர் சமூகத்தைச் சார்ந்தவர் என்றாலும் இன்று தமிழ்நாட்டில் வேளாளர் சமூக சங்கக் கட்டடங்களிலும், அவர்களது மாநாடுகளிலும், வேளாளர் சாதி சங்கக் கூட்டங்களிலும் பிரபாகரன் படம் தவறாமல் இடம்பெறுகிறது. ஆட்டைத் திருடுவதை, மாட்டைத் திருடுவதை, நிலத்தைத் திருடுபவர்களை, ஏன் தமிழ் திரைப்படத்தில் கிணற்றைத் திருடியதைக் கூட கேள்விப்பட்டிருக்கின்றோம். தமிழ்நாட்டுப் பிரபலங்களான எம்டன் செண்பகராமன் பிள்ளை, எம்.எஸ்.சுப்புலட்சுமி, ஜெமினி கணேசனின் சாதிகள் திருடப்பட்டதைப் போல பிரபாகரனது சாதியும் தமிழ்நாட்டில் திருடப்பட்டது. சாதி வெறி மிகுந்த தமிழ்நாட்டில் பிரபாகரனின் சாதித் திருட்டு ஆச்சரியமளிக்கிறது.

சாதி வெறியால் கொலை செய்யப்பட்ட கோகுல்ராஜ்.

தமிழ்நாட்டின் சாதிவெறிக்கு **2015**ஆம் ஆண்டில் பொறியியல் மாணவர் கோகுராஜின் சாதி வெறிக் கொலையை உதாரணமாகக் கூறலாம். **23.06.2015** அன்று காலை ***11:00*** மணிக்குத் திருச்செங்கோடு அர்த்தநாரீஸ்வரர் மலைக் கோயிலில் சந்தித்த கோகுல்ராஜும், பொறியியல் கல்லூரியில் அவருடன் உடன் பயின்ற பெண்ணும் நல்ல நண்பர்கள். அப்பெண் கொங்குவேளாளர் சமூகத்தைச் சேர்ந்தவர், கோகுல்ராஜ் பட்டியல் சமூகமான பறையர் சமூகத்தைச் சேர்ந்தவர். இருவரும் கோயில் வளாகத்தில் அமர்ந்து பேசிக்கொண்டிருப்பதைப் பார்த்த கொங்குவேளாளர் சாதியைச் சேர்ந்த தீரன் சின்னமலை கவுண்டர் அமைப்பின் யுவராஜ் உள்ளிட்ட பிற எதிரிகள், கோகுல்ராஜை கோயிலிலிருந்து டாடா சஃபாரிக் காரில் கடத்தி, மிரட்டி, தற்கொலை செய்யப் போவதாகக் கடிதம் ஒன்றையும், கைபேசியில் வீடியோ ஒன்றையும் பதிவு செய்ய வைத்து அதன்பின் கைகுட்டையால் கழுத்தை நெரித்துக் கொலை செய்து, வெட்டுக் கத்தியால் தலையைத் துண்டாக்கி, ஈரோடு அருகேயுள்ள காவேரி இரயில் நிலையம் - ஆனங்கூர் இரயில் நிலையம் இரண்டிற்குமிடையே தலையற்ற உடலைத் தண்டவாளத்தின்

நடுவிலும், தலையைத் தண்டவாளத்திற்கு வெளியிலும் போட்டு கோகுல்ராஜ் தற்கொலை செய்யப் போவதாக மிரட்டி எழுதப்பட்ட தற்கொலை கடிதத்தை அங்கு வைத்து, வீடியோவை வலைதளங்களில் பரப்பி கோகுல்ராஜ் தற்கொலை செய்ததாக நாடகம் ஒன்றை நடத்திய முதல் எதிரி யுவராஜ், அருண், சிவகுமார், சதிஷ்குமார், ரகு (எ) ஸ்ரீதர், ரஞ்சித், செல்வராஜ், சந்திரசேகரன், பிரபு, கிரிதர் அனைவரும் கோகுல்ராஜைக் கொலை செய்ததற்காக 08.03.2022 அன்று மதுரை மூன்றாவது கூடுதல் மாவட்ட மற்றும் அமர்வு நீதிமன்றத்தின் நீதிபதி பி.சம்பத் குமார், சிறப்பு வழக்கு எண்.31/2019இன் கீழ் குற்றம் சாட்டப்பட்ட 15 பேரில் மேற்சொன்ன 10 பேர்களுக்கும் ஆயுள் தண்டனை வழங்கித் தீர்ப்பளித்தார். மேற்சொன்ன தீர்ப்பு 02.06.23 அன்று மெட்ராஸ் உயர்நீதிமன்றத்தால் உறுதிசெய்யப்பட்டது. நீதிபதிகள் எம்.எஸ்.ரமேஷ் மற்றும் என்.ஆனந்த் வெங்கடேஷ் ஆகியோர் தங்கள் தீர்ப்பில் எட்டுப் பேர்களின் ஆயுள் தண்டனையைச் சாகும் வரை நீட்டித்து "சமூகத்தின் சாதிவெறிப் பக்கங்களை அக்கொலை அம்பலப்படுத்துகிறது" என்றனர்.

குற்றவாளிகள் கொலை நடந்த நாள் வரை கோகுல்ராஜுடன் எவ்வித அறிமுகமும் இல்லாதவர்கள். நல்ல விளையாட்டு வீரரான, ஆறடி உயரத்திற்குச் சற்றுக் குறைந்த உயரத்தைக் கொண்ட பொறியியல் படிப்பை வெற்றிகரமாக முடித்து ஏராளமான எதிர்கால கனவுகளுடன் எவ்வித குற்றப் பின்னணியுமற்ற கோகுல்ராஜ், ஆட்கடத்தல், கொலை முயற்சி, மோசடி என ஏழு வழக்குகளைத் தன் மீது கொண்டிருந்த முதல் எதிரி யுவராஜாலும் பிற பதினைந்து குற்றவாளிகளின் சாதி வெறியாலும் கொல்லப்பட்டார்.

26.02.2023 அன்று மதுரை தல்லாகுளத்தில் தென்பட்ட வேளிர் மக்கள் கட்சியின் சுவரொட்டியில் வ.உ.சியும் பிரபாகரனும்.

மின்னணு பொறியியல் படித்த பட்டியல் சமூக இளைஞன் ஒருவன் வேளாளர் சாதியைச் சேர்ந்த சக மாணவியோடு நட்புடன் பழகியமைக்காகக் குற்றப் பின்னணி கொண்டவன் ஒருவனால் கழுத்தறுத்துக் கொல்லப்பட்டது தமிழர்களுக்கு நிரந்தர தலைகுனிவை ஏற்படுத்தியது. வேளாளர் சாதிப் பெண்ணைக் காதலித்துத் திருமணம்

செய்த கரையர் மீனவ சாதி பிரபாகரனைத் தனது சாதியாகக் கொண்டாடும் அதே சமூகம், சாதிவெறி கொலை புரிந்த யுவராஜைத் தங்கள் தலை மீது வைத்துக் கொண்டாடாது என நம்பலாம்.

சென்னகரம்பட்டி அம்மாசி மற்றும் வேலு, மேலவளவு முருகேசன் மற்றும் ஐவர், கண்ணகி முருகேசன், கோகுல்ராஜ், இளவரசன் என வன்கொடுமை கொலைகள் தமிழ்நாட்டில் தொடர்கதையாக நிகழ்ந்த வண்ணமே உள்ளன. நான்கு திருடர்களின் தங்கப் பானையைப் பாதுகாத்த மூதாட்டி கதை போல் தமிழர் சமத்துவத்தை எட்டுமுன் தமிழ்த் தேசியம் எங்கனம் சாத்தியம் என்ற கேள்வி நம்மைக் கன்னத்தில் அறையாமல் இல்லை.

அடிக்குறிப்புகள்

1. பழ.நெடுமாறன், 'பிரபாகரன் தமிழர் எழுச்சியின் வடிவம்', வெளியீடு தமிழ் குலம் பதிப்பகம், 1998, பக்கம் 1.
2. அதே நூல், பக்கம் 1154
3. நாஞ்சில் நாடன், 'நாஞ்சில் நாட்டு வெள்ளாளர் வாழ்க்கை', காலச்சுவடு வெளியீடு, முதல் பதிப்பு நவம்பர் 2003, பக்கம் 91.
4. பழ.நெடுமாறன், நேர்முகப் பேட்டி, 24.12.2020 முள்ளிவாய்க்கால் முற்றம், விளார், தஞ்சாவூர்.
5. செம்பூர் ஜெயராஜ் மற்றும் இலையூர் பிள்ளை, 'வேலுப்பிள்ளை பிரபாகரன் விடுதலை போராட்ட வரலாறு', வ.உ.சி நூலகம், 2018, பக்கம் 58.
6. பா.ராகவன், 'பிரபாகரன் வாழ்வும் மரணமும்', கிழக்கு பதிப்பகம், மே 2009, பக்கம் 17
7. Anita Pratab, 'Island of Blood', Penguin Group, 2001, page 74.
8. Major General Kamal Gunaratna, 'Road to Nandhikadal', Vijitha Yapa Bookshop, IV Edition 2018, Page 90.
9. Harkirat Singh Major General (Retd), 'Intervention in Sri lanka The IPKF Experience Retold', Manohar publishers 2007, Page 150.
10. பழ.நெடுமாறன், நேர்முகப் பேட்டி, 24.12.2020 முள்ளிவாய்க்கால் முற்றம், விளார், தஞ்சாவூர்.

இலங்கையில் முஸ்லிம்கள்

கொழும்பு பேட்டையில் அமைந்த அழகிய ஜமியுல் அல்பார் மசூதி.

மட்டக்களப்பில் மரபுக்கதை ஒன்று உண்டு. நெடுங்காலத்திற்கு முன் இந்துக்களான ஏழு தமிழரும் மூர்களான ஏழு முஸ்லிம்களும் இலங்கையின் கிழக்குப் பகுதிக்கு வந்தனர். கிழக்குக் கடற்கரையை அப்போது யாழ்ப்பாணத் தமிழர் கட்டுப்பாட்டில் வைத்திருந்தனர். அவர்களை எதிர்த்து இந்துக்களான ஏழு

தமிழ்நாட்டுத் தமிழருடன் இணைந்து ஏழு முஸ்லிம்களும் போரிட்டு வென்றனர். யாழ்ப்பாணத்தினரைப் போரில் தோற்கடித்த ஏழு முஸ்லிம்களிடம் குடியிருக்க நிலம் வேண்டுமா அல்லது திருமணம் செய்ய உள்ளூர் பெண்கள் வேண்டுமா என வினவியபோது அவர்கள் சாமர்த்தியமாகப் பெண்கள் என்றனர். ஏனெனில், பெண் வழி சொத்துரிமை கொண்ட கிழக்குக் கடற்கரை சமூகத்தில் திருமணம் செய்தால் நிலமும் பெண்களும் கிடைக்கும் என அவர்கள் அறிந்திருந்தனர். அவ்வாறே இரண்டையும் பெற்றனர் அங்கேயே நிரந்தரமாகக் குடியேறினர்.[1] மேற்சொன்ன மரபுக்கதையில் எவ்வளவு தூரம் உண்மை இருக்கிறது என்று தெரியவில்லை. ஆனால், முஸ்லிம்களின் தாய் வழி சொத்துரிமை, திருமணத்திற்குப் பின் மனைவி வீட்டில் வசிக்கும் உறவுமுறைகள் ஆகியன தென்னிந்தியாவில் தாய்வழி சொத்துரிமையைக் கொண்ட முக்குவர் சமூகங்களைப் பெருமளவில் ஒத்திருப்பதைக் காணலாம் எனச் சர்வதேசப் புகழ் பெற்ற துருக்கிய மானுடவியலாளரான நூர் யால்மன் வியந்து கூறுகிறார்.[2]

தென்கிழக்கு ஆசியாவில் சுமத்ரா, மலேயா, கேரளாவில் மாப்பிள்ளை, தமிழக கிழக்குக் கடற்கரையோர முஸ்லிம் சமூகங்களிலும் இதுபோன்று தாய்வழி முஸ்லிம்கள் உள்ளனர். மூர்கள், சோனகர், சிங்களரால் மரக்கல மக்கள் எனப் பல்வேறு பெயர்களில் இலங்கை முஸ்லிம்கள் அழைக்கப்பட்டாலும், அவர்கள் அனைவரும் தமிழ் பேசும் மக்களாகவே வாழ்ந்துவருகின்றனர்.

உள்ளூர் தமிழ்ப் பெண்களையும் சிங்கள பெண்களையும் மணந்துகொண்ட அரேபிய வணிகர்களின் வழித்தோன்றல்களான தமிழ் பேசும் முஸ்லிம்கள் தங்கள் அரேபிய மரபு குறித்துப் பெருமிதம் கொண்டவர்கள்.[3]

மகாவம்சத்தில் பொது நூற்றாண்டில் வாழ்ந்த அரசன் பாண்டுகபயாவின் அனுராதாபுரம் குடியிருப்பில் மேற்கு வாசலில் யோனசயாகவத்து என்ற குடியிருப்பு பகுதி அரேபியருடையதா அல்லது கிரேக்கர்களுடையதா என இரு வேறு கருத்துகள் இருந்தாலும், இலங்கையில் 8ஆம் நூற்றாண்டிலிருந்து 16ஆம் நூற்றாண்டு வரையில் கிடைத்துள்ள அரபி மொழி கல்லறைக் கல்வெட்டுக்கள், இலங்கைக்கும் அரேபியாவிற்கும் உள்ள தொடர்பைக் கூறுகின்றன.[4] இலங்கையிலுள்ள தமிழ் பேசும் முஸ்லிம்கள் தமிழ் வம்சாவழியினர் எனவும், தமிழ் பேசும் முஸ்லிம்களது கூரைப்புடவை கட்டி தாலிக்கட்டித் திருமணம் செய்யும் சடங்குகள், ஆலத்தி எடுத்தல், முஸ்லிம்களின் சீதன முறை ஆகியனவற்றைச் சான்றுப்படுத்தும் பொன். ராமநாதனின் கூற்றை ஆஷிப் ஹுஸைன் மறுத்தாலும், இலங்கை முஸ்லிம்கள் தமிழ் அரபு கலப்புடைய அல்லது சிங்கள அரபு கலப்புடைய தமிழ் பேசும் மக்களாகவே தமிழ்நாட்டின் கிழக்குக் கடற்கரையிலுள்ள காயல்பட்டினம், அதிராமபட்டினம், கீழக்கரை மற்றும் கேரளாவின் மலபார் முஸ்லிம்களை ஒத்தவர்களாக அவர்களுடன் நெருங்கிய மண உறவையும் வணிகத் தொடர்பையும் கொண்டவர்களாவர்.

கேரளக் கரையோரத்தில் ஆயிரம் வருடங்கள் முன்பிருந்தே வணிகம் செய்துவந்த அரபு வணிகர்களுக்கும் உள்ளூர் மீனவ அல்லது முக்குவப் பெண்களுக்கும் பிறந்த குழந்தைகளைக் கொண்ட சமூகம் அரேபியரை மாப்பிள்ளைகள் என அழைத்ததால்

அக்கலப்பினத்திற்கு மாப்பிளாக்கள் என்ற பெயர் வந்தது. இலங்கையிலுள்ள தமிழ் பேசும் முஸ்லிம்களது வரலாறும் அதை ஒத்ததே. கேரளத்திலிருந்து இலங்கையில் குடியேறிய மக்கள் சிலர் விளிம்புநிலை மக்கள் என்பது அவர்களது மொழி மற்றும் பண்பாட்டிலிருந்து விளங்கும்.[5]

சேர நாட்டிலிருந்து வந்து கிழக்கிலங்கையில் நிலைகொண்ட தாய்வழி முதுசம் என்றும் மருமக்கள்தாய நடைமுறைகள் இன்றுவரை தமிழ்நாட்டின் கிழக்குக் கடற்கரை முஸ்லிம்களையும் கேரளாவின் பெண்வழி சொத்துரிமை பழக்கங்களையும் ஒத்துள்ளதைக் காணலாம்.

மரைக்காயர் வம்சத்தினர் எகிப்திலிருந்து பாண்டிய நாட்டில் குடியேறியோராகக் கருதப்படுகின்றனர். அரபி மொழியில் 'மர்க்கப்' என்ற சொல் கப்பலைக் குறிக்குமாகையால் கப்பலில் வந்தமையால் மரைக்காயர் என அழைக்கப்படுகின்றனர் எனவும், தென்னிந்தியாவிலும் இலங்கையிலும் முஸ்லிம்கள் பின்பற்றுகின்ற மத்ஹபு ஷாபியி மத்ஹபாக இருப்பதால் அவர்களின் வழித்தோன்றல்கள் முன்னொரு காலத்தில் எகிப்திலிருந்து வந்திருக்கலாம் என்ற அப்துல் றஹீம் ஜெஸ்மிலின் கருத்து ஆய்வுக்குரியது, தமிழ்ச் சொல்லான மரக்கலமும் கப்பலைத்தான் சுட்டுகிறது. 875ஆவது பொது ஆண்டில் பாண்டிய கால செப்புப் பட்டயங்கள் முஸ்லிம்கள் பலருக்குப் பாண்டிய நாட்டில் அடைக்கலமளித்தது பற்றிக் கூறுகிறது. அவ்வாறெனில் ஒன்பதாவது நூற்றாண்டிலேயே மதுரையில் முஸ்லிம்களின் வரலாறு தொடங்குகிறது.

சோழர்களது ஆட்சிக்காலத்தில் ஏறத்தாழ 95,000 பேர்களைக் கொண்ட சோழப் படைகள் அவர்களது மும்முடிச் சோழ மண்டல ஆட்சிக்கு உட்பட்ட பகுதியாக முழு இலங்கையைக் கொண்டு வந்தனர். 1017ஆம் பொது ஆண்டிலிருந்து 1070 பொது ஆண்டு வரை இலங்கையை ஆண்ட சோழர்கள் அனுராதபுரத்தை அழித்துப் பொலனறுவையைத் தலைநகராக்கினர். பொலனறுவை, ஜனநாதமங்கலம் எனப் பெயர் மாற்றம் செய்யப்பட்டது. திருகோணமலை, கந்தளாய், பதவியா மூன்று நகர்களையும் இணைக்கும் முக்கோணப் பகுதியாக அவர்களது செயல்பாடுகள் இருந்தன. திருகோணமலை துறைமுகத்தைச் சோழர்கள் தங்கள் தற்போதைய மலேசியாவின் கேடா அல்லது கடாரம் மற்றும் தற்போதைய இந்தோனேசியாவின் (அன்றைய சைலேந்திர அரசின்) ஸ்ரீவிஜயம் உள்ளிட்ட படையெடுப்புகளுக்குத் தளமாகப் பயன்படுத்தினர். இராஜேந்திர சோழனது படைகள் கிழக்கை ஆக்கிரமித்தபோது ஆதிமுனை என்றழைக்கப்படும் திருக்கோயிலில் அமைந்திருந்த சேகு அசனா பள்ளி, கரவாகு எனும் கல்முனையிலிருந்த முகைதீன் பள்ளி போன்றவற்றை அழித்ததாகச் சில முஸ்லிம் வரலாற்று நூல்கள் கூறுகின்றன.[6]

13ஆம் நூற்றாண்டு கலிங்க மன்னன் மாகோன் படையெடுப்பின்போது சமண மதத்தைச் சேர்ந்த முக்குவ சமூக அரசன் தினசிங்கன் மட்டக்களப்பை ஆண்டுகொண்டிருந்தான். அவ்வரசனைக் கலிங்க மன்னன் மாகோன் கொன்றான். 20 வருட ஆட்சிக்குப் பின்னர் மாகோனை 1236 - 1271 பொது ஆண்டில் மதுரையில் அரசாண்ட ஐந்து பாண்டிய மன்னர்கள் உதவியுடன் கிழக்கிலங்கையிலிருந்து வெளியேற்றினர். மாகோன் யாழ்ப்பாணத்திற்குச் சென்று விஜய கலிங்கச் சக்கரவர்த்தி என்ற பெயருடன் ஆட்சி செலுத்தினான் என்ற மரபுக் கதையும் கிழக்கில் உண்டு.

போர்த்துகீசிய வருகையும் ஆட்சியும் பொது ஆண்டு 1505 முதல் 1658 வரை இலங்கையில் இருந்தாலும், 1530 வரை அவர்கள் வணிகத்தில் மட்டுமே கவனம் செலுத்தினர். முஸ்லிம்களது இருப்பு கிறித்தவ மதத்தைப் பரப்ப இடையூறாகவும், தங்கள் வணிகத்திற்குப் போட்டியாக இருப்பதாகவும் போர்த்துகீசியர் கருதியதால் கண்டி அரசன் ராஜசிங்கன் காலத்தில் வாழ்ந்த முஸ்லிம்களைத் தவிர புதிய முஸ்லிம்கள் கொழும்புவில் குடியேறக் கூடாது அல்லது இரு பருவ மழைக்காலத்திற்கு மேல் தங்கக் கூடாது என 1613ஆம் ஆண்டு போர்த்துகீசிய வைஸ்ராய் உத்தரவு பிறப்பித்தார்.[7] ஆனால், போர்த்துகீசியர் காலத்தில் முஸ்லிம்களை விதானைகளாகவும் கணக்குப் பிள்ளைகளாகவும் பதவியில் அமர்த்தினர். கிறிஸ்தவர்களாக மாறிய சிங்களர்களை விட முஸ்லிம்களை மரியாதையாக நடத்தினர்.[8]

1658இல் போர்த்துகீசியரை விரட்டி டச்சுக்காரர்கள் அதிகாரத்தைக் கைப்பற்றிய பின்னர் முஸ்லிம்களைத் தங்கள் தொழில் போட்டியாளர்களாகவே கருதினர். முஸ்லிம்களின் வணிகத்தை முடக்க அரசு செலவில் சாராயம் பெருமளவில் வாங்கி அதை சூரத் மற்றும் தமிழ்நாட்டின் சோழ மண்டலப் பகுதியில் துணிகளுக்குப் பண்டமாற்றுச் செய்து, முஸ்லிம் வணிகர்களைவிட குறைந்த விலையில் விற்கும் முயற்சி வெற்றி பெறவில்லை. அதனால் முஸ்லிம்கள் துணிகளை இறக்குமதி செய்வதை டச்சுக்காரர்கள் தடுத்தார்கள்.[9]

போர்த்துகீசியர் காலத்திற்கு முன் சிங்களர், தமிழர், முஸ்லிம் ஆகியோர் மத, மொழி வேறுபாடின்றி ஒன்றுபட்டு வாழ்ந்துள்ளனர் எனக் குறிப்பிட்டு, எவ்விதத் தொடர்புமற்ற தமிழ் பேசும் மக்கள் வாழும் கிழக்கின் மட்டக்களப்பும் யாழ்ப்பாணமும் மொழிவாரியாக ஒன்றுபடுத்தப்பட்டது ஒல்லாந்தியர் என்ற டச்சுக்காரர்கள் காலத்தில் என 'மட்டக்களப்புத் தமிழகம்' எனும் வரலாற்று நூலை எழுதிய வி.சீ.கந்தையா கூறுகிறார். அவரே போர்த்துகீசியர்களால் துன்புறுத்தப்பட்ட முஸ்லிம்கள், ஏறத்தாழ 4000 பேர், கண்டி மன்னர் செனரத்தால் 1605 - 1635 ஆண்டுகளின் இடைப்பட்ட காலத்தில் மட்டக்களப்பு பகுதிகளில் குடியேற்றப்பட்டனர் எனவும், 1815 - 1818 ஆண்டுகளில் முறையே கண்டி எழுச்சியும் கிளர்ச்சியும் நடந்த காலத்தில் சிங்கள மக்கள் அகதிகளாக மட்டக்களப்புக்கும் திருகோணமலைக்கும் தப்பித்தோடி அங்கு குடியமர்ந்தனர் எனவும் கூறுகிறார்.[10]

கலாநிதி முருகர் குணசிங்கம் தனது நூலில் வடக்கு - கிழக்குப் பிரதேசங்கள் ஆங்கிலேயரால் இரண்டாகப் பிரிக்கப்பட்டது பாதிப்பை ஏற்படுத்தியது எனவும், போர்த்துகீசிய, டச்சு ஆட்சியின்போது வடக்கு, கிழக்குப் பகுதிகள் ஒரே ஆட்சிக்குட்பட்ட பகுதியாகக் கருதப்பட்டது எனக் கூறுவது மட்டக்களப்பு நூலாசிரியர் வி.சீ.கந்தையாவின் கூற்றுக்கு முரண்பாடாக அமைகிறது.[11]

ஏழாவது பொது நூற்றாண்டிலிருந்தே முஸ்லிம்களின் இலங்கை குடியேற்றம் தொடங்குவதாகக் கூறினாலும் முஸ்லிம்களின் தாயார்கள் வம்சாவழியில் தமிழர் மற்றும் சிங்களரின் குடியேற்றக் காலத்திலிருந்து இலங்கையில் முஸ்லிம்கள் மரபணு தொடர்ச்சி உள்ளது என ஆய்வுகள் மூலம் அறுதியிட்டுக் கூறலாம்.

போர்த்துகீசியர் வணிகப் போட்டியாலும், கத்தோலிக்கக் கிறிஸ்தவ மதத்தைப் பரப்ப இடையூறாக இருந்ததாலும், டச்சுக்காரர்கள் தங்களது வணிகப் போட்டியாளர்களாகக் கருதியதாலும் இருவருமே முஸ்லிம்களின் வணிகத்திற்கும் இருப்பிற்கும் பெருந்துன்பங்கள் விளைவித்தனர். முஸ்லிம்கள் மீதான தடைகள், 1815ஆம் ஆண்டு இலங்கையை இங்கிலாந்து ஆக்கிரமித்த காலத்திலிருந்து முடிவுக்கு வந்தன.

எனினும், ஆங்கிலேயர் காலத்திலும் முஸ்லிம்கள் பெரும் சவால்களைச் சந்திக்க நேர்ந்தது. இலங்கையில் மத, இனக் கலவரங்களைப் பட்டியலிடுவோர் முதல் மதக் கலவரமாக 1883ஆம் ஆண்டு நடந்த கொட்டாஞ்சேனை கலவரத்தையும், இனக் கலவரமாக 1915 கண்டிக் கலவரத்தையும் கூறுவர். இலங்கையில் தமிழர் - சிங்களர் மோதலாகக் குறிப்பிடுவது 1939இல் நடந்த நாவல்பிட்டி கலவரத்தைத்தான். ஆனால், முஸ்லிம்களுக்கு எதிரான சிங்களர் பகையுணர்வு, தமிழர் - சிங்களர் சிக்கல்களைவிட ஆழமானது. விஷ்ணு, சரஸ்வதி, காளி, பிள்ளையார் போன்ற இந்துக் கடவுளரையும், சிறு தேவதைகளையும் வழிபடும் சிங்களர் தமிழருடன் மத ரீதியாக முரண்படுவதில்லை; இனரீதியாக முரண்படுகின்றனர். ஆனால், முஸ்லிம்களுக்கும் சிங்களவருக்கும் மதமும் இனமும் எதிரெதிராக உள்ளதால் இரட்டைப் பிரச்சினைகள் ஏற்பட்டுள்ளன. விடுதலைப் போராட்டக் காலத்தில் தணிந்திருந்த சிங்கள - முஸ்லிம் இன முரண்கள், இருபத்தொன்றாம் நூற்றாண்டில் மறுபடியும் கூர்மைப்படுத்தப்பட்டன.[12]

இலங்கையில் பத்தொன்பதாம் நூற்றாண்டின் இறுதியில் பதினான்கு வயது மீனாட்சியும் அவரது தாயாரும் முஸ்லிம்களாக மாறிய பின்னர், செல்லஞ்சி அப்பு என்ற கத்தோலிக்கச் சிங்கள கரவா இளைஞன் மீனாட்சி மீது காதல் கொண்டு தனது மொரட்டுவ பகுதிக்குக் கூட்டிச் சென்ற பிறகு, மீனாட்சியை மீட்கும் முயற்சியில் மருதானை முஸ்லிம்களுக்கும் சிங்களருக்கும் இடையேயான கலவரம் பின்னர் ஆங்கிலேயே அரசின் போலீஸாருக்கும் முஸ்லிம்களுக்கும் இடையேயான கலவரமாக மாறியது. நூற்றுக்கணக்கான பேர் கைது செய்யப்பட்டனர். பின்னரே இலங்கையில் சிஐடி என்ற குற்றப்புலனாய்வுத்துறை தொடங்கப்பட்டது.

1870ஆம் ஆண்டு நடந்த இக்கலவரம் குறித்து 1891ஆம் ஆண்டு 'மரக்கல ஹட்டன' என்ற தலைப்பில் சிங்கள செய்யுள் தொகுப்பு வெளியானது. இலங்கை வரலாற்றில் 1870ஆம் ஆண்டு கலவரத்தின் இலக்கிய வடிவமான மரக்கல ஹட்டன சிங்களர் மத்தியில் முஸ்லிம் வெறுப்பை வளர்க்க இத்தொகுப்பு இன்னும் பயன்படுகிறது.

முதல் தொகுப்பைத் தழுவி வெளியான இரண்டாவது 'மரக்கல ஹட்டன' நூலும், தமிழ்ச் சமூகத்தில் தீண்டாமைக் கொடுமைக்குள்ளான சக்கிலியர் சமூகத்தினர் மதம் மாறியதால் முஸ்லிம்கள் எண்ணிக்கையில் வளர்ந்தனர் என்ற கூற்றும், 'இலங்கைச் சோனகர் இன வரலாறு' என்ற தலைப்பில் 1888ஆம் ஆண்டு பொன்.இராமநாதன் எழுதிய ஆய்வுக்கட்டுரையில் தாழ்த்தப்பட்ட சாதியினருடனான கலப்பின் மூலம் முஸ்லிம்கள் பெருகினர் என்ற கூற்றும் பெரும் சர்ச்சையையும் விவாதத்தையும் உருவாக்கியதை மலையக எழுத்தாளர்

என்.சரவணன் சுட்டிக்காட்டுகிறார்.[13] ஆங்கிலேயேர் காலத்தில் வன்னியர்களாகவும், உடையார்களாகவும், விதானைகளாகவும் முஸ்லிம்கள் நிர்வாகப் பொறுப்புகளைப் பெற்றனர்.[14] ஆட்சிமாற்றம் கிழக்கு முஸ்லிம்களின் வாழ்வில் ஏற்றத்தை உருவாக்கியது. **1857**இல் முஸ்லிம்கள் ஏக்கருக்கு **50** ரூபாய் செலுத்தி, நிலங்களைப் பெற்று, அவற்றை விளை நிலங்களாக மாற்றினர். கிழக்கில் மூன்று விதமான குடியேற்றங்களிலிருந்து முஸ்லிம்கள் தங்கள் அடையாளங்களைப் பெற்றனர். இந்தியாவின் மேற்குக் கடற்கரையிலிருந்து குடியேறிய பாரசீக மற்றும் அரேபிய வம்சாவழியினர், தென்னிந்திய மற்றும் ஆப்கனிய பகுதிகளிலிருந்து வியாபாரத்திற்காகக் குடியேறிய முஸ்லிம்கள், மூன்றாவது பிரிவினர் போர்த்துகீசியர்களால் விரட்டப்பட்டுக் கண்டி அரசன் செனரத்தினால் கிழக்கில் குடியேற்றப்பட்ட முஸ்லிம்கள். இவர்கள் அனைவரும் இந்து முக்குவப் பெண்களைத் திருமணம் முடித்ததால் திராவிடத் தாய்வழிக் கோட்பாட்டின் பண்பாடுகளையும், இஸ்லாமியப் பண்பாட்டின் தந்தைவழி மரபுகளும் இரண்டறக் கலந்த கலப்பினமாகக் கிழக்குப் பகுதி முஸ்லிம்கள் வாழ்வதையும்[15] நான்கு திருமணம் செய்ய அனுமதி உள்ள முஸ்லிம்கள் ஒரு திருமணம் மட்டுமே செய்வதையும், திருமணச் சடங்குகளின் ஒற்றுமையையும், தமிழ் மொழியைத் தாய்மொழியாகக் கொண்டிருப்பதும் தமிழருக்கும் முஸ்லீம்களுக்கும் உள்ள நெருங்கிய தொடர்பு விளங்கும்.

இந்து சடங்குகளிலும் முஸ்லிம்கள் பங்கெடுத்தனர். பன்னெடுங்காலமாக முக்குவர்களும் முஸ்லிம்களும் மச்சி மதினி குடியாக ஒன்றுபட்டு வாழ்ந்தனர். தான்தோன்றீஸ்வர ஆலயத் திருவிழாக்களில் பிறை சித்திரிக்கப்பட்ட கொடிகள் தூக்கிச் செல்லப்பட்டன. காத்தான்குடி குழந்தையம்மா கபுறடி கொடியேற்றத்திற்குத் தான்தோன்றீஸ்வர பரிசாரகர்கள் கோயில் சின்னங்களோடு கலந்துகொண்டனர். பாண்டிருப்பு திரௌபதியம்மன் கோயில் வருடாந்திர திருவிழாக்களில் முஸ்லிம்களுக்கு மரியாதை வழங்கப்பட்டது.[16] திருமணச் சடங்குகளில் வெற்றிலைபாக்கு வைத்தல், தாலி கட்டல், பால் பழம் கொடுத்தல், குரவை, ஆரத்தி அல்லது ஆலத்தி என அனைத்துச் சடங்குகளையும் முஸ்லிம்களும் செய்தனர்.

முஸ்லிம்களுக்கும் வடக்கு கிழக்குத் தமிழருக்கும் உறவு சுமுகமாகவே இருந்தது. **1947**இல் கிழக்கில் நடந்த முதல் பொதுத்தேர்லில் கற்குடா தொகுதி முஸ்லிம்கள் வி.நல்லையா மாஸ்டர் அவர்களையும், மட்டக்களப்புத் தொகுதி தமிழ் மக்கள் முதலியார் ஏ.சின்னலெப்பை அவர்களையும், பட்டிருப்பு முஸ்லிம்கள் எஸ்.யூ.எதிர்மன்னசிங்கம் அவர்களையும் இனபேதமின்றி வெற்றிபெற வைத்தனர். **1956**இல் இலங்கையைக் கூறு போட்டுச் சிதைத்த ‘சிங்களம் மட்டும்’ சட்டம் நாடாளுமன்றத்தில் நிறைவேறியதைத் தொடர்ந்து, தந்தை செல்வாவின் தலைமையை ஏற்றுப் பின்னர் அரசியல் வானில் பிரகாசித்த மட்டக்களப்பு முஸ்லிம் இளைஞர்களில் நிந்தவூர் எம்.எம்.முஸ்தபா, கல்முனை எம்.சி.அகமது, மருதமுனை மசூர் மௌலானா, காத்தான்குடி ஏ.அகமது லெப்பை ஆகியோரைக் குறிப்பிடலாம்.[17]

பத்தொன்பதாம் நூற்றாண்டின் இறுதியில் ஆங்கிலேயே அரசு இனவாரியாக உறுப்பினர்களைச் சட்டசபைக்கு நியமித்தது. **1879**ஆம் ஆண்டில் மு.குமாரசுவாமி

பதவி வகித்த இடத்தை நிரப்ப முயற்சி எடுக்கப்பட்டது. சட்டசபைக்கு இரு வேட்பாளர்கள் போட்டியிட்டனர். ஒருவர் வழக்கறிஞர் பொன்.இராமநாதன் (இந்து), இன்னொருவர் வழக்கறிஞர் சி.பிரிட்டோ (கிறிஸ்தவர்). இருவரும் ஒரே குடும்பத்தைச் சேர்ந்தவர்கள். பிரிட்டோ பிரபல சமூக சேவகர், பஞ்சமும் இடரும் ஏற்பட்டபோது ஆறுமுக நாவலருடன் நெருங்கிச் செயல்பட்டவர். இராமநாதனுடைய ஒரே தகுதி, அவர் செல்வந்தக் குடும்பத்துச் சைவர் என்பது மட்டுமே.[18]

ஆனால், ஆறுமுக நாவலர் இராமநாதனை ஆதரித்துப் பலமாகப் பரப்புரை செய்து வெற்றி பெறச் செய்தார். இராமநாதனுக்கு 1889ஆம் ஆண்டு சர் பட்டமும் வழங்கப்பட்டது. இராமநாதனே இலங்கை தேசிய சங்கத்தைத் தொடங்கி அதன் முதல் தலைவரானார். ஆனால், 1880களில் சட்டசபையில் ஒரு பிரதிநிதிக்கான வாய்ப்பு முஸ்லிம்களுக்குக் கிடைத்தபோது, 'முஸ்லிம்கள் தமிழர்கள், அவர்களின் மொழி தமிழ், சடங்குகள் தமிழ் எனவே தனியாகப் பிரதிநிதிகள் அவசியமில்லை' என வாதிட்டார் இராமநாதன். அவரது வாதத்தின் உண்மையான நோக்கம் முஸ்லிம்களுக்குத் தனி பிரதிநிதித்துவத்தை மறுப்பதாகும்.[19] இதனால் கோபமடைந்த முஸ்லிம் தலைவர்கள் தங்களின் இனம் மற்றும் தோற்றம் குறித்துக் கட்டுரைகளை எழுத வேண்டியதாயிற்று.

சாமுவேல் ஜேம்ஸ் வேலுப்பிள்ளை செல்வநாயகம் என்ற தந்தை செல்வாவின் வரலாற்றை வார்த்தைகளில் வடித்த சபாரத்தினம், 1818இல் நடந்த கண்டி புரட்சியின் விளைவாக 1833ஆம் ஆண்டு ஏற்பட்ட கோல்புரூக் ஆணையச் சீர்திருத்தங்கள் இலங்கையில் ஒற்றையாட்சி முறையைக் கொண்டு வந்ததாகவும், முன்னர் போர்த்துகீசியர் ஆட்சியே வடக்கிலிருந்த யாழ்ப்பாண ஆட்சியையும் கிழக்கின் வன்னியர்களது ஆட்சியையும் ஒன்றாக்கியதாகவும், அம்முறையே டச்சுக்காரராலும் பின்னர் ஆங்கிலேயராலும் தொடர்ந்ததையும், துட்டகெமுனு காலத்திலோ ஆறாம் பராக்கிரமபாகு காலத்திலோ இலங்கை ஒரே நாடாக இருந்ததில்லையெனவும் குறிப்பிடுகிறார். 1833ஆம் ஆண்டின் கோல்புரூக் சீர்திருத்தங்கள் இலங்கையை ஒரே நிர்வாக அமைப்பின் கீழ் கொண்டுவந்தது. கோல்புரூக் பரிந்துரைகளின் பேரில் ஆறு அதிகாரிகளைக் கொண்ட நிர்வாகச் சபையும், பதினாறு உறுப்பினர்களைக் கொண்ட சட்ட சபையும் உருவாக்கப்பட்டன. சட்டசபை உறுப்பினர்களாகப் பத்து அதிகாரிகள் நியமனம் செய்யப்பட்டனர். ஆறு அதிகாரிகள் அல்லாத நியமன உறுப்பினர்களில் மூன்று ஐரோப்பியர், ஒரு சிங்களர், ஒரு தமிழர், ஒரு பறங்கியர் நியமனம் செய்யப்பட்டனர். சிங்களரில் ஜே.பி.பண்டிதரத்னவும், தமிழரில் ஏ.குமாரசாமி என்ற யாழ்ப்பாணத் தமிழரும் நியமிக்கப்பட்டனர். இந்த முதலாம் நியமனம் யாழ்ப்பாணத் தமிழர்களுக்குத் தாங்களும் சிங்களரும் எண்ணிக்கையில் ஒரே தட்டில் இருப்பதான மனநிலையை உருவாக்கியது.[20]

1833க்குப் பிறகு சிங்கள அங்கத்தினரின் பங்களிப்பு ஜே.பி.ஒபயசேகராவின் குடும்பத்திடம் இருந்ததைப் போலவே, தமிழ் அங்கத்தினரின் பங்களிப்பு குமாரசாமி குடும்பத்திடம் இருந்தது. 1889இல் சட்டசபை உறுப்பினர்கள் எண்ணிக்கையில் இரண்டு அதிகரித்தது. அவற்றில் ஒன்று சிங்களருக்கும் மற்றொன்று

முஸ்லிமுக்கும் கொடுக்கப்பட்டன. அதற்குத் தமிழர் எதிர்ப்புத் தெரிவித்தனர். சிங்களப் பிரதிநிதிகள் கிறிஸ்தவர்களாக இருந்ததால் இந்து தமிழர்கள் சிங்கள பௌத்தர்களுக்கும் பிரதிநிதிகளாக விளங்கினர். பொன்னம்பலம் சகோதரர்களான இராமநாதன், குமாரசாமி, அருணாச்சலம் ஆகியோர் கீழை நாட்டு இந்துக்களாக வாழ்ந்தவர்கள். பௌத்தப் புனித நாளான வெசாக் விடுமுறை, புத்த விகாரங்கள் சட்டம் ஆகியவற்றில் புத்த பெரும்பான்மை மக்களுக்கு ஆதரவான கருத்துகளை அவர்கள் வெளியிட்டனர். புத்த சிங்கள பெரும்பான்மை பெருமைப்படும் ஆனந்தா கல்லூரி நிறுவனர்களில் ஒருவர் இராமநாதன்.

*1912*ஆம் ஆண்டு சட்டசபை உறுப்பினர் எண்ணிக்கை *21* ஆக உயர்த்தப்பட்டது. *11* பேர் அதிகாரிகள், *10* பேர் அதிகாரி அல்லாதவர்கள். அவர்களில் ஆறு பேர் ஆளுநரால் நியமிக்கப்பட்டனர். கரையோரச் சிங்களர் இரண்டு பேர், கண்டிச் சிங்களர் ஒருவர், இரு தமிழர், முஸ்லிம் ஒருவர். சிங்களருக்கு மூன்று, தமிழருக்கு இரண்டு என்ற எண்ணிக்கை தமிழருக்கு அதிருப்தியை ஏற்படுத்தினாலும் படித்த இலங்கையர் தொகுதியில் பொன்னம்பலம் இராமநாதன் போட்டியிட்டு வெற்றி பெற்றார்.

தேர்தல் நாள் வெளியானபோது தமிழகத்தின் கொடைக்கானலிலுள்ள தனது வீட்டில் ஓய்வெடுத்துக்கொண்டிருந்த பொன்னம்பலம் இராமநாதனை நிறுத்த கண்டிச் சிங்களர் முன்வந்தனர். ஏனெனில், அத்தொகுதியில் போட்டியிடப் போவதாக டாக்டர் மார்க்ஸ் பெர்னாண்டோ என்ற சிங்கள கரவா சாதியைச் சேர்ந்தவர் அறிவித்தார். கரவா சாதியைச் சேர்ந்தவர் வெற்றி பெறுவதை சிங்கள வேளாளரான கொய்கம அல்லது கொவிகம சாதியைச் சேர்ந்த கண்டி சமூகத்தினர் விரும்பவில்லை. எனவே அவர்கள் ஜே.ஆர்.ஜெயவர்த்தனவின் தந்தையான ஹெக்டேர் ஜெயவர்த்தனவை கொடைக்கானலுக்கு அனுப்பிப் படித்த இலங்கையர் தொகுதிக்குப் போட்டியிட விண்ணப்பப் படிவத்தில் கையொப்பம் பெற்று வந்தனர். இராமநாதன் வெற்றி பெற்றார்.[21]

*1915*இல் சிங்கள - முஸ்லிம் கலவரங்கள் நடந்தன. அதில் தமிழ் பேசும் முஸ்லிம்கள் முரட்டுத்தனமாகத் தாக்கப்பட்டனர். அவர்களின் வீடுகள் அழிக்கப்பட்டன; பள்ளிவாசல்கள் தாக்குதலுக்குள்ளாயின; கடைகள் கொளுத்தப்பட்டன; மார்ஷல் சட்டம் எனும் இராணுவச் சட்டம் பிரகடனப்படுத்தப்பட்டது.[22] அக்கலவரத்தின்போது ஆங்கிலேயர் ஆட்சி நடந்ததால் அவர்கள் உடனடியாகக் கலவரத்தை அடக்கும் நடவடிக்கையில் ஈடுபட்டனர். கலவரத்தில் இறந்த *88* பேரில் இருபத்தைந்து பேர் கொலை செய்யப்பட்டனர். அறுபத்து மூன்று பேர் இராணுவம் மற்றும் போலீஸாரால் சுடப்பட்டு இறந்தனர்.

மே மாதம் இருபத்தெட்டாம் தேதி கண்டியில் பரவிய கலவரம், இருநாட்களில் கொழும்புவுக்குப் பரவியது. கபியோலா பெரஹரா என்ற திருவிழாவில் மசூதிக்கு முன்னால் இசைக்கருவிகள் இசைப்பதைத் தடைசெய்ய **1913**ஆம் ஆண்டு மாவட்ட நீதிமன்றம் மறுத்துவிட்டாலும் பின்னர் உச்சநீதிமன்றத்திற்கு அரசு மேல்முறையீடு செய்து மாவட்ட நீதிமன்றத்தின் தீர்ப்பு இரத்து செய்யப்பட்டது.

கண்டியில் *28.05.1915* அன்று புத்த பெரஹராவுக்கு அனுமதி வழங்கும்போது மசூதி இருக்கும் தெருவிற்குள் நள்ளிரவில் ஊர்வலம் நுழையக் கூடாது என்ற நிபந்தனையை மீறி இரவு ஒரு மணியளவில் ஊர்வலம் நுழையும்போது அங்கிருந்த முஸ்லிம்களால் தடுக்கப்பட்டது. தொடர்ந்த கலவரத்தில் இரு தரப்புகளுக்கும் பாதிப்புகள் ஏற்பட்டன. முஸ்லிம்களுக்குக் கூடுதலான பாதிப்புகள் ஏற்பட்டது. முதல் உலகப்போர் காலத்தில் நடந்ததால் அக்கலவரம் ஜெர்மானியர் தூண்டுதலால் ஏற்பட்டதோ என்ற அச்சத்தில் ஆங்கிலேய அரசால் உடனடியாக இராணுவச் சட்டம் பிரகடனப்படுத்தப்பட்டுக் கலவரம் கட்டுக்குள் கொண்டுவரப்பட்டது.

இலங்கையின் அன்றைய ஆளுநர் சர் ராபர்ட் சாலமர்ஸ் உடனடியாகக் கலவரத்தை அடக்க உத்தரவிட்டார். பிரிகேடியர் ஜெனரல் எச்.எச்.எல்.மால்கம் தலைமையில் செயல்பட்ட துருப்புகளில் பெருமளவு பஞ்சாபியரும் இருந்தனர். பிரபல சிங்கள குடும்பங்களைச் சேர்ந்த பலர் கைது செய்யப்பட்டனர். அவர்களில் பின்னர் இலங்கை பிரதமரான டி.எஸ்.சேனநாயக்க, எப்.ஆர்.டயாஸ் பண்டாரநாயக்க, அனகாரிக தர்மபாலாவின் சகோதரர்களான எட்மண்ட் ஹெவ விதாரண, டாக்டர் சி.ஏ.ஹெவவிதாரண ஆகியோரும் உண்டு. அரச துரோகத்திற்குத் தண்டிக்கப்பட்ட அனகாரிக தர்மபாலாவின் சகோதரர் எட்மண்ட், *19.11.1915* அன்று யாழ்ப்பாணச் சிறையில் காய்ச்சலால் மரணமடைந்தார். கலவரத்திற்கு ஒரு வருடத்திற்கு முன்பே கல்கத்தா சென்றுவிட்ட அனகாரிக தர்மபாலா, கலவரத்திற்குப் பிறகு ஒன்றரை ஆண்டுகள் தடுப்புக் காவலில் கல்கத்தாவில் வைக்கப்பட்டாலும் கொழும்பு திரும்ப *1919*ஆம் ஆண்டுதான் ஆங்கில அரசு அவரை அனுமதித்தது.

1915 கலவரங்களில் சிறையிலடைக்கப்பட்டவர்களை விடுதலை செய்ய இலண்டனுக்குச் சென்ற குயின்ஸ் கவுன்சில் என அழைக்கப்படும் சீனியர் வழக்கறிஞரான பொன்.இராமநாதன், ஆங்கிலேய அமைச்சர்களைச் சந்தித்து சிங்களத் தலைவர்களை விடுதலை செய்ய வைத்தார். அதனால் சிங்களத் தலைவர்களும் சிங்கள மக்களும் அலங்கார ஊர்தியில் அவரை அமரவைத்து ஐந்து கிலோ மீட்டர் ஊர்வலமாக இழுத்து வந்து கொழும்பு துறைமுகத்திலிருந்து வார்ட் பிளேசிலிலுள்ள அவரது வீட்டிற்கு வந்து சேர்த்தனர். கொடைக்கானல் சென்று நியமனத்திற்கான விண்ணப்பத்தில் கையொப்பம் பெற்றுவந்த சிங்கள உயர்வர்க்கத்தினரின் நலன்களைப் பாதுகாத்த பொன்.இராமநாதன் ஒருபோதும் இந்தியத் தமிழர் நலனுக்காகவோ, தமிழ் முஸ்லிம்களுக்காகவோ குரல் கொடுக்கவில்லை. மாறாக, மலையகத் தமிழர்களைக் கூலிகள் என இழிவாகப் பேசினார். *1916*ஆம் ஆண்டு தேர்தலில் இராமநாதனைச் சிங்கள உயர் வர்க்கத்தினர் மறுபடியும் தேர்வு செய்தனர்.[23]

சிங்கள - முஸ்லிம் கலவரத்திற்கு மத முரண்கள், வணிகப் போட்டிகள் உள்ளிட்ட பல காரணங்களும் உண்டு. ஆனால், இராமநாதனின் சிங்கள ஆதரவு, முஸ்லிம்களைத் தமிழர்கள் மீது சந்தேகம் கொள்ள வைத்தது. *1915* கலவரத்திற்குப் பிறகு இராமநாதன் நடந்துகொண்ட விதம் முஸ்லிம் மக்களால் மறக்கப்படவில்லை.[24] *1930*களிலிருந்து இந்திய விடுதலைப் போராட்டப் போக்கில் தமிழர்கள் காங்கிரஸையும் காந்தியையும் ஆதரிக்க, முஸ்லிம்கள் ஜின்னாவையும்

முஸ்லிம் லீக்கையும் ஆதரித்தனர்.²⁵ இராமநாதனால் பாதிப்புக்குள்ளான தமிழ் முஸ்லிம்களுக்கும் தமிழருக்கும் இடையேயான நல்லிணக்கம் புலிகளால் மேலும் பாழ்பட்டது.

அடிக்குறிப்பு

1. Nur yalman, 'Under the BO Tree Studies in Caste, Kinshir and marriage in the interior of Ceylon', Published by University of California press, 1971, Page 282.

2. Ibid, Page 283

3. Asiff Hussein, 'Zeylancia: A Study of the Peoples and Languages of SriLanka', Neptune publication (Pvt) Ltd, September 2016, Page 348.

4. அப்துல் றஹீம் ஜெஸ்மில், 'காத்தான்குடியின் வரலாறும் பண்பாடும் - மதத் தூய்மைவாதத்தின் பின்புலம்', குமரன் புத்தக இல்லம், முதற்பதிப்பு 2020, பக்கம் 20.

5. அதே நூல், பக்கம் 21

6. அதே நூல், பக்கம் 28

7. Paul E. Pieris, 'Ceylon: the Portugese Era', Volume, II Tisara Prakasakayd Ltd, Second Edition 1983, Page 93.

8. Ibid, Page 169

9. Sir James Emerson Tennent, 'Ceylon', Tisara prakasakayo Ltd, Seventh Edition 2010, Page 588.

10. M.Y.கந்தையா, 'மட்டக்களப்புத் தமிழகம்', இரண்டாம் பதிப்பு அக்டோபர் 2002, எக்ஸில் வெளியீடு, பக்கம் 416.

11. கலாநிதி முருகர் குணசிங்கம், 'இலங்கையில் தமிழர்', எம்.வி.வெளியீடு, தென் ஆசியவியல் மையம் சிட்னி, 2008, பக்கம் 283.

12. என்.சரவணன், 'கள்ளத்தோணி', குமரன் புத்தக இல்லம், முதற்பதிப்பு 2019, பக்கம் 170.

13. அதே நூல், பக்கம் 177

14. அப்துல் றஹீம் ஜெஸ்மில், 'காத்தான்குடியின் வரலாறும் பண்பாடும் - மதத் தூய்மைவாதத்தின் பின்புலம்', குமரன் புத்தக இல்லம், முதற்பதிப்பு 2020, பக்கம் 45.

15. அதே நூல், பக்கம் 48

16. அதே நூல், பக்கம் 115

17. அதே நூல், பக்கம் 118

18. கலாநிதி முருகர் குணசிங்கம், 'இலங்கையில் தமிழர்', எம்.வி.வெளியீடு தென் ஆசியவியல் மையம் சிட்னி, 2008, பக்கம் 462.

19. அப்துல் றஹீம் ஜெஸ்மில், 'காத்தான்குடியின் வரலாறும் பண்பாடும் - மதத் தூய்மைவாதத்தின் பின்புலம்', குமரன் புத்தக இல்லம், முதற்பதிப்பு 2020, பக்கம் 119.

20. K.சபாரத்தினம், 'தந்தை செல்வா: ஓர் அரசியல் வாழ்க்கைச் சரிதை', குமரன் புத்தக இல்லம், 2006, பக்கம் 61.

21. அதே நூல், பக்கம் 63

22. கலாநிதி முருகர் குணசிங்கம், 'இலங்கையில் தமிழர்', எம்.வி.வெளியீடு தென் ஆசியவியல் மையம், சிட்னி 2008, பக்கம் 487.

23. K.சபாரத்தினம், 'தந்தை செல்வா: ஓர் அரசியல் வாழ்க்கைச் சரிதை', குமரன் புத்தக இல்லம், 2006, பக்கம் 64.

24. கலாநிதி முருகர் குணசிங்கம், 'இலங்கையில் தமிழர்', எம்.வி.வெளியீடு தென் ஆசியவியல் மையம், சிட்னி 2008, பக்கம் 488.

25. அப்துல் றஹீம் ஜெஸ்மில், 'காத்தான்குடியின் வரலாறும் பண்பாடும் - மதத் தூய்மைவாதத்தின் பின்புலம்', குமரன் புத்தக இல்லம், முதற்பதிப்பு 2020, பக்கம் 119.

தமிழரும் சிங்களரும்

யாழ்ப்பாணம் நல்லூர் முருகன் கோயில்.

இலங்கை இனப்பிரச்சினை தொடர்பாகத் தமிழர்களுக்கும் சிங்களருக்குமிடையே இருந்த சிறு இன முரண்கள் சிங்கள பௌத்தத் தேசியத்தாலும் தமிழ் சைவ இந்து தேசியத்தாலும் கூர்மைப்படுத்தப்பட்டன. ஆனால், சிங்களர்களுக்கும் - தமிழர்களுக்கும் உள்ள மொழி, கலாச்சார, பண்பாட்டு வேறுபாடுகளைத் தமிழர்களுக்கும் இந்தியாவின் உத்தரபிரதேசம், பீகார், ராஜஸ்தான் போன்ற வடமாநிலத்தவர்களுக்குமான வேறுபாடுகளுடன் ஒப்பிடும்போது இவை தமிழர் - சிங்களர் வேறுபாடுகளைவிட பன்மடங்கு அதிகமாக இருப்பதைக் காண இயலும்.

13ஆம் நூற்றாண்டு தம்பதெனியா புத்தர் கோயில்
வளாகத்திலுள்ள பத்தினி தேவி கோயில்.

தமிழ்நாட்டில் தமிழ்த் தேசியம் பேசுபவர்கள் தமிழரின் தனிக் கலாச்சாரமாகக் கேரள அல்லது சேர நாட்டு அறிஞரான இளங்கோவடிகள் இயற்றிய சிலப்பதிகாரத்தையே முன்னிறித்துவர். தமிழின் ஐம்பெரும் காப்பியங்களில் சிலப்ப்திகாரம், சீவக சிந்தாமணி, வளையாபதி ஆகியன சமணக் காப்பியங்கள். மணிமேகலையும் குண்டலகேசியும் பௌத்தக் காப்பியங்கள். வளையாபதியும் குண்டலகேசியும் முழுமையாகக் கிடைக்கவில்லை. தமிழின் ஐம்பெரும் காப்பியங்களில் ஒன்று கூட இந்து மதக் காப்பியம் இல்லையென்பது குறிக்கத்தக்கது.

அனுராதபுரத்திலிருந்து கொழும்பு செல்லும் சாலையில் நாரம்மல ஊரில் விற்பனைக்கு
வைக்கப்பட்டிருக்கும் சிங்களர் வழிபடும் கடவுளர் உருவங்கள்.

10ஆம் நூற்றாண்டுப் பிறகே இராமாயணம், கம்பரால் தமிழில் மறுபடைப்புச் செய்யப்பட்டது. பல்லவர் கால கல்வெட்டுகள் அனைத்தும் தொடக்கத்தில் பிராகிருத மொழியிலும் பின்னர் சமஸ்கிருத மொழியிலும் எழுதப்பெற்றன. சமணர்கள் மற்றும் பௌத்தர்களே தமிழ்மொழியின் எழுத்து வடிவத்தை மக்கள் மத்தியில் பரப்பினர். தமிழ்நாட்டில் கண்ணகி வழிபாடு பொது ஆண்டின் ஒன்றாம் நூற்றாண்டிலிருந்தே இலங்கை சென்றாலும், 12ஆம் நூற்றாண்டிலிருந்து கண்ணகி வழிபாடு இலங்கை முழுவதும் பரவியது. அங்கு பத்தினி அல்லது கண்ணகி வழிபாட்டை இன்றும் காணமுடியும்.

அனுராதபுரத்திலிருந்து கொழும்பை நோக்கி நெடுஞ்சாலையில் பயணிக்கும் ஒருவர் அவ்வழகிய சாலையின் இருமருங்கிலும் வண்ண மீன்கள், சட்டிப் பானைகள், மண் சட்டிகளில் எருமைத் தயிர், உயிருடன் விலாங்கு மீன்கள், செவ்விளநீர், அரிவாள் கத்திகள் ஆகியன தலதாகம, வாரியப் பொல, நாரம்மல, தம்பதெணிய ஊர்களில் விற்பனைக்கு வைக்கப்பட்டிருப்பதைக் காணமுடியும். இதுதவிர ஆளுயுர கண்ணகி சிலைகள் விற்பனைக்கு வைக்கப்பட்டிருப்பதையும் காண இயலும். இரு கைகளிலும் சிலம்பை ஏந்தியபடிக் காட்சிதரும் கண்ணகியைப் பத்தினி தேவி என்ற பெயரில் வீட்டில் வைத்துச் சிங்களர் வணங்குகின்றனர்.

வடமேற்கு மாகாணத்தில், நாரம்மல ஊரில் சாலையோரக் கலைக்கூடம் ஒன்றில் விற்பனைக்கு வைக்கப்பட்டுள்ள சிங்களர் தங்கள் வீட்டில் வைத்து வணங்கும் பத்தினி தேவி உருவச் சிலை.

தமிழ்நாட்டில் கடற்கரைச் சாலையில் அமைந்த கண்ணகி சிலை, அன்றைய ஜெயலலிதா ஆட்சியின்போது தனக்குத் தீவினை செய்வதாகக் கருதி அவரது தொண்டரடிப்பொடிகளின் ஆலோசனையால் லாரி ஒன்றால் இடிக்கப்பட்டு,

பின்னர் அரசு அருங்காட்சியகத்தில் வைக்கப்பட்டு, அதன் பின்னர் கருணாநிதி ஆட்சியின்போது மறுபடியும் நிறுவப்பட்டதையும் நாம் நினைவுகூர முடியும். தூய தமிழ்க் கலாச்சாரமாகக் கருதும் கண்ணகி வழிபாடு தமிழ்நாட்டில் மறைந்தாலும் சிங்களர் மத்தியில் உயிர்ப்போடு விளங்குவது தமிழர்களுக்கு வியப்பை ஏற்படுத்தும். தமிழர்களின் கடவுளான முருகன், கந்தன் அல்லது ஸ்கந்த என அழைக்கப்படும் கடவுளாக இலங்கையில் சிங்களர் மத்தியில் புகழ்பெற்று விளங்குகிறார்.

பெரும்பாலான சிங்கள சாமானிய மக்களது பூஜை அறையில் புத்தர் உருவத்துடன் கந்தன், சரஸ்வதி, பத்தினி தெய்வமான கண்ணகி ஆகியோரது உருவப் படங்கள் தவறாது இடம்பெறும். ஆனால், வடக்கிலுள்ள யாழ்ப்பாணத் தமிழர்கள் மத்தியில் கண்ணகி வழிபாடானது முற்றிலுமாகச் சமஸ்கிருதமயமாக்கப்பட்டுச் சிதைக்கப்பட்டது. கண்ணகி கோயில்கள் ஆறுமுக நாவலரால் இராஜேஸ்வரி அம்மனாகவும், துர்க்கை அம்மனாகவும் உருமாற்றமும் பெயர் மாற்றமும் பெற்றன.

தம்பதெனியா ஊரில் 800 ஆண்டுகள் பழைமையான புத்தர் கோயில் வளாகத்தில் பத்தினி தேவி கோயில்.

சிங்களர் கடைப்பிடிப்பது தேரவாத பௌத்தம் என்றாலும் கூட இலங்கை பௌத்தம் சிறப்பான மத வடிவைப் பெற்றுள்ளது. பொது ஆண்டு முன் 258ஆம் வருடத்தில் பெஷாவரில் கண்ட அசோகர் கால கல்வெட்டில் இலங்கையிலும் தமிழ்நாட்டிலும் பௌத்த தர்மம் அசோகர் அனுப்பிய பிக்குகளால் பரவியது எனக் கூறுகிறது. 640 பொது நூற்றாண்டில் காஞ்சிபுரம் வந்த யுவான் சுவாங், அரசர் அசோகரால் கட்டப்பட்ட பௌத்த தூபி ஒன்று அங்கு நூறடி உயரத்தில்

சிங்களர்கள், உறவுமுறைகளையும் திராவிட உறவுமுறைகளிலிருந்தே பெற்றனர். சிங்களரிடம் இந்தோ ஆரிய மரபணு (எம்17) 12.08 விழுக்காடே உள்ளது; மங்கோலிய இனக்கூறும் ஆஸ்ட்ரலாயிட் இனக்கூறும் அவர்களிடம் இல்லை; அவர்களது 70 விழுக்காடு இனக்கூறுகள் தென்னிந்தியத் தமிழரிடமிருந்து பெறப்பட்டன என்ற டாக்டர் சத்ரியாவின் கூற்றை முனைவர் பக்தவத்சல பாரதி தனது நூலில் பதிவு செய்கிறார்.[3] இலங்கைத் தமிழரும் சிங்களரும் மத, கலாச்சார, பண்பாடு, மொழி வேறுபாடுகள் இருப்பினும்

சிங்களப் பெண்

சப்ரகமுவா மாகாணத்தில் சாலை ஓரத்தில் தான் வளர்க்கும் மூன்று முள்ளம்பன்றிகளுடன் சிங்களப் பெண்.

ஒருதாய் பிள்ளைகளாகவே வாழ வேண்டியவர்களாகின்றனர். ஆனால், அவர்களது இன முரண்கள் எவ்வித நியாயமுமின்றித் தமிழ்த் தேசியத்தாலும், சிங்களத் தேசியத்தாலும் ஊதிப் பெரிதாக்கப்படுகின்றன.

தமிழ்நாட்டில் மறைந்து போன கண்ணகி வழிபாடு இலங்கையில் பத்தினி வழிபாடு என இன்றும் உயிர்ப்போடு விளங்குகிறது. தமிழரும் சிங்களரும் ஒருவருக்கொருவர் கண்ணாடி பிம்பங்களான சமூகங்களாகவே வாழ்கின்றனர் என்பதை ஹார்வேர்ட் மானுடவியல் பேராசிரியர் எஸ்.ஜே.தம்பையா, உலகப் புகழ்பெற்ற மானுடவியலாளர்கள் நூர் யால்மன், பிரைஸ் ரயான், எம்.டி.ராகவன், பேராசிரியர் கணநாத் ஒபயசேகரா மற்றும் பாண்டிச்சேரி

பல்கலைக்கழகப் பேராசிரியர் முனைவர் பக்தவத்சல பாரதி ஆகியோர் தங்கள் நூல்களில் நிறுவியுள்ளனர்.

கேரளாவிற்கும் தமிழ்நாட்டிற்கும் இடையே கலாச்சார, மொழி சங்கமமாக இருக்கும் களியக்காவிளையும் கர்நாடகா - தமிழ்நாட்டின் எல்லையோர ஓசூரையும் போன்று தனித்தக் கலாச்சாரமும் மொழிக் கலப்பையும் கொண்ட இடமொன்று இலங்கையின் கிழக்குக் கடற்கரைப் பகுதியில் உண்டு. பனாமா என்ற அந்த ஊரில் தமிழரும் சிங்களரும் கலந்து வாழ்கின்றனர். பத்தினி தேவியும் அவர் கணவர் பலங்காவும் பூப்பறிக்கும் நீண்ட களைக்கொம்புகளுடன் மரத்தில் பூப்பறிக்கச் செல்லும்போது கொம்புகள் ஒன்றோடொன்று பிணைந்ததால் அவற்றை மதுரை மக்கள் உதவியுடன் இருதரப்பாய் நின்று இழுத்துப் பிரிக்கும்போது கணவரின் கொம்பு உடைந்தது, பத்தினியின் தரப்பினர் மகிழ்ந்தனர் என்ற பழங்கதை ஒன்று இலங்கையில் உண்டு. அதனை நினைவுகூரும் வகையில் வருடந்தோறும் கொம்பு விளையாட்டு ஒன்றைச் சிங்களர் கொண்டாடினர். மேல்பகுதி, கீழ்ப்பகுதி எனப் பொருள்படும் உடபிலா, யாத்தபிலா என இரு பிரிவாகக் கிராமத்தினர் பிரிந்து கொழுவி இருக்கும் கொம்புகளை வெவ்வேறு பக்கங்களில் இழுப்பர். உடைந்த கொம்பின் பக்கம் இருக்கும் குழுவினர் தோற்றதாகவும், உடையாத கொம்பின் பக்கமுள்ளவர் வெற்றி பெற்றதாகவும் கருதப்படுவர். பெரும்பாலும் பத்தினி தேவி தரப்புக் குழுவினரே வெற்றி பெறுவர். இதே கொம்பு விளையாட்டை வடசேரி, தென்சேரி என இரு பிரிவாகப் பிரிந்து தமிழரும் விளையாடுவர். பெரும் கொண்டாட்டங்களுடன் நடக்கும் கொம்பு விளையாட்டுக் கிழக்கில் மிகப்பிரபலம். பனாமாவில் சமூக, மத, உறவுமுறைகளில் தமிழருக்கும் சிங்களருக்குமுள்ள நெருக்கமான உறவை நூர் யால்மன் வியந்து கூறுகிறார்.[4]

தமிழ் சைவ வெள்ளாளர் சமூகத்தை ஒத்த சிங்கள ரதலா; தமிழ் வெள்ளாளர் சமூகத்தை ஒத்த சிங்கள கொய்கம; தமிழ் கரையர் சமூகத்திற்கு இணையான சிங்கள கரவா; தமிழ் சாண்டார் சமூகத்தை ஒத்த சிங்கள துரவா; கள்ளிறக்கும் தமிழ் நளவர் சமூகத்தைப் போன்ற கிட்டுல் அல்லது உலத்திப்பனை அல்லது பிஷ் டெயில் பாம் மரத்தில் பதநீர் இறக்கி வெல்லம் காய்ச்சிய சிங்கள வகும்பரா; தமிழ் பறையர் சமூகத்தைப் போன்ற சிங்கள பட்கமா; தமிழ் கைக்கோளர் அல்லது சாலியர் சமூகத்தைப் போன்ற சிங்கள சலகமா; தமிழ் வண்ணார் சமூகத்தை ஒத்த சிங்கள ஹின்னா; தமிழ் குறவர் சமூகத்தைப் போன்ற சிங்கள கின்னரர்; தமிழ் அருந்ததியர் சமூகத்தை ஒட்டிய சிங்கள ரொடியா; தமிழ் ஆசாரி சமூகத்திற்கு இணையான சிங்கள ஆசாரி என இலங்கைத் தமிழ்ச் சமூகங்களின் கண்ணாடிப் பிம்பமாகவே சிங்கள சமூகங்கள் விளங்குகின்றன.

தமிழரின் தீண்டாமைக் கொடுமைகள் சிங்கள சமூகங்களில் இல்லை. ஆனாலும் வானவில்லின் வண்ணங்களைப் போன்ற இலங்கையின் தமிழ் மற்றும் சிங்கள சமூகங்கள் கண்ணகி வழிபாடு அல்லது பத்தினி வழிபாடு, கதிர்காம கந்தர் வழிபாடு, விஷ்ணு வழிபாடு, தேங்காய் சம்பல், கட்ட சம்பல், மீன் உணவு, தென்னஞ் சாராயம்

என நெருக்கமான உணவு மற்றும் பண்பாட்டு உறவுகள் கொண்ட சமூகங்களே! உள்நாட்டுப் போர் அவர்களை எதிரெதிராக நிறுத்தியது.

1811 முதல் 1877 வரை வாழ்ந்த சயாமிய இரட்டையர்கள் 1829ஆம் ஆண்டு அமெரிக்கா வந்தடைந்தனர். இன்று உலகெங்கிலுமுள்ள ஒட்டிப் பிறந்த இரட்டையர்களுக்கு முன்னோடியாகக் கருதப்படும் சாங் பங்கர் - எங் பங்கர் என்ற இரட்டையர்கள் ஒரே கல்லீரலைத் தங்களுக்குள் பகிர்ந்துகொண்டனர். 'சாங்' இறந்த சிலமணி நேரத்திலேயே 'எங்' இறந்துவிட்டார். சாங் - எங் இரட்டையரைப் போன்றே தங்களது மொழி, இலக்கணம், கலாச்சாரம், பண்பாடு, உணவுமுறை ஆகியனவற்றில் மிகச்சிறிய வேறுபாடுகளுடன் தமிழரும் சிங்களரும் தங்களுக்குள் பகிர்ந்துகொள்கின்றனர்.

நெருக்கமான பண்பாட்டு உறவு கொண்ட தமிழ் பேசும் தமிழர், சிங்களர் முஸ்லிம்கள் ஆகியோரில் ஒரு இனக் குழுவினர் பாதிக்கப்பட்டாலும் மொத்த இலங்கையுமே அழியும் சூழல் நேரிடும். மூன்று இனக்குழுக்களில் எந்தவோர் இனக் குழுவையும் தனிமைப்படுத்தி, பெருமைப்படுத்தி இலங்கை முன்னேறுவது இயலாத காரியம். அங்கு வாழும் எல்லா இனக்குழுக்களுமே ஒரே இதயத்தைத் தங்களுக்குள் பகிர்ந்துகொள்கிறார்கள். இலங்கையில் சிங்களரும் தமிழரும் வெவ்வேறு இனக் குழுக்கள் அல்ல என உலகப் புகழ்பெற்ற மானுடவியலாளரான ஹார்வர்டு பல்கலைக்கழகப் பேராசிரியர் ஸ்டான்லி ஜெயராஜ் தம்பையா கூறியது தமிழ்த் தேசியவாதிகளுக்கும் சிங்கள தேசியவாதிகளுக்கும் மகிழ்ச்சியூட்டுவதாக இருக்காது. என்றாலும் தமிழர், சிங்களர், முஸ்லிம்கள், பர்கர்கள் ஆகிய நால்வரும் ஒரே படகில் செல்லும் நான்கு சகோதரர்கள் என்பதே உண்மை. தமிழ்த் தேசியர்களும், சிங்களத் தேசியர்களும் தாங்கள் பயணிக்கும் படகில் பிற இனத்தவர் அமரும் பகுதியில் ஓட்டை போட்ட பின் தாங்கள் மட்டும் பாதுகாப்பாகப் பயணிக்கலாம் என நம்புவது அமர்ந்திருக்கும் மரக்கிளையை வெட்டிய மூடனின் கதையை நினைவூட்டுகிறது.

அடிக்குறிப்பு

1. மயிலை சீனி வேங்கடசாமி, 'பௌத்தமும் தமிழும்', அலைகள் வெளியீட்டகம், முதல் பதிப்பு 2021, பக்கம் 45.

2. M.D Raghavan, 'The Karava of Ceylon, Society and Culture', K.V.G.De Silva & Sons Colombo, 1961, Page 75.

3. பக்தவத்சல பாரதி, 'இலங்கையில் சிங்களவர்: இந்திய இனத் தொடர்ச்சியும் தென்னிந்தியப் பண்பாட்டு நீட்சியும்', அடையாளம் வெளியீடு, 2016, பக்கம் 34.

4. Nur Yalman, 'Under the Bo Tree, Studies in Caste, Kinship and Marriage in the Interior of Ceylon', University of California Press, 1971, page 317.

தமிழும் சிங்களமும் : ஓர் அறிமுகம்

இடையன்குடி கிறிஸ்தவ தேவாலயத்தினுள் வைக்கப்பட்டுள்ள 'திராவிட மொழிகளின் ஒப்பிலக்கணம்' நூலை எழுதிய இராபர்ட் கால்டுவெல்லின் ஓவியம்.

'தமிழினிய தெய்வதமே மொழிகள் குலத் தனிவிளக்கே' என்றார் தமிழறிஞர் சோமசுந்தர பாரதியார். அவ்வரிகளில் தொடங்கும் தமிழ்த்தாய் வாழ்த்துப் பாடலை, வடமொழியில் காளிதாசன் எழுதிய 'மேக சந்தேசம்' நூலைத் தழுவி தமிழ் மொழியில் எழுதிய 'மாரி வாயில்' என்ற கவிதை நூலில் எழுதினார் தமிழறிவும் வடமொழி, ஆங்கில மொழியறிவும் பெற்றிருந்த சோமசுந்தர பாரதியார் தமிழ் மீது கொண்ட காதலால் தமிழை மொழிகள் குலத் தனி விளக்கு எனக் குறிப்பிட்டார் என்று கூறலாம். 'யாமறிந்த புலவரிலே கம்பனைப் போல், வள்ளுவர் போல், இளங்கோவைப் போல் பூமிதனில் யாங்கணுமே பிறந்ததில்லை' என்ற பாரதி எச்சரிக்கையாக 'யாமறிந்த மொழிகளிலே தமிழ் மொழிபோல் இனிதாவது எங்கும் காணோம்' என்றார். பாரதிக்கும் தமிழ், ஆங்கில, வடமொழி புலமை இருந்தது.

எல்லோருக்கும் இனிய மொழி அவரவர் தாய்மொழி என்பது ஒருபுறமிருக்க மெத்த படித்த அறிஞர்கள் கூட தங்களுக்குப் புரியாத பிறமொழி பேசுபவர்கள் மத்தியில் செல்லும்போது அவ்வையின் மூதுரை குறிப்பிடும் 'நீட்டோலை வாசியா நின்ற நெடு மரமாக'த்தான் மாற வேண்டும்.

இந்தியாவில் பேசப்படும் **1,652** மொழிகளில் மூன்றில் ஒரு பங்கு அல்லது ஏறத்தாழ **574** மொழிகள் இந்தோ-ஆரிய மொழிகள், **153** மொழிகள் திராவிட மொழிக் குடும்பத்தைச் சேர்ந்தவை. ஆரிய மொழிகளில் சமஸ்கிருதம் பேச்சு வழக்கொழிந்தாலும் **1981** மக்கள் தொகை கணிப்பின்படி **6,106** பேர்கள் மட்டுமே பேசும் பயிற்சி பெற்ற மொழியாக சமஸ்கிருதம் உள்ளது.

தொல் மொழியான தமிழ் வழங்கும் பகுதி 'வடவேங்கடம் தென்குமரி ஆயிடை தமிழ் கூறும் நல்லுலகு' எனத் தொல்காப்பியம் கூறுகிறது.

இலங்கை, இந்தோனேசியா, மலேசியா, சிங்கப்பூர், தாய்லாந்து, பர்மா மொரிசியஸ் ஆகிய நாடுகளில் தமிழ் மொழி சிறப்பாக விளங்குகிறது. இலங்கையில் அலுவல் மொழியான தமிழ், இலங்கையிலும் சிங்கப்பூரிலும் மொரிசியஸிலும் தேசிய மொழியாகவும் விளங்குகிறது.

தமிழில் 'ஹ' போன்ற மூச்சொலிகள் இன்மையால் தெலுங்கு பேசுபவர்களும் கன்னடம் பேசுபவர்களும் வடமொழியில் ஒலியற்ற எனப் பொருள்படும் அரவம் என்ற சொல்லால் தமிழை அழைப்பதாகக் கால்டுவெல் கூறுகிறார்.

'தன்னைப் பழித்தலை மறுத்த காலை தன்னைப் புகழ்ந்தலும் தகுமே' என்ற நன்னூல் இலக்கணப்படி, திராவிட மொழிகளுள் தொன்மை வாய்ந்த, பண்பட்ட, சிறப்பான செம்மொழியாய், இலக்கண இலக்கிய வளம் பெற்று விளங்கும் தமிழ் பேசும் மக்களை நாகரீக மேம்பாட்டின் உச்சியில் உலகிற்கு அறிவூட்டும் பேரொளியாக விளங்கிய கிரேக்க மக்களோடு ஒப்பிட்டுப் பேசுகிறார் கால்டுவெல்.[1]

இலங்கையின் பலகுடிகள் குறிப்பாக, துரவா, கரவா, சலகமா போன்ற குடிகள் தென்னிந்தியாவிலிருந்து இலங்கையில் குடியேறியவர்கள் என மானுடவியலாளர்கள் கருதுகின்றனர். வடக்கு - கிழக்குத் தமிழரும் தென்னிந்தியக்

குடியேறிகளே. இலங்கையின் கிழக்குக் கடற்கரை முக்குவர் சமூகத்தினர் பெண் வழிச் சொத்துரிமையைப் பின்பற்றுவதும் அதற்குச் சான்றாக அமைகிறது. தென்னிந்தியாவில் தமிழும் மலையாளமும் ஏறத்தாழ அக்கா தங்கை மொழியாகக் கருதல் வேண்டும். கிழக்கு என்ற தமிழ்ச் சொல் கீழ்திக்கு அல்லது பள்ளம் நோக்கி எனப் பொருள்படும், மேற்கு என்ற தமிழ்ச் சொல் மேல் திக்கு அல்லது மேட்டை நோக்கி எனப் பொருள்படும். ஆனால், கேரளாவில் கிழக்கு மேட்டை நோக்கியும் மேற்குப் பள்ளம் நோக்கியும் அமையும். தமிழ்நாட்டுப் புவியியல் அமைப்பில் அது சரியாகப் பொருந்தும். அவ்வாறெனில் தமிழரே மலையாள நாட்டில் தங்கள் மொழியைக் கொண்டு சென்று அங்கு வாழ்ந்த தொல்குடி மக்களுடன் கலந்து வாழ முற்பட்டனர் என ஐயந்திரிபுற கூற இயலும். படு ஞாயிறு அல்லது படி ஞாயிறு என்று ஞாயிறு படியும் திசை என மேற்குத் திசைக்கு வழங்கும் இன்னொரு சொல்லும் தமிழ்ச் சொல்லே.[2] இன்னும் கூறினால், தமிழ்நாட்டின் மேற்குத் தொடர்ச்சி மலை கேரளாவில் கிழக்குத் தொடர்ச்சி மலையாதல் வேண்டும். ஆனால், அங்கும் அது மேற்குத் தொடர்ச்சி மலையாகவே உள்ளது.

தென்னிந்திய மொழிகளில் தமிழுக்கு அடுத்த பழைமையைக் கொண்ட கன்னடத்திற்கு ஏழாம் நூற்றாண்டிலிருந்தே இலக்கியம் தொடங்குகிறது. 'சியாமாகுந்தாச்சார்ய' 650 பொது ஆண்டிலும், 'கவிராஜ மார்க' 850 ஆவது பொது ஆண்டிலும் இயற்றப் பெற்றன. அதற்கு முன் 'கன்னட சூடாமணி' இயற்றிய தும்புலுச்சார்யா அல்லது ஸ்ரீவந்ததேவா இருவரும் பெரும்பான்மை தொடக்க கால கன்னட எழுத்தாளர்களைப் போன்று சமணர்கள்.[3] 'ஆதிபுராணம்' 941 பொது ஆண்டில் ஆதிநாதர் வரலாறாக எழுதப் பெற்ற சமண இலக்கியம். ஒய்சாள அரசர்கள் காலத்திலும் ஏராளமான சமண மதத்தைச் சேர்ந்த எழுத்தாளர்கள் கன்னட இலக்கியத்திற்குப் பெரும் பங்களிப்புச் செய்தனர். 'லீலாவதி', 'அர்தநேமி' ஆகியன அவ்வாறான இலக்கியங்கள். 'யசோதா சரிதா' என்ற நூல் மாரியம்மாள் தெய்வத்திற்குப் பலியிட இரு சிறுவர்களைக் கொண்டு வந்து மனம் மாறி அவர்களை விடுவித்துப் பலியிடுதலையும் கைவிட்ட அரசனைப் பாடுகிறது.[4]

தெலுங்கு நாடு பண்டையக் காலத்தில் திரிலிங்கா என வழங்கப்பட்டது. அது காளகத்தி, ஸ்ரீசைலம், தக்ஷரமா ஆகிய மூன்று இடங்களிலுள்ள லிங்கங்களால் சூழப்பட்டதால் அவ்வாறு பெயர் பெற்றது.[5]

தெலுங்கு மொழி இலக்கியம் நன்னய்யாவின் மகாபாரத மொழிபெயர்ப்புடன் தொடங்குகிறது. பதினொன்றாம் நூற்றாண்டு கிழக்குச் சாளுக்கிய அரசன் ராஜராஜன் கால அம்மொழிபெயர்ப்பு ஆதி, சபா என்ற இரு அத்தியாயங்களுடன் நிறைவுபெற்று வனவாச அத்தியாயம் முற்றுப் பெறாமலே போய்விட்டது. தெலுங்கு இலக்கண நூலான 'கவிஜனஸ்ரயா' நூல் 1078 - 1148 பொது ஆண்டில் கிழக்கு கங்கை அரசன் ஆனந்தவர்மன் சோடகங்கனால் எழுதப்பெற்றது. 12ஆம் நூற்றாண்டில் வீரசைவம் புகழ்பெற்றது. மல்லிகார்ஜுன பண்டிதர் சிவதத்துவ சாரத்தை 500 பாடல்களில் எழுதினார். பெரும்பாலான தொடக்கக்கால தெலுங்கு இலக்கியங்கள் மதங்கள் சார்ந்தன. சமணம், இந்துமதம், வீரசைவம் ஆகியன

தெலுங்கு இலக்கியங்களுக்கு உரம் சேர்த்தது போன்றே தொடக்கக் கால கன்னட இலக்கியங்களில் ஏராளமான சமணர்களும் 12ஆம் நூற்றாண்டில் பசவா உள்ளிட்ட வீரசைவர்களும் பங்களித்துள்ளனர். மலையாள மொழியின் பழைமையான இலக்கியமான 'ராமசரிதை', சமஸ்கிருத எழுத்துகள் மலையாளத்தில் நுழையுமுன் எழுதப்பட்டது. அதை மலையாளிகளை விட தமிழர்கள் புரிந்துகொள்வது எளிது.

தமிழ்நாட்டின் நற்றிணை, குறுந்தொகை, ஐங்குறுநூறு, பதிற்றுப்பத்து, பரிபாடல், கலித்தொகை, அகநானூறு, புறநானூறு, பத்துப்பாட்டு ஆகியன முதலாவது பொது ஆண்டிலிருந்து மூன்றாவது பொது ஆண்டுக்குள் இயற்றப்பட்டன. சங்க இலக்கியங்கள் எனப் பெயர் பெற்ற அந்நூல்களில் சில செய்யுள்கள் மறைந்து போனாலும் இன்றும் அவை உலக இலக்கியங்களில் உன்னத இடத்தைப் பெறுகின்றன. சங்க இலக்கியங்கள் மதமற்றவை என்பதே அதன் சிறப்புக்குச் சான்று. யாழ்ப்பாண அமெரிக்க இறைப்பணியாளர் வெளியிட்ட தமிழ் அகராதி 58,500 எண்ணிக்கைக்குக் குறையாத சொற்களைக் கொண்டுள்ளது என கால்டுவெல் வியந்து கூறுகிறார்.

தமிழ்மொழியின் சொல்வளம் ஏராளம் தமிழ்நாட்டின் புதிய கவிஞர் ஒருவர் பாடல் ஒன்றில் சோழத்தின் பெருமை கூற சொற்பூத்து நிற்கும் எனப் பாடுகிறார். தமிழின் பெருமைக்கு அணிகலனாக விளங்குவது அதன் சொல்வளம் என்றால் மிகையன்று. வாழிடத்தைக் குறிக்க பொதுவாக வீடு எனும் சொல் வழங்கப்படுகிறது. தெலுங்கில் இல் என்றும், கன்னடத்தில் மனை எனவும், சமஸ்கிருதத்தில் குடி எனவும் வழங்கப்பெறும் நான்கு சொற்களையுமே தமிழ் தன்னிடம் கொண்டுள்ளது.[6] 'இடியப்பகாரா! தெலுங்கனா உன் பகைவன்? ஒரு சேரலனா உன் பகைவன்? துலங்கும் ஒரு கன்னடனா? துளுவனுமா உன் பகைவன்? உலர் சருகே இவர்களெலாம் உன் பகைவர் என்று சொன்னால் நலம்புரியும் உறவினர்கள் நாட்டிலெவர்தாம் உனக்கு?' என்ற பாரதிதாசனின் திராவிடர் கவிதை வரிகள் நம் நினைவுக்கு வருவதில் ஆச்சரியமில்லை.

தமிழின் எழுத்து வடிவம் எவ்வாறு தோன்றியதென்று மாறுபட்ட கருத்துகள் இருந்தாலும் பொது ஆண்டுக்கு முன் மூன்றாம் நூற்றாண்டில் அசோகன் கல்வெட்டிற் காணப்பெறும் வடிவெழுத்துகள் உருமாற்றமடைந்து 774ஆம் பொது ஆண்டில் வழக்கில் இருந்த தமிழ் எழுத்துக்களாக மாறின என்றே கால்டுவெல் கருதுகிறார்.[7] கால்டுவெல்லின் கருத்தையே நீலகண்ட சாஸ்திரியும் வலியுறுத்துகிறார். ஆனால், தமிழ் கல்வெட்டுகளில் ஏழாம் பொது நூற்றாண்டிற்குப் பிந்தைய காலத்தில் இன்றைய நவீன தமிழ் எழுத்து வடிவங்களைக் கண்டாலும் மூன்றாம் பொது நூற்றாண்டில் இயற்றப்பட்ட தொல்காப்பியத்தில் தமிழ் எழுத்து வடிவம் கூறப்படுவதால் மூன்றாம் பொது நூற்றாண்டுக்கு முன்பிருந்தே தற்போதைய தமிழ் எழுத்து வடிவம் நடைமுறையிலுள்ளது என்ற மு.வரதராசனாரின் கருத்தை ஏற்றுக்கொண்டால், பிராமி எழுத்துகள் தோன்றுமுன்னரே தமிழர்கள் தமக்கென்று ஓர் எழுத்து முறையை வகுத்து அதை வணிகத்திற்கும் இலக்கியத்திற்கும் பயன்படுத்தினர் என்ற கருத்துக்கு[8] வரலாற்று - தொல்லியல் ஆதரவு இல்லை.

முதலாவது பொது நூற்றாண்டிலிருந்து மூன்றாவது பொது நூற்றாண்டு வரை காணக்கிடைத்த சங்கப் பாடல்களும் தொல்காப்பியமும் மிகப் பழைமையானவை. ஆனால், அக்காலத்திற்கு முன்னமே வாய்மொழி இலக்கிய மரபுகள் இருந்திருக்கக் கூடும். பழம் பாடல்களை முதலில் பாணன், பாடினி, கடத்தர், பொருநர், விறலியர், வல்லுநர் ஆகியோர் மக்களிடம் பரப்புரை செய்வதில் புகழ் பெற்றனர். முதலில் மக்கள் ஓசையுடன் பாடினர். அவர்களது பேச்சில் ஓசையின் தாக்கம் உண்டு. கொங்கு நாட்டாரும் ஈழ மக்களும் பேசும்போது ஒருவித இசைத்தன்மை ஊடுருவி நிற்கும்.[9] சங்கம் என்ற பெயர் பௌத்த மரபிலிருந்து பெற்ற பெயராகவே இருத்தல் கூடும்.

சங்க இலக்கியம் எழுந்த காலத்தில் பல்வேறு நாட்டுப் பாடல்கள் புலவர்களின் கைப்பட்டு குறிஞ்சி, முல்லை, மருதம், நெய்தல், பாலை எனும் ஐந்திணைப் பாடல்களாக அமைந்தன. குறிஞ்சி காதலர்களின் கூடலையும், முல்லை போர்க் கடமையையும், மருதம் பரத்தையோடு உறவு கொண்ட காதலனை ஊடும் காதலியையும், நெய்தல் காதலன் பிரிவால் ஏங்கும் காதலியையும், பொருள் காரணமாகக் காதலன் பிரிவது குறித்துப் பாலையும் பாடுகின்றன. அகநானூறு இன்னாருடைய காதல் என்று கூறுவதில்லை. தலைவன், தலைவி, காதலன், காதலி என்றே குறிக்கிறது. அதே நேரத்தில் வீரம், கொடை போன்ற புறப்பாடல்களில் அரசர்களுடைய பெயரைக் குறிப்பிட்டு அவர்களின் கொடை மற்றும் வீரத்தைப் போற்றும் மரபு உள்ளது.

அகப்பொருள் குறித்த பதின்மூன்று முதல் முப்பத்தொன்று அடிகள் கொண்ட நானூறு பாடல்கள் அகநானூறு என்றும், ஒன்பது முதல் பன்னிரெண்டடிப் பாடல்கள் நானூறு நற்றிணை என்றும், நாலு முதல் எட்டடிப் பாடல்கள் நானூறு குறுந்தொகை என்றும் மூன்று முதல் ஐந்து அடிகள் வரை உள்ள ஐநூறு பாடல்கள் ஐங்குறுநூறு என்றும், இனிய ஓசைக்கொண்ட கலிப்பா என்ற செய்யுள் பிரிவைச் சேர்ந்த நூற்றைம்பது பாடல்களின் நூல் கலித்தொகை எனவும், ஓசை நயம் கொண்ட எழுபது பாடல்களைக் கொண்ட தொகை நூல் பரிபாடல் என்றும் பெயர் பெற்றன. அவற்றுள் கிடைத்தவை இருபத்து இரண்டு. பதிற்றுப்பத்து என்பது சேர அரசர்கள் பதின்மரைப்பற்றி பத்து பத்தாகப் பாடிய நூறு பாடல்கள். புறநானூறு தமிழ் மன்னர்கள், சிற்றரசர்களின் வள்ளல் குணம் மற்றும் அரும்பண்புகளைக் கூறும் நூல். அதில் கணியன் பூங்குன்றனாரின் 'யாதும் ஊரே யாவரும் கேளிர்' என்ற தொடக்க வரிகள் உலகின் மனித இனங்களை ஒன்றிணைக்கும் பேராற்றல் கொண்டவை.[10]

பாணர் என்ற இசைக் கலைஞர் குடும்பத்தின் வறுமையைச் சொல்லோவியமாக **269** அடிகளில் தீட்டும் சிறுபாணாற்றுப்படை, பொருநர் என்ற கலைஞர்களிடம் சோழன் கரிகாலன் கொண்ட அன்பையும் கந்தலுடுத்தி வறுமையில் வாடும் பொருநர் கலைஞர்களின் வறுமையை அரசன் அகற்றும் மாண்பைக் கூறும் பொருநராற்றுப்படை, காஞ்சியில் ஆண்ட இளந்திரையன் என்ற அரசனின் சிறப்பையும் பாணர் குடும்பத்தைப் பற்றியும் கூறும் பெரும்பாணாற்றுப்படை, கூத்தாடும் கலைஞர்கள் குறித்துக் கூறும் மலைபடுகடாம், காதலைப் பாடும்

முல்லைப்பாட்டும் குறிஞ்சிப்பாட்டும், காதலையும் காவேரிப்பூம்பட்டினத்தின் சிறப்பையும் கூறும் பட்டினப்பாலை, குளிர்கால வாடைக்காற்றையும் காதலையும் ஒருசேர அழகாக வர்ணிக்கும் நெடுநல்வாடை எனச் சங்க இலக்கியங்கள் தமிழுக்கு அணி சேர்க்கின்றன. சமணம், பௌத்தம், சைவம், வைணவம் ஆகிய மதங்கள் சங்க காலத்திலும் உண்டு. இருப்பினும் அவை சங்க இலக்கியத்தில் சிறப்பான இடத்தைப் பெறவில்லை. பாணர், விறலியர், கூத்தர், பொருநர் எனும் ஆடல்பாடல் கலைஞர்கள் தமிழகமெங்கும் பாடியும் ஆடியும் மக்களை மகிழ்வித்தனர்.

பத்துப்பாட்டில் 782 அடிகள் கொண்ட மதுரைக் காஞ்சி, மதுரை நகரில் பௌத்த பள்ளிகளில் தொழுகையும் - சமணப் பள்ளிகளில் தவமும் இயற்றும் பெரியோர்களையும், நாளங்காடி - அல்லங்காடி என்ற காலை, மாலைச் சந்தைகளின் காட்சிகளையும் விவரிக்கிறது. சங்க காலத்திற்குப் பின் கி.பி. ஐந்தாம் நூற்றாண்டில் சமண மதத்தைச் சேர்ந்த வள்ளுவரால் திருக்குறள் எழுதப்பெற்றது. முதல் குறளான 'அகரமுதல எழுத்தெல்லாம் ஆதிபகவன் முதற்றே உலகு' என்ற குறள் எழுத்துகளுக்கு அகரம் முதலாவதாக விளங்குவதைப்போல உலகத்திற்கு ஆதிநாதர் முதல் என உரைக்கிறது. 24 தீர்த்தங்கரர்களில் ஆதிநாதர் தொடக்கமாகவும் மகாவீரர் கடைசியாகவும் தோன்றியவர் என்பது சமணர் நம்பிக்கை. திருக்குறளின் புலால் மறுத்தல், கொல்லாமை, பிறப்பொக்கும் எல்லா உயிர்க்கும் ஆகியன சமணக் கருத்துகள். காஞ்சிபுரம் அருகேயுள்ள பொன்னூரில் தமிழ்ச் சமணர்கள் ஈராயிரம் வருடங்களுக்கு மேல் வாழ்கின்றனர். அவர்கள் வள்ளுவரைக் 'குந்தாகுந்தர்' என்ற சமண முனிவராக இன்றும் வழிபடுகின்றனர்.

நான்கடி பாடல்கள் நானூறு கொண்ட நாலடியாரும் சமண நூலே. டாக்டர் ஜி.யு.போப்பின் மனங்கவர்ந்த நாலடியார் அவரால் மொழிபெயர்க்கப்பட்டது. 'குஞ்சியழகும் கொடுந்தானைக் கோட்டழகும் மஞ்சள் அழகும் அழகல்ல நெஞ்சத்து நல்லம்யாம் என்னும் நடுவு நிலைமையால் கல்வி அழகே அழகு' என்ற நாலடியார் பாடல் அதன் கருத்தாழத்துக்கும் அழகுக்கும் ஒரு சோற்றுப் பதமாக விளங்குகிறது. பழமொழி நானூறின் ஒவ்வொரு பாடலும் பழமொழியில் நிறைவுறும் பாடல்கள் கொண்டது. இது தவிர, அதே காலத்தில் சிலப்பதிகாரம், மணிமேகலை என்ற இரட்டைக் காப்பியங்களில் முந்தையது சமணத்தையும் பிந்தையது பௌத்தத்தையும் போற்றியது. சிலம்பின் காலம் உறுதி செய்யப்படாவிட்டாலும் அது சங்கம் மருவிய மூன்றாவது பொது நூற்றாண்டில் இயற்றப்பட்டிருக்கக் கூடும். சேர நாடு அல்லது இன்றைய கேரளாவைச் சேர்ந்த இளங்கோ, பழங்கால நாட்டுப்புறப் பாடல் வடிவங்களைச் சிலப்பதிகாரத்தில் இடம்பெறச் செய்தார். அதனால் காளியைப் பாடும் வேடர்கள், முருகனைப் பாடும் மலைவாழிகள், அம்மனைப் பாடும் பெண்கள் எனப் பழங்கால நாட்டுப்புறப் பாடல்களைச் சிலப்பதிகாரத்தில் காண இயலும்.[11] இளங்கோவடிகள் பத்தினியைத் தெய்வமாக்கி வழிபட தன் நூலில் வித்திட்டார். ஆனால், தமிழ்நாட்டில் முற்றிலும் மறைந்துபோன கண்ணகி வழிபாடு இலங்கையில் சிங்களர் மத்தியில் இன்றும் புகழ்பெற்று விளங்குகிறது.

சிங்கள மக்களிடையே பத்தினி தெய்வம் வழிபாடு பெருமளவில் காணமுடியும்.

அதுகுறித்து ஆராய்ந்த இலங்கையைச் சேர்ந்த பிரின்ஸ்டன் பல்கலைக்கழக மானுடவியல் பேராசிரியர் கணநாத் ஒபயசேகர, 'பத்தினித் தாயின் வழிபாட்டு மரபு' என்ற புகழ்பெற்ற நூலை எழுதினார். சிங்கள தேரவாத பௌத்தத்தில் பத்தினி தெய்வ வழிபாடு முக்கிய இடம்பெறுகிறது. வளமைக்கும் ஆரோக்கியத்திற்கும் தெய்வமாகவும், சிங்களத் தீவின் காவல் தெய்வமாகவும் பத்தினியை வழிபடுகின்றனர்.[12] கூலவாணிகன் சாத்தனார் எழுதிய மணிமேகலை நூலின் நாயகி மாதவி நாடெங்கிலும் திரிந்து பசிப்பிணியைத் தீர்த்து அறமொழிகளை மக்களுக்கு எடுத்துரைத்துப் பௌத்த நெறிகளின்படி முக்தி பெற்றார். 'அறமெனப் படுவது யாதெனக் கேட்பின் மறவாது இது கேள் மன்னுயிர்க்கு எல்லாம் உண்டியும் உடையும் உறையுளும் அல்லது யாம் கண்டிலமால்' என்ற எளிமையான அழகுடைய மணிமேகலை செய்யுள், மனிதர்களுக்கு மட்டுமின்றி எல்லா உயிர்களுக்கும் உணவு, உறைவிடம், உடை ஆகியவற்றை வழங்குவதையே அறமெனக் கூறுகிறது. இந்துப் பக்தி இலக்கியங்கள் ஒன்பதாம் நூற்றாண்டைச் சேர்ந்தவை. அவற்றில் சைவர்களின் தேவாரம், திருவாசகம், திருவெம்பாவை, வைணவர்களின் திருப்பாவை ஆகியன புகழ்பெற்றவை. இருப்பினும் திருஞானசம்பந்தர் தன் ஒவ்வொரு பதிகத்தின் பத்தாம் பாடலில் சமணர்களையும் பௌத்தர்களையும் இழிந்துரைக்கும் செய்யுள்கள் இடம்பெற்றிருக்கும். அந்நூற்றாண்டில் நிகழ்ந்த மத மோதல்களின் விளைவே அப்பாடல்கள் எனக் கூற முடியும். பேதைய ராஞ்சமண் சாக்கியர்கள்[13], மசங்கற் சமண் மண்டைக்கையர் குண்டக்குண மிலிகள்[14], பத்தரொடு பொல்லாமனச் சமணர் புறங்கூற[15], தடுக்கையுடன் இருக்கித் தலைபறித்துச் சமண் நடப்பர்[16], பெருக்கப் பிதற்றுஞ் சமணர் சாக்கியர்[17], இது தவிர மாசாருடம்பர், மண்டைத் தேரர், பிண்டமுன்னும் பிராந்தர், அமண்குண்டர், நின்றுண் சமணர், குண்டமணர், வெஞ்சமணர் சாக்கியர், புத்தரொடு புன்சமணர், சமனே நின்றுண்ணும் பித்தர், நின்றுன் சமணர், இருந்துண் தேரர், நீண்ட போர்வையார், நாணார் அமணர் நல்லதறியார், ஆலும் மயிலின் பீலியமணர் அறிவில் சிறுதேரர், பிச்சக் குடை நீழற் சமணர் சாக்கியர், பறிகொள் தலையினார் அறிவதறிகிலார், குளித்துணா அமணர் என்பன போன்ற சமணர்கள், பௌத்தர்கள் மீதான பல இழிந்துரைகளை சம்பந்தரின் ஒவ்வொரு பாடல்களிலும் காணவியலும். தமிழ்நாட்டில் பழக்கத்தில் உள்ள அம்மணக்குண்டி, மயிர்பிடுங்கி ஆகிய இழிசொற்களும் இவ்வாறான சமணர் - பௌத்தர் மீதான இழிசொற்களே என அறிஞர் தொ.பரமசிவன் கூறுகிறார்.

திருநாவுக்கரசரின் பக்திச் சுவை பாடல்களைப் பின்னாளில் நவீன கால கவிஞர்கள் உருமாற்றம் செய்துகொண்டனர். நாவுக்கரசரது 'ஆட்டுவித்தார் ஆர் ஒருவர் ஆடாதாரே...' என்ற பாடல் பின்னாளில் கவிஞர் கண்ணதாசனால் உருமாற்றம் செய்யப்பெற்றது. ஆண்டாள் திருமாலைத் திருமணம் செய்துகொள்வதாகக் கற்பனையில் பாடிய 'வாரணம் ஆயிரம்...' என்ற பாடலைத் தென்கலை வைணவர்கள் திருமணத்தின்போது பாடுவர்.[18] வருத்தம் என்ற செய்யுள்களைக் கொண்டு உருவான புதுமையான சமணக் காப்பியமான சீவகசிந்தாமணியின் காலம் ஆறாவது பொது நூற்றாண்டு. சூளாமணியும் சமணக் காப்பியமே, மறைந்துபோன சமணக் காப்பியமான வளையாபதியில் 70 செய்யுள்கள் மட்டுமே இன்றுவரை கிடைத்துள்ளன. பத்தாம்

நூற்றாண்டில் எழுதப்பெற்ற பௌத்த காப்பியமான குண்டலகேசி முழுமையாகக் கிடைக்கவில்லை அதில் 29 செய்யுள்கள் மட்டுமே கிடைத்துள்ளன. அறம், பொருள், இன்பம், வீடுபேறு ஆகியன உரைக்கும் சிலப்பதிகாரம், மணிமேகலை, சீவக சிந்தாமணி, வளையாபதி, குண்டலகேசி ஆகியன தமிழின் ஐம்பெருங்காப்பியங்கள். உதயணகுமார காவியம், நாககுமார காவியம், யசோதர காவியம், நீலகேசி, சூளாமணி ஆகியன சிறுகாப்பியங்கவென அறிஞர்கள் வகைப்படுத்தினாலும் சூளாமணியைச் சிறுகாப்பியம் என வகைப்படுத்தியது சரியல்ல என்கிறார் மு.வரதராசன்.[19] தமிழ் இலக்கியங்களில் 12ஆம் பொது நூற்றாண்டில் எழுதப்பட்ட சேக்கிழாரின் பெரிய புராணம், கம்ப இராமாணயம் ஆகியன புகழ்பெற்றவை. கம்பரின் இராமாயணம் தழுவல் கதையாக இருப்பினும், தமிழ்நாட்டுக்கு ஏற்றபடி கதை வடிவத்தைப் பெற்றது. சீவக சிந்தாமணி உள்ளிட்ட அரிய நூல்களைப் பதிப்பித்த உ.வே.சாமிநாதய்யர், தனது வரலாற்றையும் எழுதினார். ‘எனது சரித்திரம்’ என்ற முற்றுப்பெறாத அவ்வரலாற்று நூல் படிப்போர் மனதைக் கொள்ளை கொள்ளும். தமிழகத்தின் சாமிநாதய்யரைப் போன்றே இலங்கையின் சி.வை.தாமோதரம் பிள்ளை (1832-1901) தனது காலத்தில் பனையோலைகளில் இருந்த பழைய தமிழ் ஏடுகளைப் படித்து, அச்சிட்டு வெளியிட்டார். தமிழ்மொழி பாடநூல்களை எளிய தமிழில் எழுதிய ஆறுமுக நாவலர், விபுலானந்தர் ஆகியோரும் தமிழ்மொழிக்குக் குறிப்பிட்ட பங்களிப்புச் செய்தனர். மக்கள் மத்தியில் பிரபலமான நாட்டுப்புறப் பாடல்கள், கதைகள், வழக்காறுகள் பின்னர் இலக்கியமாயின. குன்றக் குறவர் கூறுவதைக் கேட்ட சீத்தலைச் சாத்தனார் அக் கதையை இளங்கோவிடம் கூற, அவர் அதைக் காப்பியமாக்கியதாகக் கூறுகிறது சிலம்பு.[20]

தமிழ்நாட்டின் பொது ஆண்டுக்கு முந்தைய கல்வெட்டுகள் இன்றைய தமிழ் எழுத்துகளில் இல்லை. அசோகர் கால பிராமி எழுத்து மொழியையே அவை பின்பற்றின. எடுத்துக்காட்டாக, மதுரையைச் சுற்றியுள்ள எண் பெருங் குன்றுகளில் பொறிக்கப்பட்ட கல்வெட்டுகளில் பல இரண்டாம் பொது நூற்றாண்டிற்கு முந்தையவை. அவை தமிழ் மொழியைப் புதிதாகக் கற்றுக்கொண்டவர்கள் எழுதியதைப் போன்றே இருப்பதைக் காண இயலும். உதாரணமாக இரண்டாம் பொது நூற்றாண்டுக்கு முற்பட்ட மதுரை மாங்குளத்தில் காணப்படும் கல்வெட்டு நெடுஞ்செழியனின் பணியாளாகிய கடலன் வழுதி என்பவர் பள்ளியை நன்கொடையாகக் கொடுத்ததைப் பற்றி கூறுகிறது. ‘கணிய் நந்த அஸிரிய்இ குவ்அன்கே தம்மம் இத்தாஅ நெடுஞ்செழியன் பணஅன் கடல் அன் வழுத்திய் கொட்டுப்பித்தஅ பளி இய்”[21] என்ற அந்தக் கல்வெட்டுச் சொற்களில் ‘ழ’, ‘ல’ ஆகிய தமிழ் எழுத்துகளின் வடிவங்களைத் தவிர ‘அ’ உள்ளிட்ட பெரும்பாலான பிற எழுத்துகள் அசோகர் கால பிராமி எழுத்துகளே. இதைப் போன்றே ஐராவதம் மகாதேவன் எழுதிய பண்டைய தமிழ் எழுத்துகள் குறித்த ‘ஏர்லி தமிழ் எப்பிகிராஃபி’ என்ற நூலில் 121 கல்வெட்டுகளிலுள்ள தமிழ் பிராமி எழுத்துகள் பதிவு செய்யப்பட்டுள்ளன.

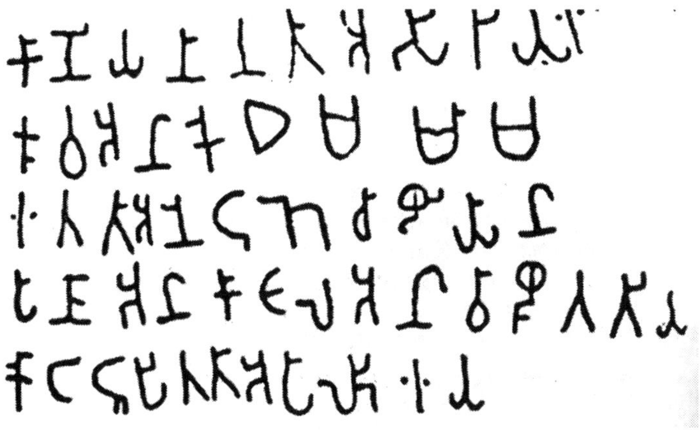

“கணிய் நந்த அஸிரிய்இ குவ்அன்கே தம்மம் இத்தாஅ நெடுஞ்செழியன் பணஅன் கடல் அன் வழுத்திய் கொட்டுப்பித்தஅ பளி இய்” என்ற மாங்குளம் கல்வெட்டில் கண்ட வாசகங்கள்.

தமிழ் எழுத்து முறையில் ஏராளமான மாற்றங்கள் பல்லவர் காலத்தில் நிகழ்ந்தன. தமிழ் பிராமி அல்லது தமிழி எழுத்துகள் தமிழ் எழுத்துமுறை மற்றும் வட்டெழுத்து எனப் பிரிந்தன. முந்தைய பல்லவர் கால கல்வெட்டுகள் 250 - 350 பொது ஆண்டுகளில் பிராகிருத மொழியிலும் சமஸ்கிருதத்திலும் மட்டுமே இருந்தன. முதன்முதலில் தமிழ்நாட்டில் பிராகிருத மொழியில் சாசனங்களைப் பொறித்தவர்கள் பல்லவர்கள். பிராகிருத மொழிக் கல்வெட்டுகள் கிரந்த எழுத்துகளைப் பயன்படுத்தி எழுதப்பட்டன. கிரந்த எழுத்துகளே மலையாளம் மற்றும் சிங்கள மொழியின் எழுத்து வடிவங்களாகப் பின்னர் உருவாயின. பொது ஆண்டுக்கு முன் வழங்கிய தமிழ் பிராமியும் சிங்கள பிராமியும் தங்கள் வடிவங்களில் நெருங்கிய தொடர்புடையவை. அவை தென்பிராமி இனத்தைச் சேர்ந்தவை என்கிறார் பன்மொழி அறிஞர் தெ.பொ.மீ.

பொது ஆண்டு 500 முதல் 900 வரை தமிழ்நாட்டில் 1,811 தமிழ் கல்வெட்டுகளும், 364 வட்டெழுத்துக் கல்வெட்டுகளும், 123 கிரந்த எழுத்துக் கல்வெட்டுகளும் கிடைத்தன.[22] பனை ஓலைகளில் எழுத்தாணியால் எழுதும் பழக்கம் தொடங்கியதும் எழுத்துகளில் நேர்கோடுகளைப் பயன்படுத்தும்போது ஓலைகள் கிழிந்துவிடும் என்பதால் வட்ட வடிவில் எழுதும் பழக்கம் தொடங்கியிருக்க வாய்ப்புண்டு. ஒரிய மொழி எழுத்துகளை வட்ட வடிவில் எழுதக் காரணம், அவை பனையோலையில் எழுதப்படுவதே. அம்மொழியின் வடிவெழுத்துகளில் பொதுவியல்பான வட்டத்தன்மை பனையோலையில் எழுத்தாணி கொண்டு எழுதுவதால் உருவாயின என்றும் அம்மொழியின் வடிவெழுத்துகள் மத்திய இந்தியாவில் வழங்கும் குடிலமொழி வடிவெழுத்துகளிலிருந்து தோன்றின என்றார் கால்டுவெல்.[23]

பிராமணர்கள் தமிழகத்தில் குடியேறும் முன்னரே பண்டைத் தமிழர் எழுத்துக் கலையினை அறிந்திருந்தனர். அவர்களது வருகைக்குப் பின்னர் கிரந்த எழுத்துகளைச் சமஸ்கிருத ஒலிகளை வெளியிடும் ஆற்றல் கொண்ட எழுத்துகளாக

உருவாக்கினர். அதிலிருந்தே இன்றைய தமிழ் எழுத்து வடிவங்கள் பிறந்தன என்ற எல்லிஸின் கருத்தோடு[24] கால்டுவெல் மாறுபடுகிறார். கிரந்த எழுத்துகள் தோன்றக் காரணமான சமஸ்கிருதத்திற்கு முந்தைய தமிழ் வடிவெழுத்துக்கள் உள்ளனவா என்ற ஐயப்பாடு உள்ளதெனக் கருதுகிறார். தமிழில் எழுத்துகளை மற்றும் நூல்களைக் குறிக்கும் தனிச் சொற்கள் உள்ளன என்றாலும் ஹள கன்னட அல்லது பழைய கன்னட வடிவெழுத்துகளும், பழங்கால கல்வெட்டுகளில் தமிழ்மொழியை வழங்க மேற்கொண்ட பல்வேறு வகை வடிவெழுத்துகளும் தொடக்கத்தில் சமஸ்கிருத எழுத்துகளை வழங்க மேற்கொண்ட நெடுங்கணக்கு முறையின் அடிப்படையில் அமைந்துள்ளன எனக் கால்டுவெல் கூறுகிறார்.[25]

எட்டாவது நூற்றாண்டு அல்லது 774ஆம் பொது ஆண்டு கொச்சி யூதர்களுக்கு வழங்கப்பட்ட செப்புப் பட்டயங்களில் தமிழ் எழுத்துகள் உள்ளன. அவ்வெழுத்துகள் தமிழ்நாட்டில் வழக்கொழிந்தாலும் கேரளாவில் 17ஆம் நூற்றாண்டு வரை ஆவணங்களில் கையாளப்பட்டுள்ளன. பொது ஆண்டுக்கு முன் மூன்றாம் நூற்றாண்டில் அசோகர் கல்வெட்டுகளில் காணப்படும் வடிவெழுத்துகள் சிறிது சிறிதாக மாற்றம் பெற்று 777ஆம் பொது நூற்றாண்டில் மேற்சொன்ன கொச்சி யூதர் பட்டய எழுத்துகளாக உருப்பெற்றன எனக் கூறும் கால்டுவெல், பேராசிரியர் பர்னல் அவர்களின் கருத்தான, பழைய தமிழ் நெடுங்கணக்கு யேமனில் கண்டுபிடிக்கப்பட்ட தென்கிழக்கு அரேபிய மொழியாகிய ஹிம்யாடிக் மொழி நெடுங்கணக்கோடு ஒத்துள்ளது என்ற கருத்தோடு மாறுபடுகின்றார்.[26] எனவே தமிழ் எழுத்து வடிவம் அசோகரது பிராமி எழுத்துகளிலிருந்து பெறப்பட்டவை என்பதில் அறிஞர்களுக்குள் கருத்து வேறுபாடுகள் இருந்தாலும் கால்டுவெல்லின் முடிவை அறிஞர் பலர் ஆதரிப்பதில் தவறில்லை.

தமிழ் மொழியில் உரைநடை இலக்கியங்கள், கதைகள், புதினங்கள், வரலாற்று நூல்கள் என ஏராளமான நவீன இலக்கியங்கள், தமிழ் மொழிக்குப் பலம் சேர்க்கின்றன. தமிழ்த் திரைப்படப் பாடல்களும் ஏராளம் புதுக் கவிஞர்களால் எழுதப்பட்டு இளையராஜாவாலும் ஏஆர்ரஹ்மானாலும் இசை வடிவம் பெற்று இந்தியா முழுவதில் பரவின. அவை இலங்கையிலும் பரவியதில் ஆச்சரியமில்லை.

தமிழ்த் திரைப்படப் பாடல்கள் சிங்கள கலாச்சாரத்தை அழித்துவிடும் என இலங்கையின் முதல் குடியரசுத் தலைவர் ஜெயவர்த்தன பயந்ததில் நியாயமில்லாமல் இல்லை. போர்ச் சூழலில் இலங்கை இராணுவத்தினர் தமிழ்த் திரைப்படப் பாடல்களைக் கேட்டுக்கொண்டிருந்ததாக எழுத்தாளர் ஒருவர் குறிப்பிடுகிறார்.

பாமாவின் 'கருக்கு', ஹெப்சிபா ஜேசுதாசனின் 'புத்தம் வீடு', கி.ராஜநாராயணனின் 'கரிசல் காட்டுக் கடிதாசி' ஆகியன வட்டார வழக்குப் பேச்சு மொழியைப் பிரதிபலிக்கும் இலக்கியங்களாகின்றன. கலைஞர் மு.கருணாநிதியின் ஆறு பாகங்களைக் கொண்ட 'நெஞ்சுக்கு நீதி', சுதந்திர காலத்திற்குப் பிந்தைய தமிழ்நாட்டின் வரலாற்றை ஓரளவு பதிவு செய்கிறது. வழக்கறிஞர் செல்வராஜின் புதினமான 'தோல்', சாதி ஒடுக்குமுறைகளுக்கு எதிராகக் கலகக்குரல் கொடுக்கிறது. வழக்கறிஞர் பாலமுருகனின் 'சோளகர் தொட்டி'யைப் பழங்குடி மக்கள் மீதான

காவல்துறை மற்றும் வனத்துறையினரின் ஒடுக்குமுறை குறித்த மிகச் சிறந்த புதினமாகக் கூறமுடியும். ரகுநாதன், புதுமைப்பித்தன், பூமணி, பிரபஞ்சன், தி.ஜானகிராமன், ஜெயமோகன், பொன்னீலன், சு.சமுத்திரம் என ஏராளமான எழுத்தாளர்கள் தமிழுக்குப் பங்களித்துள்ளனர். இப்பட்டியலை முழுமை செய்வது கடினம்.

இது தவிர இலங்கை, மலேசியா, பிரான்சு, ஜெர்மனி, கனடா எனப் புலம்பெயர்ந்த தமிழர்களின் பங்களிப்பும் தமிழுக்கு உண்டு. மொழிபெயர்ப்பு நூல்களாக டால்ஸ்டாய், தாஸ்தாவெஸ்கி, ஆன்டன் செகோவ் உள்ளிட்ட ரஷ்ய எழுத்தாளர்களின் நூல்களும் தமிழில் உண்டு. ஆனாலும் தமிழில் போதுமான மருத்துவ நூல்கள், பொறியியல் நூல்கள், சமூக அறிவியல் நூல்கள் இல்லையென்றே கூற முடியும்.

சிங்கள மொழியில் வேடுவர் பற்றிய நூற்றுக்கணக்கான நூல்களையும் ஆயிரக்கணக்கான கட்டுரைகளையும் பார்க்க முடிகிறது. ஆனால், தமிழில் வேடுவர் தொடர்பான கட்டுரைகளைக் காண்பது கூட அரிது என இலங்கை எழுத்தாளரான சரவணன் கவலை தெரிவிக்கிறார்.[27] உலக மொழிகளில் தமிழுக்குத் தனியிடம் உண்டென்றாலும் இன்றும் ஜப்பானிய, ஆங்கில, ஜெர்மானிய, பிரெஞ்சு மொழிகளை வெல்லும் வகையில் அறிவியல் நூல்களும் அறிவுசார் நூல்களும் தமிழ் மொழியில் இல்லை என்பது கவலைக்குரியது.

இலங்கையிலுள்ள குகைகளில் தமிழ்நாட்டின் தமிழ் பிராமி எழுத்துகளை ஒத்த பொது ஆண்டுகளுக்கு முற்பட்ட சிங்கள பிராமி எழுத்துகள் பொறிக்கப்பட்டுள்ளன. சிறுபடகு எனப் பொருள்படும் தேரவாத அல்லது ஹீனயான பிரிவைச் சேர்ந்த பௌத்த துறவிகள் தங்கிய அக்குகைகள், தமிழ்நாட்டைப் போன்று இலங்கையிலும் கிறிஸ்துவின் காலத்திற்கு அல்லது பொது ஆண்டுக்கு முன்பே புத்தமதம் பரவியிருப்பதைக் காட்டுகிறது. தமிழ்நாட்டில் தமிழ் அல்லது தமிழ் பிராமி எழுத்துகள் கொண்ட குகைகள் சமணத்துறவிகளது குகைகளாக இருப்பதைப் போன்று இலங்கையில் தேரவாத பிரிவைச் சேர்ந்த துறவிகளின் குகைகளில் சங்கம் என்ற சொல் இடம்பெறுவதால் அவற்றைப் பௌத்த குகைகள் என அடையாளம் காணலாம்.

பத்தாம் பொது ஆண்டுக்கு முந்தைய சிங்கள இலக்கியங்கள் ஏதும் இலங்கையில் கண்டுபிடிக்கப்படவில்லை. அதனால் சிங்கள மொழி இலக்கியங்கள் பத்தாம் நூற்றாண்டிற்கு முன் இல்லை எனக் கருத இயலாது. வாய்மொழி இலக்கியங்கள் இருந்திருக்கக் கூடும். ஐந்தாம் நூற்றாண்டில் இலங்கை பௌத்த துறவிகளால் 'தீப வம்சம்', 'மகாவம்சம்', 'சூளவம்சம்' ஆகியன பாலி மொழியில் எழுதப்பட்டன. தமிழ் மொழியைப் போலவே சிங்கள மொழியிலும் ஏராளமான பிராகிருத, பாலி மொழிச் சொற்கள் இடம்பெற்றுள்ளன. தமிழில் வீட்டைக் குறிக்கும் அகம், யானையைக் குறிக்கும் இவம், 'நாராய் நாராய் செங்கால் நாராய்...' பாடலில் இடம்பெறும் நீர் நிலையைக் குறிக்கும் சொல்லான வாவி ஆகியன பாலிமொழிச் சொற்கள். இது தவிர எண் எட்டைக் குறிக்கும் அட்டா, ஆனையைக் குறிக்கும் ஆனா, உணவைக் குறிக்கும் ஆகாரா, வட்டத்தை குறிக்கும் அவட்டா, ஏணியைக்

குறிக்கும் ஈணி, கட்டையைக் குறிக்கும் கட்ட, பறவையைக் குறிக்கும் பறவியா, நங்கையைக் குறிக்கும் நங்கா ஆகியன பிராகிருத மொழிச் சொற்கள்.[28]

இது தவிர 2,953 சிங்களச் சொற்களின் தோற்றம் குறித்து எழுதிய வில்ஹெம் கெய்கர், அவற்றில் பெரும்பான்மைச் சொற்கள் பாலியும் பிராகிருதமுமாக இருப்பதைக் காட்டுகிறார். சமஸ்கிருதச் சொற்களிலிருந்தும் தமிழிலிருந்தும் சிங்கள மொழி பெற்ற சொற்கள் சிறிதளவே எனக் காண இயலும். தமிழ்நாட்டில் சமணம் மற்றும் பௌத்தம் ஆகிய வேத மறுப்பு மதங்கள் பாலி, பிராகிருதச் சொற்களைத் தமிழுக்குக் கொடையாக வழங்கியதைப் போல சிங்கள மொழியும் பெற்றது. வேடர் என்ற சொல் சமஸ்கிருதத்திலிருந்து சிங்களத்திற்கு வராமல் பிராகிருதத்திலிருந்து வந்திருக்கக் கூடும் என கெய்கர் கருதுகிறார். ஆனால், சங்க இலக்கியங்களில் மற்றும் திருக்குறளில் காணும் வேட்டுவர் என்ற சொல் தமிழிலிருந்து பெறப்பட்டதாக இருத்தல் கூடும் எனக் கருதுவோரும் உண்டு. பில்லி சூனியம் என்ற சிங்களச் சொல்[29] இன்று தமிழகத்தில் தமிழ்ச் சொல்லாகவே மாறிவிட்டது.

பாலி மொழியில் இருந்த தீபவம்சத்தையும் மகாவம்சத்தையும் 19ஆம் நூற்றாண்டில் சிங்கள மொழிக்குக் கொண்டுவந்தது ஆங்கிலேய ஆளுநர்கள். அசோகரது கல்வெட்டுகளில் கண்ட பிராமி எழுத்துகளை ஆங்கிலேயரான ஜேம்ஸ் பிரின்ஸெப் முதன்முதலில் பகுத்தறிந்து படிப்பதற்கு முன்னர் பத்தொன்பதாம் நூற்றாண்டில் இந்தியாவில் யாருக்கும் பிராமி மொழியைப் படிக்கத் தெரியாததைப் போன்று, சிங்கள பிராமி மொழியும் 19ஆம் நூற்றாண்டில்தான் ஆங்கிலேயரால் படித்தறியப்பட்டது.

சிங்கள மொழி இலக்கியங்களின் காலம் தமிழுக்கு ஆயிரம் வருடங்கள் பின்னரே தொடங்குகின்றன. சிகிரியா மலையில் கண்ணாடிச் சுவர்களில் உள்ள கவிதைகள் ஒன்பதாவது பொது நூற்றாண்டுக்குப் பின்னர் பல்வேறு கால இடைவெளியில் கிறுக்கப்பட்டிருக்க வேண்டும். அவை பெண்களை, குறிப்பாகக் குகை ஓவியங்களில் கண்ட பெண்களின் அழகை வர்ணிப்பதாக உள்ளது.[30]

12ஆம் பொது நூற்றாண்டின் குருலுகோமியால் எழுதப்பட்ட அம வந்துறா அல்லது அமிர்தவெள்ளம் எனப் பொருள்படும் நூல் இளவரசரான கௌதம சித்தார்த்தன் பற்றியும் புத்தரது வாழ்க்கைக் கதைகளையும் கூறுகிறது. அவை பெரும்பாலும் பாலி மொழியில் எழுதப்பட்ட நூல்களின் சிங்கள மொழிபெயர்ப்பாகவே உள்ளது.[31] அதே 12ஆவது நூற்றாண்டில் குருலுகோமி எழுதிய நல்விளக்கு எனப் பொருள்படும் 'தர்ம பிரதீபிகா' என்ற நூலும் புனித போதி மரத்தின் கதையைக் கூறும் பாலி நூலான மகாபோதி வம்சத்தின் உரை நூலாகும். இந்நூலிலும் புத்த ஜாதகக் கதைகளிலிருந்து பெறப்பட்ட கதைக்கருவைக் கொண்டு கலிங்க இளவரசன் கதையை எழுதியிருக்கிறார் குருலுகோமி.[32] மூவா தேவ்-த-வத்தா என்ற சிங்கள கவிதை நூல் மகாதேவாவின் பிறப்பு பற்றி கூறுகிறது. புத்தரான அரசன் மகாதேவாவின் கதையைக் கூறும் பதிமூன்றாம் நூற்றாண்டுக் கவிதை நூல் 167 வரிகளைக் கொண்டது. சமஸ்கிருத கவிதைகளை ஒத்த அக்கவிதை நூல் பின்னாளில் சிங்கள கவிதைகளுக்கு உத்வேகம் அளித்தது.[33]

புத்தம் சரணம் எனப் பொருள்படும் 'புத் சர்ணா' என்ற நூல் 13ஆம் நூற்றாண்டில் வித்யாசக்ரவர்த்தியால் எழுத்தப்பட்டது. புத்தரைப் போற்றும் அந்நூலில் ஏராளமான புத்தர் வாழ்க்கைக் கதைகளும் உண்டு. வேசந்தாரா அல்லது விஸ்வந்தாரா அல்லது வேசத்தரு என்ற இளவரசன் தனது சித்தார்த்தனுக்கு முந்தைய பிறவியில் முதியவர் ஒருவருக்கு இரு குழந்தைகளைத் தானம் கொடுத்த பின் மனைவியையும் தானம் கொடுத்துத் துறவறம் பூண்டு முக்திப் பெறும் வேசந்தாரா கதை இலங்கையில் புகழ்பெற்றது.[34] 1266 ஆம் ஆண்டு மயூர்பாத தேராவால் எழுதப்பட்ட 'பூஜாவலிய' நூல் அல்லது மலர் மாலை அர்ப்பணம் எனப் பொருள்படும் அந்நூல் புத்தர் வாழ்க்கைக் கதைகளின் தொகுப்பு. அதன் கடைசி இரு அத்தியாயங்களும் இலங்கை வரலாற்றைக் கூறும்.[35] 13ஆம் நூற்றாண்டில் 'சத்தர்ம ரத்னாவலிய', ரத்ன அற மாலை நூலில் சாதாரண மக்களுக்கு ஏற்ற வகையில் புத்தர் வாழ்க்கைக் கதைகளைப் பாலியிலிருந்து சிங்கள உரைநடையாக அழகியலோடு கூறியிருப்பார் தர்மசேனா.[36] இரண்டாம் பராக்கிரம பாகுவால் 13ஆம் நூற்றாண்டில் எழுதப்பட்ட கவ் சிலுமினா அல்லது கவிதை மணி 770 வரிகளைக் கொண்டது. அது எழிலற்ற தோற்றத்தைக் கொண்ட அரசன் குசாவாகப் பிறந்த போதிசத்துவரின் கதையைக் கூறுகிறது.[37] 14ஆம் நூற்றாண்டின் உம்மக்க ஜாதக கதையின் ஆசிரியர் யாரெனத் தெரியவில்லை. அதுவும் அறிவு, கருணை ஒழுக்கம் மூன்றையும் பெற்ற புத்தரின் முந்தைய போதிசத்துவர் அல்லது புத்தராகும் முயற்சி கொண்ட பிறவிகளைப் பற்றிக் கூறும் கதைகளில் ஒன்று.[38] 14ஆம் நூற்றாண்டில் சதர்மலம்கர்ய நூல் தேவரக்ஷித ஜெயபாகு தர்மகீர்த்தியால் எழுதப்பட்டது. சிங்கள அரசன் துட்டகமனு தமிழ் அரசன் எல்லாளனைத் தோற்கடித்ததைப் பற்றியும் பிற கதைகளையும் கூறுகிறது.[39] மகாவம்சம் சிங்களத்தில் மொழிபெயர்க்கப்படு முன்னரே எல்லாளன் கதையைச் சிங்களருக்கு இந்நூல் கூறுகின்றது.

15ஆம் நூற்றாண்டின் ஹம்ஸ சந்தேஷ்ய அல்லது அன்னம் விடு தூது அன்றைய தலைநகர் கோட்டையிலிருந்து கரகலாவில் இருக்கும் தலைமை துறவிக்கு அன்னம் கொண்டு செல்லும் செய்தி குறித்து அழகியலோடு கூறியது.[40] புதுகுணலம்கர்யா என்ற நூல் விதகமா மைத்ரேயா என்ற புத்தத் துறவியால் 15ஆம் நூற்றாண்டில் எழுதப்பட்டது. சமணம், பிராமண இந்து மதம், சைவம், வைணவம் என எல்லா மதங்களையும் எள்ளி நகையாடும் இந்நூல், வெசாலி நகரில் கொடிய நோய் தாக்கும்போது யாரிடம் உதவி கேட்க வேண்டும் எனத் தொடங்கி இறுதியில் புத்தரிடம் என முடிக்கும் நாடோடிப் பாடல் வகையைச் சேர்ந்தது.[41] 15ஆம் நூற்றாண்டின் கவ்ய சேகரயா அல்லது கவிமாலை எனப் பொருள்படும் நூல் சிங்களத் துறவியான ஸ்ரீராகுலாவால் இயற்றப்பட்டது. அதுவும் புத்தரின் முற்பிறவி குறித்துப் பாடுகிறது.[42] செலாலிகினி சந்தேஷ்யா என்ற வானம்பாடி விடு தூது நூல் 15ஆம் நூற்றாண்டில் ஸ்ரீராகுலாவால் இயற்றப்பட்டது. அரசன் பராக்கிரம பாகுவுக்கு மகன் பிறக்க கேலனியாவில் உள்ள கடவுள் விபீஷனனுக்குக் கோட்டையிலிருந்து கேலனியாவுக்கு வானம்பாடி பறவை எடுத்துச் செல்லும் தூது பற்றிக் கூறுகிறது.[43] புத்த துறவியான வெட்டவே தேராவால் 15ஆம் நூற்றாண்டில இயற்றப்பட்ட

கவிதை நூல் குடிலயா. அது குடிலன் கதையைக் கூறுகிறது. போதிசத்துவரான இசைக்கலைஞர் குடிலன் கதையைக் கூறும் அழகான கவிதை நூலது.[44]

15ஆம் நூற்றாண்டின் கிரா சந்தேஷ்யா என்ற கிளி விடு தூது நூல் யாரால் எழுதப்பட்டதெனத் தெரியவில்லை. நாத தெய்வத்திடம் புத்த மதத்தைக் காக்க புத்த துறவியான ஸ்ரீராகுலாவைப் பிரார்த்தனை செய்ய வேண்டி அனுப்பும் தூது நூல் அரசன் ஆறாவது பராக்கிரமபாகு குறித்தும் கூறுகிறது. அந்நூலின் காடு குறித்த வர்ணனை மிகச் சிறப்பான ஒன்று.[45]

வில்கமுல தேவரால் 16ஆம் நூற்றாண்டில் எழுதப்பட்ட சந்த கிண்டுருதகவா மலைக் கின்னரராகப் பிறந்த போதிசத்துவரின் வாழ்க்கைக் குறித்துக் கூறுகிறது.[46] குச ஜாதக காவ்யா, அரசன் குசனது பிறப்பு பற்றி என்ற மொகத்தலா அல்லது முகவெட்டியாகப் பணிபுரிந்த அரசன் ராஜசிம்மன் அரசவையில் பணியாற்றிய அழகிய வண்ணன் என்பவரால் எழுதப்பட்டது. 17ஆம் நூற்றாண்டின் தொடக்கத்தில், அழகிய அரசிக்கும் அவலட்சணமான அரசனுக்கும் இடையே ஏற்படும் உறவை விவரிக்கும் இக்கவிதை நூல் இன்றும் இலங்கையில் புகழ்பெற்றது.[47] அதே அழகிய வண்ணனால் எழுதப்பட்ட சுபாஷித்தயா என்ற நூலில் தமிழ் - சமஸ்கிருதப் பழமொழிகள் இடம்பெற்றிருக்கும். 'தண்ணீரில் தேர் ஓடாது, தரையில் கப்பல் ஓடாது. எனவே எல்லாச் சிறப்பையும் பெற்றவர் யாருமிலர்' என்பன போன்ற பழமொழிகள் அடங்கிய அந்நூல் மக்கள் இலக்கியமாக விளங்குகிறது. அழகியவண்ணன் தமிழரா என்பது தெரியவில்லை. ஆனால், அவர் தமிழ்மொழியில் புலமை மிக்கவராக இருத்தல் வேண்டும்.[48] 18ஆம் நூற்றாண்டில் மிலிந்த பிரசன்யா நூல் அரசன் மிலிந்தனின் கேள்விகள் குறித்து ஹினாட்டிகும்ரே சுமங்கலாவால் எழுதப்பட்டது. வட இந்தியாவை இரண்டாம் பொது நூற்றாண்டுக்கு முன் ஆண்ட கிரேக்க அரசன் மெனாந்தருக்கும் புத்த துறவி நாகசேனாவுக்கும் நடந்த உரையாடலைக் கூறும் அந்த நூல் முக்தியடையும் வழியைக் கூறுகிறது.[49] 18ஆம் நூற்றாண்டின் 'ரத்தவதி காவ்யா', ரத்தவதியின் கதையை சமரஜீவ பட்டயமேலேகம் என்ற மாத்தறை கவிஞரால் எழுதப்பட்ட கவிதை வடிவிலான சிறுகதை நூல்.[50]

சிங்கள எழுத்துகளை எழுதும் விதம் குறித்த வடன் கவி போத நூல் அத்தரகம பண்டாரா என்ற அரச குடும்பத்தின் ஆசிரியரால் இயற்றப்பெற்றது. அந்நூலின் பிற்பகுதியில் மாணவர்களை அடித்துத் திருத்தும் ஆசிரியர்களது பழக்கம் பற்றியும் சொல்கிறது.[51] அந்நூலைப் படிக்கும்போது பிள்ளை 'படிக்கவும் வேண்டாம், பிரம்படி படவும் வேண்டாம், சள்ளையாம் சுவடி தூக்கிச் சங்கடப்படவும் வேண்டாம், முள்ளெனும் ஊசி கொண்டு முறியினில் எழுத வேண்டா, பிள்ளையென்றிருந்தால் போதும் பெற்றவள் களிக்க என்றாள்' என்ற நமச்சிவாய முதலியாரின் கயவன் கல்வியருமையறிந்த செய்யுள் நினைவுக்கு வரும். 'யாதானும் நாடாமால் ஊராமால் என்னொருவன் சாந்துணையுங் கல்லாதவாறு' என்ற குறளும் கூடவே நினைவுக்கு வருவதில் வியப்பில்லை.

அடிக்குறிப்புகள்

1. ம.இராசேந்திரன், 'தமிழ் மொழி வரலாறு', தமிழ் வளர்ச்சி இயக்ககம் - 1999, பக்கம் 28.
2. கால்டுவெல், 'திராவிட மொழிகளின் ஒப்பிலக்கணம்', நான்கு பாகங்கள், சாரதா பதிப்பகம், தமிழில் கா.கோவிந்தன் எம்.ஏ. மூன்றாம் பதிப்பு 2014, பக்கம் 25.
3. K.A.Nilakanta Sastri, 'A History of South India from prechistoric period to the fall of Vijayanagar', IV Edition, Oxford university press, Page 359.
4. அதே நூல், பக்கம் 355
5. அதே நூல், பக்கம் 366
6. கால்டுவெல், பக்கம் 97
7. கால்டுவெல், பக்கம் 141
8. மு.வரதராசன், 'தமிழ் இலக்கிய வரலாறு', சாகித்ய அகாதெமி வெளியீடு, முப்பத்து மூன்றாம் பதிப்பு 2018, பக்கம் 17.
9. சிற்பி பாலசுப்பிரமணியம், நீல.பத்மநாபன், 'புதிய தமிழ் இலக்கிய வரலாறு தொகுதி 1 பண்டைய இலக்கியம்', சாகித்திய அகாதெமி வெளியீடு, 2019 மூன்றாம் பதிப்பு, பக்கம் 294.
10. மு.வரதராசன், 'தமிழ் இலக்கிய வரலாறு', சாகித்ய அகாதெமி வெளியீடு, முப்பத்து மூன்றாம் பதிப்பு 2018, பக்கம் 49.
11. அதே நூல், பக்கம் 108
12. பக்தவசத்சல பாரதி, 'இலங்கையில் சிங்களர் - இந்திய இனத் தொடர்ச்சி தென்னிந்தியப் பண்பாட்டு நீட்சியும்', அடையாளம் வெளியீடு, முதல் பதிப்பு 2016, பக்கம் 113.
13. திருஞான சம்பந்தர், திருநாவுக்கரசர், சுந்தரர் மூவர் தேவாரம், அருணா வெளியீடு - செப்டம்பர் 2020, பக்கம் 17.
14. அதே நூல், பக்கம் 21
15. அதே நூல், பக்கம் 25
16. அதே நூல், பக்கம் 29
17. அதே நூல், பக்கம் 39
18. மு.வரதராசன், 'தமிழ் இலக்கிய வரலாறு', சாகித்ய அகாதெமி வெளியீடு, முப்பத்து மூன்றாம் பதிப்பு 2018, பக்கம் 147.
19. அதே நூல், பக்கம் 191

20. சிற்பி பாலசுப்பிரமணியம், நீல.பத்மநாபன், 'புதிய தமிழ் இலக்கிய வரலாறு தொகுதி 1 பண்டைய இலக்கியம்', சாகித்திய அகாதெமி வெளியீடு, 2019 மூன்றாம் பதிப்பு, பக்கம் 398.

21. Iravathans Mahadevan, 'Early Tamil Epigraphy- from the Earliest Times to the Sixth Centruy A.D.', Cre A - publication - 2003, Page 315.

22. சிற்பி பாலசுப்பிரமணியம், நீல.பத்மநாபன், 'புதிய தமிழ் இலக்கிய வரலாறு தொகுதி 1 பண்டைய இலக்கியம்', சாகித்திய அகாதெமி வெளியீடு, 2019 மூன்றாம் பதிப்பு, பக்கம் 26.

23. கால்டுவெல், பக்கம் 137

24. அதே நூல், பக்கம் 138

25. அதே நூல், பக்கம் 139

26. அதே நூல், பக்கம் 141

27. என்.சரவணன், 'சிங்களப் பண்பாட்டிலிருந்து', குமரன் புத்தக இல்லம் கொழும்பு மற்றும் சென்னை, 2020, பக்கம் 57.

28. Wilhelm Geiger, 'Etymological Glossary of the Sinhalese language', Gyan publishing House, New Delhi, 110002 2020.

29. இராசேந்திரன்.ம, 'தமிழ்மொழி வரலாறு', தமிழ்வளர்ச்சித் துறை 1999, பக்கம் 132.

30. Christober Roynolds, 'An Anthology of Sinhalese literature upto 1815', published by George Allen & Unwin, 1970, Pages 27-31.

31. Ibid, page 32

32. Ibid, page 91

33. Ibid, page 100

34. Ibid, page 107

35. Ibid, page 168

36. Ibid, page 192

37. Ibid, page 213

38. Ibid, page 218

39. Ibid, page 233

40. Ibid, page 266

41. Ibid, page 269

42. Ibid, page 278
43. Ibid, page 283
44. Ibid, page 299
45. Ibid, page 314
46. Ibid, page 317
47. Ibid, page 324
48. Ibid, page 328
49. Ibid, page 330
50. Ibid, page 362
51. Ibid, page 365

மகாவம்சத்தின் எல்லாளனும், சிலப்பதிகாரத்தின் மனுநீதிச் சோழனும், மெட்ராஸ் உயர்நீதிமன்ற சமநீதிச் சோழனும்

விஜயன் இலங்கையில் நண்பனுடன் இறங்கிய காட்சியைக் காட்டும் கேலனி புத்த விகார சுவரோவியம். ஓவியர் ஓ.சஜியால் மறுபடைப்புச் செய்யப்பட்டது.

மகாவம்ச கதைப்படி வங்கதேசத்து அரசனின் மனைவி கலிங்க நாட்டு மன்னனின் மகள் இருவருக்கும் ஓர் அழகிய மகள் பிறந்தார். அவர் இளம்பெண்ணானதும் லாலா நாடு அல்லது லாட நாட்டிற்குச் செல்லும் பயணக் குழுவுடன் சேர்ந்து பயணம் சென்றார். பயணக்குழு லாலா நாட்டை அடைந்தபோது லாலா நாட்டுக் காட்டில் சிங்கம் ஒன்று இளவரசியைக் கவர்ந்து சென்றது. சிங்கத்துடன் இணைந்து வங்கதேச இளவரசி இரு குழந்தைகள் பெற்றார். மகன் சிகபாகு, மகள் சிகசிவாலி. பின்னர் சிங்கத்தின் குகையிலிருந்து சிகபாகு, சிவசிவாலி, தாயாரான வங்கதேச இளவரசி மூவரும் தப்பி ஓடி ஊருக்குள் வந்தனர்.

சிங்கத்தின் மனைவியான இளவரசியைப் படைத்தலைவன் ஒருவன் தனது மாமன் மகள் எனக் கண்டறிந்து திருமணம் செய்துகொண்டார். தனது இணையைத் தேடிய சிங்கம் காட்டின் எல்லைகளில் உள்ள கிராமங்களில் புகுந்து மக்களைத் துன்புறுத்தியது. சிங்கத்தைக் கொல்பவர்களுக்குப் பரிசுத் தொகை அறிவித்தான் அந்நாட்டின் அரசன். தாயார் தடுத்ததையும் மீறி பரிசு பணத்திற்காகச் சிங்கத் தந்தையைக் கொல்ல கிளம்பிய சிகபாகு, சிங்கத்தைக் கண்டதும் அம்பு எய்தார். சிங்கம் தன் மகன் மீது அன்போடு அவன் அருகில் வந்து காலடியில் அமர்ந்தது. மூன்று முறை அம்பு தாக்கிய பிறகு சினங்கொண்ட சிங்கம் உறுமியது. அப்போது எய்யப்பட்ட அம்பு சிங்கத்தைத் துளைத்துக் கொன்றது. சிங்கத்தின் தலையை வெட்டிய சிகபாகு நகருக்கு அதைக் கொண்டு சென்றபோது அங்குள்ள மக்கள் அவனை அரசராக்க வேண்டினர். அவன் தனது மாற்றாந் தந்தையிடம் அரசை ஒப்படைத்துவிட்டுத் தனது சகோதரியுடன் தாங்கள் பிறந்த ஊரான லாட நாட்டுக்குச் சென்றனர். அங்கு சிகபாகு என்ற நகரை உருவாக்கித் தனது சகோதரி சிகசிவாலியை மணந்து 16 இரட்டைக் குழந்தைகளைப் பெற்றார். அவர்களின் 32 குழந்தைகளில் முதலாவதாகப் பிறந்த மகன் விஜயன், இரண்டாவதாகப் பிறந்த குழந்தை சுமிதா.

விஜயனும் அவனது நண்பர்களும் அங்குள்ள மக்களைக் கொடுமைப்படுத்தினர். எனவே அரசனிடம் மக்கள் முறையிட்ட பிறகு விஜயனின் தந்தையான அரசன், விஜயனையும் அவனது தோழர்கள் 700 பேரையும் அரை வட்ட மொட்டை அடித்துக் கப்பலில் நாடு கடத்தினார். அவர்கள் இலங்கையின் மேற்குக் கடற்கரையில் ஒதுங்கினர். அங்கு சிவப்பு நிற கடற்கரை மணலில் களைப்பில் தவழ்ந்து சென்றபோது உள்ளங்கை செற்நிறமானதால் செங்கை அல்லது செந்நிற உள்ளங்கை எனப் பொருள்படும் தம்மபன்னி அல்லது தம்மபண்ணி என்ற பெயரை இலங்கை பெற்றது என்றது மகாவம்சம்.

இலங்கைக்கு வந்திறங்கிய விஜயன் முதலில் குவேனி என்ற யட்சிணி பெண்மணி ஒருவரை மணந்து இரு குழந்தைகள் பிறந்த பிறகு அவளைத் துரத்திவிட்டுத் தென்னிந்தியாவின் மதுரை பாண்டிய அரசனின் மகளைத் திருமணம் செய்து திருமணப் பரிசாக வழங்கிய 699 பெண்களை அவனுடன் வந்த தோழர்கள் திருமணம் செய்து, 30 வருடங்கள் விஜயன் இலங்கையில் அரசாட்சி செய்ததாகவும் மகாவம்சம் குறிப்பிடுகிறது.[1]

இலங்கை மகாவம்சம் வரலாற்றில் உதயாவின் தம்பி மகாசிவன் 10 ஆண்டுகள் ஆட்சி செய்தார். அதன் பின்னர் மகாசிவாவின் தம்பி சூரதிசா 10 ஆண்டுகள் ஆட்சி செய்ய, சூரதிசாவிற்குப் பின்னர் சேனா, குட்டிக்கா என்ற குதிரை வாங்க வந்த இரு தமிழ் வணிகர்கள் சூரதிசாவை வென்று ஆட்சி செய்தனர். அவர்களை அசேலா என்ற மூத்த சிவனின் மகன் வென்று ஆட்சி செய்ததாகவும், சோழ நாட்டிலிருந்து வந்த எல்லாளன் அசேலாவை வென்று 44 ஆண்டுகள் அனுராதபுரத்தைத் தலைநகராகக் கொண்டு நீதியுடன் ஆட்சி

மெட்ராஸ் உயர்நீதிமன்ற வளாகத்தில் அமைந்த எல்லாளன் சிலை. முதலில் மனுநீதிச் சோழன் என்றும் பின்னர் சமநீதி கண்ட சோழன் என்றும் பெயர் சூட்டப்பட்டது.

செய்தான் என்றும் மகாவம்சம் கூறுகிறது. இலங்கையின் வட மாகாணத்தில் துட்டகாமினி காலத்திற்கு முன்னரே (ஒன்றாவது பொது நூற்றாண்டு) வவுனிக்குளம் அல்லது பெலிவாவி நீர்தேக்கம் உள்ளது என மகாவம்சம் குறிப்பிடுகிறது எனவும் அது எல்லாளனால் அமைக்கப்பட்டிருக்கலாம் எனவும் ஹென்றி பார்க்கர் கூறுவது ஆய்வுக்குரிய கருத்து.[2]

மகாவம்சத்தின்படி அரசன் எல்லாளனின் படுக்கைக்கு மேல் ஒரு மணி கட்டப்பட்டிருந்தது. அந்த மணியை ஒரு தாய்ப் பசு அடித்து அரசனை எழுப்பியது. அரசனின் மகன் தனது கன்று குட்டியைத் தேரில் ஏற்றிக் கொன்ற வேதனையைப் பசுவிடம் கேட்டுக்கொண்ட அரசன், தன் மகனைத் தேர்ச் சக்கரத்தின் கீழ் கிடத்தி தலையை நசுக்கி அவனைச் கொன்றார்.

இன்னொருமுறை பனை மரத்தின் கூட்டிலிருந்து பறவை ஒன்றின் குஞ்சை விழுங்கிய பாம்பைக் கொன்று அதன் வயிற்றைக் கிழித்துப் பறவைக் குஞ்சை வெளியே எடுத்தார். மறுமுறை தன் தேரின் முனை இடித்துச் சேதமான புத்த தூபியைப் பார்த்து மனம் வருந்தி தன் மீது தேரை ஏற்றிக் கொல்ல புத்த பிக்குகளுக்கு வேண்டுகோள் விடுத்தார். அவர் சாவதைப் புத்த பிக்குகள் அனுமதிக்கவில்லை. அதற்குப் பதில் 15,000 ரூபாயைச் செலவழித்து 15 புத்த தூபிகளைச் செப்பனிட்டார். இன்னொருமுறை பருவகாலம் தவறி பெய்த மழை மூதாட்டி ஒருவர் காய வைத்த அரிசியை நனைத்ததற்காக அம்மூதாட்டி அரசனது அரண்மனையில் மணி அடித்து முறையிட்டபோது பருவ காலங்களில் மட்டுமே மழை பெய்வதற்காக எல்லாளன் உண்ணா நோன்பு இருந்தார்.[3]

மேற்சொன்ன எல்லாளன் சோழ அரசன் என மகாவம்சம் குறிப்பிடுகிறது. மகாவம்சமானது அரசனின் உறவினரான மகாநாமா தேரா என்ற புத்த பிக்குவால் எழுதப்பட்டதாகக் கூறப்படுகிறது. மகாவம்சம் பாலி மொழியில் எழுதப்பட்டது. அது கி.பி.6ஆம் நூற்றாண்டில் எழுதப்பட்டிருக்கலாம் என வரலாற்றாசிரியர்களால் ஒத்துக்கொள்ளப்படுகிறது. இதே எல்லாளன் கதையைச் சிலப்பதிகாரத்திலும் காணலாம். இரண்டாம் அல்லது மூன்றாம் பொது நூற்றாண்டில், சங்கம் மருவிய காலத்தில், சிலப்பதிகாரம் எழுதப்பட்டிருக்கும் என்று பெரும்பாலான வரலாற்றாசிரியர்கள் குறிப்பிடுகிறார்கள். மாறாக, ஐந்து அல்லது ஆறாம் நூற்றாண்டு இலக்கியம் எனவும் ஒன்றுக்கு மேற்பட்டோரால் எழுதப்பட்டிருக்கும் எனவும் சீனிவாச அய்யங்காரைப் போன்று கூறுவோரும் உண்டு.

சமண மதத்தைப் பின்பற்றிய பாண்டியர்கள் ஆட்சிக்கு வந்த பிறகே சிலப்பதிகாரம் எழுதப்பட்டிருக்கும் எனவும், சிலப்பதிகாரத்தின் காலம் ஐந்தாம் பொது நூற்றாண்டு எனவும் ஐராவதம் மகாதேவன் குறிப்பிடுகிறார். சமண மதத்தைப் பின்பற்றிய பாண்டிய மன்னர்கள் ஐந்தாம் நூற்றாண்டில் மறுபடியும் ஆட்சிக்கு வந்தனர். அதன் பிறகே சமண மதத்தைச் சார்ந்தவர்கள் அரசன் மீது பயமின்றி எதிர்க்கருத்துகள் கூறும் உரிமையைப் பெற்றிருக்க வேண்டுமென அவர் குறிப்பிடுகிறார். ஆனால், சமண மதம் மூன்றாம் பொது நூற்றாண்டுக்கு முன்பிருந்து ஒன்பதாம் பொது நூற்றாண்டு வரை 1,200 ஆண்டுகள் தமிழகத்தில் பரவலாக இருந்தது. பல்லவ அரசர்களிலும் சமணத்தைப் பின்பற்றியவர்கள் உள்ளனர். தமிழகம், இலங்கை

இரு நாடுகளும் நெருங்கிய கலாச்சார, வணிக, மத, மண மற்றும் மொழி தொடர்புடையவை. எல்லாளன் கதை சிலப்பதிகாரத்திலிருந்து எடுத்து மகாநாம தேராவால் கையாளப்பட்டிருக்கவும் வாய்ப்புண்டு.

தனது அரசவையில் புகுந்த கண்ணகியைத் தன் முன் வரச் செய்த பாண்டிய அரசனிடம் பசுவின் கண்ணிலிருந்து வழிந்த கண்ணீருக்காகத் தன் மகனைக் கொன்ற புகழ்பெற்ற புகார் நகரமே என் ஊராகும் என கண்ணகி கூறுவதாகச் சிலப்பதிகாரம் குறிப்பிடுகிறது. 'வாயிற் கடைமணி நடுநா நடுங்க, ஆவின் கடைமணி உகுநீர் நெஞ்சுசுடத் தான் தன் அரும்பெறற் புதல்வனை ஆழியின் மடித்தோன் பெரும்பெயர்ப் புகார் என் பதியே அவ்வூர்" என சிலப்பதிகார வரிகள் கூறும்.⁴

12ஆம் பொது நூற்றாண்டின் 'திருவிளையாடற் புராணம்', திருவாரூர் நகரச் சிறப்பாகக் கூறப்படும் தேரை ஓட்டி கன்றைக் கொன்ற தனது ஒரே மகனை அதேபோன்று தேரை ஏற்றிக் கொலை செய்து மனுவேந்தன் மனுநீதியை நிலைநாட்டியதைப் பற்றிக் கூறுகிறது.⁵

மகாவம்சத்திற்கு முந்தைய தீபவம்சம், அரசன் காக்கை வண்ணன் மகன் அபயா 32 அரசர்களைக் கொன்று 24 வருடங்கள் ஆட்சி செய்தான் என்று மட்டுமே குறிப்பிடுகிறது. ஆனால் மகாவம்சம், எல்லாளனும் துட்டக்காமினியும் யானை மேல் அமர்ந்து சண்டையிட்ட காட்சியைத் துல்லியமாக 1,000 வருடங்களுக்குப் பிறகு வர்ணிப்பது இலங்கையை ஒருங்கிணைக்கும் நோக்கத்துடன் எழுதப்பட்டதாக இருக்கும்.⁶

எல்லாளன் சிலை அமைந்த அனுராதபுரம் புத்த தூபி.

எல்லாளன் கதை, சமணக் காப்பியமான சிலப்பதிகாரத்திலிருந்து பௌத்தக் காப்பியமான மணிமேகலை சென்று அங்கிருந்து இலங்கையின் மகாவம்சத்தை அடைந்து பின்னர் திருவிளையாடற் புராணத்தையும் அடைந்தது எனக் கூற முடியும்.

எல்லாளன் படை ஒன்று புலிகளால் அமைக்கப்பட்டது. இலங்கையைப் போலல்லாமல் தமிழ்நாட்டில் எல்லாளன் என்ற தமிழ் பெயர் அதிக அறிமுகமற்ற பெயர், தமிழ்நாட்டில் மெட்ராஸ் உயர்நீதிமன்ற வளாகத்தில் மகாபலிபுரம் சிற்பக்கல்லூரி கலைஞர்களால் அமைக்கப்பட்ட மனுநீதிச் சோழன் சிலை ஒன்று உண்டு. வழக்கறிஞர்கள் எதிர்ப்பால் அச்சிலையின் பெயர் சமநீதிச் சோழன் என மாற்றம் செய்யப்பட்டது. ஆனால், அது எல்லாளன் சிலை எனக் கூறலாம். கவிஞர் ஒருவர் கற்பனையில் உருவான தமிழ்நாட்டின் மனுநீதிச் சோழன் இலங்கையில் எல்லாளன் என உருமாற்றமும் மெட்ராஸ் உயர்நீதிமன்றத்தில் சமநீதிச் சோழன் எனப் பெயர் மாற்றமும் பெறுகிறார்.

அடிக்குறிப்புகள்

1. *George Turnour, Mahawanso, Volume I, Central Cultural Fund, Srilanka, 206, page 51.*
2. *Henry Parker, 'Ancient Ceylon An account of the aborigines and of part of the Early Civilization', First published 1909, Gyan published House New Delhi, Second impression 2020, Page 365.*
3. மகாநாம தேரா, 'மகாவம்சம்', தமிழில் ஆர்.பி.சாரதி, கிழக்கு பதிப்பகம் வெளியீடு *2007*, பக்கம் *133 - 135.*
4. புலியூர்க்கேசிகன், 'சிலப்பதிகாரம் தெளிவுரை', கொற்றவை வெளியீடு, அக்டோபர் *2014*, பக்கம் *31.8.*
5. ஜீ.ச.முரளி, 'பன்னிரு திருமறை', சதுரா பதிப்பகம், திருவள்ளுவர் ஆண்டு, பக்கம் *1050.*
6. *Anton Sebastian, 'A complete Illustrated History of Srilanka', Vijitha Yapa Publications 2012, Page 334-335.*

சோழர்கள்

இராஜேந்திர சோழன் கட்டிய கங்கை கொண்ட சோழபுரம் கோயில்.

ஏராளமான வரலாற்றையும், மாபெரும் கற்கோயில்களையும், பல்லாயிரக் கணக்கில் கல்வெட்டுகளையும், ஏரிகளையும் விட்டுச் சென்ற விஜயாலய சோழர்களின் தொடக்கக் காலம் 850ஆம் பொது ஆண்டு. அதற்கு முன்னதாக வாழ்ந்த சங்க காலச் சோழர்கள் குறித்து முறையான தொல்லியல் சான்றுகள்

ஏதுமில்லை. கரூரில் சங்ககால கரிகால் சோழனுக்குப் பட்டத்துயானை தெருவில் மாலையணிவித்து மன்னராக்கிய மரபு கதைகளே ஆதாரமாக விளங்குகின்றன. மகாவம்சத்தில் கூறப்பட்ட சோழன் எல்லாளன் குறித்து இரண்டாவது அல்லது மூன்றாவது நூற்றாண்டுகளில் இயற்றப்பட்ட இலக்கியங்களான சிலப்பதிகாரமும் மணிமேகலையும் கூறுகின்றன. தமிழகத்தில் மனுநீதிச் சோழன் எனவும் சமநீதிச் சோழன் எனவும் அறியப்படும் சோழ அரசன் குறித்துத் தமிழ்நாட்டில் எவ்வித தொல்லியல் சான்றுகளும் இல்லை.

பொ.ஆ. 113 - 135 கால அரசனாகச் சிலப்பதிகாரத்தில் சொல்லப்பட்ட கரிகாற் சோழன், இலங்கை அரசன் கஜபாகுவின் சமகாலத்தவனாக 13ஆம் நூற்றாண்டு 'பூஜாவலிய'வில் சொல்லப்பட்டுள்ளார். ஆனால், ஆறாம் நூற்றாண்டில் எழுதப்பட்ட மகாவம்சத்தில் கரிகாலன் குறித்துப் பதிவுகள் இல்லை. இலங்கையில் சிறைப்பிடிக்கப்பட்ட சிங்களக் கைதிகள் காவேரிக் கரைகளைப் பலப்படுத்த வேலை செய்தனர் என மகாவம்சத்தில் சொல்லப்பட்டுள்ளது. தெலுங்கு சோழ அரசன் புண்ணிய குமாரனின் செப்புப் பட்டயங்கள் கரிகாற் சோழன் காவேரியின் கரைகளைப் பலப்படுத்தியதைக் குறிப்பிடுகிறது.[1] காவேரி கல்லணை அணைக்கட்டுச் சிலப்பதிகார கரிகாற் சோழனின் காலத்திற்கு மிகப் பின்னரே கட்டப்பட்டது.

இராணிப்பேட்டை அருகில் மேல்பாடியிலுள்ள அரிஞ்சயச் சோழனுக்கான பள்ளிபடைக் கோயில்.

பொது ஆண்டுக்கு மூன்று நூற்றாண்டுகளுக்கு முந்தைய அசோகர் கால கல்வெட்டுக்கள் முதலாவது பொது ஆண்டில் கேரளாவில் சேர அரசரும், பாண்டிய அரசரும் இருந்ததைக் குறிப்பிடுகிறது. முதலாவது பொது நூற்றாண்டிலிருந்து மூன்றாவது பொது நூற்றாண்டு வரையிலும் தென்னிந்தியாவில் ஆந்திரா, கர்நாடகா

மற்றும் மராட்டியத்தை உள்ளடக்கிய தக்காணப் பகுதியை ஆந்திரர் அல்லது சாத்வாகனர் ஆட்சி செய்தனர். சாதம் என்ற முண்டா மொழிச் சொல் குதிரையைக் குறிக்கும். சாத்வகனர் குதிரையை யாகங்களில் பலி அல்லது அர்ப்பணம் கொடுக்கும் பழக்கம் கொண்டவர்களாதலால் சாத்கர்ணி என்றும் அழைக்கப்பட்டனர் என ஆய்வாளர்கள் கருதுகின்றனர். மூன்றாவது பொது நூற்றாண்டில் பல்லவர்கள் இந்தியாவின் தென்பகுதியில் இருந்த கஜபாகு அரசர்களின் இடத்தில் ஆட்சியில் அமர்ந்தனர். பல்லவர்கள் காஞ்சியைத் தலைநகராகக் கொண்டு ஆட்சி செய்தனர்.

நான்காம் பொது நூற்றாண்டிலிருந்து ஆறாவது பொது நூற்றாண்டு வரையில் பல்லவர்களுடைய தானங்கள் மற்றும் சாசனங்கள் அசோகர் பயன்படுத்தியதைப் போன்ற பிராகிருத மற்றும் சமஸ்கிருத மொழிகளில் அமைந்திருந்தன. பல்லவர் கால ஆட்சிக்கிடையில் நான்காவது பொது நூற்றாண்டிலிருந்து ஆறாவது பொது நூற்றாண்டு வரை ஆட்சி செய்த களப்பிரர்கள் பௌத்த மதத்தைச் சேர்ந்தவர்கள். களப்பிரர் அரசர்களுக்குச் சேந்தன், குற்றன், மருகன் போன்ற பெயர்கள் இருந்தன.[2] அவர்களது ஆட்சியிலேயே தமிழின் சிறந்த நூல்களான திருக்குறள், நாலடியார், மணிமேகலை, சிலப்பதிகாரம் ஆகியன எழுதப்பட்டிருக்கக் கூடும். ஏனெனில், அந்நூல்களின் காலம் நான்கு முதல் ஆறாம் பொது நூற்றாண்டு என கரஷிமா கூறுகிறார்.[3]

களப்பிரர்கள் ஆட்சி தமிழகத்தின் இருண்ட காலமாகச் சித்திரிக்கப்படுவது மிகப்பெரிய வரலாற்றுத் தவறு எனக் கூறலாம். பிராமணர்களுக்குத் தானமாக வழங்கப்பட்ட பிரம்மதேய நில உரிமைகள் களப்பிரர் அரசர்களால் பறிக்கப்பட்டன.[4] இக்காலத்தில் சோழர்கள் தமிழக வரலாற்றில் இடம்பெறவில்லை. அவர்களது கிளைகளில் ஒருசிலர் தெலுங்கு சோழர், இன்றைய ஆந்திராவின் ராயலசீமா பகுதியில் ஆட்சி செய்ததாக ஏழாம் நூற்றாண்டில் இந்தியாவிற்கு வருகை தந்த யுவான்சுவாங் குறிப்பிடுகிறார். முதலில் பிராகிருத, சமஸ்கிருத கல்வெட்டுகளை மட்டுமே பொறித்த பல்லவர்கள், ஆறாம் நூற்றாண்டின் மத்தியிலிருந்து தமிழிலும் பொறித்தனர்.[5] அதற்குக் களப்பிரர் ஆட்சியின் தாக்கமும் காரணம். பல்லவ அரசன் சிம்ம விஷ்ணுவின் தந்தையும் முதலாம் மகேந்திரவர்மனின் பாட்டனாருமான சிம்மவர்மன் காஞ்சிபுரத்தின் அருகிலுள்ள திருப்பருத்திக்குன்றத்திலுள்ள சமணர் கோயிலுக்குத் தானங்களை அளித்தார். பொது ஆண்டுக்கு முன் 300 வருடங்களிலிருந்து கிட்டத்தட்ட ஏழாவது பொது ஆண்டு வரை சமணமும் பௌத்தமுமே தமிழகத்தில் கோலோச்சின. அக்காலத்தில் அரசர்கள் சமணர்களாக இருந்தனர். ஐந்தாம் நூற்றாண்டில் அரசர்கள் சமணராக இருந்ததால்தான் சிலப்பதிகாரத்தில் அரசனைச் சிறுமைப்படுத்தி எழுத முடிந்தது என வரலாற்றாசிரியர் மற்றும் கல்வெட்டியல் அறிஞர் ஐராவதம் மகாதேவன் எழுதினார். சிலப்பதிகாரம் எழுதப்பட்ட காலம் குறித்தும் அறிஞர்கள் மத்தியில் கருத்து முரண்கள் இல்லாமல் இல்லை. தமிழ்ப் பௌத்தர்களுக்கும் இலங்கை பௌத்தர்களுக்குமிடையே சமயத் தொடர்புகள் இருந்தன. பௌத்தக் காப்பியமான மணிமேகலை நல்ல உதாரணம். இலங்கையின் யாழ்ப்பாணம் நாகதீபம் என்ற பெயரால் சாத்தனாரின் மணிமேகலையில் குறிப்பிடப்பட்டுள்ளது.

பல்லவர்கள் ஆட்சியில் சனாதன இந்து சடங்குகள் நடத்தப்பட்டன. அவர்களால் கர்ம, வாஜபேய, அஸ்வமேத, அக்னிஷ்டோம போன்ற சடங்குகள் நிகழ்த்தப்பட்டன. ஹிரண்ய கர்ப அல்லது தங்கப்பானை கருத்தரிப்புச் சடங்கில் ஒரு பெரிய தங்கப்பானை அல்லது கோப்பை அல்லது அண்டா ஒன்று செய்யப்பட்டு அந்த மாபெரும் தங்க கோப்பைக்குள் அரசனை அமரச் செய்து சில சடங்குகளைச் செய்த பின் வெளிவரச்செய்து பின்னர் அந்தத் தங்கப் பானையை அல்லது கோப்பையை அல்லது அண்டாவை உடைத்து அதன் துண்டுகளைப் பிராமணர்களுக்குப் பகிர்ந்துகொடுக்கும் சடங்கு நிகழ்த்தப்பட்டது. அச்சடங்குகளைச் சோழர்கள், பின்னர் பத்தொன்பதாம் நூற்றாண்டு திருவிதாங்கூர் அரசர்கள் வரை தொடர்ந்தனர். அஸ்வமேத யாகத்தில் குதிரை ஒன்று அவிழ்த்துவிடப்பட்டு அது வீரர்களுடன் அரசனின் ஆட்சிக்கு உட்பட்ட பகுதிகளில் மற்றும் அரசன் ஆட்சி செய்ய விரும்பும் பகுதிகளுக்குக் கொண்டு செல்லப்பட்டது. அக்குதிரையைப் பிடித்துக் கட்டி அரசனது மேலாதிக்கத்தைப் பிற அரசர்கள் யாரும் எதிர்க்காவிட்டால் அக்குதிரை அஸ்வமேத சடங்குகளில் பலியிடப்பட்டது. அக்னிஷ்டோமம் மற்றும் வாஜபேய யாகங்களில் போதை தரும் சோமா செடியின் சாறும் கால்நடைகளும் நெருப்பில் இடப்பட்டன.

சங்க காலத்தில், முதல் மூன்று பொது நூற்றாண்டுகளில், வாழ்ந்த கோப்பெருஞ் சோழன் தனது மகன் நடத்தை சரியில்லாததால் மனம் உடைந்து வடக்கிருந்து உயிர்நீத்ததாகப் புறநானூறு கூறுகிறது.

சங்க காலத்தில் வாழ்ந்ததாகக் கூறப்படும் சிபிச்சக்கரவர்த்தியின் வழித்தோன்றலான சோழ மன்னன் கதையானது புத்த ஜாதகக் கதைகளிலிருந்து தழுவப்பட்டிருக்க வேண்டும்.

சங்க காலத்திற்குப் பிந்தைய சோழர்களது வரலாறு ஒன்பதாம் நூற்றாண்டில் விஜயாலய சோழர்களுடன் தொடங்குகிறது. பல்லவர்களின் சிற்றரசராக இருந்த விஜயாலய சோழன், அரசர்களான முத்தரையர்களிடமிருந்து 850ஆம் பொது நூற்றாண்டில் தஞ்சாவூரைக் கைப்பற்றினார். அவர் தனது முதல் கோயிலாகத் தஞ்சாவூரில் தஞ்சை பெரிய கோயிலுக்குச் சற்றுத் தொலைவில் கிழக்கில் வடதிசை நோக்கி அமர்ந்த நிசும்பசூதனி என்ற சிறிய காளி கோயிலை நிறுவி அதில் வழிபாடு செய்தார். இன்று அக்கோயில் வடபத்திரக்காளி என்ற பெயரில் விளங்குகிறது. காளி வழிபாடு செய்யும் சோழர்கள், பின்னர் மாபெரும் சிவன் கோயில்களைக் கட்டினர். சோழர்களது வரலாறு ஒன்பதாம் நூற்றாண்டிலிருந்து பதிமூன்றாம் நூற்றாண்டு வரை தொடர்கிறது. 850ஆம் ஆண்டு விஜயாலயச் சோழன் காலம் முதல் மூன்றாம் இராஜேந்திரச் சோழன் காலம் 1279 வரை ஏறத்தாழ 429 வருடங்கள் சில இடையூறுகளைத் தவிர தொடர்ந்து சோழர்களின் ஆட்சி நடந்தது.

வரலாற்றுப் பதிவுகளும் தொல்லியல் சான்றுகளும் கல்வெட்டுகளும் ஏராளமாகக் கிடைக்கப் பெற்ற விஜயாலயச் சோழர்கள் காலமே சோழர்களது பொற்காலமாகக் கருதப்படுகிறது. விஜயாலயச் சோழர் பரம்பரையில் 985ஆம் பொது ஆண்டில் பட்டத்துக்கு வந்த ராஜராஜ சோழன், அவரது மகன் இராஜேந்திர சோழன்

இருவருமே சோழ அரசர்களில் தலைசிறந்த அரசர்களாக வரலாற்றாசிரியர்கள் கருதுகின்றனர். சோழர்களது இலங்கை மற்றும் மாலத் தீவுகளின் வெற்றி, மேலைச் சாளுக்கிய போர்களின் வெற்றி, இன்றைய இந்தோனேஷியாவான அன்றைய ஸ்ரீவிஜய அரசு மீதான வெற்றி, மலேசியாவின் கேடா அல்லது கடாரம் மீதான வெற்றி, வங்க அரசர்கள் மீது படையெடுத்து வெற்றி, சீன மன்னருக்குத் தூதுக்குழு அனுப்பியது போன்ற வரலாற்று நிகழ்வுகள் சோழ அரசர் ராஜராஜனின் புகழுக்கும், இராஜேந்திரன் புகழுக்கும் காரணமாக அமைகின்றன. சோழமண்டலக் கடல், சோழர்களின் குட்டை என அழைக்கப்படுமளவிற்குச் சோழர்களின் கடலாதிக்கம் இருந்தது.

விஜயாலயச் சோழன் மகன் முதலாம் ஆதித்த சோழன் ஏறத்தாழ அரை நூற்றாண்டு அல்லது 36 ஆண்டுகள் ஆட்சி செய்துள்ளார். சோழர்கள் காலத்தில் பெரும்பாலும் துங்கபத்ராவின் தெற்கே உள்ள அனைத்து ஊர்களும் சோழர் ஆட்சியின் கீழ் அல்லது கட்டுப்பாட்டில் இருந்தன. பல்லவ மன்னன் அபராஜிதனைக் கொன்று பல்லவ ஆட்சியை முடிவுக்குக் கொண்டுவந்த முதலாம் ஆதித்த சோழன் தன் மகன் பராந்தகனுக்குச் சேர அரசன் ரவியின் மகளைத் திருமணம் செய்வித்தார். முதலாம் ஆதித்த சோழன் இன்றைய ஆந்திராவின் சித்தூர் மாவட்டத்தில் திருக்காளத்தி அல்லது காளஹஸ்தி அருகில் தொண்டைமானஊரில் இறந்தபோது அவர் இறந்த இடத்தில் பள்ளிபடை கோயில் அல்லது கல்லறை கோயில் ஒன்று எழுப்பப்பட்டது.

21ஆம் நூற்றாண்டில் அக்கோயிலைப் புனரமைத்தவர்கள் அக்கற்றளியின் கற்களைக் கண்டபடி உடைத்துக் கல்வெட்டுகளைச் சிதைத்தாலும் மேற்குப் பார்த்த அக்கோயிலின் வடபகுதியில் 'பள்ளிபடை' என்ற எழுத்துகளை இன்றும் காண இயலும். காவேரிக் கரைகளில் ஏராளமான சிவன் கோயில்களைக் கட்டிய முதலாம் ஆதித்தச் சோழன் மதுரையை வெற்றிகொண்டு மதுரை அரசன் மாறவர்மன் இரண்டாம் ராஜசிம்மனையும் அவருக்கு உதவிய இலங்கை அரசன் கஜபாகுவின் படைகளையும் தோற்கடித்தார். பாண்டிய மன்னன் ராஜ சிம்மன் தனது அரச கீரிடத்தையும் பிற அணிகளையும் இலங்கை அரசன் கஜபாகுவிடம் ஒப்படைத்துவிட்டு தனது தாய் வீடான சேர நாடான கேரளாவிற்குச் சென்றார். இலங்கை அரசன் நான்காவது உதயா ஆட்சியில் (பொது நூற்றாண்டு 940 - 953 வரை) பாண்டிய அரசனின் அணிகலன்களை இலங்கையிலிருந்து மீட்க பராந்தகச் சோழன் முயற்சி செய்து தோல்வியுற்றார்.[6] முதலாம் பராந்தகச் சோழன் ஏறத்தாழ 48 ஆண்டுகள் அரசாண்டார்.

முன்னதாக இரண்டு முக்கிய போர்களில் ராஷ்டிரகூடர்கள் தோற்கடிக்கப்பட்ட பின்னர், அவர்களது அரசர் கிருஷ்ணாவின் மகளை முதலாம் ஆதித்த சோழன் திருமணம் செய்துகொண்டு கன்னர தேவா அல்லது கிருஷ்ணன் என்ற மகனைப் பெற்றார். முதலாம் ஆதித்த சோழன் இறந்த பின்னர் கன்னர தேவாவிற்கு முடி சூட்டப்படாததால் கோபமடைந்த ராஷ்டிரகூட அரசர் கிருஷ்ணன், தனது மகள் வழிப் பேரனுக்கு முடி சூட்டப்படவில்லையென பராந்தகச் சோழன் மீது படையெடுத்துத் தோல்வியுற்றார்.

முதலாம் பராந்தகச் சோழனுக்கு மூன்று மனைவிகள். அவர்களில் கோக்கிழான் மூலம் பிறந்தவர் இராஜாதித்தன்; கேரள இளவரசி மூலம் பிறந்தவர் அரிஞ்சயன்; மற்றொரு மனைவி மூலம் பிறந்தவர் கண்டராதித்தன்.

பட்டத்து இளவரசரான இராஜாதித்தன் 949 பொது ஆண்டு வரை இராஜாத்தியபுரம் என்றழைக்கப்படும் திருநாவலூரில் பல ஆண்டுகள் வாழ்ந்தார். 949ஆம் பொது ஆண்டில் வடஆற்காடு மாவட்டத்திலுள்ள அரக்கோணத்தின் தென்கிழக்கே ஆறு மைல்கள் தொலைவிலுள்ள தக்கோலத்தில், ராஷ்டிரகூடர்களுக்கும் சோழர்களுக்கும் நடந்த போரில் ராஷ்டிரகூட அரசன் கன்னரத் தேவன் வல்லபன் அல்லது மூன்றாம் வல்லப கிருஷ்ணன் அப்போரில் வெற்றி பெற்றார். தக்கோலம் போரில் ராஷ்டிரகூட அரசனின் மைத்துனரான ராஷ்டிரகூடத் தளபதி பூதுகன் யானை மீது அம்பாரியில் வீற்றியிருந்த இராஜாதித்தன் மீது குதித்து அம்பாரியைப் போர்க்களமாகக் கொண்டு அவனைக் குத்திக் கொன்றான் எனவும் ராஜாதித்தன் அம்பினால் தாக்கப்பட்டு இறந்தான் எனவும் இருவிதமான கருத்துகள் கல்வெட்டில் தெரிகின்றன. முதலாம் பராந்தகச் சோழனின் மூத்த மகனான இராஜாதித்தன் இறந்த பின்னர் அவரது இன்னொரு மகன் கண்டராதித்த சோழன் ஆட்சிக்கு வந்தார்.

கண்டராதித்த சோழருக்குப் பின்னர் முதலாம் பராந்தகச் சோழனுக்கும் கேரள நாட்டு அரசிக்கும் பிறந்த அரிஞ்சய சோழன் ஒரு வருடம் மட்டுமே ஆட்சியில் இருந்தார். அவரது காலத்திற்குப் பின்னர் கண்டராதித்தச் சோழனின் மகன் உத்தமச் சோழன் வயதில் இளையவராக இருந்ததால், அரிஞ்சய சோழனின் மகன் இரண்டாம் பராந்தகச் சோழன் என அழைக்கப்பட்ட சுந்தரச் சோழன் ஆட்சிக்கு வந்தார்.

சுந்தரச் சோழன் ஆட்சிக்கு வந்த காலத்தில் அவருக்கும் அவரது மனைவியான தெலுங்கு வைதும்பர் நாட்டைச் சேர்ந்த கல்யாணிக்கும் பிறந்த மூத்த மகன் ஆதித்தக் கரிகாலன் இளவரசர் பட்டம் பெற்றார். தெலுங்கு குடும்பத்தினரான வைதும்பர்கள்[7] கிருஷ்ணா ஆற்றுக்குத் தெற்கே உள்ள தற்போதைய கடப்பா, நெல்லூர் மாவட்டங்கள் மற்றும் வடஆற்காடு மாவட்டங்களை உள்ளடக்கிய தெலுங்கைத் தாய் மொழியாகக் கொண்ட மேற்குக் கங்கா அல்லது மைசூர் வம்சாவழி கொண்டவர்கள். ஆதித்த கரிகாலன் இளவரசர் பட்டத்துக்கு வந்தபோது கண்டராதித்த சோழனின் மகன், சிறுவனாக இருந்த உத்தம சோழன், தனக்குரிய வயது வந்ததும் சிற்றப்பனான தான் இருக்கும்போது தனக்கு மகன் உறவுமுறை கொண்ட ஆதித்த கரிகாலன் பட்டத்துக்கு வந்ததை ஏற்க முடியாமல் ஆதித்த கரிகாலனைச் சதி செய்து கொன்றார்.[8] உத்தமச் சோழனின் ஆட்சியில் ஆதித்த கரிகாலனைக் கொன்றவர்கள் மீது எவ்வித நடவடிக்கையும் உடனடியாக எடுக்கப்படவில்லை.

ஆதித்த கரிகாலனின் தம்பியான அருள்மொழிவர்மன், கண்டராதித்த சோழன் மகனான உத்தம சோழனுடன் உடன்பாடு செய்துகொண்டு பொது ஆண்டு 970 முதல் 985 வரை உத்தம சோழன் ஆட்சியிலிருக்க ஒப்புக்கொண்டார் என்று கருத முடியும் என நீலகண்ட சாஸ்திரி கூறுகிறார். பொது ஆண்டு 985இல் அருள்மொழிவர்மன் என்ற இராஜராஜ சோழன் பட்டத்திற்கு வந்து 1016 வரை ஆட்சியிலிருந்தார். அவர் பட்டத்திற்கு வந்த பின் தனது அண்ணன் ஆதித்த

கரிகாலன் மரணத்திற்குக் காரணமானவர்களின் சொத்துகளைப் பறிமுதல் செய்து விற்கும் பணியினைத் திருவீரநாராயண சதுர்வேத மங்கலச் சபை மேற்கொண்டதாக உடையார் குடி கல்வெட்டுக் கூறுவதை கே.ஏ.நீலகண்ட சாஸ்திரி தனது நூலில் பதிவு செய்துள்ளார். ஆதித்த கரிகாலன் மரணத்திற்கு உத்தம சோழன் என்ற மதுராந்தகச் சோழன் காரணமல்ல, சோமன் ரவிதாசனாகிய பஞ்சவன் பிரமாதிராஜன் பரமேசுவரன், மலையனூர் ரேவதாச கிரமவித்தன் ஆகியோர் கொன்றனர் என சதாசிவ பண்டாரத்தார் கூறுவதை எளிதில் புறந்தள்ள முடியாது. இருப்பினும் அக்கொலையாளிகள் பிராமணர்கள் என அவர் கூறுவது ஆய்வுக்குரியது.[9] முதலாம் பராந்தகச் சோழனுக்கும் அவரது கேரள அரசிக்கும் பிறந்த இராஜராஜனது பாட்டனார், அரிஞ்சயச் சோழனின் ஈமச் சின்னங்கள் அல்லது அவர் புதைக்கப்பட்ட இடத்தில், ராணிப்பேட்டை அருகில் மேல்பாடி என்ற ஊரில் சோழீச்சுவரம் எனும் கோயில் பள்ளிப்படைக் கோயிலாக இராஜராஜ சோழனால் கட்டப்பட்டது.[10] எழில்மிகு பச்சை நிற கற்களால் கட்டப்பட்ட சிறு கோயிலின் உச்சியில் விமானத்தின் வெளிப்புறம் யானை மீதான வீரனின் சிலை தக்கோலம் போரை நமக்கு நினைவூட்டும். சேர, சாளுக்கிய, தெலுங்கு மற்றும் கன்னட தேச பின்னணி கொண்ட இராஜராஜ சோழனைத் தமிழர் என்பதைவிடத் திராவிடர் என்பதே பொருத்தமாக இருக்கும்.

இலங்கை பொலன்னறுவையில் இராஜராஜ சோழனால் கட்டப்பட்ட சிவன் கோயிலின் எஞ்சியுள்ள பகுதி.

தமிழ்நாட்டில் காலத்தால் அழியாத புகழ்பெற்ற வரலாற்றுப் புதினமான கல்கி எழுதிய 'பொன்னியின் செல்வன்', இரண்டாம் ஆதித்த சோழனின் கொலைச் சதியைச் சுற்றி எழுதப்பட்டது.

இராஜராஜ சோழன், அவரது மகன் இராஜேந்திர சோழன் இருவரின் காலமும் சோழர்களது ஆட்சி அதிகாரத்தின் அதி உச்சியாகக் கருத முடியும்.

இராஜராஜனது காலத்தில் அவர் மாலத்தீவுகளை வெற்றிகொண்டு தனது ஆட்சியின் கீழ் இணைத்துக்கொண்டார். சீனத் தூதர் தென்னிந்தியா வந்த நாளில், பொது ஆண்டு 985 ஜூலை மாதத்தில் சேரர்கள் கட்டுப்பாட்டில் இருந்த கேரள கடற்கரையின் காந்தளூர் துறைமுகத்தில் நிறுத்தி வைக்கப்பட்ட நூற்றுக்கணக்கான கப்பல்கள், வெள்ளை, சிவப்பு, நீலம், மஞ்சள் வண்ணங்கள் பூசப்பட்டு, கப்பல்களின் முன்புறம் பெருமரக்கட்டைகளில் செதுக்கப்பட்ட சிங்கம், எருமை, பாம்பு, யானை, புலி, பறவை, மனித வடிவங்கள் அழகாக வர்ணங்கள் தீட்டப்பட்டுக் கப்பல்கள் புறப்பட தயாராக இருந்தபோது அவற்றைக் கொளுத்திச் சோழர்கள் கொள்ளையிட்டனர். அதிர்ச்சியில் உறைந்த வணிகர்கள் சோழப் படையினரால் தடுக்கப்பட்டுத் தங்கள் கப்பல் எரிவதை அழுதுகொண்டே வேடிக்கை பார்க்க மட்டுமே முடிந்தது. அன்றைய நாளிலிருந்து கடல் வணிகம் சோழர்கள் கைகளுக்கு மாறியது.[11] சீனர்களுக்கு முன்னரே சோழர்கள் கடல் வணிகத்தில் கால்பதித்துத் தனதாக்கினார்.

கல்யாணியைத் தலைநகராகக் கொண்ட சாளுக்கிய அரசன் சத்தியசிரயா வேங்கி மீது படையெடுத்துத் தரணி கோட்டை, யானை மடனா ஆகிய இடங்களில் உள்ள கோட்டையைத் தவிடு பொடியாக்கினார். 1007ஆம் ஆண்டில் இராஜராஜ சோழன் உத்தரவுப்படி அவரது மகன் இராஜேந்திரன் தலைமையில் சோழர் படைகள் மேற்குச் சாளுக்கிய அரசு மீது படையெடுத்துப் பிஜப்பூர் மாவட்டத்தைச் சூறையாடினர். நூற்றுக்கணக்கான பெண்கள், குழந்தைகள், பிராமணர்கள் ராஜேந்திர சோழனது படையினரால் படுகொலை செய்யப்பட்டனர். சத்தியசிரயாவை விரட்டியடித்த சோழ படைகள் ஏராளமான கொள்ளைப் பொருட்களுடன் நாடு திரும்பினர்.

தற்போதைய இந்தோனேஷியாவின் ஆட்சியாளரான அன்றைய ஸ்ரீ விஜய அரசன் நாகப்பட்டினத்தில் ஒரு புத்த விகாரம் கட்ட இராஜராஜ சோழன் ஆதரவு அளித்தார். அந்த விகாரம் ஸ்ரீவிஜய அரசனின் தந்தை பெயரால் சூடாமணி விகாரம் என்று அழைக்கப்பட்டது.[12] இந்தச் சூடாமணி விகாரத்தில் இருந்த தங்க புத்தர் சிலையைத் திருடி, அதைக் கொண்டு திருச்சி ஸ்ரீரெங்கநாதர் கோயிலைப் புனரமைக்கத் திருமங்கை ஆழ்வார் பயன்படுத்தியதாக மரபுவழி கதை கூறுகிறது.[13] 1018ஆம் ஆண்டில் இராஜேந்திர சோழனின் காலத்தில் அவரது மகன் இரண்டாம் இராஜராஜன் இலங்கையின் மீது படையெடுத்து இலங்கை அரசன் ஐந்தாவது மகிந்தாவைச் சிறைக் கைதியாகப் பிடித்துச் சோழ நாட்டிற்குக் கொண்டு வந்தார். சோழநாட்டில் சிறைக் கைதியாக இருந்த ஐந்தாவது மகிந்தா 12 வருடங்கள் வாடி பின்னர் இறந்து போனார். ஐந்தாவது மகிந்தாவின் மனைவி, கண்ணகி வழிபாடு கொண்டவர். அவருக்குத் தஞ்சாவூரில் சோழர்கள் நிறுவிய கோயில் சிங்கள நாச்சியார் என்ற பெயரில் வழங்கப்பட்டு, தற்போது செங்களாச்சி அம்மன் என இன்றும் மக்கள் வழிபடுகின்றனர். சோழர்கள் சிங்கள அரச குடும்பத்தினருக்கு உரிய மரியாதை கொடுத்துள்ளனர் எனக் கூறலாம்.

ஐந்தாவது மகிந்தாவின் மகன் கஜபாகு சிங்கள புரட்சிப் படை ஒன்றை அமைத்து ஆறு மாதம் இலங்கையில் நடத்திய போரில் ஏராளமான தமிழர்கள் கொல்லப்பட்டனர். கஜபாகு இலங்கையின் தென்பகுதியான ரோஹண நாட்டில் முதலாம் விக்ரமபாகு என்ற பெயருடன் 1029ஆம் வருடம் முதல் 12 ஆண்டுகள் ஆட்சி செய்தார்.[14] ரோஹண பகுதி, தமிழர் எதிர்ப்பு மற்றும் சிங்கள எழுச்சியின் அடையாளமாகவும் மகாவம்சத்திலும் பின்னர் முதல் விக்ரமபாகு காலத்திலும் காண முடியும். இதனால் ஜேவிபி என்ற ஜனத விமுக்தி பெரமுனத் தலைவர் தனக்கு ரோஹண விஜயவீரா என்ற புனைபெயரைச் சூட்டிக் கொண்டார். அவரது தளபதியாக விளங்கிய அதுலாவும் தனது பெயரை மகாவம்சத்திலிருந்து பெற்றுக்கொண்டார்.

இராஜராஜன் தஞ்சாவூரில் பெரிய கோயிலைக் கட்டி அங்கு 400 பெண்களை நாட்டியப் பெண்களாக நியமித்தார். இராஜராஜன் காலத்தில் குடியானவர்களின் நிலங்கள் பிரம்மதேயம் என்ற பெயரில் பிராமணர்களுக்கு வழங்கப்பட்டன. பிராமணர்கள் கல்வி கற்கக் கல்லூரிகள் ஏற்படுத்தப்பட்டன. உயர் சாதியினருக்கு மட்டும் கல்வி கற்பிக்கப்பட்டு வந்தது. மடம், பள்ளி, விகாரம் ஆகிய இடங்களில் பெரிய நூல் நிலையங்கள் இருந்தன. பிரபாகரரின் மீமாம்சம், இலக்கண பாடங்கள் ஆகியவை பாட சாலைகளில் கற்பிக்கப்பட்டன. வேதப் பாடசாலைகள் இன்றைய வடஆற்காடு மாவட்டம் கப்பலூரில் ஏற்படுத்தப்பட்டது. செங்கற்பட்டு மாவட்டம் ஆனூரில் 999ஆம் பொது ஆண்டில் பாணினி, வியாக்ரணம், அலங்காரம், வேதச் சடங்குகள் வேள்விகள் ஆகியவற்றுக்கு முக்கியத்துவம் வழங்கும் மீமாம்சம் ஆகியவற்றைச் சொல்லிக் கொடுக்கும் பட்ட விருத்தி ஏற்பாடு செய்யப்பட்டது. மீமாம்சத்தில் 20 அதிகாரங்கள் முதலாம் இராஜராஜ சோழன் காலத்தில் பாடமாகச் சொல்லிக் கொடுக்கப்பட்டது.

முதலாம் இராஜேந்திரன் காலத்தில் தென்னாற்காடு மாவட்டம் இராஜராஜ சதுர்வேதி மங்கலத்துச் சபையார் அந்த ஊர் கல்லூரியில் ஆசிரியர்களுக்கு ஊதியம் கொடுக்கவும் அங்குள்ள மாணவர்களுக்கு உணவளிக்கவும் ஏற்பாடு செய்தனர். பிராமணர்களான இளநிலை மாணவர்கள் 270 பேரும், முதுநிலை மாணவர்கள் 70 பேரும், 14 ஆசிரியர்களும் பணி செய்தனர். நூற்பா இலக்கணத்தை 40 பேரும், ரிக் வேதத்தை 75 பேரும், யஜுர் வேதத்தை 75 பேரும், சாம வேதத்தை 20 பேரும், அதர்வ வேதத்தை 10 பேரும், 270 பிரம்மசாரிகளும், மாணவர்களில் எஞ்சிய பத்துப் பேரும் பௌதாயன கிருஷ்ண சூத்திரம், பௌதாயன கல்ப சூத்திரம், பௌதாயன ஞான சூத்திரம் ஆகியவற்றைப் படித்தனர். முதுநிலை மாணவர்களுக்கு நாள் ஒன்றுக்குப் பத்து நாழி நெல்லும், இளநிலை மாணவர்களுக்கு நாள் ஒன்றுக்கு ஆறு நாழி நெல்லும் வழங்கப்பட்டன.[15]

இந்தியாவில் இன்றைய கல்வி முறையில் பிற்படுத்தப்பட்ட, பட்டியல் சமூக மாணவர்களுக்குக் கல்வி உதவித் தொகை வழங்கப்படுவது போல, முதலாம் இராஜேந்திர சோழன் ஆட்சியில் பிராமணர்களுக்கு மட்டுமே உயர்கல்வியும், கல்வி கற்பவர்களுக்கு உதவித் தொகையும் வழங்கப்பட்டது. ஆசிரியர்களுக்குக் கலம்

அளவில் மூன்றில் ஒரு பங்கு நெல்லும் தங்கமும் வழங்கப்பட்டன. ஒவ்வொரு மாணவரும் வேதாந்தம் படிக்க தலைக்கு அரைக் கழஞ்சு தங்கம் பெற்றனர். மீமாம்ச ஆசிரியர்களுக்கு 12 கழஞ்சு தங்கமும், வியாகரண ஆசிரியர்களுக்கு எட்டுக் கழஞ்சு தங்கமும் வழங்கப்பட்டது. இதே போன்று புதுச்சேரி அருகிலுள்ள திருப்போனூரில் 220 மாணவர்களுக்கு வேதக் கல்வி சொல்லிக் கொடுக்கப்பட்டது.

அதுபோன்றே வேத ஆசிரியர்களுக்கும் மாணவர்களுக்கும் நெல் வழங்கப்பட்டது. 1067ஆம் ஆண்டு வீரராஜேந்திரன் காலத்திலும் திருமுக்கூடல் என்ற இடத்தில் ரிக் வேதமும், யஜுர் வேதமும், வியாகரணம், ரூபாவாதாரமும் கற்பிக்கப்பட்டன. அவை அனைத்தும் சமஸ்கிருத வேத பாடசாலைகளே.

ஐம்பெருங்காப்பியங்களைச் சொல்லிக் கொடுக்கவோ, திருக்குறள் அல்லது நாலடியார் கற்பிக்கவோ, தமிழ் படிப்புச் சொல்லிக் கொடுப்பதற்கோ எவ்விதப் பள்ளிகளோ, கல்லூரிகளோ சோழ அரசர்களால் ஏற்படுத்தப்படவில்லை. சோழர் கால தமிழ்வழிக் கல்வி குறித்துக் கல்வெட்டு ஆதாரங்கள் ஏதுமில்லை.[16]

தஞ்சை பெரிய கோயிலின் வடபுறத்தில் வெட்டப்பட்ட எருமைத் தலை மீது நிற்கும் காளி சிற்பம்.

இராஜராஜ சோழன் காலத்திற்குப் பின்னர் வந்த இராஜேந்திர சோழன் தன் தலைநகரைக் கங்கை கொண்ட சோழபுரத்திற்கு மாற்றியமைத்தார். கேரளாவையும் பாண்டிய நாட்டையும் தோற்கடித்த பின்னர் தன் மகன்களில் ஒருவரைச் சோழ பாண்டியன் என்ற பெயரில் மதுரை அரசரின் பிரதிநிதியாக ஆள்வதற்கு நியமித்தார்.

வேங்கை நாட்டு அரசன் விமலாதித்தன் மகன் ஏழாவது விஜயாதித்தனை 1018ஆம் ஆண்டு பட்டத்திற்குக் கொண்டு வர சாளுக்கிய அரசன் இரண்டாம் ஜெயசிம்மன்

முயன்றார். விமலாதித்தனுக்கும் சோழ அரசியான இராஜராஜ சோழன் மகளான குந்தவைக்கும் பிறந்த இராஜராஜனின் ஆட்சி அதிகாரத்திற்கான உரிமையை மறுக்கும் விதத்தில் ஏழாம் விஜயாதித்தன் விஜயவாடாவைக் கைப்பற்றினார். அவரது போட்டி அரசரான குந்தவை மகன் இராஜராஜன் முடி சூட்ட இயலாமல் போயிற்று.

இராஜேந்திர சோழன் கங்கை சமவெளி வரை படையெடுத்துச் சென்று கிழக்கு கங்கை ஆட்சியாளரைத் தோற்கடித்து, விஜயாதித்தனைத் தோற்கடித்து குந்தவையின் மகன் இராஜராஜனுக்கு 16.08.1022 அன்று முடி சூட்டி பின்னர் தனது புதிய தலைநகரான கங்கை கொண்ட சோழபுரத்திற்குத் திரும்பினார்.

1041ஆம் ஆண்டு இலங்கையில் சோழ படையினருக்கு எதிராகப் போரிட்ட விக்ரபாகுவை எதிர்த்து இராஜேந்திர சோழன் மகன் இராஜாதிராஜன் படையெடுத்துச் சென்றார்.

1042ஆம் ஆண்டு சாளுக்கிய தலைநகர் மானியகேட்டாவிலிருந்து கல்யாணிக்கு மாற்றப்பட்டது. வேங்கியில் இராஜராஜனின் மகள் வழிப் பேரன் இராஜராஜனுக்கும் விஜயாதித்தனுக்கும் தொடர்ச்சியாகச் சண்டைகள் நிகழ்ந்தன. 1044ஆம் ஆண்டில் முதலாம் இராஜேந்திர சோழனுக்குப் பின்னர் இராஜாதிராஜன் ஆட்சிக்கு வந்தார். அவர் சாளுக்கிய தலைநகர் கல்யாணியைக் கொள்ளையிட்டார். தாராசுரம் கோயில் வாயில் காப்போன் சிற்பம் ஒன்றில், கல்யாணபுரத்தை எரித்து அரசன் வீரராஜேந்திரன் கொண்டுவந்த வாயில்காப்போன் சிற்பம் எனக் குறிப்பிடப்பட்டிருந்தது. அச்சிற்பம் தற்போது தஞ்சாவூர் கலைக்காட்சியகத்தில் வைக்கப்பட்டுள்ளது.[17]

1050ஆம் ஆண்டுக்குள் சோழர் படைகள் சாளுக்கிய எல்லையிலிருந்து விரட்டப்பட்டன. மேற்கு சாளுக்கிய அரசரான சோமேஸ்வரன் ஆந்திராவின் வேங்கியைக் கைப்பற்றி இராஜராஜனின் பேரனான கிழக்கு சாளுக்கிய அரசன் இராஜராஜனைத் தனது ஆளுமைக்குக் கீழ் கொண்டுவந்தார்.

இராஜேந்திரனின் மகன் இராஜாதிராஜனும், இரண்டாவது இராஜேந்திரனும் இணைந்து சாளுக்கிய அரசன் சோமேஸ்வரனுக்கு எதிராக 1053 - 1054 ஆண்டுகளில் கிருஷ்ணா ஆற்றங்கரையில் உள்ள கொப்பம் என்ற இடத்தில் கடும் போரில் ஈடுபட்டனர். 1054ஆம் ஆண்டு இராஜாதிராஜன் போர்க்களத்திலேயே காயமுற்று மாண்டார். பின்னர் தலைமை பொறுப்பை ஏற்றுக்கொண்ட இராஜாதிராஜனின் தம்பி இரண்டாம் இராஜேந்திரன், போரைத் தனக்குச் சாதகமாக மாற்றி வெற்றிகொண்டு ஏராளமான யானைகள், குதிரைகள், ஒட்டகங்கள், அரசிகள், பெண்கள் ஆகியோரைப் பிடித்துக் கர்நாடகாவின் கொல்லபுரத்தில் ஒரு வெற்றித் தூணை நிறுவி போர்க்களத்திலேயே தன்னை அரசனாக முடிசூட்டிக்கொண்டு தலைநகரான கங்கைகொண்ட சோழபுரத்திற்குத் திரும்பினார். இரண்டாம் இராஜேந்திரன் இறந்த பின்பு வீரராஜேந்திரன் அரசனாக முடி சூடிக்கொண்டார்.

வீரராஜேந்திரனுக்கு எதிராக சாளுக்கிய மன்னன் சோமேஸ்வரன் படைதிரட்டிக் கொண்டுவந்து துங்கபத்திரா நதிக்கரையில் தோல்வியைத் தழுவினார். மீண்டும்

கூடல் சங்கமம் என்ற இடத்தில் வீரராஜேந்திரனைப் போருக்கு அழைத்த சோமேஸ்வரன், ஒருமாத காலம் அங்கு வராமலேயே உடல் நலக்குறைவால் போரைத் தவிர்த்தார். ஆனால் வீரராஜேந்திரன், அங்கு காத்திருந்த சாளுக்கிய படைகளைத் தாக்கிச் சிதறடித்துத் தற்போதைய ஒரிசாவான கலிங்கத்தையும், தற்போதைய சத்திஸ்காரின் சித்திரகோட் என்ற சக்கரக்கூடத்தையும் வெற்றி கொண்டார். கல்யாணி நகரை உருவாக்கிய எண்பது வயது முதிர்ந்த முதலாம் சோமேஸ்வரன் போருக்கு வராமலேயே துங்கபத்திரா நதியில் குதித்து *29.03.1068* அன்று தற்கொலை செய்துகொண்டார்.

சோமேஸ்வரன் மறைவுக்குப் பின்னர் வீரராஜேந்திரன் தனது இருமகள்களில் ஒருவரை சோமேஸ்வரன் மகன் விக்கிரமாதித்தனுக்கும் இன்னொரு மகளைக் கலிங்க இளவரசன் இராஜராஜனுக்கும் திருமணம் செய்துகொடுத்தார்.

*1067*ஆம் ஆண்டு வீரராஜேந்திரன் சிங்கள அரசன் முதலாம் விஜயபாகுவைப் போரில் தோற்கடித்து அவரது மனைவியைச் சிறைபிடித்தார்.

வீரராஜேந்திரன் மரணத்திற்குப் பின்னர் ஆதிராஜேந்திரனைச் சாளுக்கிய அரசன் விக்கிரமாதித்தன் ஆட்சியில் அமர்த்தினார். சிலகாலமே அரசனாக இருந்த ஆதிராஜேந்திரன் கங்கை கொண்ட சோழபுரத்தில் மக்கள் செய்த கிளர்ச்சியில் கொல்லப்பட்டார்.[18]

முதலாம் இராஜேந்திரனின் மனைவி கிழாவடிகள் மூலம் பிறந்த மகள் மதுராந்தகி என்பவர் கீழைச்சாளுக்கிய மன்னன் இரண்டாம் இராஜேந்திரனின் மனைவியானார். இரண்டாம் இராஜேந்திரனுக்குப் பின்னர் அவரது மகன் தற்போதைய ஆந்திராவிலுள்ள வேங்கை நாட்டிலிருந்து கங்கை கொண்ட சோழபுரத்திற்கு வந்து முதலாம் குலோத்துங்கச் சோழனாக முடிசூட்டிக்கொண்டார். அவரது ஆட்சியில் இலங்கை அரசன் விஜயபாகு சோழர்களது படையைத் தோற்கடித்து *1070*ஆம் ஆண்டிலேயே அனுராதபுரத்தையும் பொலன்னறுவையும் கைப்பற்றினாலும், ஒரு கிளர்ச்சி காரணமாக இரு ஆண்டுகளுக்குப் பின்னர் *1072*ஆம் பொது ஆண்டு இலங்கை அரசனாக முடி சூட்டிக் கொண்டார். சாளுக்கிய மன்னன் ஆறாவது விக்கிரமாதித்தன் இலங்கை அரசனுக்கு அனுப்பிய தூதர்களின் கை, கால்களைச் சோழர்கள் வெட்டியதால், சோழ நாடு மீது படையெடுக்க விஜயபாகு திட்டமிட்டார்.

ஆனால், இலங்கை அரசர் விஜயபாகுவிடம் பணியிலிருந்த தமிழர்களான வேளக்காரப் படைகள் அல்லது வேலைக்காரப் படைகள், சோழர் படையினருக்கு எதிராகப் போரிட ஒத்துழைக்காமல் கலகம் செய்து அரண்மனையையும் எரித்தனர். வக்கிரிகலாவுக்குத் தப்பிச் சென்ற அரசன், படை திரட்டி கிளர்ச்சி செய்த படைத் தளபதிகளைச் சுற்றி வளைத்துப் பிடித்து இலங்கை படைத் தளபதிகளது உடல்களைத் தகனம் செய்த அதே சிதையில் கிளர்ச்சியாளர்களை உயிருடன் கட்டி வைத்து எரித்தார். மீதமுள்ள கிளர்ச்சியாளர்கள் இலங்கை அரசர் விஜயபாகுடன் ஒப்பந்தம் செய்துகொண்டு புனித பற்கோயிலைக் காப்பதாக உறுதிமொழியினைப் பொலன்னறுவை கல்வெட்டுகளில் பொறித்தனர். குலோத்துங்கச் சோழன் தன் மகள்

சுத்தமல்லியை இலங்கை அரசன் வீரபெருமாளுக்குத் திருமணம் செய்துகொடுத்தார்.[19] குலோத்துங்கச் சோழன் ஆட்சியின் இறுதி வருடங்களில் மேற்குச் சாளுக்கிய அரசன் விக்கிரமாதித்தன், கிழக்குச் சாளுக்கிய அரசனின் வேங்கி நாட்டைக் கைப்பற்றினார். அங்கு அரசனாக இருந்த விக்கிரமாதித்த சோழன், சோழ நாட்டிற்குத் தப்பி வந்து பட்டத்து இளவரசன் ஆனார். 1070ஆம் ஆண்டிலிருந்து 1122ஆம் ஆண்டு வரை ஐம்பத்திரண்டு ஆண்டுகள் கங்கை கொண்ட சோழபுரத்தைத் தலைநகராகக் கொண்டு அரை நூற்றாண்டுக்கு மேல் ஆட்சியிலிருந்த குலோத்துங்கச் சோழனே மிக நீண்ட காலம் ஆட்சியிலிருந்த சோழ அரசன் ஆவார். குலோத்துங்கச் சோழன் சுங்கம் தவிர்த்த சோழன் என்ற பட்டப் பெயருடன் அழைக்கப்பட்டார். அதன் பின்னர் சோழ நாட்டில் வரி அதிகரித்திருக்க வேண்டும். 13ஆம் நூற்றாண்டில் சோழ நாட்டிற்குப் பயணம் செய்த சௌ ஜீ குவா என்ற சீனப் பயணி சோழ நாட்டில் வரி மிக அதிகம், எனவே வணிகர்கள் யாரும் அங்கு செல்வதில்லை என்று குறிப்பிட்டார்.[20]

குலோத்துங்கச் சோழனுக்குப் பின்னர் அவர் மகன் விக்கிரமாதித்த சோழனும், அதன் பின்னர் இரண்டாம் குலோத்துங்கனும் ஆட்சி செய்தனர். இரண்டாம் குலோத்துங்கன் 1150ஆம் ஆண்டு வரை ஆட்சி செய்தார். அவரது ஆட்சிக் காலத்தின் இறுதியில் நிர்வாகத்தில் பங்குபெற்ற இரண்டாம் இராஜராஜன், சிதம்பரம் நடராஜர் கோயிலிலுள்ள கோவிந்தராஜர் என்ற பெருமாள் அல்லது விஷ்ணுவின் சிலையை நடராஜர் கோயிலில் இருந்து அப்புறப்படுத்திக் கடலுக்குள் எறிந்தார். இரண்டாம் இராஜராஜனுக்குப் பிறகு விக்கிரமாதித்த சோழனின் மகள்வழி பேரன் இரண்டாம் இராஜாதிராஜன் பட்டத்திற்கு வந்தார். இரண்டாம் இராஜாதிராஜன் பட்டத்துக்கு வந்த காலத்தில் பாண்டிய நாட்டில் உள்நாட்டுப் போர் நிகழ்ந்தது. இலங்கை அரசும் சோழர்களும் வழக்கம்போல் எதிரெதிர் நிலையை எடுத்தனர்.

பாண்டிய அரசு புத்துயிர் பெற்று விக்கிரமாதித்த சோழனுடன் முதல் கலிங்கப் போரில் பங்கெடுத்து பராக்கிரம பாண்டியனும், குலசேகர பாண்டியனும் வாரிசு உரிமைக்காகச் சண்டையிட்டனர். பராக்கிரம பாண்டியன் இலங்கை அரசரிடம் உதவிக்காக முறையிட்டார். இலங்கையிலிருந்து பராக்கிரம பாகுவின் படைகள் வந்து சேர்வதற்கு முன்பாகவே குலசேகர பாண்டியன் பராக்கிரம பாண்டியனைக் கொன்று மதுரையைக் கைப்பற்றினார். பராக்கிரம பாகுவின் படைத் தளபதி பராக்கிரம பாண்டியனது வாரிசிடம் பாண்டிய அரசை ஒப்படைக்கக் குலசேகரபாண்டியனுக்கு ஆணையிட்டார். குலசேகர பாண்டியன் சோழர்களிடம் உதவி கேட்டார். இதற்கிடையில் குலசேகர பாண்டியன் முறியடிக்கப்பட்டு, பராக்கிரம பாண்டியன் மகனான வீரபாண்டியனுக்கு இலங்கைத் தளபதி முடிசூட்டினார். இலங்கைப் படையினருக்கும் சோழர் படைத் தளபதி பல்லவராயன் தலைமையிலான படையினருக்கும் நடந்த சண்டையில் இலங்கைப் படையினர் தோற்கடிக்கப்பட்டனர். இலங்கைப் படைத் தளபதிகளின் தலைகள் துண்டிக்கப்பட்டு அவை மதுரை கோட்டை வாசலில் எல்லோரும் பார்க்கும் வகையில் ஆணியால் அறைந்து பொருத்தப்பட்டு, பல நாட்கள் கோட்டை வாசலிலே தொங்கின.[21]

குலசேகர பாண்டியன் மதுரை அரசனாக முடிசூட்டிக்கொண்டார். மதுரைப் போரின் தொடர்ச்சியாக பராக்கிரமபாகுவின் எதிரியான ஸ்ரீவல்லபன் தலைமையில் படை ஒன்றை பல்லவராயன் இலங்கைக்கு அனுப்பினார். அப்படையால் இலங்கையில் ஏராளமான இடங்கள் கைப்பற்றப்பட்டு முற்றிலும் அழிக்கப்பட்டன. தனது அரசுக்கு ஏற்பட்ட ஆபத்தை உணர்ந்த பராக்கிரமபாகு, குலசேகர பாண்டியனைப் பாண்டிய அரசனாக அங்கீகரித்தார்.

குலசேகர பாண்டியனுக்கும் பராக்கிரபாகுவிற்கும் ஏற்பட்ட நெருக்கமான உறவு சோழர்களுக்குக் கோபத்தை விளைவித்தது. சோழர்கள் குலசேகர பாண்டியனை விரட்டிவிட்டு மறுபடியும் வீரபாண்டியனைப் பாண்டிய அரசனாக ஆட்சியில் அமர்த்தினர்.

இரண்டாம் இராஜாதிராஜனுக்குப் பிறகு மூன்றாம் குலோத்துங்கன் ஆட்சிக்கு வந்தார். பராக்கிரமபாகு சோழர்களுக்கு எதிரான தனது முயற்சியில் வீரபாண்டியனையும் துணைக்கு அழைத்துக்கொண்டார். குலசேகர பாண்டியன் உறவினரான விக்கிரம பாண்டியன் சோழர்களின் உதவியைக் கேட்டார். சோழர்கள் வீரபாண்டியனின் பாண்டிய - இலங்கை கூட்டுப்படையினரைத் தோற்கடித்தனர். வீரபாண்டியன் போரில் தோற்று இலங்கைக்குத் தப்பி ஓடினார். மூன்றாம் குலோத்துங்கச் சோழன் தனது பாதத்தை இலங்கை அரசனின் மணிமுடியில் வைத்து அவனை மன்னித்து வீரபாண்டியனுக்கு உயிர்ப் பிச்சை அளித்து அவனது அரசையும் திரும்பக் கொடுத்தார்.

1190ஆம் ஆண்டில் விக்கிரமபாண்டியன் காலத்திற்குப் பின்னர் ஆட்சிக்கு வந்த ஜடாவர்மன் குலசேகர பாண்டியன் காலத்தில் மூன்றாம் குலோத்துங்கச் சோழன் படையெடுத்து மதுரையிலிருந்த பாண்டிய அரசரின் முடிசூடும் மண்டபத்தைத் தகர்த்தெறிந்தார். அதே காலகட்டத்தில் ஒய்சாள மன்னன் விஷ்ணுவர்தன் பலம் கொண்ட அரசனாக உருவெடுத்தார். துவாரசமுத்திரா என்ற தற்போதைய கர்நாடகாவின் ஹசன் அருகே ஹலப்பேடு என அழைக்கப்படும் அவ்விடத்தை ஒய்சாளர்கள் தங்கள் தலைநகராகக் கொண்டிருந்தனர்.

1216ஆம் ஆண்டில் ஜடாவர்மன் குலசேகர பாண்டியன் இறந்த பிறகு அவனது தம்பி மாறவர்மன் சுந்தர பாண்டியன் ஆட்சிக்கு வந்தார். பத்து ஆண்டுகளுக்கு முன்னர் தன் அண்ணன் ஜடாவர்ம குலசேகர பாண்டியனின் முடிசூட்டு மண்டபத்தை அழித்து அவமானப்படுத்திய மூன்றாம் குலோத்துங்கச் சோழனை 1218ஆம் ஆண்டு போரில் தோற்கடித்த மாறவர்ம சுந்தர பாண்டியன், சோழர்களது ஆட்சியை அவருக்கே திரும்ப வழங்கினார்.

மூன்றாம் குலோத்துங்கச் சோழன் காலத்திற்குப் பின்னர் மூன்றாம் இராஜராஜனும், அதன் பின்னர் மூன்றாம் இராஜேந்திர சோழனும் பட்டத்துக்கு வந்தனர். மூன்றாம் ராஜேந்திரனைக் காடவ சிற்றரசர் கோப்பெருஞ்சோழர் சிறைப்பிடித்தார். அவனை ஒய்சாள மன்னன் நரசிம்மன் விடுவித்துச் சோழர்களது ஆட்சியைத் திருப்பிக் கொடுத்தார். மூன்றாம் இராஜேந்திர சோழன் ஆட்சியின் இறுதிக்காலத்தில் பாண்டிய

அரசு செல்வச் செழிப்பில் உச்சக்கட்டத்தை அடைந்தது. சோழரது அரண்மனைகள், ஆடலரங்குகள், கோட்டை கொத்தளங்கள் ஆகியவற்றை மண்ணோடு மண்ணாக்கி, கழுதைகளைக் கொண்டு உழுது கவடி போன்ற புன்செய் தானியங்களைப் பாண்டியர்கள் விதைத்ததைப் பாண்டியர்தம் கல்வெட்டுகள் கூறுகின்றன.[22] மூன்றாம் இராஜேந்திரனின் கடைசிக் கல்வெட்டு 1279ஆம் ஆண்டில் கிடைக்கப்பெற்றது. ஏறத்தாழ 429 ஆண்டுகள் ஆட்சியிலிருந்த சோழர்கள் பாண்டியர்களால் முற்றிலுமாக அழிக்கப்பட்டனர். சோழர்களது இருப்பைக் கோயில்களும் ஏரிகளும் ஆட்சிமுறையும் இன்னும் நினைவுப்படுத்திக்கொண்டிருந்தாலுங்கூட தமிழகத்தின் வளமான நிலங்கள் பிராமணர்களுக்கு வழங்கப்படுவதற்கும், பழந்தமிழரின் தெய்வங்கள் புறக்கணிக்கப்பட்டுப் பிராமணக் கடவுளர் மற்றும் சாதிக் கட்டமைப்புகள் வலுப்பெற்று ஆதிக்க வடிவம் பெறவும் அடிப்படைக் காரணம் சோழர்களே என்றால் மறுப்பது கடினம்.

சோழர்கள் தொடக்கத்தில் சைவ காளாமுகப் பிரிவைச் சேர்ந்தவர்களாவர். அரிஞ்சய சோழன் இறந்த பின்னர் அவரது ஈமச் சடங்குகள் நிறைவடைந்ததும் அவரது ஈமச் சின்னங்கள் புதைக்கப்பட்ட இடத்தில் பள்ளிப்படை கோயில், தமிழ்நாட்டில் இராணிப்பேட்டை மேல்பாடியில் எழுப்பப்பட்டது. அக்கோயிலில் உள்ள 1021ஆம் ஆண்டு கல்வெட்டு ஒன்று அப்பகுதியில் வாழும் மாடு மேய்ப்பவர்களுக்குக் கொடுத்த தானத்தைப் பற்றியும் அத்தானம் அரிஞ்சேஸ்வரர் கோயிலில் விளக்கு எரிக்கக் கூறுவதையும் சொல்கிறது. அக்கோயிலின் முதன்மை பூசாரி லகுலீஸ்வர பண்டிதர். அவர் காளாமுகப் பிரிவைச் சேர்ந்தவர்.[23]

இராமானுஜருடைய ஆசிரியரான யமுனாச்சாரியர் 1050ஆம் ஆண்டில் சைவர்கள், பாசுபதர், கபாலிகர், காளாமுகர் ஆகியோர் வாழ்ந்தாகக் குறிப்பிடுகிறார். ஆளவந்தார் என்ற யமுனாச்சாரியரின் ‘ஆகம பிரமான்யா’ என்ற நூலில் கண்ட சைவ பிரிவினர் குறித்த வர்ணனையை ‘ஸ்ரீபசியா’ என்ற நூலில் இராமானுஜரும் குறிப்பிடுகிறார். 1017ஆம் ஆண்டிலிருந்து 1137ஆம் ஆண்டு வரை வாழ்ந்ததாகக் கூறப்படும் இராமானுஜர், கபாலிகருக்கும் காளாமுகர்களுக்கும் இருந்த வேறுபாட்டினைச் சரிவர அறிந்துகொள்ளவில்லையென ஆர்ஜே.பண்டார்கர் என்ற அறிஞர் குறிப்பிடுகிறார்.[24]

மகாபைரவர் என்ற தங்கள் கடவுளுக்குக் காணிக்கையாக்கி அவருக்கு மனிதர்களைப் பலி கொடுத்து ரத்தத்தை ஓடவிடுவதன் மூலம் தாங்கள் மோட்சம் அடையமுடியும் என்று கபாலிக தர்மத்தையும் மோட்சத்தையும் விளக்கும் சோம சித்தந்தா என்ற கபாலிக சமயத் துறவி குறிப்பிடுகிறார்.[25]

சோழர்களின் போர்களின்போது எருமைக்கடாக்களைத் தவிர மனிதர்களும் காளிக்குப் பலி கொடுக்கப்பட்டனர். அவ்வாறு பலிச் சடங்குகளில் தோலினால் செய்யப்பட்ட மத்தள ஒலிகள் ஒலித்தன. கொற்றவை முன்பாகப் பலியாகச் செலுத்தப்பட்ட நீண்ட குடுமிகளைக் கொண்ட மனித தலைகள் ஆந்தைகளை அச்சுறுத்தும் என முதலாம் குலோத்துங்கச் சோழனின் தளபதியான கருணாகர தொண்டைமான் கலிங்க நாட்டை வென்ற காட்சியைச் சித்திரிக்கும் சமண மதத்தைச் சேர்ந்த ஜெயங்கொண்டாரின் கலிங்கத்துப்பரணி கூறுகிறது.[26]

13ஆம் நூற்றாண்டில் தமிழகத்துக்கு வருகை தந்த மார்க்கோ போலோ, தாங்கள் செய்த குற்றத்திற்காகத் தண்டிக்கப்பட்டவர் தான் விரும்பும் தெய்வத்தின் முன்பாகப் பலியிட விருப்பம் தெரிவித்தால், அவர் அவ்வாறு செய்ய அனுமதி பெற்று விரும்பிய தெய்வம் முன்பு கத்திகளால் குத்தித் தற்பலியிடும் முறைபற்றிக் கூறுகிறார்.[27]

சோழர்களது ஆட்சியின்போது குற்றத்திற்கான தண்டனையாகக் குற்றவாளியை மரச் சட்டத்தில் பிணைத்து 100 அடிகள் வரை வழங்கும் வழக்கம் இருந்தது. பெருந்தண்டனையாக யானைகள் மிதித்துக் கொல்லவும், உறுப்புகளை வெட்டுவதுமான தண்டனைகள் வழங்கப்பட்டன.[28] சோழர் ஆட்சியில் குடிமக்கள் எளிதில் கோபப்படுபவர்களாகவும், மன்னன் முன்பு சண்டையிட்டு இறப்பதற்குக் கவலைப்படாதவர்களாகவும் இருந்தனர். நூற்றுக்கணக்கான பெண் அடிமைகள் ஒவ்வொரு கோயில்களிலும் இருந்தனர். சோழர்கள் ஆட்சியிலும் பெண்கள் இரண்டாம் தர குடிமக்களாகவே இருந்துள்ளனர் எனக் காண முடியும்.

சோழர்களால் கட்டப்பட்ட பெரும் கோயில்களில் நாட்டிய பெண்களாக நூற்றுக்கணக்கில் தேவரடியார் பெண்கள் அடிமைகளாக இருந்தனர். 1088 பொது ஆண்டில் இன்று ஆந்திராவிலுள்ள காளகஸ்தி என வழங்கப்படும் திருக்காளத்தி கோயிலிலிருந்து அரண்மனை சேவகத்திற்குத் தப்பி வந்து அரண்மனைப் பணிப்பெண்களுடன் கலந்த கோயில் அடிமைப் பெண்கள், மறுபடியும் கண்டுபிடிக்கப்பட்டு அவர்கள் மேல் இடப்பட்ட அரண்மனை முத்திரை அடையாளம் அழிக்கப்பட்டு, திரிசூல அடையாளமிடப்பட்டுத் திருப்பி அனுப்பப்பட்டனர்.[29] கோயில் பெண்களை அடித்து வதைக்கும் முறை தமிழ்நாட்டுக் கோயில்களில் அரசர் காலங்களில் சாதாரண நடைமுறையே. ஹரதத்தர் என்ற சிவாச்சாரியார் திருப்புடைமருதூர் கோயிலுக்குள் செல்லும்போது அண்ணந்தாள் பூட்டிக் கல் ஒன்றை முதுகில் ஏற்றி, ஆலயத்தின் ருத்திர கணிகையர் சிலரை ஆலய மணியக்காரர் கையில் பிரம்புடன் தண்டித்துக்கொண்டிருந்ததாகவும், கணிகை ஒருவர் தண்டனை தாங்க முடியாமல் கதறிய கதை ஒன்றை 'முள்ளால் எழுதிய ஓலை' என்ற உ.வே.சாமிநாதய்யர் கட்டுரைத் தொகுப்பில் காணமுடியும். அண்ணந்தாள் என்னும் முறையில் கைகளைப் பின்னால் கட்டி, தலையைக் கால் பெருவிரலுடன் அசைய முடியாமல் கட்டுவதாகும். அதன் பிறகு தண்டனை பெற்றவரின் முதுகில் கல்சுமை ஏற்றப்படும்.

சோழர்கள் ஆட்சியில் உழைக்கும் மக்களிடமிருந்து நிலங்கள் பிடுங்கப்பட்டுக் கோயில்களுக்கும் பிராமணர்களுக்கும் பெருமளவில் வழங்கப்பட்டன. இராஜராஜ சோழனுக்குப் பின்னர் ஆட்சிக்கு வந்த இராஜேந்திர சோழனுக்கு வானவன் மாதேவி, முக்கோளன், பஞ்சவன் மாதேவி, வீரமாதேவி என நான்கு மனைவியர். அவர்களில் வீரமாதேவி இராஜேந்திர சோழனுடன் உடன்கட்டை ஏறி உயிர் துறந்தாள் (1044ஆம் ஆண்டு).[30] மனைவி கணவனுடன் இறக்கும் சதி என்னும் கொடிய பழக்கத்தைப் பற்றி தொல்காப்பியம் கூறினாலும் சோழர்கள் கல்வெட்டுகளில் இடம்பெற்ற சதி அல்லது உடன்கட்டை ஏறுதல் நிகழ்வாகச் சோழ அரசிகள் இறந்ததைக் கூறலாம். முன்னதாக சுந்தரச் சோழன் மனைவிகளுள் ஒருவரும் உடன்கட்டை ஏறினார்.

சோழ அரசர்கள் பருத்தி ஆடைகள் உடுத்தி, இறைச்சிகளையும் மாவு பணியாரங்களையும் உண்டனர். அரண்மனையில் 3,000 நடனப் பெண்கள் சுழற்சி முறையில் பணி செய்தனர். விருந்தின்போது இசையும், ஆடல் பாடல்களும் நிகழ்ந்தன. சோழ அரசரின் படையில் 60,000 யானைகள் இருந்ததாக சௌஜீகுவா கூறுகிறார்.[31] அது சற்று மிகைப்படுத்திய எண்ணிக்கையாக இருக்கலாம். சோழர்கள் உலகக் கடல் வணிகத்தில் சீனர்களுக்கு முன்னரே பெரும் தாக்கம் ஏற்படுத்தினர். 13ஆம் நூற்றாண்டில்தான் சீன வணிகர்கள் கடல் வணிகத்தில் ஈடுபட்டனர். முஸ்லிம் வணிகர்களும் சோழர்களின் வணிகர் குழுக்களில் இடம்பெற்றிருந்தனர்.

பதினொன்றாவது நூற்றாண்டில் (960 - 1279) 16.10.1015 அன்று இராஜராஜ சோழனின் பிரதிநிதிகளாக ஐம்பத்திரண்டு பேரைக் கொண்ட வணிகக்குழு, இலங்கை, மயன்மார், ஜாவா, ஸ்ரீவிஜயா, வியட்னாம் என மூன்று வருட பயணத்திற்குப் பிறகு 31,00,000 ச.கீ பரப்பளவு கொண்ட நிலத்தை ஆண்ட சாங் பரம்பரையைச் சேர்ந்த சீன அரசரின் அவைக்குச் சென்று சேர்ந்தது. அக்குழுவின் தலைவராக சாளிஸன்வென் அல்லது சோழ சமுத்தராவும் துணைத் தலைவராக இரண்டாவது இடத்தில் அபுகாசிம் என்ற முஸ்லிம் வணிகரும் இடம்பெற்றிருந்தனர். அதுபோன்றே இராஜேந்திர சோழர் காலத்தில் 15.11.1033 அன்று அபு ஆதில் என்ற முஸ்லிம் வணிகர் தலைமையிலான மூன்றாவது சோழர் வணிகர் குழு சீன அரசவையை வந்தடைந்தது. அபுகாசிம், அபு ஆதில் இருவரும் சோழ மண்டலக் கடற்கரையிலுள்ள தமிழ் பேசும் லெப்பை சமூக முஸ்லிம்களாக இருத்தல் கூடும்.[32]

சுதந்திர இந்தியாவில் தமிழ்நாட்டின் வரலாறு, 1956ஆம் ஆண்டு மொழிவாரி மாநிலங்கள் பிரித்ததைக் கணக்கில் கொண்டால், இன்று சற்றேறக்குறைய 70 வருடங்கள் ஆகின்றது. ஆனால், சோழர்கள் 429 வருடங்கள் தொடர்ச்சியாக ஆட்சி செய்தனர். அவர்களது ஆட்சி தென்னிந்தியாவிலும், தென் கிழக்கு ஆசியாவிலும், இலங்கையிலும் அழிக்க முடியாத அரசியல் தாக்கத்தை ஏற்படுத்தியது.

அடிக்குறிப்புகள்

1. *Noboru Karashima, 'A concise History of South India Issues and interpretations', by Oxford University Press 2014, Page 54.*
2. *Ibid, page 60*
3. *Ibid, pages 46-47*
4. *K.A.Nilakanta Sasthri, 'A History of South India from prechistoric period to the fall of Vijayanagar', IV Edition Oxford university press, Page 130.*
5. *Noboru Karashima, 'A concise History of South India Issues and interpretations', by Oxford University Press 2014, Page 62.*
6. கே.ஏ.நீலகண்ட சாஸ்திரி, 'சோழர்கள் புத்தகம் 1', இந்தியன் கவுன்ஸில் ஆப் ஹிஸ்டாரிகல் ரிசர்ச் புதுடெல்லி, நியு செஞ்சுரி புக் ஹவுஸ் (பி) லிட், பத்தாம் பதிப்பு ஜனவரி 2020, பக்கம் 167.

7. அதே நூல், பக்கம் 171

8. K.A.Nilakanta Sasthri, 'A History of South India from prechistoric period to the fall of Vijayanagar' IV Edition, Oxford university press, Page 163.

9. சதாசிவ பண்டாரத்தார் T.V., 'பிற்காலச் சோழர் சரித்திரம்', நாம் தமிழர் பதிப்பகம், நான்காம் பதிப்பு 2020, பக்கம் 62.

10. கே.ஏ.நீலகண்ட சாஸ்திரி, 'சோழர்கள் புத்தகம் 1', இந்தியன் கவுன்ஸில் ஆப் ஹிஸ்டாரிகல் ரிசர்ச் புதுடெல்லி, நியு செஞ்சுரி புக் ஹவுஸ் (பி) லிட், பத்தாம் பதிப்பு ஜனவரி 2020, பக்கம் 194.

11. Anirudh Kanisetti, 'Loards of the Deccan Southern India from the Chalukyas to the Cholar', Juggernaut, Books 2022, Page 264.

12. K.A.Nilakanta Sasthri, 'A History of South India from prechistoric period to the fall of Vijayanagar', IV Edition, Oxford university press, Page 165.

13. எதிராஜ ராமானுஜதாஸர், 'குரு பரம்பரை வைபவம்', பதிப்புரை - ஸ்ரீ வைஷ்ணவ ஸ்ரீ, ஆறாம் பதிப்பு, மார்ச் 2020, பக்கம் 37.

14. K.A.Nilakanta Sasthri, 'A History of South India from prechistoric period to the fall of Vijayanagar', IV Edition, Oxford university press, Page 165.

15. கே.ஏ.நீலகண்ட சாஸ்திரி, 'சோழர்கள் - புத்தகம் 2, இந்தியன் கவுன்ஸில் ஆப் ஹிஸ்டாரிகல் ரிசர்ச் புதுடெல்லி, நியு செஞ்சுரி புக் ஹவுஸ் (பி) லிட், பத்தாம் பதிப்பு ஜனவரி 2020, பக்கம் 824-825.

16. அதே புத்தகம், பக்கம் 829

17. K.A.Nilakanta Sasthri, 'A History of South India from prechistoric period to the fall of Vijayanagar', IV Edition, Oxford university press, Page 168.

18. Ibid, Page 172

19. Ibid, Page 173

20. Chau Ju-Kua Friedrich Hirth and W.W. Rock hill printed at ST. Petersburg imperial academiy of Sciences 1911, page 95.

21. K.A.Nilakanta Sasthri, 'A History of South India from prechistoric period to the fall of Vijayanagar', IV Edition, Oxford university press, Page 177.

22. கே.ஏ.நீலகண்ட சாஸ்திரி, 'சோழர்கள் புத்தகம் 1', இந்தியன் கவுன்ஸில் ஆப் ஹிஸ்டாரிகல் ரிசர்ச் புதுடெல்லி, நியு செஞ்சுரி புக் ஹவுஸ் (பி) லிட், பத்தாம் பதிப்பு, ஜனவரி 2020 பக்கம் 537.

23. David N.Lorenzen, 'The Kapalikas and Kalamukhas Two lost saivite Sects', Motilal Banarsidass publishing house, Delhi Second Revised Edition, Delhi 1991, First Edition Delhi 1972, Page 165.

24. Ibid, Page 5

25. Ibid, Page 86

26. கவிச்சக்கரவர்த்தி சயங்கொண்டாரின் 'கலிங்கத்துப் பரணி', மூலமும் உரையும் உரை புலியூர்க் கேசிகன், சாரதா பதிப்பகம் சென்னை -14, எட்டாம் பதிப்பு 2022, பக்கம் 67.

27. Marcopolo, 'The Travels of Marcopolo & Cosimo Classics', New york, Page 287.

28. Chau Ju-Kua Friedrich Hirth and W.W. Rock hill printed at ST. Petersburg imperial academiy of Sciences, 1911, page 95.

29. கே.ஏ.நீலகண்ட சாஸ்திரி, 'சோழர்கள் புத்தகம் 1', இந்தியன் கவுன்ஸில் ஆப் ஹிஸ்டாரிகல் ரிசர்ச் புதுடெல்லி, நியு செஞ்சுரி புக் ஹவுஸ் (பி) லிட், பத்தாம் பதிப்பு, ஜனவரி 2020 பக்கம் 729.

30. அதே நூல், பக்கம் 304.

31. Chau Ju-Kua Friedrich Hirth and W.W. Rock hill printed at ST. Petersburg imperial academy of Sciences, 1911, page 96.

32. Tansen sen, 'Buddhism Diplomacy and Trade, The Realignment of Sino - Indian Relations, 600-1400', Association for Asian studies, 2003, Page 167.

நூலக உலாவும் நேர்காணல்களும்

இலங்கைத் தமிழர்கள் குறித்த வரலாற்று நூல்களில் ‘எ ஷார்ட் ஹிஸ்டரி ஆப் சிலோன்’[1] என்ற காட்ரிங்டனின் நூல் **1926**ஆம் ஆண்டு இலண்டன் மெக்மில்லன் அண்ட் கோ நிறுவனத்தினால் வெளியிடப்பட்டது. சிங்கள மொழி வடஇந்திய தோற்றத்தைக் கொண்டிருந்தாலும் இலங்கையின் சமூக அமைப்புத் தென்னிந்தியப் பண்பாட்டை அடிப்படையாகக் கொண்டது என்ற காட்ரிங்டனின் நூலையே இலங்கை தொடர்பான தனது கருத்துகளில் நீலகண்ட சாஸ்திரி மேற்கோள் காட்டுகிறார். இந்தியாவின் மேற்குக் கடற்கரையில் இருந்தும்,

கிழக்குக் கடற்கரையில் இருந்தும் பல்வேறு சமூகக் குழுக்கள் வணிகக் காரணங்களுக்காகவும் வேறு பல காரணங்களுக்காகவும் இலங்கையில் குடியேற்றம் செய்ததாகக் கூறும் காட்ரிங்டன், புத்தர் இறந்த நாள் அன்று விஜயன் இலங்கை வந்ததாகக் கூறுவது வரலாற்றின்படி தவறானது என்று நிறுவுகிறார்.

ஹென்றி பார்க்கரின் 'ஏன்சியன்ட் சிலோன்'[2] என்ற நூல் 1909ஆம் ஆண்டு லுசாக் என்ற இலண்டன் நிறுவனத்தால் வெளியிடப்பட்டது. பார்க்கர் நூலின்படி இலங்கையின் தொல்குடிகளான வேடர்களின் மொழி தமிழும் அல்ல, சிங்களமும் அல்ல என எளிதில் அறிய இயலும். வேட்டையாடும் வேடர்களுக்கு வேட்டை விலங்குகள் தொடர்பான சொற்களே மிகவும் பயனுள்ளவை. காட்டில் குகைகளில் வாழும் வேடர்களின் மொழியில் கிராமம் என்ற சொல் இல்லை எனக் கூறும் பார்க்கர், வேடர்கள் பயன்படுத்தும் 182 சொற்களைத் தனது நூலில் பட்டியலிட்டார். அவற்றில் பட்டை, பெட்டி ஆகியச் சொற்கள் மட்டுமே தமிழில் உள்ளன. வேட்டை விலங்குகள், பறவைகள், பூச்சிகள், மரங்கள் ஆகியவற்றிற்கான வேடர் மொழிச் சொற்கள் தமிழ் மற்றும் சிங்கள மொழிச் சொற்களுக்குச் சிறிதும் தொடர்பற்றவை. வேடர்கள் தங்களைக் குறிப்பிட வேடர் என்ற சொல்லைப் பயன்படுத்துவதில்லை. மாறாக, காடவர் எனப் பொருள்படும் வன்னியாளட்டோ என்ற சொல்லைப் பயன்படுத்துகிறனர். சிங்களர் வேடர்களைப் புலிந்தாஸ் என அழைப்பதும் உண்டு.

மருத்துவரும் மானுடவியலாளருமான சார்லஸ் கேப்ரியல் செலிக்மென் மற்றும் பிரண்டா செலிக்மென் இருவரும் கேம்பிரிட்ஜ் பல்கலைக்கழகப் பணி செய்தபோது இலங்கையில் அருகிக்கொண்டிருந்த வேடர்கள் குறித்து ஆய்வு செய்வதற்காக இலங்கை வந்தனர். அவர்களால் எழுதப்பட்டு 1911ஆம் ஆண்டில் கேம்பிரிட்ஜ் பல்கலைக்கழகத்தால் வெளியிடப்பட்ட 'தி வேடாஸ்'[3] என்ற புகழ்பெற்ற நூல் வேடர்கள் பற்றி விரிவாகக் கூறுகிறது. கதிர்காம முருகனுக்கும் வேடர்களுக்கும் உள்ள கலாச்சாரத் தொடர்பு கடற்கரையில் வாழும் வேடர்கள் மத்தியில் உள்ளதேயொழிய, சிங்களர் - தமிழ் மக்கள் தொடர்பற்றுக் காட்டில் வாழும் வேடர்கள் மத்தியில் இல்லை என செலிக்மென் தனது ஆய்வில் தெளிவுபடுத்துகிறார். வேடர்கள் சிங்கள சமூகத்தில் உயர் குடியினராகவே மதிக்கப்படுகின்றனர். இன்று இலங்கையில் வாழும் சிங்கள மக்கள், வேடர்களுடன் நெருக்கமான உறவு கொண்டுள்ளனர். சில கடற்கரையோர வேடர்கள் தவிர, தமிழர்களுக்கு அவ்வாறான நெருக்கம் ஏற்படாததற்குத் தமிழர்களின் சாதி உணர்வும் இந்து மதக் கட்டமைப்பும் காரணங்களாகக் கூற முடியும்.

1955ஆம் ஆண்டு வெளியாகி, பின்னர் 1975ஆம் ஆண்டில் மறுபதிப்பு செய்யப்பட்ட 'எ ஹிஸ்ட்ரி ஆஃப் சவுத் இந்தியா'[4] என்ற நீலகண்ட சாஸ்திரியின் நூல் காலத்தை வென்று இன்றும் பெரும்பாலான தென்இந்திய வரலாற்று நூல்களின் தாயாக விளங்குகிறது. பாண்டிய மன்னர்களுடைய ஆட்சியில் சிக்கல்கள் எழும்போதெல்லாம் சிங்கள அரசு உதவியாக வந்ததை மகாவம்ச காலத்திலிருந்து காண முடியும். சாஸ்திரியின் நூல் சாளுக்கியர் - சோழர்களுக்கு இடையேயான மண உறவுகளையும் மோதல்களையும் பட்டியலிடுகிறது. தமிழ்நாட்டின் சோழர்கள்

மீது வேங்கி நாட்டுக் கீழைச்சாளுக்கியர், மேலைச்சாளுக்கியர் ஆகிய நாடுகளின் குடும்பங்கள் பெரும் தாக்கத்தை ஏற்படுத்தியதாகக் கூறும் சாஸ்திரி, கல்யாணபுரத்தைச் சோழர்கள் எரித்து, அழிக்கும்போது அங்குள்ள குழந்தைகள், பிராமணர்கள் அனைவரையும் கொன்று பெண்களையும் சிறைபிடிக்கத் தயங்கவில்லை என்று குறிப்பிடுகிறார்.

நோபுரு கரசிமாவின் ‘எ கன்சைஸ் ஹிஸ்ட்ரி ஆஃப் இந்தியா’[5] என்ற நூல் ஆக்ஸ்ஃபோர்டு பல்கலைக்கழக அச்சகத்தால் 2014ஆம் ஆண்டில் வெளியிடப்பட்டது. அந்நூல் யாழ்ப்பாணம் ஆனைக்கோட்டையில் கிடைத்த முத்திரைகளில் பிராமி எழுத்துகள் இருப்பதையும் அவை சிந்து சமவெளி நாகரிகக் குறியீடுகளை ஒத்ததாக உள்ளதாகவும் சுட்டிக்காட்டின. 12ஆம் நூற்றாண்டு வரையில் தென்னிந்தியாவில் சமணமும் பௌத்தமும் இலக்கியத்தில் கோலோச்சியதை கரசிமா குறிப்பிடுகிறார்.

1935ஆம் ஆண்டில் வெளியான சோழர்கள் குறித்த நீலகண்ட சாஸ்திரியின் இரு தொகுதிகள் கே.வி.ராமனால் தமிழாக்கம் செய்யப்பட்டு, இந்திய வரலாற்று ஆய்வு குழுவால் வெளியிடப்பட்டன.[6] தக்கோலம் போரில் பராந்தகச் சோழனின் மகன் இராஜாதித்தனைக் கொன்ற பூதகன் குறித்தும், பராந்தகச் சோழனின் கேரள மனைவிக்குப் பிறந்த இராஜராஜ சோழனின் பாட்டனாராகிய அரிஞ்சய சோழன் குறித்தும், இராணிப்பேட்டை அருகே மேல்பாடியில் எழில்மிகு பச்சை கற்களால் அவருக்கு எழுப்பப்பட்ட அதிகம் அறியப்படாத சிறிய பள்ளிபடை கோயில் குறித்தும் அவர் பதிவிட்டுள்ளார். இராஜராஜன் தனது 29ஆம் ஆட்சி ஆண்டில் தன் மனைவியுடன் தஞ்சாவூர் அருகே திருவிசலூர் கோயிலுக்கு வருகை தந்து அங்கு இரணியகர்ப்பம் என்ற சடங்கைச் செய்ததாக சாஸ்திரி குறிப்பிடுகிறார். அச்சடங்கு அரசனைத் தங்கப் பானையில் அமரச் செய்து, சடங்குகள் செய்து, பின்னர் அதை உடைத்துப் பிராமணர்களுக்குப் பங்கு வைப்பதாகும். கிழக்குப் பார்த்த அக்கோயிலின் தென்புறமுள்ள சுவரில் மனைவியுடன் வழிபாடு செய்யும் இராஜராஜ சோழனது சிறு சிற்பம் மட்டுமே அவரது உருவச் சிலை என சாஸ்திரி குறிப்பிடுகிறார். அவ்வரசனின் பிற உருவங்களாகக் கூறப்படுபவை தவறானவை எனவும் சாஸ்திரி கூறுகிறார். ஏராளமான பழைமையான சோழர்கால, பாண்டியர் கால கோயில்கள் தமிழ்நாட்டின் வணிகச் சமூகத்தினரால் புதுப்பிக்கப்படும்போது உடைத்துச் சிதைக்கப்பட்டு, கல்வெட்டுகள் தலைகீழாக்கப்பட்டுக் கோயில்களின் வரலாறு பாழ்படுத்தப்பட்டதாக சாஸ்திரி வருந்துகிறார். இலங்கை வரலாற்றில் சோழர்கள் மிக முக்கியமான இடத்தைப் பெறுகின்றனர். சோழர்களது ஆட்சி தமிழர்களுக்கு உவப்பானதாகவும், சிங்களருக்கு வெறுப்பானதாகவும் உள்ளது. 1526ஆம் ஆண்டு பானிபட் போரில் மொகலாயர் ஆட்சியை நிறுவிய பாபர், அவர் பிறந்த உஸ்பெக்கிஸ்தானில் தேசிய நாயகனாகக் கொண்டாடப்படுவதையும் இந்தியாவில் இந்து தீவிரவாத அமைப்பினரால் அவர் கட்டிய மசூதி இடிக்கப்பட்டதையும் இதனுடன் ஒப்பிட முடியும்.

2022ஆம் ஆண்டு ஜகர்நட் புத்தக நிறுவனத்தால் வெளியிடப்பட்ட ‘அனிருத் கனிசெட்டியின் லார்ட்ஸ் ஆஃப் தி டெக்கான்’[7] என்ற நூல் இராஜராஜனால் இலங்கை

கொள்ளையடிக்கப்பட்டு, அங்குள்ள புத்த தூபிகள் உடைக்கப்பட்டு, இரத்தத்தைக் குடிக்கும் இயக்கர்கள் போல இலங்கையைச் சோழர்கள் கொள்ளையடித்தனர் என்ற வரலாற்றைப் பதிவிடுகிறது. சோழர்கள் சேரநாட்டின் வஞ்சி துறைமுகத்தில் 300 வணிகக் கப்பல்களை ஒரே நாளில் எரித்து ஏற்றுமதி மற்றும் இறக்குமதி வணிகத்தைக் கட்டுப்படுத்தியது குறித்து கனிசெட்டி திகிலுடன் விவரிக்கிறார். இராஜராஜனின் புலிக்கொடியை விடுதலைப் புலிகள் ஏற்றுக்கொண்டமை தமிழர்களுக்கும் சிங்களருக்கும் ஒரு மோதல் போக்கை ஏற்படுத்தியது ஆச்சரியமல்ல.

பிரட்ரிக் ஹிர்த், டபிள்யூ டபிள்யூ ராக்கில் ஆகிய இருவரும் மொழிபெயர்த்த சௌ ஜு குவா[8] என்ற சீன வணிகரின் பதிவுகள், 1911ஆம் ஆண்டில் இம்பீரியல் அகாடமி ஆஃப் சயின்ஸஸ் என்ற ரஷ்ய நிறுவனத்தால் வெளியிடப்பட்டது. சீன அரசு 12 - 13ஆம் நூற்றாண்டுகள் வர்த்தகத்தைப் பற்றி பதிவு செய்கிறது. சோழர்கள் நாட்டில் வரி மிக அதிகம் எனக் குறிப்பிடும் சௌ ஜு குவா, இராஜராஜ சோழன் சுழற்சி முறையில் மூவாயிரம் பணிப் பெண்களை இசை மற்றும் நடனத்துடன் மது, இறைச்சி பரிமாற பணியமர்த்தினார் என்றும், அவனது படையில் 60,000 யானைகள் இருந்தது எனவும் குறிப்பிடுகிறார். அவ்வெண்ணிக்கை மிகையாகச் சொல்லப்பட்டுள்ளதாகக் கருத முடியும். 991ஆம் பொது ஆண்டில் இராஜராஜனுக்கும் சாளுக்கிய அரசனுக்கும் நடந்த மிகப் பெரும் போரில் இராஜராஜனின் 150 யானைகளை இழந்த நிகழ்வும் கல்வெட்டில் குறிப்பிடப்பட்டுள்ளது. ஒரு யானைக்குக் குறைந்தது இரண்டு முதல் நான்கு பணியாளர்களாவது இருக்க வேண்டியது அவசியம். எனவே இராஜராஜன் யானைகளின் எண்ணிக்கை 1,000 முதல் 2,000 வரை இருக்க வாய்ப்புள்ளது. அக்காலப் போர்களில் யானைகள் சண்டை டாங்குகள் போல விளங்கின.

பேராசிரியர் கே.ராஜய்யனின் 'தமிழ்நாட்டு வரலாறு' சா.தேவதாஸால் மொழிபெயர்க்கப்பட்டு ஆகஸ்ட் 2015ஆம் ஆண்டில் எதிர் வெளியீடு வெளியிட்டது.[9] தமிழ்நாட்டில் சமணரும் பௌத்தரும் பல்லவர் ஆட்சிக் காலத்தில் மக்களுக்குத் தத்துவம், இறையியல், மருத்துவம் ஆகியவற்றைத் தமிழில் சொல்லிக் கொடுத்ததாகக் குறிப்பிடும் ராஜய்யன், அதே காலகட்டத்தில் ஆட்சியாளர்கள் வேதம், இதிகாசம் ஆகியவற்றைப் பிராமணர்களுக்கு மட்டும் சமஸ்கிருத மொழியில் கடிகை என்ற பள்ளிகளில் கற்பித்தனர் எனக் குறிப்பிடுகிறார். திருமங்கையாழ்வார் சிதம்பரத்தில் பௌத்த விகாரத்தைக் கொள்ளையடித்து ஸ்ரீரங்கம் கோயிலைக் கட்டியதாகக் குறிப்பிடும் அவர், 8000 சமணர்களை சம்மந்தர் படுகொலை செய்தது போல மாணிக்கவாசகர் தொண்டை மண்டலத்துப் பௌத்தர்களைக் கொன்றொழித்ததாகத் தனது நூலில் குறிப்பிடுகிறார். டி.வி.சதாசிவ பண்டாரத்தாரால் எழுதப்பட்டு நாம் தமிழர் பதிப்பகத்தால் 2008ஆம் ஆண்டு வெளியிடப்பட்ட 'பிற்காலச் சோழர் சரித்திரம்', தமிழில் வெளிவந்த சிறந்த நூல்களில் ஒன்று.[10] சோழர்கால அரண்மனைப் பெண்கள் உடன்கட்டை ஏறல், அடிமை முறைகள் பற்றியும் கூறும் அந்நூலில் நிலவரியான புரவுவரி, தறியிறை, செக்கிறை, மனை இறை, அங்காடி பாட்டம், தட்டாரப் பாட்டம், கண்ணாலக் காணம், குசக்காணம், ஓடக் கூலி, நீர்க் கூலி, நாடு காவல், மரவிறை, இலைக் கூலம், ஈழம் பூட்சி, இடைப்பாட்டம் ஆகிய

சோழர்கால வரிகள் பற்றிக் கூறப்பட்டன. சோழர் கால ஆட்சியின் சிறப்பை மட்டுமே கூறும் நூல் எனக் கூற முடியும்.

மோதிலால் பனராஸ்தாஸ் வெளியீட்டில் 'தி கபாலிக்காஸ் அண்டு காளமுகாஸ்'[11] என்ற நூல் டேவிட் என்.லாரன்ஸன் எழுதி **1972**ஆம் ஆண்டிலும், திருத்தப்பட்ட பதிப்பு **1991**இலும் வெளியானது. மனிதர்களைப் பலியிடும் சடங்குகள் இந்தியாவில் பரவலாக இருந்ததைச் சுட்டிக்காட்டும் லாரன்ஸன், மேற்கு வங்க குட்ச் பிகாரில் ஆட்சி செய்த நரநாராயன் என்ற அரசன் ஒரே நாளில் **150** பேரைச் சடங்கு ஒன்றில் பலியிட்டதைக் கூறுகிறார். அவர் இராணிப்பேட்டை மேல்பாடியில் உள்ள அருஞ்சேஸ்வரா அருந்தீஸ்வரர் கோயில் என்ற இராஜராஜசோழன் பாட்டனாரின் பள்ளிப்படை கோயிலின் தலைமை பூசாரி காளமுகா பிரிவைச் சேர்ந்தவர் எனவும் குறிப்பிடுகிறார். காளமுகர்கள் மனித பலிகள் கொடுக்கும் இந்து மதப் பிரிவைச் சேர்ந்தவர்கள். **11**ஆம் நூற்றாண்டில் எழுதப்பட்ட 'ஜெயங்கொண்டாரின் கலிங்கத்துபரணி'[12] குலோத்துங்க சோழன் கலிங்கத்தை வெற்றி கொண்டதைச் செய்யுள்களில் வடிக்கிறது. அப்பரணி, போர்க்களத்தில் இறந்தவர்களுடைய உடல்கள், உதிரம் மற்றும் வெட்டுபட்ட கை, கால்கள் ஆகியவற்றைக் கொண்டு பேய்களுக்குப் படைக்கும் களக்கூழ் சமைக்கப்படுவதைக் காட்டுகிறது. **2005**ஆம் ஆண்டில் பினோய் கே.பெகல் அஜந்தா குகை ஓவியங்களைப் பற்றி எழுதிய நூலில்[13] குகை எண். **17**இல் சிங்கள அவதான புத்த ஜாதகக் கதையினைச் சித்திரிக்கும் ஓவியங்கள் உள்ளிட்ட அனைத்து அஜந்தா ஓவியங்கள் பற்றியும் பதிவு செய்தார். புத்த ஜாதகக் கதையிலிருந்தே மகாவம்சத்தின் விஜயன் குவேனி கதை எடுத்துக் கையாளப்பட்டிருப்பதை அறிய முடியும். புத்த கயாவுக்கு வருகை தந்த மகாநாம தேரா அந்நாளில் புகழ்பெற்ற அஜந்தா குகைகளைப் பார்த்தும் தங்கியும் இருக்கக் கூடும்.

இலங்கையின் வரலாற்றையும் புனைவையும் கலந்து எழுதிய 'மகாவம்சோ'[14] என்ற நூல் ஜார்ஜ் டர்னவுர் என்பவரால் **1837**ஆம் ஆண்டில் மொழிபெயர்ப்பு செய்யப்பட்டு வெளியிடப்பட்டது. **19**ஆம் நூற்றாண்டின் கடைசியில் மகாவம்சம் இலங்கையின் ஆங்கில ஆளுநரால் சாதாரண மக்களுக்குச் சிங்களத்தில் மொழிமாற்றம் செய்யப்பட்டது. பாலி மொழியில் எழுதப்பட்ட நூல் சிங்களத்தில் வெளியான பின்னரே சிங்கள அரசன் துட்டகமனுவுக்கும், தமிழ் அரசன் எல்லாளனுக்கும் போர் நடந்ததாக இலங்கை மக்கள் நம்பினர். விடுதலைப் புலிகளும் அக்கற்பனைக் கதையை ஊக்குவிக்கும் விதமாக எல்லாளன் படை என்ற பெயரைத் தங்கள் படையணியில் இடம்பெறச் செய்தனர்.

விஜித யாப்பா நிறுவனத்தின் வெளியீடான "எ கம்ப்ளீட் இல்லஸ்ட்ரேட்டட் ஹிஸ்ட்ரி ஆஃப் ஸ்ரீலங்கா' என்ற நூல்[15] ஆண்டன் செபாஸ்டியனால் எழுதப்பட்டு **2012** பிப்ரவரியில் வெளியிடப்பட்டது. விளக்கப்படங்கள் நிறைந்த காப்பி மேசை புத்தகம் போன்ற சற்றுப் பெரிய அந்நூலில் இலங்கையைப் பற்றிய ஏராளமான தகவல்கள் இடம்பெற்றுள்ளன. அரபு நாட்டில் பிரபலமான சிந்துபாத் கதைகளில் வைர, வைடூரியங்களை எடுப்பதற்காக இறந்த பசு ஒன்றின் தோலைத் தன்மேல்

போர்த்திக்கொண்ட சிந்துபாத்தைத் தூக்கிச் சென்ற இராட்சத கழுகு ஒன்று நவரத்தினங்கள் நிறைந்த மலையின் காட்டுப்பகுதியில் போட்டுச் சென்ற பிறகு, அவற்றை எடுத்துச் செல்வந்தனான சிந்துபாத் கதையின் கதைக்களம் இலங்கை என செபாஸ்டியன் குறிப்பிடுகிறார். அதுபோன்றே எட்வர்ட் வில்லியம் லேனின் அரேபிய இரவுகள் கதைகளின் 19ஆம் நூற்றாண்டு ஆங்கில மொழியாக்கத்தில் தனது ஆறாவது பயணத்தில் இலங்கையின் வடபகுதியில் கப்பல் உடைந்து கரை ஒதுங்கிய சிந்துபாத் முத்துக்களையும் இரத்தினங்களையும் எடுத்த இடம் கீரிமலை என எமர்சன் டென்டன்ட்டும் குறிப்பிட்டிருப்பார்.

'சிலோன் தி போர்த்துகீஸ் எரா' என்ற பால் இ பெய்ரிசின் நூல் திசாரா பிரகாசகயோ லிமிடெட் என்ற நிறுவனத்தால் வெளியிடப்பட்டது.[16] 1613ஆம் ஆண்டில் கொழும்புவில் இருமழைக் காலங்கள் தொடர்ந்து, அதாவது ஒருவருடக் காலம் தொடர்ந்து முஸ்லிம்கள் வசிக்கக்கூடாது என்றும் அங்கு நிரந்தரமாகக் குடியமர முடியாது என்றும் போர்த்துகீசியர்கள் கட்டுப்பாடுகள் விதித்ததைச் சுட்டிக்காட்டுகிறார். மேலும் போர்த்துகீசியர்கள் காலத்தில் ஏராளமான ஆப்பிரிக்க அடிமைகள் இறக்குமதி செய்யப்பட்டு அவர்கள் இன்று இலங்கையின் சிங்கள குடிமக்களானதையும் குறிப்பிடும் பெய்ரிஸ், இலங்கையில் புகழ்பெற்ற பைலா இசை போர்த்துகீசியரின் கொடை எனக் குறிப்பிடுகிறார்.

1964ஆம் ஆண்டில் வெளியான வி.சீ.கந்தையாவின் 'மட்டக்களப்புத் தமிழகம்' நூல் எக்ஸில் நிறுவனத்தால் வெளியிடப்பட்டது. அதன் இரண்டாம் பதிப்பு அக்டோபர் 2012ஆம் ஆண்டில் வெளியானது.[17] இலங்கையில் கிழக்கில் கண்ணகி வழிபாடு குறித்தும், வடசேரி, தென்சேரி பிரிந்து விளையாடும், கொம்பு விளையாட்டுக் குறித்தும் ஏராளமான தகவல்களை இந்நூல் தருகிறது. தமிழகத்தில் மறைந்து போன கண்ணகி வழிபாடு இலங்கையில் வளர்ந்து வளமாக இருப்பது தமிழகத்தை ஆச்சரியப்படுத்தும். 11ஆம் நூற்றாண்டில் இலங்கையின் அரசன் ஐந்தாம் மகிந்தனையும், அவரது மனைவியையும் சிறைபிடித்த இராஜராஜன் அவர்களைத் தஞ்சாவூருக்குக் கொண்டு வந்தார். அங்கு மகிந்தனின் மனைவிக்குப் பத்தினி வழிபாடு செய்ய கோயில் ஏதும் இல்லாததால், தஞ்சை பிரகதீஸ்வரர்

கோயிலுக்கு அருகில் பத்தினி கோயில் ஒன்று ஏற்படுத்தி வழிபட ஏற்பாடு செய்தார். மகிந்தனின் மனைவிக்காகக் கட்டப்பட்ட கோயில் இன்றும் தஞ்சாவூரில் சிங்கள நாச்சியம்மன் கோயில் அல்லது செங்களாச்சி அம்மன் கோயில் என்ற பெயரில் வழங்கப்படுவதாகக் கந்தையா குறிப்பிடுகிறார்.

2017ஆம் ஆண்டில் கருப்பு பிரதிகளால் வெளியிடப்பட்ட 'வட்டுக்கோட்டை அரங்க மரபு'[18] என்ற நூல் சா.தில்லை நடேசனால் எழுதப்பட்டது. யாழ்ப்பாணச் சமூகங்கள் குறித்து அலசி ஆராயும் அந்நூல் வலிமேற்கில் 24 சாதிகள் உள்ளதாகக் குறிப்பிடுகிறது.

குமரன் புத்தக நிலையத்தால் வெளியிடப்பட்ட 'யாழ்ப்பாணம் - சமூகம் பண்பாடு கருத்து நிலை' என்ற நூல்[19] கார்த்திகேசு சிவதம்பியால் எழுதப்பட்டது. 2000 ஆகஸ்ட் அன்று வெளியான அந்நூல், ஆறுமுக நாவலரின் சமஸ்கிருதமயமாக்கப்பட்ட சைவ ஆகம போக்குத் தமிழ்ச் சமூகத்தில் சிக்கல்களை ஏற்படுத்தியதைச் சுட்டிக்காட்டுகிறது. யாழ்ப்பாணத்தில் அண்ணன்மார் கோயில்கள் பிள்ளையார் கோயில்களாகவும், கண்ணகி அம்மன் கோயில் இராஜராஜேஸ்வரி கோயிலாகவும், நாச்சியார் கோயில்கள் காமாட்சி அம்மன் கோயில்களாகவும், பொங்கல் வைத்தல் சங்காபிஷேகமாக மாற்றப்பட்டதையும் சுட்டிக்காட்டுகிறது. யாழ்ப்பாண சைவ, சமஸ்கிருதமயமாக்கப்பட்ட போக்கின் விளைவாக யாழ்ப்பாணத்திலிருந்து முஸ்லிம்கள் வெளியேற்றப்பட்டபோது சைவத் தமிழர்கள் அதை எதிர்க்கவில்லை எனக் குறிப்பிடும் கார்த்திகேசு சிவதம்பி, ஆறுமுக நாவலரது மத அரசியலையும் சுட்டிக்காட்டத் தவறவில்லை. யாழ்ப்பாணத்தில் ஆலயப் பிரவேசங்கள் நிகழ்ந்தாலும் கோயில் நிர்வாகத்தில் அங்குள்ள விளிம்புநிலை சமூகத்தினர் நிர்வாகத்தில் பங்கெடுப்பதற்கான சூழல் ஏற்படவில்லை என கார்த்திகேசு சிவதம்பி குறிப்பிடும்போது, தமிழ்நாட்டு இந்து சமய அறநிலையத்துறை சட்டங்களின்படி இயங்கும் ஏராளமான கோயில்களில் அறங்காவலர் குழுவில் மூன்றில் ஒருபங்கு பெண்களும், பட்டியல் சமூகத்தினரும் இடம்பெற வேண்டும் என தமிழக முன்னாள் முதல்வர் கருணாநிதி கொண்டுவந்த சட்டத் திருத்தம் நம் நினைவிற்கு வருவதைத் தவிர்க்க இயலாது.

கலாநிதி முருகர் குணசிங்கத்தின் 'இலங்கை தமிழர்' நூல்[20] முதல் தொகுதி 2008இல் வெளியானது. ஓரளவிற்கு இலங்கை வரலாற்றைப் பதிவு செய்த அந்நூல், மலையகத் தமிழரையும் இலங்கைத் தமிழரையும் வேறுபடுத்தியே பார்க்கிறது எனலாம். 1915ஆம் ஆண்டில் சிங்கள முஸ்லிம் கலவரத்தில் மார்ஷல் சட்டத்தின் கீழ் கைது செய்யப்பட்ட சேனநாயகா, அனகாரிக தர்மபாலாவின் சகோதரர் உள்ளிட்ட சிங்கள அரசியல்வாதிகளில் பலரை விடுவிக்க இலண்டன் சென்று வாதாடிய பொன்.ராமநாதனைக் கடிந்துரைக்கும் குணசிங்கம், தரப்படுத்துதல் தொடர்பாக எழுதும்போது 1977ஆம் ஆண்டிலான மாவட்ட அடிப்படையிலான ஓதுக்கீட்டு முறை இலங்கைத் தமிழருக்குப் பாதிப்பு ஏற்படுத்தியதாகக் கூறுகிறார். ஆனால், கல்வியில் பின்தங்கிய மாவட்டங்களுக்கு வழங்கும் பதினைந்து விழுக்காடு இடஓதுக்கீடு சப்ரகமுவா, ஊவா மற்றும் மத்திய மாகாணங்களில்

உள்ள மலையகத் தமிழர்களுக்குப் பயனுள்ளதாக அமையும் என்ற உண்மையை ஏனோ அவர் புலப்படுத்தவில்லை. 1978ஆம் ஆண்டிற்குப் பின்னர் எடுக்கப்பட்ட புள்ளிவிவரங்களிலிருந்து கல்வி மற்றும் வேலைவாய்ப்பில் இலங்கைத் தமிழர்களது பங்களிப்புக் குறைந்துள்ளதை நாம் அறிய இயலும். தமிழ்நாட்டிலும் கூட உயர் வகுப்பினர் மட்டுமே ஆக்கிரமித்துக்கொண்டிருந்த கல்வியும் வேலைவாய்ப்பும் இடஒதுக்கீட்டு முறைக்குப் பின்னரே விளிம்புநிலை மக்களுக்கும் ஓரளவு கொண்டு செல்லப்பட்டது. அதனால் உயர்வகுப்பினரின் பங்களிப்புக் கல்வியிலும் வேலைவாய்ப்பிலும் குறைவது இயல்பானதே. தமிழ்நாட்டில் மிகவும் பிற்படுத்தப்பட்டவர்களுக்கான இடஒதுக்கீட்டை மற்றும் வன்னியருக்கான உள் இடஒதுக்கீட்டை ஆதரிக்கும் பாட்டாளி மக்கள் கட்சியின் இராமதாஸ், இடஒதுக்கீட்டை முழுமையாக ஆதரிக்கும் திராவிடர் கழக வீரமணி, பெரியார் திராவிடர் கழக கொளத்தூர் மணி, மறுமலர்ச்சி திராவிட முன்னேற்றக் கழக வைகோ, திராவிட முன்னேற்றக் கழகத்தின் கருணாநிதி, விடுதலைச் சிறுத்தைகள் கட்சியின் திருமாவளவன், பெரியாரிய ஆனைமுத்து உள்ளிட்டோர் இலங்கையில் 1971ஆம் ஆண்டு அறிமுகப்படுத்திய இனரீதியான தரப்படுத்துதல் முறையே இன்றும் நடைமுறையில் இருப்பதாகக் கருதி, இலங்கை இனப்பிரச்சினைக்குத் தரப்படுத்துதல் முறையும் காரணமென 1980க்குப் பிறகும் கூறுவது தவறெனக் கூறலாம். இன அடிப்படையிலான தரப்படுத்தல் முறை 1977ஆம் ஆண்டிற்குப் பிறகு மாற்றியமைக்கப்பட்டது. தமிழ்நாட்டில் தீவிர ஈழ ஆதரவாளர்களுக்குத் தமிழ்நாட்டின் இடஒதுக்கீடு உவப்பானதாகவும் இலங்கையில் கல்வியில் பின்தங்கிய மாவட்டங்களுக்கான இடஒதுக்கீடு கசப்பானதாகவும் மாறியது விந்தையே.

கலாநிதி முருகர் குணசிங்கத்தின் 'இலங்கை தமிழர்'[21] நூலின் இரண்டாம் தொகுதி 2010இல் வெளியானது. இரண்டாம் தொகுதி ஆயுதப் போராட்டத்தின் வரலாற்றையும், முதல் தொகுதி சமூக, அரசியல் வரலாற்றையும் பதிவு செய்தது. விடுதலைப் புலிகளைத் தங்கள் செல்லக் குழந்தைகளாகக் கருதும் நூல்களில் இந்நூலையும் ஒன்றாகக் குறிப்பிடலாம். குமரன் பத்மநாபனுக்கும் நூலாசிரியருக்கும் நடந்த நீண்ட உரையாடல் பற்றிக் கூறும் நூலாசிரியர், 2009ஆம் ஆண்டு மே மாதத்தில் விடுதலைப் புலிகளின் உயர்மட்ட அரசியல் தலைமையான பிரபாகரனையும் அவருடன் இருந்த சிலரையும் காப்பாற்ற 300 மில்லியன் அமெரிக்க டாலர்களை விடுதலைப் புலிகளிடம் குமரன் பத்மநாபன் என்ற கே.பி கேட்டதாகவும், அதற்காக அவர் பசில் ராஜபக்சவிடம் பேரம் பேசியதாகவும் குறிப்பிடுகிறார். விடுதலைப் புலிகளின் ஆயுதப் போராட்ட வரலாற்றில் அவர்கள் இழைத்த வரலாற்றுத் தவறுகளான முஸ்லிம்கள் ஓட்டாண்டிகளாக்கப்பட்டு வெளியேற்றப்பட்டதையும் (1990), புலிகள் முஸ்லிம்களுடன் செய்துகொண்ட இணக்க ஒப்பந்தம் குப்பைத் தொட்டியில் எறியப்பட்டதையும் (2002), மலையகத் தமிழர்களுக்குச் சுதந்திர ஈழம் எவ்வித விடுதலையும் தரப்போவதில்லை என்பதையும் முருகர் குணசிங்கம் குறிப்பிடத் தவறுகிறார் என்றே கருதலாம்.

1915ஆம் ஆண்டு பொன்னம்பலம் இராமநாதன் இலண்டன் சென்று இலங்கையில் சிறையில் இருந்த சிங்களத் தலைவர்களை விடுவிக்க வாதாடியதைத் பிழையாகக் கூறும் முருகர் குணசிங்கம், யாழ்ப்பாணம் மற்றும் வடக்கில் இருந்து சிங்களர்களையும்

முஸ்லிம்களையும் வெளியேற்றிய நிகழ்வுக்காக விடுதலைப் புலிகள் மீது எவ்விதக் குற்றச்சாட்டையும் கூறாதது ஆச்சரியமளிக்கிறது. 16.10.1990 அன்று எறாவூர் படுகொலையில் தப்பிய தங்கராசு அய்யனார் என்பவரின் வாக்குமூலத்தைப் பதிவு செய்யும் முருகர் குணசிங்கம், 03.08.1990 அன்று விடுதலைப் புலிகளால் நிகழ்த்தப்பட்ட காத்தான்குடி படுகொலைகள், 05.08.1990 அன்று நிகழ்ந்த ஒலுவில் படுகொலைகள், 06.08.1990 அன்று நிகழ்ந்த அக்கரைப்பற்றுப் படுகொலைகள் ஆகியன குறித்து எவ்விதப் பதிவும் செய்யவில்லை. இந்திய இராணுவத்தை விமர்சனம் செய்ய 'முறிந்த பனை' நூலைத் துணைக்கழைக்கும் அவர், 'முறிந்த பனை' ஆசிரியர்களில் ஒருவரான ராஜனி திராணகமவைப் புலிகள் கொன்றது பற்றி வாய்த் திறக்கவில்லை. இலங்கையின் நீண்ட நெடிய வரலாற்றை எழுதும்போது இலங்கைத் தமிழர்களுக்கு இலங்கை அரசியலை முப்பது வருடகாலம் கைப்பந்தாடிய விடுதலைப் புலிகள் சார்பு நேர்வதில் ஆச்சரியமில்லை போலும்.

ஹார்வேர்டு பல்கலைக்கழக மானுடவியல் பேராசிரியரான எஸ்.ஜே.தம்பையா, இலங்கை குறித்து எழுதிய நூலான 'ஸ்ரீலங்கா - எத்னிக் பிராட்ரிசைடு அண்டு டிஸ்மேன்டிலிங் ஆஃப் டெமாக்கிரேசி' என்ற நூல்[22] 1986ஆம் ஆண்டு சிக்காக்கோ பல்கலைக்கழகத்தால் வெளியிடப்பட்டது. விடுதலைப் புலிகளால் கொல்லப்பட்ட புகழ்பெற்ற வழக்கறிஞர் நீலன் திருச்செல்வத்தால் பரிந்துரைக்கப்பட்ட இலங்கை குறித்த 10 நூல்களில் ஒன்றான தம்பையாவின் நூல் சிறிய நூலாக இருந்தாலும் எளிமையாக, அழகாக இலங்கை மக்களின் சமூக வரலாற்றைக் கூறுகிறது. இலங்கையின் அரசர்களான கீர்த்தி இராஜசிம்மன் போன்றவர்கள் நெற்றியில் திருநீறோடு வலம் வந்தாலும் பௌத்த மத நம்பிக்கை கொண்டவர்களோடு எவ்வித முரண்பாடுகளும் கொள்ளவில்லை எனக் குறிப்பிடும் தம்பையா, இலங்கையில் பெரும் எண்ணிக்கைகளில் உள்ள சமூகங்களான கொய்கம, கரவா சமூகங்கள் தமிழக மண்ணோடு நெருக்கமான உறவு கொண்டவை என்பதை விளக்குகிறார். 1983ஆம் ஆண்டு ஜூலையில் நிகழ்ந்த தமிழர் படுகொலைகளின் சமூக, பொருளாதாரப் பின்னணியையும், அதில் சிங்கள சமூகத்தின் அடிமட்டத்தைச் சேர்ந்த சிறில் மேத்யூ போன்ற அரசியல்வாதிகளின் பங்கையும் அம்பலப்படுத்துகிறார். அக்கலவரத்தின்போது 40,000 மலையகத் தமிழர்கள் கிளிநொச்சியில் தஞ்சமடைந்ததையும் அவர் குறிப்பிடுகிறார். நான்காவது ஈழப் போர் எனத் தமிழ் வரலாற்றாசிரியர்களால் வர்ணிக்கப்படும் பிரபாகரனின் இறுதிப் போரில் கொல்லப்பட்டோரில் ஏராளமானோர் மலையகத் தமிழர்கள் என்ற உண்மை தமிழ்நாட்டில் பெருமளவு அறியப்படாமலேயே அழிந்து போகும் சாத்தியமுண்டு.

தரப்படுத்துதல் பற்றி அவர் குறிப்பிடும்போது கல்வி, வேலைவாய்ப்புகளில் இலங்கை முழுக்க உள்ள மாணவர்களில் தகுதி அடிப்படையில் 30 விழுக்காடும், இலங்கையில் மொத்தமுள்ள 25 மாவட்டங்களுக்கு மாவட்ட அளவிலான இடஒதுக்கீட்டில் 55 விழுக்காடும், கல்வியில் பின்தங்கிய மாவட்டத்தினருக்கு 15 விழுக்காடும் வழங்கப்பட்டதைச் சுட்டிக்காட்டும் தம்பையா, 1981ஆம் ஆண்டு புள்ளிவிவரங்களின்படி மலையகத் தமிழர்களின் மத்தியில் உயர்தர கல்வி கற்ற மாணவர்கள் எவரும் இல்லை எனக் குறிப்பிடுகிறார்.

இலங்கையின் அனைத்து மாகாணங்களையும் நான்காகப் பிரிக்கும் அவர், சிங்களர் 78 விழுக்காடும் தமிழர் 11 விழுக்காடும் வாழும் இலங்கையின் மேற்கை முதலாம் மண்டலமாகவும்; 82 விழுக்காடு சிங்களர்களும் 6 விழுக்காடு தமிழரும் வாழும் வடமேற்கு மற்றும் தெற்கை இரண்டாம் மண்டலமாகவும்; 79 விழுக்காடு சிங்களர்களும் 15 விழுக்காடு தமிழரும் வாழும் மத்திய மாகாணத்தை உள்ளடக்கிய பகுதியை மூன்றாம் மண்டலமாகவும்; நான்காம் மண்டலமான கிழக்கு மற்றும் வடக்கில் 69 விழுக்காடு தமிழரும் 13 விழுக்காடு சிங்களரும் வாழ்வதைச் சுட்டிக்காட்டி மொத்த எண்ணிக்கையில் 53 விழுக்காடு தமிழர்கள், தமிழர்களின் தாகமான தமிழ் ஈழத்திற்கு வெளியே வாழ்வதைச் சுட்டிக்காட்ட தவறவில்லை. மானுடவியல் பேராசிரியரான தம்பையாவின் நூலில் தமிழர்களும் சிங்களர்களும் ஒரே தாயின் பிள்ளைகள் எனச் சான்றுகளுடன் நிறுவுவதைத் தடையின்றிக் காண இயலும். தமிழர், சிங்களர் இருவரும் வேறு வேறு இனங்கள் எனப் பிரிப்பது அங்குள்ள இன அரசியலுக்கு உதவுவதை தம்பையா சுட்டிக்காட்டுகிறார்.

இலங்கையின் பண்டைய வேட்டைக் குடிகளில் ஒன்றான ரொடியாக்களின் வாழ்க்கை குறித்து 1957இல் வெளியான எம்.டி.ராகவனின் 'தி ஹேண்சம் பெக்கர்ஸ்' என்ற நூல்[23] சில ஆயிரங்களே வாழும் அம்மக்களின் வாழ்வையும் சமூகவியலையும் பதிவு செய்கிறது. 13ஆம் நூற்றாண்டில் நவரத்தினவள்ளி என்ற இளவரசிக்கு ரொடியா குடிகள் மனித இறைச்சியைக் கொடுத்துப் பழக்கியதால், அரண்மனையிலிருந்து வெளியேற்றப்பட்ட அவ்விளவரசி இந்நாடோடி குடிகளுடன் வாழத் தொடங்கினாள் என்ற பழங்கதை ராபர்ட் நாக்சால் கூறப்பட்டதையும், வேட்டையாடிகளாக இருந்து இரந்துண்ணும் நிலைக்குத் தள்ளப்பட்ட மக்களைக் கல்வி மற்றும் அரசின் நிலம் வழங்கல் திட்டங்கள் சிறிது சிறிதாகச் சென்றடைவதையும் ராகவன் தன் நூலில் பதிவு செய்கிறார். மாட்டுக் கொம்பில் சீப்பு, கயிறு ஆகியவற்றைச் செய்வதில் தேர்ச்சி பெற்ற இச்சமூகத்தினரில் பெரும்பாலான ஆண்களுக்கு வில்லியா என முடியும் பெயர்களும், பெண்களுக்கு வள்ளி என முடியும் பெயர்களும் இருப்பதையும் அவர்களது பழங்கதைகளில் அவர்கள் வேட்டையாடும் குடிகளாக இருந்ததைக் கண்டறிந்த ராகவன், ரொடியாக்கள் வேட்டைக் குடிகளாக இருந்து பின்னர் ஒதுக்கப்பட்ட மக்களாக மாறியிருப்பதையும் விளக்குகிறார். இந்து மதத்தின் தாக்கம் கண்டி சமூகத்தில் இருப்பதும் இம்மக்கள் ஒதுக்கப்படுவதற்கு ஒரு காரணம் என விளக்கும் ராகவன், பௌத்த சமூகத்தில் சாதிய அமைப்புத் தளர்வாக இருப்பதையும் புத்த ஜாதகக் கதைகளில் சண்டாளரது மகனாகப் போதிசத்துவர் பிறப்பதையும் குறிப்பிடுகிறார். இராகவனின் நூலிலிருந்து இச்சமூகத்தினர் ஆஸ்ட்ரோ ஆசியாட்டிக் அல்லது முண்டா மொழிக்கு நெருக்கமான மொழி பேசும் வேட்டையாடிகள் என நாம் அறிய முடியும். இலங்கையில் சிங்கள மக்களுக்கு முன்னரே வாழும் அவர்கள் இன்று சிங்கள சமூகத்தினருடன் இரண்டறக் கலந்த சமூகமாகவே விளங்குகின்றனர்.

எம்.டி.ராகவனின் இன்னொரு முக்கிய நூலான 'தி கரவா ஆப் சிலோன்'[24] 1961இல் வெளியிடப்பட்டது. இலங்கைச் சமூக வரலாற்றில் மிக முக்கிய இடத்தைப் பிடிக்கும் இந்நூல், சில நூற்றாண்டுகளுக்கு முன்னர் தமிழகத்தில் படைத்தலைவர்களாக விளங்கிய மீனவர் சமூகங்கள் இலங்கையில் குடியேற்றம்

செய்த பின்னர் இலங்கையில் சிங்கள கரவா சமூகத்தினராக மாறியதைப் பதிவு செய்கிறார். கரவா சமூகத்தினரின் குடும்ப பெயர்களில் வருணகுல, சூரியகுல, மிகிந்தகுல அல்லது அரசகுல என்ற பெயர்கள் விளங்குவதையும், அவர்களது கொடியில் மகரம் அல்லது மீன் இருப்பதையும், சிங்கள இந்து கரவா சமூகத்தினர் இன்றும் வாழ்வதையும், உள்நாட்டிலும் அச்சமூகத்தினரது தோற்றம் குறித்த பழங்கதைகளையும் ஆய்வு செய்யும் ராகவன், இறுதியில் தமிழ் மீனவ குறிப்பாகத் தென்தமிழக கடற்கரையோர மீனவ சமூகத்தினருக்கும், இலங்கை சிங்கள கரவா சமூகத்தினருக்குமுள்ள தொப்புள்கொடி உறவை அழகாக எழுத்தில் வடிக்கிறார். இந்நூலைப் படித்து முடிக்கும்போது 2009ஆம் ஆண்டின் மே மாத இறுதியில் கரையர் சமூகத்தைச் சேர்ந்த விடுதலைப் புலிகளின் தலைவரான பிரபாகரனுக்கும், கரவா சமூகத்தைச் சேர்ந்த இலங்கை இராணுவத்தின் முப்படை தளபதியான சரத் பொன்சேகாவுக்கும் நடந்த போர், சகோதர போர் என்று நம் மனதில் தோன்றுவதைத் தவிர்க்க இயலாது. ராகவனின் அனைத்து ஆங்கில நூல்களுமே தமிழில் மொழிபெயர்க்கப்பட வேண்டியன. எனினும் அவரது ‘கரவா ஆஃப் சிலோன்’ நூலுக்கு அடுத்த இடத்தைப் பிடிப்பது ‘தமிழ் கல்ச்சர் இன் சிலோன்’ என்ற மற்றுமொரு ஆங்கில நூல்.[25] ஈழம் பார்த்தவன் வீடு திரும்பான் என்ற மலையாளப் பழமொழியுடன் தொடங்கும் அந்நூல், மணிமேகலை இலங்கையின் நாகதீபம் பற்றிக் குறிப்பிடுவதையும், தேரவாத புத்தமத அறிவுரைகளைக் கொண்ட நூலாக மணிமேகலை விளங்குவதையும் பதிவு செய்தது. தாமரை பாத மலை அல்லது பாத பங்கஜ மலை என்ற குறிப்பு மணிமேகலையில் ஆதம் மலை பற்றிச் கூறுவதையும், விஜயபாகுவுக்கும் வீரராஜேந்திர சோழனுக்கும் சண்டை நடந்தபோது தமிழரான குருகுலத்தரையன் விஜயபாகு பக்கம் நின்று சோழர்களுக்கு எதிராகப் போர் செய்து மரணமடைந்ததையும் குறிப்பிடுகிறார் ராகவன். சிந்துபாத் கதைகளில் கண்ட செம்மணல் கீரி மலையைச் சுட்டிக் காட்டும் என்ற ராகவன், ஐந்தாவது மகிந்தாவுக்காகக் கேரள, கன்னட கூலிப்படை போர் வீரர்கள் சண்டை செய்ததையும் கூறுகிறார். இலங்கையின் சிறந்த அரசரான ஒன்றாவது பராக்கிரபாகுவின் வம்சாவழி பற்றிக் கூறும்போது, அரசன் விஜயபாகுவின் சகோதரி மிட்டாவுக்கும் மதுரை பாண்டிய இளவரசனுக்கும் பிறந்த மகன் மானாபரணா, விஜயபாகுவுக்கும் அவரது தமிழ் அரசியான திரிலோக சுந்தரிக்கும் பிறந்த ரத்னவல்லியைத் திருமணம் செய்து அவர்களுக்குப் பிறந்தவர் பராக்கிரமபாகு. 1153 முதல் 1186 வரை ஆட்சி செய்த ஒன்றாவது பராக்கிரமபாகு பாதி தமிழர் எனக் குறிப்பிடுகிறார் ராகவன். வேளாளர் சாதியினர் முதலி, ரெட்டி, நயினார் என பல்லவ நாட்டிலும், சோழிய வெள்ளாளர் சோழ நாட்டிலும், பாண்டிய வெள்ளாளர் பாண்டிய நாட்டிலும், கொங்கு வெள்ளாளர் ஆத்தங்கரை, பவளம்கட்டி, மலையடி, வெள்ளிக்கை, படைத்தலை எனக் குழுக்களாக இயங்கியதையும், தேவதாசி ஆண்கள் நாஞ்சில் நாட்டு வெள்ளாளர்களானதையும் குறிப்பிடுகிறார் ராகவன். பிரான்சிஸ் சவேரியாரால் மதம் மாற்றப்பட்ட விளிம்புநிலை கடையர் சமூகத்தினர் சங்கிலி அரசனால் கொல்லப்பட்டதைக் குறிப்பிடும் ராகவன், மீனவர்களில் மேலோங்கி கரையர், கீழோங்கி கரையர் எனப் பிரிந்ததைப் பற்றியும் கூறுகிறார். தமிழ் பேசும் சிங்கள சாண்டார் சாதிகள் பிட்டிப்பனா, சீடுவா, நலந்தலுவா ஆகிய

இடங்களில் வாழ்வதைக் குறிப்பிடும் ராகவன், கோவியர் இடையர் சாதியினர் என்றும் அவர்களுக்குச் சிங்கள கொய்கமா சாதியுடன் தொடர்பில்லை எனவும் குறிப்பிடுகிறார். டச்சுத் தோம்புகள் பறையர் சமூகத்தினரை நெசவாளிகள் எனக் குறிப்பிடுவதையும் ராகவன் சுட்டிக்காட்டுகிறார். தமிழ், மலையாளம், சிங்களப் புத்தாண்டுகள் ஒன்றாக இருப்பதைக் காட்டும் ராகவன், வட இலங்கையில் நாகர்கோவிலில் நடக்கும் கப்பல் திருவிழா தென்தமிழ்நாட்டின் நாகர்கோவில், திருநெல்வேலி, கோவளம் போன்ற ஊர்களினிடையேயான தொடர்பை விளக்கும் என்கிறார். மிக அழகிய இந்நூல் தமிழில் மொழிபெயர்க்கப்பட வேண்டிய நூல்.

*2009*இல் வெளியான முதலியார் செ.இராசநாயகத்தின் இரண்டாம் பதிப்பான 'யாழ்ப்பாண சரித்திரம்'[26] என்ற நூல், *14*ஆம் நூற்றாண்டின் தொடக்கத்தில் சிங்கள அரசன் பராக்கிரமபாபு தனது அவையில் போஜராஜ பண்டிதன் என்ற தமிழ்ப் புலவனின் 'சரஜோதி மாலை' என்ற தமிழ் சோதிட நூலை அரங்கேற்றியதையும், சிங்களர் தமிழைப் போற்றிய அதே காலகட்டத்தில் தமிழர்கள் சமஸ்கிருதத்தைப் போற்றிக்கொண்டிருந்தனர் எனவும் குறிப்பிடுகிறது. முதலாம் நூற்றாண்டில் கயவாகு அல்லது கஜபாகு அரசனால் யாழ்ப்பாணத்தில் ஏற்படுத்தப்பட்ட கண்ணகி கோயிலே இலங்கையின் முதல் கண்ணகி கோயில் என இராசநாயகம் குறிப்பிடுகிறார்.

*1879*இல் ஹெர்மென் ஓல்டன்பெர்க் என்ற ஜெர்மானிய அறிஞரால் 'தீபவம்சம்' பாலி மொழியிலிருந்து ஜெர்மானிய மொழியில் மொழிபெயர்க்கப்பட்டது. மகாவம்சத்திற்கு முந்தைய தீபவம்சம், *2020*இல் ஆங்கிலத்தில் வெளியானது.[27] இலங்கைக்குத் தம்மபன்னி என்ற காரணப் பெயர் வந்ததைச் சுட்டிக்காட்டும் தீபவம்சம் குவேனி கதை குறித்து எதையும் குறிப்பிடவில்லை.

கிழக்கு பதிப்பகத்தின் 'மகாவம்சம்' நூல்[28] *2007*இல் ஆர்.பி.சாரதியால் தமிழில் வெளியானது. எல்லாளன் என்ற சோழர் பரம்பரையைச் சேர்ந்த தமிழ் அரசனுக்கும் துட்டகமனு என்ற சிங்கள மன்னனுக்கும் நிகழ்ந்த போரைக் குறிப்பிடும் மகாவம்சம், சிங்களர் மற்றும் தமிழர்கள் மத்தியில் நீண்ட பிளவை ஏற்படுத்த சிங்கள தேசியவாதிகளால் பயன்பட்டது. பாலி மொழியில் எவ்விதப் புலமையுமற்ற சாதாரண சிங்கள மக்களுக்கு *19*ஆம் நூற்றாண்டின் இறுதி வரையில் இந்நூல் குறித்து எவ்வித அறிமுகமும் இல்லை. பாலிமொழியில் இருந்த மகாவம்சத்தை *1837*இல் ஜார்ஜ் டர்ண் ஓவர் ஆங்கிலத்திலும், *1912*இல் வில்ஹெய்ம் ஹெய்கர் ஜெர்மன் மொழியிலும் பின் ஆங்கிலத்திலும் மொழிபெயர்த்தனர். *19*ஆம் நூற்றாண்டில் இலங்கை ஆளுநர் மகாவம்சத்தைச் சிங்கள மொழியில் மொழிபெயர்க்கத் துணை நின்றார்.

*2002*இல் குமரன் புத்தக இல்லம் கொழும்புவில் வெளியிட்ட 'இலங்கை தமிழர் தேச வழமைகளும் சமூக வழமைகளும்' என்ற சி.பத்மபநாதனின் நூல்[29] இலங்கை குறித்த அழகிய நூல்களில் ஒன்றாகும். யாழ்ப்பாணத் தமிழர்களில் கோவியர், சான்றார் அல்லது சாண்டார், பள்ளர், நளவர் என்ற அடிமைச் சாதிகள் குறித்தும் அவர்களைச் சிறைகள் எனக் குறிப்பிடுவதைப் பற்றியும், அச்சிறைகளை எவ்வாறு

விடுதலை செய்ய வேண்டும் என்பது குறித்தும் விளக்கும் பத்மநாதன், யாழ்ப்பாணத் தமிழ்ச் சமூகம் சாதிக்கொரு கடவுளைக் கொண்டுள்ளதை உழவருக்குச் சிவனாம், உடுக்கு மாரியம்மன், நளவருக்கு வயிரவனாம், நாடார்க்குக் கண்ணகியாம், தொழுவருக்குப் பிதுராம், தொண்டருக்கு வேலவனாம், மழவருக்கு வீரபத்திரன், மறையோர்க்கு நான்முகனாம், வேந்தர்க்கு மாலாம், வேடருக்கு கன்னிகளாம் ஏந்துபணி செய்வோருக்குக் காளியாம் என பழம்பாடல் கொண்டு விளக்குகிறார். 14ஆம் நூற்றாண்டில் மன்னார் கடலில் மட்டும் 8,000 படகுகள் முத்துகுளிக்கும் தொழிலில் ஈடுபட்டதை வெனிசிய பாதிரியாரான ஜோர்தனஸ் குறிப்பிட்டதை அறியும்போது இந்தியாவின் மேற்கு, கிழக்கு, தெற்குக் கடற்கரைகளிலிருந்து வணிகர்களை இலங்கை நோக்கி முத்துக்கள் இழுத்துவந்ததை அறிய முடியும். அவ்வாறு இலங்கை நோக்கி இழுத்துவரப்பட்ட வணிகர் சமூகத்தினர், அங்கு ஏற்கெனவே வாழும் மக்களின் பெண்களைத் திருமணம் செய்துகொண்டு அவர்களுக்குத் தங்களது மொழியையும் அறிமுகம் செய்து அம்மொழிக்குத் தென்னிந்திய பல்லவர் கால கிரந்த எழுத்தின் வடிவத்தைப் பெற்று தமிழர், சிங்களர் என்ற கலப்புக் கலாச்சாரம் உருப்பெற்றதையும் உணர முடியும்.

நூர் யால்மனின் 'அண்டர் தி போ ட்ரீ' என்ற சிறப்பான நூல் கலிபோர்னியா பல்கலைக்கழக பதிப்பகத்தால் 1967ஆம் ஆண்டு வெளியிடப்பட்டது.[30] ஹார்வேர்டு பல்கலைக்கழகத்தில் மானுடவியல் பேராசிரியரான நூர் யால்மன் துருக்கி நாட்டைச் சேர்ந்தவர். இலங்கைச் சமூக வரலாற்றில் மிக முக்கிய இடத்தைப் பெறும் இந்நூல், இலங்கை குறித்துப் பின்னர் எழுதிய ஏராளமான மானுடவியல் எழுத்தாளர்களுக்கு உந்துதலாகவும், உதவியாகவும் இருந்தது. சிங்கள தமிழ்ச் சொற்கள் உறவுமுறை சொற்களில் ஏறத்தாழ ஒன்றுபோல விளங்குவது நமக்கு ஆச்சரியமளிக்கும். சிங்கள மனைவி கெடாரா காரியோ என்ற பெயரில் சிங்களக் கணவரால் அழைக்கப்படுகிறார். தமிழ் மனைவி வீட்டுக்காரி என்ற பெயரில் தமிழ்க் கணவரால் அழைக்கப்படுகிறார். அதேபோன்று சிங்களரில் பங்குகரையா என்ற பெயர் கிராமத்தின் பங்குதாரர்களுக்கு வழங்கப்படும். மதுரை மாவட்டம், மேலூர் பகுதிகளில் கரைகள் என்ற பெயர் ஒவ்வொரு பங்குதாரக் குடும்பத்தினருக்கும் வழங்கப்படுவதை நாம் ஆச்சரியத்துடன் ஒப்புநோக்க முடியும். அதேபோன்று திருநெல்வேலி, தூத்துக்குடி, கன்னியாகுமரி ஆகிய மாவட்டங்களில் 'விளை' என்ற ஊர்ப் பெயர்களை மிகுதியாகக் காண இயலும். அஞ்சுவீட்டுவிளை, ஆமணக்கன்விளை, இலந்தையடிவிளை, மணவிளை, பெருவிளை, களியக்காவிளை, திசையன்விளை, மஞ்சுவிளை, திட்டுவிளை மற்றும் மதுரை மாவட்டத்தில் கீழவளவு, மேலவளவு போன்ற ஊர்களைப் போன்றே இலங்கையிலும் விளவா என்ற சிங்களப் பெயர் சிறு கிராமத்தைக் குறிக்கும். இலங்கையில் உள்ள பெருவிளா போன்ற பெயர்கள் தமிழ் - சிங்கள கிராமத்திற்குள்ள தொடர்பினை விளக்கும். விளை, வளவு, விளவா ஆகிய பெயர்களைத் தமிழ்நாட்டின் வடபகுதியில் காண்பது அரிது. சிங்கள திருமணச் சடங்குகளில் திருமணம் நிகழும் மணமேடை அமைந்த சிங்கள 'பொருவா' என்பது தமிழின் புரை அல்லது ஓலைப்புரையே. சிங்களத்தினருக்கும் தமிழருக்கும் உள்ள நெருக்கமான உறவைக் கூறும் யால்மனின் நூல், திராவிட

மணமுறையைக் கடைபிடிக்கும் சிங்கள சமூக வரலாற்றைப் பதிவு செய்யும் முக்கிய மானுடவியல் நூல்.

2006ஆம் ஆண்டு அக்டோபர் மாதம் 'இலங்கையில் தமிழர் - ஓர் இனக்குழு ஆக்கம்பெற்ற வரலாறென கா.இந்திரபாலா எழுதிய நூல்[31] பொது ஆண்டுக்கு முன் 300 ஆண்டுகளிலிருந்து பொது ஆண்டுக்குப் பின் 1,200 ஆண்டுகள் வரை தமிழர் வரலாற்றைக் கூறுகிறது. ஆனைகோட்டை பகுதியில் அகழாய்வு செய்யும்போது கிடைத்த கோ என்ற பிராமி எழுத்து, தலைவன் என்ற தமிழ் பொருளைக் காட்டும் எனக் கூறும் இந்திரபாலா, சிங்களரது குடியேற்றக் காலத்திலேயே தொடர்ந்து தமிழ் மக்கள் வாழ்வதைச் சுட்டிக்காட்டுகிறார். சோழர்களுக்கும் சிங்கள அரசன் விஜயபாகுவிற்கும் போர் நடக்கும்போது தமிழ்ப் படைத் தலைவர்களான குருகுலத்தரையன் உள்ளிட்ட தமிழர்களான படைத்தலைவர்கள் விஜயபாகுவின் படையிலிருந்து சோழர்களை எதிர்த்துப் போரிட்டதைக் கூறுகிறார்.

ஹாசிப் உசேனின் சிலான்சியா, 'ஸ்டோரி ஆஃப் பிப்புள் அண்டு லாங்குவேஜஸ் ஆஃப் ஸ்ரீலங்கா' என்ற 2016ஆம் ஆண்டு வெளியிடப்பட்ட நூலின் மூன்றாம் பதிப்பு நம்மைச் சிந்திக்கத் தூண்டும் நூலாக அமையும்.[32] வேடர் சடங்குகளில் தங்கள் எல்லைகளுக்குள் அத்துமீறுபவர்களைக் கொன்று அவர்களது உலர்ந்த ஈரலைக் கடிக்கும் சடங்கு இருப்பதைச் சுட்டிக்காட்டும் ஹாசிப் உசேன், இந்தியாவின் ஜார்க்கண்ட் மாநிலத்திலுள்ள சிங்பம் பகுதியில் வாழும் முண்டா மொழி பேசும் சந்தால் சமூகத்தினரைப் போல வேடர்கள் ஆஸ்ட்ரோ ஏசியாட்டிக் இனத்தவர் என்றும் கூறுகிறார். கண்டியில் வாழும் சிங்கள சமூகங்களுடன் ஏராளமான வேடர் இனக்கலப்பு நிகழ்ந்ததைச் சுட்டிக்காட்டும் உசேன், 19ஆம் நூற்றாண்டின் ஆங்கிலேய காலனிய இலங்கை அரசு காட்டில் வாழும் ஏராளமான வேடர் குடிகளை மலைக்குகைகளிலிருந்து வெளியேற்றிக் கிராமங்களில் குடியேற ஊக்குவித்ததைப் பற்றியும் குறிப்பிடுகிறார். முஸ்லிம்களில் முக்குவர் பெண்களைத் திருமணம் செய்த மூர்கள் திராவிட வம்சாவழி கொண்டவர்கள் எனவும் உசேன் குறிப்பிடுகிறார்.

2013இல் நெப்டியூன் பப்ளிகேசன் பிரைவேட் லிமிடட் வெளியிட்ட 'கேஸ்ட் இன் ஸ்ரீலங்கா பிரம் ஏன்சியன்ட் டைம்ஸ் டு திஸ் பிரசன்ட் டே' என்ற ஹாசிப் உசேனின் நூல்[33] சிங்கள விவசாய சாதியினரான கொய்கமா, மீனவ சாதியினரான கரவா, கள் இறக்கும் சாதியினரான துரவா, கருவாப்பட்டை உறிக்கும் சலகமா, வெல்லம் காய்ச்சும் சமூகத்தினரான வகும்பரா, சில நூற்றாண்டுகளுக்கு முன் தமிழர்களாக வாழ்ந்து தற்போது சிங்களர்களாக மாறியுள்ள தெமல கட்டாரா, கூடை முடையும் தொழில் செய்து சமூகத்தின் அடித்தளத்தில் இருக்கும் கின்னரர், காளி வழிபாடு செய்யும் ரொடியர் மற்றும் தமிழ்ச் சாதிகளான சாண்டார், கோவியர் ஆகியோரையும் அவர்களது சமூக வரலாற்றையும் ஆய்வு செய்கிறது. வேலுப்பிள்ளை பிரபாகரன் மீனவ சமூகத்தைச் சேர்ந்த கரையர் சாதியிலிருந்து வந்தவர் எனக் குறிப்பிடும் உசேன், கரையர்களில் மீன்பிடிப்புத் தொழில் செய்யாமல் வணிகம் மற்றும் பிற தொழிலில் ஈடுபடும் கரையர் சமூகத்தினர் மேலோங்கி கரையர் என அழைக்கப்படுவதையும் குறிப்பிடுகிறார். கரையர் சமூகத்தினரில் ஏராளமானவர்கள்

கத்தோலிக்க கிறிஸ்தவர்களாக மாறியுள்ளதையும் ஹுசைன் பதிவு செய்தார். உசேனின் சாதிகள் குறித்த நூல் மகாவம்ச கண்ணாடி அணிந்து எழுதப்பட்டதை நாம் மறுப்பதற்கில்லை. எல்லா சிங்கள சாதிகளும் வட இந்திய தோற்றம் குறித்து மட்டுமே பெருமித உணர்வு கொண்டிருப்பதால் தமிழ்நாட்டுத் தொடர்புகள் குறித்து எழுத உசேன் சற்றுத் தயங்குகிறார் என்றே கருத முடியும். இருந்தாலும் ஹுசைனின் நூல் இலங்கை சாதிகள் குறித்த ஏராளமான தகவல்களைத் தருகிறது. முஸ்லிம்களில் ஒஸ்தா என்ற முஸ்லிம் நாவிதர்கள் குறித்தும் அவர் குறிப்பிடத் தவறவில்லை.

ராபர்ட் நாக்ஸ் காலத்தில் 17ஆம் நூற்றாண்டில் கொய்கம அல்லது கோவிகம பெண்கள் மட்டுமே மார்பை மறைக்கும் உரிமை பெற்றதாகக் கூறுகிறார் ஹுசைன். கோவி குடிகளில் ஏராள வேடர் இனக்கலப்பு நடந்ததாகக் கூறும் ஹுசைன், கோவி குடிகளில் ரதலா மற்றும் பண்டாரா உயர்குடிகளாகவும், முதலி மற்றும் சாதாரணக் கோவிகுடிகள் உள்ளதையும் சுட்டிக்காட்டுகிறார். கோவிகுடிகள் ஐம்பது விழுக்காட்டிற்கு மேல் இலங்கையில் வாழ்வதையும் அவர் பதிவு செய்கிறார். 'கே' என்ற வீட்டுப் பெயர்களில் வேடகே, வடுகே என இருப்பதையும் கரவா குடிகளில் ஹெவ கொடிக்காரகே என்ற சேவற் கொடிக்காரர், முத்து தந்திரிகே என்ற முத்துக் குளிக்கப் போகுமுன் மந்திரம் சொல்பவர், பட்டபெண்டிகே என்ற பட்டை அணிவிப்பர் என வீட்டுப் பெயர்கள் உள்ளதையும், ரத்மலானா, மொரட்டுவா, பாணந்துறை கரவாக்கள் தங்கள் தாய்மொழி தமிழைக் கைவிட்டுச் சிங்களம் பேசுவதையும், சிலாபம் மற்றும் நீர்கொழும்பில் தமிழ் பேசும் சிங்கள கரவாக்கள் உள்ளனர் என்றும் ஹுசைன் கூறுகிறார். கள் இறக்கும் துரவாக்கள் நாகர்கள் எனவும் சில நூற்றாண்டுகளுக்கு முன் சமீபத்தில் இலங்கையில் குடியேறியவர்கள் எனவும் ஹுசைன் கூறுகிறார். இந்தியாவின் கோண்ட் குடிகளில் துரவா என்ற குடி விளங்குவதாக ஹுசைன் கூறுவது ஆய்வுக்குரியது. துரவாக்கள் திருநெல்வேலி நாடார்களுடன் தொடர்புடையவர்கள் எனவும் ஹுசைன் கூறுகிறார். உலத்திபனைப் பதநீரிலிருந்து வெல்லம் காய்க்கும் பழங்குடிகளான வகும்பரா, கருவாப்பட்டை மரத்திலிருந்து பட்டை உரிக்கும் சலகமா ஆகியோர் பற்றியும், மிகவும் பிற்படுத்தப்பட்ட சமூகமான வகும்பரா சாதியினரில் பெரும்பான்மையினர் ஜேவிபி எழுச்சியில் பங்கு பெற்றதையும் 1983 தமிழர் கொலை கலவரத்தில் பெரும்பங்கு பெற்ற சிறில் மாத்யூ வகும்பரா சாதியைச் சேர்ந்தவர் எனவும், மலையகத் தமிழருக்குக் குரல் கொடுத்த கொல்வின் டி சில்வா சலகமா சமூகத்தைச் சேர்ந்தவர் எனவும் குறிப்பிடுகிறார். பட்கமா என்ற பல்லக்குத் தூக்கிகள் மிகவும் பிற்படுத்தப்பட்ட சமூகமாக இருப்பதையும், பாடு என்ற சொல் இழி சொல்லாக இருப்பதையும், இச்சாதியினரும் ஜேவிபி எழுச்சியில் பங்கு பெற்றதையும் ஹுசைன் குறிப்பிட்டார். தமிழ் ஆசாரி என்ற கம்மாளர் குடிகளுக்கும், சிங்கள ஆசாரி குடிகளுக்கு நவந்தண்ண என்ற பெயர் இருப்பினும், திருமணங்களில் தங்களை விஸ்வகர்ம என்றே அவர்கள் அழைத்துக்கொள்வதையும் ஹுசைன் கூறுகிறார். ஹுசைனின் நூல் இலங்கையின் சிங்கள மற்றும் தமிழ்ச் சாதிகள் குறித்து அறிய உதவும் அரிய நூல்.

2020ஆம் ஆண்டு குமரன் புத்தக இல்லத்தால் வெளியிடப்பட்ட என்.சரவணனின் 'சிங்களப் பண்பாட்டிலிருந்து' என்ற நூல் பல கட்டுரைகளின் தொகுப்பு.[34] மட்டக்களப்பில் மட்டும் 22 வேடுவ கிராமங்கள் உள்ளதாகக் கூறும் வேடுவர் குறித்த அவரது அருமையான கட்டுரையில், சிங்கள மொழியில் வேடுவர் குறித்து நூற்றுக்கணக்கான நூல்களும் கட்டுரைகளும் இருப்பதைக் காட்டும் சரவணன், தமிழில் அவற்றை அரிதாகவே பார்க்க முடியும் என வேதனைப்படுகிறார். சிங்களரின் சாதியைக் கூறும் சிங்கள வீட்டுப் பெயர்கள், ஆப்பிரிக்க, சிங்கள, போர்த்துகீசிய கலவையான இலங்கை பைலா இசை ஆகியன குறித்த கட்டுரைகள் சிந்தனைக்கு விருந்தாக அமையும். 2019ஆம் ஆண்டில் குமரன் புத்தக இல்லத்தின் வெளியீடான என்.சரவணனின் 'கள்ளத்தோணி' என்ற நூலும் பல கட்டுரைகளின் தொகுப்பு.[35] அதில் 'மீனாட்சியின் காதல்' என்ற கட்டுரை, சிங்கள, முஸ்லிம் இன முரண்களின் தோற்ற காலத்தில் 1870ஆம் ஆண்டில் முஸ்லிமாக மாறிய மீனாட்சி என்ற பெண்ணிற்கும் செல்லஞ்சி அப்பு என்ற கத்தோலிக்கருக்கும் உருவான காதல் எவ்வாறு மதக் கலவரமாக உருவெடுத்தது எனக் கூறும். மலையகத் தொழிலாளர் நலத்தில் அக்கறை கொண்ட முற்போக்குச் சிந்தனையாளரான பிரஸ் கேர்டலை நாடு கடத்த வாக்களித்த ஏழு பேரில் யாழ்ப்பாணத் தமிழரான ஜி.ஜி.பொன்னம்பலமும் ஒருவர் எனக் குறிப்பிடுகிறார் சரவணன். மலையகத் தமிழர்களைத் தோட்டக்காட்டான் என அழைத்த அமைச்சர் அதாவுல்லாவைக் கடுமையாகச் சாடும் சரவணன், அதே முதிர்ச்சியற்ற மனநிலையே 1948இல் மலையகத் தமிழரின் குடியுரிமையைப் பறிக்க வடக்குத் தமிழர் தலைவர் பொன்னம்பலம் ஆதரவளித்ததற்கும் காரணம் எனச் சுட்டிக்காட்டுகிறார். சரவணனின் கட்டுரைகள் தமிழ்நாட்டிற்கு புதுவெள்ளம் என்பதில் ஐயமில்லை.

2015இல் கோவை விடியல் பதிப்பகத்தால் வெளியிடப்பட்ட மு.சி. கந்தையாவின் 'சிதைக்கப்பட்ட மலையகத் தமிழர்கள்' என்ற நூலில்[36] 1966 முதல் 1984 வரை இலங்கையிலிருந்து தாயகம் திரும்பியவர்கள் தமிழகத்தில் இரப்பர், சின்கோனா, கூட்டுறவு ஆலைகள், அரசு தேயிலைத் தோட்டங்களில் பணியமர்த்தப்பட்டதைப் பற்றிக் கூறுகிறார். 1915ஆம் ஆண்டு சிங்கள - முஸ்லிம் கலவரத்தில் அனகாரிக தர்மபாலாவின் பங்கு பற்றியும் எழுதியுள்ளார். ஆனால், அக்கலவரத்தின்போது அனகாரிக தர்மபாலா இந்தியாவில் இருந்தார் என்பதைக் குறிப்பிடவில்லை. இலங்கையின் 60 விழுக்காடு வருமானம் தேயிலையாகவும் இரப்பராகவும் இருக்கும்போது அதற்குக் காரணமான மலையகத் தமிழரின் ஓட்டுரிமை பறிக்கப்பட்டதையும் கந்தையா கவலையுடன் பதிவு செய்கிறார். 1964ஆம் ஆண்டு சாஸ்திரி - சிரிமாவோ, 1974ஆம் ஆண்டு இந்திரா காந்தி - சிரிமாவோ ஆகியோரது ஒப்பந்தங்கள் குறித்தும் விளக்குகிறார். மலையகம் குறித்த ஆய்விற்கு இந்நூல் பெரும்பங்களிக்கிறது. கந்தையாவின் நூலில் யாழ்ப்பாண உயர்மட்டத் தமிழர்கள் தங்களைச் சிங்கள உயர்மட்டத்தினருடன் அடையாளப்படுத்தியதையும், ஜி.ஜி.பொன்னம்பலம் கண்டி சிங்களருக்கு ஆதரவாகச் சட்டமன்றத்தில் குரல் கொடுக்கும்போது கண்டியர்களை இந்தியர்கள் கீழிருந்தும் ஐரோப்பியர் மேலிருந்தும் நசுக்குகின்றனர் என்று கூறியதையும் நினைவுபடுத்திய கந்தையா, மலையகத்

தமிழருக்குக் குடியுரிமை பறிக்கப்படும்போது அதை மக்கள் போராட்டமாக மாற்றாமல் மலையக மக்கள் தலைவர் தொண்டைமான் நீதிமன்றத்தை நாடியதால் போராட்டம் நமத்துப் போனதையும் பதிவு செய்கிறார்.

2020ஆம் ஆண்டு குமரன் புத்தக இல்லத்தால் வெளியிடப்பட்ட அப்துல் ரஹீம் ஜெஸ்மில்லின் 'காத்தான்குடியின் வரலாறும் பண்பாடும் - மதத் தூய்மைவாதத்தின் பின்புலம்' என்ற நூல்[37] தென்னிந்திய மேற்குக் கடற்கரையோர மக்களுக்கும் கிழக்குக் கடற்கரையோர முஸ்லிம்களுக்கும் உள்ள மொழி ஒற்றுமைகளைக் கூறுகிறது. மட்டக்களப்பை ஆண்ட முக்குவர் குல அரசன் சமண மதத்திற்குக் காவலனாக விளங்கியதையும் அவனை ஒரிசாவிலிருந்து வந்த கலிங்க மாகோன் என்ற இந்து அரசன் கொன்றதையும் ஜெஸ்மில் பதிவு செய்கிறார். ஆங்கிலேயர் ஆட்சியில் முஸ்லிம்கள் அரசு அதிகாரிகளான விதானைகளாகவும், உடையார்களாகவும், வன்னியர்களாகவும் விளங்கியதையும் அவர் சுட்டிக்காட்டுகிறார். முஸ்லிம்கள் மீது தாக்குதல் நடத்திக் கலவரம் செய்ததற்குக் காரணமான அனகாரிக தர்மபாலாவின் சகோதரர், முதல் பிரதமர் சேனநாயக்க உள்ளிட்டோரை மீட்க 1915இல் பொன்னம்பலம் ராமநாதன் இலண்டன் சென்று வெற்றியுடன் திரும்பியதைச் சிங்களர் கொண்டாடிய நிகழ்வு, பாகிஸ்தானை உருவாக்கிய ஜின்னாவை நோக்கி முஸ்லிம்களைத் தள்ளியது என ஜெஸ்மில் கூறுகிறார். புலிகளின் பள்ளிவாசல் படுகொலைகளைப் பதிவுசெய்யும் அவர், 21.04.2019 அன்று ஓட்டல்களிலும் கிறிஸ்தவ தேவாலயங்களிலும் நிகழ்ந்த ஈஸ்டர் குண்டுவெடிப்பில் 250 பொதுமக்கள் கொல்லப்பட்டதையும், தேசிய தௌகீத் ஜமாத்துக்கும் சுன்னத்துல் ஜமாத்துக்கும் இடையேயான முரண் எவ்வாறு மதத் தூய்மைவாதமாகவும் பயங்கரவாதமாகவும் உருப்பெறுகிறது என்பதையும் தன் நூலில் குறிப்பிடுகிறார்.

சந்திரசீறி பள்ளிய குருவின் 'செரிமோனிஸ் பெஸ்டிவல்ஸ் அன்ட் ரிட்சுவல்ஸ் ஆஃப் சிங்களிஸ்' என்ற நூல்[38] சிங்கள மக்களின் மதச் சடங்குகளையும் பண்பாட்டு அம்சங்களையும் அலசுகிறது. தாய்லாந்து, லாவோஸ் மற்றும் மியான்மரில் உள்ள தேரவாத பௌத்தத்திலிருந்து சிங்கள பௌத்தம் வேறுபடுவதையும் விளக்குகிறது. விஷ்ணு, கதிர்காமர், சமண், விபிஷணன், நாதன், பத்தினி ஆகிய தெய்வங்களைச் சிங்களர் வழிபடுவதையும் கதிர்காமா, கந்தகுமாரர், ஸ்கந்தகுமாரர் என அழைக்கப்படும் அம்பந்தோட்டை மாவட்டத்தில் அமைந்த கதிர்காமர் கோயில் சிங்களர் மத்தியில் மிகப் பிரபலமான கோயில் எனவும் கூறுகிறார். பௌத்த மதத்திற்குத் தொடர்பற்ற கதிர்காம கந்தர் சிங்களர் மத்தியில் சிறப்பிடம் பெறுவது சிங்கள பௌத்தம் இந்து மதத்துடன் நெருங்கிய தொடர்பு கொண்டிருப்பதை விளக்குகிறது. கொழும்பு மாவட்டத்தில் அமைந்த நவகமுவ பத்தினிக் கோயிலும் சிங்களர் மத்தியில் புகழ் பெற்று விளங்குவதை அவர் குறிப்பிடுகிறார். தமிழர் மத்தியில் மறைந்து போன கண்ணகி வழிபாடு இலங்கையில் சிறப்புப் பெற்று விளங்குவதையும் இந்நூல் நமக்கு விளக்கும்.

1856ஆம் ஆண்டு வெளியான கால்டுவெல்லின் 'திராவிட மொழிகள்' வரலாற்றில் முக்கியத் திருப்பத்தை ஏற்படுத்தியது. 2014ஆம் ஆண்டு கோவிந்தன் என்பவரால்

தமிழில் மொழிபெயர்க்கப்பட்ட 'திராவிட மொழிகளின் ஒப்பிலக்கணம்' நூல் சாரதா பதிப்பகத்தால் வெளியிடப்பட்டது.[39] தமிழ்த் தேசியவாதிகளாலும் இந்துத்துவர்களாலும் வெறுத்து ஒதுக்கப்படும் இந்நூல், தமிழ் மொழி ஆய்வுக்கு உரமளித்ததில் ஐயமில்லை. அகுளுடினேட்டிவ் என்ற ஒட்டு மொழிக் குடும்பத்தைச் சேர்ந்தது தமிழ் என்றும், சமஸ்கிருதத்தின் துணையின்றித் தனித்தியங்கும் மொழி என்றும் கால்டுவெல் சான்றுகளுடன் உறுதி செய்கிறார். தமிழ் மொழியில் அஃறிணை பெயர்ச் சொற்களில் பால் இல்லாததைக் குறிப்பிடும் கால்டுவெல் சமஸ்கிருதத்தில் அஃறிணைச் சொற்களுக்குப் பால் இருப்பதையும், அது ஐரோப்பிய மொழிக் குடும்பத்தின் விதிகளுடன் ஒத்துப் போவதையும் ஐயந்திரிபுற நிறுவுகிறார். 'கானமயிலாட கண்டிருந்த வான்கோழி' என்ற அவ்வையின் மூதுரையில் கண்ட செய்யுள் 16ஆம் நூற்றாண்டில் அல்லது அதற்குப் பின்னாலேயே எழுதப்பட்டிருக்கும் எனக் குறிப்பிட்ட கால்டுவெல், வான்கோழியினைப் பறவைகள் கொலம்பஸ் அமெரிக்கா சென்றடைந்த பிறகே 16ஆம் நூற்றாண்டில் இந்தியாவிற்குக் கொண்டுவரப்பட்டதையும் சுட்டிக்காட்டுகிறார்.

1999ஆம் ஆண்டு தமிழ்நாட்டின் தமிழ் வளர்ச்சித் துறையால் வெளியிடப்பட்ட 'தமிழ் மொழி வரலாற்று நூல்'[40] திராவிட மொழிக் குடும்பத்தில் 153 மொழிகள் இருப்பதை விளக்குகிறது. பில்லி, சூனியம், முருங்கை ஆகிய சொற்கள் சிங்களத்திலிருந்து தமிழுக்கு வந்ததையும், கால்டுவெல்லின் நூல் 'தென்திராவிட மொழிகள் ஒப்பிலக்கணம்' என்ற பெயரைப் பெற்றிருக்க வேண்டும் எனவும் குறிப்பிடுகிறது.

2009 ஜூலை மாதம் பூம்புகார் பதிப்பகத்தால் வெளியிடப்பட்ட சிறந்த மொழி அறிஞரான தெ.பொ.மீ என்ற தெ.பொ.மீனாட்சி சுந்தரானர் அவர்களின் 'தமிழ் மொழி வரலாறு' என்ற நூல்[41] அவரது சிகாகோ பல்கலைக்கழக தொடர் உரைகளை நூலாகத் தொகுக்கிறது. உலகம் தோன்றும்போது ஒரே மொழியே இருந்தது என்ற விவிலியக் கருத்தை ஒட்டியே கால்டுவெல் தனது நூலை அமைத்தார் எனக் குறிப்பிட்ட தெ.பொ.மீ, கால்டுவெல் நூலின் முக்கியத்துவத்தையும் குறிப்பிடத் தவறவில்லை. இலங்கை பிராமிக்கும் தமிழ் பிராமிக்கும் சில வேறுபாடுகளைக் காண முடிந்தாலும் அவை அனைத்தும் தென்னிந்திய வகையைச் சேர்ந்தவை எனக் குறிப்பிடும் தெ.பொ.மீ சமஸ்கிருதத்தில் அதர் என்ற கடக்கமுடியாத பாதை, பாப் என்ற பாம்பு, வைர் என்ற வயிறைக் குறிக்கும் சொல் ஆகியன தமிழ்ச் சொற்கள் எனக் குறிப்பிடுகிறார். தாய்லாந்து தேசிய ஊஞ்சல் விழாவில் 12ஆம் நூற்றாண்டின் ஆண்டாளின் திருப்பாவையும், மாணிக்கவாசகரின் திருவெம்பாவையும் டிரிப்பாவ, டிரிவெம்பாவ என்ற பெயர்களில் பாடப்படுவதையும் தனது நூலில் நினைவுகூர்கிறார். சிங்கள மொழியின் யாப்பிலக்கணம் அல்லது செய்யுள் இலக்கணம் தமிழ் மொழியிலிருந்து வந்ததென தெ.பொ.மீ கருதுகிறார்.

த.சபாரத்தினத்தால் எழுதப்பட்ட 'தந்தை செல்வா - ஒரு அரசியல் வாழ்க்கை சரிதை' என்ற நூல் குமரன் புத்தக இல்லத்தால் 2006ஆம் ஆண்டு வெளியிடப்பட்டது.[42] இலங்கை தமிழர் வரலாற்றில் மிக முக்கிய இடத்தைப் பெறும் இந்நூல், தந்தை

செல்வாவின் அரசியல் முகங்களை விளக்குவது மட்டுமின்றி இலங்கை வரலாற்றில் நடந்த பல்வேறு அரசியல் நிகழ்வுகளைப் பதிவுசெய்கிறது. 1912ஆம் ஆண்டு படித்த இலங்கையரின் தொகுதியில் வேட்பாளராக டாக்டர் மார்க்கஸ் பெர்னாண்டோ முன்வந்தார். அவர் கரவா என்ற சிங்கள மீனவ சமுதாயத்தைச் சேர்ந்தவர். அந்நூலில் ஜே.ஆர்.ஜெயவர்த்தன உள்ளிட்ட சிங்கள கொய்கம சாதியினர் கரவா சமூகத்தைச் சேர்ந்த ஒருவர் வெற்றி பெறுவதை விரும்பவில்லை. எனவே ஜே.ஆரின் தந்தை கொடைக்கானலில் ஓய்வெடுத்துக்கொண்டிருந்த தமிழரான பொன்னம்பலம் வீட்டிற்குச் சென்று அவரிடம் வேட்பு மனுவில் கையொப்பம் பெற்று அவரை வெற்றி பெறச் செய்தனர் என சபாரத்தினம் பதிவுசெய்கிறார். 1945ஆம் ஆண்டு வழக்கறிஞர் தொழில் மூலம் மாதமொன்றுக்குப் பத்தாயிரம் ரூபாய் சம்பாதித்துக்கொண்டிருந்த ஜேம்ஸ் வேலுபிள்ளை செல்வநாயகம், தந்தை செல்வாவாக மாறிய வரலாறு பற்றியும், 26.04.1977 அன்று அவர் இறந்தபோது அவரது உடலைத் தாங்கி மாவை.சேனாதிராஜா, உமா மகேஸ்வரன், பிரபாகரன், சிறீ.சபாரத்தினம் உள்ளிட்ட ஏராளமானோர் ஊர்வலமாகச் சென்றதையும் சபாரத்தினம் பதிவு செய்தார். 'தமிழ் மக்கள் ஒரு தேசிய இனம், இலங்கையின் வடக்கும் கிழக்கும் தமிழரின் மரபுவழித் தாயகம், தமிழர்களுக்குச் சுயநிர்ணய உரிமை உண்டு' ஆகிய மூன்று கருத்துகளையும் செல்வா வலியுறுத்தினார். தமிழரின் நில பறிப்பு, குடியுரிமை பறிப்பு, மொழி உரிமை பறிப்பு, மத உரிமை பறிப்பு ஆகியன குறித்துப் பேசியும் எழுதியும் வந்தார். இலங்கையின் வரலாற்றையும் அகில இலங்கைத் தமிழர் காங்கிரஸ், ஃபெடரல் கட்சி, தமிழர் விடுதலைக் கூட்டணி என இலங்கைத் தமிழரின் அரசியல் குறித்தும் சபாரத்தினம் எழுதுகிறார். 1956ஆம் ஆண்டு இலங்கையில் கொண்டுவரப்பட்ட 'சிங்களம் மட்டும்' சட்டம் தமிழர்களைப் பாதித்தாலும், செல்வாவும் எஸ்.டபிள்யூ. ஆர்.டி.பண்டாரநாயக்கவும் செய்துகொண்ட பண்டா - செல்வா ஒப்பந்தம் வடக்கு மற்றும் கிழக்கில் அலுவல் மொழியாகத் தமிழையும் வடக்கை ஒரு பகுதியாகவும் கிழக்கை இரண்டு அல்லது மூன்றிற்கு மேற்பட்ட பகுதிகளாகவும் மலையகத் தமிழர்களுக்குக் குடியுரிமை வழங்குவது குறித்தும் உடன்பட்டனர். ஆனால், அவ்வொப்பந்தத்திற்கு எதிராக 1958ஆம் ஆண்டு பௌத்த பிக்குகளால் ஊர்வலமும் போராட்டங்களும் முன்னெடுக்கப்பட்டன. பாணந்துறையில் கோயில் பூசாரி ஒருவர் எரிக்கப்பட்ட நிகழ்வு பெரும் கவனத்தை ஈர்த்தது. கலவர காலத்தில் அம்பந்தோட்டை பாராளுமன்ற உறுப்பினரான லக்ஷ்மன் ராஜபக்ச போராட்டக்காரர்களை அழித்து விடுங்களெனக் கூறினார். அவரது மனைவியும் ஒரு தமிழ்ப் பெண். இலங்கையின் முதல் அரசியல் கொலையாக 25.09.1959 அன்று சோமராம பிக்கு என்பவரால் பண்டார நாயக்க சுட்டுக் கொல்லப்பட்டார். முன்னதாக அவர் தந்தை செல்வாவுடன் செய்துகொண்ட ஒப்பந்தத்தைப் பௌத்த பிக்குகள் முன்னிலையில் கிழித்துப் போட்ட பின்னரும் கூட அது பண்டார நாயக்கவின் உயிரைக் காப்பாற்ற முடியாமல் போய்விட்டது. 20.02.1961 அன்று மங்கையர்க்கரசி அமிர்தலிங்கம் தேவாரம் பாடி சத்தியாகிரகத்தைத் தொடங்கி வைத்ததை சபாரத்தினம் நினைவுகூர்கிறார். 1950களில் கிழக்கிலும் வடக்கிலும் நீதித்துறை மொழியாகவும், நிர்வாக மொழியாகவும் மட்டுமே மொழி உரிமை கேட்டுத் தொடங்கிய போராட்டமானது தந்தை செல்வாவையும் அரசியலுக்குள்

இழுத்து வந்தது. காந்திய வழியில் தொடங்கிய அவரது போராட்டங்கள் எளிமையான தீர்வுகளையே முன்னிறுத்தின. மலையகத் தமிழர்களுக்கு ஆதரவாகக் குரல் கொடுத்த தந்தை செல்வாவின் அரசியல் தீர்க்கதரிசனம் ஏற்றுக்கொள்ளப்பட்டிருந்தால் இன்று கூரையற்ற சுவராக மாறிய இலங்கை பொருளாதாரம் காப்பாற்றப்பட்டு, தெற்காசிய நாடுகளில் இலங்கை முதன்மை இடத்தைப் பெறுவதோடு, உண்மையான சுதந்திர நாடாக இந்தியா மற்றும் சீனாவின் பாதிப்பின்றி உருவாகியிருக்கும் என உணர முடியும். பண்டா - செல்வா ஒப்பந்தம், டட்லி சேனநாயக்க - செல்வா ஒப்பந்தம் ஆகியன குப்பைக் கூடைக்குச் சென்ற பின்னர் மெல்லிய குரலில் பேசும் பார்க்கின்சன் நோயால் மெதுவாக நடக்கும் செல்வநாயகம் 26.04.1977 அன்று யாழ்ப்பாணத்தில் மரணமடைந்தார். அவரது இறுதி ஊர்வலம் யாழ்ப்பாணம் குலுங்குமளவிற்குச் சிறப்பாக நடந்தது. தந்தை செல்வாவின் மறைவுக்குப் பின் புத்த மதத்தையும் அரசியலையும் பிரிக்க முடியாதபடி கலந்த இலங்கை, உள்நாட்டுப் போரால் தனது அரசியல் பொருளாதார வரலாற்றில் 30 ஆண்டுகள் பின்னோக்கிச் சென்றது.

2009இல் வெளியான மனோகர் பதிப்பகத்தின் 'மேஜர் ஜெனரல் ஹர்கிரத் சிங்கின் இன்டர்வென்சன் இன் ஸ்ரீலங்கா' என்ற நூல்[43] இலங்கையில் இரண்டரை ஆண்டுகள் நிலைகொண்ட இந்திய அமைதிப்படையினரின் இருப்பைப் பற்றி கூறுகிறது. மேலோங்கி கரையர் என்ற மீனவ சமுதாயத்தைச் சேர்ந்த பிரபாகரன் குறித்து மரியாதை உணர்வோடு தகவல்களைப் பதிவு செய்த இந்நூல், அமைதிப் படையினர் இலங்கை வந்திறங்கியபோது தாக்குதல் மனநிலையில் வந்திறங்கவில்லை எனவும், புலிகள் மீதான தாக்குதல் இந்திய இராணுவத்தால் சரிவர திட்டமிடப்படவில்லை என்றும் கூறுகிறார். யாழ்ப்பாணத்தில் இறங்கியபோது இந்திய இராணுவத்தினரிடம் யாழ்ப்பாணம் குறித்த வரைபடங்கள் கூட இல்லை என்ற ஹர்கிரசிங், விடுதலைப் புலிகளை இந்தியா சிறுவர்களைப் போல நடத்தியதெனவும் கூறுகிறார். 28.07.1987 அன்று புதுடெல்லியில் அசோகா ஓட்டலில் அறை எண் 518இல் தான் இருக்கும்போது ராஜீவ் காந்தி ஒப்பந்தத்தை மேற்கொள்ள இலங்கைக்குப் பயணம் செய்தது பிரபாகரனுக்குக் கடுங்கோபத்தை ஏற்படுத்தியதாக ஹர்கிரத்சிங் கூறுகிறார்.

'புத்திஸம் கான்பிளிக்ட் அன்ட் வயலன்ஸ் இன் மாடர்ன் ஸ்ரீலங்கா' என்ற நூல் 2006ஆம் ஆண்டு மகிந்தா டீகல்ல என்பவரால் தொகுக்கப்பட்டு ராட்லெட்ஜ் நிறுவனத்தால் வெளியிடப்பட்டது.[44] அறிஞர்கள் எழுதிய 15 கட்டுரைகள் நிறைந்த அந்நூலில் அல்வாப்பிள்ளை வேலுப்பிள்ளை, கணநாத் ஒபேசேகர ஆகியோரது கட்டுரைகள் தமிழ் மற்றும் சிங்கள மக்களுக்கிடையேயான நெருங்கிய கலாச்சாரத் தொடர்புகளைக் காட்டுவதாக அமையும்.

'டிமாக்ரஸி சாவரினிட்டி அண்ட் டெரர், லக்ஷ்மண் கதிர்காமர் ஆன் தி பவுண்டேசன் ஆஃப் இன்டர்நேஷனல் ஆர்டர்' என்ற நூல் சர் ஆதம் ராபர்ட்ஸ் என்ற அயல்நாட்டு அறிஞரால் தொகுக்கப்பட்டு ஐ.பி.டாரிஸ் என்ற லண்டன் நிறுவனத்தால் 2012ஆம் ஆண்டு வெளியிடப்பட்டது.[45] 1981 மே மாதம் முப்பத்தொன்றாம் நாள் தமிழர் ஐக்கிய விடுதலை முன்னணி ஊர்வலத்தின் தொடர்ச்சியாக இரண்டு சிங்கள காவலர்கள் கொல்லப்பட்டனர், மூன்று பேர் சுடப்பட்டனர். அதைக் தொடர்ந்து இலங்கை அரசின் ஆதரவோடு கட்டவிழ்த்துவிடப்பட்ட வன்முறையில் யாழ்ப்பாணம்

நூலகம் தீக்கிரையாக்கப்பட்டுச் சாம்பலானது. 97,000 நூல்களும் அரிய சுவடிகளும் எரிந்தன. ஓரிரு வருடங்களில் நூலகம் சீரமைக்கப்பட்டாலும், யாழ்ப்பாணத்தில் தொடர்ந்த வன்முறைச் சூழலால் மறுபடியும் தாக்குதலுக்கு உள்ளானது. தமிழ்ப் போராளிகள் நூலகத்தைத் தங்கள் பதுங்கிடமாகப் பயன்படுத்தவும் தவறவில்லை. 1998ஆம் ஆண்டு சந்திரிகா அரசால் தொடங்கிய நூலகச் சீரமைப்பு, 2001ஆம் ஆண்டு முழுமை பெற்றது. யாழ்ப்பாண நூலகச் சீரமைப்பில் கதிர்காமர் தன்னை முழுமையாக ஈடுபடுத்திக்கொண்டார். அமெரிக்கத் தூதரகம், யாழ்ப்பாண நூலகத்தில் எரிந்து போன அபூர்வமான ஆரம்பகால யாழ்ப்பாண செய்தித்தாள்களை மைக்ரோஃபிலிமாக மாற்றி கதிர்காமரிடம் ஒப்படைத்த நிகழ்வில் அவர் யாழ்ப்பாணம் வரலாற்றை நீண்ட உரையாகத் தடங்கலின்றிக் கூறியது பற்றி இலங்கைக்கான அமெரிக்கத் தூதர் சான் டோனல்லி குறிப்பிடுகிறார். யாழ்ப்பாண நூலகத்திற்கு கதிர்காமர் பல்வேறு நாடுகளிலிருந்து 25,000 நூல்களைப் பெற்று வழங்கினார். 2001ஆம் ஆண்டு நூலகப் பணிகள் முழுமையடைந்தாலும் 2003ஆம் ஆண்டு நூலகத்தைத் திறக்க புலிகள் அனுமதிக்கவில்லை. யாழ்ப்பாண முனிசிபல் கவுன்சில் மேயர் செல்லன் கந்தையன் உள்ளிட்ட 21 உறுப்பினர்கள் புலிகளின் நடவடிக்கைக்கு எதிராகப் பதவி விலகினர். லலித் அதுலத் முதலி கொல்லப்பட்ட பின்னர் கதிர்காமர் அவர் வகித்த ஆக்ஸ்ஃபோர்ட் யூனியன் தலைமையேற்றுக்கொண்டார். தனது 62ஆவது வயதில் அரசியலில் நுழைந்த கதிர்காமரை பிரதமராக்க ஜன விமுக்தி பெரமுன ஆதரவளித்தது. சர்வதேச குடிமகனாகிய கதிர்காமர் அனைத்துலக அரசியல் தலைமைகளுடன் நெருக்கமான உறவு கொண்டிருந்தார். சிறுநீரகம் பழுதான கதிர்காமருக்கு இளம் புத்த துறவி ஒருவர் சிறுநீரக தானம் வழங்கி புது டில்லி அப்பல்லோ மருத்துவமனையில் சிறுநீரக மாற்று அறுவை சிகிச்சை நடந்தது. 02.10.1997 அன்று புலிகளை வெளிநாட்டுப் பயங்கரவாத இயக்கம் என அமெரிக்கா அறிவித்தது. 28.02.2001 அன்று பிரிட்டன் புலிகளைத் தடை செய்தது. 'முதலில் நாம் இலங்கையர், அதன் பின்னரே சாதியும் மதமும்' எனக் கூறிய ஆக்ஸ்போர்ட் பட்டதாரியும், தடை ஓட்டப்பந்தய வீரரும், சிறந்த வழக்கறிஞருமான, யாழ்ப்பாணம் மானிப்பாயில் பிறந்து முதல் மனைவி விவாகரத்துக்கும் பிறகு சிங்கள வழக்கறிஞர் மனைவியை மணம் செய்த கதிர்காமர் 12.08.2005 அன்று சின்னமான் கார்டனில் உள்ள தன் சொந்த வீட்டில் நீச்சல் குளத்தில் பயிற்சி முடித்துக் கரையேறியபோது புலிகளின் நெடுந்தூர துப்பாக்கிச் சுடும் திறனுடைய ஒருவரால் சுட்டுக் கொலை செய்யப்பட்டார். வழக்கம் போல் பிரபாகரன் செய்த அக்கொலை அன்ரன் பாலசிங்கத்தால் நியாயப்படுத்தப்பட்டதாக எரிக் சோல்ஹைம் குறிப்பிட்டார். ஆனால், கதிர்காமரின் கொலை புலிகளுக்குச் சர்வதேச அரங்கில் பெரும் அரசியல் பின்னடைவை ஏற்படுத்தியது.

ராஜனி திராணகம, ராஜன் ஹீல், தயா சோமசுந்தரம், கே.ஸ்ரீதரன் ஆகியோருடைய கட்டுரைகளைக் கொண்ட 'முறிந்த பனை' நூல்[46] தமிழீழ ஆயுதப் போராட்ட வரலாற்றில் மிக முக்கிய இடம் பெறுகிறது. 'முறிந்த பனை' நூலாசிரியரில் ஒருவரான ராஜனி திராணகம கொலை யாழ்ப்பாணத்திலும் இலங்கைத் தமிழர்கள் மத்தியிலும் அதிர்வலைகளை ஏற்படுத்தியது.

அனிதா பிரதாப்பின் 'ஐலண்ட் ஆஃப் பிளட்' என்ற நூல் 2001ஆம் ஆண்டில் பெங்குயின் புத்தக நிறுவனத்தால் வெளியிடப்பட்டது.[47] அவரது வாழ்க்கையையும் இலங்கைத் தமிழர் ஆயுதப் போராட்ட வரலாற்றையும் பின்னி ஆங்கிலத்தில் எழுதப்பட்ட அந்நூல் படிப்பவர் மனதை கொள்ளை கொள்வதில் ஆச்சரியமில்லை. 2001ஆம் ஆண்டு புலிகள் வெற்றி மேல் வெற்றி பெற்றுப் புகழின் உச்சியில் இருந்தனர். ராஜீவ் கொலை புலிகளின் வரலாற்று மூடத்தனம் என அன்ரன் கூறியதாகவும் அனிதா பதிவு செய்கிறார். பிரபாகரனின் புகழ்பெற்ற கூற்றான, 'இயற்கை எனது நண்பன், வாழ்க்கை எனது தத்துவ ஆசிரியர், வரலாறு என் வழிகாட்டி' என்பதை அனிதாவே முதலில் பதிவு செய்தார். அப்பேட்டியின்போது அனிதா ஆங்கிலத்தில் கேள்விகளைத் தயார் செய்து அதற்கு பிரபாகரன் அளித்த பதில்கள் ஆங்கிலத்தில் அமைந்தன. அப்பதில்கள் அன்ரன் பாலசிங்கத்தால் அல்லது பேபி சுப்பிரமணியத்தால் தயார் செய்யப்பட்டு பிரபாகரன் ஒப்புதலைப் பெற்றிருக்கக் கூடும். அனிதாவின் சண்டே இதழுக்கான பேட்டிக்கு அனுமதிப் பெற்றுக்கொடுத்த சென்னை வழக்கறிஞர் கே.எஸ்.ராதாகிருஷ்ணன், பேட்டியின்போது அனிதாவுடன் பேபி சுப்பிரமணியமும் தானும் உடனிருந்ததாகவும், அப்போது எடுத்த ஒளிப்படங்களையும் அவருக்குக் கொடுத்த ஆவணங்களையும் கேட்டுக் கடிதம் எழுதியதாகவும், அதற்கு 03.11.2015 அன்று அனிதாவிடமிருந்து பதில் கடிதம் ஒன்றையும் பின் ஆவணங்களையும் பெற்றதாகவும் கூறுகிறார்.

வெலிக்கடைச் சிறைப் படுகொலைகளைப் பற்றி விரிவாகப் பதிவு செய்யும் அந்நூல், கவிஞர் காசி ஆனந்தனின் சகோதரர் சிவஜெயம் இந்திய இராணுவக் கைதில் சையனைட் விழுங்கி இறந்ததைக் கூறுகிறது. வடகிழக்கு முதல்வர் வரதராஜப் பெருமாள் கூர்மையான அறிவுத்திறன் கொண்டவர் என்றும், குருக்கள்தான் பூசை வைக்க வேண்டும் பிறர் பூசை செய்தல் தவறு எனும் குருட்டுத்தனமான பாரம்பரியத்தில் வளர்ந்தவர்கள் அவரைப் பிடிக்காதவர்கள் எனக் கூறும் புஸ்பராஜா, முஸ்லிம் மக்கள் மீதான தாக்குதல் குறித்தும் எழுதுகிறார். சகோதர இனத்தின் மீது பாசிச வன்முறைகள் மேற்கொள்ளும் இயக்கம் சொந்த இனத்திற்காகப் போராட தார்மீக உரிமையற்றது என்கிறார். 2003ஆம் ஆண்டு சி.புஸ்பராஷா எழுதி, புத்தாநத்தம் அடையாளம் பதிப்பகம் வெளியிட்ட 'ஈழப் போராட்டத்தில் எனது சாட்சியம்' என்ற நூல் 2003ஆம் ஆண்டு புலிகள் புகழ் பெற்றிருந்த காலத்தில் வெளியானது.[48]

நூல் வெளியான நாளில் கரும்புலிகள் என்ற தற்கொலைப் படையினரில் 192 ஆண்களும் 69 பெண்களும் தற்கொலைத் தாக்குதல் நடத்தி இறந்தனர் எனவும் புஸ்பராஜா கூறுகிறார். சிறையில் சாதாரண தரம், உயர்தரம் தேர்வுகளுக்குச் சிறைக் கைதிகளைத் தயார் செய்யும் சிறை ஆசிரியர்களாக மாறிய தமிழரான அரசியல் சிறைக்கைதிகளைப் பற்றி புஸ்பராஜா கூறும்போது இலங்கைத் தமிழர்கள், குறிப்பாக யாழ்ப்பாணத்தில் தமிழர்கள் கல்விக்குக் கொடுக்கும் முக்கியத்துவம் பற்றி வியக்காமல் இருக்க முடியவில்லை.

2011 மே மாதம் யோகரட்ணம் எழுதிய 'தீண்டாமைக் கொடுமைகளும் தீமூண்ட நாட்களும்' நூலின் முதற்பதிப்பு இலங்கை தலித் சமூக மேம்பாட்டு முன்னணியால் பிரான்சில் வெளியானது.[49] இலங்கை ஆயுதப் போராட்டம் தொடங்கிய காலத்தில் 1975ஆம் ஆண்டு மானிப்பாய் பிப்பிலி மயானச் சம்பவத்தை யோகரட்ணம் கூறுகிறார். மானிப்பாய் ஆனந்தன் வைரவர் கோயில் வீதி தலித் மூதாட்டியின் தகனச் சடங்கைத் தடுத்த சாதி வெறியர்களை அடக்கிய அதிபர் விமல் அமரசேகரா குறித்துக் கூறுகிறார் யோகரட்ணம். யாழ்ப்பாணத்தின் முதல் அரசியல் பலியான ஆல்பிரட் துரையப்பா, ஆண்டு விழா நிகழ்ச்சியில் தலித் கலைஞர்களைச் சேர்த்துக்கொள்ளாத கர்நாடக இசை சபையான ரசிக ரஞ்சன் சபையின் ஆண்டு விழா நிகழ்ச்சியைப் புறக்கணித்த துரையப்பா பற்றி பதிவு செய்கிறார். யாழ்நகரில் வாழும் சகல தலித் சமூகத்தவர்களின் பாசத்திற்கு உரியவர் துரையப்பா எனக் கூறுகிறார் யோகரட்ணம். யாழ்ப்பாணம் குறித்த புதிய பார்வையைத் தரும் அவரது நூல், தமிழ்நாட்டில் தமிழ் ஈழம் குறித்த மாறுபட்ட பார்வையை வழங்கும்.

யாழ்ப்பாணத்து நல்லூர் ஸ்ரீலஸ்ரீ ஆறுமுக நாவலர் செய்த முதலாம் இரண்டாம் புத்தகம் தோத்திரத் திரட்டுடன் யாழ்ப்பாணம் காங்கேசன்துறை வீதி ஸ்ரீலங்கா புத்தகச் சாலையால் 'சைவ வினா விடை' நூல் வெளியிடப்பட்டது.[50] போசனம் பண்ணும்போது செய்யத் தகாத குற்றங்கள் யாவை என்ற கேள்விக்கு நாய், பன்றி, கோழி, காகம், புலையர், ஈனர், பூப்புடையவர் ஆகியோரைப் பார்த்தல் என்றும், எவர் முன்பு விபூதி தரிக்கலாகாது என்ற கேள்விக்குச் சண்டாளர் முன்னும், பாவிகள் முன்னும் விபூதி தரிக்கக் கூடாது என்ற ஆறுமுக நாவலரின் வினா விடைகள் பிற்போக்குத்தனமானவை என்பதில் ஐயமில்லை.

'ஈழ மண்ணில் ஓர் இந்தியச் சிறை' என்ற நூல் எஸ்.எம்.கோபாலரத்தினத்தால் எழுதப்பட்டுத் தோழமை வெளியீட்டகத்தால் 2007 ஜூலையில் வெளியானது.[51] ஈழ நாடு, ஈழ முரசு என யாழ்ப்பாணத்திலும் மட்டக்களப்பிலும் செய்தி ஆசிரியராகப் பணி செய்த கோபாலரத்தினம் 25.11.1987 முதல் 28.01.1988 வரை இந்திய இராணுவத்தினரிடம் சிறைபட்டிருந்த அனுபவங்களைத் தனது நூலில் பதிவு செய்கிறார். இந்திய அமைதிப் படையினர் என்ற பெயரில் யாழ்ப்பாணத்திற்குள் நுழைந்து வடக்கிலும் கிழக்கிலும் இரண்டரை ஆண்டுகள் இலங்கையில் தங்கிய இந்திய இராணுவம், எவ்வாறு இலங்கைத் தமிழர் விரும்பா இராணுவமானது என அறிய இந்நூல் உதவும். இலங்கைத் தமிழர் கண்களைக் கட்டி இந்திய

இராணுவத்தினர் அடித்து இழுத்து வருவது பற்றிப் பதிவுசெய்யும் கோபாலரத்தினம், தனது இரு மாதச் சட்டப்புறம்பான சிறைவாசத்திலிருந்து விடுதலையாகச் சிங்கள வழக்கறிஞர்கள் ஹேபியஸ் கார்ப்பஸ் மனுக்களைத் தாக்கல் செய்ய முன்வந்தது குறித்தும் கூறுகிறார்.

'நீண்ட காத்திருப்பு' என்ற சிறப்பான நூல் கொமடோர் அஜித் போயகொட சொல்லக் கேட்டு சுனிலா கலப்பதியால் எழுதப்பட்டது. தேவா மொழிபெயர்ப்பில் வடலி வெளியீட்டகத்தால் 2020 ஜனவரி அன்று வெளியிடப்பட்டது.[52] கடற்படை சல்யூட் ஏன் உள்ளங்கையை மறைக்கிறது எனத் தொடங்கும் அந்நூல், இலங்கைத் தமிழரையும் சிங்களரையும் ஒருங்கிணைக்கிறது என்றால் மிகையல்ல. கரும்புலிகள் தாக்கி மூழ்கடித்த சாகரவர்த்தனா கப்பலின் தலைவரான அஜித் போயகொட 22 மாலுமிகளை இழந்து தப்பித்து புலிகளின் சிறையில் 1994 ஆண்டிலிருந்து எட்டு ஆண்டுகள் வரை இருந்து 2004ஆம் ஆண்டு சமாதான காலத்தில் விடுதலையானார். எள்ளலுடன் எழுதப்பட்ட அந்நூல் உலகக் கோப்பை போட்டியில் இலங்கை வெற்றி பெற்றதைப் புலிகளும் கொண்டாடியதைப் பதிவு செய்கிறது. நெல்சன் மண்டேலாவின் 'எ லாங்க் வாக் டு ஃபிரீடம்' நூலைச் சிறையில் படித்ததாகக் கூறும் போயகொட, புலிகளின் தளபதி சூசையுடன் முதன்முதலாகக் கை குலுக்கியதை வியந்து கூறுகிறார். வெசாக் கொண்டாட்டத்தையும் ஜெயிலில் கிரிபத் சமைத்ததையும் கூறும் போயகொடவின் சிறை நாட்களுக்குப் பிந்தைய விடுதலை நாட்கள் அவருக்கு மகிழ்ச்சியூட்டுவதாக இல்லை. தன் மேலதிகாரிகளின் சந்தேகப் பார்வையை எப்போதும் எதிர்கொண்டதாக போயகொட கூறுகின்றார்.

காமினி சமரநாயகேவால் எழுதப்பட்டு கியான் பப்ளிஷிங் ஹவுஸ் நியூடெல்லியால் 2008இல் வெளியிடப்பட்ட 'பொலிட்டிகல் வயலன்ஸ் இன் ஸ்ரீலங்கா 1971 - 1987' என்ற நூல்[53] இலங்கையின் சமூக வரலாற்றில் முக்கிய இடம் பெறுகிறது. ரோஹண விஜயவீர உள்ளிட்ட 12 ஜேவிபி பொலிட் பீரோ உறுப்பினர்கள் கரவா சமூகத்தைச் சேர்ந்தவர்கள் எனக் குறிப்பிடும் அந்நூல், ஜேவிபி எழுச்சியில் மாத்தறையைச் சேர்ந்த சிங்கள கரவா சமூகத்தினர் பெரும்பங்கு பெற்றதைப் போன்றே விடுதலைப் புலிகள் இயக்கத்தில் அங்குள்ள வேளாளர்கள் அல்லாத வல்வெட்டித்துறையைச் சேர்ந்த கரையர், முக்குவர், கோவியர் ஆகியோர் பெரும்பங்காற்றியதைப் பற்றியும் கூறுகிறது. தமிழரின் சாதி அமைப்பு ஆயுதப் போராட்டத்தில் எவ்வாறு தொடர்ந்தது என்பதற்கு விடுதலைப் புலிகளது போராளிகளும், டெலோ அமைப்பின் போராளிகளும் வல்வெட்டித்துறை, பருத்தித்துறை ஆகிய மீனவ கிராமங்களிலிருந்து வந்தனர் எனக் கூறுகிறார். சமரநாயகே, பிளாட் அமைப்பினரில் பெரும்பாலோனோர் விவசாயப் பகுதியான வவுனியாவில் இருந்து வந்ததாகக் கூறும் அவர், அக்காரணத்தால் பிளாட் அமைப்பினரில் பெரும்பாலோனோர் வேளாளர் சமூகத்தினராக இருந்தனர் என்கின்றார். ஈ.பி.ஆர்.எல்.எஃப் அமைப்பினரில் பெரும்பாலானோர் முக்குவர் மற்றும் வேளாளர் சாதியினரில் இருந்து வந்தனர் எனக் கூறும் சமரநாயகே, 1953இல் உயர்கல்வி பயின்ற தமிழ் மாணவர்கள் 33.7 விழுக்காடு இருந்தனர் என்றும், 1965ஆம் ஆண்டு 19.1 விழுக்காடாகக் குறைந்தனர் என்றும் கூறுகிறார். சட்டம், கலை, அறிவியல் ஆகிய துறையில் சிங்களர் அதிகமிருக்க மருத்துவம், கால்நடைத்துறை

படிப்புகளில் 40 விழுக்காடு தமிழ் மாணவர்கள் இருந்ததையும் இக்காலத்தில் மலையகத் தமிழர்களுக்கு உயர்கல்வி முற்றிலும் இல்லாமலிருந்ததெனத் தனது புள்ளிவிவரங்களால் சுட்டிக்காட்டுகிறார். 1970 முதல் 1975 வரை தரப்படுத்தல் முறையால் இலங்கைத் தமிழரது கல்விப் பங்களிப்பு அறிவியல் சார்ந்த துறைகளில் 1970ஆம் ஆண்டு 35.5 விழுக்காட்டிலிருந்து 1970ஆம் ஆண்டு 21 விழுக்காட்டிற்குக் கீழ் குறைந்ததாகக் கூறுகிறார். ஆனால், மலையகத் தமிழர் குறித்த புள்ளிவிபரங்கள் ஏதுமில்லை என்பது குறிப்பிடத்தக்கது. மாவட்ட வாரியான இடஒதுக்கீடு சிங்களருக்குப் பலனளித்தது உண்மை. அவர்களது பல்கலைக்கழகப் பங்களிப்பு அறிவியல் சார்ந்த துறைகளில் 1970ஆம் ஆண்டு 60 விழுக்காடாக இருந்தது 1974ஆம் ஆண்டு 75.4 ஆக உயர்ந்தது.

ஜேவிபி அமைப்பானது சிங்களப் பௌத்த தேசிய மார்க்சியக் கோட்பாடுகளுடன் மாவோ, சே, ஹோசி மின் ஆகியோரையும் ஈர்த்துக்கொள்ளும் அமைப்பாக இருந்தது. ஜேவிபியின் பஞ்ச சீலக் கொள்கையாகச் சிறுதானியப் பயிர்களையும் இலங்கையின் உணவு தற்சார்பையும், குறிப்பாகக் கேழ்வரகுப் பயிரைத் தேநீர் பொருளாதாரம் அழித்தது எனவும், நிலமற்ற விவசாயிகள் உருவாகத் தேயிலையே காரணம் எனவே மக்கள் போராட்டமே விடுதலைக்கான வழி என்றும், 1948ஆம் ஆண்டு உண்மையான விடுதலை கிடைக்கவில்லை, அது காலனியாட்சியின் நீட்சி. எனவே ஆயுதப் போராட்டம் மூலமே உண்மையான விடுதலையடைய முடியும் என்றும், தேயிலைத் தொழிலாளர் விரிவாக்கத்தின் மூலம் இந்தியா தனது காலனியாக இலங்கையை மாற்ற முயல்கிறது என்றும், சிங்கள பௌத்த கலாச்சாரமே இலங்கையின் கலாச்சார அடிப்படை எனவும், இலங்கையின் தேயிலைத் தோட்டங்களை அழித்துக் காடுகளாக்கி மறுபடியும் விவசாய பொருளாதாரமாக்க வேண்டுமெனவும் பிரச்சாரம் செய்த ஜேவிபியினர், மார்க்சிஸ்ட் கம்யூனிஸ்ட் கட்சியினர் உயர்மட்ட விருந்துகளில் பங்கெடுத்து உயர்வர்க்கமாக மாறிவிட்டனர் என்றும் குற்றம் சாட்டினர். ஜேவிபி குறித்து ஆழமாக அறிய இந்நூல் துணை செய்யும்.

2016 ஆண்டு காலச்சுவடு பதிப்பகத்தின் நான்காம் பதிப்பாக வெளியான 'ஒரு கூர்வாளின் நிழலில்' என்ற தமிழினியின் தன்வரலாற்று நூல் பிரபாகரனின் அண்மைக் காட்சிகள் ஏராளமானவற்றைப் பதிவு செய்கிறது.[54] பொட்டு அம்மானுக்கும் பிற தளபதிகளுக்கும் உள்ள முரண்கள், 12.08.2005 அன்று லக்ஷ்மண் கதிர்காமர் கொலை, மாத்தையா மீதான விசாரணை ஆகியனவற்றைக் கூறுகிறது. அன்ரன் பாலசிங்கத்திடம் தான் எழுதிய கட்டுரையை வாசித்த தமிழினியிடம், "சத்தமா வாசி பிள்ளை. அந்தப் பத்தியை வெட்டு, இந்தப் பத்தியைக் கொஞ்சம் வடிவா எழுது. என்ன ஐசே நான் சொல்லுறது விளங்குதே?" என்று பாலசிங்கம் சொன்னதாகக் கூறும் தமிழினி, அன்ரனின் ஆளுமையை எளிதாக முன்னிறுத்துகிறார். கிழக்கில் பிச்சை எடுப்பதையையே தொழிலாகக் கொண்ட கிராமம் ஒன்றில் தொழு நோயாளிகள் நிறைந்திருப்பதைக் கூறும் தமிழினியின் பதிவுகள், ஆயுதப் போராட்டக் காலத்தின் பொருளாதாரச் சூழலை விளக்கும்.

தமிழீழப் பெண் புலிகள் குறித்து நான்கு தொகுதிகள் வெளியாயின. நூலாசிரியராக தமிழ் தேசன் இமயக் காப்பியன் பெயர் கொண்ட அத்தொகுதிகளில் வெளியீட்டாளர் பெயரின்றி கிளவுட் டெயில் இந்தியா பிரைவேட் லிமிடெட் நிறுவனத்தால் விற்பனை செய்யப்படுகிறது.[55] கரும்புலிகளான பல பெண்களது வாழ்க்கை அவர்களது சமூகப் பொருளாதாரச் சூழலை விளக்கும். நான்காவது தொகுதியில் அகிலாவின் நினைவுகளைக் கூறும்போது அவரது பெயர் கூற முடியாத சாதனைகளுக்குள்ளும் இன்னும் ஓரிரண்டு பேருக்குள்ளே உறங்கிப் போன உண்மைகளுக்குள்ளும் அவர் ஆற்றிய பங்கு, அவரது உழைப்பு அவரை இனங்காட்ட முடியாத பக்கங்கள் எனவும் எழுத்திலே வடிக்க முடியாத வரலாற்று நிகழ்வுகள் எனக் குறிப்பிடுகிறது. அவர் ரிவிரசா போரில் இறந்திருக்க வேண்டும் என்பதை '30.10.1995 அன்று சூரியக்கதிர் படர்ந்த காலைப் பொழுது வலிகாம சமருக்குள் குருதி தோய்ந்து கலந்து போனார்' என்ற வரிகளால் அறிய முடியும். அகிலா குறித்து மேலும் கூறும்போது, எப்போதுமே காற்சப்பாத்துகளைக் கழற்றியறியாத கால்கள் கொண்ட அவரது ஆளுமை எமது தேசத்தைக் கடந்து போன பெருமை எனக் குறிப்பிடுவது ராஜீவ் கொலையில் மூன்றாவது குற்றவாளியாகக் குற்றம் சாட்டப்பட்ட அகிலாவை இனங்காட்டும். ராஜீவ் கொலை புலனாய்வுக் குழுத் தலைவர் கார்த்திகேயன் கூறுவதை உறுதிப்படுத்தும். 08.05.1991 அன்று அகிலாவுக்கு சுபாவும் தனுவும் எழுதிய கடிதத்தில், அன்புள்ள அகிலாக்காவிற்கு எனத் தொடங்கி 'நாம் வந்த காரியம் நல்ல மாதிரியாக முடியும் என்ற நம்பிக்கை உள்ளது. எல்லாம் இம்மாதத்தில் நடைபெற்றுவிடும்' என்றும், 'அகிலாக்கா, நீங்கள் சொல்லி அனுப்பிய ஒவ்வொரு சொல்லும் கடைசி வரைக்கும் எம் நினைவில் இருக்கும்' என்றும் 'மிகுதி நேரில் சந்தித்தால்?' எனக் கேள்விக்குறியோடு முடிந்திருக்கும். சுபாவும் தனுவும் அகிலாவுக்கு எழுதிய கடிதம் மெய்யானது என்றே கருத முடியும். அவ்வாறெனில் விடுதலைப் புலிகள் வெளியீட்டில் கண்ட அகிலாக்கா குறித்த பதிவுகள் அவர் வெற்றிகரமாக சுபா மற்றும் தனுவிற்குப் பயிற்சியளித்து அனுப்பியதாக ராஜீவ் கொலையில் பங்கெடுத்ததாக கார்த்திகேயனது புலன் விசாரணைக் கூறுவது சரியானது என்றே கூற முடியும்.

அன்ரன் பாலசிங்கம் எழுதி பெயர்மக்ஸ் பதிப்பகம் வெளியிட்ட 'போரும் சமாதானமும் - விடுதலைப் புலிகளின் போராட்ட வரலாறு' என்ற நூல் 2005 செப்டம்பரில் வெளியானது.[56] அன்ரனின் தலைப்பு டால்ஸ்டாயின் நூலிலிருந்து கையாளப்பட்டது. ஆனால், வலம்புரி ஜானின் மொழிபெயர்ப்பான 'சண்டையும் சமாதானமும்' தலைப்பு இன்னும் பொருத்தமாக இருக்கும். அன்ரன் பாலசிங்கத்தின் நூல் வெளியான ஒரு வருடத்திற்குப் பின் அவர் 14.12.2006 அன்று இறந்து போனார். ஆனால், அவரது நூல் இன்னும் தமிழர் மத்தியில் உலாவருகிறது. அனகாரிக தர்மபாலாவைப் பௌத்த தேசியத் தலைவர் எனக் குறிப்பிடும் அன்ரன், யாழ்ப்பாணத் தமிழருக்கு மொழியுரிமையும் கல்வியுரிமையும் வேலைவாய்ப்புரிமையும் மறுக்கப்பட்டதாகக் கூறுகிறார். அதுவே ஆயுதப் போராட்டத்துக்கு வித்திட்டது எனக் கூறலாம். ஆனால், யாழ்ப்பாணத் தமிழருக்கு உயர்கல்வியும் வேலைவாய்ப்பும் சிங்களர்களை விட கூடுதலாகக் கிடைத்த காலத்தில் கிழக்கு வாழ் தமிழருக்கும்,

மலையகத் தமிழருக்கும் மேல்நாட்டு சிங்களருக்கும் உயர்கல்வியும் வேலைவாய்ப்பும் கிடைக்காமலிருந்தது என்ற உண்மையை அன்ரன் புலப்படுத்தவில்லை.

அன்ரனின் நூல் இந்திய இராணுவத்தை விரட்ட பிரேமதாசாவுக்கும் புலிகளுக்கும் நடந்த இரகசிய பேச்சுவார்த்தைகள் குறித்த தெளிவான காட்சிகளை வழங்குகிறது. புலிகளுக்கு எம்.ஜி.ஆர் பணம் வழங்கியது பற்றி கூறும் அன்ரன், ராஜீவின் இந்திய - இலங்கை ஒப்பந்தத்தை எம்.ஜி.ஆர். ஆதரித்தது குறித்து ஏதும் குறிப்பிடவில்லை. 2002இல் அன்ரன் பரிந்துரைத்த கியூபெக் மாதிரி கூட்டாட்சி முறை அவருக்கும் பிரபாகரனுக்குமிடையே கசப்புணர்வை ஏற்படுத்தினாலும் தனது நூலில் அன்ரன் ஒரு பெரிய மனிதராக யாரையும் காயப்படுத்தாமல் எழுதுகிறார். முஸ்லிம்கள் வெளியேற்றம் குறித்து அக்காரியம் பிழையானது என அன்ரன் எதிர்ப்பு தெரிவித்தார் எனக் கருணாவும், ராஜீவ் கொலை விடுதலைப் புலிகளின் வரலாற்று முட்டாள்தனம் என அன்ரன் தன்னிடம் கூறியதாக 2001ஆம் ஆண்டு நூலில் அனிதா பிரதாப் கூறினாலும், ராஜீவ் கொலை பற்றி அவர் தன் நூலில் ஏதும் குறிப்பிடவில்லை. அன்ரன் தனது நூலில் ராஜீவ் கொலையை மறைத்துள்ளார் எனக் கருதலாம். 2001இல் அனிதா பிரதாப்பின் நூலில் ராஜீவ் கொலை புலிகள் செய்த பெரிய அரசியல் முட்டாள்தனம் என அன்ரன் பாலசிங்கம் சொன்னதாக அனிதா எழுதியிருப்பார், அக்கருத்தை மறுக்கவில்லை. அன்ரனின் நூல் இலங்கை ஆயுதப் போராட்டத்தை இலங்கைத் தமிழர் பார்வையில் பதிவிடும் முக்கிய நூல். நெடுமாறனின் விரிவாக்கப்பட்ட 'தமிழர் எழுச்சியின் வடிவம்' நூலில் நூற்றுக்கணக்கான பக்கங்கள் அன்ரன் மற்றும் அடேல் நூல்களின் மீளச்சாகவே விளங்குகிறது.

அடேல் பாலசிங்கம் எழுதிய 'வில் டு ஃப்ரீடம்' ஆங்கில நூல் ஏ.சீ.தாசீசியஸாலும் அன்ரன் பாலசிங்கத்தாலும் மொழிபெயர்க்கப்பட்டு 2002ஆம் ஆண்டு பெயர்மக்ஸ் பதிப்பகத்தால் 'சுதந்திர வேட்கை' என்ற பெயரில்[57] வெளியிடப்பட்டது. அன்ரன் பாலசிங்கம் அன்றைய தமிழ்நாட்டு டிஜிபி அலெக்ஸாண்டர் மூலம் இந்திய உளவுத்துறை 'ரா'வுடன் தொடர்பு ஏற்படுத்தி விடுதலைப் புலிகளுக்கு இந்தியா பயிற்சி வழங்க பிரபாகரன் சம்மதித்தார் எனக் குறிப்பிடும் அடேலின் நூலின் மூலம் இந்திய இராணுவம் இலங்கை சென்றபோது குமரப்பா, புலேந்திரன் உள்ளிட்ட விடுதலைப் புலிகளின் சாவுக்கு மாத்தையாவும் ஆன்டனும் சையனைட் குப்பிகளைச் சுமந்து சென்றமை குறித்து அறிய முடியும். தவிர்த்திருக்கக் கூடிய அச்சாவுகள் இந்தியாவுக்கும் இலங்கைத் தமிழருக்கும் முரண்களை ஏற்படுத்தவே விடுதலைப் புலிகளால் திட்டமிடப்பட்டவை எனக் கருத இடமுண்டு. விடுதலைப் புலி தளபதிகள் சூசை, சொர்ணம், பானு, தீபன், பால்ராஜ், விதுசா, தமிழேந்தி குறித்துப் பதிவிடும் இந்நூல் காலத்தை வென்று நிற்கும் என்பதில் ஐயமில்லை. விடுதலைப் புலிகள் சென்னையில் தங்கியிருந்தபோது கிட்டு அந்தணர்கள் அணியும் பூணூலும் நீறும் தரித்து அசைவ உணவு விடுதியில் ஆட்டிறைச்சியையும் கோழிப் பொரியலையும் சுவைத்து உண்ட நிகழ்வை நகைச்சுவையுடன் விவரிக்கிறார் அடேல்.

சென்னையைச் சேர்ந்த களம் வெளியீட்டகத்தின் 'மாவீரர் நாள் உரைகள் (1989 - 2008)'[58] நூலில் வெளியிடப்பட்ட ஆண்டு குறிப்பிடப்படவில்லை. இருபதாண்டுகளாகப் புலிகளின் மாவீரர் நாளான நவம்பர் 27 அன்று ஆற்றிய உரைகளனைத்தையும் பதிவுசெய்த இந்நூலில் பெரும்பாலான பிரபாகரனின் உரைகள் இந்திய ஆக்கிரமிப்புப் போரில் இந்தியாவைத் தாங்கள் வெற்றி பெற்றதாகக் கூறும். 27.11.2002 நாளின் உரையில் தமிழர் பிரச்சினைக்கு ரணில் விக்கிரமசிங்க துணிவுடன் தீர்வு காண முயல்வதாக பிரபாகரன் அவரைப் பாராட்டுகிறார். மாவீரர் உரைகளில் தமிழ்ச் செல்வன் குறித்துப் பதிவுண்டு. ஆனால், அன்ரன் பாலசிங்கம் குறித்து ஏதும் கூறப்படவில்லை. 2002ஆம் ஆண்டுக்குப் பிறகு அன்ரனுக்கும் பிரபாகரனுக்கும் கருத்து முரண் ஏற்பட்டதே அதற்குக் காரணம் எனக் கருத முடியும். புலிகளால் போற்றப்படும் நார்வே சமாதான ஊக்குவிப்பாளர் எரிக் சோல்ஹைம் போன்று பாராட்டப்பட்ட தமிழர்கள் யாருமில்லை என்பது ஒருபுறமிருக்க, எல்லா உரைகளிலும் இந்தியா ஆக்கிரமிப்பு நாடாகவே சொல்லப்படுகிறது, ஒரே விதிவிலக்கு 2008ஆம் ஆண்டு மாவீரர் நாள் இறுதி உரை மட்டுமே.

1995ஆம் ஆண்டு உரையில் இந்திய ஆக்கிரமிப்புப் போரில் நாம் தோற்கவில்லை என்றும், 2005 ஆண்டு மாவீரர் உரையில் இந்திய தலையீட்டை எதிர்த்தோம், இந்திய வல்லரசை எதிர்த்தோம் என்றும் கூறும் பிரபாகரன் 2008ஆம் ஆண்டு உரையில் இந்தியா நட்பு சக்தி எனக் கூறுவது ஆச்சரியம்தான். 27.11.2005 மாவீரர் நாள் உரையில் "சிங்கள அதிபரை நிர்ணயிக்க வாக்குப் பலம் இருந்தும் எமது மக்கள் அதைப் பயன்படுத்தாமல் தேர்தல் புறக்கணிப்புச் செய்தனர்" என்ற பிரபாகரனின் உரை, அவரது அரசியல் தேர்வே ராஜபக்ச என்பதை நமக்குக் காட்டும்.

மேஜர் ஜெனரல் கமல் குணரத்னேவின் 'ரோட் டு நந்திக்கடல்' என்ற நூலின் முதற்பதிப்பு இலங்கை விஜித யாப்பா புத்தகச் சாலையால் 2016ஆம் ஆண்டில் வெளியானது.[59] இலங்கை அழிந்து போக 'சிங்களம் மட்டுமே' சட்டம் காரணமானது எனக் குறிப்பிடும் கமலின் இம்முக்கிய நூல், 30 வருட உள்நாட்டுப் போர் குறித்த இலங்கை இராணுவத் தரப்பு பார்வையை வழங்குகிறது. பெரும்பாலான இலங்கை இராணுவ வீரர்களும் புலிகளும் சிங்கள - தமிழர் சமூகத்தின் அடித்தட்டு மக்களிலிருந்து வருவதாகக் குறிப்பிடும் கமலின் நூல் மிக முக்கியமான பதிவு.

கார்டன் வெய்ஸின் 'தி கேஜ்' என்ற ஆங்கில நூல் 2011ஆம் ஆண்டு தி போட்லி ஹெண்ட் லண்டன் நிறுவனத்தால் வெளியிடப்பட்டது.[60] தமிழில் 'கூண்டு' என்று வெளியான மொழிபெயர்ப்பில், ஆங்கில நூலில் இருந்த விரிவான அடிக்குறிப்புகள் இடம்பெற்றிராது. தமிழர் சார்பு நூல் எனச் சிலரால் குற்றம் சாட்டப்பட்டாலும் இறுதிப் போர் குறித்த மிக முக்கிய நூலாக இந்நூல் இன்றும் விளங்குகிறது. 1838ஆம் ஆண்டு இலங்கையிலுள்ள பிரிட்டிஷ் ஆளுநரால் மகாவம்சம் ஆங்கிலத்தில் மொழிபெயர்க்கப்பட்ட பின்னரே சிங்கள தேசியம் தலைதூக்கியது என்று கூறும் வெய்ஸ், லசந்த விக்கிரமதுங்கவின் படுகொலை குறித்து எழுதுகிறார். ராஜீவ், ரஞ்சன் விஜயரத்னே, லலித் அதுலத் முதலி, பிரேமதாசா, அட்மிரல் கிளான்ஸி பெர்னாண்டோ ஆகியோரைப் புலிகள் கொன்றதாகக் கூறும் வெய்ஸ், ஏப்ரல்

1996இல் நான்கு இலட்சம் தமிழ் மக்கள் யாழ்ப்பாணத்தில் தங்களது வீடுகளை விட்டு வெளியேற புலிகளால் அச்சுறுத்தப்பட்டனர் எனக் கூறுகிறார். புலிகளின் சிறு விமானப் படைப் பிரிவு போரில் அவர்களுக்குச் சாதகமான விளைவை ஏற்படுத்தவில்லை. மாறாக, 9/11 நிகழ்வுக்குப் பிறகு மேற்கு நாடுகளின் கோபத்தையும் பயத்தையும் கிளறி அவர்களைப் புலிகளுக்கு எதிராக அணி திரட்டியதாகக் கூறுகிறார் வெய்ஸ். இறுதிப் போரில் களமுனை படுகொலைகளை இராணுவத்தின் 53ஆவது டிவிஷனின் தளபதி கமல் குணரத்னே செய்ததாகக் கூறும் வெய்ஸ், புலிகளின் மக்கள் மீதான இறுதி நேர துப்பாக்கி பிரயோகங்களைப் பற்றியும் குறிப்பிடத் தவறவில்லை.

2009ஆம் ஆண்டில் வெளியான ஆங்கில நூலான 'ட்விலைட் ஆஃப் தி டைகர்ஸ்' என்ற ஜி.ஹெச்.பெய்ரிஸின் நூல் இறுதிப் போரைப் பற்றி கூறுகிறது.[61] 02.01.2009 அன்று கிளிநொச்சி வீழ்ந்தபோது யாழ்ப்பாணத்தில் தென்னிந்திய நடிகர்கள், கலைஞர்கள் பங்கு பெற்ற கலை நிகழ்ச்சியொன்றில் ஒரு இலட்சம் பார்வையாளர்கள் கலந்துகொண்டார்கள் எனக் கூறும் பெய்ரிஸ், 1996இல் புலிகளின் இலங்கை மத்திய வங்கி தாக்குதலில் 78 பேர் இறந்தனர், 500 பேர் காயம்பட்டனர் எனக் குறிப்பிடுகிறார். எரிக் சோல்ஹைம் புலிகளின் ஆதரவாளர் என பெய்ரிஸ் கூறும் அதே நேரம், தேர்தல் புறக்கணிப்பு புலிகளின் அரசியல் பிழை எனவும் கூறுகிறார். 2001 ஜூலையில் இலங்கை விமான நிலையத் தாக்குதலை விடுதலைப் புலிகள் செய்த சில மாதங்களில், 9/11 அல் கொய்தா தாக்குதல் அமெரிக்கா மீது செய்யப்பட்டதன் விளைவாகச் சர்வதேச மேலை நாடுகள் புலிகளுக்கு எதிராக அணி திரண்டதைக் கூறுகிறார். சமாதானக் காலத்தில் 305 கைதிகள் புலிகளின் சிறையிலிருந்தும் 800 கைதிகள் இலங்கை அரசின் சிறையிலிருந்தும் விடுவிக்கப்பட்டதைக் காட்டும் பெய்ரிஸ், 2002 டிசம்பரில் ஆஸ்லோவில் கூட்டாட்சிக்குக் கனடாவின் கியூபெக் மாடலை அன்ரன் பரிசீலிப்பதாகச் சொன்னார் எனத் தனது நூலில் பதிவு செய்தார். 2005 தேர்தல் குறித்து பெய்ரிஸ் குறிப்பிடும்போது 1988ஆம் ஆண்டு தேர்தலில் யாழ்ப்பாணத்தில் 21.7 விழுக்காடும், வன்னியில் 13.08 விழுக்காடும், மட்டக்களப்பில் 58.33 விழுக்காடும் ஓட்டுகள் பதிவானதைக் குறிப்பிடும் பெய்ரிஸ், 2005ஆம் ஆண்டில் யாழ்ப்பாணத்தில் 1.2 விழுக்காடு ஓட்டுகள் மட்டுமே பதிவானதையும், வன்னியில் 34.3 விழுக்காடும், மட்டக்களப்பில் 48.5 விழுக்காடு ஓட்டுகளும் பதிவானதையும், தேர்தலுக்கு ஒருவாரம் முன்பு புலிகளும் தமிழ்த் தேசிய படையும் இணைந்து தேர்தல் புறக்கணிப்புச் செய்யக் கேட்டதே குறைவான வாக்குப் பதிவுகளின் காரணம் எனக் கூறுகிறார். புலிகள் பணம் பெற்றுக்கொண்டு தேர்தல் புறக்கணிப்புச் செய்யவில்லை என்ற பெய்ரிஸின் கருத்தோடு மார்ச் சால்ட்டர் ஒத்துப் போகவில்லை. இறுதிப் போரின் முன்பாகக் கடற்புலிகள் ஜோர்டானிய சரக்குக் கப்பலை (எம்.வி.பாரா-3) முல்லைத் தீவு கடற்கரையில் கைப்பற்றி அதன் 25 பணியாளர்களையும் கடத்திய பிறகு 14,000 மெட்ரிக் டன் அரிசியைக் கொள்ளையடித்தனர் என்றும், பின்னர் அதன் பணியாளர்கள் விடுவிக்கப்பட்டதாகவும் கூறுகிறார் பெய்ரிஸ். 90 விழுக்காடு முஸ்லிம் மக்களைக் கொண்ட மூதூர் மீது தாக்குதல் நடத்தியதற்கும், முஸ்லிம்களை வெளியேற்றியதற்கும் முஸ்லிம்களின்

30,000 ஏக்கர் விளை நிலங்களைக் கைப்பற்றும் திட்டமே காரணம் என பெய்ரிஸ் கூறுகிறார். பெய்ரிஸின் நூலில் சிங்கள பத்திரிகையாளர் பார்வையில் புலிகளைக் காண இயலும்.

சேஜ் பப்ளிகேஷன்ஸ் பிரைவேட் லிமிடெட் நிறுவனத்தால் 2012இல் வெளியிடப்பட்ட எஸ்.முராரியின் 'தி பிரபாகரன் சாகா: தி ரைஸ் அண்ட் ஃபால் ஆப் அன் ஈழம் வாரியர்' என்ற நூல்[62] புலிகளால் சிங்கள பொது மக்கள் ஹபரணவிலும் அலுத் ஓயாவிலும் கொல்லப்பட்டது குறித்துக் கூறுகிறது. வட மத்திய மாகாணமான கிட்டுலோட்டுவாவில் 107 சிங்கள மக்கள் கொல்லப்பட்டதைக் கூறும் முராரி, அக்கொலைகளைச் செய்தது புலேந்திரன் என்றும் கூறுகிறார். குமரப்பாவின் திருமணம் 04.09.1987 அன்று இந்திய இராணுவ உயர் அதிகாரிகள் பங்கெடுப்புடன் நடந்தது. புலேந்திரனின் திருமணம் நிச்சயமாகியிருந்தது, இந்திய இராணுவ உயர் அதிகாரிகள் திருமணத்திற்கு வருகை தரவிருந்தனர். எனவே பிரபாகரன் இருவரையும் வேண்டுமென்றே பலி கொடுத்தார் என 'முறிந்த பனை' நூல் கூறுவதை முராரி ஒத்துக் கொள்கிறார். இந்திய - இலங்கை ஒப்பந்தம் சரியானது என முராரியிடம் கூறிய அன்ரன் பாலசிங்கம், அவ்வொப்பந்தத்தை மேம்படுத்த முடியும் எனக் கருதினார். 30.01.1991 அன்று திமுக அரசு குடியரசுத் தலைவரால் கலைக்கப்பட்டதற்குக் காரணம் பத்மநாபாவையும் உடனிருந்தோரையும் புலிகள் படுகொலை செய்ததே எனக் குறிப்பிடும் முராரி, கருணாநிதி தங்களுக்கு உதவவில்லை என அன்ரன் பாலசிங்கம் பின்னர் தன்னிடம் கூறும்போது அதிர்ச்சியடைந்தாகக் கூறுகிறார். கிரண் கிராமத்தைச் சேர்ந்த வேளாளர் சமூகத்தைச் சார்ந்த கருணாவின் பிரிவு பிரபாகரனுக்கு மிகப் பெரிய பின்னடைவை ஏற்படுத்தியது என முராரி கருதுகிறார். ராஜீவ் படுகொலை இந்திய அரசியல் வரலாற்றின் போக்கை மாற்றியதாகக் குறிப்பிடும் முராரியின் கூற்றுச் சரியானதே.

லக்கன் மெஹ்ரோத்ராவின் 'மை டேஸ் இன் ஸ்ரீலங்கா' என்ற நூல்[63] ஹர் ஆனந்த் நிறுவனத்தால் 2011இல் வெளியிடப்பட்டது. ஜே.என்.தீட்சித்திற்குப் பிறகு 11.03.1989 அன்று இந்திய வெளியுறவுத் துறைச் செயலாளர் எஸ்.கே.சிங்கால் தேர்ந்தெடுக்கப்பட்ட மெஹ்ரோத்ரா, ராஜீவ் காந்தியால் நியமிக்கப்பட்டு வி.பி.சிங் ஆட்சியிலும் இந்தியாவிற்கான இலங்கைத் தூதராக ஏப்ரல் 1989 முதல் ஜூன் 1990 வரை தொடர்ந்தார். 24.03.1990 அன்று இந்திய இராணுவத்தினர் இலங்கையிலிருந்து வெளியேறுவது வரை அவர்கள் மீது புலிகள் தாக்குதல் நடத்தியதாகக் கூறும் மெஹ்ரோத்ரா, ராஜீவின் இந்திய - இலங்கை ஒப்பந்தத்தால் இலங்கை அரசியலைமைப்புச் சட்டத்தில் 13ஆம் திருத்தம் மேற்கொள்ளப்பட்டதையும் குறிப்பிடத் தவறவில்லை. பிரேமதாசா எழுதிய நாவலான 'கோலு முதலு', நூலான 'ரன்மினி முத்து' ஆகியன குறித்துக் கூறும் மெஹ்ரோத்ரா, பிரேமதாசாவின் 'அனைவருக்கும் வீடு' திட்டம் குறித்தும் தெரிவிக்கிறார். இந்திய - இலங்கை ஒப்பந்தம் ஜே.என்.தீட்சித்தாலும் காமினி திசநாயகவாலும் காமினியின் வீட்டில் உருவாக்கப்பட்டதாகக் கூறும் மெஹ்ரோத்ரா, இவ்வொப்பந்தத்தை பிரேமதாசா விரும்பவில்லை என்று கூறுகிறார். இந்திய - இலங்கை ஒப்பந்தம் இலங்கையை ஒருங்கிணைத்திருக்கும். ஆனால், தமிழ்த் தேசியர்களும் சிங்களத் தேசியர்களும்

இவ்வொப்பந்தத்தைப் படுகொலை செய்தனர் எனக் கருதலாம். வடகிழக்கு முதல்வர் வரதராஜ பெருமாள் குறித்துக் கூறும் மெஹ்ரோத்ரா, 1989 நவம்பர் இந்திய நாடாளுமன்றத் தேர்தலில் ராஜீவ் காந்தி தோற்றுப் போக வேண்டுமெனச் சோதிடர்களை நம்பிய பிரேமதாசா யாகம் நடத்தியதாக இலங்கையில் செய்திகள் வெளியானதையும் குறிப்பிடத் தவறவில்லை. மெஹ்ரோத்ராவின் நூல் இலங்கை ஆயுதப் போராட்ட ஆய்வாளர்களுக்குத் தவிர்க்க முடியாத நூல். இந்திய - இலங்கை ஒப்பந்தம் கையெழுத்தான நாளிலிருந்து ஜேவிபியினரால் பிரேமதாசாவின் ஐக்கிய தேசியக் கட்சியைச் சேர்ந்த ஆயிரத்திற்கும் மேற்பட்ட நபர்கள் கொல்லப்பட்டதைக் கூறும் மெஹ்ரோத்ரா, தான் கண்டி வழியாகக் காரில் வரும்போது சாலையோர மரங்களில் சடலங்கள் தொங்கிக்கொண்டிருந்ததைக் கண்டதாகக் கூறுகிறார்.

ரோஹிணி மோகனின் 'சீசன்ஸ் ஆப் டிரபிள்: லைப் அமிட் தி ரூயின் ஆஃப் ஸ்ரீலங்காஸ் சிவில் வார்' என்ற நூல் 2014இல் ஹார்ப்பர் காலின்ஸ் நிறுவனத்தால் வெளியிடப்பட்டது.[64] விடுதலைப் புலிகளின் அமைப்பில் இருந்த தமிழரான சர்வாவின் கதையைக் கூறும் இந்நூல், தமிழரின் சாதி வெறியையும், இலங்கை வெள்ளை வேன் கடத்தல்களையும், சிங்கள தேசிய தீவிரவாதக் கட்சியான பொதுபல சேனாவின் அச்சுறுத்தல்களையும் குறிப்பிடத் தவறவில்லை. கீழே விழுந்த பனடோல் மாத்திரையை பிரபாகரன் பயன்படுத்தினார் என்ற ரோஹிணியின் பதிவு பிரபாகரன் விரும்பிகளைக் கவரும்.

நிருபமா சுப்பிரமணியனின் 'ஸ்ரீலங்கா - வாய்சஸ் பிரம் எ வார் ஸோன்' என்ற நூல் பெங்குயின் வைக்கிங் நிறுவனத்தால் 2005இல் வெளியிடப்பட்டது.[65] இந்நூல் தமிழரின் துயரங்களையும் சிங்களரின் சிக்கல்களையும் சம அளவில் கூறுகிறது. ஐந்து இலட்சம் இலங்கைப் பெண்கள் வீட்டு வேலைப் பணியாளர்களாக உலகெங்கிலும் பணியாற்றித் தங்கள் வீட்டிற்கும் நாட்டிற்கும் அன்னியச் செலவாணி ஈட்டிக் கொடுப்பதை எழுதும் நிருபமா, தமிழ்ப் பெண்களும் மேற்கு நாடுகளிலும் சைப்ரஸிலும் கடினமான சூழலில் பணியாற்றுவதைக் கூறுகிறார். இலங்கையின் சமூகப் பொருளாதாரச் சிக்கல்கள், ஆயுதப் போராட்டங்கள் உள்நாட்டு வேலைவாய்ப்புகளை அழித்துத் தமிழர்களையும் சிங்களர்களையும் உலகெங்கிலும் சிதறடித்ததை நாம் அறிய முடியும். இந்தியாவில் பெண்கள் கல்வி 46 விழுக்காடாக இருக்கும்போது இலங்கையில் 90 விழுக்காடாக உள்ளதையும், நல்ல கல்விக்காகவும் சிறந்த உணவுக்காகவும் வறுமையில் வாழும் பெற்றோர் தங்கள் குழந்தைகளைச் சமனேரா என்ற இளம் பௌத்த துறவிகளாக்கும் சடங்கு ஒன்றில் கலந்துகொண்ட நிருபமா கூறுகிறார். கிருஷாந்தி கொலை வழக்கில் 15 வயதான கிருஷாந்தி, அவர் தாயார், சகோதரர், பக்கத்து வீட்டுக்காரர் ஆகியோர் கொல்லப்பட்ட வழக்கில் 9 இலங்கை இராணுவத்தினர் மீதும் 2 காவலர் மீதும் குற்றம் சாட்டப்பட்டு, 6 பேருக்கு மரண தண்டனை வழங்கப்பட்டு, பின்னர் ஆயுள் தண்டனையாக மாற்றப்பட்டபோது 400 உடல்கள் செம்மணியில் கண்டுபிடிக்கப்பட்டதைக் கூறும் நிருபமாவின் நூல் இலங்கை ஆயுதப் போராட்டம் குறித்த சிறந்த வரலாற்றுப் பதிவுகளில் ஒன்று.

எம்.ஆர்.நாறாயண் சுவாமியின் 'தி டைகர் வாங்குயிஷ்ட்' என்ற நூல் சாஹி பப்ளிகேசன்ஸ் இந்தியா நிறுவனத்தால் 2010ஆம் ஆண்டு வெளியிடப்பட்டது.[66] பாகிஸ்தான் உளவுத்துறை கூட இந்திய தலைவர்களைக் கொல்ல முயற்சிக்க மாட்டார்கள் என்ற நாறாயண் சுவாமி, ராஜீவ் காந்தி படுகொலை புலிகள் செய்த மூடத்தனமான செயல் எனக் கூறுகிறார். கதிர்காமர் பிரதமராவதை இந்தியா விரும்பவில்லை எனக் கூறும் நாறாயண் சுவாமி, சிவசேனாவின் பால் தாக்கரேவைக் கவர முயற்சித்த புலிகள் கிழக்கு மாகாணங்களில் தங்கள் கட்டுப்பாட்டுப் பகுதிகளில் விஸ்வ இந்து பரிஷத்துக்கு வேலை செய்ய அனுமதி அளித்தனர் எனக் கூறும் இந்நூல் புலிகளின் தவறுகளைப் பட்டியலிடுகிறது.

சேஷனின் வாழ்க்கை வரலாற்றை 'சேஷன் - அன் இண்டிமேட் ஸ்டோரி' என்ற பெயரில் கே.கோவிந்தன் குட்டி எழுதி கோனார்க் பப்ளிஷர்ஸ் 1994ஆம் ஆண்டு வெளியிட்டது.[67] கஷ்மீர் சிங்கமான ஷேக் அப்துல்லாவைக் கொடைக்கானலில் சிறையில் வைத்தபோது அவரைச் சிறுமைப்படுத்திய கதைகளைத் தன் வரலாற்று நூலில் கூறும் சேஷன், எம்.ஜி.ஆருக்காகத் தொழிலதிபர் ஒருவருக்குத் தவறான உத்தரவு போட உடந்தையாக இருக்க மறுத்த அவரை சென்னை தலைமைச் செயலகத்தின் மேல்தளத்திலிருந்து கீழ்தளத்திற்கு மாற்றிவிட்டு எம்.ஜி.ஆரின் ஈகோவைத் திருப்தி செய்த தலைமைச் செயலாளர், அவருடனான சுப்பிரமணிய சாமியின் தொடர்புகள், முரண்கள் ஆகியவற்றை நூல் பதிவு செய்கிறது. தன்னை ராஸ்கல் எனச் செல்லமாக அழைத்த ராஜீவின் கொலை இஸ்ரேலின் மொசாத் அமைப்புச் செய்தது என சுப்பிரமணிய சாமியிடம் கூறியதும் அவர் கோபத்தில் கதவை அறைந்து சாத்திவிட்டுச் சென்றதாக சேஷனின் நூல் கூறியது ராஜீவ் கொலையில் பல யூகங்களுக்கு வழிவகுத்தது.

பி.ராமனின் 'தி காவ் பாய்ஸ் ஆஃப் ரா - டவுன் தி மெமரி லேன்' என்ற நூல் புதுடெல்லி லேன்சர் பப்ளிகேஷன்ஸ் நிறுவனத்தால் 2007ஆம் ஆண்டு வெளியிடப்பட்டது.[68] மிக சுவாரஸ்யமான இந்நூலில் ஜியா உல் ஹக்கும் மொரார்ஜி தேசாயும் பேசிக்கொண்டதை ஒட்டுக் கேட்டக் கதைகள் தவிர, ஏராளமான உள்ளடி வேலைகளைக் கூறும் அந்நூல் இந்தியாவின் அயல்நாட்டு உளவுத்துறையான ராவின் செயல்பாடுகளும் கூறப்பட்டுள்ளது. பிரதமருக்கு மட்டுமே எஸ்.பி.ஜி. பாதுகாப்பு என சந்திரசேகர் அரசு கொண்டுவந்த சட்டம், ராஜீவ் இறந்ததற்குக் காரணம் சந்திரசேகர் அரசு எனக் கைகாட்டுகிறது. ஆனால், 60 நாடாளுமன்ற உறுப்பினர்களையே கொண்டிருந்த சந்திரசேகர் அரசு, தனது இயங்குதலுக்கு ராஜீவின் காங்கிரஸ் நாடாளுமன்ற உறுப்பினர்களையே நம்பியிருந்தது. ராஜீவ் இறக்கக் காரணம் மத்திய உளவுத்துறையான ஐபி மற்றும் தமிழகப் போலீஸின் கவனக்குறைவு எனக் கூறும் ராமனின் கூற்றுச் சரியல்ல என்றே கருதலாம். பிந்தரன்வாலேவுக்கு வெளிநாட்டுக் கைத்துப்பாக்கியைப் பரிசளித்து வளர்த்த ரா அமைப்பு, அதேபோன்று பிரபாகரனுக்கும் பரிசளித்துப் புலிகளை வளர்த்தது. இறுதியில் சீக்கிய அமைப்புகள் இந்திரா காந்தியின் கொலைக்கும், விடுதலைப் புலிகள் ராஜீவின் கொலைக்கும் காரணமாயின.

சுப்ரமணியன் சுவாமியால் எழுதப்பட்ட ‘ஸ்ரீலங்கா இன் கிரைசிஸ்: இந்தியாஸ் ஆப்ஷன்ஸ்’ என்ற நூல் 2007இல் வெளியிடப்பட்டது.[69] தமிழர்களுக்குரிய உரிமைகள் வழங்கப்படாவிட்டால் சிக்கிமைப் போல் இலங்கையை இந்தியாவின் மாநிலமாக்க வேண்டும் அல்லது தனி ஈழமே வழி என்ற அதிரடியான கருத்துகளைக் கொண்ட நூல்.

முன்னாள் டிஜிபி கே.மோகன்தாஸின் ‘எம்.ஜி.ஆர்: தி மேன் அண்ட் தி மித்’ என்ற நூல் பெங்களூரிலுள்ள பேந்தர் பப்ளிகேஷன்ஸ் நிறுவனத்தால் 1995ஆம் ஆண்டு வெளியிடப்பட்டது.[70] விடுதலைப் புலிகளின் ஆயுதங்களை அகற்றிய மற்றும் தொலைத்தொடர்பு கருவிகளைப் பறித்த முடிவுகள் அனைத்தும் எம்.ஜி.ஆரால் எடுக்கப்பட்டது என்றும், காங்கிரஸ் மத்திய அமைச்சர் ஒருவர் வருமான வரிச் சட்டங்கள் மற்றும் அன்னியச் செலவாணிச் சட்டங்களின் கீழ் நடவடிக்கை எடுப்போம் என எம்.ஜி.ஆரை மிரட்டி அரசியலுக்கு இழுத்தார் என்றும் கூறும் மோகன்தாஸின் நூல், 1980களில் தமிழ்நாட்டில் நடந்த நிகழ்வுகளைப் பற்றி விரிவாகக் கூறுகிறது.

ஆர்.வெங்கட்ராமனின் ‘மை பிரஸிடென்சியல் ஈயர்ஸ்’ நூல் இந்தியாவின் ஹார்ப்பர் கோலின்ஸ் பப்ளிஷர்களால் 1994ஆம் ஆண்டு வெளியானது.[71] அந்நூல் பல சரித்திரப் பதிவுகளைக் கொண்டது. ராஜீவிற்குப் போதுமான பாதுகாப்பு வி.பி.சிங் அளித்திருந்தார் எனக் கூறும் வெங்கட்ராமன், மண்டல் கமிஷன் பரிந்துரைகளை வி.பி.சிங் செயல்படுத்தியதை நெல்சன் மண்டேலா ஆதரித்தார் எனக் கூறுகிறார். சுப்பிரமணியன் சுவாமி சட்ட அமைச்சராக இருந்தபோது அவரது மனைவியை உயர்நீதிமன்ற நீதிபதியாக்கப் பரிந்துரைத்ததைத் தான் மறுத்துவிட்டதாகக் குறிப்பிடுகிறார். சுப்ரமணியன் சாமியின் வெங்கட்ராமன் மீதான அவதூறுகளுக்குக் காரணம் கண்டுபிடிப்பது எளிதே. 05.08.1987 அன்று தன்னைச் சந்தித்த எம்.ஜி.ஆர், இந்திய - இலங்கை ஒப்பந்தத்திற்கு ஆதரவு தெரிவித்ததாக வெங்கட்ராமன் குறிப்பிடுகிறார். 19.03.1989 அன்று எம்.ஜி.ஆருக்குப் பாரத ரத்னா வழங்கப்படக் காரணம், எம்.ஜி.ஆர் பிரபாகரனை இழுத்துவந்து இந்திய - இலங்கை ஒப்பந்தம் ஏற்படக் காரணமானார். அதனால் அவருக்குப் பாரத ரத்னா வழங்க ராஜீவ் பரிந்துரைத்தார் எனத் தனது நூலில் வெங்கட்ராமன் குறிப்பிடுகிறார்.

சிவசங்கர் மேனனின் ‘சாய்ஸஸ் - இன்ஸைட் தி மேக்கிங் ஆஃப் இந்தியாஸ் ஃபாரின் பாலிசி’ என்ற நூல் பெங்குயின் புத்தக நிறுவனத்தின் மற்றொரு நிறுவனமான ஆலன் லேனால் வெளியிடப்பட்டது.[72] யாழ்ப்பாணத் தமிழர்கள் இலங்கைக்கு உணவளித்து, இலங்கைக்காகச் சிந்தித்து, இலங்கையை ஆண்டு, இலங்கையை வழிநடத்திச் சென்று இன்று அகதிகளாயினர் எனக் கூறும் இந்திய வெளியுறவுத்துறைச் செயலாளரான சிவசங்கர் மேனன், முஸ்லிம்களும் சிங்களரும் யாழ்ப்பாணத்தைவிட்டு வெளியேற்றப்பட்டதைக் கூறுகிறார். இலங்கையானது இந்தியக் கடற்கரையிலிருந்து 14 மைல் தொலைவில் நிரந்தரமாக நிறுத்தி வைக்கப்பட்ட போர் விமானந் தாங்கி கப்பல் எனத் தனது நூலில் குறிப்பிடுவதிலிருந்து இந்தியப் பாதுகாப்பை உறுதி

செய்யும் கண்ணோட்டத்தில் இந்தியாவிற்கும் இலங்கைக்கும் இருக்கும் வெளியுறவு ஏற்பட்டது என அறிய முடியும்.

சுப்பிரமணியன் சுவாமியின் 'தி அஸாஸினேசன் ஆஃப் ராஜீவ் காந்தி - அன்ஆன்ஸர்ட் கொஸ்டின்ஸ் அன்ட் அன்ஆஸ்க்ட் குவெரிஸ்' என்ற நூல் கோனார்க் நிறுவனத்தால் 2000ஆம் ஆண்டு வெளியிடப்பட்டது.[73] எல்.டி.டி.ஐ போன்ற பயங்கரவாத அமைப்பு ஆர்.எஸ்.எஸ் எனக் குறிப்பிடும் சுப்பிரமணியன் சுவாமி, அயோத்தி பாபர் மசூதி இடிப்பை அவரது சந்திரசேகர் அரசு தடுத்ததாகக் கூறுகிறார். ராஜீவ் கொலையில் அர்ஜீன்சிங் மீது சந்தேகத்தைத் திருப்ப கையாண்ட அதே உத்தியை சாமி மீது திருச்சி வேலுச்சாமி கையாண்டது தற்செயலானதாக இருக்கலாம். சந்திரசேகரது பிரதமர் தேர்வில் சாமியின் பங்கையும், 1991 தேர்தலுக்கு ராஜீவே காரணம் என்றும் சாமியின் நூல் கூறுகிறது. தனக்கும் சந்திரசாமிக்குள்ள நெருக்கமான உறவை மறைக்காத சாமி, அதே உறவை வாஜ்பாயும் ராம்ஜேத்மலானியும், வைத்திருந்ததாகக் கூறுகிறார். சாமியின் சில நேர்மையற்ற கருத்துகள் அவரது அரசியல் ஆதாயத்திற்காக எழுதப்பட்டது என அறிய முடியும்.

பத்திரிகையாளர் நீனா கோபாலின் 'தி அஸாஸினேசன் ஆஃப் ராஜீவ் காந்தி' என்ற நூல் 2016இல் பென்குயின் புத்தக நிறுவனத்தால் வெளியிடப்பட்டது.[74] திருச்சி வேலுச்சாமி, விடுதலை இராஜேந்திரன், பரஸ் அகமது எனச் சந்தேகக் கேள்விகளை எழுப்பும் பலரின் கேள்வியான 'ராஜீவுடன் இறுதி நிமிடங்களில் இருந்த பத்திரிகையாளர் இருவர் ஏன் அவருடன் செல்லவில்லை' என்பதற்கு இந்நூல் விடையளிக்கிறது. பிரபல பயண எழுத்தாளரும் பத்திரிகையாளருமான பார்பரா குரோசட்டும், நீனா கோபாலும் ராஜீவுடன் காரில் பயணித்தனர். அவர்களுடன் தா.பாண்டியனும், மரகதம் சந்திரசேகரும் உடனிருந்தனர். தனது கணவர் வழி உறவினரான ஒய்வுபெற்ற ஐஏஎஸ் அதிகாரியான எம்.கே.ராம்தாஸின் உறவினர் எம்.கே.நாறாயணன் என தனது நூலில் கூறும் நீனா கோபால் மீது ராஜீவ் மரணம் குறித்துச் சந்தேகம் எழுப்பும் நூல்கள் பார்வையைத் திருப்பியது ஆச்சரியமல்ல., ஆனால் ராஜீவ் கொலையில் நீனா கோபாலை சந்தேக வளையத்தில் கொண்டுவர முயற்சிப்பது தேவதை கதைகளில் மட்டுமே சாத்தியம். சிவராசனின் ஒன்றுவிட்ட சகோதர முறை கொண்ட தனுவும் சுபாவும் ராஜீவ் படுகொலையில் பங்கெடுத்ததாகக் கூறும் நீனா கோபால், தனுவின் பிற பெயர்கள் கலைவாணி என்ற காயத்திரி அல்லது தேன்மொழி ராஜரட்ணம் என்ற கேப்டன் அகினோ எனக் குறிப்பிடுகிறார். ராஜீவ் கொலையின்போது 26.07.1968 அன்று பிறந்த தனுவிற்கு 23 வயது நிரம்பவில்லை. இந்திய இராணுவம் யாழ்ப்பாணத்தில் இருந்தபோது 16 வயது தனு வன்புணர்ச்சிக்குள்ளாக்கப்பட்டிருக்க வேண்டும் என நீனா கோபால் கூறுகிறார். தாமிரபரணி வரலாறு எழுதிய தமிழீழ நேதாஜி ராஜரத்தினத்தின் மகள் தனுவே கேப்டன் அகினோ என விடுதலைப் புலிகள் வெளியீடான 'தமிழீழப் பெண் புலிகள்' நூலின் மூன்றாவது தொகுப்பின் மூலம் நாம் அறிய முடியும். ஆனால் அகினோ மணலாற்றுச் சண்டையில் இறந்ததாகக் கூறுவது கார்த்திகேயன் கூறியபடி திசை திருப்பும் முயற்சியாக இருக்கும். தனுவின் விருப்பப்படி ராஜரத்தினத்திற்குப் புலிகள் விருது வழங்கியபோது ராஜரத்தினம் படத்தின் வலதுபுறம் தனுவின் அக்கா படமும்

இடதுபுறம் தனுவின் படமும் இடம்பெற்றிருக்கக் கூடும். ராஜரத்தினமும் தங்கள் இயக்கத்தில் இருந்ததாகப் பெண் புலிகளின் தொகுப்புக் கூறுகிறது. எனவே நீனா கோபாலின் கருத்துச் சரியானதாக இருக்க வாய்ப்புண்டு. ராஜீவ் கொலை வழக்கில் குற்றம் சாட்டப்பட்ட அகிலாவே பெண் போராளி மூலம் எளிதாகக் கொலை செய்ய முடியும் எனத் திட்டம் தீட்டினார் என நீனா கோபால் கூறுகிறார். தான் ராஜீவுடன் போகாததற்கு, ஆந்திராவில் கல்வகுர்த்தியில் ராஜீவுடன் செல்லும்போது ஒரு குறுகிய கழிவுநீர் கால்வாயில் தள்ளப்பட்டு ஏராளமானோர் தன்னை மிதித்து ஓடியதே காரணம். எனவேதான் ஸ்ரீபெரும்புதூரில் மக்கள் வெள்ளத்தில் ராஜீவைப் பின்தொடரவில்லை என நீனா கோபால் கூறுகிறார். நீனா கோபாலின் பதிவுகள் முக்கியமானவை. அவை ராஜீவ் கொலையில் ஏராளமான தவறான யூகங்களுக்கு முற்றுப்புள்ளி வைக்கின்றன.

டி.ஆர்.கார்த்தியேன் மற்றும் ராதா வினோத் ராஜுவால் எழுதப்பட்ட 'ட்ரையம்ப் ஆஃப் ட்ருத் - தி ராஜீவ் காந்தி அஸாஸினேஷன்' நூல் புதுடில்லி ஸ்டெர்லிங் பதிப்பகத்தாரால் 2004 ஏப்ரல் மாதம் ஆங்கிலத்திலும்[75] எஸ்.சந்திரமௌலி மொழிபெயர்ப்பில் சென்னை ராஜராஜன் பதிப்பகத்தால் 'வாய்மையின் வெற்றி - ராஜீவ் காந்தி படுகொலை புலனாய்வு' என 2005இல் தமிழிலும் வெளியானது. ஆங்கில நூலில் இருக்கும் இண்டக்ஸ் அல்லது சுட்டி தமிழில் இல்லை. எனவே ஆங்கில நூலே கையாள எளிதாக இருக்கும். 1980 டிசம்பர் மாதமே தனக்கு அறிமுகமான ராஜீவ் காந்தியை 08.11.1982 அன்று குல்பர்காவில் உள்ள விருந்தினர் விடுதியில் சந்தித்தபோது, இடையில் குளியல் துண்டைக் கட்டிக்கொண்டு புத்தகம் ஒன்றைப் படித்துக்கொண்டிருந்த ராஜீவ் காந்தி தான் கொண்டுவந்த இரண்டு செட் குர்த்தா பைஜாமாக்கள் கறைபட்டதால் தானே துவைத்து விட்டு உலருவதற்காகக் காத்திருப்பதாகக் கூறினார். முதல்வர் குண்டுராவ் தருவதாகக் கூறிய புதிய ஆடைகளை மென்மையாக மறுத்தார் என ராஜீவ் காந்தி தனக்கு அறிமுகமான விதத்தை கார்த்திகேயன் கூறுகிறார். கார்த்திகேயனது புலன் விசாரணை, திருப்பங்களும் திகிலும் நிறைந்தது என்றால் மறுக்க முடியாது. இந்திய வரலாற்றில் வேறு எந்தப் புலன்விசாரணையிலும் குற்றம் சாட்டப்பட்டவர்கள், சாட்சிகள் என இவ்வளவு பேர் தற்கொலை செய்துகொண்டதில்லை.

கார்த்திகேயன் தனது விசாரணையின் கீழ் யாரும் அடிக்கப்படவில்லை, துன்புறுத்தப்படவில்லை என்று சொல்வதைப் பலத்த சிரிப்போடு மறுக்கலாம். நளினி, முருகன், ராபர்ட் பயஸ், ரவிச்சந்திரன், பேரறிவாளன் ஆகியோரது நூல்கள் குற்றம் சாட்டப்பட்டவர்கள் ஒப்புதல் வாக்குமூலம் பெற சித்தரவதைக்குள்ளாக்கப்பட்டதை விளக்கும். சமீபத்தில் வெளியான 'நைன்ட்டி டேஸ்' என்ற அனிருத்யா மித்ரா என்ற வங்காளப் பத்திரிகையாளரின் நூலும் விசாரணையில் கைதிகள் அடிக்கபட்டதைக் கூறும். ஆனால், தண்டனை பெற்றவர்கள் எழுதிய நூல்கள் கார்த்திகேயேனது புலன் விசாரணை முடிவுகளைப் பலப்படுத்துவதாகவே அமைந்துள்ளன. கார்த்திகேயனது புலன் விசாரணையில் குறிப்பாக வெடிகுண்டு நிபுணர்களின் வாக்குமூலங்கள், சாட்சியம், குற்றப்பத்திரிகை, உச்சநீதிமன்ற தீர்ப்பு ஆகியன எதிர்கால தடயவியல் துறை மாணவர்களுக்கும், சட்ட மாணவர்களுக்கும் நல்ல ஆவணம்.

கார்த்திகேயனது புலன் விசாரணைக் குழுவால் கைப்பற்றப்பட்ட சைத்தானின் படைகள் முதலாம் தொகுதியில் உள்ள மூன்று பகுதிகளில்[76] கிட்டுவின் வீட்டுக் காவலுக்கு எதிராக கருணாநிதி போராடியதையும், *26.10.1987* அன்று இந்திய இராணுவ பரப்புரைக்கு எதிராக டிவி உடைக்கும் போராட்டத்தைத் திமுக நடத்தியதையும், யாழ்ப்பாண மருத்துவமனைப் படுகொலைகளை இந்திய இராணுவம் செய்தபோது யாழ்ப்பாண குழந்தைகள் நல மருத்துவரான டாக்டர் ஏ.சிவபாதசுந்தரம், மருத்துவமனைப் பதிவாளரான எம்.கே. கணேசரத்னம், டாக்டர் பரிமேலழகர் ஆகிய மருத்துவமனைப் பணியாளர் *21* பேர் உள்ளிட்ட மொத்தம் *67* பேர் இந்திய இராணுவத்தினரால் கொல்லப்பட்டதையும், *02.11.1987* அன்று இலங்கைத் தமிழருக்கு ஆதரவாக *12*ஆவது வட்ட திமுக இளைஞரணியால் சுவரொட்டிகள் ஒட்டப்பட்டதையும், மதுரையில் இந்திய அமைதிப் படையினருக்கு எதிராக பழ.நெடுமாறன் தலைமையில் *3,000* பேரைக் கொண்ட பேரணி நடத்தப்பட்டதையும், அதே நாள் சென்னையில் சி.டி. தண்டபாணி மற்றும் கண்ணப்பன் தலைமையில் திமுகவினர் பேரணி ஒன்றை நடத்தியதையும், *16.11.1987* அன்று யாழ்ப்பாண மருத்துவமனையில் பெண் விடுதலைப் புலிகள் அமைப்பிலுள்ள மூன்று பெண்கள் வன்புனர்ச்சி செய்யப்பட்டதையும் பட்டியலிடுகிறது. வன்புணர்ச்சி செய்யப்பட்ட தமிழ் பெண்களது மருத்துவ ஆவணங்கள், வயது, வாக்குமூலங்கள் ஆகியனவும் சாத்தானின் படை நூல் தொகுப்பில் பதிவிடப்பட்டிருக்கும்.

இந்தியப் படையினரால் புலிகளின் தளபதி மேஜர் பசீலன் *08.11.1987* அன்று கொல்லப்பட்டார், *1988* பிப்ரவரி அன்று இந்திய இராணுவத்திற்கு எதிராக திமுகவின் உண்ணாவிரதப் போராட்டத்தில் கருணாநிதி, அன்பழகன், ஆற்காடு வீராசாமி, நாஞ்சில் மனோகரன், மதுரை முத்துராமலிங்கம், காவேரி மணியம் ஆகியோர் பங்கெடுத்ததை தி இந்து நாளிதழ் வெளியிட்டதையும் தொகுக்கின்றது. மூன்றாம் பகுதியில் இந்திய - இலங்கை ஒப்பந்தத்திற்கு எதிரான நீதிபதி வி.ஆர். கிருஷ்ணய்யரின் கட்டுரை மற்றும் கருணாநிதியைத் தங்கள் நம்பிக்கை நட்சத்திரமாக பிரபாகரன் வர்ணிக்கும் கடிதம் ஆகியன இடம்பெற்றிருந்தன. சாத்தானின் படை தொகுப்பு விடுதலைப் புலிகளின் மனநிலை இந்திய இராணுவத்திற்கு எதிராகக் கோபம் கொண்டதைக் காட்டும். பசீலன், ஜானி, மாலதி ஆகியோர் இந்திய

இராணுவத்திற்கு எதிராகப் போராடி உயிரிழந்தனர். பின்னர் மாலதி படையணி, பசீலன் குண்டுகள், ஜானி மிதிவெடிகள் எனப் புலிகளால் உருவாக்கப்பட்டன. பிரபாகரன் மனைவியின் சகோதரர் பாலச்சந்திரனும் இந்திய இராணுவத்தால் கொல்லப்பட்டார். கவிஞர் காசி ஆனந்தனின் சகோதரர் இந்திய இராணுவப் பிடியில் சையனைட் அருந்தித் தற்கொலை செய்துகொண்டார். பொட்டு அம்மான் இந்திய இராணுவத்துடன் போராடிக் காயமடைந்தார். சிவராசனின் சகோதரர் இரு மாதங்கள் இந்திய இராணுவ முகாமில் தடுத்து வைக்கப்பட்டிருந்தார். இலங்கைக்கு இந்திய இராணுவத்தை அனுப்பிய ராஜீவ் மீது புலிகள் கொலை வெறி கொண்டிருந்தனர் என்று சாத்தானின் படை தொகுப்பின் மூலம் அறிய முடியும்.

ராஜீவ் சர்மாவின் ‘விடுதலைப் புலிகளுக்கு அப்பால்’ என்ற நூல் ஆனந்தராஜால் மொழியாக்கம் செய்யப்பட்டுச் சவுக்கு நிறுவனத்தால் **2011** மே மாதம் வெளியிடப்பட்டது.[77] ‘பியாண்ட் டைகர்ஸ்’ என்ற ஆங்கில நூலின் மொழியாக்கமான அந்நூல் ராஜீவ் படுகொலை பற்றி கூறுகிறது. பிரேமதாசாவிடம் விடுதலைப் புலிகள் **75** இலட்சம் பெற்றதைக் கூறும் அந்நூல், ராஜீவ் கொலையான நாளில் பேஸ் **14** என்ற பிரபாகரனின் இயங்குதளத்திற்கு ‘வேலை முடிந்தது’ என்ற தகவல் நீரோ என்பவரால் அனுப்பப்பட்டதையும் கூறுகிறது. புலிகளுக்கு ‘ஈழம் உருவாகும்’ என்ற தலைப்பிட்டுப் போராட்ட வரலாறுகளைப் பதிவு செய்யும் வழக்கம் உண்டு எனக் கூறும் அந்நூல், தனு இந்திய இராணுவத்தினரால் வன்புணர்வு செய்யப்பட்டதாகக் கூறுகிறது. **1991** பேச்சுவார்த்தைகளின்போது விடுதலைப் புலிகள் இலங்கை அரசிடம் ஒன்பது கோடி பணம் பெற்றுக்கொண்டனர் எனவும் ரஞ்சன் விஜயரத்னே கொலையை பிரேமதாசாவுக்காகப் புலிகள் செய்தனர் எனவும் கூறுகிறது. ராஜீவ் கொலையைச் செய்தது புலிகளே என நூலாசிரியர் உறுதியாகக் கூறினாலும் யாருக்காகச் செய்தனர் என்பதில் சில சந்தேகங்களை எழுப்புகிறார் ராஜீவ் சர்மா. அவை உளுத்துப்போனவை என்றால் தவறல்ல.

பரஸ் அகமதுவின் ‘அஸாஸினேஷன் ஆஃப் ராஜீவ் காந்தி - அன் இன்ஸைட் ஜாப்?’ என்ற நூல் விட்டாஸ்டா பப்ளிஷிங் பிரைவேட் லிமிடெட் என்ற நிறுவனத்தால் **2015** ஆம் ஆண்டு வெளியானது.[78] நீனா கோபால் ஏன் காரைவிட்டு இறங்கவில்லை என்ற கேள்விக்கு நீனா கோபாலின் நூலே பதிலாக அமையும். சுவாரஸ்யமான இந்நூல் சுப்பிரமணியசாமி மீதும், சந்திரசாமி மீதும் சந்தேகம் எழுப்பினாலும் அவை தர்க்கத்திற்குப் பொருந்தா வாதங்களாகவே உள்ளன.

வழக்கறிஞர் செ.துரைசாமியின் ‘ராஜீவ் காந்தி கொலை மர்மங்களும் மறைக்கப்பட்ட உண்மைகளும்’ என்ற நூல் விகடன் பிரசுரத்தால் **2013** டிசம்பரில் வெளியிடப்பட்டது.[79] முதல் சாட்சியான ஆய்வாளர் மதுரம் தொடங்கி கடைசி சாட்சியான ஆய்வாளர் மற்றும் கைரேகை நிபுணரான நாளைய்யா உள்ளிட்ட **261** சாட்சிகளின் சாட்சியம் அந்நூலில் ஆவணப்படுத்தப்பட்டிருக்கும். ஆனால், உச்சநீதிமன்றம் தண்டனை வழங்க பயன்படுத்திய தடா வழக்கில் பதிவு செய்யப்பட்ட குற்ற ஒப்புதல் வாக்குமூலங்கள் அதில் இல்லை. அந்த ஒப்புதல் வாக்குமூலங்கள் செல்லுபடியாகும் என உச்சநீதிமன்றம் **1999**இல் தீர்ப்பளித்தது. ஜனநெரிசல் மிக்க

பேருந்தில் ஸ்ரீபெரும்புதூர் வந்து அசைவ உணவு விடுதியில் சாப்பிட்டுவிட்டு எப்படி தனு வந்திருப்பார்? ரகோத்தமன் நூலின்படி பொதுக் கூட்டத்தில் மாலை அணிவிக்க மரகதம் சந்திரசேகரின் மகன் லலித் சந்திரசேகருக்கு சிவராசன் ஐந்து இலட்சம் கொடுத்தார். அவ்வாறெனில் நூறு ரூபாய்க்கு ஒரு வாடகைக் காரில் சிவராசன் குழுவினர் வந்திருக்க முடியும் என்ற வழக்கறிஞர் துரைசாமியின் வாதத்திற்கு 2016இல் வெளியான 'ராஜீவ் கொலை: மறைக்கப்பட்ட உண்மைகளும் பிரியங்கா நளினி சந்திப்பும்' என்ற நூலே பதிலாக அமையும். ராஜீவ் கொலை வழக்கில் தண்டனை பெற்ற அன்றைய சிறைவாசி நளினி முருகன் சொல்ல பா.ஏகலைவன் எழுதிய நூலில், மே 21 அன்று சுபாவும் தனுவும் நளினியும் பாரிமுனைக்குப் பேருந்தில் வந்து அங்கு காத்திருந்த சிவராசனுடனும் ஹரிபாபுவுடனும் இணைந்து சுமார் ஏழு மணியளவில் ஸ்ரீபெரும்புதூரில் இறங்கினார்கள் என்றும், பேருந்தில் சுபாவும் தனுவும் கலகலப்பாகப் பேசிக்கொண்டு வந்தார்கள் என்றும், திரைப்படங்களும் திரையரங்குகளும் அவர்களுக்குப் பெரிய விஷயமாக இருந்தன என்றும், ஸ்ரீபெரும்புதூர் ஒட்டலுக்கு சிவராசன் அழைத்துச் சென்று சாப்பிட்டு முடித்ததும் கூட்டம் நடக்கும் இடத்திற்குச் சென்றோம் என்றும் கூறுகிறது. இது தவிர, வெடிகுண்டை தயாரித்தது யார், சிவராசன் நாட்குறிப்பில் குறிப்பிட்ட 17,14,700 ரூபாய் பெற்ற டிஏஜி என்பவர் யார் ஆகிய கேள்விகள் ஆர்வத்தைத் தூண்டக் கூடியவை. சிறப்புப் புலனாய்வுக் குழு விசாரணையில் மல்லிகையில் தன்னைப் பெருமழை நாளில் அடித்தபோது அலறல் சத்தம் கூட வெளியில் கேட்கவில்லை என்றும், முருகனது வாக்குமூலம் இலங்கைத் தமிழில் இல்லாமல் தமிழ்நாட்டுத் தமிழில் இருப்பது அவ்வாக்குமூலத்தின் நம்பகத் தன்மையைக் குலைப்பதாக வழக்கறிஞர் துரைசாமி கூறும் கூற்று நியாயமானதே.

தா.பாண்டியனால் எழுதப்பட்ட 'ராஜீவ் காந்தியின் கடைசி மணித்துளிகள்...' என்ற நூல் டிசம்பர் 2005ஆம் ஆண்டில் குமரன் பதிப்பகத்தால் வெளியிடப்பட்டது.[80] தமிழ் மக்களுக்கு மாநிலமும், தமிழுக்கும் சிங்களத்திற்கும் சம உரிமையளித்த ஒப்பந்தத்தை இந்தியப் பிரதமர் ராஜீவ் காந்தி ஜெயவர்த்தனவுடன் கலந்து பேசி உருவாக்கியதாக தா.பாண்டியன் கூறுகிறார். அந்நூலில் ராஜீவ் காந்திக்கும் தா.பாண்டியனுக்குமுள்ள நட்பு வெளிப்படும். பிற்படுத்தப்பட்டோருக்கான மண்டல் ஆணையப் பரிந்துரைகளை வி.பி.சிங் செயல்படுத்தியதை எதிர்த்த ராஜீவ் காந்தியிடம் மண்டல் கமிஷன் அறிக்கையைத் தொடங்கியது மொரார்ஜி தேசாய், பெற்றது இந்திரா காந்தி, இடஒதுக்கீட்டுக்கான முதல் அரசியலமைப்புச் சட்டத் திருத்தம் செய்தது நேரு என்று தான் விளக்கமளித்ததாக பாண்டியன் கூறுகிறார். அவர் விண்கலம் ஏவும்போது ராக்கெட்டின் மூன்று பாகங்கள் விண்கலத்தைப் போதுமான உயரம் கொண்டு சென்றதும் எரிந்து விழுந்துவிடும், அதே வேலையைத்தான் தான் செய்தேன் என வி.பி.சிங் ஆட்சி கவிழும்போது கூறியது சிந்திக்க வைக்கும். ராஜீவின் கடைசி மணித்துளிகளை விவரிக்கும் தா.பாண்டியன் காயமடைந்து உயிர் பிழைத்த தருணங்களை வேதனையுடன் விவரிக்கிறார்.

சிறைவாசிகள் நளினி, முருகன் இருவரின் நூலை பா.ஏகலைவன் எழுத்தில் வடித்தார். 'ராஜீவ் கொலை: மறைக்கப்பட்ட உண்மைகளும் பிரியங்கா நளினி

சந்திப்பும்' என்ற அந்நூல் *24.11.2016* அன்று சென்னை யாழ் பதிப்பகத்தால் வெளியிடப்பட்டது.[81] உலகிலேயே அதிக நாட்கள் சிறையிலிருந்த பெண்மணி என்ற சிறப்பு கொண்ட நளினி, சிவராசன், சுபா, தனுவுடன் ஸ்ரீபெரும்புதூருக்குச் சென்ற காரணத்திற்காகத் தண்டனை பெற்றார். ஏற்கெனவே *07.05.1991* அன்று வி.பி.சிங்கின் பொதுக் கூட்டத்தில் மேடைக்குப் போகாமல்விட்டதற்காக சுபாவையும் தனுவையும் சிவராசன் திட்டினார் எனத் தன் வாக்குமூலத்தில் கூறிய நளினி, *19.05.1991* அன்று மாலை சிவராசன் ராஜீவ் காந்தியின் தேர்தல் பிரச்சார வருகை பற்றி உணர்ச்சிவசப்பட்டுத் தன்னிடம் கூறியதாக வாக்குமூலம் அளித்தார். *20.05.1991* அன்று மாலை ராயப்பேட்டை வீட்டுக்கு வந்த சிவராசன், மறுநாள் மாலை *3:00* மணிக்கு சுபா, தனுவுடன் செல்ல காத்திருக்கும்படிச் சொல்லிவிட்டுப் போனார் எனவும் வாக்குமூலமளித்தார்.

நளினி தனது வாக்குமூலத்தில் *21.05.1991* அன்று மாலைதான் சுபாவும் தனுவும் ராஜீவ் கொலை பற்றி முதன்முதலாக வெளிப்படையாகத் தன்னிடம் கூறினர் என்றும், அவர்களோடு தானும் வந்தால் சந்தோசப்படுவோம் என சுபாவும் தனுவும் தன்னிடம் கூறி சம்மதம் பெற்றதை வாக்குமூலமாக அளித்ததாக நளினி தன் நூலில் குறிப்பிட்டுள்ளார். இவ்வாக்குமூலத்தின் விளைவே நளினிக்கு வழங்கப்பட்ட தூக்குத் தண்டனை. கொலைக்குச் சற்று முன்னால் கூட குற்றமுறு சதியில் ஒருவர் பங்கேற்க முடியும் என உச்சநீதிமன்றம் 'நளினி எதிர் அரசு' என்ற அவ்வழக்கில் குறிப்பிட்டது. குண்டு வெடிப்பில் ராஜீவ் இறந்த பின் ஆவி உருவத்தில் தனுவைப் பார்த்ததாகக் கூறும் நளினியின் கூற்றைப் புறந்தள்ளினாலும் அதன் பின்னர் சுபா, இரவு முழுவதும் அழுதபடி இருந்தார், 'பாவம் அந்த ஹரிபாபு. சின்னப் பையன் வாழ வேண்டிய வயது இப்படி அநியாயமாப் போய்ட்டானே' என அடிக்கடிச் சொல்லிப் புலம்பியபடி இருந்தாள் எனக் கூறுவதைப் புறந்தள்ள முடியாது. ராஜீவ் கொலையான கடைசித் தருணங்களில் என்ன நடந்தது என்பதை அறிய நளினியின் நூல் நல்ல ஆவணம்.

சிறைவாசி இரா.பொ.இரவிச்சந்திரன் எழுதிய 'ராஜீவ் காந்தி படுகொலை சிவராசன் டாப் சீக்ரட்' என்ற நூல் தொகுப்பாசிரியர் பா.ஏகலைவனால் எழுதப்பட்டு கொளத்தூரிலுள்ள யாழ் பதிப்பகத்தால் *2018*இல் வெளியிடப்பட்டது.[82] இந்நூல் ராஜீவ் கொலைக்குப் பின்னர் சிவராசனுக்கு உதவிய இரவிச்சந்திரனின் கதையைக் கூறும். அவர் சித்ரவதை செய்யப்பட்டதாகக் கூறுவதை உண்மை என்றே கருத முடியும். ஆனால், *25.05.1991* அன்று சிவராசனை தாசபிரகாஷ் ஹோட்டலில் பார்த்ததாக இரவிச்சந்திரன் கூறுவது உண்மையல்ல. ஏனெனில், அதற்கு முந்தைய நாளில் *(24.05.1991)* வில்லிவாக்கம் சென்ற சிவராசன், அங்கிருந்து சுபா, நளினி முருகனுடன் திருப்பதி சென்று *26.05.1991* அன்று திரும்பியதாக நளினி எழுதியுள்ளார். பதின்பருவ வயதில் இலங்கை சென்று புலிகளோடு இணைந்த ரவிச்சந்திரனுக்கு ராஜீவ் கொலை வழக்குச் சதியில் கொலைக்குப் பின்னர் குற்றவாளிகளை மறைத்து வைத்தக் குற்றப்பிரிவு மட்டுமே பொருந்தும் எனக் கூறலாம்.

திருச்சி வேலுச்சாமியின் ‘தூக்குக் கயிற்றில் நிஜம்’ என்ற நூல் பா.ஏகலைவனால் தொகுக்கப்பட்டு பேட்ரிஷியா பப்ளிகேஷன்ஸ் நிறுவனத்தால் 2012இல் வெளியிடப்பட்டது.[83] திருச்சி வேலுச்சாமியின் ஜெயலலிதாவுடனான சந்திப்பு, சோனியா காந்தியுடனான சந்திப்பு ஆகியன குறித்து அறிய முடியும் இந்நூலில், டெலோ சிறீ சபாரத்தினத்தின் தம்பி ஸ்ரீகந்தா மீதும், சுப்பிரமணியசாமி மீதும் ராஜீவ் கொலை சந்தேகங்களைத் திசை திருப்புவது அதீத கற்பனை என்றே கூற முடியும். 206ஆம் பக்கத்தில் ‘அண்ணே உங்களைப் பார்த்ததில்லை. உங்களால் தூக்கிலிருந்து தப்பினேன்’ என பேரறிவாளன் தன்னிடம் கூறியுள்ளதாக எழுதியதை பேரறிவாளன் ஒத்துக்கொள்ள வாய்ப்பில்லை. ஏனெனில், தூக்குத் தண்டனையில் இருந்து பேரறிவாளன் விடுதலையானது என்பது அவரது சட்டப் போராட்டம் பிரபு இராம சுப்ரமணியன், ராஜீவ் ரூபஸ், பாரிவேந்தன் உள்ளிட்ட பல வழக்கறிஞர்கள் மற்றும் பிரபல மும்பை வழக்கறிஞர் துணையோடு நடந்தது. திருச்சி வேலுச்சாமியின் நூல் ராஜீவ் கொலையில் பல சந்தேகங்களைக் கிளப்பும். அவை மிகப் பலவீனமானவை.

பேரறிவாளனை மீட்க நடத்திய அற்புதம் அம்மாளின் போராட்டத்தைத் ‘தொடரும் தவிப்பு - தூக்குமர நிழலில் நிற்கும் மகனை மீட்கப் போராடும் ஒரு தாயின் உண்மைக் கதை’ என்ற தலைப்பில் பூங்குழலி எழுத, தமிழ்க்குலம் பதிப்பாலயம் வெளியிட்டது.[84] நளினி, முருகன், சாந்தன், பேரறிவாளன் ஆகியோரின் மரண தண்டனையைக் குறைக்கவும் அறிவு என்ற பேரறிவாளனின் விடுதலைக்காகவும் அற்புதம் அம்மாள் பேசிய கூட்டங்கள், பார்த்த தலைவர்கள், எடுத்த முயற்சிகள் ஆகியனவற்றை விவரிக்கப் பல்லாயிரக்கணக்கான பக்கங்கள் தேவை. மாக்சிம் கார்க்கியின் தாயை அற்புதம் அம்மாள் நினைவூட்டுவார். பேரறிவாளனுக்குக் கொலைச் சதி குறித்துத் தெரியுமா என்பது மில்லியன் டாலர் கேள்விதான். அவருக்கு ராஜீவ் கொல்லப்படப்போவது குறித்துத் தெரிந்திருக்கக் கூடும்.

விடுதலை இராஜேந்திரன் எழுதிய ‘விடுதலைப் புலிகள் மீதான அவதூறுகளுக்கு மறுப்பு’ என்ற பெரியார் திராவிடர் கழகம் வெளியிட்ட நூல் 2011 செப்டம்பரில் வெளியானது.[85] மாத்தையாவை ஏன் கொலை வழக்கில் சேர்க்கவில்லை என்ற கேள்வி எழுப்பும் விடுதலை இராஜேந்திரன், ரஞ்சன் விஜயரத்னே கொலையைச் செய்தது பிரேமதாசா எனக் கூறுகிறார். அமிர்தலிங்கம் கொலையைப் புலிகள் செய்யவில்லை என மறுக்கிறார். ஆனால், அமிர்தலிங்கம் கொலையில் தப்பிப் பிழைத்த சிவசிதம்பரத்தின் வாக்குமூலம் குறித்து ஏதும் கூறவில்லை. விடுதலை ராஜேந்திரனது நூலில் புலிகளுக்கு ஆதரவான ஒருதலைபட்சமான கருத்துகளே பிரதிபலிக்கின்றன. அவற்றில் பெரும்பாலானவற்றில் உண்மை இல்லை.

தமிழன் பாபு எழுதி வள்ளலார் பதிப்பகம் வெளியிட்ட ‘ராஜீவ் கொலையும் தமிழர்கள் மீதான பழியும்’ என்ற நூல் ஜனவரி 2012இல் வெளியானது.[86] ஸ்ரீபெரும்புதூர் சென்ற காரில் ராஜீவுடன் வந்த பத்திரிகையாளர்களுடன் என்ன பேசினோம் என்று தமக்குத் தெரியாது என தா.பாண்டியன் கூறியதாகக் கூறும் இந்நூலாசியர், தா.பாண்டியனின் நூலையோ அவரது ராஜீவ் புலன் விசாரணை

வாக்குமூலத்தையோ பார்த்திருக்க வாய்ப்பில்லை என்றே கருதலாம். எழுத்தாளர் நீனா கோபாலின் நூல் தமிழன் பாபுவின் கருத்துகளைத் தவறாக்கும். ராஜீவ் கொலை ஐந்து ஆண்டு கால விசாரணை முடிந்த பிறகு நீதிபதி மாற்றப்பட்டது ஏன் என்ற கேள்விக்கு சித்திக் உயர்நீதிமன்ற நீதிபதியாகப் பதவி உயர்வு பெற்றதே விடை. எனினும் சித்திக்கே நீதிபதியாகத் தொடர வேண்டும் என்ற சிபிஐயின் விருப்பம் மெட்ராஸ் உயர்நீதிமன்றத்திற்குத் தெரிவிக்கப்பட்டும் அது நிறைவேறாமல் திரு.நவநீதம் நீதிபதியாக நியமிக்கப்பட்டமை குறித்து தமிழன் பாபு ஏதும் கூறவில்லை. ஓ.பி.சாகர் ஏன் சென்னை வரவில்லை என்ற கேள்விக்கு, அவர் மாவட்ட ஆட்சியாளரின் காரில் சென்று விமானத்தைத் தவறவிட்டது குறித்து சுமன் துபே தனது வாக்குமூலத்தில் கூறியுள்ளார். தமிழன் பாபுவின் வறட்டு வாதங்கள் ராஜீவ் கொலையைப் புலிகள் செய்யவில்லை என நிரூபிக்க உதவாது.

கணேசன் (ஐயர்) எழுதிய 'ஈழப் போராட்டத்தில் எனது பதிவுகள் - பிரபாகரனோடு புலிகள் அமைப்பை ஆரம்பித்த நாட்கள்' என்ற நூல் இனியொரு பதிப்பகத்தால் 2011ஆம் ஆண்டு வெளியிடப்பட்டது.[87] பிரபாகரனும் செட்டியும் உறவினர் எனக் கூறும் கணேசன், தொடக்க காலத்தில் கடவுள் பக்தி கொண்டவராக இருந்த பிரபாகரனின் முயற்சியால் வங்கி கொள்ளைப் பணத்தில் ஒருபங்கு அன்னதானம் வழங்கப்பட்டது எனவும் தான், குலம், கணேசன், ராகவன் ஆகியோர் அதை எதிர்த்ததாகவும் கூறுகிறார்.

கிட்டுவும் பிரபாகரனும் கரையர் என்ற மீன்பிடி சமூகத்தைச் சேர்ந்தவர்கள் என்றாலும் மீன்பிடித் தொழிலை வாழ்க்கையாகக் கொண்டவர்கள் அல்லர் என்றும் மாத்தையா அல்லது சிறீ பொலிகண்டி மீன்பிடி சமூகத்தைச் சேர்ந்தவர் எனவும் வறுமை நிழலோடு குழந்தைப் பருவத்தைக் கழித்தவர் எனவும் கூறுகிறார். முதல் மாவீரரான சங்கரும் மீன்பிடிக்கும் கரையர் சமூகத்தைச் சேர்ந்தவர், சையனைட் அருந்தி உயிர்விட்ட குமரப்பாவும் மீன்பிடித் தொழிலில் இருந்ததாக கணேசன் கூறுகிறார். ஹிட்லரால் கவரப்பட்ட பிரபாகரன், ஹிட்லரின் இராணுவம் போல் சல்யூட் செய்ய வேண்டும் என உத்தரவு பிறப்பித்தார் என கணேசன் கூறுகிறார். திராவிடக் கொள்கைக்கும் தமிழீழ விடுதலைப் புலிகளுக்கும் பொதுத்தளம் இல்லை எனக் குறிப்பிடும் கணேசனின் நூல் மிக முக்கிய வரலாற்றுப் பதிவு.

பழ.நெடுமாறனின் 'பிரபாகரன் - தமிழர் எழுச்சியின் வடிவம்' என்ற நூல் மதுரை மேல மாசி வீதியில் உள்ள தமிழ்க்குலம் பதிப்பாலயத்தால் 1988ஆம் ஆண்டு (முதற்பதிப்பு) வெளியிடப்பட்டது.[88] 104 பக்கங்களைக் கொண்ட அந்த நூல், 1985ஆம் ஆண்டு அப்பகுதி மக்கள் மாத்தையாவை எப்படி நேசிக்கிறார்கள் எனக் கண்டேன் என்றும் முதலில் மாத்தையா, கிட்டு, ரகு, சங்கர் பண்டிதர் என ஐவர் இராணுவமாகத் திகழ்ந்தது என்றும் ஏழ்மையான குடும்பத்தைச் சேர்ந்த சுப்பிரமணியம் 1976ஆம் ஆண்டு இயக்கத்தில் சேர்ந்ததாகவும் குறிப்பிடுகிறது. புதிய தமிழ்ப் புலிகள் என்ற பெயர் 05.05.1976 முதல் தமிழீழ விடுதலைப் புலிகள் என்று மாற்றப்பட்டது எனக் குறிப்பிடுகிறார் பழ.நெடுமாறன். 2012 மார்ச்சில் இந்நூலின் விரிவான இரண்டாம் பதிப்பு 1,208 பக்கங்கள் கொண்டதாக வெளியிடப்பட்டது.[89]

இந்நூல் ஏராளமான அரசியல் நோக்கங்கள் கொண்டதாகவும் தவறான தகவல்களைக் கொண்டுள்ளதையும் காண முடியும்.

விடுதலைப் புலிகள் இயக்கச் சின்னத்தை வரைந்தவர் மதுரை ஓவியர் நடராசன் என்றும் முதல் சீருடையை வடிவமைத்தவர் தங்கராசு என்றும் குறிப்பிடும் பழ.நெடுமாறன், **25.07.1983** அன்று தனது தியாகப் பயணம் சிங்களருக்குக் குலைநடுக்கத்தை ஏற்படுத்தியது எனக் கூறியது மிகையாகச் சொல்லப்பட்டது என்றே கருதலாம். அந்நாட்களில் எம்.ஜி.ஆர், கருணாநிதி ஆகியோரே தமிழ்நாட்டில் அரசியல் முக்கியத்துவம் வாய்ந்த ஈழ ஆதரவாளர்களாகக் கருதப்பட்டனர். விரிவான பதிப்பில் கண்ட நூற்றுக்கணக்கான கூடுதல் பக்கங்கள் அடேல் மற்றும் அன்ரன் பாலசிங்கத்தின் நூல்களின் மறு அச்சே.

இதே நூலின் **1154 - 1155** பக்கங்களில் செண்பகராமன், வ.உ.சி., பிரபாகரன் ஆகியோரது குழுப்படங்கள் பிரபாகரனின் சாதி குறித்த கருத்து மயக்கத்தை ஏற்படுத்தும். **1988**ஆம் ஆண்டு வெளியான **104** பக்க நூல் அசல் என்றால், **2012**இல் வெளியான **1,208** பக்கங்களைக் கொண்ட நூல் அடேல் மற்றும் அன்ரன் நூல்களின் ஏராளமான பக்கங்களைத் தனதாக்கிக்கொண்டது.

செம்பூர் ஜெயராஜ், இலையூர் பிள்ளை எழுதிய 'வேலுப்பிள்ளை பிரபாகரன் விடுதலைப் போராட்ட வரலாறு' என்ற நூல் வ.உ.சி. நூலகத்தால் **2018**இல் வெளியானது.[90] அவ்ரோ விமானத் தகர்ப்பில் பேபி சுப்ரமணியன் ஈடுபட்டதாகக் கூறும் இந்நூல், தரப்படுத்தல் இன ரீதியானது எனக் குறிப்பிடுகிறது. பிரபாகரன் கரைந்த சோப்பையும் பற்பசையையும் மடித்து மடித்துக் கடைசி வரை பயன்படுத்துவது என உறுதியாக இருந்தார் எனக் கூறும் இந்நூலில், ஏராளமான விடுதலைப் புலிகளின் ஆவணங்கள் தொகுக்கப்பட்டுள்ளன. தமிழருக்கு நீர் விடாமல் சிங்களருக்கு விட்டதால் நடந்தது மாவிலாறு சண்டை எனக் கூறுவது தவறானது. மாவிலாறு அணை அந்நாட்களில் விடுதலைப் புலிகள் கட்டுப்பாட்டில் இருந்தது. மாவிலாற்றை மூடியது தமிழ், சிங்கள, முஸ்லிம் விவசாயிகள் அனைவருக்கும் சிக்கல்களை ஏற்படுத்தியது. அமிர்தலிங்கத்தைக் கொலை செய்தது புலிகளே. ஆனால் இந்நூல், கொலையாளிகள் யாரெனத் தெரியவில்லை எனக் கூறுகிறது. பொன்னம்மானும் அவர் தம்பி யோகியும் புலிகளின் அமைப்பில் சேர்ந்த முதல் சைவ வேளாளர் எனக் கூறும் இந்நூல், பிரபாகரன் மைத்துனர் பாலச்சந்திரன் இந்திய இராணுவத் தாக்குதலில் உயிரிழந்ததாகக் கூறுகிறது. புலிகள் ஆதரவு நூலாக இருந்தாலும் ஏராளமான ஆவணங்களைக் கொண்ட நூல் எனக் கூறலாம்.

ஓவியர் புகழேந்தியின் 'தமிழீழம் நான் கண்டதும் என்னைக் கண்டதும்' என்ற நூல் தோழமை வெளியீட்டால் **2006** ஏப்ரல் மாதம் வெளியானது.[91] **29.05.2005** அன்று இலங்கை நாடாளுமன்றம் முன் தராக்கி சிவராமின் சடலம் கிடந்தது எனக் கூறும் ஓவியர் புகழேந்தி, தனது ஓவியக் காட்சிகளை வட இலங்கையில் பல இடங்களில் நடத்தினார். புதுப்பிக்கப்பட்ட யாழ் நூலகத்தைப் பற்றி அவர் கூறும்போது 'பக்கம் பக்கமாக வரலாற்றை எழுதுவதை விட எரிக்கப்பட்ட நூலகம் புதுப்பிக்கப்படாமல் இருந்தால் அது சிறந்த வரலாற்றுப் பெட்டகமாக

இருந்திருக்கும்' எனக் கூறுவது அவரது மனநிலையைக் காட்டுகிறது. அமைதிகால இலங்கை எவ்வாறு இயங்கியது எனக் காட்டும் நூல்.

ந.மாலதி எழுதிய 'எனது நாட்டில் ஒரு துளி நேரம் - விடுதலைப் புலிகளின் நடைமுறை அரசின் இறுதி நான்கு வருடங்கள்' என்ற நூல் கோவை விடியல் பதிப்பகத்தால் 2013 ஜீலை வெளியானது.[92] அதே நூல் 'எ ஃப்ளீட்டிங் மொமன்ட் இன் மை கண்ட்ரி' என்ற பெயரில் முதலில் ஆங்கிலத்தில் வெளியானது. நியூசிலாந்து தமிழரான மாலதி அமைதி காலத்திலும் போரின்போதும் இலங்கையில் வாழ்ந்து, தடுப்பு முகாமில் தடுத்து வைக்கப்பட்டுப் பின்னர் மறுபடியும் நியூசிலாந்து திரும்பியவர். மாலதியின் பதிவும் ஓரளவு விருப்பு வெறுப்பற்றவை எனலாம். செஞ்சோலையில் 18 வயதுக்கு உட்பட்ட இளவயது பேராளிகள் சிலரைச் சந்தித்ததாகக் கூறும் மாலதி, வயது குறைந்த போராளிகளை அமைப்பிலிருந்து விடுவிப்பது பற்றி தமிழ்ச் செல்வன் உண்மையான அக்கறை கொண்டிருந்தார் எனக் கூறுகிறார். விடுதலைப் புலிகளின் கட்டுப்பாட்டில் இருந்த வன்னியில் மறைந்த சாதி, யாழ்ப்பாணத்தில் வெளிவருகிறது எனக் குறிப்பிடும் மாலதி, 2005ஆம் ஆண்டு லக்ஷ்மண் கதிர்காமர் படுகொலையே 2006 ஆம் ஆண்டில் ஐரோப்பிய யூனியன் விடுதலைப் புலிகளைத் தடை செய்யக் காரணம் எனக் கூறுகிறார். தனக்கு நாவற்பழங்கள் பரிசளிக்கும் தமிழ்ச் செல்வனைப் பற்றியும் மாலதி பதிவு செய்கிறார். 2007 உலக கிரிக்கெட் போட்டியின்போது இலங்கை கிரிக்கெட் குழுவை விடுதலைப் புலிகள் பலர் ஆதரித்தனர் எனக் கூறுகிறார். 60 வயதில் களமுனைக்குச் சென்ற தமிழேந்தி 2009ஆம் ஆண்டு இறுதிப் போரில் இறந்தார் எனக் கூறும் மாலதி, பிரபாகரன் மகள் துவாரகாவிற்குத் தமிழரின் மூடநம்பிக்கைகள் மர்மமாகத் தோன்றின என்றார். வறுமை, பாலியல் வன்முறை, இடப்பெயர்வு ஆகியன விடுதலைப் புலிகள் இயக்கத்தில் போராளிகளைக் கொண்டு சேர்த்தன எனக் கூறுகிறார். விடுதலைப் புலி உறுப்பினர்கள் மது அருந்தக் கூடாது என்றாலும் மது உற்பத்தியையும் மது விற்பனைக் கூடங்களையும் விடுதலைப் புலிகளின் நிதித்துறை நடத்திவந்தது என மாலதி குறிப்பிடுகிறார். காந்தியும் அம்பேத்கரும் எட்டாத வெற்றியை விடுதலைப் புலிகள் வன்னியில் எட்டினர், சாதியை அழித்தனர் என மாலதி கூறுவது ஆய்வுக்குரியது. மாலதியின் நூல் மிக முக்கியமான வரலாற்றுப் பதிவு.

கலாநிதி குமார் ரூபசிங்கவின் 'இலங்கையில் சமாதானம் பேசுதல்' (இரு தொகுதிகள்) நூலின் முதற்பதிப்பு அடையாளம் பதிப்பகத்தால் 2006ஆம் ஆண்டிலும், முதல் இந்திய பதிப்பு 2008ஆம் ஆண்டிலும், மீளச்சு 2017இலிலும் வெளியானது.[93] தோமஸ் ஆப்ரஹாம், ஜே.என்.தீட்சித், எம்.கே.நாராயணன், பிரட்மன் வீரக்கூன், தயான் ஜயதிலக, ரோஹன் குணரத்ன ஆகியோரது கட்டுரைகள் முதல் தொகுதியில் இடம்பெற்றன. சிங்கள இளைஞர்கள் வகுப்பு வேறுபாடு, சாதி வேறுபாடு காரணமாகத் துன்புற்றதால் தோன்றிய ஜேவிபியின் கெரில்லா போராட்டமும், அதே காரணங்களால் தமிழ் இளைஞர்களும் போராடியதால் ஒதுக்கப்பட்ட இனத்தைச் சேர்ந்த பிரேமதாசா விடுதலைப் புலிகளுடனான பேச்சுவார்த்தைகளில் ஒத்துணர்வைக் கொண்டிருந்தார் என்ற கட்டுரை முக்கியமானது. இரண்டாம் தொகுதியில்

ஏப்ரல் 2005ஆம் ஆண்டு இலங்கை அரசால் கொல்லப்பட்ட தராக்கி சிவராமன் என்ற தர்மரத்தினம் சிவராம், காயத்திரி விக்கிரமசிங்க, எரிக் சொல்ஹெய்ம்மின் நேர்காணல், ஜி.எம்.பெய்ரிஸின் நேர்காணல் ஆகியன இடம்பெற்றிருந்தன. சமாதான காலத்தில் மொத்த உள்நாட்டு உற்பத்தி 1.3இலிருந்து 6.8 விழுக்காடாக உயர்ந்ததைக் கூறும் கட்டுரை உட்பட அனைத்துக் கட்டுரைகளுமே சிறப்பான வரலாற்றுப் பதிவுகளாகும். புலிகள் ராஜீவ் காந்தியைக் கொலை செய்தபோது வேறு வெளிநாட்டுச் சக்திகள் சார்பாகச் செய்யவில்லை என்ற தராக்கி சிவராமின் கருத்து கார்த்திகேயனது புலன் விசாரணை முடிவை ஒத்துள்ளது. கிழக்கில் 41 விழுக்காடு முஸ்லிம்களும் 35 விழுக்காடு தமிழரும் 26 விழுக்காடு சிங்களரும் வாழ்வதாகக் கூறும் எம்.ஐ.எம். முஹைதீனின் கட்டுரை முஸ்லிம்களுக்கான பிரச்சினைகள் குறித்து விவாதிக்கிறது.

பாவை சந்திரனின் 'ஈழத் தமிழரின் போராட்ட வரலாறு' என்ற நூலின் இரு பகுதிகளும் ஏப்ரல் 2010ஆம் ஆண்டு கண்மணி கிரியேட்டிவ் வேவ்ஸ் நிறுவனத்தால் வெளியிடப்பட்டது.[94] யாழ் நூலக எரிப்பு பற்றிக் கூறும் அந்நூல், கதிர்காமரின் நூலக மீட்பு பற்றிக் குறிப்பிடவில்லை. இலங்கை அரசின் இரு காவலர்களைத் தமிழ்ப் போராளிகள் சுட்டுக் கொன்ற பிறகு எதிர்வினையாக நூலகம் எரிக்கப்பட்டது பற்றிய பதிவுகள் இல்லை. இலங்கை இராணுவத்தின் ஆபரேசன் லிபரேசனின் தொடர்ச்சியாக இந்தியாவின் ஆபரேசன் பூமாலைக்குப் பிறகு (04.06.1987) இந்திய கப்பல் ஸ்ரீவத்ஸவா 25.06.1987 அன்று காங்கேசன்துறை துறைமுகம் அடைந்தபோது 'எங்களுக்கு ஆயுதம் வேண்டும்' என வரிசையாக நின்ற இலங்கைத் தமிழர் கேட்டனர் என்பது தவறான பதிவு. புலிகள் அவ்வாறு முழக்கமிட மக்களைத் தூண்டினர் என்றும், ஆனால் மக்கள் இந்தியா எங்களைப் பாதுகாக்கும் என்று மட்டுமே முழங்கினர் என 'முறிந்த பனை' நூல் கூறுகிறது. நகைகள் பறிக்கப்பட்டு முஸ்லிம்கள் ஓட்டாண்டிகளாக்கப்பட்டு வடக்கிலிருந்து வெளியேற்றப்பட்டது பற்றி இந்நூல் குறிப்பிடவில்லை. மாறாக பழ.நெடுமாறனின் 'தமிழீழம் சிவக்கிறது' நூலில் கூறப்பட்ட கருத்துகளைப் பதிவு செய்கிறார் பாவை சந்திரன். அதனால் பாவைச் சந்திரனின் நூல் பழ.நெடுமாறனின் பார்வையில் இருப்பதில் ஆச்சரியமில்லை.

சர்ஜூன் ஜமால்தீனின் 'சாட்சியமாகும் உயிர்கள் - தமிழ் இயக்கங்களும் வடக்கு கிழக்கு முஸ்லிம்களும்' என்ற நூல் மக்கள் பதிப்பகத்தால் 2020 ஜனவரியில் வெளியானது.[95] 11.06.1990 அன்று கிழக்கில் சரணடைந்த பல நூற்றுக்கணக்கான காவலர்களைப் புலிகள் கொன்ற நிகழ்வுகள் குறித்தும் சாத்தான்குடி அக்கரைப்பற்று, அஷ்ரப் நகர், சம்மாந்துறை முஸ்லிம்கள் படுகொலை செய்யப்பட்டதையும், எதிர்வினையாக திராய்க்கேணி, அலிக்கம்பே, வீரமுனை குறவர் குடிகளை முஸ்லிம்கள் கொன்றதையும் பட்டியலிடுகிறது. அஷ்ரப் குறித்தும் வடக்கு மாகாண முஸ்லிம்கள் வெளியேற்றம் குறித்தும் கூறும் இந்நூல், கருணாவின் அக்கா முஸ்லிமைத் திருமணம் செய்து முஸ்லிமாக வாழ்வது பற்றியும், அமிர்தலிங்கமும் யோகேஸ்வரனும் விடுதலைப் புலிகளால் கொல்லப்பட்டபோது தப்பிழைத்த சிவ சிதம்பரம், முஸ்லிம்கள் மீள்குடியேற்றம் செய்யாமல் வடமாகாணத்திற்கு வர

மாட்டேன் என இறுதிவரை உறுதியாக இருந்தது பற்றியும், 'தமிழீழம் சிவக்கிறது' நூலில் முஸ்லிம்கள் தமிழர்களைத் தாக்கியது பற்றிய செய்திகளின் அடிப்படை பற்றி தான் வினவியபோது பழ.நெடுமாறன் பதிலளிக்கவில்லை என்ற சர்ஜூனின் நூல் தமிழர்களின் ஆயுதப் போராட்டம் குறித்து அக்கறை கொண்டவர்களும், அது ஏன் தோற்றது என்ற காரணங்களை அறிய வேண்டுபவர்களும், வரலாற்றாளர்களும் படிக்க வேண்டிய மிக முக்கிய நூல்.

ஏ.ஒய்.எஸ்.ஞானத்தின் வாழ்க்கை வரலாற்றை அவரது மகன் ஜெய் ஞானம் வெளியிட்டார்.[96] வெளியான ஆண்டு குறிப்பிடப்படவில்லை. திருநெல்வேலி மாவட்டம் இடையன்குடி அருகே சௌக்கியபுரத்தில் பிறந்த ஞானம், சிலோன் டெக்ஸ்டைல் கம்பனி என்ற சின்டக்ஸ் டாங்குகள், ரைனோ கூரைகள், டோக்கியோ சிமிண்ட் குரூப் ஆகிய நிறுவனங்களை இலங்கையில் உருவாக்கிய கதையை இந்நூலில் காண முடியும். 1983 கலவரங்களின்போது அதுலா பெரெரா உள்ளிட்ட சிங்களர் தனக்குப் பாதுகாப்பாக இருந்ததைக் கூறும் இந்நூல், அக்கலவரங்களைப் பற்றிக் கூறுகிறது. தமிழ்நாட்டில் எம்.ஜி.ஆரின் 'நினைத்தை முடிப்பவன்' திரைப்படத்திற்குக் கடன் வழங்கிய ஞானத்தின் தமிழ்நாட்டுத் திரைப்பட அனுபவங்கள் இனிப்பாக இல்லை. தமிழ்நாட்டிலிருந்து ஏதுமற்றவராக இலங்கையில் குடியேறி, செல்வந்தராகி, பல வணிக நிறுவனங்களை உருவாக்கி, இலங்கை அரசின் தேச மான்ய விருதைப் பெற்ற தமிழரான அருளானந்தம் ஏசுவடியான் சாமுவேல் ஞானத்தின் கதையை இந்நூல் கூறும்.

என்.கே.ரகுநாதனின் 'ஒரு பனஞ்சோலைக் கிராமத்தின் எழுச்சி' நாவல் கருப்பு பிரதிகள் வெளியீடாக 2014 மே மாதம் வெளியானது.[97] மாவிட்டபுரம் கந்தசாமி கோயில் நுழைவுப் போராட்டத்தில் உள்மண்டபத்தில் குண்டர்களைக் குவித்து வைத்து வெளியில் காவலர்களையும் தயார் நிலையில் வைத்தவர் அடங்காத் தமிழன் சி.சுந்தரலிங்கம் எனக் கூறும் ரகுநாதன், தும்புகள், துரும்புகள், தம்பட்ட கம்புகள் போன்றவை கள் இறக்கும் தொழிலாளி, சலவைத் தொழிலாளி, பறையர் சமூகத்தினரைத் தூற்ற சாதித் தமிழர் பயன்படுத்தும் சொற்றொடர் எனவும் கூறுகிறார். ரகுநாதன் நூல் புனைவையும் வரலாற்றையும் இணைத்த மிக முக்கியப் பதிவு.

கே.டானியல் எழுதிய ஆறு நாவல்கள் அடங்கிய தொகுப்பு டானியல் வசந்தனால் தொகுக்கப்பட்டு முதல் தொகுதி புத்தாநத்தம் அடையாளம் பதிப்பகத்தால் 2005இல் வெளியிடப்பட்டது.[98] 'பஞ்சமர்', 'கோவிந்தன்', 'அடிமைகள்', 'கானல்', 'பஞ்சகோணங்கள்', 'தண்ணீர்' ஆகியன பழைமைவாத யாழ்ப்பாண சமூகத்தின் சாதிய முகங்களைத் தோலுரித்துக் காட்டும். 1968இல் எழுதப்பட்ட 'பஞ்சமர்' நாவல் கோயில் நுழைவுப் போராட்டம், தேனீர் கடை பிரவேசம் ஆகியவற்றைக் கூறும். 'கோவிந்தன்' நாவலின் ராஜபாளையம் நாய் குறித்த வர்ணனையும், 'அடிமைகள்' நாவலின் சேவல் சண்டை குறித்த சித்திரிப்புகளும் குடித்து முடித்த பின்னும் நாவில் தங்கி நிற்கும் பதநீரின் சுவை போல படித்து முடித்த பின்னும் நெடுநாட்கள் நம்மிடம் தங்கி நிற்கும். இரண்டாம் தொகுதி 2016இல் 5 குறுநாவல்களும் 14 சிறுகதைத் தொகுதிகளாக வெளியிடப்பட்டது.

பேராசிரியர் அறிவரசனின் 'ஈழத்தில் வாழ்ந்தேன் இரண்டாண்டுகள்' என்ற நூல் தமிழ் மண் பதிப்பகத்தால்[99] 2015இல் வெளியானது. விடுதலைப் புலிகள் நிதி பொறுப்பாளர் தமிழேந்தியின் அழைப்பில் 2006 முதல் 2008 வரை ஈழம் சென்ற தமிழரசன் தனது ஆசிரிய அனுபவங்களை எழுத்தில் வடித்தார். 02.11.2007 அன்று தமிழ்ச்செல்வன் குண்டு வீச்சில் இறந்தபோது அங்கிருந்த அனுபவங்களை எழுதினார். மௌன அஞ்சலிக்கு ஈழத்தில் அகவணக்கம் என்று கூறியதையும், இலங்கை விமான நிலையத்தில் 'வருகை', 'செல்கை' என எழுதப்பட்டிருப்பதையும் அறிவரசன் வியக்கிறார். அதற்கு ராஜீவின் இந்திய - இலங்கை ஒப்பந்தம் காரணம் என அறிவரசனுக்குத் தெரியாமல் போனதில் ஆச்சரியமில்லை. பெரியாரின் பகுத்தறிவு கருத்துகளை ஈழம் கொண்டு சென்ற அறிவரசனின் நூலில் அவர் பிரபாகரன் மனைவி மதிவதினிக்குத் தமிழ் கற்றுத் தந்த அனுபவங்களையும் கூறுகிறார்.

கே.ரகோத்தமனின் 'ராஜிவ் கொலை வழக்கு - மர்மம் விலகும் நேரம்' என்ற கிழக்கு பதிப்பகத்தின் நூல் 2009 நவம்பரில் வெளியானது.[100] ஹரிபாபு, பாக்கியநாதன், சுபா சுந்தரம் முருகன், சிவராசன் ஆகியோர் நளினியை மையமாகக் கொண்டு ராஜீவ் கொலைத் திட்டத்தை நிறைவேற்றியதாகக் கூறுவது சரியல்ல எனக் கூற முடியும். உச்சநீதிமன்றம் தனது தீர்ப்பின் 609ஆவது பத்தியில் காமாலைக் கண்ணனுக்குக் கண்டதெல்லாம் மஞ்சள் என்பது போல எல்லாச் சூழ்நிலைகளையும் புலனாய்வு அதிகாரிகள் சந்தேகக் கண் கொண்டுப் பார்த்தார்கள் எனக் கூறியது. ராஜீவ் கொலைக்கு முன்னதாக 07.05.1991 அன்று வி.பி.சிங் கூட்டத்தில் சுபாவும் தனுவும் ஒத்திகை பார்த்ததைக் கூறும் அவர், 20ஆவது எதிரியாகக் குற்றம் சாட்டப்பட்ட நளினியின் தம்பி பாக்கியநாதனுக்கும், 21ஆவது எதிரியாகக் குற்றம்சாட்டப்பட்ட நளினியின் தாயார் பத்மாவுக்கும், 23ஆவது எதிரியான சுபா சுந்தரத்திற்கும் சதியில் தொடர்புள்ளதாகப் புலன் விசாரணை அதிகாரிகள் கூறுவதை உச்சநீதிமன்றம் நிராகரித்ததை ஏனோ தனது நூலில் ரகோத்தமன் குறிப்பிடவில்லை.

மரகதம் சந்திரசேகரின் மகன் லலித் சந்திரசேகரின் இலங்கை மனைவி துணையுடன் சிவராசன், தாங்கள் டெலோ குழுவினர், ராஜீவின் வெற்றி தங்களது வெற்றி எனக் கூறி ஐந்து இலட்சம் நன்கொடையளித்து மாலையிட அனுமதிப் பெற்ற கதையையும், டெரில் பீட்டருக்கான அமெரிக்க விமான டிக்கெட் பற்றி ரகோத்தமன் எழுதினாலும் அது லலித் சந்திரசேகரையும் மரகதம் சந்திரசேகரையும் நன்கொடைத் தூண்டிலில் சிக்க வைத்து சிவராசன் தனது கொலைச் சதியை நிறைவேற்றியதாகவே கருத முடியும். இந்திய அரசியல்வாதிகள் பணத்திற்குப் பல்லிளிப்பார்கள் என்ற ஆதிரையின் வாக்குமூலம் நம் நினைவிற்கு வரும். ஜனதா ஆட்சிக் காலத்திலும் இந்திரா காந்திக்கு நெருக்கமாக இருந்த மரகதம் சந்திரசேகருக்கு ராஜீவ் கொலைச் சதி குறித்து அறிதல் இருக்க வாய்ப்பில்லை எனச் சீக்கிய மெய்க்காவலர்களால் இந்திரா காந்தி கொல்லப்பட்டபோது அதற்கு முன் சீக்கிய மெய்க்காவலர்களை அகற்ற வேண்டாமென தவான் எடுத்த தவறான முடிவை ரகோத்தமன் சுட்டிக்காட்டுகிறார். சீனிவாசய்யா என்ற நபர் வைகோவின் தம்பி ரவிச்சந்திரனா என்ற ரகோத்தமனின் கேள்வி புலனாய்வின் சில மர்ம பக்கங்களைக் காட்டினாலும் அவை புலனாய்வின் இறுதி முடிவுகளைப் பாதிப்பதாக இல்லை.

கலைஞரின் ‘நெஞ்சுக்கு நீதி’ ஆறு பாகங்களின் ஐந்தாம் பதிப்பு திருமகள் நிலையத்தால் **2018** ஆகஸ்ட்டில் வெளியிடப்பட்டது.[101] **1924**ஆம் ஆண்டு முதல் **1969**ஆம் ஆண்டு முதலமைச்சராகப் பொறுப்பேற்றது வரை **45** ஆண்டு கால வரலாறு முதற்பாகமாகவும், **1996** முதல் **1999** வரையிலான வரலாறு ஐந்தாம் பாகமாகவும், அதன் பின்னர் நிகழ்ந்தவை ஆறாம் பாகமாகவும் தமிழக முதல்வராக விளங்கிய கலைஞர் எம்.கருணாநிதியால் எழுதப்பட்டு வெளியிடப்பட்டது. தமிழக வரலாற்றில் மிக முக்கியமான இந்நூல் தொகுப்புகள் ஈழ ஆயுதப் போராட்டத்தையும் அது தமிழகத்தில் ஏற்படுத்திய அரசியல் விளைவுகளையும் அலசி ஆராய உதவும். புலிகள் தங்கள் தவறான அரசியல் முடிவுகளால் வளர்த்த கடா மார்பில் பாய்வதைப் போல் பலமுறை தமிழக அரசியலைச் சின்னா பின்னமாக்கியுள்ளனர். பிரதமர் வி.பி.சிங் விருப்பப்படி அன்ரன் பாலசிங்கம் மற்றும் யோகியுடன் பேச்சுவார்த்தை நடத்திய கருணாநிதி, போராளிகளுக்குள் மோதல் வராமல் இருக்க முயற்சி செய்தார். **22.02.1990** அன்று வரதராஜபெருமாள் தலைமையில் இயங்கிய வடகிழக்கு மாகாண கவுன்சில் கலைக்கப்பட வேண்டும் அல்லது மறு தேர்தல் நடத்த வேண்டும் எனப் புலிகள் அவரிடம் கூறினர். **27.03.90** அன்று அன்ரன் பாலசிங்கம் பத்திரிகையாளர் சந்திப்பில், ‘முதல்வர் கருணாநிதியிடம் வாக்களித்ததைப் போன்று யாரையும் தாக்க மாட்டோம். பிற போராளிக் குழுக்கள் மீது ஆயுதங்களைப் பயன்படுத்த மாட்டோம்’ என்றார். ஆனால், **19.06.1990** அன்று சென்னையில் ஈபிஆர்எல்எஃப்பின் பத்மநாபா உள்ளிட்ட **11** பேர் சென்னை கோடம்பாக்கம், சக்கரியா காலனியில் புலிகளால் சுட்டுக் கொல்லப்பட்டனர். தப்பித்துச் செல்லும்போது பொதுமக்கள் இருவரும் துப்பாக்கிச் சூட்டில் இறந்தனர். தன்னுடன் நெருங்கிப் பழகிய போராளிக் குழுக்களின் தலைவர்களில் ஒருவரான பத்மநாபா கொலையுண்டது தன்னைச் சோர்வடையச் செய்ததாக கருணாநிதி குறிப்பிட்டார்.

08.10.1990 அன்று ராஜீவுடன் செல்வி ஜெயலலிதா பேசியக் கூட்டத்தில் விடுதலைப் புலிகள் தோல்வியடைந்தால் தமிழினம் அழியும் என பதவிக்கு வருமுன் செல்வி ஜெயலலிதா எச்சரித்தது பற்றியும் பதிவுசெய்தார். புலிகளின் வேட்டைக் காடாகத் தமிழகம் மாறியதால் **30.01.1991** அன்று திமுக ஆட்சி கலைக்கப்பட்டது. அச்சமயம், ‘அடியே அனார்கலி உனக்குப் பிறகு இந்நாட்டில் உயிரோடு புதைக்கப்பட்டது ஜனநாயகம் தானடி!’ எனக் கவிஞர் வைரமுத்து கவிதை எழுதினார். ஆட்சி போனாலும் அருமையான கவிதை லாபம் என எழுத கருணாநிதியால் மட்டுமே முடியும். **01.09.1997** அன்று ‘சங்க கால தமிழ் நாணயங்கள்’ என்ற நூல் தினமலர் ஆசிரியர் கிருஷ்ணமூர்த்தி எழுதி வெளியிட்ட விழாவின்போது பாண்டியன் நாணயத்தில் கண்ட புலிச்சின்னத்தைக் கப்பற்படைக் கொடியில் பொறிக்க வேண்டும் என அவர் பேசினார். இறுதியாகப் பேசிய கருணாநிதி, அவ்வாறெனில் நீங்கள் விடுதலைப் புலிகள் ஆதரவாளர் என ஜெயலலிதா அறிக்கை விடுவார் எனக் கூறியபோது மண்டபம் முழுக்கச் சிரிப்பில் ஆழ்ந்தது என எழுதியதைப் படிக்கும்போது ராஜீவ் கொலைக்குப் பின் தமிழ்நாட்டு அரசியல் சூழல் மாறியதைக் காண முடியும்.

செல்லமுத்து குப்புசாமி எழுதிய 'பிரபாகரன் ஒரு வாழ்க்கை' என்ற நூல் கிழக்குப் பதிப்பகத்தால் 2008 டிசம்பரில் வெளியானது.[102] 31.05.1981 அன்று யாழ்ப்பாணத்தில் ஏற்பட்ட பொதுக்கூட்ட கலவரத்தில் போலீஸார் கோயில்களுக்கும் கடைகளுக்கும் தீ வைத்தனர். 01.06.1981 அன்று யாழ் நூலகத்தை எரித்ததாகக் கூறும் இந்நூல், சிங்களர் தரப்பு காவலர் இருவர் இழப்புகளைக் கூறவில்லை. முஸ்லிம் வெளியேற்றம் குறித்துக் கூறும் இந்நூல், நகை பறிப்புக் குறித்துக் கூறவில்லை.

வே.ஆனைமுத்து எழுதிய 'தமிழீழத் தமிழரை இலங்கை மலையகத் தமிழரை நீங்களும் பாருங்கள்! நீங்களும் பேசுங்கள்!!' என்ற நூல் பெரியார் நூல் வெளியீட்டகத்தால் 2005இல் வெளியானது.[103] எண்பது வயதான ஆனைமுத்து தனது சமாதான கால இலங்கை பயண அனுபவங்களைப் பதிவு செய்தார். இலங்கையில் 11ஆம் வகுப்பு வரைப் படிப்பது சாதாரண தரப்படிப்பு என்றும் அதன்பின் இரண்டாண்டு படிப்பு மேல்தர படிப்பின் மதிப்பெண்கள் உயர்படிப்புக்கு உதவுவதையும் ஆனைமுத்து குறிப்பிட்டார். 1970 தரப்படுத்தல் கொள்கையில் பொறியியல் கல்விக்குச் சிங்களர் 227 புள்ளி எடுத்தால் தமிழர் 250 புள்ளிகளும், மருத்துவப் படிப்பிற்குச் சிங்களர் 229 புள்ளிகள் எடுத்தால் தமிழர் 250 புள்ளிகளும் எடுக்க வேண்டும் என்ற இனரீதியான இடஒதுக்கீடு தமிழரையும் சிங்களரையும் பிரித்தது. அங்கிருந்த 900 மருத்துவ இடங்களுக்கும் 1,400 பொறியியல் இடங்களுக்கும் இரு இனங்களும் மோதிக்கொண்டன. ஆனைமுத்துவின் புள்ளிவிவர பட்டியல்படி 1969 - 70 ஆம் ஆண்டில் உயர்கல்வியில் சிங்களருக்கும் தமிழருக்கும் ஏறத்தாழ சமமான 48.9 விழுக்காடு இடங்கள் இருந்தன. தரப்படுத்தலுக்குப் பிறகு 1974 - 1975 ஆண்டுகளில் உயர்கல்வியில் சிங்களர் 78.9 விழுக்காடு இடங்களும் தமிழர் 17.4 விழுக்காடு இடங்களும் பெற்றிருந்தனர். அதே நேரத்தில் மலையகத் தமிழருக்கு உயர்கல்வி இடங்கள் ஏதும் இல்லை. எனவே முதலில் அறிமுகப்படுத்தப்பட்ட தரப்படுத்தல் முறை அவர்களுக்கு உதவியிருக்காது. ஆனால், 1977ஆம் ஆண்டிலிருந்து இன்றுவரை நடைமுறையிலுள்ள முறை ஒருவகை இடஒதுக்கீட்டு முறை, அதில் 30 விழுக்காடு அனைத்திலங்கைக்கான பொது இடங்களும், 55 விழுக்காடு அனைத்து மாவட்டங்களுக்கும், 15 விழுக்காடு கல்வியில் பின்தங்கிய மாவட்டங்களுக்கும் இடமளிக்கும். இம்முறையில் மலையகத் தமிழரும் உயர்கல்வியில் பங்கெடுக்கும் வாய்ப்புண்டு என்பதை ஆனைமுத்து எழுதவில்லை. கூட்டாட்சி நாடு என்ற நிலைபாட்டை நோக்கிப் பயணிப்பது இன்றியமையாதது என்ற கருத்தும், போர் தீர்வல்ல என்ற அறிஞர் ஆனைமுத்துவின் கருத்தும் பெருமுக்கியம் வாய்ந்தது. அதை பிரபாகரன் ஏற்றுக்கொண்டிருக்கலாம் என்றும் தோன்றுவது உண்டு.

இலங்கைக் குடியரசின் அரசியலமைப்புச் சட்டம் 29.10.2020 அன்றுவரையான திருத்தங்களுடன் இலங்கை நாடாளுமன்ற சட்டப் பணிகள் துறையால் 2021இல் வெளியானது.[104] இருபத்தைந்து மாவட்டங்களைக் கொண்ட இலங்கையில் புத்த மதத்திற்கு முதலிடம் வழங்க வேண்டும் என்ற உறுப்பு ஒன்பதுக்கு மாறாக யாரையும் மதம், இனம், மொழி, சாதி, பால், அரசியல் கொள்கை, பிறப்பிடம் போன்ற காரணங்களுக்காகப் பாகுபாடு செய்யக் கூடாது என்ற உறுப்பு 12 அமைந்துள்ளது. உறுப்பு 18 சிங்களம் அலுவல் மொழி எனவும், அதே உறுப்பின்

இரண்டாவது உட்பிரிவு தமிழும் அலுவல் மொழி எனக் கூறுகிறது. ஆங்கிலம் இணைப்பு மொழியாக விளங்கும் எனக் கூறும் அவ்வுறுப்பு, 13ஆவது அரசியல் சட்டத் திருத்தத்தால் ஏற்பட்டது. அச்சட்டத்திருத்தம் ராஜீவ் காந்தியின் இந்திய - இலங்கை ஒப்பந்தத்தால் ஏற்பட்டது. உறுப்பு 23(1)ன் படி எல்லாச் சட்டங்களும் உத்தரவுகளும் சிங்களம் மற்றும் தமிழில் எழுதப்பட வேண்டும் எனக் கூறுகிறது. ஆனால், இந்திய அரசியலமைப்புச் சட்டத்தின் உறுப்பு 343 இன்படி அலுவல் மொழி தேவநாகரி எழுத்தில் எழுதப்படும் இந்தி எனக் கூறுகிறது. 344 (ஆ) ஆங்கிலப் பயன்பாட்டைக் குறைக்க வேண்டும் எனக் கூறுகிறது. இலங்கை அரசியலமைப்புச் சட்டத்தில் மாகாணங்களுக்குக் காவல்துறை, பொது ஒழுங்கு, நிதித் திட்டங்கள், கல்வி, உள்ளாட்சி, வீட்டுவசதி, நிலம், நீர்பாசனம், சுரங்கங்கள், இசை, சூதாட்டம், மின்சாரம், மோட்டார் வாகனம், மருந்து, ரசாயனம், சுங்கச் சாவடிகள், நீதிமன்றக் கட்டணம், சாராயம் ஆகிய துறைகளின் அதிகாரங்கள் வழங்கப்பட்டிருந்தன. இவையும் இந்திய - இலங்கை ஒப்பந்த அடிப்படையில் ஏற்பட்டவை. நடைமுறையில் முழுமையாக அதிகாரப்பரவல் வழங்கப்படவில்லை. இந்தியாவிலும் ஒன்றிய அரசு, மாநில அரசுகளின் உரிமைகளை நீட், ஜிஎஸ்டி, தேசிய புலனாய்வு எனப் பறித்துக்கொண்டிருப்பதைக் காண இயலும். மாநில அரசின் சட்டமியற்றும் அதிகாரங்களைத் தங்களுக்கு வேண்டிய மக்களால் தேர்ந்தெடுக்கப்படாத நியமன ஆளுநர்களைக் கொண்டு தடுப்பதையும் காணலாம்.

பக்தவத்சல பாரதியின் 'இலங்கையில் சிங்களவர்: இந்திய இனத் தொடர்ச்சியும் தென்னிந்தியப் பண்பாட்டு நீட்சியும்' என்ற நூல் அடையாளம் பதிப்பகத்தால் 2016இல் வெளியானது.[105] கணநாத் ஒபயசேகர எழுதிய 'பத்தினித் தாயின் வழிபாட்டு மரபு' கட்டுரை உள்ளிட்ட திராவிட உறவு முறையைக் கொண்ட சிங்களரது பண்பாட்டை அலசும் மிக முக்கியமான இந்நூல் தமிழில் சிறப்பான இடத்தைப் பெறுகிறது. மரபணு ஆய்வுகளில் வங்காளிகளை விட தமிழருக்கு நெருக்கமான சிங்களர் குறித்தும், பக்தி இலக்கியமான டலுமுற பூஜாவ, 'ஓ! மதுரையின் பத்தினி தெய்வமே! தென்னம்பாளை பூக்களை ஏற்றுக்கொள் தாயே' என பத்தினி கண்ணகியை வழிபடுகிறது. மொத்தத்தில் இலங்கையரின் பண்பாடு தென்னிந்திய பண்பாட்டின் நீட்சியாக உள்ளது எனப் பேராசிரியர் பக்தவத்சல பாரதி நிறுவுகிறார்.

பழ.நெடுமாறனின் 'ஈழத்தமிழருக்கு கருணாநிதி இழைத்த துரோகம்' என்ற சிறு நூல் தமிழிளைஞர் கூட்டமைப்பால் 2011 மே மாதம் வெளியானது.[106] தவறான தகவல்களை ஏராளம் கொண்ட இந்நூலில் குட்டிமணியின் சாவுக்கு கருணாநிதி பொறுப்பு என்ற அரசியல் பொறுப்பற்ற கருத்து சொல்லப்பட்டிருக்கும். 1973ஆம் ஆண்டு அன்றைய முதல்வர் கருணாநிதி ஆட்சியில் இலங்கை காவலரிடம் குட்டிமணி ஒப்படைக்கப்பட்டபோது ஆயுதப்போராட்டக் குழுக்கள் வளர்ச்சி பெற்றிருக்கவில்லை. இலங்கையில் ஒப்படைக்கப்பட்ட குட்டிமணி 1977இல் சிறையிலிருந்து விடுதலையானார். அதன் பின்னர் 16.03.1981 அன்று குட்டிமணியும் இன்னொருவரும் சேர்ந்து செட்டியைக் கொலை செய்தனர். பின்னர் 25.03.1981 அன்று 78 இலட்சம் கொள்ளையடித்த நீர்வேலி வங்கிக் கொள்ளையின்போது

இரு காவலர்களைச் சுட்டுக் கொன்று, 05.04.1981 அன்று தப்பும் முயற்சியில் குட்டிமணியும் தங்கதுரையும் கைதாயினர். அதன் பின்னர்தான் வெலிக்கடைச் சிறைச் கலவரத்தில் குட்டிமணி கொல்லப்பட்டார். அவரது சாவுக்கு கருணாநிதி காரணம் என பழ.நெடுமாறன் கூறுவது அறம் பிறழ்ந்த கூற்றாகும்.

மக்கள் கலை இலக்கியக் கழகத்தாலும் அதன் தோழமை அமைப்புகளாலும் புதிய ஜனநாயகம் வெளியீடாக வெளியிடப்பட்ட 'ஈழம்: தேவை - ஒரு நேர்மையான மீளாய்வு' என்ற நூலின் முதற்பதிப்பு 2009 மே மாதம் வெளியானது.[107] அதில் விடுதலைப் புலிகளையும் பிரபாகரனையும் நம்ப வைத்துக் கழுத்தறுத்தன தமிழ்நாட்டின் இரு பெரும் கட்சிகள் என்ற கூற்றுச் சரியல்ல என்றே கருத முடியும். ஈழப் போராட்டத்தின் தொடக்கமான 'சிங்களம் மட்டும்' சட்டம் 13ஆவது சட்டத் திருத்தத்திற்குப் பிறகு நீர்த்துப் போன நிலையில், வடக்கு வாழ் யாழ்ப்பாண மக்களது கருத்தையே இந்நூல் பிரதிபலிக்கிறது. ஈழத் துரோகி பத்மநாபா என்ற கூற்றுத் தவறானது மட்டுமின்றி இந்திய - இலங்கை ஒப்பந்தத்தைப் புலிகள் ஏன் சிதைத்தனர் என்பது குறித்து ஆராயவில்லை எனக் கூறமுடியும். புலிகளுக்கு ஆதரவாக இருந்த பழ.நெடுமாறன், சுபவீ.ஆறுச்சாமி, கோவை இராமகிருஷ்ணன், பெருஞ்சித்தரனார், பொழிலன் ஆகியோரைத் தடா சட்டத்தில் செல்வி ஜெயலலிதா கைது செய்தது குறித்தும், சுப்புலட்சுமி ஜகதீசன் கைது குறித்தும், வழக்கறிஞர் வீரசேகரன் கைது பற்றியும், தோழர் காளியப்பன் கைது பற்றியும் விரிவாகக் கூறுகிறது. ஆள்பலமோ செல்வாக்கோ இல்லாத நெடுமாறன் கட்சி, ஜெயலலிதாவால் தடை செய்யப்பட்டது என்றும் கூறுகிறது. இந்நூல் வர்க்கப்பார்வையை மறுக்கும் தமிழ்த் தேசியர்களுக்கு மறுப்புரை அளிக்கும் அந்நூல் சீன இந்திய முதலீடுகளைப் பட்டியலிடுகிறது. தமிழ் ஈழம் மலையகத் தமிழகத்தையும் சேர்த்துதான் என அந்நூல் கூறுவது தவறான கருத்து. பிரபாகரனின் தமிழீழ வரைபடத்தில் மத்திய, ஊவா, சப்ரகமுவா மாகாணங்களிலுள்ள மலையகம் இடம்பெறவில்லை. ஆனாலும் இந்நூல் சில முக்கிய வரலாற்றுப் பதிவுகளைக் கொண்டுள்ளது.

கார்த்திகேசு சிவத்தம்பியின், 'ஈழத்தில் முஸ்லிம்கள் தமிழர்கள் உறவு' நியூ செஞ் சூரியின் சிறுநூல் வரிசை நூலாக 2012 ஜூன் மாதம் வெளியானது.[108] வடகிழக்கில் ஐந்து இலட்சம் முஸ்லிம்கள் வாழ்வதாகக் கூறும் இந்நூல், தமிழர் அரசியலில் இந்து சைவ தமிழர் உணர்வு நிலை மாறி சமய சார்பற்ற நிலை உத்தரவாக்கப்பட வேண்டும் எனக் கூறுகிறது. சிறியதே அழகு என இந்நூலை வகைப்படுத்தலாம்.

சுப.வீரபாண்டியனின் 'ஈழம் தமிழகம் நான் - சில பதிவுகள்' திராவிட முன்னேற்றக் கழகத்தால் 2012 டிசம்பரில் வெளியானது.[109] மில்லரின் தற்கொலை தாக்குதலால் ஜெயவர்த்தன ராஜீவுடன் பேசினார் என்பது தவறான தகவல். இந்தியாவின் 'ஆபரேசன் பூமாலை' நூலில் இடம்பெறவில்லை. தான், நெடுமாறன், பெருஞ் சித்திரனார், சாலையார், எம்.கே.டி. சுப்ரமணியம், கி.வெங்கட்ராமன் உள்ளிட்ட 87 பேர் சிறையில் இருக்கும்போது பத்மனாபா கொலைச் செய்தியை அறிந்தோம் என்றும், செய்தியைக் கேட்டுக் கைத்தட்டினோம் எனக் கூறிய சுபவீ, பத்மநாபா கொலையை வைத்து திமுக ஆட்சியைக் கவிழ்க்கும் வேலை முனைப்பாக நடந்தது

எனப் பதிவு செய்தார். பத்மனாபா பற்றிய தவறான சித்திரம் தமிழ்நாட்டில் பரப்பப்பட்டதை அறிய முடிகிறது.

எம்.ஜி.ஆரின் ஆட்சியில் 1984ஆம் ஆண்டில் மருத்துவக் கல்லூரியில் 25 இடங்கள், பொறியியல் கல்லூரியில் 25 இடங்கள், வேளாண்மைக் கல்லூரியில் 10 இடங்கள் என இலங்கைத் தமிழருக்கு இடஒதுக்கீடு தொடர்ந்து வழங்கப்பட்டதை 1991-1995 ஆண்டு கால ஜெயலலிதா ஆட்சியில் ரத்து செய்யப்பட்டதையும் 1996ஆம் ஆண்டு அவ்விடஒதுக்கீடு கருணாநிதி ஆட்சியில் மீட்டெடுக்கப்பட்டு மேலதிகமாகச் சட்டத்துறையிலும் 5 இடங்கள் வழங்கப்பட்டதையும் சுபவீ பதிவு செய்தார். 2002ஆம் ஆண்டு பொடா சட்டத்தில் கைது செய்யப்பட்ட சுபவீ, நெடுமாறன், பொடா சட்டத்தை நாடாளுமன்றத்தில் ஆதரித்துப் பேசி பின்னர் அதே சட்டத்தில் கைதான வைகோ ஆகியோர் 2004ஆம் ஆண்டு சிறையிலிருந்து விடுதலையாகக் காரணமான கருணாநிதி, 2006ஆம் ஆண்டு மூவர் மீதான வழக்குகளையும் நீக்கினார் என சுபவீ பதிவு செய்தார். 1984ஆம் ஆண்டுக்குப் பிறகு ஒருமுறை கூட பழ.நெடுமாறன் தேர்தலில் வெற்றி பெறவில்லை எனக் கூறும் சுபவீ, 1991 முதல் 1995 வரை தமிழ்நாட்டில் ஈழ ஆதரவாளர்கள் அனைவரும் சிறையிலிருந்த காட்சிகளை விவரிக்கிறார்.

சோலை எழுதிய 'ஈழம்' தணல் பதிப்பகத்தால் 2006 நவம்பரில் வெளியானது.[110] அழகு தமிழில் எழுதப்பட்ட இந்நூல் தமிழின உயற்சி கூறும் நூலாகும். குற்றாலம் அருவியில் குளிப்பது சுகம். ஆனால், சளி பிடித்தவர்கள் சலித்துக் கொள்வார்கள் என்றும் இலங்கை இராணுவம் தர்மக் கோடுகளைத் தார்பூசி அழித்துவிட்டது எனக் கூறும் இந்நூல், தரப்படுத்தல் பற்றிக் கூறும்போது தமிழன் 80 மதிப்பெண் பெற வேண்டிய இடத்தில் சிங்களன் 30 மதிப்பெண் பெற்றால் போதும் எனக் கூறும் கருத்துகள் தரப்படுத்தல் பற்றி எவ்வித அறிதலுமின்றி எழுதப்பட்டவை. அனைத்துக்கட்சி குழு சிங்கள இனவாதிகளுடன் அதிமுக இணைந்துள்ளதாகக் கூறும் சோலை, அதிமுகவின் டமாரம் மதிமுக எனக் குறிப்பிடுகிறார். தமிழன் இலங்கையில் பிரதமராக முடியுமா என வினவும் சோலை, கதிர்காமர் பிரதமராகும் வாய்ப்பு பெற்றதையோ அதற்கு முன் அவர் புலிகளால் படுகொலை செய்யப்பட்டதையோ கூறவில்லை.

கார்த்திகேசு சிவத்தம்பியின் 'ஈழத்தில் தமிழ் இலக்கியம்' நூலின் முதற்பதிப்பு ஏப்ரல் 1978ஆம் ஆண்டு நியூசெஞ்சுரி புக் ஹவுஸ் பிரைவேட் லிமிடெட்டால் வெளியிடப்பட்டது.[111] ஈழம் என்ற சொல் வடக்கு - கிழக்கு இணை நிலையைக் குறிக்கும் என்ற சிவத்தம்பி, புதுவை இரத்தினதுரை தன் சிங்களத் தோழிக்கு சேரன் என்ற பெயரில் எழுதிய கவிதையில், 'உங்களுடைய மக்களுக்குச் சொல்லுங்கள், இங்கும் பூக்கள் மலர்கின்றன, புற்கள் வாழுகின்றன, பறவைகள் பறக்கின்றன!' என்ற கவிதையின் அழகை வியக்கிறார். 1310ஆம் பொது ஆண்டில் மூன்றாம் பராக்கிரமபாகு காலத்தில் போசராஜா எழுதிய 'சரஜோதிட மாலை' என்ற சோதிட நூலே காலத்தால் முந்தைய இலங்கை தமிழ் நூல் எனக் குறிப்பிடும் கார்த்திகேசு சிவத்தம்பி, ஆறுமுக நாவலரின் ஆங்கிலக் கலாச்சார எதிர்ப்பால் ஈழம் தனது

பாரம்பரியத்தை இழக்கவில்லை எனக் கூறுகிறார். 1970இல் ஆனந்தவிகடன், கல்கி, குமுதம், தினமணிக் கதிர் போன்ற தமிழ் வணிகப் பத்திரிகைகளின் இறக்குமதி கட்டுப்படுத்தப்பட்டமை பற்றி கார்த்திகேசு சிவத்தம்பி கூறுகிறார். திரைப்பட இதழ்கள் ஈழத்தில் தடை செய்யப்பட்டன. பின் ஈழத்தில் வீரகேசரி பிரசுர நிறுவனம் இலக்கியச் செல்நெறியை மாற்றியது எனக் கூறுகிறார். டானியல், கதிர்காமனாதன், சொக்கன், கனக செந்திநாதன், அருள் சுப்பிரமணியம் ஆகியோரின் எழுத்துகள் அக்காலகட்டத்தில் வெளியானது என சிவத்தம்பி குறிப்பிடுகிறார்.

கலாநிதி சி.பத்மநாதனின் 'ஈழத்து இலக்கியமும் வரலாறும்' குமரன் புத்தக இல்லத்தால் 2004இல் வெளியானது. மீள்பதிப்பு 2018இல் வெளிவந்தது.[112] நூலாசிரியரின் 16 கட்டுரைத் தொகுப்புகள் இடம்பெற்றுள்ளன. கி.மு. மூன்றாம் நூற்றாண்டில் ஈழம் முழுவதும் பௌத்தம் பரவியது. 125 தமிழ்க் கல்வெட்டுகளுக்கு மேல் ஈழத்தில் இருந்தாலும், ஒன்பதாம் நூற்றாண்டுக்கு முந்தைய தமிழ் சாசனங்கள் எதுவும் ஈழத்தில் இல்லை எனக் கூறும் அந்நூல் ஈழ இலக்கிய வரலாற்றைப் பதிவு செய்த முக்கிய நூல்.

எஸ்.முத்து மீரானின் 'இலங்கை கிராமத்து முஸ்லிம்களின் பழமொழிகள்' சென்னை நேஷனல் பப்ளிஷர்ஸால் 2005ஆம் ஆண்டு வெளியானது.[113] கொஞ்ச அரிசிக்குத்தான் கொதி கூட, உலக்க தேய்ஞ்சு உளிப்பிடியாய்ப் போச்சு, ஆளப்பாத்து அருவாளத் தீட்டு, அன்பில்லாதவன் ஊட்ட அல்லாஹ் இருக்க மாட்டான், எறும்புக்கு மூத்திரம் ஏகப் பெருவெள்ளம், விராலில்லா குளத்துக்குக் கொறட்டயாம் அதிகாரி, உமலுக்க கட்டின பூனை மாதிரி என்ற பழமொழிகள் தமிழுக்கு அணி சேர்க்கும்.

லோகு.அய்யப்பனால் 2014இல் தொகுக்கப்பட்ட 'பிரிகேடியர் பால்ராஜ் சமர்க்கள நாயகன்' என்ற நூலை இராவணன் பதிப்பகம் வெளியிட்டது.[114] காலில் குண்டடிபட்ட நிலையிலும் நடக்க முடியாமல் சதுப்பு நிலத்திற்குள் பால்ராஜ் நடந்து சென்ற ஒளிப்படம் ஒன்றை பிரபாகரன் தன் பணிமனையில் சுவரில் மாட்டி பால்ராஜ் உயிருடன் இருக்கும்போதே அவரைப் பெருமைப்படுத்தியதாகக் கூறும் அய்யப்பன், இத்தாவில் பெட்டிச் சண்டை, மாங்குளம் படை முகாம் தகர்ப்பு ஆகியவனற்றைக் குறிப்பிடுகிறார். களத்தில் பால்ராஜ் இருந்தால் போராளிகள் இறக்கை முளைத்ததைப் போல் உற்சாகத்தின் உச்சியில் நிற்பார்கள் எனக் கூறும் அய்யப்பனின் நூல் போர் விரும்பிகளுக்கு விருந்து.

'தி என்சைக்ளோப்பீடியா ஆப் ஸ்ரீலங்கன் டயஸ்போரா' என்ற நூல் பீட்டர் ரூவ்ஸ், ராஜேஷ் ராய், ஹேமா கிருபளானி ஆகியோரால் தொகுக்கப்பட்டு ஏசியன் ஸ்டடிஸ் நேஷனல் யூனிவர்சிட்டி ஆப் சிங்கப்பூரால் 2013ஆம் ஆண்டு வெளியானது.[115] மிக அழகாக வடிவமைக்கப்பட்ட அந்நூல் அயல்நாட்டு வாழ் இலங்கைத் தமிழர், சிங்களர், முஸ்லிம்கள் அனைவர் குறித்த விபரங்களைத் தருகிறது. இலங்கையில் வாழும் 1,75,000 செட்டியார் சமூகத்தினர் கூர்க் மற்றும் பெனாரஸிலிருந்து இலங்கை வந்து குடியேறியதாகக் கூறுகிறது. இலங்கை - ஆஸ்திரிய பெற்றோருக்குப் பிறந்த சமையல் கலைஞர் பீட்டர் குருவிட்ட, ஆஸ்திரேலியாவைச் சேர்ந்த ஜிம்னாஸ்டிக்ஸ்

வீரர் பிரசாந்த் செல்லத்துரை, மலேசிய பில்லியனர் ஆனந்த கிருஷ்ணன், சிங்கப்பூர் துணைப்பிரதமர் ஆகியோரைப் பற்றியும் பைலா இசை பற்றியும் சிங்களர், தமிழர் முஸ்லிம்கள் அயல்நாட்டில் இணைந்து வாழ்வது பற்றியும் கூறுகிறது.

அருட்தந்தை ஜெகத்கஸ்பரின் 'வீரம் விளைந்த ஈழம்', அதன் இரண்டாம் பாகம் 'பேசுகிறார் பிரபாகரன்' ஆகிய நூல்கள் நக்கீரன் வெளியீடாக 2009ஆம் ஆண்டு வெளியானது.[116] 2009ஆம் ஆண்டு பிரபாகரன் மரணத்திற்குப் பிறகு எழுதப்பட்ட இந்நூல், "அமெரிக்காவுக்கு இஸ்ரேல் போல இந்தியாவுக்கு ஈழம் இருக்க விரும்புகிறோம்" என்ற கூற்றையும், "இந்தியா மனசு வச்சா கெதியில ஈழம் கிடைக்கும்" ஆகிய கானல் நீர் கருத்துகள் இலங்கைத் தமிழரின் பொதுக்கருத்தைப் பிரதிபலிக்கின்றன. இரண்டாம் பாகத்தில் பால்ராஜ் குறித்த தகவல்கள் பிரமிப்பூட்டுபவை. ராஜபக்ச வெற்றி பெற விடுதலைப் புலிகள் காரணம் என்ற குற்றச்சாட்டு உண்மை எனக் கூறும் ஜெகத்கஸ்பரின் நூல் இலங்கைத் தமிழரின் வட்டார வழக்குச் சொற்களை ஏராளம் கையாள்கிறது.

'இலங்கைத் துப்பாக்கிகள் மௌனமான வரலாறு" என்ற மருத்துவமணியின் நூல் சென்னை உழைப்பாளிகள் பதிப்பகத்தால் 2009 ஆண்டு வெளியானது.[117] "1930களில் 'சம ஆசனம் சம போசனம்' என்ற கோரிக்கையை முன்னிறுத்திய போராட்டத்தில் 15 பள்ளிகள் சாதி வெறியர்களால் தீ வைத்துக் கொளுத்தப்பட்டன" எனக் கூறும் மருத்துவமணி சாதி ஒழிப்பில் கம்யூனிஸ்ட்களின் பங்கைக் குறிப்பிடுகிறார். சமத்துவத்துக்கான போராட்டத்தை வியட்நாம் போராட்டம் என அமிர்தலிங்கம் தரம் தாழ்ந்து வர்ணித்ததையும் அவர் குறிப்பிடுகிறார். 1988ஆம் ஆண்டு யாழ் தேசிய பாடசாலையான மத்தியக் கல்லூரியின் அதிபர் (பஞ்சமர் சமூகத்தைச் சேர்ந்தவர்) புலிகளால் யாழ் நகரில் 2005ஆம் ஆண்டு சுட்டுக் கொல்லப்பட்டதைச் சுட்டிக்காட்டுகிறார் மருத்துவமணி. புதுப்பிக்கப்பட்ட யாழ் நூலக திறப்பு விழாவில் பஞ்சமரான முதல்வர் செல்லன் கந்தையாவின் பெயர் இடம்பெறக் கூடாது என்ற வக்கிரப்புத்தியுடன் அவ்விழா தடுக்கப்பட்டதாகக் கூறும் மருத்துவமணியின் நூல் மலையகத் தமிழர் பற்றிய முக்கியத் தகவல்களைத் தருகிறது. சிரிமாவோ சாஸ்திரி ஒப்பந்தத்தில் இந்தியா செல்ல வேண்டிய தமிழரை மன்னார், மாங்குளம், வவுனியா, திருகோணமலை ஆகிய இடங்களில் ஈழவாதிகள் குடியமர்த்தினர் எனக் கூறும் மருத்துவமணியின் பதிவுகள் இறுதிப் போரில் ஏராளமான மலையகத் தமிழர் கொல்லப்பட்டதை உணர்த்தும். புலிகளின் அமிர்தலிங்கம் கொலை, பள்ளிவாசல் படுகொலைகள், கட்டிய துணிகளுடன் முஸ்லிம்களைத் துரத்தியது ஆகியன குறித்தும் கூறும் மருத்துவமணி, நெடுமாறன் புலிகளை உசுப்பிவிட்டார் நெறிப்படுத்தவில்லையெனக் கூறுகிறார். பிரபாகரன் மரணத்தைச் சிங்களர் கொண்டாடியதைப் பார்த்த சிங்களப் பெண் எழுத்தாளர் ஒருவர் எழுதிய, "என் அறையில் சிங்களக் கொடி மடித்து வைக்கப்பட்டுள்ளது. நான் என்றைக்குச் சிங்களர் எனப் பெருமிதம் கொள்கின்றேனோ அன்று பறக்க விடுகின்றேன். இப்போது மடித்து வைக்கப்பட்டுள்ளது" என்ற கவிதை அந்நூலில் இடம்பெற்றுள்ளது. இலங்கையின் பாதுகாப்புச் செலவுகள் பல மடங்கு உயர்வதைச் சுட்டிக் காட்டும் மருத்துவமணி, கூட்டாட்சி முறையே தீர்வு, தனி ஈழம் தீர்வல்ல எனக் கூறுகிறார்.

வைகோவின் 'தமிழ் ஈழம் ஏன்?' என்ற நூல் பதிப்பாசிரியர் அருணகிரிநாதனால் 16.03.2007 அன்று இரா.மாணிக்க வாசகம் பதிப்பகத்தால் வெளியானது.[118] வைகோவின் உரையை நூலாக்கிய அருணகிரிநாதனின் பதிவு 10 இலட்சம் மலையகத் தமிழர்களின் குடியுரிமையைப் பறித்தது பற்றியும், தரப்படுத்தல் என்ற வஞ்சகம் பற்றியும் கூறுகிறது. தர அளவுப்படுத்தல் இந்தியாவிலும் தமிழ்நாட்டிலும் இடஒதுக்கீடு என்ற பெயரில் இருப்பது பற்றி வைகோ மூச்சுவிடவில்லை. வைகோ கூறிய தமிழ் மாணவர்களுக்கு 50 மதிப்பெண்கள் சிங்களருக்கு 29 என்ற கருத்து தவறானது. யாழ் நூலக எரிப்புப் பற்றிப் பேசும் வைகோ, இலங்கை அரசு 1998 ஆண்டிலிருந்து 2001 வரை நூலகத்தை மீள் கட்டுமானம் செய்தது பற்றிக் குறிப்பிடவில்லை. வைகோவின் உரைகள் இலங்கை வரலாற்றின் முழுமையான பார்வையாக இல்லாமல் அரைகுறை பார்வையாக அமைந்திருந்திருப்பதில் ஆச்சரியமில்லை. வைகோ சிங்கள மக்களைச் சந்தித்திருப்பாரா என்பது சந்தேகமே.

ஏபிஎம் இத்ரிஸ் தொகுத்த 'என்ட அல்லாஹ் - இன முரண்பாடு கால முஸ்லிம் சிறுகதைகள்' நூல் 2020 அக்டோபரில் வெளியானது.[119] இது புத்த தேசம் எனப் பொருள்படும் 'மே புதுன்கே தேசய' போன்ற சிறுகதைகள் பெரும்பான்மைச் சிங்கள மனநிலையை விமரிசனம் செய்கின்றன.

பா.ராகவனின் 'பிரபாகரனின் வாழ்வும் மரணமும்' கிழக்கு பதிப்பகத்தால் 2009 மே மாதம் வெளியானது.[120] எம்.ஜி.ஆரின் பாதாள அறையில் பாலசிங்கம் இரண்டு கோடி பெற்ற நிகழ்வைக் கூறும் ராகவன், கிட்டு பூணூல் போட்டு மட்டன் பிரியாணி சாப்பிட்டது போன்ற கதைகள் தவிர துணி வியாபாரிகள் உளவு பார்த்தது பற்றியும் எழுதியது எம்.ஆர்.நாறாயண சுவாமியின் கருத்துக்கு எதிராக அமைகிறது. தமிழ்நாட்டின் அப்பாவித் துணி வியாபாரிகளை உளவாளிகள் என்ற சந்தேகத்தின் அடிப்படையில் புலிகள் தவறாகக் கொலை செய்தனர் என்றார் நாறாயணசாமி. போதிய ஆய்வுகளின்றி எழுதப்பட்ட இந்நூல் அடேல், அன்ரன், பழ.நெடுமாறன் நூல்களை ஒட்டி எழுதப்பட்டுள்ளது.

புலவர் புலமைப்பித்தனின் 'நாயகன்' என்ற நூல் நக்கீரன் பதிப்பகத்தால் 2021இல் வெளியானது.[121] "கொஞ்சம் நீ மனது வைத்து முறைத்துப் பார்த்தால் கொழும்புக்கு கொழுப்படங்கும்" என புலமைப்பித்தன் இந்திரா காந்தி குறித்து எழுதிய வரிகள் இந்திரா காந்தி மீது தமிழருக்கிருந்த நம்பிக்கையைக் காட்டும். ஆனால் இந்திரா காந்தி, சிரிமாவோ பண்டாரநாயகவுடன் மிக நெருக்கமான உறவைப் பேணியது குறித்தும், கச்சத்தீவு இலங்கைக்கு வழங்கப்பட்டது குறித்தும் புலமைப்பித்தன் ஏதும் குறிப்பிடவில்லை. கணவாய் மீன் பிரபாகரனுக்குப் பிடிக்கும் என்ற புலமைப்பித்தன், இந்திய - இலங்கை ஒப்பந்தத்தை எம்.ஜி.ஆர் ஏற்றுக்கொள்ளவில்லை எனக் கூறியது தவறான கருத்து. 'மை பிரஸிடென்சியல் இயர்ஸ்' நூலில் மேனாள் குடியரசுத் தலைவர் வெங்கட்ராமன் இந்திய - இலங்கை ஒப்பந்தம் உருவாகக் காரணமானதால் எம்.ஜி.ஆருக்குப் பாரத ரத்னா விருது வழங்கப்பட்டதாகக் கூறுகிறார்.

விஜித யாப்பா பதிப்பகம் வெளியிட்ட எம்.ஆர்.நாறாயண சாமியின் ‘டைகர்ஸ் ஆப் லங்கா, ப்ரம் பாய்ஸ் டு கெரில்லாஸ்’ என்ற நூலின் முதற்பதிப்பு **1994**இலும் மூன்றாம் பதிப்பு **2002**இலும் வெளியானது.[122] **1971**இல் **10** விழுக்காடு சிங்களர் யாழ்ப்பாணத்தில் வாழ்ந்ததாகக் கூறும் நாறாயணசாமி **1981**இல் குட்டிமணி, தங்கதுரை வங்கி கொள்ளையில் **78** இலட்சம் பணத்துடன் இரு காவலர்களையும் சுட்டுக் கொன்று தப்பியதையும், புலிகளைப் போன்று ஈரோஸ் மற்றும் ஈபிஆர்எல்எப் - அமைப்புகள் வங்கி கொள்ளையில் ஈடுபடவில்லையெனக் கூறுகிறார். ப்ளாட் உமாமகேஸ்வரனுடன் நட்பாகப் பழகிய ஈழப் போராட்ட முன்னோடிப் பெண்களில் ஒருவரான ஊர்மிளா காலடியில் பிரபாகரன் துப்பினார் என நாறாயண சாமியும் மூஞ்சியில் துப்பினார் என புஸ்பராஜாவும் எழுதினர். எது உண்மை எனத் தெரியவில்லை. ரா அமைப்பு பிரபாகரனுக்கு **7.62** எம்.எம். ஜெர்மன் லுகர் பிஸ்டல் பரிசளித்ததாகக் கூறும் நாறாயணசாமி, குட்டிமணி குடும்பத்திற்கு எம்.ஜி.ஆர் வீடு வழங்கியதையும் பதிவு செய்தார். **04.05.1985** அன்று அனுராதபுரத்தில் நூற்றுக்கும் மேற்பட்ட சிங்கள பொதுமக்கள் புலிகளால் சுட்டுக் கொல்லப்பட்ட நிகழ்வைப் பிளாட் கண்டித்ததையும், இந்திய - இலங்கை ஒப்பந்தத்தை எதிர்த்துப் பண்டாரநாயக்கவின் மகன் அனுரா போராடியபோது இரண்டு புத்த துறவிகள் கொல்லப்பட்டதையும் நாறாயண சாமி கூறுகிறார். இந்திய - இலங்கை ஒப்பந்தத்தின்போது இந்திய இராணுவ இருப்பின்போது யாழ்ப்பாண பல்கலைகழகம் மட்டுமே இயங்கியதாகக் கூறும் நாறாயண சாமி, ‘சிங்களம் மட்டும்’ சட்டம் அரசியல் முட்டாள்தனம் என லலித் அதுலத்முதலி கூறியதை நினைவுகூர்கிறார்.

அ.ஞா.பேரறிவாளனின் ‘தூக்குக் கொட்டடியிலிருந்து ஒரு முறையீட்டு மடல்’ என்ற நூல் ஸ்டாலின் நினைவு நூலகத்தால் **2006**இல் வெளியிடப்பட்டது.[123] தனு, சுபாவுடன் இருந்ததற்கு ஆதாரங்கள் இல்லை எனக் கூறும் பேரறிவாளனின் கூற்றுக்கு எதிராக நளினி தனது நூலில் தனு, சுபா இருவரும் தன்னுடன் சென்னையிலிருந்து பஸ் ஏறி ஸ்ரீபெரும்புதூர் சென்றதாக எழுதியுள்ளார். தனக்கு நிகழ்ந்த சித்திரவதைகளை விவரிக்கிறார் பேரறிவாளன். அவரது விதைப்பையில் தாக்கிய காவலர்கள், பிவிசி பைப்பில் சிமெண்ட் நிரப்பி ஆய்வாளர் செல்லத்துரை அடிக்கும் முறை, ஷூ காலால் விரல்களை மிதிக்கும் ஆய்வாளர் சுந்தரராசன், இழிசொற்களால் தாக்கும் ஆய்வாளர்கள் மாதவன், ரமேஷ், விரல் இடுக்கில் பென்சில் வைத்து அழுத்திப் பிடித்துத் திருகும் ஆய்வாளர் டி.என்.வெங்கடேசன் ஆகியோர் குறித்து விரிவாக எழுதும் பேரறிவாளன் துன்புறுத்தலில் பெற்ற வாக்குமூலம் செல்லாது என தடா சட்டத்திலும் இருப்பதால் தனது வாக்குமூலத்தின் அடிப்படையில் தனக்குத் தண்டனை வழங்கியது செல்லாது என வாதிடுகிறார். **21.05.1991** மாலை ஸ்ரீபெரும்புதூர் பயணத்திற்குச் சற்று முன்தான் ராஜீவ் கொலை செய்யப்படப்போவதை அறிந்ததாக நளினி கூறும் கூற்றை ஏற்ற உச்சநீதிமனறம், தனக்கு அவ்வாறான அறிதல் ஏதும் இல்லை என்பதைக் காணத் தவறியது எனவும் கூறுகிறார்.

ஸ்டேட் எதிர் நளினியும் பிறரும் என்ற வழக்கு **1999 (5)** எஸ்.சி.சி. பக்கம் **253** என்ற உச்ச நீதிமன்றத் தீர்ப்புத் திரட்டில் இடம்பெற்றது. தடா சட்டத்திற்கான மேல் முறையீடு நேரடியாக உச்சநீதிமன்றத்தில் மட்டுமே என்பதால் நீதிபதிகள் கே.டி.தாமஸ், டி.பி.வாத்வா, சையத் ஷா முகமது காத்ரி ஆகியோர் மேற்சொன்ன வழக்கில் *11.05.1999* அன்று தீர்ப்பளித்தனர்.[124] சதி குறித்த தீர்ப்புகளின் வரலாற்றில் முக்கிய இடம்பெறும் இத்தீர்ப்பு மரண தண்டனை பெற்ற **26** பேரில் **19** பேருக்கு மரண தண்டனையை ரத்து செய்து குற்றவாளிகளை ஒளித்து வைத்தல், பாஸ்போர்ட் சட்டம், டெலகிராப் சட்டம் போன்று சிறு பிரிவுகளில் தண்டனைகளை உறுதி செய்தது. நளினி, முருகன், சாந்தன், பேரறிவாளன் ஆகியோருக்குத் தூக்குதண்டனையை உறுதி செய்தது. ராபர்ட் பயஸ், ஜெயக்குமார் ரவிச்சந்திரன் ஆகியோருக்கு மரண தண்டனை ஆயுள் தண்டனையாகக் குறைக்கப்பட்டது. **1991**ஆம் ஆண்டு காங்கிரஸ் தேர்தல் வாக்குறுதியில் இந்திய - இலங்கை ஒப்பந்தம் நிறைவேற்ற உறுதி பூண்டதும், இந்திய இராணுவம் இலங்கையிலிருந்தபோது நடந்த சாவுகளுக்கும், வன்புணர்ச்சிகளுக்கும், தாக்குதல்களுக்கும் பழிவாங்க ராஜீவ் கொல்லப்பட்டதாகக் கூறும் அத்தீர்ப்பு சட்ட மாணவர்களுக்கும் வழக்கறிஞர்களுக்கும் பாடமாக வைக்கத் தகுதி பெற்றது.

அவ்வழக்கில் முதன்மை குற்றவாளிகளான பிரபாகரன், பொட்டு அம்மான், அகிலா ஆகியோர் தலைமறைவு குற்றவாளியாக அறிவிக்கப்பட்டும், சிவராசன், சுபா, தனு ஆகியோர் இறந்துவிட்ட பின்னர் வழங்கப்பட்ட அத்தீர்ப்பில் இலங்கை தமிழரான ஏ**11** சாந்தி, ஏ**13** செல்வலட்சுமி, ஏ**15** சண்முக வடிவேலு ஆகியோர் எல்லாக் குற்றச்சாட்டுகளிலிருந்தும் விடுதலை செய்யப்பட்டனர். ஏ**22** சுபா சுந்தரம் சதி குற்றச்சாட்டிலிருந்து விடுதலை செய்யப்பட்டார், இ.த.ச. **201** என்ற சாட்சியத்தை மறைத்தல் என்ற குற்றச்சாட்டில் மட்டுமே தண்டனை பெற்றார். நளினியின் தம்பி ஏ**20** பாக்கியநாதன், தாயார் ஏ**21** பத்மா ஆகியோர் தடா குற்றச்சாட்டிலிருந்து விடுதலை பெற்றனர், இ.த.ச. **212** என்ற குற்றவாளிகளை ஒளித்து வைத்தமைக்கு மட்டுமே தண்டனை பெற்றனர். தீர்ப்பின் **609**ஆம் பத்தியில் அரசு தரப்பு எல்லாச் சூழ்நிலைகளையும் காமாலைக் கண் கொண்டு பார்த்ததாக உச்சநீதிமன்றம் கூறுகிறது.

அத்தீர்ப்பில் சில பிழைகளும் இல்லாமலும் இல்லை. உதாரணமாகப் பத்தி **394**இல் முதன்மை குற்றவாளிகள் சிவராசன், சுபா, ஹரிபாபு, நீரோ, சண்முகம், திருச்சி சாந்தன், சுரேஸ் மாஸ்டர், டிக்சன், அம்மான், டிரைவர் அண்ணா என்ற கீர்த்தி, ஜமுனா என்ற ஜமீலா எல்லோரும் இறந்துவிட்ட இலங்கை குடிமக்கள் எனக் கூறும் பட்டியலில் தமிழ்நாட்டைச் சேர்ந்த ஹரிபாபுவையும் சண்முகத்தையும் சேர்த்தது பிழையே. இருப்பினும் **10,000** பக்க வாக்குமூலங்கள் கொண்ட குற்றப்பத்திரிகை, சாட்சியங்கள் அனைத்தையும் அத்தீர்ப்பு அலசி ஆராய்ந்து, வழக்கு வாதங்களின்போது குற்றவாளிகள் தரப்பு வழக்கறிஞர் நடராஜன் ராஜீவைப் பழிவாங்க விடுதலைப் புலிகளே அக்கொலையைச் செய்ததாக ஒத்துக்கொண்டதால் தடா சட்டம் பொருந்தாது என நீதிபதிகள் தீர்ப்பளித்தனர். ஆனால், தடா சட்டத்தின் கீழ்ப் பெற்ற வாக்குமூலங்கள் நளினிக்கும் பேரறிவாளனுக்கும் மரண தண்டனை வழங்கக் காரணமானது சட்டத்தின் விந்தைதான்.

பிரணய்லால் எழுதிய 'இண்டிகா - எ டீப் நேச்சுரல் ஹிஸ்டரி ஆஃப் த இந்தியன் சப் காண்டினென்ட்' என்ற நூல் பெங்குயின் ராண்டம் ஹவுஸ் இந்தியா நிறுவனத்தால் 2016ஆம் ஆண்டு வெளியிடப்பட்டது.[125] திருவள்ளுவர் பாறை கோண்ட்வன சந்திப்பு எனவும் இந்தியா, இலங்கை, மடகாஸ்கர் மூன்றும் அந்த இடத்தில் இணைந்திருந்ததாகக் கூறும் அந்நூல், மனிதர்கள் தோன்றுமுன் இருந்த இயற்கை வரலாற்றை நம் கண்முன் நிறுத்தும்.

கு.பூபதி தொகுத்த 'இவன் ஒரு வரலாறு' என்ற நூல் தோழமை வெளியீட்டகத்தால் 2010ஆம் ஆண்டு வெளியிடப்பட்டது.[126] தாயகம் 18 கட்டுரைகள், அயலகம் 22 கட்டுரைகள், தமிழகம் 10 கட்டுரைகள், ஊடகம் 10 கட்டுரைகள், 4 ஆவணங்கள் ஆகியவற்றைக் கொண்ட அந்நூல் பிரபாகரன் விரும்பிகளுக்கு மகிழ்ச்சியளிக்கும். பிரிட்டன் வைத்திய கலாநிதி புவிச்சந்திரனுடன் பிரபாகரன் பேசிக்கொண்டிருந்தபோது அவரது பெரும்பாலான கேள்விகள் கண்நோய் தொடர்பாக இருந்ததெனவும், 'அப்போது ஏழு வயது சிறுவன் தந்தை பிரபாகரன் மீது ஏறியும், பூ இதழ்களை வீசிக்கொண்டும் இருந்தார். அதன் பின்னர் தன் மனைவியை எங்களுடன் பேச விட்டுவிட்டு மகனுக்கு நண்பகல் உணவு ஊட்ட விடைபெற்றுச் சென்றார் பிரபாகரன்' எனக் கூறிய கட்டுரையும், பிரபாகரனின் அம்மாவழிப் பாட்டனாராகிய மலேயா ரெயில் கார்டின் உடைகளை அண்ணனை அணியச் செய்து வெள்ளைக்காரத்துரையாக நடிக்கச் சொல்லும் பிரபாகரன், வேதாளன் காமிக்ஸ் புத்தகங்களைப் பைண்ட் செய்து ஆர்வத்துடன் படிப்பார் என்ற பிரபாகரனின் அண்ணன் மனோகரனின் 'தம்பியின் பாதை' கட்டுரையும் பிரபாகரனின் இன்னொரு பரிமாணத்தைக் காட்டும். ஜேவிபி ஆதரவாளரான விக்டர் இவானின் 'வரலாற்றின் கண்களில் பிரபாகரன்' என்ற கட்டுரையும் சிறப்பானது.

அன்ரன் பாலசிங்கத்தின் கட்டுரையில், "முழு இலங்கையிலும் பரவலாகத் தமிழர்கள் இருக்கிறார்கள் அல்லவா. அப்போது முழுத்தீவும் தமிழர்களுக்குச் சொந்தமாக்கப்பட வேண்டும்" என தங்கள் முன் பண்ருட்டி ராமச்சந்திரனிடம் எம்.ஜி.ஆர் கூறியதாகவும், பின்னர் பண்ருட்டி ராமச்சந்திரன் தயவுசெய்து பத்திரிகையாளர்களிடம் இதைக் கூற வேண்டாம் என வேண்டியதாகவும் அன்ரன் கூறுகிறார். எம்.ஜி.ஆருக்கு இலங்கைப் பிரச்சினை தொடர்பாக எவ்வித புரிதலும் இல்லை என்பதை அன்ரனின் கட்டுரை விளக்கும்.

நார்வேயின் அமைதி முயற்சி குறித்து மார்க் சால்ட்டரின் 'டு எண்ட் எ சிவில் வார்' என்ற நூல் இலண்டன் ஹர்ஸ்ட் அண்ட் கம்பெனியால் 2015இல் வெளியானது.[127] இந்நூல் அமைதி முயற்சிகளையும் புலிகளின் பிழைகளையும் கூறும் நேர்மையான நூலாக விளங்குகிறது. தமிழ்த் தேசியவாதியான தராக்கி சிவராமன், கருணாவால் கொல்லப்பட்டிருக்கலாம் எனக் கூறும் மார்க் சால்ட்டர் 2000ஆவது ஆண்டு புலிகளால் 40,000 இலங்கைப் படை வீரர்கள் கொல்லப்படாததற்குப் பல்குழாய் ஏவுகணை வீசிகளைப் பாகிஸ்தான் இலங்கை இராணுவத்திற்கு வழங்கியதே காரணம் என்றும், இந்தியா தலையிட விரும்பாமல் அந்நிகழ்வில் ஒதுங்கிவிட்டது என்றும் கூறுகிறார். 2004 மார்ச்சில் கருணா பிரிந்த பின்,

செப்டம்பர் 22ஆம் தேதி கருணாவின் சகோதரர் ரெஜி கொல்லப்பட்டதையும், கிழக்கில் பிரபாகரனது கொடும்பாவிகள் எரிக்கப்பட்டதையும் சால்ட்டர் பதிவு செய்கிறார். புதுப்பிக்கப்பட்ட யாழ்ப்பாண பொது நூலகத்தைத் திறந்தால் டக்ளஸ் தேவானந்தாவின் ஈபிடிபிக்குப் பெயர் வந்துவிடும் என்ற காரணத்தால் புலிகள் யாழ்ப்பாண நூலகத்தைத் திறக்க அனுமதிக்கவில்லை என்ற சால்ட்டர், ராஜபக்சவைத் தேர்ந்தெடுத்ததில் புலிகள் பணம் பெற்றுக்கொண்ட குற்றச்சாட்டில் உண்மை இருப்பதாகவும், இலங்கை நார்வே தூதர் தாரே ஹட்ரம் கூறியபடி தனது தூக்குக் கயிற்றைத் தானே தயாரித்துக்கொண்டார் பிரபாகரன் எனவும் கூறுகிறார். இறப்பதற்கு முன் 2006 ஆம் ஆண்டு கோடைக்காலத்தில் அன்ரன் பாலசிங்கம் தனது பேட்டி ஒன்றில் ராஜீவ் கொலைக்கு மறைமுகமாக மன்னிப்புக் கேட்டார் எனவும், தமிழ்ச்செல்வன் அன்ரனைத் தொடர்புகொண்டு கடிந்துகொண்டார் எனவும் அதன் பின்னர் பிரபாகரனுடன் அன்ரன் பேசவில்லை எனக் கூறும் மார்க் சால்ட்டர், 'ஹீரோஸ் ஆப் டெலிமார்க்' பிரபாகரனுக்குப் பிடித்த திரைப்படத்தில் ஒன்று எனக் கூறுகிறார். தன் கருத்துகளில் அன்ரன் பாலசிங்கம் நேர்மையாக இருந்தார் எனக் குறிப்பிடும் மார்க் சால்டரின் நூல், ஒருவேளை பாலசிங்கம் 2002ஆம் ஆண்டு ஆஸ்லோவில் கூறிய கூட்டாட்சி தீர்வை பிரபாகரன் ஏற்றுக்கொண்டிருந்தால் புலிகளின் அனைத்து கட்டமைப்புகளுமே அழியாமல் இருந்திருக்கும் என்ற எண்ணமும் தோன்றாமலில்லை. 1983 இனப்படுகொலைகளுக்கு 2004ஆம் ஆண்டு சந்திரிகா குமாரதுங்கா மன்னிப்புக் கேட்டுக்கொண்டதைப் போல இளந்துறவிகள் படுகொலைகளுக்கோ, பிரேமதாசா, ராஜீவ், கதிர்காமர் படுகொலைகளுக்கோ புலிகள் மன்னிப்புக் கோரவில்லை, மறைக்கவே முயற்சி செய்தனர் என அறிய முடியும்.

எம்.வாமதேவனின் 'குன்றிலிருந்து கோட்டைக்கு' என்ற தன்வரலாற்று நூல் குமரன் புத்தக இல்லத்தால் 2020இல் வெளியானது.[128] மலையகத் தமிழராக இருந்து இலங்கை அரசில் உயர்பதவி வகித்த வாமதேவனின் கருத்து மிக முக்கியத்துவம் வாய்ந்தது. வறுமை காரணமாக நுவரெலியா தோட்டத் தொழிலாளர் பிச்சை எடுத்துப் படும்பாட்டை டெய்லி மிரர் பத்திரிகை 1974ஆம் ஆண்டு வெளிக்கொண்டு வந்தது என பல பதிவுகள் இருந்தாலும் மலையகத் தமிழர்கள் இலங்கையில் 150 வருடம் சாதிக்க முடியாததை 15 வருடங்களில் தமிழ்நாட்டில் சாதித்தனர் என்ற வாமதேவன், அரசுப் பணியில் இருந்த நாட்களில் கொழும்புவிலிருந்து ஆதம்ஸ் பீக் என்று சிவனொளி பாத மலை தெரியும் எனக் குறிப்பிட்டது இப்போது நமக்கு ஆச்சரியமளிக்கும்.

2009 மே மாதம் புதிய ஜனநாயகம் வெளியிட்ட 'ஈழம்: நேர்மையான சந்தர்ப்பவாதமும் நேர்மையற்ற சந்தர்ப்பவாதமும்' நூல் 64 பக்கங்கள் கொண்ட சிறு வெளியீடாக வெளிவந்துள்ளது.[129] காங்கிரஸ், திமுகவை நம்பிக் கெட்ட ஈழ ஆதரவாளர்கள் என்றும், 60 ஆண்டு காங்கிரஸ் ஆட்சி ஈழத் தமிழர்களுக்கு எதிரான கொள்கையைப் பின்பற்றியது எனக் கூறும் அவ்வெளியீடு, கோவை ராமகிருஷ்ணன், ஆறுச்சாமி ஆகியோர் ஜெயலலிதாவால் தடா சட்டத்தில் இரு ஆண்டுகள் சிறையில் வைக்கப்பட்டிருந்ததைக் குறிப்பிடுகிறது. இது தவிர பா.ம.க இளைஞர்

அணியின் ராமதாஸ், வைகோவின் தம்பி ரவிச்சந்திரன், பண்ருட்டி ராமச்சந்திரன், பழ.நெடுமாறன், வழக்கறிஞர் வீரசேகரன், கோவை குணா ஆகியோரை ஜெயலலிதா கைது செய்ததைப் பட்டியலிடுகிறது. ராஜீவ் - ஜெயவர்த்தன ஒப்பந்தம் இலங்கைத் தமிழரில் பெரும்பாலானோரால் வரவேற்கப்பட்டதையோ, உணவு மருந்து பொட்டலம் வீசிய ஆபரேசன் பூமாலைக்குப் பிறகு காங்கேசன் துறைமுகத்தில் இந்திய இராணுவம் வந்திறங்கியபோது இரண்டு இலட்சம் மக்கள் யாழ்ப்பாணத்தில் குவிந்து இந்திய இராணுவத்தினரையும், வெளியுறவு அதிகாரிகளையும் வரவேற்கக் கூடி முழக்கங்கள் எழுப்பியது பற்றியோ, “இந்தியாவை நேசிக்கிறோம்” என்ற பிரபாகரனின் சுதுமலைப் பேச்சில் “மறுபடியும் ஆயுதம் ஏந்த வேண்டிவரும்” என்றபோது ஆரவாரிப்பதற்குப் பதிலாக மக்கள் கனத்த மௌனம் காத்தனர் என்ற மெய்யான கூற்றுகளையோ புறந்தள்ளி இலங்கைத் தமிழர், மலையகத் தமிழர் குறித்த போதிய ஆய்வுகளற்று எழுதப்பட்ட நூல் எனக் கொள்ளலாம்.

எம்.வாமதேவனின் ‘நீங்காத நினைவுகளில்... - மலையக மண்ணின் மைந்தர்கள்’ என்ற நூல் பாக்கியா பதிப்பக வெளியீடாக மல்லியப்பு சந்தி திலகரால் 2021ஆம் ஆண்டு வெளியானது.[130] ஹட்டன் நுவரெலியா தொழிற்சங்கவாதியான ஓ.ஏ.இராமையா, தனது வீட்டில் நூலகம் வைத்திருந்தார் எனக் கூறும் வாமதேவன், லங்கா சம சமாஜ கட்சியின் உறுப்பினர் ராமசிங்கம் ‘தீப்பொறி’ என்ற இதழ் நடத்தியதையும் பதிவு செய்தார். 1989இல் 12 இடங்களில் வெற்றி பெற்ற ஈழ ஜனநாயக முன்னணி தங்கள் கட்சிக்குக் கிடைத்த தேசியப் பட்டியல் இடத்தை மலையக மக்கள் மத்தியில் பணி செய்த முன்னாள் ஆசிரியரான எம்.ராமலிங்கம் அவர்களுக்கு வழங்கியது குறித்தும் எழுதுகிறார்.

வாமதேவனின் ‘மலையகம் - சமத்துவ அபிவிருத்தியை நோக்கி...’ என்ற நூல் பாக்கியா பதிப்பகத்தால் ஹட்டனிலிருந்து 2014இல் வெளியானது.[131] மலையகத்தைப் பற்றிய புள்ளிவிவரங்களும் தகவல்களும் கொண்ட இந்நூல் மலையகத் தமிழரின் மக்கள் தொகை 13 விழுக்காட்டிலிருந்து 5.5 விழுக்காடு குறைந்ததையும் அதற்குக் காரணமான சாஸ்திரி - இந்திரா காந்தி ஒப்பந்தங்களையும் குறிப்பிடுகிறது. 1978 - 79களில் வேலையின்மை இலங்கையில் 15 விழுக்காடும் மலையகத்தில் ஆறு விழுக்காடும் இருந்ததைச் சுட்டிக்காட்டும் வாமதேவன், உணவு முத்திரை வழங்கும் பால், சீனி, மண்ணெண்ணெய், கோதுமை, மா வழங்கும் திட்டப் பயனாளிகள் மலையகமான நுவரெலியாவில் 22 விழுக்காடும் மொனரகலாவில் 68 விழுக்காடுமாக இருக்க, தேசிய சராசரியோ 50 விழுக்காடு எனச் சுட்டிக்காட்டுகிறார். 1984 வரை 4,59,327 பேர் இலங்கையிலிருந்து இந்திய குடியுரிமை பெற்றுத் தாயகம் திரும்பியதைப் பதிவுசெய்த இந்நூல், இந்தியாவின் புனர்வாழ்வு திட்டங்களான வியாபார கடன் தேயிலை மற்றும் ரப்பர் தோட்டங்கள், நூற்பாலை, தாயகம் திரும்பியோர் வங்கி (ரெப்கோ) ஆகியன மலையகத் தமிழருக்கு ஏற்றமளித்தா இல்லையா என்ற ஆய்வை விரிவாகப் பதிவு செய்தது. தூத்துக்குடி நூல் ஆலையில் வேலை செய்த மலையகத் தமிழர், 1984 ஜூன் 29 முதல் ஜூலை 14 வரை சம்பளம் பெற மதுரையிலுள்ள வங்கிக்கு நடைபயணம் சென்ற போராட்டச் சூழலையும் வாமதேவன் சுட்டிக்காட்டுகிறார். மலையகத் தமிழர் ஐந்து முதல் ஏழு விழுக்காடு

இருந்தாலும் 2013 வரை ஒரு விழுக்காட்டின் உயர்கல்வி இடங்களைப் பெறுவதாகக் கூறும் வாமதேவனின் நூல், மலையக மக்கள் இலங்கையில் 150 வருடங்களாகப் பெறாத முன்னேற்றத்தைத் தமிழ்நாட்டில் 15 ஆண்டுகளில் பெற்றனர் எனக் கூறுவது கவனத்துக்குரியது. யாழ்ப்பாண நூலக எரிப்பை "மந்திரி இட்ட தீ" என்று எழுதிய மு.சிவலிங்கம், தெளிவத்தை ஜோசப் ஆகியோர் குறித்தும் சொல்லும் இந்நூல், மலையக மக்கள் குறித்தும் தாயக மக்கள் குறித்தும் அறிய உதவும் அழகிய நூல்.

எழுத்தாளர் சமந்த் சுப்ரமணியனின் 'திஸ் டிவைடட் ஐலண்ட் - ஸ்டோரிஸ் ப்ரம் தி ஸ்ரீலங்கன் வார்' என்ற நூல் பென்குயின் ராண்டம் ஹவுஸ் இந்தியா புத்தக வெளியீட்டாளரால் 2014இல் வெளியானது.[132] யாழ்ப்பாண நூலகத்தில் போர் நினைவுப் பொருட்கள், நல்லூர் கோயில் அருகே செட்டித் தெருவில் அமைந்த ராஜசிங்கத்தின் வீடு ஆகியன குறித்து எழுதும் சமந்த் சுப்ரமணியன், ராஜசிங்கத்தின் மகள் நிர்மலாவின் வீட்டில் முதல் மாவீரரான சங்கர் சுடப்பட்டது குறித்தும் பின்னர் நிர்மலாவின் தங்கை ராஜனி புலிகளால் கொல்லப்பட்டமை குறித்தும் எழுதுகிறார். புலிகளின் அரசியல் கொலைகள் குறித்துக் குறிப்பிட்ட அவர், எழுத்தாளர் லசந்தா விக்ரமதுங்கா, கார்ட்டூனிஸ்ட் பிரகீத் ஏக்னாலிகொடா ஆகியோரை இலங்கை அரசு கொலை செய்ததையும் குறிப்பிடத் தவறவில்லை. ஏக்னாலிகொடா வழக்கின்போது இலங்கையிலுள்ள பெரும்பான்மை பாசிச பொதுபல சேனா அமைப்பு நீதிமன்ற நடவடிக்கைகளில் குறுக்கீடு செய்ததை எழுதும் சமந்த், கணநாத் ஒபயசேகர குறித்தும் எழுத மறக்கவில்லை.

எஸ்.எச்.எம்.ஜமீல், அஸிஃப் ஹுஸைன் இருவரும் எழுதிய 'முஸ்லிம் ஹெரிடேஜ் ஆப் ஈஸ்டர்ன் ஸ்ரீலங்கா' என்ற நூலை முஸ்லிம் விமன்ஸ் ரிசர்ச் அண்ட் ஆக்சன் ஃபோரம் என்ற அமைப்பு 2011இல் வெளியிட்டது.[133] 1981ஆம் ஆண்டு கணக்கெடுப்பின்படி திருகோணமலை, மட்டக்களப்பு, அம்பாறை மாவட்டங்களில் 38 விழுக்காடு இந்துக்கள், 32 விழுக்காடு முஸ்லிம்கள், 24 விழுக்காடு புத்த மதத்தினர், 5 விழுக்காடு கிறிஸ்தவர்கள் உள்ளிட்ட ஏறத்தாழ 10 இலட்சம் மக்கள் கிழக்கில் வசிப்பதையும், தமிழ் முஸ்லிம்கள் இணைந்து வசிக்கும் கிராமங்களில் பொன்னாச்சிகுடி முதல் சின்னக்கதிரன்குடி வரை 16 குடிகளும், முஸ்லிம் கிராமங்களில் வெள்ளரசன் குடி முதல் சேனை குடி வரை 13 குடிகளும், இது தவிர லெப்பைக்குடி, ஆலிம்குடி, ஓடாவிகுடி என்ற 45 குடிகள் உள்ளன எனக் கூறும் இந்நூல் முஸ்லிம்களின் பண்பாட்டுக் கூறுகளை விவரிக்கிறது.

சிறப்பு அமர்வு வழக்கு எண். 31/2019 டி.சம்பத்குமார் மூன்றாவது கூடுதல் மாவட்டம் மற்றும் அமர்வு நீதிபதி மதுரை - பட்டியல் வகுப்பினர் மற்றும் பட்டியல் பழங்குடியினருக்கு எதிரான வழக்குகளை விசாரிக்கும் சிறப்பு நீதிமன்றம் நாமக்கல் காவல் நிலையக் குற்ற எண். 2/2015 என்ற கோகுல்ராஜ் கொலை வழக்கு தீர்ப்பு 08.03.2022 அன்று வழங்கப்பட்டது.[134] சுப்ரமணி மகன் யுவராஜ், பெரியசாமி மகன் அருண், வெங்கட் மகன் குமார் என்ற சிவக்குமார், வேலு மகன் சங்கர், சண்முகம் மகன் அருள் செந்தில், பழனியப்பன் மகன் செல்வகுமார், சுப்ரமணி மகன் தங்கதுரை, ராஜேந்திரன் மகன் சதீஸ்குமார், தேவராஜ் மகன் ரகு என்ற

ஸ்ரீதர், தேவராஜ் மகன் ரஞ்சித், துரைசாமி மகன் செல்வராஜ், செங்கோடன் மகன் சந்திரசேகரன், மணி மகன் பிரபு, பழனிச்சாமி மகன் கிரிதர், பொன்னுச்சாமி மகன் சுரேஷ், சந்திரசேகரன் மனைவி ஜோதிமணி ஆகியோர் மீது பொறியியல் படிப்பு முடித்துத் தேர்வு முடிவுக்காகக் காத்திருந்த கோகுல்ராஜ் என்ற பட்டியல் சமூக இளைஞனைக் கொலை செய்த வழக்கில் தீர்ப்பு வழங்கப்பட்டது. 23.06.2015 அன்று காலையில் திருச்செங்கோடு அர்த்தநாரீஸ்வரர் கோயிலில் பட்டியல் சமூக இளைஞரான கோகுல்ராஜும் அவரது வகுப்புத் தோழரான பெண் ஒருவரும் பேசிக்கொண்டிருந்ததை யுவராஜும் அவரது குழுவினரும் பார்த்து, அவர்கள் காதலராக இருக்க வேண்டுமென முடிவு செய்தனர். தங்கள் சமூகப் பெண்கள் காதல் வலையில் சிக்காமல் பார்த்துக்கொள்வதை தங்கள் கொள்கையாகக் கொண்ட தீரன் சின்னமலைக் கவுண்டர் அமைப்பைச் சேர்ந்த முதல் எதிரி யுவராஜ், ஏற்கெனவே ஒன்பது குற்றவியல் வழக்குகளில் தொடர்புடையவர். கோகுல்ராஜையும் அவரது பெண் நண்பரையும் விசாரித்து கோகுல்ராஜ் பட்டியல் சமூகத்தைச் சேர்ந்தவர் எனவும் பெண் நண்பர் கொங்கு வேளாளர் சமூகத்தைச் சேர்ந்தவர் எனக் கண்டுகொண்ட எதிரிகள், சதி செய்து கோயிலுக்கு மேற்கில் காவேரி ரெயில் நிலையம் அருகில் மங்களூர் - சென்னை இரயில்வே தண்டவாளம் அருகே கோகுல்ராஜின் கழுத்தைத் துண்டித்துக் கொலை செய்தனர். கோகுல்ராஜை அச்சுறுத்தி அவர் தற்கொலை செய்யப் போவதாக வீடியோ ஒன்றை எடுத்துச் சமூக வலைதளங்களில் பரவச் செய்தனர். 05.03.2022 அன்று அமர்வு நீதிபதி பத்துக் குற்றவாளிகளுக்கு ஆயுள் தண்டனை விதித்தார் என்ற தீர்ப்பு தமிழ்நாட்டின் சாதிவெறி சூழலைக் காட்டும்.

பிரகாஷ் காரத், சுரேஷ் பிரேமச்சந்திரன் எழுதிய 'இலங்கை மக்களின் துயரம்' என்ற நூல் தமிழில் பட்டாபிராமனால் மொழிபெயர்க்கப்பட்டு பாரதி புத்தகாலய வெளியீடாக 2012 பிப்ரவரி மாதம் வெளியானது.[135]

வடமாகாணத்தில் சிங்களக் குடியேற்றங்களும் எல்டிடிஈ கட்டுப்பாட்டில் இருந்த நிலங்களும் இராணுவத்தினரிடம் ஒப்படைக்கப்பட்டதையும் இந்நூல் கூறுகிறது. 13ஆவது சட்டத்திருத்தம் நீர்த்துப் போனது குறித்தும், அதிகாரப் பகிர்வுகள் பற்றியும் பேசுகிறது. திருகோணமலையில் புத்த கோயிலுக்கு 3,000 ஏக்கர் நிலங்கள் பறிமுதல் செய்து வழங்கப்பட்டதையும் கூறும் இந்நூல், வவுனியா, திருகோணமலை, மூதூர் ஆகிய இடங்களில் உள்நாட்டு முகாம்களில் வாழும் மக்கள் குறித்தும் கூறுகிறது. கூட்டாட்சி வேண்டும் எனக் கூறும் இந்நூல், 13ஆவது சட்டத் திருத்தத்தை நிறைவேற்றக் கேட்டது. ஆட்சி அதிகாரம் பகிர்ந்தளிக்கப்பட வேண்டும் எனக் கூறும் இந்நூல், இந்திய - இலங்கை ஒப்பந்த காலத்தில் அதிகாரப் பகிர்வுகள் கைகூடும் நேரத்தில் புலிகள் ஒப்பந்தத்தைச் சிதைத்தது பற்றி ஏதும் கூறவில்லை.

எட்கர் தர்ஸ்டனின் 'காஸ்ட்ஸ் அண்ட் டிரைப்ஸ் ஆஃப் சவுத் இந்தியா' என்ற நூல் ஆசியன் எடுகேசனல் சர்விஸஸ் என்ற நிறுவனத்தால் 2001 ஆம் ஆண்டு ஏழு தொகுதிகளாக ஆங்கிலத்தில் வெளியானது. அதில் பட்டணவன் அல்லது கரையர் சமூகம் குறித்த தகவல்கள் ஆறாவது தொகுதியில் இடம்பெற்றுள்ளன.[136] அதே நூல் ரத்தினத்தின் மொழிபெயர்ப்பில் 'தென்னிந்திந்திய குலங்களும் குடிகளும்' என்ற

பெயரில் வெளியானது. கிருஷ்ணா ஆற்றிற்குத் தெற்கே ஆந்திரா முதல் தஞ்சாவூர் வரை கடற்கரையில் வாழும் மீனவர் சமூகத்தினர் பட்டணவர் என்றும் கரையர் என்றும் அழைக்கப்படுவதை தர்ஸ்டன் பதிவு செய்கிறார். சென்னப்பட்டணம், நாகப்பட்டணம், குலசேகரப்பட்டணம், தேங்காய்பட்டணம் ஆகிய ஊர்களின் பெயர்கள் பழைமையானவை. பட்டணவரின் சாதிப்பட்டங்கள் ஆரியர், ஐயாயிரத் தலைவர், ஆரிய நாட்டுச் செட்டி, வருணகுல முதலி, குருகுல வம்சம் என்று உள்ளதையும், செம்படவருக்குப் பிள்ளை என்ற சாதிப்பட்டங்கள் உள்ளதையும் தர்ஸ்டன் சுட்டிக்காட்டுகிறார். இறந்தவரைப் புதைக்கும் பழக்கமுடைய பட்டணவர், சென்னை சேப்பாக்கம் கிராமம் பொதுத் தேவைக்காக எடுக்கப்பட்டது தொடர்பான வழக்கில் பட்டணவருக்குக் குருகுல வம்சத்தினர் என்ற பெயர் உள்ளதை தர்ஸ்டன் சுட்டிக்காட்டுகிறார். சிங்கள கரவா சாதியினர் தங்களைக் குருகுல வம்சத்தினர் என அழைத்துக்கொள்வதை இங்கு நினைவுகூர முடியும். தர்ஸ்டனுடைய ஆய்வில் சில விமர்சனங்கள் இருந்தாலும் இன்றுவரை அது காலத்தை வென்ற நூலாகவே விளங்குகிறது.

காப்டன் மலரவனின் 'போர் உலா' கோவை விடியல் பதிப்பகத்தால் 2011ஆம் ஆண்டு வெளியானது.[137] முன்னதாகத் தமிழீழ விடுதலைப் புலிகள் வெளியீட்டுப் பிரிவு வெளியிட்ட இந்நூல் ஆங்கிலத்திலும் வெளியானது. கேப்டன் மலரவன் என அழைக்கப்பட்ட காசிலிங்கம் விஜித்தனின் நினைவுக்குறிப்புகளே இந்நூல். போருக்குச் செல்லும் புலிகளின் வாழ்க்கைச் சித்திரத்தை இந்நூல் தரும்.

யமுனா ராஜேந்திரனின் 'ஈழம் எதிர்ப்பு அரசியலின் எதிர்காலம்' என்ற நூல் அடையாளம் பதிப்பகத்தால் (முதல் பதிப்பு) 2012ஆம் ஆண்டு வெளியானது.[138] அவரது 52 கட்டுரைகள் அடங்கிய நூல் தொகுப்பு. முஸ்லிம்கள் வெளியேற்றம் நடந்தபோது அவர்கள் 24மணி நேர அவகாசத்தில், 500 ரூபாயுடன் வெளியேற்றப்பட்டனர் எனக் கூறுகிறது. இறுதிப் போரில் கடைசி ஐந்து மாதங்களில் மட்டுமே 70,000 பேர் கொல்லப்பட்டதாகக் கூறும் இந்நூல், 13ஆவது அரசியல் சட்டத் திருத்தத்தை இலங்கை அரசு செயல்படுத்தவில்லை எனக் கூறுகிறது. கொழும்புவில் 40 விழுக்காடு தமிழர் வாழ்வதாகக் கூறும் இந்நூல், சீமான், நெடுமாறன், வைகோ ஆகியோர் மனோரதிய பொய்மைத் தளத்திலும் தியாகு, கொளத்தூர் மணி, விடுதலை ராஜேந்திரன் ஆகியோர் அறிவுத் தளத்திலும் நகரும் காலம் இது எனக் கூறுகிறது. டக்ளஸ் தேவானந்தாவுடன் உறவு கொண்ட பஞ்சமர் சமூகத்தைச் சேர்ந்த யாழ்ப்பாண மக்கள் கல்லூரி முதல்வர் ராஜதுரை, புலிகளால் கொல்லப்பட்டதையும் இந்நூல் பதிவு செய்தது. சதாம் உசேனும் கடாஃபியும் சொந்த மக்களைக் கொன்றதைப் போல பிரபாகரன் நடந்துகொண்டார் எனக் கூறும் யமுனா ராஜேந்திரன், 461ஆம் பக்கத்தில் சீமான் அரசியலில் தேர்தல் அரசியல் இல்லை எனக் கூறுவதும், 493ஆம் பக்கத்தில் நாம் தமிழர் கட்சியின் பாசிச தேசியம் குறித்தும் கூறுவது முரணாக உள்ளது. இறுதிப் போரில் தமிழர் கொல்லப்பட்டதற்கான காரணங்களையும் எதிர்காலத் தீர்வுகளையும் இந்நூல் கூறுகிறது.

செல்வி திருச்சந்திரனின் 'கேஸ்ட் அண்ட் இட்ஸ் மல்ட்டிபிள் மேனிபெஸ்டேஷன்ஸ், எ ஸ்டடி ஆஃப் தி கேஸ்ட் சிஸ்டம் இன் நார்தர்ன் ஸ்ரீலங்கா' என்ற நூல் பே அவுல் பிரஸ் வெளியீட்டகத்தால் **2021**ஆம் ஆண்டு வெளியானது.[139] கேஸ்டா என்ற போர்த்துகீசிய சொல்லிலிருந்து கேஸ்ட் என்ற சொல் உருவானதாகக் குறிப்பிடும் செல்வி திருச்சந்திரன், **1844**ஆம் ஆண்டில் ஆங்கிலேயரால் அடிமை முறை ஒழிக்கப்படும் வரை தேச வழமை சட்டப்படி சாதி அடிமை முறை வட இலங்கையில் இருந்ததாகக் கூறுகிறார். அடிமை முறை ஒழிக்கப்பட்ட பின்னரும் பஞ்சமர் ஒருவர் தன் மனைவியின் இறப்புச் சடங்குகளில் மேளங்கள் ஒலிக்கச் செய்தபோது அதைச் சாதித் தமிழர் தடுக்க முயன்று, அவர்கள் சட்ட விரோத கும்பலாக அறிவிக்கப்பட்டு, குற்ற வழக்கு நடந்தபோது பொன்னம்பலம் ராமநாதன் குற்றவாளிகளுக்காக வாதிடும்போது **1844**ஆம் ஆண்டுச் சட்டப்படி அடிமைகள் விடுவிக்கப்பட்டாலும் அடிமைகளுக்கு மேல்சாதிகளுக்கு இணையான எவ்வித உரிமையும் இல்லை என வாதிட்டார். ஆனால் தீர்ப்பு வழங்கிய நீதிபதி பர்ண்சைட், யாழ்ப்பாணத்தினர் சட்டத்தைக் கையில் எடுத்துக்கொண்டு நீதிபதி லிஞ்ச்சைப் போல் செயல்படக் கூடாது எனக் குறிப்பிட்டார். இன்னொரு வழக்கில் கோவியர் அடிமைகள் இல்லையெனவும், வெள்ளாளரைப் போன்றே அவர்களும் சொத்துரிமை கேட்க முடியும் எனவும் உச்ச நீதிமன்றம் தீர்ப்பளித்தது.

1834ஆம் ஆண்டில் **65** யாழ்ப்பாண சாதிகளைப் பட்டியலிட்டார் சைமன் காசி செட்டி. பின்னர் **20**ஆம் நூற்றாண்டில் **41** சாதிகளையே ராகவன் வட இலங்கையில் கண்டறிந்தார் என்றும் சாண்டார்கள் கோவியருடன் இணைந்ததை தம்பையா பதிவு செய்ததை செல்வி திருச்சந்திரன் நினைவுகூர்ந்தார். சைவ வேளாளர் கீரைத்துரைமார் என அழைக்கப்படுவதையும் வீழ்குடி வேளாளர் சைவ வேளாளரை விட சமூகத்தில் அடுத்த தட்டில் வைக்கப்படுவதையும், கைக்கோளர், கடையர், குயவர், சிற்ப ஆசாரி, சாண்டார் ஆகிய சாதியினர் வட இலங்கையில் மறைந்து போனதையும் அவர் சுட்டிக்காட்டினார். கள் விற்பனை, சீவல் தொழிலாளிகளின் வாழ்வில் பொருளாதார ஏற்றம் கொண்டுவந்தாலும் பிறப்பிலிருந்து இறப்பு வரை வட இலங்கையில் சாதிக் கொடுமைகள் தொடர்வதையும் பெயர்களில் சாதி தெரிவதையும் செல்வி சுட்டிக்காட்டினார். ஆறுமுக நாவலர் ஒருமுறை கரையர் சாதியினரைப் பற்றிக் கூறும்போது, "கரையார் கரைந்தனர்" என எள்ளல் செய்ததையும், பஞ்சமர் சமூகத்தினர் 'அதுகள்' என்றும் 'அவியள்' என்றும் அஃறிணையாகக் குறிக்கப்படுவதையும் செல்வி பதிவிட்டார். டேனியல், டொமினிக் ஜீவா, அகஸ்தியர், சுபத்திரன், பெனடிக்ட் பாலன், பொன்னுத்துரை, ரகுநாதன், நந்தினி சேவியர், கந்தையா நடேசன் ஆகியோரது எழுத்துகளை வியக்கும் செல்வி, டேனியல் கையாண்ட வட்டார வழக்கு மொழி தற்போது அருகிப் போனதைக் காட்டுகிறார். கந்தன் கருணை நாடகம், கண்ணகி கோயில் உருமாற்றம், ஆறுமுக நாவலர் கண்ணகியைச் செட்டிச்சி எனக் குறிப்பிட்டது இவையனைத்தும் செல்வியின் நூலில் இடம்பெற்றன. ராமநாதன் சம ஆசனத்திற்கும் சம போஜனத்திற்கும் எதிராக இருந்ததையும், ஒபினமுனி கொல்வின் ரெஜினால்ட் டி சில்வா என்ற புகழ்பெற்ற வழக்கறிஞரும் லங்கா சம சமாஜ கட்சியின் தலைவருமான கொல்வின் டி சில்வா

தேநீர் கடை சமத்துவத்தை வலியுறுத்தியதையும் செல்வி பதிவு செய்தார். உள்நாட்டுப் போர் முடிந்து மெதுவாக யாழ்ப்பாணத்திற்குச் சாதி திரும்புவதையும் திருமணங்களில் சாதி பார்க்கப்படுவதையும், வவுனியா முல்லைத் தீவை விட யாழ்ப்பாணம் நீறு பூத்த நெருப்பாகச் சாதியச் சமூகமாகவே உள்ளது என செல்வி கண்டறிந்தார். செல்வியின் ஆங்கில நூல் புலிகளின் காலத்தில் சாதி மறைக்கப்பட்டதே ஒழிய ஒழிக்கப்படவில்லை என்றும், புலிகள் கரையர் கிராமத்தை ஹரி நகர் என்றும் காரை நகரை சமுத்திர நகர் என மாற்றியதையும் குறிப்பிடுகிறது. மகாத்மா காந்தி தெல்லிப்பறை யூனியன் கல்லூரிக்கு வந்தபோது உயர்சாதி எனத் தங்களைக் கருதிக்கொள்பவர்கள் பந்தலை எரித்தனர் என்றும் அங்கு ஒடுக்கப்படும் தமிழ் ஊழியர் சங்க இணைச் செயலாளர் உடனடியாக இன்னொரு பந்தல் ஏற்பாடு செய்தார் என்பன போன்ற செய்திகளையும் செல்வி பதிவு செய்தார்.

ஸ்டீபன் கெம்பரின் 'ரிஸ்க்யூட் ப்ரம் தி நேஷன், அனகாரிக தர்மபாலா அண்ட் தி புத்திஸ்ட் வேர்ல்ட்' என்ற நூல் யூனிவர்சிட்டி ஆஃப் சிகாகோ பிரஸ் என்ற நிறுவனத்தால் 2015இல் வெளியிடப்பட்டது.[140] மானுடவியல் பேராசிரியரான கெம்பர் 1933ஆம் ஆண்டு இறந்து போன அனகாரிக தர்மபாலாவைப் பற்றி எழுதிய அழகிய நூல். இலங்கையில் 12 இடங்களில் தர்மபாலாவுக்குச் சிலைகள் உள்ளன. சென்னை எழும்பூரிலும் புத்தகயாவிலும் மகாபோதி சங்கங்கள் ஏற்படுத்திய, தமிழ்நாட்டில் தவறாகப் புரிந்துகொள்ளப்பட்ட தர்மபாலா பற்றி அறிய உதவும் அரிய நூல். 1864ஆம் ஆண்டு பிறந்து 1933ஆம் ஆண்டு இந்தியாவின் சாரநாத்தில் மறைந்த தர்மபாலா, தான் சண்டாளர்கள் நாடென வர்ணித்த இலங்கையில் பிறக்க விரும்பாத தர்மபாலாவுக்குக் கிராமப்புற சிங்களரின் பெருமித உணர்வைத் தட்டி எழுப்பியதில் பெரும் பங்குண்டு. இதுவே பண்டாரநாயக்கவை அதிகாரத்திற்குக் கொண்டு சேர்த்து, 1971 ஜேவிபி கிளர்ச்சிக்கும் காரணமானது. பள்ளிக் கல்வித் துறையில் எழுத்தராக இருந்து வேலையை விட்ட தர்மபாலாவின் விவேகானந்தருடனான, ஆல்காட்டுடனான பிளாவட்ஸ்கியுடனான தொடர்புகளும் அதன் சிக்கல்களும் ஆர்வமூட்டுபவை. கொய்கம சாதியிலிருந்து அப்பாவையும் துரவா சாதியைச் சேர்ந்த அம்மாவையும் கொண்ட தர்மபாலா சாதியையும் மதத்தையும் கடந்து தன் நட்புகளை வளர்த்ததில் ஆச்சரியமில்லை. அவர் உயிருடன் இருக்கும்போது புத்த கயாவைப் புத்தமயமாக மாற்ற எடுத்த முயற்சி அவர் மறைந்த பின் இந்தியச் சுதந்திரத்திற்கு ஒரு வருடம் பின்பே சாத்தியமானது. ஆய்வாளர்கள் தவறாமல் படிக்க வேண்டிய நூல் இது.

மகாராசன் தொகுத்த 'ஈழத்தில் சாதியம்: இருப்பும் தகர்ப்பும்' நூல் கறுப்பு பிரதிகள் வெளியீடாக 2007 டிசம்பரில் வெளியானது.[141] ஒன்பது கட்டுரைகளைக் கொண்ட அந்நூலில் டொமினிக் ஜீவாவுடனான நேர்காணலும் உண்டு. தீண்டாமைக் கொடுமைகள் சிங்களரிடம் இல்லை எனக் கூறும் அந்நூல், ஆறுமுக நாவலரின் காலத்தில் கிறிஸ்தவ மிசினரிகளை எதிர்த்து உருவாக்கப்பட்ட இந்து பாடசாலைகளில் பஞ்சமர் சாதியினர் அனுமதிக்கப்படாததைச் சுட்டிக்காட்டுகிறது. மாட்டுவண்டி போட்டியில் வெற்றி பெற்ற வண்டியோட்டிக்குப் பதிலாக மாட்டுக்கு மாலைபோட்டுத் தனது போலி சாதிப் பெருமையைக் காப்பாற்றிய

குமாரசாமி, கண்காணா சாதிகளாகக் கருதப்படும் தமிழ்நாட்டின் புதிரை வண்ணாரை ஒத்த துரும்பர், யாழ்ப்பாணத்தில் எடுபிடிகளாக்கப்பட்ட பிராமணர் என ஏராளம் தகவல்களைக் கொண்ட நூல். மலையகத்தில் தந்தை செல்வாவுக்கு மஸ்கேலியாவிலும், ஜி.ஜி.பொன்னம்பலத்திற்கு வாகா எனுமிடத்தில் ஸ்ரீனிவாசா என்ற பெருந்தோட்டமும், தொண்டைமானுக்கு மெடகோடாவிலும், வேண்டனிலும் சேர்த்து நூற்றுக்கணக்கான ஏக்கர்கள் தேயிலை பெருந்தோட்டங்கள் உண்டு எனக் கூறுகிறது இந்நூல். 1948 குடியுரிமைச் சட்ட நிறைவேற்றம் மலையகத் தமிழரின் வாக்குரிமையைப் பறித்ததையும், தமிழர் காங்கிரஸின் தலைவர் ஜி.ஜி.பொன்னம்பலம் அச்சட்டத்தை ஆதரித்து அமைச்சரவையில் இடம்பெற்றதையும் பற்றி இந்நூல் விரிவாகக் கூறுகிறது.

நிருபர் தமிழ்த்தம்பியின், ‘மாவீரன் கிட்டு’ என்ற சிறு வெளியீடு பாரதிதாசன் பேரவையால் 1993ஆம் ஆண்டு கிட்டு இறந்தவுடன் வெளியானது.[142] அந்நூல், பிரபாகரன், மாத்தையா, பேபி சுப்பிரமணியன், குட்டி மணி, கிட்டு உள்ளிட்ட அனைவரின் பிறந்த ஊர் வல்வெட்டித்துறை எனக் கூறுகிறது. தன்னை எம்.ஜி.ஆர் கைது செய்ததால் பிரபாகரன் கோபம் கொண்டு சென்னையிலிருந்து இலங்கைக்குத் திரும்பியதாகக் கூறும் அந்நூல் ஓவியர், களப்போராளி எனக் கிட்டுவின் பல்வேறு பரிமாணங்களைக் காட்டுகிறது.

மயிலை சீனி.வேங்கடசாமியின் ‘பௌத்தமும் தமிழும்’ அலைகள் வெளியீட்டகத்தால் 2021ஆம் ஆண்டு வெளியானது.[143] காஞ்சி காமாட்சியம்மன் ஆதியில் தாராதேவி ஆலயம் எனக் குறிப்பிடும் வேங்கடசாமி, தமிழ்நாட்டின் திரௌபதையம்மன் கோயில்கள் தாராதேவியம்மன் கோயில்கள் என்கிறார். புத்தருக்கு விநாயகர் என்ற பெயர் உண்டு எனக் கூறும் வேங்கடசாமி, தமிழ் பெருமாட்டியின் ஐந்து அணிகலன்கள் ஐம்பெருங்காப்பியங்கள் எனக் கூறுகிறார்.

பிரைஸ் ரயானின், ‘கேஸ்ட் இன் மாடர்ன் சிலோன்’, ரட்கர்ஸ் யூனிவர்சிடி பிரஸ்ஸால் 1953ஆம் ஆண்டு வெளியானது.[144] இலங்கையின் சாதிகள் குறித்து அறிய உதவும் இந்நூலை ஏராளம் இலங்கை மானுடவியலாளர்கள் பயன்படுத்தியதைக் காணலாம். சிங்கள வேளாளரான கோவிகமா, மீனவரான கரவா, சாலியரான சலகமா, கள்ளிறக்கும் சாண்டாரான துரவா, சுண்ணாம்புத் தொழில் ஈடுபடும் ஹீனு, சலவைத் தொழிலாளரான ஹென்னா, ரடா - வெல்லம் காய்ச்சும் வகும்பரா, குயவரான படகலா, மேளமடிக்கும் பெரவா, சடங்குகளில் சாமியாடும் ஓலி, சங்கூதும் பலி, கூடைமுடையும் கின்னரர், சாதிவிலக்கம் பெற்ற தமிழரான தெமல கட்டாரா எனப் பல சாதிகளைப் பற்றி இந்நூல் கூறும்.

வையாபுரிப்பிள்ளையின் ‘திராவிட மொழிகளில் ஆராய்ச்சி’ என்ற அழகிய சிறு நூல் சென்னை அலைகள் வெளியீட்டகத்தால் 2020ஆம் ஆண்டு (இரண்டாம் பதிப்பு) வெளியானது.[145] கன்னடமும், களிதெலுங்கும், கவின் மலையாளமும், துளுவும் உன்னுதரத் துதித்தெழுந்தே ஒன்று பல ஆயிடினும் என்ற சுந்தரம் பிள்ளையின் கருத்து மொழியாராய்ச்சி நெறிக்கு ஒத்ததோர் முடிவன்று எனக் கூறும் வையாபுரிப்பிள்ளை, ‘ழ்’ என்ற எழுத்து வருவதால் அதைத் தமிழ்ச் சொல் எனக்

கொள்ளலாகாது என எச்சரிக்கிறார். கால்டுவெல், குண்டர்ட், பிரௌன், கிட்டல் போன்ற அறிஞர்களின் பெயர்கள் நாம் உறுதியாக நம்ப போதியன. ஆனால், அவர்களது எல்லா முடிவுகளையும் ஏற்றுக்கொள்ள இயலாது எனக் குறிப்பிடுகிறார். 1946, 1951 ஆண்டுகளில் நாகபுரி, இலட்சுமணபுரி ஆகிய இடங்களில் நடைபெற்ற கீழ்நாட்டு கலைஞர் மாநாட்டில் திராவிட மொழிப் பகுதி தலைமை உரைகளைத் தொகுத்த இந்நூல் தமிழ் ஆய்வுகளுக்குத் துணை நிற்கும்.

அனிருத்ய மித்ராவின் '90 டேஸ் - தி ட்ரூ ஸ்டோரி ஆஃப் தி ஹண்ட் ஃபார் ராஜீவ் காந்திஸ் அஸாஸின்ஸ்' என்ற நூல் ஹார்ப்பர் காலின்ஸ் நிறுவனத்தால் 2022ஆம் ஆண்டு வெளியானது.[146] சிவராசன், சுபா, டிரைவர் அண்ணா, ஜமுனா, நீரோ, அம்மான், சுரேஷ் மாஸ்டர் என ஏழு பேரும் தற்கொலை செய்துகொண்டபோது சிறப்பு கமாண்டோக்கள் கோனேனகுண்டேவில் அதிரடியாக சிவராசன் ஒளிந்திருந்த வீட்டில் நுழைய 36 மணி நேரங்கள் காத்திருந்தார்கள் எனக் கூறும் இந்நூல், ஏராளமான சமையல்காரர்கள் சேர்ந்து கஞ்சியைப் பாழாக்குவது போலாகிவிட்டது சிவராசனைப் பிடிக்கும் முயற்சி என எழுதினார். ராஜீவ் கொலை விசாரணை சிறப்புப் புலனாய்வுக் குழுவினரின் பார்வையில் இந்நூல் இருப்பது ஆச்சரியமல்ல. ஆனால் சிறப்பு புலனாய்வுக் குழுவினர் நளினியை, முருகனைச் சித்திரவதைக்குள்ளாக்கியதை இந்நூல் மறுக்கவில்லை.

தமிழ் தேசன் இமயக்காப்பியனின் 'எல்.டி.டி.ஈ களஞ்சியம்' தொகுப்பு, எல்.டி.டி.ஈ வரலாற்றையும் ஏராளமான நிகழ்வுகளையும் தொகுக்கிறது.[147] பிரபாகரனின் ஜாதகம், பொட்டு அம்மானின் கதை, பிரபாகரனின் அண்ணன் மனோகரனின் பேட்டி உள்ளிட்ட பிரபாகரனின் அண்மைக் காட்சிகளை விளக்கும் இந்நூலில், 21.05.1986 அன்று ஜூனியர் விகடன் பத்திரிகைக்கு பிரபாகரன் கொடுத்த பேட்டியில் சிறீ சபாரத்தினத்துடனான மோதலைப் பற்றி சேர, சோழ, பாண்டிய மன்னர்களின் மோதலைப் போன்று ஏன் மோதுகிறீர்கள் என்ற வினாவிற்கு, சேர, பாண்டியர்களைச் சோழர்கள் அடக்கியது உண்மை என பிரபாகரன் விடையளித்தது, சோழர் அரசின் பெருமையை அவர் ஏற்றுக்கொண்டது விளங்கும். தான் இராணுவப் பயிற்சி ஏதும் பெறவில்லை, ஆபத்துதான் குரு என்ற பிரபாகரன், கார்ட்டூனிஸ்ட் மதன் வேண்டுகோள்படி சின்னதாக ஒரு கொக்கின் படம் வரைந்தார். கொக்கின் கால் பின்பக்கமாக மடங்காது முன்பக்கமாகத்தான் மடங்கும் என்ற மதனின் கருத்தை ஏற்றுக்கொண்ட பிரபாகரன், தான் இந்திய எதிரி அல்ல என மதனிடம் தெரிவித்தார். அதே நூலில் பிந்தைய நிகழ்வுகள் பிரபாகரனின் கூற்றை மெய்யற்றதாக்கும். விடுதலைப் புலிகளின் ஆதரவாளர்களுக்கு உகந்த நூல்.

சொர்ணலிங்கத்தின் 'ஈழத்தில் நாடகமும் நானும்' நூல் சென்னை சாளரம் பதிப்பகத்தால் 1968 டிசம்பரில் வெளியானது.[148] ஈழத்து நாடகத் தந்தை என்ற பெருமைக்குச் சொந்தக்காரரான கலையரசு சொர்ணலிங்கத்தின் 20ஆம் நூற்றாண்டின் அனுபவங்கள் குறித்து இந்நூல் கூறும். 1950இல் இலங்கைத் தூதராக இருந்த வி.வி.கிரி முன்பாக நாடகம் நடித்தது, பிரதமர் சேனநாயகவாக நூலாசிரியர் வேடமிட்டது, யாழ்ப்பாணத்துக் கலைஞன் கிட்டப்பா, நீர் கொழும்பு

விசிறியொருவர் மனைவியுடன் பந்தயம் கட்டி ஐந்து ரூபாய் பணம் இழந்தது, கலைக்குக் கட்டணம் வாங்கக் கூடாது என்ற தந்தையின் கட்டளை என ஏராளம் சுவாரஸ்யமான தகவல்கள் இந்நூலில் உண்டு.

இன்குலாப்பின் நேர்காணல், 'அகிம்சையின் முறையீடுகளை எந்த ஆதிக்கக்காரனும் செவிமடுப்பதில்லை' என்ற பெயரில் 2012இல் தோழமை பதிப்பகத்தால் வெளியானது.[149] தமிழை மொழியாகப் பார்க்காமல் மதமாகப் பார்ப்பது ஒரு பிழைபட்ட வரலாற்றுப் போக்கு. இப்போக்கு இலங்கையில் வெற்றி பெற்று முஸ்லிம்களும் தமிழரும் தனி தேசிய இனங்களாயினர். தமிழ்நாட்டின் காயிதே மில்லத் அரசியல் சட்ட வரைவுக் குழுவில் இந்தியாவின் பொது மொழியாகத் தமிழ்தான் இருக்க வேண்டும் என வாதிட்டார். இலங்கையில் வணிக நலன்கள் பேணும் தலைவர் செல்வாக்கு பெற்றமை தமிழர் - முஸ்லிம் பிளவுக்குக் காரணம் எனக் குறிப்பிட்டார் இன்குலாப். தற்கொலைகளுக்கு எதிரான இன்குலாப், மூவேந்தர் காலப் பெருமிதங்கள், பத்தினித்தனத்தின் உன்னதங்கள், எல்லாம் மன்னர் கால கற்பிதங்கள் என்றும், இராஜராஜன் என்ற பீத்தல் ராஜ உடைகளைப் போட்டுச் சில அறிஞர்கள் மக்கள் சிந்தனைகளை முடக்கினார்கள் என்றார்.

பூங்குழலி தமிழாக்கம் செய்த 'இலங்கை அய்க்கிய நாடுகள் அவையின் வல்லுநர் குழு அறிக்கை' புதுமலர் மற்றும் தலித் முரசால் 2011இல் வெளியானது.[150] அய்க்கிய நாடுகள் அவையின் செயலாளர் நாயகமும் இலங்கை அரசும் வெளியிட்ட கூட்டறிக்கையின்படி செயலாளர் நாயகத்திற்கு ஆலோசனை வழங்க குழு ஒன்று அமைக்கப்பட்டது. தலைவராக மர்சூசி தருஸ்மன் (இந்தோனேசியா), உறுப்பினர்கள் ஸ்டீபன் ரட்னர் (வட அமெரிக்கா), யாஸ்மின் சூகா (தென்னாப்பிரிக்கா) ஆகியோர் செயலாளர் நாயகத்தால் நியமிக்கப்பட்டுப் போர் மீறல்கள் குறித்த அறிக்கையை வழங்கியது. மூன்று இலட்சத்து முப்பதாயிரம் மக்கள் வன்னியில் குறுகிய பரப்பளவில் சிக்கியதாகக் கூறும் இவ்வறிக்கை, அரசுப் படைகள் மருத்துவமனைகள் மீது தாக்குல் நடத்தியது, அரசுக்கெதிரான ஊடகங்கள் மற்றும் அரசின் ஊடகங்களை விமரிசித்தவர்கள் மீதும் தாக்குதல் நடத்தியது, பொதுமக்களைக் குண்டு வீசிக் கொன்றது, மனித உரிமை மீறல்கள் உள்ளிட்ட குற்றச்சாட்டுகளை அரசின் மீதும்; 14 வயது சின்னஞ்சிறார்களைப் படையில் இணைத்தது, பொதுமக்கள் இருப்பிடங்களின் அருகில் ஆயுதங்களைப் பயன்படுத்தியது, விடுதலைப் புலிகளின் கட்டுப்பாட்டுப் பகுதிகளில் இருந்து தப்ப முற்பட்ட பொதுமக்களைக் கொன்றது, தற்கொலைத் தாக்குதல் மூலம் பொதுமக்களைக் கொன்றது, தாக்குதலின்போது பொது மக்களை மனித அரணாகப் பயன்படுத்தியது போன்ற குற்றச்சாட்டுகளை விடுதலைப் புலிகள் மீதும் வைத்தது. வல்லுநர் குழு அறிக்கை ஆலோசனைக் குழு அறிக்கையாகவே அமைந்தது. இருந்தபோதிலும் உண்மைகளைப் பதிவு செய்த விருப்பு வெறுப்பற்ற அமைப்பு என்றளவில் அவ்வறிக்கை முக்கியத்துவம் பெறுகிறது.

ஆதனூர் சோழனின் 'தலைவன் - ஓர் இனப்போராட்டத்தின் எழுச்சிமிகு வரலாறு' என்ற நூல் நக்கீரன் பப்ளிகேஷன்ஸ் நிறுவனத்தால் 2009ஆம் ஆண்டு வெளியானது.[151] விறுவிறுப்பான நடையில் எழுதப்பட்ட தமிழீழ ஆதரவு நூல்.

இந்திய - இலங்கை ஒப்பந்தத்தைப் பற்றிக் கூறும் இந்நூல், ஒப்பந்தத்தின் பின்னணி தெரியாத மக்கள் உற்சாக வரவேற்பளித்தார்கள் எனக் கூறுவது முற்றிலும் தவறு. அன்றைய தமிழ்நாட்டைப் போல்லலாமல் யாழ்ப்பாண மக்கள் தங்களது உரிமைகளைப் பற்றி தெளிவாகவே தெரிந்து வைத்திருந்தார்கள். அவர்களுக்கு இந்திய - இலங்கை ஒப்பந்தத்தின் பலன்கள் தெரிந்திருந்தன. அதனால்தான் அமிர்தலிங்கம் போன்றோர் இந்திய இராணுவம் இலங்கையிலிருந்து வெளியேறக் கூடாது எனக் குரல் கொடுத்தனர். அதனாலேயே அவர் கொலை செய்யப்பட்டார்.

ஜெ.ராம்கியால் எழுதப்பட்ட 'பத்மநாபா படுகொலை' என்ற நூல் சுவாசம் பதிப்பகத்தால் 2022 ஆகஸ்ட்டில் வெளியிடப்பட்டது.[152] அந்நூலில் உள்ள ஜெயகாந்தனின் நீண்ட உரை புலிகளின் குறுகிய அரசியல் பார்வையை இன்று எளிதில் இனங்காண உதவும்.

ஸ்டான்லி ஜெயராஜா தம்பையா என்ற எஸ்.ஜே.தம்பையாவின் 'புத்திஸம் பிட்ரேய்ட்' என்ற நூல் யூனிவர்சிடி ஆஃப் சிகாகோவால் 1992ஆம் ஆண்டு வெளியானது.[153] சிங்கள தேசியத்தின் வளர்ச்சியும் வீழ்ச்சியும் பற்றி விவாதிக்கும் இந்நூல் மிகுந்த முக்கியத்துவம் வாய்ந்தது.

அ.மார்க்ஸின், 'என்ன நடக்குது இலங்கையில்?' என்ற நூல் பயணி வெளியீட்டின் முதல் பதிப்பாக 2010ஆம் ஆண்டில் வெளியானது.[154] இந்தியா ஏன் இறுதிப் போரில் தமிழருக்கு உதவவில்லை என தான் பங்கெடுத்த கூட்டங்களில் கேட்கப்பட்ட கேள்விக்கு மார்க்ஸ் பதிலளித்திருக்கிறார்.

அ.மார்க்ஸின் 'இராணுவமயமாகும் இலங்கை' நூல் உயிர்மை பதிப்பகத்தால் 2014ஆம் ஆண்டு வெளியானது.[155] குருவி தலையில் பனங்காயாக இலங்கையில் முப்படைகளின் எண்ணிக்கை 4,50,000 என அதிகரித்தது குறித்தும், இலங்கையின் பொதுமக்கள் வாழ்க்கையில் இராணுவம் ஊடுருவுவதைக் குறித்தும், கல்வி அமைப்புகள் சீரழிக்கப்படுவது குறித்தும் விளக்கமாகக் கூறுகிறது. ராஜபக்ச குடும்பம் பதவியை விட்டு இறங்காது, ஏதாவது பொந்துக்குள் ஒளிந்திருந்து கடைசியில் பிடிபடப்போகிறது என மார்க்ஸ் எழுதியது பத்தாண்டுகளுக்குள் மெய்யாகிப் போனது.

மு.சி.கந்தையாவின் 'நாடற்ற மலையகத் தமிழர்களும் குடியுரிமை திருத்த சட்டமும்' என்ற சிறு வெளியீடு பொன்னுலகம் புத்தக நிலையத்தால் 2021 ஆகஸ்ட்டில் வெளியிடப்பட்டது.[156] அதில் இந்தியா, மலையகத் தமிழர்கள் குறித்த இரு ஒப்பந்தங்களில் கண்ட தமிழர்களுக்கு முழுமையாகக் குடியுரிமை வழங்கவில்லை என்று காணமுடியும்.

பந்தே குணரத்தினாவின் தன் வரலாற்று நூல் 'ஜர்னி டு மைண்ட்ஃபுல்னஸ்' பாஸ்டனிலுள்ள விஸ்டம் வெளியீட்டகத்தால் 2003ஆம் ஆண்டு வெளியானது.[157] இலங்கையிலுள்ள சயாம் நிக்கயா துறவு மடத்தைச் சேர்ந்த துறவியான குணரத்தினாவின் இளமைக் கால வரலாற்றையும், ஆங்கிலம் கற்று அவர் அமெரிக்காவில் தியானம் செய்ய மடம் ஒன்று நிறுவியதையும் சுவைபட கூறும் அந்நூல் தமிழில் மொழிபெயர்க்கப்பட வேண்டியதே.

க.மோகன்ராஜ் என்ற புனைபெயரில் பி.ஏ.காதர் எழுதிய 'இருபதாம் நூற்றாண்டின் நவீன அடிமைத்தனம் - இலங்கை மலையக மக்கள்' என்ற நூல் சமூகம் இயல் பதிப்பகத்தால் பிப்ரவரி 2023ஆம் ஆண்டு வெளியானது.[158] நூலின் முதற்பதிப்பு 1984ஆம் ஆண்டு வெளியானது. 1984ஆம் ஆண்டு ஜூலை இனப்படுகொலைகளின்போது பாதிக்கப்பட்ட பி.ஏ.காதர், சென்னை வந்த பிறகு வள்ளுவர் கோட்டத்தில் ஈரோஸ் அமைப்பின் தோழர் கண்ணனும் நூலாசிரியரும் சந்தித்து காதர் சொல்லச் சொல்ல கண்ணன் எழுத மூன்று வாரங்களில் நூல் உருவானது என்கிறார் காதர். மலையக மக்கள் மத்தியில் மிகப்பிரபலமான நடேசய்யருக்கு நூலைச் சமர்ப்பித்தார் ஆசிரியர். மலையக மக்களின் போராட்டங்களை இலங்கையின் முதல் பிரதமரான சேனநாயக்க தேர்தல் திருத்தச் சட்டம் மூலமும், இலங்கை குடியரிமைச் சட்டம் மூலமும், பாகிஸ்தானியர் குடியுரிமைச் சட்ட மூலமும் ஒடுக்கியதையும், குடியுரிமை பறிப்புச் சட்டத்திற்கு எதிராக ஆசியாவின் மிகப்பெரிய தொழிற்சங்கங்களில் ஒன்றான இலங்கை - இந்திய காங்கிரஸ் தொழிற்சங்கம் பேச்சுவார்த்தைகள் மூலமாக இந்திய அரசு பிரச்சினைகளைத் தீர்த்து வைக்கும் என நம்பி பொது வேலை நிறுத்தம் செய்யும் திட்டத்தைக் கைவிட்டன எனக் கூறும் காதர், சாஸ்திரி - பண்டார நாயக்க ஒப்பந்தத்தையும், சிரிமாவோ - இந்திரா காந்தி ஒப்பந்தத்தையும் கண்டிக்கிறார். தொண்டைமானின் சந்தர்ப்பவாத அரசியலையும் கடுமையாகச் சாடுகிறார். 1975ஆம் ஆண்டின் சிரிமாவோ பண்டாரா நாயக்க அரசாங்கம் ஜெயவர்த்தனவைக் கைது செய்ய முயன்றபோது அவர் தொண்டைமானிடம் இருந்த ஆறு லட்சம் தொழிலாளர்கள் பாதுகாப்பை நாடி வந்ததையும் காதர் பதிவு செய்தார். ஆனால், காதரின் நூல் 1984க்குப் பின்னர் நிகழ்ந்த ஏறத்தாழ 35 ஆண்டுகள் மலையக மக்கள் வரலாற்றை முற்றிலும் கருத்தில் கொள்ளவில்லை. பண்டார நாயக்க - சாஸ்திரி மற்றும் பண்டாரா நாயக்க - இந்திரா காந்தி என இரு ஒப்பந்தங்களால் விளைந்த நலன்கள் குறித்தும், அதன் பின்னர் வாமதேவன் உள்ளிட்ட மலையக எழுத்தாளர்கள் எழுதிய நூல்களைக் கவனத்தில் கொள்ளாத நூல் என்று கூற முடியும். 2004இல் அனைத்து மலையக மக்களுக்கும் இலங்கையில் குடியுரிமை வழங்கப்பட்டதையோ, இறுதிப்போரில் வடக்கில் குடியேறிய ஏராளமான மலையகத் தமிழர்கள் கொல்லப்பட்டதையும் காதரின் நூல் கூறவில்லை.

பி.ஏ.காதரின் 'இலங்கை மலையகத் தமிழ் மக்களின் மறைக்கப்பட்ட பக்கங்கள்' என்ற இரு நூல்களின் தொகுப்பு தமிழில் கமலாலயனால் மொழிபெயர்க்கப்பட்டு இலண்டன் சமூகம் இயல் பதிப்பத்தால் 2023 பிப்ரவரியில் வெளியிடப்பட்டது.[159] இலங்கை அரசின் பயங்கரவாத சட்டத்தின் கீழ் செய்யப்பட்டு, ஏழாண்டுகள் சிறைவாசத்தை அனுபவித்து அதன் பின்னர் 2001ஆம் ஆண்டு பிரிட்டனுக்குக் குடிபெயர்ந்து அங்கு குடும்பத்துடன் வாழ்ந்துவரும் காதர் நூலின் முதற்பதிப்பு 1983 ஜூலை 'இந்திய தமிழர்களுக்கு எதிரான வன்முறை' என்ற தலைப்பில் அன்றைய சபாநாயகர் ராஜாராம் தலைமையில் ஆங்கிலத்தில் வெளியானது. மலையகத் தமிழர்கள் சுமார் 75 சதவீத்தினர் நுவரெலியா, பதுளை, கண்டி, இரத்தினபுரி ஆகிய நான்கு மாவட்டங்களில் வாழ்வதாகக் கூறும் காதர், 1983ஆம் ஆண்டு தமிழர்

படுகொலைகள் நடந்த காரணிகள் குறித்து கூறுகிறது. அப்போது அமைச்சராக இருந்த சிறில் மேத்யூ தலைமையின் கீழ் சிங்கள பௌத்த பெரமுனா என்ற அமைப்பு அவரது கீழ் இயங்கி மலையகத்தில் உள்ள பல்வேறு பகுதிகளில் கும்பல்களாகக் சென்று இனப்படுகொலைகளைச் செய்ததையும், சாஹிரா கல்லூரியில் முஸ்லிம் இளைஞர்களால் பாதுகாக்கப்பட்ட தமிழர்கள் குறித்தும் காதர் பதிவு செய்தார். படுகொலைகள் நிகழ்ந்த காலத்தில் அமைச்சர் சிறில் மேத்யூவின் இனவாதத்தைக் கக்கும் இரு நூல்கள் பொதுமக்களிடையே வினியோகிக்கப்பட்டது என்றும்; முதலாவது நூல் 'சிங்கள மக்களே பௌத்த மதத்தைக் காக்க விழித்தெழுங்கள்' என்றும் சிங்களவர்களின் காணாத எதிரி என்றும், 'தமிழர்களின் அச்சுறுத்தலை ஒடுக்க சிங்களர்களாக ஒன்றிணைவோம்' என்ற சிறில் மேத்யூவின் இரண்டாம் நூலும் அறைகூவல் விடுத்தன எனக் கூறும் காதரின் பதிவுகள் வரலாற்று முக்கியத்துவம் வாய்ந்தவை.

ந.மாலதியின் 'தமிழ்பெண் பொதுவெளி - தமிழீழத்தில் அதன் வளர்ச்சியும் வீழ்ச்சியும்' என்ற நூல் நிமிர் பதிப்பகத்தால் 2021 அக்டோபரில் வெளியானது.[160] குமளமுனை கிராமத்தில் அரியாத்தை என்ற பெண் மதம் கொண்ட யானையை அடக்கியதைக் காட்டும் சுதந்திர பறவைகள் இதழில் வெளியான ஓவியத்துடன் தொடங்கும் இந்நூல், விடுதலைப் புலிகளின் அமைப்பில் பெண்களின் பங்கைப் பதிவு செய்தது. பெண்கள் அமைப்பை வளர்ப்பதில் பிரபாகரன் மெய்யான ஈடுபாடு கொண்டிருந்தார் எனப் பதிவு செய்யும் இந்நூல், திண்டுக்கல் மாவட்டம் சிறுமலையில் ஆண், பெண் போராளிகள் இணைந்து 1980களில் போர்முறை பயிற்சி செய்தபோது பிரபாகரன் சமையல் வேலைகளில் பங்கெடுத்ததைக் குறித்தும், ஒருமுறை பயிற்சி முகாமில் பெண்களின் ஆடைகள் உலர்த்தப்பட்ட பொது இடத்தில் ஆண் போராளி ஒருவர் தற்செயலாகச் சென்றபோது உலர வைக்கத் தொங்கவிடப்பட்டிருந்த பிரேசியர் கொக்கி ஒன்று அவரது தலையில் மாட்டி இழுத்துச் செல்லப்பட்ட போது, எல்லோரும் புழங்கும் இடத்தில் பெண்கள் ஆடைகளைக் காய வைக்கக் கூடாது எனப் பலர் கருத்து கூறியபோது பிரபாகரன் தலையிட்டுப் பெண்களின் ஆடைகளால் பாதிக்கப்படும் ஒரு ஆண் அங்கிருக்கத் தகுதியற்றவர் எனத் தீர்ப்பளித்தார் என்றும், பிள்ளையார் ஒன்றை ஞாயிறு குளியலுக்குப் பின் வணங்கிய பிள்ளையார் குழு என்ற பெண்கள் குழுவைப் பிற பெண்கள் எதிர்த்தபோது பிரபாகரன் அதை ஏற்காமல் இன்னொருவருடைய நம்பிக்கையை மற்றவரிடம் திணிக்கக் கூடாதென பிள்ளையார் குழு பெண்களுக்குச் சாதகமாகப் பேசியதையும், இன்னொரு தருணத்தில் யாழ்ப்பாணத்தில் பெண் போராளிகளுக்குக் கால் சட்டையும், சட்டையும் அணிந்து பொது இடங்களில் செல்ல உரிமையுண்டு என பிரபாகரன் தீர்ப்பளித்தையும் மாலதி பதிவு செய்தார். இது தவிர விடுதலைப் புலிகள் அமைப்பிலிருந்து விலகி பின்னர் 'ஓர் கூர்வாளின் நிழலில்' என்ற நூலை எழுதிய தமிழினி குறித்தும், விடுதலைப் புலிகளின் அமைப்பிலிருந்து ஒரு வருடத்திற்குள் விலகிய சேனுகா என்பவர் பின்னர் நிரோமி டி சொய்ஸா என்ற பெயரில் விடுதலைப் புலிகளுக்கு எதிரான நூல் ஒன்றை எழுதியதையும் பதிவு செய்தார் மாலதி. உலகப் புகழ்பெற்ற ஸ்டீவ் மெக்கரி ஒளிப்படத்தை

அட்டையில் பயன்படுத்திய மாலதி, பெண் புலிகளின் வரலாற்றைச் சிறப்பாக ஆவணப்படுத்துவதில் வெற்றிப் பெற்றார் என்றே கூற வேண்டும். ஆனால் மாலதி நூலின் அட்டைப் படத்திலுள்ள ஸ்டீவ் மெக்கரியின் படத்தைக் கூர்ந்து பார்க்கும் யாரும் அப்படத்திலுள்ள இருபது பெண் போராளிகளில் பலர் ஏறத்தாழ பதினைந்து வயதைக் கூட தாண்டாதவர்கள் எனக் கண்டுகொள்ள முடியும்.

ஜேம்ஸ் மேனரின் 'த எக்ஸ்பெடியண்ட் யுடோப்பியன், பண்டார நாயக்க அண்ட் சிலோன்' என்ற நூல் கேம்ப்ரிட்ஜ் யுனிவர்சிட்டி பிரஸ்ஸால் 1989ஆம் ஆண்டு வெளியானது.[161] ஆங்கிலக் கல்வி பெற்று மண்ணின் மைந்தனாக மாறிய பண்டார நாயக்கவின் வரலாற்றை இந்நூல் கூறும். அவர் இறந்தபோது அவர் உடலுக்கு மரியாதை செய்ய ஐந்து இலட்சம் பேர் குவிந்ததைப் பதிவு செய்தார் மேனர்.

நேர்காணல்கள்

1. திரு.கொளத்தூர் மணியைச் சேலத்தில் 11.09.2020 அன்று சந்தித்து உரையாடியபோது, அவர் புலிகள் தனக்குச் சொந்தமான இடத்தில் பயிற்சி பெற்றது குறித்தும், சுபா சுந்தரம் புலிகளின் பயிற்சி முகாம்களில் படங்கள் எடுத்தது பற்றியும், தமிழ்த் திரைப்பட நடிகை கோவை சரளா ஈழ ஆதரவாளர் என்றும், புலிகள் தங்கள் முகாம்களில் எட்டு என்ற எண் வருவதைத் தவிர்த்தார்கள் எனவும் குறிப்பிட்டார். நேர்காணலை வீடியோ பதிவு செய்தார் திரு.எஸ்.முகமது ஹாரிஸ்

2. திரு.கோவை ராமகிருஷ்ணனை அவரது கோயம்புத்தூர் அலுவலகத்தில் 2020 அக்டோபரில் சந்தித்து உரையாடியபோது அவர் புலிகளை முழுமையாக ஆதரித்தது மட்டுமின்றி திரு.ஆறுச்சாமி புலிகளின் பயிற்சி முகாமில் உள்ள போராளிகளின் கைகளில் கட்டப்பட்ட வண்ண வண்ண நம்பிக்கை கயிறுகளைக் கத்திரியால் வெட்டி எடுப்பார் எனக் கூறினார். அவ்வாறு செய்ததை முகாம் பொறுப்பாளர் பொன்னம்மான் பிரபாகரனிடம் கூறியபோது ஆறுச்சாமியின் செயலை பிரபாகரன் ஆதரித்தார் எனவும் கோவை ராமகிருஷ்ணன் கூறினார். அவரது நேர்காணலை திரு.எஸ்.முகமது ஹாரிஸ் பதிவு செய்தார்.

3. திரு.பழ.நெடுமாறனை 24.12.2020 அன்று முள்ளிவாய்க்கால் முற்றத்தில் சந்தித்து உரையாடியபோது அவர் கம்பராமாயணம் குறித்தும், கருணாநிதி குறித்தும் எம்.ஜி.ஆர். குறித்தும் கூறினார். தனது வீட்டில் தங்கிய அமிர்தலிங்கம் மகன் காண்டீபனின் அதீத சாதி உணர்வு குறித்தும், ப்ளாட் அமைப்பின் உமாமகேஸ்வரன் தன்னிடம், புலிகளைவிட ப்ளாட் அமைப்புக்கு பழ.நெடுமாறன் மீது உரிமை அதிகம் என தானும் நெடுமாறனும் ஒரே சாதி எனப் பொருள்பட குறிப்பிட்டதையும் சொன்னார். 1971 தரப்படுத்தல் முறை பற்றி மட்டுமே கூறிய பழ.நெடுமாறன், பின்னர் 1977இல் அம்முறை மாற்றப்பட்டது பற்றிக் கூறவில்லை. நேர்காணலின்போது தமிழ்நாடு பட்டியல் சமூகம் மற்றும் பட்டியல் பழங்குடிகள் ஆணைய உறுப்பினரான

வழக்கறிஞர் இளஞ்செழியன் உடனிருந்தார். நேர்காணலை திரு.எஸ்.முகமது ஹாரிஸ் வீடியோ பதிவு செய்தார்.

4. திரு.சுபவீயை அவரது சென்னை அலுவலகத்தில் **20.10.2020** அன்று சந்தித்து உரையாடிய போது அவர் ஜெயலலிதா ஆட்சியின்போது நடந்த முறையற்ற கைதுகள் குறித்துச் சுட்டிக்காட்டினார். புலி மார்க் சீயக்காய் தூள் வாங்கினால்கூட தமிழ்நாட்டில் கைது செய்தார்கள் எனக் குறிப்பிட்டார். இலங்கையின் தரப்படுத்தல் முறை தமிழ்நாட்டின் இடஒதுக்கீடு முறையை ஒத்ததே எனத் தான் தாமதமாக உணர்ந்துகொண்டதாகக் கூறிய சுபவீ, தான் இலங்கைக்குச் சென்றதில்லை எனக் கூறினார். நேர்காணலை திரு.எஸ். முகமது ஹாரிஸ் வீடியோ பதிவு செய்தார்.

5. திரு.அ.மார்க்ஸை அவரது சென்னை இல்லத்தில் **20.10.2020** அன்று சந்தித்தபோது அவர் சர்ஜூன் ஜமால்தீன் நூல் குறித்தும், முஸ்லிம்களுக்கும் புலிகளுக்கும் முரண்கள் ஏற்படக் காரணங்கள் குறித்தும், முஸ்லிம் மதத் தூய்மைவாதம் குறித்தும், எழுத்தாளர் டேனியல் தமிழ்நாட்டில் இறந்தபோது தஞ்சாவூரில் அவரது இறுதிச் சடங்குகளை ஏற்பாடு செய்தது பற்றியும் விரிவாக உரையாடினார். நேர்காணலின்போது வழக்கறிஞர் திரு. கா.பிரபுராஜதுரை உடனிருந்தார். நேர்காணலை திரு.எஸ்.முகமது ஹாரிஸ் வீடியோ பதிவு செய்தார்.

6. பேரறிவாளனை முன் கூட்டி விடுதலை செய்ய உத்தரவு பெற்ற வழக்கறிஞர் திரு.பிரபு இராமசுப்ரமணியனை **17.10.2020** அன்று நூலாசிரியரின் அலுவலகத்தில் சந்தித்து உரையாடியபோது, அவர் பேரறிவாளனின் தூக்குத் தண்டனைக்குப் பிறகு முன்கூட்டி விடுதலை செய்ய பேரறிவாளன் எடுத்த முயற்சிகள் குறித்தும் அவ்வாறான சட்ட முயற்சிக்கு பேரறிவாளனது சகோதரிகள் இருவர் உதவி செய்ததையும், பேறறிவாளன் முன்கூட்டி விடுதலையடைய நடந்த சட்டப் போராட்டத்தில் பழ.நெடுமாறனுக்கோ, வைகோவுக்கோ எவ்விதப் பங்குமில்லை எனக் குறிப்பிட்டார். திரு. பிரபு தனது முயற்சியில் வழக்கறிஞர் ராஜீவ் ரூபஸ், வழக்கறிஞர் பாரிவேந்தன் ஆகியோர் துணை நின்றதாகக் கூறினார். ராஜீவ் குற்றப் பத்திரிகை மற்றும் சாட்சிகளின் வாக்குமூலங்களையும் திரு. பிரபு நூலாசிரியருக்கு வழங்கினார். நெடிய அவரது நேர்காணலை திரு.எஸ்.முகமது ஹாரிஸ் வீடியோ பதிவு செய்தார்.

7. வழக்கறிஞர் திரு.சந்திரசேகரை அவரது மதுரை கே.கே.நகர் வீட்டில் **19.10.2020** அன்று சந்தித்து உரையாடியபோது அவர் ராஜீவ் கொலை வழக்கில் தடா நீதிமன்றம் விசாரணை நடத்தியபோது நீதிபதி சித்திக் கண்ணீர் வடித்தது குறித்தும், மிக இறுக்கமான சூழலில் அவ்விசாரணை நடந்ததையும் பற்றிக் கூறினார். அவ்வழக்கின் மேல்முறையீடு புதுடில்லியில் நடந்தபோது அக்கொலையைப் புலிகள்தான் செய்தார்கள் என வழக்கறிஞர் திரு.நடராஜன் ஒத்துக்கொள்வதற்கு முன்னால் தான் புதுடெல்லி கரோல்பாக்கிலிருந்து நெடுமாறனைத் தொலைபேசியில் தொடர்புகொண்டதாகவும் அவர் புலிகள்

தலைமையிடம் கலந்து ஆலோசித்த பின்னரே உச்சநீதிமன்றத்தில் வழக்கறிஞர் நடராஜன் அவ்வாறு ஒத்துக்கொண்டதாக சந்திரசேகர் குறிப்பிட்டார். வழக்கறிஞர் சந்திரசேகருடனான நேர்காணலை திரு.எஸ்.முகமது ஹாரிஸ் வீடியோ பதிவு செய்தார்.

8. திரு.வாமதேவனைக் கொழும்புவில் அவரது வீட்டில் 14.08.2022 அன்று சந்தித்து உரையாடியபோது மலையகத்தைச் சேர்ந்த அனுபவம் பெற்ற உயர்நிலை அரசுப் பணியாளரான அவர் மலையகம் குறித்தும், மலையக மக்களின் குடியுரிமைகள் குறித்தும் ஏராளமான தகவல்களைத் தந்தார். தாயகம் திரும்பிய மலையக மக்கள் இலங்கையில் 150 வருடங்கள் சாதிக்க முடியாததைத் தமிழ்நாடு 15 வருடங்களில் சாதித்தது என்ற அவரது ஆய்வு மிக முக்கியத்துவம் வாய்ந்தது. அவர் மலையகம் குறித்து எழுதிய நூல்களையும் பெற முடிந்தது. நேர்காணலை வழக்கறிஞர் திருமிகு த.சீனி செய்யது அம்மா பதிவு செய்தார்.

9. வழக்கறிஞர் திரு.சர்ஜூன் ஜமால்தீனைக் கொழும்புவில் 14.08.2022 அன்று சந்தித்து உரையாடியபோது, அவர் அஷ்ரப் குறித்தும், தரப்படுத்தல் குறித்தும், கிழக்கின் தனித்துவம் குறித்தும், 'சாட்சிகளாகும் உயிர்கள்' என்ற அவரது நூல் குறித்தும் விரிவாக உரையாடினார். நேர்காணலை வழக்கறிஞர் திருமிகு த.சீனி செய்யது அம்மா பதிவு செய்தார்.

10. கனடாவைச் சேர்ந்த சிவனேசனை 21.12.2020 அன்று ஸூம் மீட்டில் சந்தித்து உரையாடியபோது அவர் சோடாக்கடை அதிபர் ஆல்பிரட் துரையப்பா குறித்தும் யாழ்ப்பாணச் சாதிகள் குறித்தும் உரையாடினார்.

11. தாயகம் திரும்பிய வங்கி மேலாளர் திரு.பூபாலனை மேட்டுப்பாளையத்தில் 09.10.2022 அன்று சந்தித்து உரையாடியபோது அவர் தனது 21 வயது வரை மலையகத்தில் இருந்த நாட்களில் தனது சாதி என்னவென்று தெரியாமல் வளர்ந்த சூழலையும், தமிழ்நாட்டில் சாதி தலைவிரித்தாடுவதைப் பார்த்து தான் அதிர்ச்சி அடைந்ததாகக் கூறினார். மலையகத் தமிழர்களில் தாயகம் திரும்பியவர்களது தற்போதைய நிலை குறித்து விரிவாக உரையாடிய அவர், நீலகிரி மாவட்டத்தில் தாயகம் திரும்பிய தமிழர்கள் அரசியலில் பெரும்பங்கு வகிப்பதாகக் கூறினார். சுவையான தேநீருடன் நடந்த அந்நேர்காணலை வழக்கறிஞர் திருமிகு. த.சீனி செய்யது அம்மா பதிவு செய்தார்.

12. சீனியர் வழக்கறிஞர் துரைச்சாமியை அவரது ஒய்எம்சிஏ அலுவலகத்தில் சந்தித்து 13.11.2022 அன்று உரையாடியபோது அவர் ராஜீவ் கொலை வழக்கு விசாரணையின்போது நடந்த நிகழ்வுகள் குறித்து உரையாடினார். புலிகளுக்கும் ராஜீவ் கொலைக்கும் தொடர்பில்லை என அவர் கூறினாலும் அவரது வாதங்கள் குற்ற வழக்கின் சாட்சியத்தை ஒட்டியே அமைந்தன. அவருடனான நேர்காணலை நூலாசிரியர் வீடியோ பதிவு செய்தார்.

13. 15.11.2020 அன்று முனைவர் பக்தவத்சல பாரதியைப் பாண்டிச்சேரியில் சந்தித்து உரையாடியபோது அவர் சிங்களருக்கும் தமிழருக்குமிடையேயான

மரபணு உறவுகளையும், கலாச்சார உறவுகளையும் குறித்து உரையாடினார். நேர்காணலை நூலாசிரியர் வீடியோ பதிவு செய்தார்.

14. திரு.தியாகுவை 20.12.2020 அன்று பொள்ளாச்சியில் அவரது வீட்டில் சந்தித்து உரையாடியபோது பல்வேறு அரசியல் நிகழ்வுகளையும், ராஜீவ் கொலையைப் புலிகள்தான் செய்தனர் என அறுதியிட்டுக் கூறினார். திரு.தியாகுவுடனான கலந்துரையாடல் வீடியோ பதிவை திரு.எஸ்.முகமது ஹாரிஸ் செய்தார்.

துணை நூற்பட்டியல்

1. Codrington A Short History of Ceylon, Macmillan & Co London 1926.
2. Henry Parker, Ancient Ceylon, London Luzac & Co, 1909, 2nd Impression 2020, Gyan publishing House, Delhi.
3. C.G. Seligman and Brenda Seligman, The Veddas, Cambridge University Press, 1911.
4. Nilakanta Sastri, A History of South India, From Prehistoric Times to the fall of Vijayanagar, Oxford University Press, 1975, 24th Impression 2006.
5. Noboru Karashima, A Concise History of South India, Issues and Interpretations, Oxford university press, First Edition 2014.
6. கே.ஏ.நீலகண்ட சாஸ்திரி, சோழர்கள், இரு தொகுதிகள், தமிழாக்கம் கே.வி.ராமன், இந்தியன் கவுன்ஸில் ஆப் ஹிஸ்டாரிகல் ரிசர்ச் புதுடெல்லி மறு பதிப்பு, நியு செஞ்சுரி புக் ஹவுஸ் (பி) லிட் பத்தாம் பதிப்பு ஜனவரி 2020.
7. Anirudh Kanisetti, Lords of the Deccan, Juggernaut Books, 2022.
8. Chau Ju-Kua, Friedrich Hirth and W.W. Rock hill, Imperial Academy of Sciences 1911.
9. ராஜய்யன் கே, தமிழ்நாட்டு வரலாறு, சா.தேவதாஸ், எதிர் வெளியீடு ஆகஸ்ட் 2015.
10. சதாசிவ பண்டாரத்தார். டி.வி, பிற்காலச் சோழர் சரித்திரம், நாம் தமிழர் பதிப்பகம் 2008.
11. David N. Lorenzen, the Kapalikas and Kalamukhas, Two lost saivite Sects, Motilal Banarsidass publishing house, Delhi Second Revised Edition Delhi 1991.
12. கவிச்சக்கரவர்த்தி சயங்கொண்டாரின் கலிங்கத்துப் பரணி மூலமும் உரையும் உரை புலியூர்க் கேசிகன் சாரதா பதிப்பகம் சென்னை -14 எட்டாம் பதிப்பு 2022.
13. Benoy K.Behl, The Ajanta Caves, Ancient paintings of Buddhist India, Thames and Hudson 1998 and 2005.
14. Mahawanso, Chapters 1 to 38 Translation of the first part published in 1837, By George Turnour, CCS, Central Cultural Fund, Ministry of Education 2016.

15. Antony Sebastian, A complete Illustrated History of SriLanka, published by Vijitha Yapa Srilanka, 2012.
16. Paul & Pieris, Ceylon the Portugese Era, Tisara Prakasakayo Ltd, First Edition 1914, Second Edition 1983.
17. M.Y.கந்தையா, மட்டக்களப்புத் தமிழகம், எக்ஸில் வெளியீடு, முதற்பதிப்பு 1964, இரண்டாம் பதிப்பு அக்டோபர் 2012.
18. தில்லை நடேசன், வட்டுக் கோட்டை அரங்க மரபு, கருப்பு பிரதிகள் வெளியீடு 2017.
19. கார்த்திகேசு சிவத்தம்பி, யாழ்ப்பாணம், சமூகம் பண்பாடு கருத்து நிலை, குமரன் புத்தக நிலையம் ஆகஸ்ட் 2000.
20. முருகர் குணசிங்கம், இலங்கையில் தமிழர் முதல் தொகுதி 2008, எம்.வி.வெளியீடு, தென் ஆசியவியல் மையம், சிட்னி 2008.
21. முருகர் குணசிங்கம், இலங்கையில் தமிழர், இரண்டாம் தொகுதி 2010, எம்.வி.வெளியீடு, தென் ஆசியவியல் மையம், சிட்னி 2008.
22. S.J.Tambiah, SriLanka Ethnic fratricide and the dismantling of democracy, University of Chicago press, published in 1986, paperback edition 1991.
23. M.D.Raghavan, Handsome Beggars, The Story of the Ceylon Rodiya, Ceylon Colombo Book Centre 1957.
24. M.D.Raghavan, The Karava of Ceylon, Society and Culture, KVG De Silva & sons Colombo, 1961.
25. M.D.Raghavan, Tamil culture in Cylon, A General Introduction, Kalainilayam Colombo.
26. இராசநாயகம்.செ, யாழ்ப்பாணம் சரித்திரம், JSR Books Chennai, second edition 2009.
27. Herman Oldenberg Dipavamsa, An ancient Buddhist Historical Record, 2020 Gyan publishing House, New Delhi -2.
28. மகாநாம தேரா, மகாவம்சம் தமிழில் ஆர்.பி.சாரதி கிழக்கு பதிப்பகம் வெளியீடு 2007.
29. சி.பத்மநாதன், இலங்கை தமிழர் தேச வழமைகளும், சமூக வழமைகளும் கொழும்பு குமரன் புத்தக இல்லம் 2002.
30. Nur yalman, Under the Bo Tree Studies in Caste, Kinship and marriage in the interior of Ceylon, Published by University of California press, 1971.
31. இந்திரபாலா.கா, ஓர் இனக்குழு ஆக்கம் பெற்ற வரலாறு, குமரன் புத்தக இல்லம் 2006.

32. Asiff Hussein Zeylanica, A study of the peoples and language of Srilanka, published by Neptune publication (Pvt) Ltd., Third Edition 2016.

33. Asiff Hussein Zeylanica, A study of the peoples and language of Srilanka, published by Neptune publication (Pvt) Ltd., First Edition, September 2013.

34. சரவணன்.என், சிங்களப் பண்பாட்டிலிருந்து, குமரன் புத்தக இல்லம் 2020.

35. சரவணன்.என், கள்ளத்தோணி, குமரன் புத்தக இல்லம் 2019.

36. கந்தையா மு.சி. சிதைக்கப்பட்ட மலையகத் தமிழர்கள் விடியல் பதிப்பகம் கோவை, 2015.

37. அப்துல்ரஹீம் ஜெஸ்மில், காத்தான்குடியின் வரலாறும் பண்பாடும் - மதத் தூய்மை வாதத்தின் பின்புலம் குமரன் புத்தக இல்லம் 2020.

38. Chandrasri Palliya Guru, Ceremonies, Festivals and Rituals of Sinhalese, An Anthropological Approach, Sarasvi Publishers pvt. Ltd., Srilanka, 2019.

39. கால்டுவெல், திராவிட மொழிகளின் ஒப்பிலக்கணம், மொழி பெயர்ப்பு கோவிந்தன், சாரதா பதிப்பகம் 2014.

40. இராசேந்திரன்.ம, தமிழ்மொழி வரலாறு, தமிழ்வளர்ச்சித் துறை 1999.

41. மீனாட்சி சுந்தரனார், தெ.பொ, தமிழ்மொழி வரலாறு, பூம்புகார் பதிப்பகம், ஜீலை 2009.

42. சபாரத்தினம்.ரி, தந்தை செல்வா ஒரு அரசியல் வாழ்க்கை சரிதை, குமரன் புத்தக இல்லம், 2006.

43. Harkirat Singh Major General (Retd) Intervention in Sri lanka The IPKF Experience Retold Manohar publishers 2009.

44. Mahinda Deegalle, Buddhism Conflict and violence in Modern Srilanka, Routledge publishers, 2006, Reprint 2020.

45. Sri Adam Roberts - Editor - Democracy Sovereignty and Terror Lekhsman Kadirgamar on the foundation of International order, I.B. Taures- London 2012.

46. ராஜனி திராணகம, ராஜன் ஹூல், தயா சோம சுந்தரம், கே.ஸ்ரீதரன், முறிந்தபனை - இலங்கையில் தமிழர் பிரச்சனை உள்ளிருந்து ஒரு ஆய்வு, பயணி வெளியீடு தமிழ்நாடு, டிசம்பர் 2009.

47. Anita Pratab, Island of Blood, Penguin Books, 2001.

48. சி.புஸ்பராஜா, ஈழப்போராட்டத்தில் எனது சாட்சியம், அடையாளம் பதிப்பகம், புத்தாநத்தம், 2003, மூன்றாவது மீளச்சு 2019.

49. யோகரட்ணம், தீண்டாமைக்கொடுமைகளும், தீமூண்ட நாட்களும், இலங்கை தலித் சமூக மேம்பாட்டு முன்னணி, பிரான்ஸ், முதற்பதிப்பு மே 2011.

50. ஆறுமுக நாவலர், சைவ வினா விடை, ஸ்ரீலங்கா புத்தகச் சாலை வெளியீடு க்காங்கேசன்துறை வீதி யாழ்ப்பாணம்.

51. கோபாலரத்தினம் எஸ்.எம். ஈழ மண்ணில் ஓர் இந்திய சிறை, தோழமை வெளியீட்டகம், ஜீலை 2007.

52. அஜித் போயகொட, கொமடோர், சொல்லக்கேட்டு எழுதியவர் சுனிலா கலப்பதி, நீண்ட காத்திருப்பு, தமிழில் தேவா வடலி வெளியீட்டகம், ஜனவரி 2020.

53. *Political Violance in Srilanka, Gamini Samaranayake S.V.D, Gyan publishing House, New Delhi -2 Published in India 2008.*

54. தமிழினி, ஒரு கூர்வாளின் நிழலில், காலச்சுவடு பதிப்பகம், நான்காம் பதிப்பு ஆகஸ்ட் 2016.

55. தமிழ்தேசன் இமயக்காப்பியன், தமிழீழப் பெண் புலிகள், நான்கு தொகுதிகள், *Sold by cloud Tail India private limited.*

56. அன்ரன் பாலசிங்கம், போரும் சமாதானமும் - விடுதலைப் புலிகளின் போராட்ட வரலாறு, பெயர்மக்ஸ் பதிப்பகம் செப்டம்பர் 2005.

57. அடேல் பாலசிங்கம், விடுதலை வேட்கை, தமிழில் ஏ.சி. தாசீசியஸ், மற்றும் அன்ரன் பாலசிங்கம் பெயர்மக்ஸ் பதிப்பகம் 2002, *Translation of Will to freedom.*

58. மாவீரர் நாள் உரைகள், 1989-2008 களம் வெளியீடு.

59. *Major General Kamal Gunaratna, Road to Nandikadal, Vijitha Yapa, Srilanka, First Edition 2016.*

60. *Gordon Weiss - The Cage, The Fight for Srilanka the last day of the Tamil Tiger, Mixed Sources - Boldey Head London, 2011.*

61. *G.H Peiris Twilight of the tigers, Peace Efforts and power struggle in Srilanka - Oxford university press- 2009.*

62. *S.Murari, The Prabakaran saga, The rise and fall of Elam warrior, SAGE publication private Ltd, 2012.*

63. *Lakhan Mehrotra, My days in Sri lanka, Har- Anand Publications, 2011.*

64. *Rohini Mohan, The Seasons of Trouble, Life Amid the ruins of Sri Lankas Civil War, Harper Collins publishers India, 2014.*

65. *Nirupama Subramanian, Srilanka Voices from a war zone. Penguin Viking Books India, 2005.*

66. *Narayan Swamy, Tigers of vanguished, SAGE publications India, 2010.*

67. Govindan Kutty, Seshan an Intimate Story, Konark Publishers, 1994.

68. Raman B, The Kaoboys of R&AW, Down Memory lane, Lancer publications New Delhi - 2007.

69. Subramanian Swami, Srilanka in Crisis, Indias options, 2007.

70. Mohandoss. K, M.G.R, the Man and the Myth, panther publication 1995.

71. Venkatraman. R, My Presidential Years, Harper Collins publication 1994.

72. Shivshankar Menon, Choices, Inside the Making of India's foreign policy, Allen Lane, Penguin Random House India 2016.

73. Subramanian swamy, The Assassination of Rajiv Gandhi unanswered questions and unasked Queries, Konark publishers, 2000.

74. Nina Gopal, The Assassination of Rajiv Gandhi, Penguin Books 2016.

75. Kaarthikeyan D.R. and Radhavinod Raju, Triumph of Truth, the Rajiv Gandhi Assassination, The Investigation, Sterling publishers (p) Ltd, first edition 2004, Reprint 2020.

76. The Satanic Force, LTTE (1987-1990 IPKF presence in Srilanka).

77. ராஜீவ் சர்மா, விடுதலைப் புலிகளுக்கு அப்பால், தமிழில் ஆனந்தராஜ், சவுக்கு வெளியீடு, மே 2011.

78. Faraz Ahamed - The Assassination of Rajiv Gandhi An Inside Job? Vitasta publishing Pvt ltd New Delhi-2.

79. துரைசாமி.செ., ராஜீவ் காந்தி கொலை மர்மங்களும், மறைக்கப்பட்ட உண்மைகளும், விகடன் பிரசுரம் டிசம்பர் 2013.

80. பாண்டியன்.தா, ராஜீவ் காந்தியின் கடைசி மணித்துளிகள், குமரன் பதிப்பகம் டிசம்பர் 2005.

81. நளினி மற்றும் முருகன், தொகுப்பாசிரியர் பா.ஏகலைவன், ராஜீவ் கொலை மறைக்கப்பட்ட உண்மைகளும் பிரியங்கா நளினி சந்திப்பும், யாழ் பதிப்பகம், சென்னை 2016.

82. ரவிச்சந்திரன்.இரா.பொ, ராஜீவ்காந்தி படுகொலை சிவராசன் டாப் சீக்ரட், தொகுப்பாசிரியர் பா.ஏகலைவன், யாழ் பதிப்பகம், 2018.

83. திருச்சி வேலுச்சாமி தூக்குக்கயிற்றில் நிஜம் தொகுப்பாசிரியர் பா.ஏகலைவன் பேட்ரிஷியா பப்ளிகேஷன்ஸ் 2012.

84. பூங்குழலி, தூக்குமர நிழலில் நிற்கும் மகனை மீட்கப் போராடும் ஒரு தாயின் உண்மை கதை, தமிழ்குலம் பதிப்பாலயம்.

85. விடுதலை இராஜேந்திரன், விடுதலைப்புலிகள் மீதான அவதூறுகளுக்கு

மறுப்பு, பெரியார் திராவிடர் கழகம் செப்டம்பர் 2011.

86. தமிழன் பாபு, ராஜீவ் கொலையும் தமிழர்கள் மீதான பழியும், வள்ளலார் பதிப்பகம் ஜனவரி 2012.

87. கணேசன் (ஐயர்) ஈழப்போராட்டத்தில் எனது பதிவுகள், பிரபாகரனோடு புலிகள் அமைப்பை ஆரம்பித்த நாட்கள், இனியொரு பதிப்பகம் 2011.

88. பழ நெடுமாறன், பிரபாகரன் தமிழர் எழுச்சியின் வடிவம், (104 பக்கங்கள்) தமிழ்க் குலம் வெளியீடு, முதற்பதிப்பு 1988.

89. பழ நெடுமாறன், பிரபாகரன் தமிழர் எழுச்சியின் வடிவம், (1208 பக்கங்கள்) தமிழ்க் குலம் வெளியீடு, இரண்டாம் பதிப்பு மார்ச் 2012.

90. செம்பூர் ஜெயராஜ், இலையூர் பிள்ளை, வேலுபிள்ளை பிரபாகரன் - விடுதலைப் போராட்ட வரலாறு, வ.உ.சி. நூலகம், 2018.

91. ஓவியர் புகழேந்தி, தமிழீழம் நான் கண்டதும் என்னைக் கண்டதும், தோழமை வெளியீடு, ஏப்ரல் 2006.

92. மாலதி.ந, எனது நாட்டில் ஒரு துளி நேரம், விடுதலைப் புலிகளின் நடைமுறை அரசின் இறுதி நான்கு வருடங்கள், கோவை விடியல் பதிப்பகம், ஜீலை 2013.

93. குமார் ரூபசிங்க, இலங்கையில் சமாதானம் பேசுதல், இரு தொகுதிகள், அடையாளம் பதிப்பகம் முதல் இந்திய பதிப்பு 2008, மீளச்சு 2017.

94. பாவைச் சந்திரன் - ஈழத்தமிழரின் போராட்ட வரலாறு, இரு பகுதிகள், கண்மணி கிரியேட்டிவ் வேவ்ஸ் நிறுவன வெளியீடு, ஏப்ரல் - 2010.

95. சர்ஜூன் ஜமால்தீன், 'சாட்சியமாகும் உயிர்கள் - தமிழ் இயக்கங்களும் வடக்கு கிழக்கு முஸ்லிம்களும்', மக்கள் பதிப்பகம், ஜனவரி 2020.

96. *Jey Gnanam AYS Gnanam, My father's story, Self published.*

97. ரகுநாதன் என்.கே, ஒரு பனஞ்சோலைச் கிராமத்தின் எழுச்சி-வரலாற்று சித்திரம் நாவல், கருப்பு பிரதிகள் மே 2014.

98. டானியல்.கே, நாவல்கள் இரு தொகுதிகள், தொகுப்பு டானியல் வசந்தன், அடையாளம் பதிப்பகம், புத்தாநத்தம் 2005.

99. அறிவரசன், ஈழத்தில் வாழ்ந்தேன் இரண்டாண்டுகள், தமிழ் மண் பதிப்பகம், 2015.

100. ரகோத்தமன். கே, ராஜீவ் கொலை மர்மம் விலகும் நேரம், கிழக்கு பதிப்பகம், நவம்பர் 2009.

101. கலைஞர், நெஞ்சுக்கு நீதி ஆறுபாகங்கள், ஐந்தாம் பதிப்பு திருமகள் நிலையம், ஆகஸ்ட் 2018.

102. செல்லமுத்து குப்புச்சாமி பிரபாகரன் ஒரு வாழ்க்கை, கிழக்கு பதிப்பகம்,

டிசம்பர் 2008.

103. ஆனைமுத்து.வே, 'தமிழீழத் தமிழரை இலங்கை மலையகத் தமிழரை நீங்களும் பாருங்கள்!', பெரியார் நூல் வெளியீட்டகம், 2005.

104. இலங்கை குடியரசின் அரசியலைமப்புச் சட்டம், இலங்கை பாராளுமன்ற சட்டப் பணிகள் துறை, 2021.

105. பக்தவத்சலப் பாரதி, இலங்கையில் சிங்களர், இந்திய இனத் தொடர்ச்சியும், தென்னிந்தியப் பண்பாட்டு நீட்சியும், அடையாளம் பதிப்பகம், 2016.

106. பழ நெடுமாறன், ஈழத்தமிழருக்கு கருணாநிதி இழைத்த துரோகம், தமிழிளைஞர் கூட்டமைப்பு, மே 2011.

107. மக்கள் கலை இலக்கிய கழகம் மற்றும் தோழமை அமைப்புகள், ஈழம் தேவை ஒரு நேர்மையான மீளாய்வு, முதற்பதிப்பு மே 2009.

108. கார்த்திகேசு சிவத்தம்பி, ஈழத்தில் முஸ்லிம்கள் தமிழர்கள் உறவு, என்சிபிஎச் பிரைவேட் லிமிடட், ஜூன் 2012.

109. சுப.வீரபாண்டியன், ஈழம் தமிழகம் நான் சில பதிவுகள், திராவிட முன்னேற்ற கழகம், அண்ணா அறிவாலயம், டிசம்பர் 2012.

110. சோலை, ஈழம், தணல் பதிப்பகம், நவம்பர் 2006.

111. கார்த்திகேசு சிவத்தம்பி, ஈழத்தில் தமிழ் இலக்கியம், நியூசெஞ்சுரி புக் ஹவுஸ் பிரைவேட் லிமிடெட், முதற்பதிப்பு 1978.

112. பத்மநாதன்.சி, ஈழத்து இலக்கியமும் வரலாறும், குமரன் புத்தக இல்லம், 2004 முதற்பதிப்பு, மீள் பதிப்பு 2018.

113. முத்துமீரான்.எஸ், இலங்கை கிராமத்து முஸ்லிம்களின் பழமொழிகள், நேஷனல் பப்ளிஷர்ஸ் சென்னை, 2005.

114. லோகு அய்யப்பன், பிரிகேடியர் பால்ராஜ் சமர்க்கள நாயகன், இராவணன் பதிப்பகம், 2014.

115. *Peter Reeves, The Encyclopedia of the Srilankan Diaspora, Didier Millet Publications, 2013.*

116. ஜெகத் கஸ்பர், வீரம் விளைந்த ஈழம், நக்கீரன் வெளியீடு, 2009 பேசுகிறார் பிரபாகரன், நக்கீரன் வெளியீடு, 2009.

117. மருத்துவமணி, இலங்கைத் துப்பாக்கிகள் மௌனமான வரலாறு, உழைப்பாளிகள் பதிப்பகம் சென்னை, 2009.

118. வைகோ, தமிழீழம் ஏன்?, பதிப்பாசிரியர் அருணகிரிநாதன், மாணிக்கவாசகம் பதிப்பகம், 2007.

119. இத்ரிஸ் ஏ.பி.எம், என்ட அல்லாஹ் இன முரண்பாட்டுக் கால சிறுகதைகள்

தொகுப்பு, அக்டோபர் 2020.

120. ராகவன் பா, பிரபாகரனின் வாழ்வும் மரணமும், கிழக்கு பதிப்பகம் மே 2009.

121. புலமைப்பித்தன், நாயகன், நக்கீரன் வெளியீட்டகம், 2021.

122. Narayan Swamy M.R, Tigers of Lanka, From Boys to Guerillas Vijitha Yapa Publication, Colombo -4 Third Edition - 2002.

123. பேரறிவாளன். அ.ஞா, தூக்குக் கொட்டடியிலிருந்து ஒரு மடல், ஸ்டாலின் நினைவு நூலகம், 2006.

124. State vs Nalini & others 1999 (5) SCC 253 by Supreme Court of India by M/s. Justices K.T.Thomas, D.P.Wadhwa, Syed Shah Mohammed Qadri, 11.05.1999.

125. Pranay Lal, Indica A Deep natural history of the Indian sub continent, Penguin Random House India, 2016.

126. பூபதி. கு, இவன் ஒரு வரலாறு, தோழமை வெளியீட்டகம், 2010.

127. Mark Salter, To end a Civil War, Norway's Peace Engagament in Srilanka, C. Hurst & Company, London 2015.

128. வாமதேவன்.எம், குன்றிலிருந்து கோட்டைக்கு, தன் வரலாற்று நூல், குமரன் புத்தக இல்லம் 2020.

129. புதிய ஜனநாயகம், ஈழம் நேர்மையான சந்தர்ப்ப வாதமும், நேர்மையற்ற சந்தர்ப்ப வரலாறும், மே 2009.

130. வாமதேவன் எம், நீங்காத நினைவுகளில் மலையக மண்ணின் மைந்தர்கள், பாக்கியா பதிப்பக வெளியீடு, மல்லியப்புசந்தி திலகர் பதிப்பாசிரியர் 2021.

131. வாமதேவன் எம், சமத்துவ அபிவிருத்தியை நோக்கி, பாக்கியா பதிப்பகம் ஹட்டன், 2014.

132. Samant Subramanian, Stories from the Srilankan war, This Divided Island, Penguin Random House India, 2014.

133. Jameel S.H.M and Asiff Hussein, Heritage of Eastern Srilanka, Published by Muslim Women's Research and Action Forum, 2011.

134. டி.சம்பத் குமார், சிறப்பு அமர்வு வழக்கு தீர்ப்பு, பட்டியல் வகுப்பினர் மற்றும் பட்டியல் பழங்குடியினருக்கு எதிரான வழக்குகளை விசாரிக்கும் சிறப்பு நீதிமன்றம், நாமக்கல் காவல் நிலையக் குற்ற எண் 2/2015 கோகுல்ராஜ் கொலை வழக்கு தீர்ப்பு நாள் 08.03.2022.

135. பிரகாஷ் காரத், சுரேஷ் பிரேமச்சந்திரன், இலங்கை மக்களின் துயரம், தமிழில் பட்டாபிராமன், பாரதி புத்தகாலயம், பிப்ரவரி 2012.

136. Edgar Thurston, Castes and Tribes of South India, Asia Educational Services, VII Volumes 2001 Volume VI (Pattanavar or Karaya).

137. மலரவன், போர் உலா, கோவை விடியல் பதிப்பகம், 2011.

138. யமுனா ராஜேந்திரன், ஈழம் எதிர்ப்பு அரசியலின் எதிர்காலம், அடையாளம் பதிப்பகம், முதற்பதிப்பு 2012.

139. Selvy Thiruchandran, Caste and it's multiple Manifestations, A Study of the caste System in Northen Srilanka, Published by the Bay owl press, 2021.

140. Steven Kemper, Rescued from the Naion, Anagarika Dharmabala and the Buddhist world, university of Chicago Press 2015.

141. மகாராசன், ஈழத்தில் சாதியம் இருப்பும் தகர்ப்பும், கருப்பு பிரதிகள் வெளியீடு, டிசம்பர் 2007.

142. நிருபர் தமிழ்த் தம்பி, மாவீரன் கிட்டு, பாரதிதாசன் பேரவை, பொறையன்காடு, சென்னிமலை, 1993.

143. மயிலை சீனி வேங்கடசாமி, பௌத்தமும் தமிழும், அலைகள் வெளியீட்டகம் 2021.

144. Bryce Ryan, Caste in Modern Ceylon, The Sinhalese System in Transition, Rutgers university press, New Jersey, 1953.

145. வையாப்புரிப்பிள்ளை, திராவிட மொழிகளில் ஆராய்ச்சி, அலைகள் வெளியீட்டகம் சென்னை, 2020.

146. Anirudhya Mitra, The true story of the Hunt for Rajiv Gandhi's Assassins, Harper Collins publishers India, 2022.

147. தமிழ்தேசன் இமயக்காப்பியன் எல்டிடிஈ களஞ்சியம்.

148. சொர்ணலிங்கம்.க, ஈழத்தில் நாடகமும் நானும், சென்னை சாளரம் பதிப்பகம் 1986.

149. இன்குலாப் நேர்காணல், அகிம்சையின் முறையீடுகளை எந்த ஆதிக்ககாரனும் செவிமடுப்பதில்லை, தோழமை பதிப்பகம் 2012.

150. இலங்கை அய்க்கிய நாடுகள் அவையின் வல்லுநர் குழு அறிக்கை, தமிழாக்கம் பூங்குழலி, புதுமலர் மற்றும் தலித் முரசு, 2011.

151. ஆதனூர் சோழன், தலைவன் ஓர் இனப் போராட்டத்தின் எழுச்சிமிகு வரலாறு, நக்கீரன் பப்ளிகேஷன்ஸ், 2009.

152. ராம்கி.ஜெ, பத்மநாபா படுகொலை, சுவாசம் பதிப்பகம் ஆகஸ்ட் 2022.

153. Stanley Jeyaraja Tambiah, Buddhism Betrayed, The University of Chicago Press, 1992.

154. மார்க்ஸ்.அ, என்ன நடக்குது இலங்கையில், பயணி வெளியீடு முதல் பதிப்பு 2010.

155. மார்க்ஸ்.அ, இராணுவமயமாகும் இலங்கை, உயிர்மை பதிப்பகம், 2014.

156. மு.சி.கந்தையா, நாடற்ற மலையகத் தமிழர்களும் குடியுரிமை திருத்த சட்டமும் பொன்னுலகம் புத்தக நிலையம், திருப்பூர்- 3, ஆகஸ்ட் 2021.

157. Bhante Gunaratana, The Autobiography of Bhante G., Wisdom Publication Boston, 2003.

158. பி.ஏ.காதர், 'இருபதாம் நூற்றாண்டின் நவீன அடிமைத்தனம், இலங்கை மலையக மக்கள் வரலாறு', சமூகம் இயல் பதிப்பகம் இலண்டன், முதற்பதிப்பு 1984, இரண்டாம் பதிப்பு பிப்ரவரி 2023.

159. பி ஏ காதர், இலங்கை மலையகத் தமிழ் மக்களின் மறைக்கப்பட்ட பக்கங்கள், தமிழில் கமலாலயன், சமூகம் இயல் பதிப்பகம், இலண்டன் முதற்பதிப்பு ; பிப்ரவரி 2023.

160. மாலதி. ந, 'தமிழ்பெண் பொதுவெளி, தமிழீழத்தில் அதன் வளர்ச்சியும் வீழ்ச்சியும்', நிமிர் பதிப்பகம், சென்னை 18, முதற்பதிப்பு அக்டோபர் 2021.

161. James Manor, The Expedient Utopian - Bandaranaike and Ceylon, Cambridge University Press, Cambridge, 1989, Digitally Printed Version 2009.

162. Niromi de Soyza, Tamil Tigers, Allen & Unwin, Sydney, 2011.

163. பூபாலன்.கரு, வீழ்ந்ததும் எழுந்ததும், வெளியீடு கரு.பூபாலன், மேட்டுப்பாளையம், 2023. (மலையகம் குறித்த கட்டுரைத் தொகுப்பு).

164. Frances Harrison, Still Counting the Dead : Survivors & Sri Lanka's Hidden War, Porto bello Books, 2012.

சுட்டி

1. அனிதா பிரதாப் - 11,105,106,113,121,181,283

2. அனகாரிக தர்மபாலா - 31,32,33,37,202,263,272,273,282,320,

3. அஜித் போயகொட - 109,280,333

4. அன்ரன் பாலசிங்கம் - 63,64,66,81,82,84,98,102,109,116,119,124,127,140,144,146,152,164,170,282,283,284,286,303,314,333,504

5. அறிவரசன் - 121,122,123,125,302,335

6. அமிர்தலிங்கம் - 134,138,164,191,275,296,309,324,327

7. பொட்டு அம்மான் - 79,95,96,110,151,171,178,180,281,293,312,322

8. ஆண்ட்ரூ பிடல் பெர்ணாண்டோ - 11

9. இந்திய இலங்கை ஒப்பந்தம் - 7,70,129

10. எம்.ஜி.ஆர் - 45,57,58,70,110,128,134,141,149,173,283,288,289,298,301,307,310,311,313,321,327

11. எரிக் சோல்ஹைம் - 165,277,284,285

12. கருணாநிதி - 42,49,57,58,87,112,120,128,132,152,174,208,224,263,264,286,292,298,303,305,306,307,327,336

13. கமல் குணரத்னே - 52,59,60,64,105,114,120,145,173,177,190,284,285

14. கருணா - 87,105,110,112,113,118,141,145,151,164,170,172,177,180,283,286,300,313,314,

15. காமினி திசநாயக - 135,138,142,286

16. கிருபாகரன் - 50,51,53,128

17. கொளத்தூர் மணி - 102,104,108,124,264,318,327

18. பிரிகேடியர் கோபக்கடுவா - 59,171

19. கோத்தபய ராஜபக்ச - 59,118,139,140,171,177,179
20. சிறி சபாரத்தினம் - 58,86,107,127,128,191,296,322
21. சிறிமாவோ - சாஸ்திரி ஒப்பந்தம் - 42,45,46
22. சிறிமாவோ - இந்திராகாந்தி ஒப்பந்தம் - 42
23. சுப்பிரமணிய சாமி - 77,78,80,81,85,86,288
24. சூசை - 109,110,112,113,114,116,117,119,171,175,179, 219,280,283
25. சொர்ணம் - 105,110,114,120,121,283
26. சோதியா - 89,116,117,118,121,173
27. தமிழ்ச்செல்வன் - 143,284,299
28. தமிழேந்தி - 107,122,123,183,199,302
29. தில்லையம்பலம் சிவநேசன் என்ற சூசை - 109
30. தீபன் - 105,110,115,116,120,121,172,283
31. தீட்சித் - 134,286,299
32. துர்கா - 110,118,120,121,173
33. நடேசன் - 122,173,176,177,178,179,263,319,331
34. நார்வே - 47,86,144,145,169,170,173,178,284,313,314
35. நீலன் திருச்செல்வம் - 135,138,265
36. பழ நெடுமாறன் - 335,336
37. பத்மநாபா - 86,128,146,155,286,303,306,324,338
38. பாரக் ஒபாமா - 173
39. பண்டார நாயக்க - இந்திரா காந்தி ஒப்பந்தம் - 18,19,275,325,327
40. பால்ராஜ் - 105,110,114,116,117,120,159,171,172,183, 308,309,336

41. பாலச்சந்திரன் - 89,95,106,107,114,176,177,293,298

42. பான் கி மூன் - 173

43. பிரபாகரன் - 50,51,53,54,55,57,61,63,64,65,66,77,78, 79,81,86,87,89,91,93,94,95,96,97,98,101,102,105,106,107,110,111,112,113,114,121,122,123,127,129,132,134,138,140,141,142,143,144,145,146,151,158,159,160,163,164,166,167,169,170,171,173,176,177,178,180,185,186,187, 188,189,190,191,192,193,246,264,265,267,270,275,276,277,278,281,283,284,286,287,288,289,292,293,297,298,302,303,304,306,308,309,310,311,312,313,314, 35,318,321,322,326,327,335,336, 337

44. புலித்தேவன் - 122,177,178

45. புஷ்ப ராஜா - 50,135

46. புகழேந்தி - 298,335

47. புதுவை இரத்தினதுரை - 307

48. பெரியார் - 108,174,185,264,296,304,335,336

49. பேரறிவாளன் - 87,94,101,104,292,296,311,312,328,337

50. மாலதி - 89,95,105,111,116,117,118,121,123,124,134,139,173,292,293,299,326,327,335,339

51. மகிந்த ராஜபக்ச - 118,136,139,171,176

52. மேரி கொல்வின் - 178

53. யோகி - 85,122,298,303

54. யோகசங்கரி - 135

55. ரவிச்சந்திரன் - 77,79,82,84,94,95,97,98,292,295,302, 312,315,334

56. ரணசிங்க பிரேமதாசா - 132

57. ராஜீவ் காந்தி - 06,07,08,57,59,61,68,69,70,71,72,73,7

4,75,77,78,80,81,82,84,85,86,88,90,91,93,94,95,96,97,98,100,101,102,103,104,111,128,129,130,133,135,139,141,144,161,164,276,286,287,288,290,291,293,294,295,300,305,322,334

58. ராஜனி திராணகம - 65,66,136,138,265,277,332
59. லக்ஷ்மண் கதிர்காமர் - 136,276,281,299
60. லலித் அதுலத்முதலி - 135,138,311
61. வாமதேவன் - 44,45,47,49,314,315,316,325,329,337
62. விடுதலைப் புலிகள் - 08,09,50,51,58,60,61,62,63,64,70,77,78,81,84,85,95,101,102,108,109,111,112,113,128,130,132,133,134,135,136,139,141,142,143,144,145,146,148,149,150,151,152,153,154,155,156,157,158,159,160,161,162,163,164,165,169,170,171,172,173,175,176,178,179,181,190,260,261,264,265,267,276,280,282,283,285,287,288,289,290,292,293,296,297,298,299,300,302,303,038,309,312,318,322,323,326,333,334,335
63. விடார் ஹெல்கேசன் - 86,140
64. விதுசா - 105,109,110,114,118,120,121,173,283
65. கர்னல் விமலரத்னே - 59,171
66. விஜய் நம்பியார் - 178
67. திருச்சி வேலுச்சாமி - 77,80,81,82,85,86,97,98,290,295,296,334
68. ஜெயவர்த்தன - 58,59,85,110,111,129,130,131,144,15,224,275,294,306,315,325
69. ஜெயராஜ் பெர்னாண்டோபுள்ளே - 136